ഇ വി റെജി

1992 മുതൽ മലയാളത്തിലെ വിവിധ ആനുകാലീകങ്ങളിൽ എഴുതിത്തുടങ്ങി.

കോൾ മി (കഥാസമാഹാരം), ദർശനാ ടാക്കീസ്, ആശാന്തിയുടെ പ്രതിച്ഛായകൾ (നോവലുകൾ), ഡോ. ഫിലിപ്പോസ് മാർ ക്രിസോസ്റ്റം തിരുമേനിയുടെ എന്റെ ബാല്യകാല സ്മരണകൾ (ഓർമ), പാദമുദ്രകൾ (പ്രാദേശിക ചരിത്രം) എന്നിവയാണ് പ്രധാനപ്പെട്ട രചനകൾ. സ്റ്റേറ്റ് ലൈബ്രറി കൗൺസിലിന്റെ പുരസ്കാരം നേടിയ നദി എന്ന പുസ്തകത്തിൽ ഇപ്പോൾ പുനരുജ്ജീവനം നടക്കുന്ന വരട്ടാറിനെക്കുറിച്ചെഴുതി. ചിത്രശലഭങ്ങൾ എന്ന ഹ്രസ്വ ചിത്രത്തിന് കഥയും തിരക്കഥയും എഴുതി.

കാവ്യ വേദി നോവൽ പുരസ്ക്കാരം, ക്രിയാറ്റീഫ് നോവൽ പുരസ്ക്കാരം എന്നിവ നേടിയിട്ടുണ്ട്.

ഇ വി ജിയുടെ എഴുത്തും ജീവിതവും മുൻനിർത്തി ചലച്ചിത്ര നിരൂപകൻ രാകേഷ് നാഥ് മൈ ലൈഫ് എന്ന ഡോക്യുമെന്ററി നിർമിച്ചിട്ടുണ്ട്.

ഭാര്യ : രാജി
മക്കൾ : തേജസ്വിനി, ജ്യോതിർമയി.
വിലാസം : ഇടത്തിൽ ഇന്ദുകാന്തം. കിഴക്കൻ ഓതറ, തിരുവല്ല,
പത്തനംതിട്ട - 689546.
ഫോൺ : 9446171894
E-mail : evrejiothera@gmail.com

Malayalam Language
Devisthavam
(Novel)
by
E V Reji

♦

Published in March 2023
by Kairali Books Private Limited
Thalikkavu Road, Kannur.
Ph : 0497-2761200
E-Mail : Kairalibooksknr@gmail.com

♦

Cover Design :
Prasanth Mangad

♦

Printed at
Papyrus Printers, Kozhikode

Price ₹ : 420.00
110/22-23//Sl.No.1418/100/NS 18.6
ISBN 978-93-94472-46-4

ദേവീസ്തവം

ഇ വി റെജി

കൈരളി ബുക്സ്

ഹേ...ഭൈരവീ ശോകഹന്ത്രീ യോഗമൂർത്തേ പ്രചണ്ഡേ
തൃക്കണ്ണു മൂന്നും തുറന്നാർദ്രയായിത്തിളയ്ക്കൂ
കുതിയ്ക്കൂ ജ്വലിച്ചന്ധകാരം മുടിയ്ക്കൂ
കരാളന്റെ വക്ഷസ്സിലോങ്ങിച്ചവിട്ടിച്ചതയ്ക്കൂ
സഹസ്രാരപത്മം വിരിഞ്ഞുള്ളിലേറിത്തിളങ്ങൂ
എടുക്കെന്നെ നീ, നിൻ മടിത്തട്ടിലൊട്ടി
കിടക്കട്ടെ നിൻ പോർമുലക്കണ്ണുമുട്ടി...

കടമ്മനിട്ട രാമകൃഷ്ണൻ

അൻപത്തൊന്നക്ഷരം കൂടുന്ന പന്തം

ദേശത്തെ എഴുതുമ്പോഴാണ് ഏതൊരെഴുത്തുകാരനും തന്റെ കാലത്തെ അടയാളപ്പെടുത്തുന്നതെന്ന് തോന്നുന്നു. ദേശത്തിൽ നിന്ന് അടർത്തി മാറ്റാനാവാത്ത ഒരു ഹ്രസ്വകാലമാണ് അയാളുടെ ജീവിതം. എന്നാൽ എഴുത്തിന്റെ ആദ്യ ബീജാക്ഷരം തെറിച്ചു വീഴുന്നത് ദേശത്തിനുള്ളിൽ നിന്നു കൊണ്ടുതന്നെ ദേശത്തെ നിഷേധിക്കുമ്പോഴാണ്. പരിമിതികൾക്കുള്ളിലെ വീർപ്പുമുട്ടലുകളുടെ അസ്വാതന്ത്ര്യങ്ങൾ മാത്രമല്ല അതിനു കാരണം. ആരോടും പങ്കുവെയ്ക്കാനാകാത്ത തന്റെ ആത്മവേദനകളുടെ പശ്ചാത്തലമായ നാട്ടിൻപുറത്തിന്റെ ഇലയനക്കങ്ങൾ പോലും അയാളെ പുരിപ്പിക്കുന്നതുകൊണ്ട് കൂടിയാണ്. വിഹ്വലമായ ആ മൗനസ്തഭനത്തിൽ നിന്ന് പുറത്തേക്ക് വരുന്ന വാക്കുകളിൽ അറിഞ്ഞും അറിയാതെയും നാടിന്റെ അടയാള മുദ്രകൾ പറ്റിപ്പിടിച്ചിട്ടുണ്ടാകും. പിൽക്കാലത്തെഴുതുന്നതിന്റയൊക്കെ തായ്‌വേര് ചെന്നെത്തുന്നതും അവിടെയാവും. ചിലപ്പോൾ എഴുത്തിന്റെ കാതങ്ങളേറെ പിന്നിട്ടിട്ടാകും സർഗ്ഗാത്മക പ്രേരണകളുടെ ആ യഥാർത്ഥ ഭൂമികയിലേക്ക് തന്റെ ശക്തിയും ദൗർബല്യവുമെല്ലാം ചുരത്തി ഊക്കോടെ അയാൾ എത്തിച്ചേരുക.

ഒരു കഥാസമാഹരവും രണ്ടു നോവലുകളും രണ്ട് ഓർമ്മപ്പുസ്തകങ്ങളും പുറത്തു വന്നതിനുശേഷമാണ് ഞാൻ ദേവീസ്തവത്തിലേക്ക് എത്തിച്ചേർന്നത്. നാടും വീടും വിട്ടിറങ്ങിപ്പോയ എന്റെ സർഗ്ഗചേതന എഴുത്തിന്റെ കാൽനൂറ്റാണ്ട് പിന്നിട്ടശേഷം ഒരു അനിവാര്യത പോലെ നാടിന്റെ പച്ചപ്പിലേക്ക് തിരികെ എത്തിച്ചേരുകയായിരുന്നു. സ്വാഭാവികമായും അത് നാടിന്റെ പുരാവൃത്തം നിറഞ്ഞാടുന്ന കളം പിടിച്ചു. മറ്റൊരർത്ഥത്തിൽ എല്ലാ അന്വേഷണങ്ങളുടെയും വഴികൾ ഒടുക്കം എന്നെക്കൊണ്ടെത്തിച്ചത് സർവ്വാധാരപ്പൊരുളായ ദേവിയുടെ മുന്നിലേക്കാണെന്നു പറയാം.

മിത്തും യാഥാർത്ഥ്യവും ഇടകലരുന്ന അനുഷ്ഠാന തീവ്രമായ പടയണിക്കളത്തിന് മുന്നിൽ അകം നിറഞ്ഞ് നിൽക്കുമ്പോൾ എങ്ങനെ എഴുതണമെന്ന് നിശ്ചയമില്ലായിരുന്നു. കാരണം പടയണി കേവലം കോ

ലംതുള്ളലിനപ്പുറത്ത് ജനിമൃതിക്കൾക്കിടയിലെ മനുഷ്യകാലത്തിന്റെ വ്യർത്ഥതയെ പൂരിപ്പിക്കുന്ന കാളീനാടകമാണ്. കാലനും കാലാരിയും നിറഞ്ഞാടുന്ന നാടകം. പ്രകൃതിയുടെ ഇരുൾ നിറഞ്ഞ വന്യമായ പശ്ചാത്തലത്തിലാണ് പടയണിയുടെ രംഗാവിഷ്ക്കാരം. പകൽ കത്തിയെരിയുന്ന മീനമാസത്തിലെ രാത്രികൾക്ക് ഉഷ്ണവും അതിൽ കലരുന്ന തരളതയും വശ്യതയുമുണ്ട്. പുരുഷന്റെ കരുത്ത് പ്രകൃതി പരീക്ഷിക്കുന്ന കളം കൂടിയാണ് പടയണി. മരണഭയത്തിന്റെ ഇരുളിനെ വെളിച്ചത്തിന്റെ പന്തംകൊണ്ട് പുരുഷൻ മറികടക്കുകയാണ്. ഭക്തിയും ശക്തിയും ജ്ഞാനവുമെല്ലാം അതിൽ അണയാതെ ജ്വലിക്കുന്നു.

അച്ഛൻ വഴിയാണ് എനിക്ക് പടയണിയുടെ പ്രാചീനതയിലേക്കുള്ള നാട്ടുവഴി. എന്നാൽ അച്ഛൻ പടയണിക്കാരനായിരുന്നില്ല, അപ്പൂപ്പൻ പോലും..... അപ്പൂപ്പന്റെ അനിന്തിരവന്മാരെല്ലാം ഓതറയിലേയും ചുറ്റുവട്ടത്തെയും പടയണിയുടെ അതികായന്മാരായിരുന്നു. എന്നും അകലെ നിന്ന് പടയണി കാണാനുള്ള വിധിയെ എനിക്കുണ്ടായിരുന്നുള്ളൂ. എന്നാൽ ഓരോ കാഴ്ചകളും പടയണി പഠിക്കാനുള്ള വലിയ ആവേശമുണ്ടാക്കി. കാലൻ (കാലം)കോലം ഉരലിലേക്ക് പിൻനോട്ടമില്ലാതെ ചാടിക്കയറുന്നതിന്റെ അഭ്യാസചാതുര്യവും തള്ളമറുത കുടുംബിനിയായി വന്ന് പിള്ളകളെ മുലയൂട്ടുന്നതിന്റെ തന്മയത്വവും അൻപത്തൊന്നു പാളയുടെ ഭൈരവി അനായാസം വെട്ടിത്തിരിയുന്നതിന്റെ കരുത്തും അന്തരയുടെയും സുന്ദരയുടെയും തുള്ളലിലെ വശ്യമായ കുഴഞ്ഞാട്ടവും തപ്പിലെ താളത്തിന്റെ പെരുക്കവും ബന്ധുക്കരകളെയും കടന്നുപോകുന്ന പാട്ടിന്റെ പൗരുഷം നിറഞ്ഞ ആയവുമൊക്കെയാണ് ആവേശത്തിന്റെ കുതിപ്പുകളുണ്ടാക്കിട്ടുള്ളത്. എന്നാൽ പടയണിയുടെ വൃത്തത്തിനുള്ളിൽ തുള്ളിക്കളയേണ്ടതല്ല ഇനിയുള്ളകാലം എന്ന ഓർമ്മപ്പെടുത്തൽ ചിലപ്പോൾ അമ്മൂമ്മയിൽ നിന്നുപോലുമുണ്ടായി. വല്ല്യമ്മാവനെക്കണ്ട് മടങ്ങുകയായിരുന്ന പടയണിയുടെ പുത്തൻ കൂറ്റുകാരൻ അൽപ്പം വേച്ചുവേച്ച് പടിഞ്ഞാട്ടുനടന്ന് മറഞ്ഞപ്പോൾ അമ്മൂമ്മ ഒന്ന് നെടുവീർപ്പിട്ടു.

'ഒരു ജോലിയൊണ്ടെന്ന് പറഞ്ഞിട്ടെന്താ തമ്പ്രാട്ടി... ഇങ്ങനെ കാളി കൂളി കളിച്ച് നടക്കണോ ഇവന്...'!

അടുപ്പവും അകൽച്ചയും ഉണ്ടാക്കിയ ഇത്തരം പ്രേരണകൾക്കിടയിലെ അവ്യക്തതകളിലൂടെ കടന്ന്പോകുമ്പോഴും പടയണിയുടെ അനുഷ്ഠാന തീവ്രമായ മാജിക്കൽ റിയലിസം എന്നെ പിടിച്ചിരുത്തി. ഒപ്പം അത് മുന്നോട്ടുവെയ്ക്കുന്ന ജനകീയ സാംസ്ക്കാരിക രാഷ്ട്രീയവും. ഒരു നാടാകെ, കത്തിയാളുന്ന കാളിയുടെ പടയിൽ അണിചേരുകയാണ്.

സൂക്ഷ്മവും സ്ഥൂലവുമായി അവൾത്തന്നെ ആ തീക്ഷ്ണ നാടകത്തെ രാവെളുക്കുവോളം നയിക്കുന്നു. പുരുഷൻ പക്ഷിയും യക്ഷിയും മാടനും മറുതയുമൊക്കെയാകുന്നു. കാലവും കാലനുമാകുന്നു. ചിലപ്പോൾ മഹാഭൈരവി തന്നെയാകുന്നു. പടയണി മുന്നോട്ടുവെയ്ക്കുന്നത് ജാതിരഹിതവും ജനകീയവുമായ ഒരു രാഷ്ട്രീയമാണ്. അത് പ്രകൃതിയെന്ന മാതൃശക്തിയെ കേന്ദ്രീകരിച്ചുള്ള ഒരു പാരിസ്ഥിതിക അവബോധം കൂടിയാണ്. ഇന്ന് നാം നേരിടുന്ന അരാഷ്ട്രീയവത്ക്കരണത്തിനും അധാർമ്മികതകയ്ക്കുമൊക്കെ പരിഹാരം തീർച്ചയായും അതിന്റെ ജൈവപ്രേരണകളിലുണ്ട്.

ഈ രചനയുടെ എഴുത്തിനെ പ്രലോഭിപ്പിച്ച മറ്റൊന്ന് അപ്പൂപ്പന്റെ ജേഷ്ഠനായിരുന്ന ഇരമല്ലിക്കര വെച്ചൂരേത്ത് കൃഷ്ണപിള്ളയുടെ ജീവിതവും ആ അദൃശ്യമായ ആത്മസാന്നിദ്ധ്യവുമാണ്. അദ്ദേഹത്തിൽ നിന്ന് സൃഷ്ടിച്ചെടുത്ത കൊച്ചുരാമൻ പിള്ള എന്ന കഥാപാത്രത്തിന് കഥയെ നയിക്കുന്ന വേണുവിന് തുല്യമായ പ്രാധാന്യമുണ്ട്. വേണു നേരിടുന്ന സന്ദിഗ്ദ്ധാവസ്ഥകളിൽ നിന്നെല്ലാം അയാളെ അതിജീവിക്കാൻ പ്രേരിപ്പിക്കുന്ന ശക്തി കൊച്ചുരാമൻപിള്ളയാണ്. വെച്ചൂരേത്ത് കൃഷ്ണപിള്ളയെന്ന ദേവീദാസൻ വിളിച്ചാൽ വിളിപ്പുറത്തായിരുന്നു ഭഗവതി എന്നു കേട്ടിട്ടുണ്ട്. മരണാനന്തരം അദ്ദേഹത്തെ കുടിയിരുത്തിയിരിക്കുന്നതും പുതുക്കുളങ്ങരയിലാണ്.

ഇങ്ങനെ യാഥാർത്ഥ്യവും സങ്കൽപ്പവും അതീന്ദ്രീയ അനുഭവങ്ങളും കലർപ്പില്ലാത്ത രാഷ്ട്രീയവുമൊക്കെ കൂടികലർന്നപ്പോൾ ഈ സ്തുതിക്ക് നോവലിന്റെ രൂപവും ഭാവവുമൊക്കെയുണ്ടായി. ഇത്തരത്തിലുള്ള മായികമായ അനുഭവങ്ങളുമായി എന്റെ ഭാവന നടത്തിയ മാറാട്ടത്തിന്റെ ഫലമാണ് ഈ നോവൽ. ഓർക്കാൻ ക്ലേശങ്ങളും സംതൃപ്തികളുമേറെയുണ്ട്. പരീക്ഷണത്തിന്റെ പാരമ്യത്തിലെ അവൾ പരിഗണിക്കുകയുള്ളൂ എന്ന് അനുഭവിച്ചറിഞ്ഞു. അഞ്ചു വർഷങ്ങളെടുത്തു ദേവീസ്തവം പൂർത്തിയാക്കാൻ.

ഒപ്പം നിന്ന് ചൂട്ടുപിടിച്ച എല്ലാ സുമനസ്സുകൾക്കും സ്നേഹം..... നന്ദി.......

ഇ.വി. റെജി

1

മഴ പെയ്തൊഴിഞ്ഞ സന്ധ്യ

ഒരുപാടു നാളുകൾക്കു ശേഷം സന്ധ്യയ്ക്ക് വേനൽമഴ പെയ്തു. വേനലിന്റെ അത്രതന്നെ കാഠിന്യം മഴയ്ക്കുമുണ്ടായി.

മഴയ്ക്കു മുന്നെ തണുത്ത കാറ്റ് കിഴക്ക് നിന്ന് മെല്ലെ കടന്നു വന്നിരുന്നു. അത് ഒരു നേർത്ത ഉടയാടപോലെ പാവുതറയുടെ അന്തരീക്ഷത്തെയാകെ പൊതിഞ്ഞു.

സന്ധ്യയുടെ ആ ഇരുളിമയിൽ മിന്നലും ഇടിയും പാവുതറയുടെ ആകാശങ്ങളെ ഇടയ്ക്കിടെ ജ്വലിപ്പിച്ചുകൊണ്ടിരുന്നു. എരിയുന്ന പന്തത്തിന്റെ ജ്വാലയിൽ തെളിയുന്ന ഭൈരവിയുടെ എകിറുകൾ പോലെ ആകാശത്തെ കീറിമുറിച്ചുകൊണ്ട് മിന്നൽപ്പിണറുകൾ താഴേക്ക് വന്നു പതിച്ചു. പാവുതറയുടെ അന്തരീക്ഷമാകെ ഒരു യുദ്ധക്കളം പോലെയായി. ആര് ആരോടെന്ന് വ്യക്തമാവാത്ത യുദ്ധം. പ്രകൃതിയുടെ പ്രചണ്ഡമായ ശക്തിയ്ക്ക് മുന്നിൽ ജീവനുള്ള സമസ്തവും അതിന്റേതായ പ്രാർത്ഥനകളിലേക്ക് കണ്ണുകളടച്ചു.

അമ്മേ... പരാശക്തീ...

ഏതാണ്ട് ഒന്നര മണിക്കൂർ മഴ അതിന്റെ പല കാലങ്ങളിലൂടെ അലച്ചാർത്തു പെയ്തു. ഒരർത്ഥത്തിൽ ഏറെ നേരം നീണ്ടു നിന്ന ഒരലർച്ചയും അതിന്റെ കണ്ണീരുമായിരുന്നു അത്. തീരാത്ത ദാഹംകൊണ്ടെന്നപോലെ ഭൂമി അത് വലിച്ചുകുടിച്ചു. എന്നിട്ടും ഉഷ്ണത്തിന്റെ ആ മീനമാസരാത്രിയെ അത് തണുപ്പിച്ചു എന്നുപറയാൻ വയ്യ. ഭൂമിയുടെ കടുത്ത ദാഹം അത്രയ്ക്കായിരുന്നു. മണ്ണിന്റെ ആഴങ്ങളിൽ നിന്നുയർന്നുവന്ന ആവി ദാഹത്തിന്റെ തീഷ്ണതയായിരുന്നു.

മഴ പെയ്തൊഴിഞ്ഞ മണ്ണിലൂടെ നടക്കുമ്പോൾ വേണു ആ നേർത്ത ചൂടിന്റെ സ്പർശം കാൽവെള്ളയിൽ അനുഭവിച്ചറിഞ്ഞു. പിന്നെ അത് കാൽപ്പാദങ്ങളിലേക്ക് കടന്ന് മേലേക്ക് അരിച്ചു കയറി. ടോർച്ചിന്റെ വെളിച്ചത്തിൽ അയാൾക്കത് കാണാമായിരുന്നു. കാൽവെള്ളയിലെ നനഞ്ഞ മണ്ണിന്റെ സ്പർശം അനുഭവിപ്പിച്ചത് കനിവും സാന്ത്വനവുമായിരുന്നു. ഒരുനിമിഷം ചലനമില്ലാതെ നിന്നപ്പോൾ അതിന്റെ മാതൃത്വം അയാൾ

ക്കു തിരിച്ചറിയാനായി.

വീട്ടിൽനിന്ന് പുറപ്പെടാനൊരുങ്ങിയപ്പോൾ ചെരുപ്പ് വേണ്ട എന്ന് തോന്നിച്ചത് ഇതിനായിരുന്നോ...

വേണുവിന്റെ ഉള്ള് ഇപ്പോൾ വല്ലാതൊന്നു നിറഞ്ഞു.

ബൈക്കോ കാറോ വേണമെങ്കിൽ എടുക്കാവുന്നതായിരുന്നു. ദേവി അതു പറഞ്ഞതുമാണ്. എന്നാൽ ഒരു തിടുക്കവും തോന്നിയില്ല. പ്രകൃതിയെ അറിഞ്ഞും അനുസരിച്ചും അനുഭവിച്ചും ജീവിച്ച ഏതോ പുരാതനകാലത്തെ മനുഷ്യനെപ്പോലെ നടക്കാനാണ് അയാൾക്ക് തോന്നിയത്. മുറ്റത്തുനിന്ന് റോഡിലേക്കിറങ്ങിയപ്പോൾ ദേവിയുടെ മുഖത്തേക്ക് തിരിഞ്ഞുനോക്കിയിട്ട് വേണു പറഞ്ഞു:

'അധികം താമസിക്കില്ല. ഇനി, അല്പം താമസിച്ചാൽത്തന്നെ കാത്തിരിക്കണ്ട; കഴിച്ചിട്ട് കിടന്നോ... ങാ, മൊബൈലും എടുത്തിട്ടില്ല. ആരെങ്കിലും വിളിച്ചാൽ പിന്നെ തിരിച്ച് വിളിച്ചോളുമെന്ന് പറഞ്ഞാൽ മതി..'

പിന്നെ ദേവി ഒന്നും ചോദിച്ചും പറഞ്ഞുമില്ല. വേണു ഇരുളിന്റെ അകലങ്ങളിലേക്ക് നടന്നുമറയുന്നതുവരെ അവൾ അവിടെത്തന്നെ നിന്നു. അവളുടെ പ്രാർത്ഥനകൾ ആ ഇരുളിൽ അലിഞ്ഞു ചേർന്നു.

മേലേക്കുന്നിറക്കം ഇറങ്ങി വാഴാർമംഗലത്തെ നിരപ്പായ തെങ്ങിൻ തോപ്പിന്റെ നടുവിലൂടെയുള്ള റോഡിലൂടെ നടക്കുമ്പോൾ വേണു ഓർത്തു.

ഈ അനാഥമായ രാത്രിയിലൂടെ ഇങ്ങനെ നടക്കാൻ തനിക്കൊരു യോഗമുണ്ടായിരുന്നിരിക്കണം. സന്ധ്യകഴിഞ്ഞ നേരത്ത് രണ്ടുരണ്ടര കിലോമീറ്ററെന്ന ദൂരത്തെക്കുറിച്ച് ആശങ്കകളൊന്നുമില്ലാതെ ഇറങ്ങിത്തിരിച്ചത് ഒരുപക്ഷെ ആ പൂർവ്വ നിശ്ചയം കൊണ്ടാവും...

വേണു പാവുതറക്കാവിന്റെ മുക്കവലയിലെത്തിയപ്പോൾ ഒരു മനുഷ്യജീവിയുടെ സാന്നിദ്ധ്യം പോലുമവിടെ ഉണ്ടായിരുന്നില്ല. പുത്തേടത്തെ മാക്കാനപ്പൂപ്പന്റെ നാലുമുറി പീടികക്കെട്ടിടവും തോട്ടത്തിലെ കുട്ടന്റെ മാടക്കടയും മഴയേറ്റു കുതിർന്ന് ഏതോ പുരാതന സ്മാരകങ്ങൾ പോലെ നിന്നു.അപ്രതീക്ഷിതമായി പെയ്ത മഴയുടെ പ്രഹരശേഷി അത്രയ്ക്കായിരുന്നു. മഴയ്ക്കു മുന്നെ വീശിയടിച്ച കാറ്റിനെ തുടർന്ന് കറണ്ട് പോയിരുന്നു. പിന്നെ അത് ഇടയ്ക്ക് വന്നും പോയീം നിന്നു.

ഇപ്പോൾ വീണ്ടും അന്ധകാരമായി. അമ്പലത്തിലേക്കുള്ള പടവുകൾ കയറി ആ വിശാലമായ തകിടിയിലേക്ക് വേണു കണ്ണുകൾ പായിച്ചു. പേടിപ്പെടുത്തുന്ന ഒരു ശൂന്യതയായിരുന്നു അവിടമാകെ. നേർത്ത ഇളം മഞ്ഞ നിറമുള്ള നിലാവ് തകിടിയിലേക്ക് വീണു കിടന്നിരുന്നു. തകിടി

യുടെ കിഴക്കേ അതിരിലുള്ള പടനിലവും അതിനപ്പുറത്തുള്ള ആറ്റുകടവും വരെ പകൽവെട്ടത്തിൽ കാണാവുന്നതാണ്. എന്നാലിപ്പോൾ രാത്രിയും നിലാവുമൊക്കെ ചേർന്ന് ആ അതിരിനെ അലിയിച്ചു കളഞ്ഞിരുന്നു.

വേണു ആ ശൂന്യതയിലേക്കു നോക്കി ഒന്നു നെടുവീർപ്പിട്ടു.

ഇന്നീ തകിടിയുടെ പടയണിക്കളത്തിൽ കഴിഞ്ഞ രാത്രിയുടെ അന്ത്യയാമത്തിൽ എഴുന്നെള്ളി വരേണ്ടിയിരുന്ന ആയിരത്തൊന്ന് പാളയുടെ ആകാശരൂപിണിയായ ഭൈരവിക്കോലം നിശ്ചലം നിലാവേറ്റ് നിൽക്കേണ്ടതാണ്. തകിടിയുടെ അതിരുകളിലെ മരക്കൊമ്പുകളിൽ കഴിഞ്ഞ ദിവസങ്ങളിൽ തുള്ളിയൊഴിഞ്ഞ മറ്റു കോലങ്ങൾ ഉണങ്ങി ചുരുണ്ട് അമ്മയെ നമസ്കരിച്ചെന്നപോലെ അവിടവിടെയായി കാണേണ്ടതാണ്. ഇരുപത്തിയെട്ടു രാത്രികളിലും ആളിക്കത്തിനിന്ന ഓലച്ചൂട്ടുകളുടെ കെട്ടടങ്ങിയ അഗ്നി അവശേഷിപ്പിച്ച ചാരക്കൂമ്പാരത്തിലേക്ക് ആർത്തലച്ചു വീണ മഴ, അതിനെ കുതിർന്ന ഒരു ഭസ്മക്കൂമ്പാരമാക്കേണ്ടതായിരുന്നു.

എന്നാൽ... എന്നാലതൊന്നും സംഭവിച്ചില്ല...

വേണു ക്ഷേത്രത്തിന്റെ നടയിലേക്ക് ഒന്നുകൂടി നോക്കി. എന്നോ കൊട്ടിയടയ്ക്കപ്പെട്ടതു പോലെയായിരുന്നു ആ വാതിലുകൾ. നടയ്ക്ക് മുന്നിൽ ചെന്ന് തൊഴണമെന്നുണ്ടായിരുന്നെങ്കിലും അയാൾക്കതിനുള്ള ധൈര്യം അപ്പോഴുണ്ടായില്ല.

അയാൾക്ക് കുറ്റബോധമാണുണ്ടായത്.

എല്ലാം എപ്പോഴും കാണുന്നവളാണ്...

എങ്കിലും ഒറ്റയ്ക്കിങ്ങനെ ഈ രാത്രിയിൽ നേർക്കു നേരെ കാണുമ്പോൾ...

ഒരിയ്ക്കലും നടക്കില്ല എന്ന് എല്ലാവരും പറഞ്ഞത്, നടക്കും എന്നു പറഞ്ഞ് ഇറങ്ങി തിരിച്ചതായിരുന്നില്ലേ... എന്നിട്ടിപ്പോൾ ഒന്നും നടത്താൻ കഴിയാതെ ഒരു പരാജിതനെപ്പോലെ മുന്നിൽ വന്നു നിൽക്കുമ്പോൾ അവിടെ നിന്ന് ഒരു ചോദ്യത്തിന്റെ മുന വന്ന് ഉള്ളിൽ തറയ്ക്കാം.

എവിടെ പോയി നിന്റെ വീര്യം...?

വേണുവിന് നടയുടെ അടുത്തേക്കു പോകാൻ കഴിഞ്ഞില്ല. അയാൾ ആ നിന്നിടത്തു നിന്നുതന്നെ ഒന്നു തൊഴുതതേയുള്ളൂ.

അമ്മേ... ദേവീ...

അമ്പലത്തിന്റെ പിന്നിലുള്ള യക്ഷിക്കാവിലെ വൃക്ഷത്തലപ്പുകൾ മഴയേറ്റതിന്റെ കുളിർമയിൽ നിശ്ചലം നിൽക്കുകയായിരുന്നു. അടർന്നു വീഴുന്ന ജലകണങ്ങളുടെ ശബ്ദം ഇടയ്ക്കിടെ കേൾക്കാമായിരുന്നു. മരി

ച്ചുപോയ മുതുമുത്തശ്ശിമാരായിരുന്നോ ആ കണ്ണീർ പൊഴിക്കുന്ന മരങ്ങളെന്ന് വേണുവിനു തോന്നി. അതിലേക്ക് മെല്ലെ ഭയത്തിന്റെ കരിനിഴൽ വീണു. ഒന്ന് ദീർഘം ശ്വസിച്ചിട്ട് അയാൾ സ്വയം തിരുത്താൻ ശ്രമിച്ചു.

ഇത്തരം സന്ദർഭങ്ങളിൽ ഭയം ഏതു മനുഷ്യനും സ്വാഭാവികമായുമുണ്ടാകും. അതിനെ അങ്ങനെ കണ്ടാൽ മതി. അതല്ലാതെ ഭയത്തിന്റെ ഇരയായിത്തീരരുത്.

പാവുതറയമ്മയുടെ കാവും വിജനമായ കാട്ടൂർ പുരയിടവും പിന്നിട്ട് പടിഞ്ഞാറേക്ക് നടക്കുമ്പോഴും ഭയത്തെ പ്രതിരോധിക്കാൻ അയാൾ ശ്രമിച്ചുകൊണ്ടിരുന്നു.

ഭയം കേവലം ഒരു തോന്നലാണ്. മനസ്സിന്റെ ദുർബലതയിലേക്കത് കടന്നു കയറും. മനസ്സിനെത്തന്നെ അത് കീഴ്പ്പെടുത്തും. പിന്നെ ശരീരം പോലും അതിന്റെ ഇരയാകും. തളർന്നു വീണുപോകും. എന്നാൽ ആത്മബലം കൊണ്ടാണ് അതിനെയാകെ തോൽപ്പിക്കേണ്ടത്. ആത്മബലത്തിന് അമ്മയാണ് മരുന്ന്. ഏതവസ്ഥയിലും ആ ശക്തി അതിന്റെ ഭിന്നഭാവങ്ങളിൽ ഉള്ളിലുണ്ടാകണം.

ഇപ്പോൾ തിരിച്ചറിവിന്റെ ബലവും ഭക്തിയുടെ ശാന്തിയും വേണുവിന്റെ ബോധത്തെ പ്രകാശമാനമാക്കി. മനസ്സൊന്ന് സ്വതന്ത്രമായി, ശരീരവും... അയാൾ വീണ്ടും നടത്തം തുടർന്നു.

കഴിഞ്ഞ അൻപത്തിയൊന്ന് വർഷങ്ങളായി പാവുതറയമ്മയുടെ മുന്നിൽ നടക്കുന്നത് നിരർത്ഥകമായ പാട്ടും ഡാൻസുമൊക്കെയാണ്. എന്നാൽ അമ്മയ്ക്ക് അതൊന്നുമായിരുന്നില്ലല്ലോ വേണ്ടത്. തന്റെ മക്കൾ അത്തരം കോപ്രായങ്ങൾക്ക് മുന്നിലിരുന്ന് വിഡ്ഢികളെപ്പോലെ ചിരിച്ച് ആ മണ്ണിൽത്തന്നെ വായ പൊളിച്ച് കിടന്നുറങ്ങുന്നത് കാണാനല്ല പാവുതറയമ്മ കണ്ണുകൾ തുറന്ന് കിഴക്കോട്ട് നോക്കി ഇരിക്കുന്നത്.

സർവ്വവും കാണുന്നവളാണ് അമ്മ. എങ്കിലും അഞ്ചു പതിറ്റാണ്ടിന്റെ ഇക്കാലമത്രയും പാവുതറയുടെ അമ്മ കണ്ണുകളടച്ചാണിരിക്കുന്നത്. എന്നാൽ അമ്മയിൽ അധികാരമുണ്ടെന്ന് അവകാശപ്പെടുന്ന ചിലർ, അമ്മ എല്ലാം കണ്ണു തുറന്ന് കാണുന്നുണ്ടെന്നും അമ്മ നമ്മുടെ നാടിനെയാകെ അനുഗ്രഹിച്ചാണിരിക്കുന്നതെന്നും പറയുന്നു. കാലങ്ങളായുള്ള ശാന്തിയും സമാധാനവും അതിന്റെ തെളിവാണെന്നും അവർ പ്രചരിപ്പിക്കുന്നു.

വാസ്തവത്തിൽ നിഷ്ക്രിയതയുടെ ശാന്തിയും മരവിപ്പിന്റെ സമാധാനവുമാണ് പാവുതറയിലുണ്ടായത്.

നിഷ്ക്രിയതയിലും നിസംഗതയിലും മയങ്ങി ജീവിക്കുന്ന പാവുതറ

ക്കാർക്ക് അവരുടെ ബുദ്ധിയോ ശക്തിയോ തിരിച്ചറിയാൻ കഴിഞ്ഞിരുന്നില്ല. അവരുടെ കഴിവുകളെക്കുറിച്ച് അവർ അജ്ഞരായിക്കഴിഞ്ഞിരുന്നു. ആദിപമ്പയും വരട്ടാറും നൽകിയ എക്കൽമണ്ണിന്റെ വീര്യം അവർ മറന്നുപോയിരുന്നു. ഒഴുക്കു നിലച്ച ആദിപമ്പ മരിച്ചുകിടക്കുന്ന ഒരു സ്ത്രീയെപ്പോലെയായി. നീരൊഴുക്ക് വറ്റിയ വരട്ടാർ ഒരു നദിയുടെ ഓർമ്മ മാത്രമായി. തിട്ടകൾ വെട്ടിയിറക്കിയ താഴ്ചയിൽ ഇന്നുള്ളത് മാലിന്യങ്ങൾ മാത്രമാണ്... വിശാലമായ പാവുതറപ്പാടം എത്രയോ കാലമായി കളകളുടെ കാടായി കിടക്കുന്നു...

കുശുമ്പും കുന്നായ്മയും പുറ്റുകൾപോലെ ഉള്ളിൽ വളർന്ന പാവുതറക്കാർ പരസ്പരം കാണുമ്പോൾ ചിരിക്കുകയും അദൃശ്യതയിൽ നിന്ന് പരസ്പരം ദ്രോഹിക്കുകയുമായിരുന്നു. അങ്ങനെ അവർ സ്വാർത്ഥമതികളായി വളർന്നു. ദേശത്തിന്റെ ഈ അന്യവത്കരണത്തെക്കുറിച്ച് ആശങ്കയോടെ ഒന്നു ശങ്കിച്ചു നിന്നവരെക്കൂടി, നീ നിന്റെ കാര്യം നോക്ക് എന്നുപദേശിച്ച് മറ്റുള്ളവർ മുന്നോട്ട് നയിച്ചു. അങ്ങനെ വിപണിവത്കരണത്തിന്റെ പുതിയകാലം അടിച്ചേൽപ്പിച്ച ഉപഭോഗതൃഷ്ണകളുമായി അവർ കുപ്പയിലെ കാടുകൾ പോലെ വളർന്നു. സ്വന്തം ആറ്റുമാലികളും വയലുകളും ഉപേക്ഷിച്ച് വിപണിയിൽ നിന്ന് അവർ അന്നം വാങ്ങി. കുടിനീരിന്റെ നദിയെ മറന്ന് കുടിവെള്ളം വിലയ്ക്കു വാങ്ങി. ഉള്ളുണർത്തുന്ന ആനന്ദത്തിന്റെ പടയണി മറന്ന് ഉത്സവപ്പറമ്പുകളിലിരുന്ന് വിഡ്ഢികളെപ്പോലെ ചിരിച്ചു തകർത്തു.

വിപണിയുടെ പ്രലോഭനങ്ങളിലേക്ക് മറ്റെല്ലാം മറന്ന് എടുത്തുചാടിയ അവർക്ക് സകല മൂല്യങ്ങൾക്കും ഉപരിയായി പണം. പണമുണ്ടാക്കാൻ ഏതു മാർഗ്ഗവും സ്വീകരിച്ചേ മതിയാവൂ എന്നു വന്നു. അങ്ങനെ സ്വദേശത്തും വിദേശത്തുമൊക്കെ പോയി കഷ്ടപ്പെട്ടും കുതികാൽ വെട്ടിയുമൊക്കെ അവർ പണമുണ്ടാക്കി. ആ പണം കൊണ്ട് കെട്ടിയുണ്ടാക്കിയ കൃത്യമമായ എടുപ്പുകളാണ്, അതിന്റെ ദുർമേദസ്സാണ് ഇന്ന് പാവുതറയിൽ കാണാനുള്ളത്...

എന്നാൽ അതിശയകരമെന്നു പറയട്ടെ, പതിറ്റാണ്ടുകളുടെ വിസ്മൃതിയിലായിരുന്ന പടയണിയിലേക്ക് ഒന്ന് പന്തം തെളിക്കാൻ ശ്രമിച്ചപ്പോൾ പാവുതറക്കാർ ഉറക്കത്തിൽ നിന്ന് മെല്ലെ ഉണർന്നതു പോലെയായിരുന്നു.

അൻപത്തൊന്നക്ഷരം കൂടുന്ന പന്തംപോലെ, പഞ്ചഭൂതപ്പൊരുളൊന്നായ പന്തംപോലെ അത് സത്യമായി.

എത്രമാത്രം മാറിമറിഞ്ഞാലും മനുഷ്യർ ഇങ്ങനെയുമാകും... നൈ

തികമായ എല്ലാംമറന്ന് മത്സരിച്ച് ജീവിക്കുമ്പോഴും അവരുടെ ഉള്ളിൽ അവർ പോലുമറിയാതെ ഉറകെട്ടിയിരിപ്പുണ്ടാവും പാരമ്പര്യത്തിന്റെ രസവീര്യം, ഒരു കഥയുമില്ലാതെ.. ആസക്തിയുടെ മുന്നേറ്റങ്ങൾക്കിടയിലും തകർച്ചയുടെ നിസംഗതയിലുമിരുന്ന് അവർ വെറുതെ പറയും...., എന്തവാരുന്നു ആ പഴയകാലം എന്നൊക്കെ... നിരർത്ഥകമായ ഒരു കോട്ടുവായിൽ അതവസാനിക്കുകയും ചെയ്യും. എന്നാൽ ആ മരവിപ്പിലേക്ക് കാലനിയോഗം പോലെ കഴിവുള്ളവരാരെങ്കിലും ചൂടൊന്ന് പകർന്നാൽ മതി, മനുഷ്യർ മാറും. അവൻ ആ ചൂടിൽ ഉണർന്നെഴുന്നേൽക്കും...

മഹാമായേ... അതാണല്ലോ അന്നു നടന്നത്...

ഇരുപത്തിയെട്ട് ദിവസങ്ങൾക്കുമുമ്പ് പാവുതറയിൽ തിരിച്ചറിയാനായത് ആ യാഥാർത്ഥ്യമാണ്. പാവുതറക്കാരുടെ ഉള്ളിൽ കാലങ്ങളായി അണഞ്ഞു കിടന്ന പടയണിയുടെ പന്തം പെട്ടെന്ന് തെളിയുകയായിരുന്നു. അത് പടർന്നേറിയത് എത്രയോ പേരുടെ മനസ്സിലേക്ക്...!

എന്നാൽ അതെല്ലാം നോക്കി നിൽക്കെ അണഞ്ഞു പോകുകയുമായിരുന്നല്ലോ...!

◆◆◆

2

തെളിയുന്ന പന്തം

അന്ന് വിഷുവായിരിന്നു. വിഷുവിന്റെ സൂര്യൻ ചാഞ്ഞുമറഞ്ഞ സന്ധ്യ. പാവുതറയുടെ പല ഭാഗങ്ങളിൽ നിന്നായി ഏകദേശം മുപ്പതു പേരോളം കല്ലൂർ പുത്തൻപുരയിലെ മുറ്റത്ത് ഒത്തുകൂടി.

ഒത്തുകൂടലിന് മുമ്പായി ആദ്യം വേണു പോയി കണ്ടത് പേരപ്പൻ ആനന്ദൻപിള്ളയെത്തന്നെയാണ്. പിന്നെ കൂട്ടുകാരനായ അജയന്റെ വീട്ടിലേക്കും. അവിടെനിന്ന് വാലുപറമ്പിലെ കൃഷ്ണക്കുറുപ്പിന്റെയും മാരൂത്തറയിലെ പത്മനാഭപ്പണിക്കരുടെയും വെളിയത്തെ ശേഖരൻപിള്ളയുടെയും വീടുകളിലേക്കാണ് അയാൾ പോയത്.

കാളിമലയിൽ നിന്ന് ഒരു പത്ത് പേരെങ്കിലും എത്തിച്ചേരുമെന്ന് അജയൻ പറഞ്ഞിരുന്നെങ്കിലും മൂന്നുപേർ മാത്രമെ അവിടെനിന്നുമെത്തിയിരുന്നുള്ളൂ. പ്രതീക്ഷിച്ചിരുന്നില്ലെങ്കിലും മറ്റുള്ള വിഭാഗങ്ങളിൽനിന്നാണ് ബാക്കിയുള്ളവരൊക്കെയെത്തിയത്.

വാലുപറമ്പിലെ കൃഷ്ണക്കുറുപ്പിന്റെ കുടുംബപരമ്പരയിൽപ്പെട്ട ദാമോദരനും മാരൂത്തറയിലെ പത്മനാഭപ്പണിക്കരുടെ കുടുംബത്തിൽപ്പെട്ട പുരുഷോത്തമനുമൊക്കെ ഇപ്പോഴും പാച്ചോറ്റിക്കാവിലും അടിശ്ശേരിക്കാവിലുമൊക്കെ പോയി പടയണി തുള്ളുന്നവരാണ്. പടയണിക്കാലമാകുമ്പോൾ കുട്ടികളെ മുറ്റത്തും ചാവടിയിലുമൊക്കെ നിർത്തി എന്തെങ്കിലുമൊക്കെ പറഞ്ഞുകൊടുക്കുകയും ചെയ്യും. പാവുതറയിലെ പടയണിയുടെ ശേഷിപ്പ് അത്രയൊക്കെയേ ഉണ്ടായിരുന്നുള്ളൂ.

വേണു വിളിച്ചതനുസരിച്ച് വന്നവരൊക്കെ മുറ്റത്തെ കസേരകളിലും സിറ്റൗട്ടിലുമൊക്കെയായി ഇരുന്നു. ദേവി ഒരു നിലവിളക്ക് തിരിയിട്ട് സിറ്റൗട്ടിന്റെ ഇളംതിണ്ണയിൽ കൊണ്ടുവന്നു വെച്ചു. പാവുതറയുടെ പടയണിക്കളത്തിൽ അൻപത്തൊന്ന് വർഷം മുമ്പ് നടന്ന അവസാനത്തെ പടയണിയിൽ കൊച്ചുരാമൻപിള്ളയ്ക്കൊപ്പം തന്തമറുതയായി തുള്ളിയിട്ടുള്ള, ഇപ്പോൾ എൺപത്തിയൊന്ന് വയസ്സുള്ള വേലുപ്പിള്ളയുടെ കയ്യിലേക്ക് ദേവി കൈവിളക്ക് കൊടുത്തു. അദ്ദേഹം അതിൽനിന്ന് നിലവിളക്കിലേക്ക് ദീപം പകർന്നു. ഈ സമയം എല്ലാവരും എഴുന്നേറ്റുനിന്നു.

വേലുപ്പിള്ള ഇരുന്നപ്പോൾ മറ്റുള്ളവരും ഇരുന്നു. തുടർന്ന് വേണു കാര്യങ്ങളിലേക്ക് കടന്നു.

'അൻപത്തിയൊന്ന് വർഷങ്ങൾക്കുമുമ്പ് അണഞ്ഞുപോയ നമ്മുടെ ഗ്രാമചൈതന്യത്തിന്റെ തിരി തെളിക്കാനാണ് നാമേവരും ആഗ്രഹിക്കുന്നത്. അൻപത്തിയൊന്ന് വർഷം എന്നുപറയുന്നത് തീർച്ചയായും ഒരു നീണ്ടകാലയളവാണ്. സത്യത്തെ അസത്യമാക്കാനും അസത്യത്തെ സത്യമാക്കാനും ഇത്രയും കാലമൊക്കെ മതി. ഏതാണ്ട് അത്തരത്തിലേക്ക്, അതായത് നമ്മുടെ പടേനി എന്നുള്ളത് ഒരു സത്യമായിരുന്നോ എന്നുപോലും സംശയിക്കാൻ ഇടവരുത്തുന്ന തരത്തിൽ ഇക്കാലംകൊണ്ട് കാര്യങ്ങൾ മാറിമറിഞ്ഞിരിക്കുന്നു. എന്നാൽ നമുക്കേവർക്കുമറിയാം പടേനി നമ്മുടെ പൈതൃകവും പാരമ്പര്യവുമാണെന്ന്. നമ്മുടെ ഐശ്വര്യത്തിന്റെ കെടാവിളക്കായിരുന്നു അതെന്ന്. ഐശ്വര്യത്തിന്റെ ഒരു ഭൂതകാലമുണ്ടായിരുന്നു നമുക്ക്. ഈ പ്രകൃതിയെയാകെ അമ്മയായി കാണുകയും അതിന്റെ വ്യവസ്ഥകളും താളക്രമങ്ങളും ഉൾക്കൊണ്ട് അതനുസരിച്ച് ജീവിച്ച ഒരു സമൂഹമായിരുന്നു അത്.

നമ്മുടെ ആദിപമ്പയും വരട്ടാറും ഒരുകാലത്ത് നിറഞ്ഞൊഴുകിയിരുന്നു. കാവുകളും കുളങ്ങളും കൈത്തോടുകളും സംരക്ഷിക്കപ്പെട്ടിരുന്നു. അതുകൊണ്ടൊക്കെത്തന്നെ നമ്മുടെ പൂർവ്വികരുടെ ജീവിതവുമായി നാഡീഞരമ്പുകൾ പോലെ അവയെല്ലാം ബന്ധപ്പെട്ടിരുന്നു. രണ്ടരികുകളിലുമായി ഒഴുകിയിരുന്ന ജലപ്രവാഹത്തെ ജീവജലമായി അവർ കണക്കാക്കി. അവർ അന്നം അവരുടെ വയലുകളിൽ തന്നെ വിളയിച്ചു. വിത്തു വിതച്ചപ്പോഴും വിളവെടുത്തപ്പോഴും അവർ അമ്മയെ പ്രാർത്ഥിച്ചു. അമ്മയെ പ്രീതിപ്പെടുത്തുവാനും അമ്മയുടെ കണ്ണുകൾ തുറപ്പിക്കുവാനും അവർ അമ്മയ്ക്കിഷ്ടമായ പടയണി തുള്ളി. അങ്ങനെ നമ്മുടെ ഗ്രാമചൈതന്യം കെട്ടുപോകാതെ നിന്നു.

എന്നാൽ ഇന്നതെല്ലാം നഷ്ടമായിരിക്കുന്നു. കുടിക്കാൻ വെള്ളമില്ല. നമ്മുടെ വയലുകളിൽ വിളകളില്ല. ആറ്റുമാലികൾ കാടുകയറി കിടക്കുന്നു. എവിടെനിന്നോ വരുന്ന വിഷലിപ്തമായ അന്നമാണ് ഇന്ന് നമുക്കാഹാരം. അശുദ്ധജലം ശുദ്ധജലം എന്ന ധാരണയിൽ നാം വിലകൊടുത്തു വാങ്ങി കുടിക്കുന്നു. നമ്മുടെ കുഞ്ഞുങ്ങൾ ഒന്നുമറിയാതെ വളരുന്നു.

ഈ പ്രതിസന്ധികളെ മറികടക്കാൻ ആദ്യം വേണ്ടത് നമ്മുടെ അമ്മയെ ഉണർത്തുക എന്നുള്ളതു തന്നെയാണ്. അമ്മയെ ഉണർത്താൻ നമുക്ക് ഒരേയൊരു മാർഗ്ഗമേയുള്ളൂ. അത് പടേനിയാണ്. പച്ചത്തപ്പ് കൊട്ടി

അമ്മയെ ഉണർത്തി കളത്തിലേക്ക് വരുത്തി നാം പടേനി തുള്ളിയാൽ അമ്മ നമ്മെ അനുഗ്രഹിക്കും. നമ്മുടെ നാടിനെ അനുഗ്രഹിക്കും. അപ്പോൾ മാത്രമെ നമ്മുടെ ശക്തി നമുക്ക് തിരിച്ചറിയാനാകൂ... നമ്മുടെ ബുദ്ധി നേരെയാകൂ... നമ്മുടെ സ്വത്വം നമുക്ക് തിരിച്ചറിയാനാകൂ... ആ തിരിച്ചറിവോടെ മാത്രമെ പ്രകൃതിയുടെ ഭാഗമാകാനും പ്രകൃതിയെ അതിജീവിക്കാനും നമുക്ക് കഴിയൂ. കത്തിയെരിയുന്ന മീനത്തിലെ പകലിൽ മണ്ണിൽ വിത്തിറക്കിയും വിളവെടുത്തും അദ്ധ്വാനിക്കുന്ന പുരുഷന്റെ കരുത്ത് രാത്രിയിലെ പടേനിയിലൂടെ സർവ്വേശ്വരിയായ അമ്മ പരീക്ഷിക്കുകയാണ്. നേരം വെളുക്കുവോളം പടേനി തുള്ളി ഉറഞ്ഞ് ആ പരീക്ഷയിൽ വിജയിക്കുകയാണ് പുരുഷൻ. അങ്ങനെ പേശീബലവും ആത്മബലവും നേടുന്ന പുരുഷൻ ജീവിതത്തിലെ ഏതു കടുത്ത പ്രതിസന്ധികളേയും അതിജീവിക്കാൻ കഴിയുന്നവനാകും. അതൊരു നാടിന്റെ സംഘശക്തിയാകുമ്പോൾ മാത്രമെ നമ്മുടെ നാടിന് എവിടെയും വിജയമുണ്ടാകൂ. തീർച്ചയായും അത് മറ്റുള്ളവർക്ക് മാതൃകയുമാകും. ഈയൊരു വലിയ അർത്ഥത്തിന്റെ തിരിച്ചറിവിൽ നിന്നുകൊണ്ടു വേണം നമ്മുടെ തുടക്കം. ഇക്കാര്യത്തിൽ നിങ്ങളുടെയൊക്കെ അഭിപ്രായങ്ങളും നിർദ്ദേശങ്ങളുമാണ് ഇനി ഉണ്ടാവേണ്ടത്...'

വേണു ആമുഖമായി ഇത്രയും പറഞ്ഞുകഴിഞ്ഞപ്പോൾ പുതിയൊരാവേശത്തോടെയും തിരിച്ചറിവോടെയും, എന്നാൽ അത്രയുംതന്നെ ആശങ്കയോടെയുമുള്ള നിർദ്ദേശങ്ങളും അഭിപ്രായങ്ങളും അവിടെ കൂടിയിരുന്നവർക്കിടയിലുണ്ടായി.

ചിറയിലെ ഉണ്ണിക്കുട്ടൻപിള്ള പറഞ്ഞു:

'എല്ലാംകൊണ്ടും നല്ല കാര്യമാണ്. ആണ്ടോടാണ്ട് നടന്നോണ്ടിരുന്ന കാര്യമാ വർഷങ്ങളായി മൊടങ്ങിപ്പോയത്. അത് തിരിച്ചുകൊണ്ടുവരാൻ നമക്ക് കഴിഞ്ഞാൽ നല്ലത്. എന്നാലിന്നിവിടെ വരേണ്ട കല്ലൂരെ ആനന്ദൻപിള്ളയോ മക്കളോ എത്തീട്ടില്ല. ചിറ്റേടത്ത് മൂത്തേടത്തുകാര് പിന്നെത്തത്തില്ല. എന്നാൽ കാലം മാറിയ സാഹചര്യത്തില് അവരേക്കൂടെ എങ്ങനേലും എത്തിക്കാൻ നമുക്ക് കഴിയണം...'

'അത് നടക്കുമോന്ന് തോന്നുന്നില്ലുണ്ണിക്കുട്ടാ. അവരിതിന്റെ ശത്രുക്കളാ എന്നും. അവര്ടെ പൊറകേ പോയാൽ കാര്യം നടക്കില്ലെന്നുറപ്പാ. പിന്നാനന്ദംപിള്ളേടെ കാര്യം; അതു വേണു തന്നെ എടപെട്ട് ശരിയാക്കണം...'

ഊരാവേലിലെ ശങ്കരക്കുറുപ്പ് മൂത്തേടത്തു ചിറ്റേടത്തുകാരെ ശത്രുക്കളായിത്തന്നെ കാണണമെന്ന അഭിപ്രായത്തിൽ ഉറച്ചുനിന്നു.

മാരൂത്തറയിലെ പുരുഷോത്തമനും ആ അഭിപ്രായം തന്നെയായിരുന്നു.

'അവന്റെയൊന്നും പൊറകേ പോയിട്ടൊരു കാര്യോമില്ല വേണൂ... ഇനി അവര് സഹകരിച്ചാൽ തന്നെയും വിശ്വസിക്കാംപറ്റത്തില്ല. ചതി അവര്ടെ രക്തത്തിലൊള്ളതാ...'

വാലുപറമ്പിലെ കൃഷ്ണക്കുറുപ്പ് പ്രമാണികുടുംബങ്ങളുടെ ക്ഷേത്ര ഉടമസ്ഥാവകാശത്തേപ്പറ്റിയുള്ള നിയമപ്രശ്നമാണ് ചൂണ്ടിക്കാണിച്ചത്.

'അമ്പലം അവരുടെ സ്വകാര്യ ദേവസ്വമാ. അവിടവരുടെ സമ്മതോം അംഗീകാരോമില്ലാതെ എങ്ങനെ കാര്യങ്ങൾ നടക്കും...? ഒരു സംഘർഷത്തിലേക്ക് പോകാതെ എങ്ങനേലും അവരെ നയത്തിൽ കൂടെനിർത്തണമെന്നാ എനിക്ക് പറയാനൊള്ളത്...'

ചിറ്റേടത്ത് മൂത്തേടത്തുകാരുടെ അനുമതിയും സഹകരണവും എന്ന കാര്യത്തിൽത്തന്നെ അഭിപ്രായങ്ങൾ ഉയർന്നുവന്നപ്പോൾ ഉണ്ണിക്കുട്ടൻപിള്ള വീണ്ടും ഇടപെട്ടു.

'അല്ല, ഈ വിഷയം മാത്രം ചർച്ച ചെയ്താൽ പോരല്ലോ. ഇരുപത്തെട്ട് ദിവസത്തെ പടേനിക്കൊള്ള പാള ഇന്നീ പാവുതറേലൊണ്ടോ... അതുപോലെ ചട്ടത്തേക്കോലത്തിന്റെ ചാടും ചട്ടവുമെല്ലാം ഉണ്ടാക്കണം. പഴേതെല്ലാം എന്നേ ചെതുക്കിച്ച് പോയി. പുതിയ തടി വേണം. അതിന് പണം കണ്ടെത്തണം. ഇതെല്ലാം ആലോചിക്കേണ്ട കാര്യങ്ങളാ....'

'ആളും അർത്ഥോം എങ്ങനെങ്കിലുമൊക്കെയൊണ്ടാകും...'

'പുരുഷാ നീ വിചാരിക്കുന്നപോലല്ല. ഈ പറേന്ന നീ എത്ര തരും...?'

ഉണ്ണിക്കുട്ടൻപിള്ളയുടെ ആ ചോദ്യം പുരുഷോത്തമനിഷ്ടപ്പെട്ടില്ല.

'എന്തായാലും കൊച്ചാട്ടൻ എടുക്കുന്നതിനേക്കാൾ നൂറുരൂപ കൂടുതല് ഞാനെടുക്കും...'

ആലോചനയുടെ സ്വരം മാറാൻ തുടങ്ങിയത് വേണുവിന് മനസ്സിലായി.

'പുരുഷനിരിക്ക്. എല്ലാത്തിനും നമുക്ക് വഴിയുണ്ടാക്കാം.'

'ഉറപ്പുണ്ടോ...?'

പുരുഷൻ തന്നോടും മയമില്ലാതെ ഇങ്ങനെയൊരു ചോദ്യം ചോദിച്ചപ്പോൾ വേണു അതേ ഉറപ്പോടെ തന്നെ പറഞ്ഞു:

'ഉറപ്പുണ്ട്...'

'എങ്കിക്കൊഴപ്പമില്ല.'

ഇപ്പോൾ പുരുഷൻ ഇരുന്നു. വേണു കാര്യങ്ങൾക്കാകെ ഒരു മറുപടിയെന്ന നിലയ്ക്ക് തുടർന്ന് പറയാൻ തുടങ്ങിയപ്പോൾ വേലുപ്പിള്ള പ

റഞ്ഞു:

'നില്ല്...., അന്നെനിക്ക് മുപ്പത് വയസ്സാ. ഈ വേണൂന്റെ വല്ല്യപ്പൂപ്പൻ കൊച്ചുരാമൻപിള്ളച്ചേട്ടന്റെ കൂടെ തന്ത മറുതയായി തുള്ളീട്ടുള്ള രാത്രി എനിക്കിപ്പഴും മറക്കാംപറ്റത്തില്ല. എല്ലാം മറന്നുള്ള ആ പടേനിക്കാലം മാത്രമല്ല, അതിന്റെ അന്ത്യമായി തീർന്ന ആ ദുരന്തമാണ് ഒരിക്കലും മറക്കാംപറ്റാത്തത്. അതിനുശേഷം മിക്കവാറും രാത്രികളിൽ ഞാൻ അലറിവിളിച്ച് ഞെട്ടിയുണരുമാരുന്നു. ആ ഓർമ്മയുടെ പേടി അത്രമാത്രമാരുന്നു. പിന്നെ, അച്ഛൻ എന്നെ എവിടെല്ലാം കൊണ്ടുപോയി മരുന്നും മന്ത്രോം തന്നാ അത് മാറ്റിയത്. ഈ പ്രായത്തിലും ഇന്നലത്തേപ്പോലെല്ലാം എന്റെ മനസ്സിലുണ്ട്. അതൊന്നും ഇപ്പം ഞാനിവിടെ വിശദീകരിക്കുന്നില്ല. ഏറക്കൊറേ പ്രായമൊള്ളോർക്കതൊക്കെയറിയാം. പിന്നൊന്നോർമ്മിപ്പിക്കാനൊള്ളത്, അന്നത്തെപ്പോലെ ഇന്നുമാ എതിർപക്ഷം അസുരശക്തിയോടെ ഉയർന്നുവരാമെന്നുള്ളതാ. ഇവിടെ പലരും പറഞ്ഞ കാര്യങ്ങൾ വളരെ ശ്രദ്ധിച്ച് കൈകാര്യം ചെയ്യേണ്ട കാര്യങ്ങള് തന്നെയാ. എന്നാലും നമുക്കിതൊക്കെ മറികടക്കാം പറ്റുമെന്നാണെന്റെ വിശ്വാസം. അമ്മ മഹാമായ നമുക്കൊപ്പമാ...'

ഇത്രയും പറഞ്ഞ് വേലുപ്പിള്ള ഇരുന്നപ്പോൾ വേണു എഴുന്നേറ്റ് മറ്റുള്ളവരോടായി പറഞ്ഞു:

'നിങ്ങൾ പറഞ്ഞ കാര്യങ്ങളൊക്കെ തീർച്ചയായിട്ടും പ്രശ്നങ്ങൾ തന്നെയാണ്. എന്നാൽ വേലുപ്പിള്ളച്ചേട്ടൻ പറഞ്ഞതുപോലെ നമുക്കതൊക്കെ മറികടക്കണം. എന്റെ പേരപ്പനായ ആനന്ദൻപിള്ളയെ ഞാൻ ക്ഷണിച്ചതാണ്. എന്നാലദ്ദേഹം വന്നില്ല. അദ്ദേഹത്തെയും മക്കളെയും തീർച്ചയായും ഇനിയും ക്ഷണിക്കും. അടുത്ത യോഗത്തിൽ നാമൊരു കമ്മറ്റി രൂപീകരിക്കും. ആ കമ്മറ്റിയുടെ നിർദ്ദേശമുണ്ടെങ്കിൽ ചിറ്റേടത്ത് മൂത്തേടത്ത്കാരേം ക്ഷണിക്കാം.

വേണുവിന്റെ ആത്മവിശ്വാസത്തിൽ ആശങ്കയുണ്ടായതുകൊണ്ടോ ഒരു താക്കീതെന്ന നിലയിലോ ഉണ്ണിക്കുട്ടൻ പിള്ള പറഞ്ഞു:

'വർഷം അമ്പത് കഴിഞ്ഞകാര്യമാ. നീ വിചാരിക്കുന്നപോലത്ര എളുപ്പമല്ല കാര്യങ്ങൾ. എത്രപേരടെ അദ്ധ്വാനമാണ് വേണ്ടതെന്നറിയാമോ...! ഇന്നീ പാവുതറേൽ പടേനിക്ക് വേണ്ടി മെനക്കെട്ടെറങ്ങാൻ എത്ര ചെറുപ്പക്കാരുണ്ടാകും...! നീ ആദ്യം പറഞ്ഞതുപോലെ കാലം ഒരുപാടു മാറ്റം കാര്യങ്ങളിൽ വരുത്തീട്ടൊണ്ടെന്നുള്ള കാര്യം മറക്കരുത്....'

കാലത്തിന്റെ ദൈർഘ്യം, അതുണ്ടാക്കിയ മാറ്റങ്ങൾ ഒരുനിമിഷം വേണുവിന്റെ ഉള്ളിലൂടെ ഒരു മിന്നൽപോലെ കടന്നുപോയി. എങ്കിലും അയാ

ളുടെ വാക്കുകൾ ശക്തമായിരുന്നു.

'ഉണ്ണിക്കുട്ടൻ കൊച്ചാട്ടന്റെ ആശങ്ക തീർച്ചയായും നമ്മുടെയൊക്കെയും ആശങ്കയാണ്. എന്നാൽ നാം കാലത്തിന്റെ പൊരിവെയിലേറ്റ് വാടി വീഴാൻ പാടുണ്ടോ. ചെറുപ്പക്കാരുണ്ട്. അവരെ ഉണർത്തണം. അതിനുള്ള ശ്രമം എന്റെ ഭാഗത്തുനിന്നുണ്ടാകുന്നതുപോലെ മറ്റുള്ളവരുടെ ഭാഗത്തുനിന്നുമുണ്ടാകണം.'

വേണു ഒന്നു നിർത്തിയിട്ട് തുടർന്നു:

'ഇക്കാര്യങ്ങൾക്കെല്ലാം പരിഹാരമുണ്ടാക്കാൻ നമുക്കൊരു കമ്മറ്റി രൂപീകരിക്കണം. കാര്യങ്ങളുടെ ആവശ്യകതയും ഗൗരവവും മനസ്സിലാക്കുകയും, ചെയ്യേണ്ടത് കൃത്യമായി നടപ്പിലാക്കുകയുമാണ് വേണ്ടത്. എന്തായാലും ഇത്രയുംപേരെത്തുകയും തുറന്ന് സംസാരിക്കാൻ മനസ്സ് കാണിച്ചതും വല്ല്യ കാര്യമാണ്. തീർച്ചയായും ആത്മവിശ്വാസമുണ്ടാക്കുന്ന കാര്യം. എല്ലാം അമ്മയുടെ അനുഗ്രഹമാണ്. ഇനിയിപ്പോ ഇന്ന് നമുക്ക് പിരിയാമെന്ന് തോന്നുന്നു. അടുത്ത ഒത്തുകൂടലിന്റെ തീയതിയും സമയവും നേരത്തെ തന്നെ അറിയിക്കും.'

എല്ലാം കഴിഞ്ഞ് കൊച്ചുമക്കൾക്കൊപ്പം പോകാനൊരുങ്ങിയ വേലുപ്പിള്ളയുടെ കാൽ തൊട്ടു വന്ദിച്ചു വേണു. പിന്നെ അദ്ദേഹത്തെ ഓട്ടോറിക്ഷയിലേക്ക് കൈപിടിച്ചു കയറ്റി യാത്രയാക്കി. തുടർന്ന് മറ്റുള്ളവരും മടങ്ങി. അജയനോട് അല്പം കൂടി കഴിഞ്ഞ് പോയാൽ മതിയെന്ന് വേണു പറഞ്ഞിരുന്നു. അവർ സിറ്റൗട്ടിൽ ഇരുന്നു.

'കാളിമലയിൽനിന്ന് ആള് കൊറവാരുന്നല്ലോ അജയാ... അവിടെനിന്ന് പതിനഞ്ച് വീട്ടുകാർ എന്തായാലുമെത്തുമെന്നല്ലേ നമ്മള് കണക്കുകൂട്ടിയിരുന്നത്... ഈ വീഴ്ച പരിഹരിച്ചേ പറ്റൂ.'

'എല്ലാ വീടുകളിലും രണ്ടും മൂന്നും പ്രാവശ്യം കേറിയെറങ്ങിയതാണ്... വരുമെന്ന് ഉറപ്പു പറഞ്ഞ മൂന്നാലുപേരുണ്ടായിരുന്നു, അവരേയാരേയും കണ്ടില്ല...'

വേണുവും അജയനും അല്പനേരം മൗനം പൂണ്ടിരുന്നു. പിന്നെ വേണു പറഞ്ഞു:

'സാരമില്ല. അവിടെയിനി ഒന്നൂടെ ശ്രദ്ധിച്ചിടപെടണം. വല്ലാതങ്ങ് അകന്നുപോയ മനുഷ്യരല്ലെ. അല്പം ശ്രമം നടത്തിയാലേ അവരേയൊക്കെയിനി കളത്തിലെത്തിക്കാനൊക്കൂ...'

പിറ്റേന്ന് രാവിലെ മൂത്തോടത്തെ പുറംപണിയൊക്കെ ചെയ്യുന്ന രഘു കല്ലൂർപുത്തൻപുരയിലേക്ക് ചെന്നു.

'എന്ത്യേ വേണു...?'

ഓമനയമ്മയേ വീട്ടിലുണ്ടായിരുന്നുള്ളൂ. അവർ ചോദിച്ചു:

'എന്തിനാ രഘൂ...?'

'മൂത്തേടത്തെ ഇളമീന്നനിയംപിള്ളക്കൊച്ചാട്ടന് ഒന്ന് കാണണംന്ന് പറഞ്ഞു. ഇന്നോ നാളെയോന്ന് പറഞ്ഞ് കെടക്കുവല്ലേ...'

ഓമനയമ്മയ്ക്ക് കേട്ട മാത്രയിൽ തന്നെ ആ ക്ഷണിക്കൽ അത്ര പന്തിയല്ലെന്ന് തോന്നി. മൂത്തേടത്തുകാരുമായി തങ്ങൾക്കുള്ളതെന്താണെന്ന് അവർക്കും കേട്ടറിവുള്ളതാണല്ലോ...

കല്ലൂരേക്ക് ഓമനയമ്മയെ കല്ല്യാണം കഴിച്ചുകൊണ്ടു വരുന്നതിനു മുമ്പുതന്നെ പാവുതറയിലെ പടേനിക്കളത്തിൽ നടന്നതൊക്കെ ഓമനയമ്മയും കേട്ടിട്ടുണ്ട്. തന്റെ ഭർത്താവിന്റെ മുത്തശ്ശനായ കൊച്ചുരാമൻപിള്ളയുടെ പ്രാണൻ പിടഞ്ഞത് അവരുടെ മനസ്സിലും ഒരു നീറ്റലാണുണ്ടാക്കിയിട്ടുള്ളത്...

ഓമനയമ്മ പറഞ്ഞു:

'ങാ... എനിക്കറിയത്തില്ല. അവനിപ്പമിവിടില്ല. വരുമ്പം പറഞ്ഞേക്കാം...'

രഘു വന്ന കാര്യം ഓമനയമ്മ പറഞ്ഞപ്പോൾ വേണുവിനും മൂത്തേടത്തേക്ക് പോകാൻ താത്പര്യം തോന്നിയില്ല. ദേഷ്യംകൊണ്ട് കലുഷമായ വേണുവിന്റെ മുഖം വലിഞ്ഞുമുറുകി. ആരോടെന്നില്ലാതെ അയാൾ മനസ്സിൽ പറഞ്ഞു:

വല്ല്യപ്പൂപ്പനെ കൊലപ്പെടുത്തി പാവുതറയമ്മേടെ പടേനി മൊടക്കീട്ട് ഇപ്പം അൻപത്തൊന്ന് വർഷം കഴീന്നു. അമ്മയുടെ അനുഷ്ഠാനം മുടക്കിയിട്ടാണ് ഇവനൊക്കെ പ്രതാപികളായി ഇന്നും ജീവിക്കുന്നത്. പന്നികള്...! എന്റെ പട്ടി ചെല്ലും...!

ദേവി അമ്പലത്തിൽ നിന്ന് വന്നപ്പോൾ വേണു സന്ധ്യയുടെ ഇരുളിലേക്ക് നോക്കി സിറ്റൗട്ടിൽ ഇരിക്കുകയാണ്. ദേവി ആ അസ്വസ്ഥതയിലേക്കിടപെടാതെ ഓമനയമ്മയോട് ചോദിച്ചു.

'എന്താണമ്മേ..., ചേട്ടനെന്ത് പറ്റി...?'

ഓമനയമ്മ ദേവിയെ അടുക്കളയിലേക്കു വിളിച്ചുകൊണ്ടുപോയി രഘു വന്ന കാര്യം പറഞ്ഞു. ഒന്നു മെല്ലെ തലയാട്ടിയിട്ട് പ്രത്യേകിച്ച് ഭാവഭേദമൊന്നുമില്ലാതെ ദേവി അല്പം ചുക്ക് കാപ്പിയുണ്ടാക്കി. കാപ്പി അങ്ങനെ ഈ നേരത്ത് പതിവുള്ളതല്ല. കുറച്ച് അമ്മയ്ക്ക് കൊടുത്തിട്ട് ബാക്കി രണ്ടു ഗ്ലാസ്സുകളിലാക്കി അവൾ വേണുവിന്റെ അടുത്തേക്ക് ചെന്നു. വേണുവിന് ദേഷ്യം വന്നാൽ ചില ഒറ്റമൂലികളുണ്ട്. സന്ധ്യയ്ക്കാണെങ്കിൽ ഒരു ചുക്ക് കാപ്പി കൊടുത്താൽ അത് ഏൽക്കും.

ചുക്കുകാപ്പി ഊതി കുടിക്കുന്നതിനിടെ മൂത്തേടത്തേക്ക് ക്ഷണിച്ച

കാര്യം വേണു ദേവിയോടായി പറഞ്ഞു. അതു കേട്ട് ദേവി പറഞ്ഞു:

'ചേട്ടനൊന്ന് പോകണമെന്നാ എന്റെ അഭിപ്രായം...'

ഇരുട്ടിലേക്ക് നോക്കി ഒന്നു നെടുവീർപ്പിട്ട് ദേവി തുടർന്നു:

'തളർവാതം പിടിപെട്ട് കിടക്കുന്ന ആ വൃദ്ധനല്ലെ ക്ഷണിച്ചത്. സത്യം ഇപ്പോഴും അയാളുടെ ഉള്ളിൽ കിടന്ന് തികട്ടുന്നുണ്ടാവും. ചിലപ്പോൾ നമ്മുടെ നീക്കങ്ങളറിഞ്ഞ് ഒരൊത്തുതീർപ്പിനാവും...'

'ഇല്ല. നിനക്കിവരെ അറിയാഞ്ഞിട്ടാ. നീ പറേന്നതുപോലെ ഒരൊത്തുതീർപ്പിനും അവര് തയ്യാറാവത്തില്ല...'

'എന്തായാലും ഞാൻ പറഞ്ഞിട്ട് ചേട്ടനൊന്ന് പോയിനോക്കണമെന്നുതന്നെയാ..., ഒരു പ്രതീക്ഷേം വെക്കാതെ... വെറുതെ...'

ഒടുക്കം വേണു, ദേവി പറഞ്ഞതനുസരിച്ച് പിറ്റേന്ന് രാവിലെ മൂത്തേടത്തേക്കു ചെന്നു.

രാധാകൃഷ്ണൻനായരുടെ അച്ഛൻ കോന്നപ്പണിക്കരുടെ അച്ചന്റെ അനുജനാണ് മൂത്തേടത്തെ എളമീന്നായ അനിയൻപിള്ള. അവിവാഹിതനാണ്. തൊണ്ണൂറ്റി ഏഴ് വയസ്സുണ്ട്. ഓർമ്മയൊക്കെ ഇപ്പോൾ കഷ്ടിയാണ്. ആരെങ്കിലും പിടിച്ചാൽ എഴുന്നേറ്റിരിക്കും. ആരുടെയെങ്കിലും സഹായത്തോടെ പിച്ചവെയ്ക്കും. അത്രമാത്രം...

കോന്നപ്പണിക്കർ വേണുവിനോട് കയറിയിരിക്കാൻ പറഞ്ഞു. അയാൾ കാര്യങ്ങളൊക്കെ അറിയാമായിരുന്നിട്ടും അതിലേക്കൊന്നും കടക്കാതെ, ത്ലാവർഷം ഇപ്രാവശ്യമില്ലേ... ങാ ഒരെടുപ്പെടുത്താലെടുത്തതാ... എന്നിങ്ങനെ ആരോടെന്നില്ലാതെന്നപോലെ പുറത്തേക്ക് നോക്കി ഓരോന്നു പറഞ്ഞുകൊണ്ടിരുന്നു. എന്നാൽ കാര്യങ്ങൾ മറച്ചുവെച്ച് ഒന്നുമറിയാത്തതുപോലെയുള്ള കോന്നപ്പണിക്കരുടെ വർത്തമാനം വേണുവിന് തിരിച്ചറിയാമായിരുന്നു.

അല്പം കഴിഞ്ഞപ്പോൾ രാധാകൃഷ്ണനെത്തി.

'ങാ... വേണൂ...,

കാര്യങ്ങളൊക്കെ ഞാനറിഞ്ഞു. വേണു ഒരുകാര്യം മനസ്സിലാക്കണം, ഇവിടിപ്പം എത്രയോ കാലമായി വഴക്കോ വക്കാണമോ ഒന്നുമില്ലാതെയാണ് കാര്യങ്ങൾ നടക്കുന്നത്. മീനത്തിലെ തിരുവാതിരയ്ക്ക് മുടക്കമില്ലാതെ എല്ലാ കൊല്ലോം ഉത്സവം. ഞങ്ങള് രണ്ടു വീട്ടുകാരും ഊരാഴ്മ അവകാശമുള്ള ഇല്ലത്തുകാരും പാരമ്പര്യമനുസരിച്ച് ഒരു വീഴ്ച്ചേം വരുത്താതെയാണ് കാര്യങ്ങൾ നടത്തിക്കൊണ്ട് പോവുന്നത്..'

രാധാകൃഷ്ണൻ ഒന്നു നിർത്തി. അപ്പോൾ വേണു ചോദിച്ചു.

'പാവുതറയമ്മയ്ക്കുള്ള അനുഷ്ടാനം ബാലേം മിമിക്രീമൊന്നുമ

ല്ലല്ലോ...'

'ആ പാരമ്പര്യം നോക്കി എല്ലാ കാലത്തും കാര്യങ്ങളൊന്നും ചെയ്യാമ്പറ്റത്തില്ല...'

'അനുഷ്ടാനം ദേവതാസങ്കല്പ്പത്തിനനുസരിച്ചുള്ളതാണ്. സങ്കൽപ്പം അങ്ങനെ തന്നെയുള്ളപ്പോൾ അനുഷ്ടാനത്തിന് മാറ്റമുണ്ടാകാൻ പാടില്ല...'

ഒരു തർക്കത്തിന്റെ മൂർച്ഛയിലേക്ക് നീങ്ങാൻ തുടങ്ങിയ വേണുവിന്റെയും രാധാകൃഷ്ണന്റെയും സംസാരം കേട്ട് വാതിൽക്കലേക്ക് വന്ന കോന്നപ്പണിക്കരുടെ ഭാര്യ കാർത്ത്യായനിയമ്മ അല്പ്പം ക്രുദ്ധയായി അവരുടെ സംഭാഷണത്തിലേക്കിടപെട്ടു.

'സങ്കല്പ്പം! സങ്കല്പ്പമനുസരിച്ച് ഓരോന്നു ചെയ്യാംപോയാപ്പിന്നെ നരബലി വേണ്ടിവരും. നരബലി...!'

കാർത്ത്യായനിയമ്മ ധരിച്ചുവെച്ചിരിക്കുന്നതോ ബോധപൂർവ്വം പറയുന്നതോ ആയ ആ തെറ്റ് വേണുവിനെ പ്രകോപിതനാക്കിയില്ല. കാരണം യാഥാർത്ഥ്യത്തേക്കുറിച്ച് അയാൾക്ക് നല്ല ബോധ്യമുണ്ടായിരുന്നു. എങ്കിലും അവർ പറഞ്ഞ നരബലി എന്ന വാക്ക് വേണുവിനും രാധാകൃഷ്ണനുമിടയിൽ വല്ലാതെ തീക്ഷ്ണമായി നിന്നു. ബലിയുടെ ചോര കിനിയുന്നത് വേണു കണ്ടു. അമ്മ ഇങ്ങനെയൊരു വർത്തമാനം കയറി പറയുമെന്ന് രാധാകൃഷ്ണനും കരുതിയില്ല. അതിന്റെ ആഘാതത്താലോ ആവേശത്താലോ അയാൾ കൂടുതലൊന്നും പറയാതെ ഇത്രയും പറഞ്ഞു:

'ഇല്ല വേണൂ, ഇത് നടക്കത്തില്ല. വെറുതെ നാട്ടിലൊരസ്വസ്ഥതയുണ്ടാക്കണ്ട...'

ഇപ്പോൾ വേണുവിന് ദേഷ്യം വന്നു. എന്നാൽ അത് പ്രകടിപ്പിക്കാൻ തുടങ്ങിയപ്പോൾ ദേവിയുടെ വാക്കുകൾ ഒരു മന്ത്രംപോലെ അയാളുടെ ഉള്ളിൽ മുഴങ്ങി.

എന്ത് പറഞ്ഞാലും ദേഷ്യപ്പെടാൻ പോകരുത്... എന്നാൽ കാര്യങ്ങൾ പറയുകയും വേണം...

വേണു പറഞ്ഞു:

'അസ്വസ്ഥതയുണ്ടാക്കുക എന്നൊരുദ്ദേശ്യം ഞങ്ങൾക്കില്ല. മറിച്ച് ഏതു സാഹചര്യത്തേയും നേരിടാനും അതിജീവിക്കാനുമുള്ള, കരുത്തും സ്വത്വബോധവും നമ്മുടെ സമൂഹത്തിനുണ്ടാകണം എന്ന ആഗ്രഹമുണ്ട്. അതിന് കഴിയണമെങ്കിൽ ദേവിയുടെ ശക്തി എല്ലാവരിലേക്കുമെത്തണം. അതിന് ആചാരപരമായും അനുഷ്ടാനപരമായും നമുക്ക് മുന്നി

ലുള്ളത് പടേനി മാത്രമാണ്...'

വേണു പറഞ്ഞത് മനസ്സിലാകാത്തതുകൊണ്ടോ അതംഗീകരിക്കാൻ വൈമനസ്യമുള്ളതുകൊണ്ടോ ഒരു നേരിയ പരിഹാസത്തോടെ ഒന്ന് മൂളുക മാത്രം ചെയ്തു രാധാകൃഷ്ണൻ.

നെറുകയിൽ പന്തം കുത്തി രൗദ്രഭാവത്തോടെ തിരിഞ്ഞുനിന്ന ഭൈരവിയെപ്പോലെ വേണുവിന്റെ അകം ഒരുനിമിഷം ഒന്ന് കത്തിജ്ജ്വലിച്ചു.

എന്നാൽ നേരത്തെയെന്നപോലെ ഇപ്പോഴും ദേവിയുടെ ഒരു കരസ്പർശം ആത്മനിയന്ത്രണമായി അയാളിലുണ്ടായി.

'അല്ല, ഇളമീന്നപ്പൂപ്പന് എന്നെ ഒന്ന് കാണണമെന്ന് പറഞ്ഞു...'

'ങാ... ദാ അവിടൊണ്ട്...'

രാധാകൃഷ്ണൻ അല്പമൊരു ഘനത്തിൽ പറഞ്ഞു.

'നാക്കെടുക്കാം പറ്റാത്തതുകൊണ്ട് പുള്ളിയെടെ വായീന്നൊന്നും കേക്കണ്ട. അല്ലേൽ...'

വേണു ഇപ്പോൾ നേർത്ത പുച്ഛം കലർന്ന് ഒന്നു മൂളുകയോ മെല്ലെ ചിരിക്കുകയോ മാത്രം ചെയ്തു. എങ്കിലും അയാളുടെ കണ്ണുകൾ പന്തം കണക്കെ കത്തിനിൽക്കുന്നത് രാധാകൃഷ്ണൻ തിരിച്ചറിഞ്ഞിട്ടുണ്ടാവണം.

അവശനായി കിടക്കുന്ന അനിയൻപിള്ള എന്ന ഇളമീന്നപ്പൂപ്പന്റെ അടുത്തേക്ക് വേണു ചെന്നു. അയാളുടെ കുഴിഞ്ഞിറങ്ങിയ കണ്ണുകൾ വേണുവിനെ തുറിച്ചുനോക്കി. മനസ്സിലാകാഴികയുടെ ഇരുളിൽനിന്ന് ആ ദൃഷ്ടികൾ അല്പം ഒന്ന് തെളിഞ്ഞു. വേണു കുറച്ചുകൂടി അയാളുടെ അടുത്തേക്ക് ചെന്നു.

എന്തിനും പോന്ന പ്രകൃതക്കാരൻ എന്ന് കേട്ടിട്ടുണ്ട്...

ഇപ്പോൾ ആ പ്രായത്തിന്റെ പൊടിഞ്ഞ ഓർമ്മകളിൽനിന്നെന്നപോലെ മൂത്തേടത്തെ ഇളമീന്നിന്റെ കണ്ണുകൾ നിറഞ്ഞു. കുഴിഞ്ഞിറങ്ങിയ കൺതടങ്ങളിൽ ഒരു ആഴക്കയത്തിലെന്നപോലെ കണ്ണീർ കെട്ടി നിന്നു. അയാളുടെ ചുണ്ടുകൾ എന്തോപറയാനായി വിതുമ്പുന്നുണ്ടായിരുന്നു. എന്നാൽ അയാൾക്ക് ഒന്നും പറയാൻ കഴിഞ്ഞില്ല. വേണുവിന്റെ കൈ പെട്ടെന്ന് അയാളുടെ മെലിഞ്ഞുണങ്ങിയ കൈകളിലേക്ക് നീണ്ടുചെന്നു. അയാളുടെ വലത്തെ കൈ വളരെ പാടുപെട്ട് മെല്ലെ ഒന്നുയർന്നു. അത് ഏറ്റെടുക്കാനായി തന്റെ കൈ നീട്ടിയെങ്കിലും ചുക്കിച്ചുളുങ്ങിയ വിറയാർന്ന ആ കൈ വേണുവിന്റെ ശിരസ്സിലേക്കാണുയർന്നത്. അത് മനസ്സിലാക്കിയ വേണു തന്റെ തല കുനിച്ചു കൊടുത്തു. അയാളുടെ വിറയ്ക്കുന്ന കൈത്തലം വേണുവിന്റെ കുനിഞ്ഞ ശിരസ്സിൽ ചെന്നമർന്നു.

മൂത്രത്തിന്റെ ദുർഗന്ധം നിറഞ്ഞിരുന്നു ആ മുറിയിൽ. മങ്ങിയ വെളിച്ചം ഒരസ്തമയത്തിന്റെ സൂചന പോലെയായിരുന്നു. മറ്റാരുമുണ്ടായിരുന്നില്ല അവിടെ. രാധാകൃഷ്ണൻ അവിടേക്ക് വരുമ്പോഴേക്കും വേണു അവിടെ നിന്നിറങ്ങിയിരുന്നു.

മൂത്തേടത്തുനിന്ന് മടങ്ങുമ്പോൾ വേണു ഓർത്തു.

കാലം മാറ്റാത്തതായിട്ടൊന്നുമില്ല. കാലമെത്തുന്ന ഒരു മനുഷ്യായുസ്സിന് നേരുകൊണ്ട് നീറാതെ വയ്യ. എന്നാൽ ആ നീറ്റൽ പ്രകടിപ്പിക്കാനാവാത്തതുപോലെ ക്ഷയം ആ ശരീരത്തിന് സംഭവിച്ചിരിക്കും. നേരിന്റെ അഗ്നിയിൽ കിടന്ന് ആ ശരീരം വെന്ത് തിളയ്ക്കും. ആ തിളപ്പാണ് താനിപ്പോൾ കണ്ടത്...

***

*ഇളമീന്ന് - പ്രായമുള്ള ഇളയ ആൾ. മൂപ്പീന്നിന്റെ എതിർപദം

3

ഇരുള് കനത്ത രാത്രിയുടെ മറവിൽ രണ്ടു പേർ

എന്നാൽ ഇതൊന്നും പോരായിരുന്നു പതിറ്റാണ്ടുകളുടെ മരവിപ്പിന്. തുള്ളാനും കോലമെഴുതാനും ചൂട്ടും തീവെട്ടിയും പിടിക്കാനും പിന്നെ എല്ലാം കണ്ണുകൾ നിറയെ കാണാനുമാഗ്രഹിച്ചിരുന്നവരിൽ ആശങ്കകൾ ഒഴിയാതെ നിന്നു. മാടനും മറുതയും യക്ഷിയുമെല്ലാം ഏതോ അവ്യക്തമായ അകലങ്ങളിൽനിന്ന് അവരെ തുറിച്ചുനോക്കി. ചിലപ്പോൾ അലറി വിളിച്ചു. മറ്റുചിലപ്പോൾ വല്ലാതെ കുഴഞ്ഞടിത്തുള്ളി.

വെളിയത്തെ ശേഖരപിള്ള പിറ്റേന്നുതന്നെ കല്ലൂർ പുത്തൻവീട്ടിലേക്ക് ചെന്നു പറഞ്ഞു:

'ഇല്ല വേണൂ, എന്റെ കാര്യോം അവമ്മാർടെ കാര്യോം നടക്കുമോന്ന് തോന്നുന്നില്ല. നിനക്കറിയാമല്ലോ വീട്ടിലെ കാര്യങ്ങള്. മൂത്തോനും ഞാനും കൂലിപ്പണിക്ക് പോന്നകൊണ്ടാ കാര്യങ്ങള് നടക്കുന്നത്. എളയവൻ, അവനെ എങ്ങനേയും ഐറ്റിയേ കഴിഞ്ഞാലക്കരയ്ക്ക് വിട്ടേലേ പറ്റൂ. അറിയാമല്ലോ അവന്റേളേത്തുങ്ങള് രണ്ടും പെമ്പിള്ളാരാ. അവര് നോക്കി നിക്കുമ്പമങ്ങ് വളരും. ഞാമ്പറഞ്ഞു വന്നത് തമ്പ്രാട്ടിയമ്മ അനുവദിച്ച് അവനക്കരയ്ക്ക് പോയാലേ എല്ലാം നേരെയാകൂ എന്നാണ്. അതിനെടയ്ക്ക് പടേനീന്ന് പറഞ്ഞ് വല്ല കേസിലോ വഴക്കിലോ പെട്ടുപോയാൽ...'

വെളിയത്തുകാർ പണ്ടുകാലം മുതലേ മറ്റുള്ളവരുടെ പറമ്പിൽ കൃഷിപ്പണി ചെയ്ത് ജീവിയ്ക്കുന്ന പാവുതറയിലെ ഒരു സാധാരണ നായർ കുടുംബമാണ്. പഴയ പടയണിക്കാരുമാണ്. പാവുതറയിലെ പടയണി മുടങ്ങിയ കാലത്തും പാച്ചോറ്റിക്കാവിലും അടിശ്ശേരിക്കാവിലുമൊക്കെ പോയി ഓരോ കാലം കോലമെങ്കിലും ശേഖരപിള്ളയും മക്കളും എല്ലാ കൊല്ലവും തുള്ളും. ഇപ്പോൾ ഇവിടെയിങ്ങനെ കാളികൂളി തുള്ളി നടന്നിട്ട് ഒരു കാര്യവുമില്ലെന്നും ജീവിതത്തിലെന്തെങ്കിലും കാര്യം നടക്കണമെങ്കിൽ അക്കരയ്ക്കു പോയി പത്തു കാശൊണ്ടാക്കിയെങ്കിലേ പറ്റൂ

എന്നും ചിന്തിക്കുന്ന ശേഖരപിള്ളയുടേതുപോലെ കുറെ നായർ കുടുംബങ്ങളുണ്ട് പാവുതറയിൽ.

ഒരർത്ഥത്തിൽ ഇങ്ങനെയൊക്കെയേ ഇവർക്കൊക്കെ ചിന്തിക്കാനാവൂ. കാരണം കാര്യങ്ങളൊക്കെ അത്രമാത്രം തെറ്റായ ദിശയിലേക്കായി കഴിഞ്ഞിരിക്കുന്നു. എന്നാൽ അങ്ങനെ പോരല്ലോ. ഇന്നല്ലെങ്കിൽ നാളെ എല്ലാം നേരെയാവണം. അവനവന്റെ മണ്ണിൽനിന്ന് വളർന്ന് ആ മണ്ണിന്റെ അമ്ലവും ക്ഷാരവും വലിച്ചെടുക്കണം. അങ്ങനെ വളർന്നു വേണം ലോകത്തെ ഉൾക്കൊള്ളാൻ. ലോകത്തിന്റെ എല്ലാ നന്മകളും ഉൾക്കൊള്ളാനുള്ള മനോവലിപ്പമുണ്ടാകണമെങ്കിൽ ആദ്യം ജനിച്ചുവളർന്ന മണ്ണിന്റെ നൻമകളുൾക്കൊള്ളണം. അതിന് കഴിഞ്ഞില്ലെങ്കിൽ തകർച്ച ഭയങ്കരമായിരിക്കും. എല്ലാമുണ്ടെന്ന് പറയുമ്പോഴും സ്വത്വം നഷ്ടപ്പെട്ട് സ്വയം തിരിച്ചറിയാനാവാതെ വല്ലാത്തൊരു അനാഥത്വം പേറി ജീവിക്കേണ്ടിവരും... അങ്ങനെയായാൽ അടുത്ത തലമുറയ്ക്കിവിടെ ജീവിതമുണ്ടാകില്ല... അതുകൊണ്ട് മുന്നോട്ടു വെച്ച കാൽ മുന്നോട്ടു തന്നെ പോകണം...

ആലോചിച്ചതൊന്നും ശേഖരപിള്ളയോട് വേണു പറഞ്ഞില്ല. പറയാൻ കഴിഞ്ഞില്ല എന്നുള്ളതാണ് നേര്.

പാവുതറയുടെ പടയണിക്കളത്തിൽ മറ്റാരുമില്ലാതെ താനെറ്റയ്ക്കായതുപോലെ. ആശങ്കകളോട് അയാൾ ദൂരേയ്ക്ക് നോക്കി. ആ അകലങ്ങളിലെ പ്രകൃതിയുടെ സൗമ്യത അയാളുടെ മനസിനെ ഒന്നുതലോടി. അയാൾ പറഞ്ഞു:

'സാരമില്ല കൊച്ചാട്ടാ; തത്ക്കാലം അവന്റെ കാര്യം തന്നെ നോക്ക്. അവൻ പോയി രക്ഷപ്പെടട്ടെ. എല്ലാത്തിനും അമ്മ ഒരു വഴികാട്ടിത്തരും...'

വേണുവിന്റെ മറുപടിയ്ക്കു മുന്നിൽ വേറൊന്നും പറയാനില്ലാതെ ശേഖരപിള്ള തന്റെ ദൈന്യത പ്രകടിപ്പിച്ച് അവിടെനിന്ന് മടങ്ങി. വേണു അകത്തേക്കും പോയി.

അന്നുതന്നെ കാളിമലയിലെ കുയിലിയും കല്ലൂർ പുത്തൻവീട്ടിലേക്ക് ചെന്ന് തന്റെ നിസ്സഹായത അറിയിച്ചു.

പടയണി നടത്താനുള്ള വേണുവിന്റെയും കൂട്ടരുടെയും ശ്രമങ്ങൾക്കൊപ്പം നിന്നിരുന്ന പുലയസ്ത്രീയാണ് കുയിലി. കാളിമല കണ്ടങ്കാളിയുടെ കുടുംബപരമ്പരയിൽ പെട്ടവൾ. പറഞ്ഞുവന്നാൽ വേണുവിന്റെ സുഹൃത്തായ അജയന്റെ വല്ല്യപ്പച്ചിയായി വരും.

പാവുതറയമ്മയുടെ പടയണി നടക്കാനായി പുലയരുടെ വീടുകളി

ലാകെ കയറിയിറങ്ങി നടന്നിരുന്നു കുയിലി. പാടവരമ്പിലൂടെ നടക്കു മ്പോൾ ചിലപ്പോഴൊക്കെ അജയനും അവർക്കൊപ്പം കാണും.

'നീ നോക്കിക്കോ, ഇക്കൊല്ലമൊതല് അമ്മച്ച്യാടാചാരം നടക്കും. നിന ക്കറിയാമോ, നമ്മടേങ്കുടമ്മച്ച്യാത്. നമക്കമ്മേച്ച്യോട് സ്വാതന്ത്ര്യോം അവ കാശോമൊണ്ട്. നമക്കെന്തേലും കൊണമൊണ്ടാകണേ അമ്മച്ചി കണ്ണു തൊറക്കണം. പക്ഷെ അമ്മച്ചിക്കിട്ടമൊള്ളത് നടത്തണം. എന്നാലേ അമ്മ ച്ചി കണ്ണു തൊറക്കൂ...'

മുറുക്കാൻ ഒന്ന് നീട്ടി തുപ്പി കുയിലി തുടർന്നു:

'നീ നോക്കിക്കോ, ഇക്കൊല്ലം പടേനി നടക്കും. കല്ലൂരെ വേണുക്കു ഞ്ഞിന് അതിനൊള്ള കഴിവൊണ്ട്. കരേല് ആണൊരുത്തനൊണ്ടായ പോലെനിക്കിപ്പം തോന്നുന്നു...'

അജയന് വല്ല്യപ്പച്ചിയുടെ വികാരമാകെ ഉൾക്കൊള്ളാൻ കഴിയുമാ യിരുന്നു. അതുകൊണ്ടുതന്നെ ഇടയ്ക്കൊന്നും ചോദിക്കുകയോ പറയു കയോ ചെയ്യാതെ അവർ പറയുന്നതിന് മൂളിക്കൊണ്ട് അവരുടെ പിന്നാ ലെ അവൻ നടന്നു. അവർ എല്ലാ പുലയവീടുകളിലും കയറിയിറങ്ങി. എല്ലാവരോടും കാര്യങ്ങൾ പറഞ്ഞു. എന്നാൽ അതിനോട് പലരും പല വിധത്തിലാണ് പ്രതികരിച്ചത്.

മുട്ടുവരമ്പത്തെ നാണി കുയിലിയുടെ കാതിന്റെ അടുത്തേക്ക് ചെന്നു പറഞ്ഞു:

'എന്റെ നാത്തൂനേ, നാത്തൂന് വേറെ പണിയൊന്നുമില്ലേ...? പടേനി...! ദേണ്ടേ, ഞാമ്പറഞ്ഞിട്ട്, വരുന്നേ വാ ഞങ്ങടെകൂടെ തൊഴിലൊറപ്പിന്. വല്ല്യ പങ്കപ്പാടൊന്നുമില്ലാതെ വൈയ്യിട്ട് പത്തിരുനൂറ് രൂപായൊണ്ടാക്കാം...'

കുയിലിക്ക് ദേഷ്യം വന്നു. എന്തോ മൂർച്ചയുള്ളത് അവരുടെ നാവിൽ കുരുത്തു വന്നതാണ്. എന്നാലത് കടിച്ചമർത്തി.

'എന്നേക്കൊണ്ടൊന്നും പറേപ്പിക്കല്ലേ കൊച്ചേ... നിന്റെയൊക്കെയൊരു തൊഴിലൊറപ്പ്. ഞാനൊരു കാര്യം പറഞ്ഞേക്കാം; തൊഴിലൊറയ്ക്കണേ ആദ്യം അമ്മ വിചാരിക്കണം. അല്ലെങ്കി കൈക്കിട്ടുന്നതൊന്നും മിച്ചം കാണത്തില്ല...'

എൺപത്തഞ്ച് വയസ്സുള്ള മേലേത്തറയിലെ തങ്കയുടെ വീട്ടിൽ ചെന്ന പ്പോൾ അവരുടെ പ്രതികരണം മറിച്ചായിരുന്നു.

'നേരാ കൊച്ചേ, നമ്മടെ കണ്ടംകൃഷിയൊക്കെയൊന്ന് തിരിച്ച് വരണേ അമ്മ ഒന്നൊണരണം. അതിന് വേണ്ട ആചാരം പടേനി തന്ന്യാ. വല്ല്യ മ്പ്രാക്കള് ഇനി മരിമാകൊണ്ടരിഞ്ഞാലും നമ്മള് അമ്മേടിട്ടത്തിനേ നിക്കാവൂ...'

എന്നാൽ ആ തങ്കയുടെ അടുത്തുനിന്ന് പോന്ന, എല്ലാ ബന്ധുവീടുകളിലും കയറിയിറങ്ങിയ കുയിലി ഒരാഴ്ച കഴിഞ്ഞപ്പോൾ കല്ലൂർ പുത്തൻവീട്ടിലെ സിറ്റൗട്ടിലേക്കുള്ള പടിയിൽ വിഷണ്ണയായി വന്നിരിക്കുകയാണ്.

അവിടേക്ക് വന്ന ദേവി കുയിലിയോട് ചോദിച്ചു:

'എന്തുപറ്റി കുയിലിയമ്മേ...?'

കുയിലി ദേവിയെ ഒന്നു ദൈന്യം നോക്കി. പിന്നെ തല കുനിച്ചു.

'ഒന്നും നടക്കണെ ലക്ഷണമില്ല മോളെ. നമക്ക് പേടിക്കാനൊള്ള കാര്യമാ ഇപ്പം നടന്നേക്കുന്നെ...'

'അതെന്താ...?'

'അറിഞ്ഞില്ല്യോ, ഇന്നലെ രാത്രീ ഞങ്ങടെ മന്ത്രവാദി കോനാടൻ ശംഖം വെച്ചു.'

'എന്നിട്ട്...?'

'നടക്കാം ബുദ്ധിമുട്ടാ നടത്തരുതെന്നൊക്കെ പറഞ്ഞ് പറഞ്ഞ് ഒരു പന്ത്രണ്ടര കഴിഞ്ഞു കാണും, കോനാടനെഴുന്നേറ്റൊരു തുള്ളലാര്ന്നു. പിന്നെ മട്ടങ്ങ് മാറി. ന്റെ മുന്നിലൊരുത്തനും തുള്ളാനക്കൊണ്ട് വരണ്ടാ. തറേന്നെന്റെ കൊച്ചുങ്ങളാരേലും അതിനെന്നും പറഞ്ഞിങ്ങോട്ടു വന്നാ വയറ്റിക്കെടക്കുന്നേനേംകൂടെ കൊന്നു ഞാൻ തിന്നുമെന്ന് പറഞ്ഞൊരു ബഹളം. നേരുപറയാമല്ലോ, എന്റെ നെഞ്ചങ്ങ് കാളിപ്പോയി മോളെ...'

കുയിലിയുടെ വാക്കുകൾ ഇപ്പോൾ കുറച്ചുകൂടി ഇടറുകയും ദൈന്യവുമായി.

'ജയക്കിത് മാസം ഏഴാ. അവക്കെന്തേലും പറ്റിയാ, പിന്നവനെന്തിനാ... ഈ ഞാനെന്തിനാ... മോളു പറ...'

കുയിലിയുടെ മാത്രമല്ല, ദേവിയുടെ കണ്ണുകളുമിപ്പോൾ നിറഞ്ഞു. കണ്ണീർ തിളങ്ങുന്ന കണ്ണുകൾ പുറത്തേക്ക് നീണ്ടു. ഒരു പുൽകൊടി പോലുമില്ലാത്ത ഏതോ വരണ്ട് വിജനമായ സ്ഥലരാശിയുടെ ശൂന്യതയിലായിരുന്നു അയാളുടെ കണ്ണുകൾ. അവിടെനിന്ന് തുള്ളാതെ മടങ്ങിപോകുന്ന ഭൈരവി...

അമ്മേ എന്നൊന്ന് പ്രാർത്ഥിച്ചപേക്ഷിക്കാൻ അവളുടെ മനസ്സൊന്ന് ത്രസിച്ചെങ്കിലും കഴിഞ്ഞില്ല. പിന്നെ ആരോടെന്നില്ലാതെ കഠിനമായ സ്വരത്തിൽ പറഞ്ഞു...

ഇല്ല, ഇങ്ങനെ തളരാൻ പാടില്ല. ശ്രമങ്ങൾ തുടരുക തന്നെ വേണം.

എന്തുചോദിക്കണമെന്നോ, എന്തുപറയണമെന്നോ അറിയാതെ കുയിലി തളർന്ന മനസ്സുമായി അവിടെ നിന്നിറങ്ങി. അവർ കൺവെട്ടത്തു

നിന്ന് പോയി കഴിഞ്ഞെങ്കിലും ദേവി അവിടേയ്ക്കുതന്നെ നോക്കിനിന്നു.

ശേഖരപിള്ളയേയും കോനാടനെയും കാത്തിരിക്കുകയായിരുന്നു അവർ; മൂത്തേടത്തെ കോന്നപ്പണിക്കരും അയാളുടെ സഹോദരൻ പപ്പനാവപ്പണിക്കരും കോന്നപ്പണിക്കരുടെ മകൻ രാധാകൃഷ്ണനും ചിറ്റേടത്തെ രാഘവക്കുറുപ്പും. സന്ധ്യ ഒന്ന് മയങ്ങിയാലുടനങ്ങെത്തിക്കോളാമെന്ന് ശേഖരപിള്ളയും കോനാടനും അവരോടു പറഞ്ഞിരുന്നു. പറഞ്ഞതുപോലെ അന്തിക്കൂരാപ്പ് നോക്കി ഇരുളിന്റെ മറപറ്റി അവർ മൂത്തേടത്തെത്തി.

കോനാടന് സിറ്റൗട്ടിന്റെ താഴെ നിൽക്കാനല്ലേ പറ്റൂ. അതുകൊണ്ട് ഒപ്പം വന്ന ശേഖരപിള്ളയും അവിടെത്തന്നെ നിന്നു. എത്ര നികൃഷ്ടമായ അവസ്ഥയിലേക്ക് പോയാലും മനുഷ്യനിൽ അവരറിയാത്ത ചില മര്യാദകൾ അവശേഷിക്കുമല്ലോ. അതാണ് ശേഖരപിള്ള കാണിച്ചത്. നായരും പുലയനുമാണെങ്കിലും ഈ പ്രമാണിമാരുടെ മുന്നിൽ തങ്ങൾ രണ്ടുപേരും തുല്ല്യരാണെന്ന് ശേഖരപിള്ള തിരിച്ചറിയുകയായിരുന്നു. എന്നിട്ടും കോനാടൻ പറഞ്ഞു:

'കുഞ്ഞ് കേറി ചെന്നാട്ട്...'

ശേഖരപിള്ള അല്പം ദൈന്യമായി കോനാടന്റെ മുഖത്തേക്ക് നോക്കി.

'വേണ്ട കോനാടാ. നമ്മള് രണ്ടുപേരും ഒന്നിച്ചല്ലേ വന്നത്. പിന്നെ, രണ്ടുപേരും സഹായത്തിനും. ഞാനുമിവിടെ നിന്നോളാം...'

കോനാടനെ അകത്ത് കയറ്റിയിരുത്താൻ കഴിയാത്തതുകൊണ്ട് ശേഖരപിള്ളയോടും കോന്നപ്പണിക്കർ കയറിയിരിക്കാൻ പറഞ്ഞില്ല. ഒരു ലോഹ്യത്തിന് അയാൾ ഇങ്ങനെ പറഞ്ഞു:

'രണ്ടു പേരുമിവിടെത്തന്നങ്ങ് നിന്നല്ല്യോ...'

അതിന് മറുപടി അവരുടെ വായിൽ നിന്നുണ്ടാകുന്നതിന് മുമ്പുതന്നെ കോന്നപ്പണിക്കർ തുടർന്നു:

'ശേഖരാ, നിന്റെ ചെറുക്കന്റെ കാര്യം അവൻ നോക്കിക്കോളും. ദുബായിലിപ്പമവൻ പുതിയൊരു ബിസിനസ്സുകൂടേതാണ്ട് തൊടങ്ങാമ്പോവാ...'

കോന്നപ്പണിക്കർ മുറുക്കാൻ ഒന്ന് നീട്ടി തുപ്പിയിട്ട് കോനാടനോടായി പറഞ്ഞു:

'എന്തായാലും നീ ചെയ്തത് വല്ല്യ ഉപകാരമാ കോനാടാ... അല്ലെങ്കി നിങ്ങടവിടുന്നാ കരിങ്കോള് വന്നു കേറിയാലെന്തോ ചെയ്യും...! എന്തവേലും ഒരു കൗശലം കാണിച്ചോണമെന്ന് ഞാം പറഞ്ഞെങ്കിലും ഇത്ര കണിശമായിട്ട് നിന്നേക്കൊണ്ടത് പറേപ്പിച്ചത് സത്യത്തിൽ അമ്മ മഹാമായയാ...'

ഇപ്പോൾ രാധാകൃഷ്ണനനും മറ്റും സിറ്റൗട്ടിലേക്ക് വന്നു. രാധാകൃഷ്ണൻ തന്റെ കൈയിലിരുന്ന രണ്ടായിരം രൂപയും ഒരു കുപ്പി റമ്മും കോനാടന്റെ കൈയിലേക്ക് വെച്ചുകൊടുത്തു.

'തത്ക്കാലമിതിരിക്കട്ട് കോനാടാ. കള്ള്, നിന്റെയാ സേവയൊള്ള കരിമറുതയ്ക്ക് നേദിച്ചിട്ടേ വിഴുങ്ങാവൂ...'

'ഓ... അത്രേയൊള്ളേ...'

കോനാടൻ വിധേയനേപ്പോലെ തല കുനിച്ച് പറഞ്ഞു. രാഘവക്കുറുപ്പും പപ്പനാവപ്പണിക്കരും കോനാടന്റെ വിധേയത്വം കണ്ട് ഊറിച്ചിരിച്ചു. കുറുപ്പ് വായിലെ മുറുക്കാൻ തുപ്പിയിട്ട് പറഞ്ഞു:

'ആ സേവ പോകരുത്. കള്ളോ കോഴിയോ എന്തവാന്നുവെച്ചാ വേണ്ടപ്പഴൊക്കെ കൊടുത്തോണം...'

അതിനും കോനാടനൊന്ന് തലകുനിച്ചു. പിന്നെ, എന്നാലടിയനങ്ങോട്ട് എന്നു പറഞ്ഞ് അയാൾ ആ ഇരുട്ടത്തേക്കിറങ്ങി നടന്നുമറഞ്ഞു. കറുത്ത് കരിവീട്ടി പോലുള്ള ആ കട്ടശരീരം ഇരുട്ടിലേക്ക് ചേർന്ന് ഇരുട്ടിന്റെ ഭാഗമാകുന്നത് രാഘവക്കുറുപ്പ് അങ്ങനെ നോക്കിനിന്നു. പിന്നെ തെല്ലൊരു ഭയത്തോടെ എന്തൊരിരുട്ട് എന്നുപറഞ്ഞ് അയാൾ അകത്തേക്ക് നടന്നു.

കോനാടൻ അല്പദൂരമെത്തിയപ്പോൾ, അരയിലെ ഇലഞ്ഞിത്തൂപ്പ് അനക്കി മുലയും വയറും കുലുക്കി തന്റെ കരിമറുത തന്നെ നോക്കി ഒന്ന് വക്രിച്ച് ചിരിച്ചതായി അയാൾ കണ്ടു. വല്ലാത്തൊരു ചിരിയായിരുന്നു അത്. ഇരുളിനെ ഒന്ന് വലിച്ചുകീറിയതുപോലെയുള്ള ചിരി. ചിരിക്കുമ്പോൾ കടവായിൽ നിന്ന് അരിവാളുപോലെ പുറത്തേക്ക് തള്ളിയ ആ എകിറിന്റെ വായ്ത്തല നിലാവിൽ തിളങ്ങുന്നതായി കോനാടൻ കണ്ടു. തന്റെ ചതിയിലേക്ക് എകിറിൻ മുന വന്ന് പതിക്കുകയാണോ...! കോനാടൻ ഒന്ന് പേടിച്ചു.

ഇരുൾ കയത്തിൽ ഒരു നിമിഷം നിന്ന കോനാടനിപ്പോൾ ക്ഷമ യാചിക്കാനോ ജപിക്കാനോ അല്ല തോന്നിയത്. അയാൾ തെറി പറയുകയായിരുന്നു. ആരോടെന്നില്ലാതെ, ഒരുപക്ഷെ തന്നോടു തന്നെ പുളിച്ച തെറിശ്വാസം വിടാതെ പറഞ്ഞ് പറഞ്ഞ് അയാൾ വേഗം നടന്നു. എന്റെ തന്തേടതന്തേടതന്തേടതന്തേടതന്ത കുട്ട്യടെ പതിനാറ് എന്നു തുടങ്ങിയ ആ തെറിയുടെ തുടർച്ച അയാളുടെ ചാറ്റിന്റെ ഭാഷ പോലെയായി. ശ്വാസം വിടാതെ, ഇടതടവില്ലാതെ അയാളത് വീട്ടിലെത്തുന്നതുവരെ തുടർന്നു.

ശേഖരപിള്ള ഇപ്പോൾ സിറ്റൗട്ടിലേക്ക് കയറി ഇരുന്നു. രാധാകൃ

ഷ്ണൻ അയാളുടെ അടുത്തേക്ക് ചെന്നു.

'കഴിന്നതും വേഗം പാസ്സ്പോർട്ടെടുക്കാനവനോട് പറയണം'

'ഇന്നലെത്തന്നെ ഞാനവനോടത് പറഞ്ഞിട്ടൊണ്ട്...'

ശേഖരപിള്ള പറഞ്ഞത് കേട്ടിട്ട് തലകുലുക്കി രാധാകൃഷ്ണൻ അകത്തേക്ക് പോയി. പിന്നെ ചെറിയ ഒരു പൊതിയുമായി പുറത്തേക്കിറങ്ങി വന്നു.

'ഒന്നുമില്ല, രണ്ടു മൂന്നു സോപ്പും മുട്ടായീമൊക്കെയാ. അവന്റേളേത്തുങ്ങള് രണ്ടും കൊച്ചുങ്ങളല്ലേ... അവളുമാർക്ക്കൊട്...'

ശേഖരപിള്ള പൊതി വാങ്ങിച്ചിട്ട് എഴുന്നേൽക്കാനായി തുടങ്ങിയപ്പോൾ രാധാകൃഷ്ണൻ തുടർന്നു:

'അല്ല കൊച്ചാട്ടാ, ഒന്നാലോചിച്ച് നോക്കിയാ ഇങ്ങനിവിടെ കാളികൂളി കളിച്ചു നടന്നാലെന്തവാ വിശേഷം...'

'ഞാനുമതോർക്കാർന്നു... ഒരെഴുന്നേറ്റോമില്ലാതിങ്ങനെ...'

പിന്നെ ശേഖരപിള്ള ഇരുള് കനത്ത രാത്രിയിലേക്കിറങ്ങി. ടോർച്ച് കൈയ്യിലുണ്ടായിരുന്നിട്ടും അയാൾ അത് തെളിച്ചില്ല. ഇങ്ങോട്ടു വന്നതു പോലെ ആരുമറിയാതെ വേണം അങ്ങോട്ടും പോകാൻ എന്ന ജാഗ്രതയോടെ പാവുതറയുടെ ഇരുട്ടിലൂടെ നടന്നു. പാവുതറക്കാവിന്റെ അടുത്തെത്തിയപ്പോൾ പടേനിക്കാരാരെങ്കിലും കാണുമോ എന്ന ആശങ്കമാത്രമായിരുന്നില്ല അയാൾക്ക്. എല്ലാം കണ്ടും കേട്ടുമിരിക്കുന്ന പാവുതറയമ്മ ഒരു ഭയമായി തീർന്നു. അമ്മയുടെ ഭൈരവീരൂപത്തിലെ തീവ്രമായ പഞ്ചമുഖങ്ങളും തന്നെ തുറിച്ചുനോക്കുന്നതായി അയാൾക്ക് തോന്നി. ക്ഷമിക്കണെ പൊന്നു തമ്പ്രാട്ടിയമ്മെ എന്ന് പ്രാർത്ഥിച്ചെങ്കിലും അമ്മയുടെ കണ്ണുകളിലെ കനൽ തന്റെയൊപ്പമുള്ളതായി അയാൾ കണ്ടു. പിന്നെ ഓരോ ശ്വാസത്തിലും അയാൾ ജപിച്ചു.

ഹസ്തിത്തോൽ കൊണ്ടുടുത്തി
ട്ടരവഗണമണിഞ്ഞമ്പിളിത്തെല്ലു ചൂടി
മുക്തിപ്രാസാദമെന്നും മൊഴിമുതലഖിലാനന്ദ
തേജോമയത്താൽ ഭക്തപ്രാലേയമെന്നും
പരമശിവനുടെ ഫാലനേത്രാഗ്നി കത്തും...
മദ്ധ്യേ വന്നിങ്ങുദിപ്പോൾ മഹിതഗുണകരീ
ശ്രീഭദ്രകാളീ നമസ്തേ...

•••

*മരിമ - അരിവാൾ

*എകിറ് - കടവായിൽനിന്ന് അരിവാൾപോലെ പുറത്തേക്ക് തള്ളിനിൽക്കുന്ന തേറ്റകൾ

* ചാറ്റ് - പരദേവതാ പ്രീതിയ്ക്കുവേണ്ടി കാണിക്കാരും വേലന്മാരും നടത്തുന്ന ഒരു ചടങ്ങ്. പ്രാകൃതമായ ഒരു ഗോത്രഭാഷയിലാണ് ഇതിന്റെ ചൊല്ലുകൾ.

4

ഉണർന്നെങ്കിലും ഉമിത്തീപോലെ നീറി പുകഞ്ഞ്...

സന്ധ്യ കഴിഞ്ഞു വേണു വീട്ടിലെത്തിയപ്പോൾ.

ദേവി ജപിക്കുകയായിരുന്നു. ഓമനയമ്മയും അവളുടെ അടുത്തിരിപ്പുണ്ടായിരുന്നു. വേണു സിറ്റൗട്ടിലെ ചാരുകസേരയിൽ ചെന്നിരുന്നു. അയാൾ വന്നത് ഓമനയമ്മയേ കണ്ടിരുന്നൊള്ളൂ. ദേവിയുടെ പ്രാർത്ഥനാനേരങ്ങളിൽ ആരുവന്നാലും പോയാലും അവൾ അറിയില്ല. സ്ഥലകാലബോധങ്ങളിൽനിന്നാകെ സ്വതന്ത്രയാകുന്ന അവളുടെ ഉള്ളിലപ്പോൾ പരാശക്തി മാത്രമേ ഉണ്ടാകൂ. ആ ചൈതന്യത്തിന്റെ നിറവിൽ താൻ എന്ന ഭൗതിക യഥാർത്ഥ്യം പോലും അവൾ മറന്നുപോകും. ഓർമകളും മറവികളുമില്ലാത്ത ഒരവസ്ഥയാണത്.

ശ്രീമാതാ ശ്രീമഹാരാജ്ഞീ ശ്രീമത് സിംഹാസനേശ്വരീ എന്നു തുടങ്ങി, ശ്രീശിവാ ശിവശക്ത്യൈക്യരൂപിണീ ലളിതാംബികാ എന്നവസാനിക്കുന്നതുവരെയുള്ള ലളിതയുടെ സഹസ്രനാമങ്ങളും ജപിച്ച് ആ സഹസ്രഭാവങ്ങളും ദർശിച്ചേ ദേവി കണ്ണുകൾ തുറക്കൂ...

ഓമനയമ്മ എഴുന്നേറ്റുപോയി വേണുവിന് ഒരു ചായ ഉണ്ടാക്കി കൊടുത്തു. ജപം കഴിഞ്ഞപ്പോൾ പൂർവ്വാവസ്ഥയിലായ ദേവി വേണുവിന്റെ അടുത്തേക്ക് ചെന്നു. മൂത്തേടത്ത് പോയപ്പോഴുണ്ടായ സംസാരങ്ങളും ഇളമീന്നിന്റെ അടുത്തേക്ക് ചെന്നപ്പോഴുണ്ടായ അപ്രതീക്ഷിതമായ അനുഭവവുമൊക്കെ വേണു ദേവിയോട് വിശദമായി പറഞ്ഞു. പുറത്തെ ഇരുട്ടിലേക്ക് നോക്കി എല്ലാം മൂളി കേൾക്കുകയായിരുന്നു അവൾ.

വേണു എല്ലാം പറഞ്ഞുകഴിഞ്ഞപ്പോൾ ഇരുട്ടിലേക്ക് നോക്കിക്കൊണ്ടുതന്നെ ദേവി പറഞ്ഞു:

'എല്ലാം അതിന്റേതായ നേരത്ത് ശരിയാകും. എന്നാൽ നമ്മൾ ചെയ്യേണ്ട ജോലി കൃത്യമായി ചെയ്യണം. കാളിമലയിലേയും തീക്കനലിലേയും കാര്യങ്ങളിലാണ് ഇനി കൂടുതൽ ശ്രദ്ധ വേണ്ടത്... ബിന്ദുവിനോട് ഞാൻ സംസാരിച്ചിട്ടുണ്ട്. എനിക്ക് തോന്നുന്നത് അവൾക്കും ശാന്തയ്

ക്കും അവിടെ കാര്യമായിട്ടെന്തെങ്കിലും ചെയ്യാൻ പറ്റുമെന്നു തന്നെയാ. ഒരുവീടുപോലും ഒഴിവാക്കാതെ അവരുടെ മുഴുവൻ വീടുകളിലും കയറിയിറങ്ങി അവരുടെയൊക്കെ മനോഭാവം മനസ്സിലാക്കാൻ ഞാൻ പറഞ്ഞിട്ടുണ്ട്. ആദ്യത്തെ തവണ വീടുകയറ്റം കഴിഞ്ഞാലുടനെ എന്നെ കാണണമെന്നും പറഞ്ഞു. വിശ്വസിക്കാവുന്ന നല്ല സ്ത്രീകളാണ് അവര് രണ്ടുപേരും...'

'നല്ല കാര്യം...'

വേണുവിന്റെ കണ്ണുകളിൽ പ്രത്യാശയുടെ തിളക്കമായി.

പാവുതറയിലെ പ്രായമുള്ളവരിലും ഇളംതലമുറയിലും ആ തിളക്കമുണ്ടായി. അമ്മേടെ കളത്തിലൊരു കാലംകോലം കൂടെ കണ്ടേച്ച് പോകാംപറ്റിയാരുന്നേൽ എന്ന് പ്രായമുള്ളവർ പ്രത്യാശിച്ചപ്പോൾ, പടേനിയാണേൽ ഇരുപത്തെട്ടു ദിവസത്തെ മേളാങ്കമാ, നല്ല രസമാരിക്കും എന്നിങ്ങനെ ഇളംതലമുറയും.

പഴയ തുള്ളക്കാർ, ങാ... നടക്കുന്നേൽ നടക്കട്ട്, അമ്മേടെ മുന്നിൽ ഒന്നൂടെ തുള്ളാനുള്ള ഭാഗ്യമുണ്ടായല്ലോ എന്നൊക്കെ മനസ്സിൽ കണ്ട് ചുവടുകൾ ഉറപ്പിക്കുകയും പിശകുകൾ തീർക്കുകയും ചെയ്തു. ഇളംതലമുറ പുതിയൊരാവേശത്തോടെ ചുവടുകൾ വെച്ചു. തപ്പിന്റെ താളം പാവുതറയുടെ രാത്രികളിലൂടെ ബന്ധുക്കരകളിലേക്കുമെത്തി. അവിടെയൊക്കെയുള്ള വീടുകളിലിരുന്ന് പലരും പറഞ്ഞു:

'അങ്ങനൊടുക്കം പാവുതറയമ്മേടെ പടേനിക്ക് കളമൊരുങ്ങുകാണെന്ന് തോന്നുന്നു... എത്രകാലമായി മൊടങ്ങി കെടന്നതാ... മഹാമായേ...!

പുതിയതായി പഠിക്കാൻ കല്ലൂർപുത്തൻപുരയിലേക്കെത്തിയ കുട്ടികളിൽ ആറുപേർ കാളിമലയിൽ നിന്നെത്തിയവരാണ്. മൂന്നുപേർ തീക്കനലിൽനിന്നുമുള്ളവർ. ബാക്കിയുള്ളവർ മറ്റു സമുദായങ്ങളിൽനിന്നുള്ളവരും. അങ്ങനെ പാവുതറയുടെ രാത്രികളിൽ ജാതിഭേദമില്ലാതെ പുരാതനമായ പടയണിയുടെ സ്മൃതികളുണർന്നു.

പടയണിയുടെ കമുക് പിഴേണ്ട കുംഭത്തിലെ തിരുവാതിരയ്ക്ക് നാലു നാൾ മുൻപ് പടയണി സംഘം പാവുതറക്കാവിന്റെ തകിടിയിലേക്ക് കയറി യോഗം നടത്തി. ധീരമായ ഒരു കടന്നു കയറ്റം. പാളകൾ പറിക്കുന്നവർ, കോലമെഴുതുന്നവർ, ചൂട്ടുകറ്റയുണ്ടാക്കി പിടിക്കുന്നവർ, തീവെട്ടി പിടിക്കുന്നവർ, ചെണ്ടമേളക്കാർ, തപ്പുകൊട്ടുന്നവർ, പാട്ടുപാടുന്നവർ തുടങ്ങി പടയണിക്കാവശ്യമായ എല്ലാവരേയും പാവുതറയമ്മയുടെ തകിടിയിലേക്ക് വേണുവും സംഘവും വിളിച്ചുവരുത്തിയിരുന്നു. ഏതാണ്ട് നൂറിലധികം നാട്ടുകാർ ആ സന്ധ്യ കഴിഞ്ഞ നേരം അവിടെ ഒ

ത്തുകൂടി. ആത്മാർപ്പണത്തോടെ ഓരോരുത്തരും ചെയ്യേണ്ട ജോലിയേക്കുറിച്ച് വേണുവും വേലുപ്പിള്ളയും അജയനും വിശദമായി പറഞ്ഞു. ജാതീയമായിട്ടായിരുന്നില്ല ഓരോരുത്തരുടേയും ജോലികൾ വിഭജിച്ച് കൊടുത്തിരുന്നത്. ജാതിരഹിതമായിട്ടായിരുന്നു.

വാസ്തവത്തിൽ തങ്ങളുടെ തകിടിയിൽ കയറി പടയണിസംഘം ഇങ്ങനെയൊരു വിശദീകരണയോഗം നടത്തുമെന്ന് മൂത്തേടത്ത് ചിറ്റേടത്തുകാർ കരുതിയിരുന്നതേയില്ല. ചാരപ്രവർത്തനത്തിന് ആൾക്കാരുണ്ടായിരുന്നെങ്കിലും ഇക്കാര്യത്തിൽ അവർക്ക് പാളിച്ച പറ്റി. ആൾക്കൂട്ടത്തെ ദൂരെനിന്ന് കണ്ടപ്പഴേ മൂത്തേടത്തെ കോന്നപ്പണിക്കർ ഞെട്ടിപ്പോയി. അയാൾ മാത്രമല്ല ചിറ്റേടത്തുകാരും ഞെട്ടി.

വൈശ്യത്തില്ലത്തെ പരമേശ്വരൻനമ്പൂതിരി രാധാകൃഷ്ണനോട് പറഞ്ഞു:

'ഞാനഞ്ചരയ്ക്ക് വന്നതാ. അന്നേരം ആരുമവിടില്ലാരുന്നു. ശ്രീകോവിലിൽ ഒന്നു കേറി പുറത്തേക്കിറങ്ങിയപ്പോഴാണ് കഴകം കാര്യം പറേന്നത്. ഇനിയെന്തായിത്തീരുമോ ആവോ...'

രാധാകൃഷ്ണന് നമ്പൂതിരിയുടെ വിശദീകരണം അത്രയ്ക്കങ്ങോട്ട് തൃപ്തിയായില്ല. അതുകൊണ്ടുതന്നെ പ്രത്യേകിച്ചൊന്നും പറയാതെ അയാൾ തിടുക്കം പ്രകടിപ്പിച്ച് അവിടെ നിന്നുപോയി.

അന്നുരാത്രി അല്പം വൈകി വൈശ്യത്തില്ലത്തുവെച്ച് ഒരു രഹസ്യയോഗം നടന്നു. മൂത്തേടത്തുകാരും ചിറ്റേടത്തുകാരും നമ്പൂതിരിയെ മുൻകൂട്ടി അറിയിക്കാതെയാണ് അങ്ങോട്ട് കടന്നുചെന്നത്. വൈശ്യത്തില്ലത്തു വെച്ചുതന്നെ കൂടണം എന്നുള്ളത് മൂത്തേടത്തുകാരുടെ ഒരു തന്ത്രമായിരുന്നു.

രാധാകൃഷ്ണൻ ചിറ്റേടത്തെ ചന്ദ്രനോട് പറഞ്ഞു:

കുഞ്ഞുങ്ങക്കിച്ചിര പേടി കൂടുതലാ. അത് ശരിയാകത്തില്ലല്ലോ. ആ പേടി മാറ്റണം. നമുക്കവിടെ തന്നെ ഇന്നൊന്ന് കൂടണം.

ആലോചിച്ചപ്പോൾ ചന്ദ്രനും അത് ശരിയായി തോന്നി.

* ഊരാഴ്മേന്ന് വച്ചാൽ വെറുമൊരു തൊഴിലല്ലല്ലോ. ഒന്നിച്ചു നിൽക്കാനുള്ള ആത്മാർത്ഥത കാണിക്കണം.

രഹസ്യയോഗത്തിൽ മൂത്തേടത്തു ചിറ്റേടത്തുകാർക്കുള്ള ഉടമസ്ഥാവകാശത്തെക്കുറിച്ചും വൈശ്യത്തില്ലത്തുകാർക്കുള്ള ഊരാഴ്മാവകാശത്തെക്കുറിച്ചുമുള്ള രേഖകൾ ഒന്ന് പൊടി തട്ടിയെടുത്ത് വായിക്കുകയും നിയമപരമായി കാര്യങ്ങളെ നേരിടാനുമാണ് തീരുമാനമായത്. ചിറ്റേടത്തെ മരുമകനായ സദാശിവൻ വക്കീലിനെ കാര്യങ്ങൾ ഏൽപ്പിക്കാനും

തീരുമാനിച്ചു.

അങ്ങനെ കമുക് പിഴേണ്ട കുംഭത്തിരുവാതിരയുടെ അന്നുച്ചയ്ക്ക് മൂത്തേടത്തെ ഒരു വാല്യക്കാരനായ ഉണ്ണിപ്പിള്ള അമ്പലത്തിന്റെ പുറം മതിലിന്റെ വാതിൽ ഭാഗത്ത് തിരുവല്ല കോടതിയുടെ പടയണിക്കെതിരായുള്ള സ്റ്റേ ഓർഡർ പതിച്ചു.

ങും, ഇനി ഒരു *ശാശിനും ഇങ്ങേട്ട് കേറാംപറ്റത്തില്ല. ആഡ്രിയോയെടൈയാ ഓഡ്ര്...

മൂത്തേടത്തുകാരുടെയും ചിറ്റേടത്തുകാരുടെയും ശിൽബന്ധികൾ, ഈ സ്റ്റേ ഓർഡറിനെ മറികടന്ന് ഒരുത്തനും ഒരു കമുകും പിഴാൻ പറ്റത്തില്ലെന്ന് പാവുതറയാകെ പ്രചരിപ്പിച്ചു.

ആ വാർത്ത പടയണിക്കാർക്ക് കാലങ്ങൾക്കു ശേഷമുണ്ടായ ഉത്സാഹവും ഊർജ്ജവുമൊക്കെ പെട്ടെന്നൊരുനിമിഷം കൊണ്ട് ഇല്ലാതാക്കുന്നതുപോലെയായിരിന്നു .

പടയണിക്കാരെല്ലാവരും അന്നു വൈകിട്ട് കല്ലൂർപുത്തൻ വീട്ടിലേക്കു ചെന്നു. ആലേചനകളും അഭിപ്രായങ്ങളുമെല്ലാം ഒടുക്കം ആ സ്റ്റേയിൽ തട്ടിനിന്നു. അതിനിടയ്ക്ക് ഒരാൾ എഴുന്നേറ്റുനിന്ന് പറഞ്ഞു:

ഏതായാലും ഒന്നും നടക്കത്തില്ല. എന്നാപ്പിന്നെ അവമ്മാർക്കൊക്കെ ഈരണ്ട് പൊട്ടീരെങ്കിലും വെച്ചു കൊടുക്കണം...

ആ നിർദ്ദേശത്തോടെ യോജിച്ച് മറ്റു പലരും ശബ്ദമുണ്ടാക്കി.

തപ്പു കൊട്ടി തഴമ്പു വിണ എന്റെ കൈവെള്ള പെരുക്കുന്നു..., അവന്റെയൊക്കെ നെഞ്ചത്ത് കൊണ്ടു പന്തം കുത്തണം എന്നിങ്ങനെയൊക്കെ അഭിപ്രായങ്ങൾ അപകടകരമായ വികാരങ്ങളായി മാറാൻ തുടങ്ങിയപ്പോൾ വേണുവിന്തന്നെ അവരെ നിയന്ത്രിക്കാനാവാത്തതുപോലെയായി. സഹദേവൻപിള്ളയും മറ്റ് മുതിർന്നവരുമൊക്കെ അതിൽ ഇടപെട്ടു.

എന്നാൽ ബഹളമുണ്ടാക്കിയവർ, ഇന്നവമ്മാരെ ആരേയെങ്കിലുമൊരുത്തനെ അമ്മയ്ക്ക് ബലികൊടുക്കണം എന്ന വികാരത്തിൽ തന്നെയായിരിന്നു. കാര്യങ്ങൾ അനിയന്ത്രിതമാകാൻ തുടങ്ങിയപ്പോൾ ദേവി പറഞ്ഞു:

ഈ മുതിർന്നവരൊക്കെ പറേന്നത് നിങ്ങൾ അനുസരിക്കണം. അവര് സ്റ്റേ വാങ്ങിച്ച സ്ഥിതിക്ക് നമുക്കതിനെ തത്ക്കാലം മറികടക്കാനാവില്ല. ഒരു സംഘർഷമുണ്ടായാൽ നമ്മുടെ സാധ്യത പിന്നെയും ഇല്ലാതാകും. ഞാൻ പറഞ്ഞിട്ട്, ഈ ആവേശവും വികാരവും ഉള്ളിൽത്തന്നെ പിടിച്ചു നിർത്തുക. അടുത്ത കൊല്ലത്തെ തിരുവാതിര വരെ അ

തൊരു വ്രതമായി ഉള്ളിൽ കരുതുക. പ്രാർത്ഥനയോടുകൂടിത്തന്നെ നമുക്കൊരുവർഷം കാക്കാം. അമ്മ എന്തെങ്കിലുമൊരു വഴി കണ്ടെത്തിത്തരാതിരിക്കില്ല... എല്ലാം അമ്മയുടെ നിശ്ചയങ്ങളാണ്. സമയമാകട്ടെ....

ആ സംഘർഷാത്മകമായ അന്തരീക്ഷത്തിന് മെല്ലെ ഒരയവുണ്ടായി.

ദേവി ഇങ്ങനെ ഇത്രയും തുറന്ന് എല്ലാവരുടെയും ഉള്ളിൽ തൊട്ടതുപോലെ സംസാരിച്ചത് വേണുവിനു പോലും ആദ്യാനുഭവമായിരിന്നു. എല്ലാവരുടെയും കണ്ണുകൾ ദേവിയിലേക്ക് തന്നെയായിരിന്നു. എന്നാൽ ദേവിയുടെ കണ്ണുകൾ അവരുടെയാരുടെയും മുഖങ്ങളിലായിരുന്നില്ല. അത്, ആ കനത്തു തുടങ്ങിയ രാത്രിയിലേക്കായിരുന്നു. അതിന്റെ അപ്പുറത്തുള്ള അണയാത്ത വെളിച്ചത്തിലേക്ക്...

രാത്രി പന്ത്രണ്ടര കഴിഞ്ഞു. സഹദേവൻപിള്ളയും ഓമനയമ്മയും ഉറങ്ങിക്കഴിഞ്ഞിരുന്നു. വേണുവും ദേവിയും ഉറങ്ങിയിരുന്നില്ല. വേണു ചരിഞ്ഞു കിടന്ന് ദേവിയുടെ മുഖത്തേക്ക് നോക്കി. എന്നാൽ അവൾ മേലേക്ക് തന്നെ നോക്കി കിടപ്പാണ്.

'അല്ല..., നിനക്കെന്ത് തോന്നുന്നു...?'

വേണുവിന്റെ ചോദ്യത്തിന് അല്പമൊന്നാലോചിച്ചിട്ടെന്നപോലെ ദേവി മറുപടി പറഞ്ഞു:

'ആലോചിക്കുമ്പോ, അമ്മ എപ്പോഴാഗ്രഹിക്കുന്നോ അപ്പോൾ മാത്രമെ ഒക്കെ നടക്കൂ എന്ന് മനസ്സ് പറയുന്നു...'

വേണു ഒന്ന് നിവർന്നു കിടന്നു.

'അതെ. തടസ്സങ്ങളെല്ലാം മറികടക്കാമെന്ന് കണക്കുകൂട്ടുമ്പോഴും അമ്മ വിചാരിക്കണം...'

ദേവി ഇപ്പോൾ വേണുവിന്റെ അരികിലേക്ക് ചരിഞ്ഞ് കിടന്നിട്ട് അയാളുടെ കണ്ണുകളിലേക്ക് നോക്കി.

'ഈ തോന്നൽ നമുക്കൊരിക്കലും നഷ്ടമാകരുത്...'

എല്ലാം അമ്മയുടെ നിശ്ചയങ്ങൾ എന്ന വലിയ യാഥാർത്ഥ്യത്തിൽ തല ചായ്ച്ച് അവർ ഉറങ്ങിയപ്പോൾ അവർ മാത്രമല്ല, പാവുതറയാകെ ഉറങ്ങിക്കഴിഞ്ഞിരുന്നു. അവരിൽ, അൻപത്തിയൊന്ന് കൊല്ലങ്ങൾക്ക് മുമ്പ് പടയണി കണ്ട ഓർമ്മകളുമായി വൃദ്ധജീവിതങ്ങളും പടയണി എന്ന സ്വപ്നം യാഥാർത്ഥ്യമാകാൻ കാത്തിരിക്കുന്നവരും ഒരിക്കലും പടയണി നടക്കാൻ പാടില്ല എന്ന ചിന്തയിൽ വലിഞ്ഞുമുറുകിയ മനസ്സുമായി ഉറങ്ങാൻ കഴിയാത്തവരുമുണ്ടായിരുന്നു.

എല്ലാവരുടെയും സ്വപ്നത്തിലേക്ക് ഞാൻ നേരിട്ടൊരു ദിവസമെത്തിച്ചേരുമെന്ന താക്കീതുമായി പാവുതറയമ്മ ആ വെള്ളിയാഴ്ച അർദ്ധരാ

ത്രി പിന്നിട്ടപ്പോൾ തോഴിമാർക്കൊപ്പം പുറത്തേക്കിറങ്ങി. പടയണിക്കളത്തിൽ ഏറെനേരം അവർ നൃത്തം ചവുട്ടി. അമ്പലത്തിന്റെ തൊട്ടു വടക്കെ വീട്ടിലെ പാറൂമ്മ ആ നേരം മൂത്രമൊഴിക്കാൻ തെക്കേമുറ്റത്തേക്കിറങ്ങിയതായിരുന്നു. അവർ തെക്കോട്ടു നോക്കിയപ്പോൾ തകിടിയിലെ ആ കാഴ്ച കണ്ട് നെഞ്ചത്ത് കൈവെച്ചുപോയി...! പടയണിക്കളം നിറയെ ചുവന്ന പട്ടുടുത്ത ആരൊക്കെയോ നിന്ന് തുള്ളുന്നു. കാലും കൈയ്യും തലയുമൊന്നുമില്ലാത്തവർ. ചുമലിലേക്ക് ചുവന്ന പട്ട് വലിച്ചിട്ട ഉടലുകൾ മാത്രം. ആ ഉടലുകളുടെ ഒരേ താളത്തിലുള്ള നൃത്തം. ഇരുട്ടിലെ നേരിയ നിലാവെട്ടത്തിൽ നൃത്തം ചവുട്ടി തിരിയുന്ന ആ ചുവന്ന പട്ടുടലുകൾക്ക് വല്ലാത്തൊരു തിളക്കമായിരുന്നു...

'എന്റെ മഹാമായേ, ഞാനീ കാണുന്നത് നേരോ..!'

പാറൂമ്മ ആരോടെന്നില്ലാതെ ഇങ്ങനെ പറഞ്ഞ് വേഗം അകത്തേക്കു കയറി കതകടച്ചു.

പിന്നെ, ഭഗവതിയും പരിവാരങ്ങളും അവിടെനിന്ന് ആകാശമാർഗ്ഗേ കല്ലൂരെ കന്നിക്കോണിക്ക് നിൽക്കുന്ന വല്ല്യ പാലയുടെ ആകാശത്തലപ്പുകളിലിരുന്ന് പാലപ്പൂഗന്ധം വലിച്ചൂറ്റിയെടുത്ത് ഉന്മത്തരായി ആകാശനൃത്തം ചവുട്ടി. അതുകഴിഞ്ഞ് കുന്നത്തേക്ക്. അവിടെനിന്ന് തീക്കനലിലേക്ക്. പുലരാൻ രണ്ടു നാഴിക ബാക്കിയായപ്പോൾ അവിടെനിന്ന് പാവുതറക്കാവിലേക്ക് മടക്കം...

◆◆◆

*ഊരാഴ്മ – ക്ഷേത്രങ്ങളിലെ പൂജ ചെയ്യാനുള്ള അവകാശം
*ശാൾ – പിശാച് എന്ന വാക്കിന്റെ നാടൻപ്രയോഗം

5

ആകാശത്തെ ചുംബിച്ചു നിൽക്കുന്ന യക്ഷിപ്പാല

കല്ലൂരേക്കുള്ള ഇടവഴിയിലേക്ക് കയറുമ്പോൾ വേണു ടോർച്ച് ഒന്ന് നീട്ടിത്തെളിച്ചു. നേർത്ത നിലാവ് വീണു കിടക്കുന്ന നീണ്ട വഴി. അതിന്റെ ഇരുപുറവും ഉയർന്നു നിൽക്കുന്ന പുരയിടങ്ങളുടെ കയ്യാലകൾക്ക് മുകളിൽ കുറ്റിക്കാടുകളാണ്.

ഇന്നലെക്കൂടി വന്ന വഴിയാണെങ്കിലും ഏതോ ഗതകാലസ്മരണകളുടെ കൈകൾ വന്ന് പിടിച്ചുനിർത്തിയതു പോലെ വേണു ആ വഴിയിലേക്ക് ഒരു നിമിഷം നോക്കിനിന്നു. അയാൾക്ക് വിസ്മയമാണുണ്ടായത്.

ഇന്നലെ വരെ അന്വേഷിക്കാത്തതെന്താണ് ഇന്നിപ്പോൾ തന്റെ കണ്ണുകൾ തേടുന്നത്....! പരിചിതമായ ഈ പരിസരമാകെ ഇപ്പോൾ ആദ്യമായി കണ്ടതുപോലെ ശ്രദ്ധിക്കേണ്ടിവരുന്നതെന്തുകൊണ്ടാണ്...!

ഒന്നിനും വേണുവിന് ഉത്തരമില്ലായിരുന്നു. എന്നാൽ എല്ലാം അമ്മയുടെ നിശ്ചയങ്ങൾ എന്ന തിരിച്ചറിവോടെ അയാൾ നടന്നു. ബാല്ല്യത്തിന്റെ ഓർമ്മകളാണ് ആ നേരം അയാളുടെ മനസ്സിലാകെ നിറഞ്ഞത്.

കുട്ടിക്കാലത്ത് പാവുതറയമ്പലത്തിലേക്ക് പോകുമ്പോഴും അമ്പലമുക്കിലുള്ള പൂത്തേടത്തെ മാക്കാനപ്പൂപ്പന്റെ പീടികയിലേക്ക് പോകുമ്പോഴും വെള്ളയ്ക്കാ വണ്ടി ഇവിടെ വരെ മാത്രമെ കൊണ്ടുവരൂ. എന്നിട്ട് ഈ കുറ്റിക്കാട്ടിലേക്കെടുത്തു വെയ്ക്കും. പിന്നെ തിരികെ വരുമ്പോൾ ഇവിടെ നിന്നതെടുക്കും. ഇടതു വശത്തുള്ള കീരിക്കാട്ടു കാവിലെ വലിയ മരങ്ങളിലേക്ക് പടർന്നു കയറിയിട്ടുള്ള പുല്ലാഞ്ഞി വള്ളികളിൽ നിന്ന് വീഴുന്ന അതിന്റെ ഉണങ്ങിയ പൂക്കൾ കറങ്ങിക്കറങ്ങി താഴേക്ക് വന്നുവീഴും. അവിടെയുള്ള പൂഴിമണ്ണിലൂടെ വെള്ളയ്ക്കാ വണ്ടി ഓടിക്കാനൊരു രസമാണ്. വെള്ളയ്ക്കാ വണ്ടിയുടെ ദൂരപരിധി നിശ്ചയിച്ചിരുന്നത് അമ്മയോ അച്ചനോ ആയിരുന്നില്ല. അപ്പൂപ്പൻ കേശവപിള്ളയായിരുന്നു.

വേണു, കല്ലൂരെ പുരയിടത്തിലേക്ക് കയറുമ്പോൾ വലതുവശത്ത് ആകാശം മുട്ടെ നിൽക്കുന്ന വലിയ പാലയിലേക്ക് നോക്കി.

തെക്കേത്തിണ്ണയിലിരുന്ന് രാത്രിയിലേക്കു നോക്കിയാൽ ആരുടെയും ശ്രദ്ധയിൽപ്പെടുക കന്നിമൂലയ്ക്ക് നിൽക്കുന്ന ഈ യക്ഷിപ്പാലയാണ്. ആകാശത്തിലേക്കുയർന്നു നിൽക്കുന്ന അതിന്റെ മുകൾപ്പരപ്പ് താഴെനിന്നു നോക്കിയാൽ ഏറെ ഭംഗിയാണ്. വിടർന്നു നിൽക്കുന്ന ആ പച്ചപ്പിലേക്ക് നോക്കുമ്പോൾ ചിലപ്പോൾ ഭയമുണ്ടാകും. കാരണം ആ തലപ്പിലാണല്ലോ യക്ഷിയമ്മ വന്നിരിക്കുന്നത്. പനയന്നാർകാവിൽ നിന്ന് പാവുതറക്കാവിലേക്കുള്ള യക്ഷിയമ്മയുടെ വരത്തുപോക്ക് ഈ വഴിയ്ക്കാണ്. ആകാശയാത്രയ്ക്കിടെയുള്ള ഏക ഇടത്താവളം കല്ലൂരെ പാലമരമാണ്.

വെള്ളയ്ക്കാ വണ്ടിയുടെ സ്ഥലപരിധി നിശ്ചയിച്ചിരുന്നത് അപ്പൂപ്പനാണെങ്കിലും ഈ കഥകളൊക്കെ പേരപ്പൻ ആനന്ദൻപിള്ളയാണ് വേണുവിന് പറഞ്ഞു കൊടുത്തിട്ടുള്ളത്. ഒടുക്കം ഒരു താക്കീതുമുണ്ടാകും.

'നീ കളിക്കാനെന്നും പറഞ്ഞ് അതിന്റെ ചൊവട്ടിലോട്ടെങ്ങും പോയേക്കരുത്. പാലേൽ യക്ഷിയമ്മേടെ വരത്തുപോക്കുള്ളതാ...'

ഇപ്പോൾ, പാലയിലേക്ക് ഒന്നു വെളിച്ചം തെളിച്ചു നോക്കാൻ വേണുവിന് തോന്നി. എന്നാൽ ആരോ തന്റെ ഉള്ളിൽ തന്നെയിരുന്ന് അത് തടഞ്ഞതുപോലെ. അയാൾ സ്വയം പറഞ്ഞു:

'വേണ്ട...'

നേർത്ത നിലാവുള്ള രാത്രിയുടെ ആകാശത്ത് ആ യക്ഷിപ്പാല ഒരു വൻമരത്തിന്റെ കറുത്ത ചിത്രം പോലെയായി. ഭീമാകാരമായ ആ രൂപത്തിന് ഭയാനകമായ സൗന്ദര്യമായിരുന്നു.

പാലയുടെ കിഴക്കുഭാഗത്താണ് കല്ലൂരെ കാവ്. പാവുതറയമ്മയുടെ കാവ് കഴിഞ്ഞാൽ പിന്നെ വലിയ കാവ് കല്ലൂരേതായിരുന്നല്ലോ...

വലിയ എത്രയോ മരങ്ങളുമുണ്ടായിരുന്നു ഈ കാവിൽ. മരങ്ങളിലേക്ക് പടർന്നു കയറിയിട്ടുള്ള വടം പോലെയുള്ള വള്ളികൾ കാവിലെ ശിലയിൽ ഉറങ്ങുന്ന നാഗരാജാക്കന്മാരും നാഗയക്ഷികളുംതന്നെയാണെന്നു തോന്നിപ്പോകും. കുറ്റിക്കാടുകൾകൊണ്ടു നിബിഡമായിരുന്നു കാവ്. അവയ്ക്കൊക്കെ ഇടയിൽ വളർന്നു പൂത്തു നിൽക്കുന്ന പേരറിയാത്ത അപൂർവ്വം സസ്യങ്ങൾ. ഓണത്തിന് ഊഞ്ഞാൽ കെട്ടാൻ എല്ലാ കൊല്ലവും വേട്ടോൻ കുഞ്ഞിക്കാണിയാണ് ഊഞ്ഞാൽവള്ളി മുറിച്ചു തരുന്നത്. കുഞ്ഞിക്കാണിയ്ക്കും ആയില്ല്യത്തിന് നൂറും പാലും പൂജയ്ക്കായി കാവടയില്ലത്തുനിന്നു വരുന്ന കുഞ്ഞിക്കുട്ടൻ തിരുമേനിക്കുമേ കാവിൽ കയറാനുള്ള അവകാശമുണ്ടായിരുന്നുള്ളൂ. നാഗരാജാവിനും

നാഗയക്ഷിയ്ക്കും കരിയ്ക്കാടിയിട്ട് അത് കാവിനു പുറത്തേക്കുള്ള വഴിയിലേക്കിടുമ്പോഴും തിരുമേനിയുടെ അനുചരന്മാരാരെങ്കിലുമാവും അതെടുത്തു തരുന്നത്.

ഇപ്പോൾ ആ കാവ് വെറും ഒരു കുറ്റിക്കാട് മാത്രമായിരിക്കുന്നു...! ഒരു പനയും ഒരു ചാരും മാത്രമെ തലയെടുപ്പുള്ളതായി അവിടെയുണ്ടായിരുന്നുള്ളൂ.

വേണു കല്ലൂരെ മുറ്റത്തെത്തി. അയാൾ ഇന്നലെയും പുലർച്ചെ വന്നു തൊഴുത കളരിയിലേക്കൊന്നു നോക്കി. തകർന്നുതുടങ്ങിയ കളരിയുടെ ഓടുകൾ പലയിടങ്ങളിലായി പൊട്ടിയിട്ടുണ്ട്. കഴുക്കോലുകളിൽ ചിലത് കളരിയ്ക്കകത്തേക്ക് ചെതുക്കിച്ച് അടർന്ന് തൂങ്ങിയും. നീണ്ട, ദീർഘചതുരത്തിലുള്ള കളരിപ്പുര ഏതു നേരവും നിലംപൊത്തുന്ന അവസ്ഥയിലായിക്കഴിഞ്ഞിരുന്നു. കളരിയ്ക്കകത്ത് തെക്കേ അറ്റത്ത് മദ്ധ്യഭാഗത്തായി വെച്ചിരിക്കുന്ന പ്രത്യേകിച്ച് രൂപമൊന്നുമില്ലാത്ത ശിലയാണ് സർവ്വവും...

വേണു, അണയാറായ കൽവിളക്കിലെ നെയ്ത്തിരിയിലേക്ക് നോക്കി.

അത് കരിന്തിരിയെരിയാൻ പോവാണല്ലോ...!

അയാൾ വേഗം കളരിയിലേക്ക് ചെന്നു. ആ വിളക്കിന്റെ തിരി അല്പം കൂടി ഉയർത്തി വെച്ചപ്പോൾ മങ്ങിമങ്ങി നിന്ന ഇത്തിരിവെട്ടം വേണുവിന്റെ മുഖത്തേക്കൊന്ന് തെളിഞ്ഞ് പ്രകാശിച്ചു. കളരിയ്ക്കകത്തേക്ക് കയറിയ അയാൾ എണ്ണക്കുപ്പിയിൽ നിന്ന് ഇത്തിരി എണ്ണ കൽവിളക്കിലേക്കൊഴിച്ചു.

'ആരാദ്...?'

കല്ലൂരെ തിണ്ണയിൽ നിന്ന് കേട്ടത് പേരപ്പന്റെ ശബ്ദമാണെന്ന് വേണുവിന് മനസ്സിലായി. അയാൾ അങ്ങോട്ടു തിരിഞ്ഞു നോക്കിയിട്ട് പറഞ്ഞു:

'ഞാനാ പേരപ്പാ, വേണുവാ...'

എന്നാൽ വേണുവിന്റെ മറുപടിയ്ക്ക് ഉടനെ പ്രതികരണമുണ്ടായില്ല. അയാൾ കളരിയിൽനിന്ന് വീട്ടിലേക്ക് കയറിച്ചെന്നു.

ആനന്ദൻപിള്ള തിണ്ണയിൽ കിടക്കുകയായിരുന്നു. ചരിഞ്ഞു കിടന്ന ആ നോട്ടത്തിലാണ് ആരോ കളരിയിലെ വിളക്ക് തെളിച്ചതായി അയാൾ കണ്ടത്. വേണു അടുത്തുചെന്നു നിന്നപ്പോൾ ആനന്ദൻപിള്ള അതേ കിടപ്പിൽ കിടന്നുകൊണ്ടുതന്നെ ആരോടെന്നില്ലാതെ പറഞ്ഞു:

'ഇപ്പം നിനക്ക് മനസ്സിലായല്ലോ... ഇത്രേയുള്ളൂ. നടന്നതൊക്കെ നടന്നു. അതും എന്നാ... പത്തമ്പതുകൊല്ലം മുമ്പ്... ഇനീപ്പമൊന്നും നട

ക്കാംപോന്നില്ല...'

വേണു, ആ ഇളംതിണ്ണയിൽ ആനന്ദൻപിള്ളയുടെ അടുത്തായി ഇരുന്നു. കുറച്ചുനേരം ഒന്നും മിണ്ടിയില്ല. അഞ്ചു പതിറ്റാണ്ടിനപ്പുറത്തുള്ള കാലദൈർഘ്യത്തെക്കുറിച്ചോർത്തു. വർത്തമാനകാലത്തിലേക്ക് അടുപ്പിക്കാനാവാത്ത അതിന്റെ അകലം തെല്ലാശങ്കയോടെ അയാളറിഞ്ഞു. എങ്കിലും ആ ശൂന്യതയുടെ പാഴ്നിലങ്ങൾ താണ്ടി മെല്ലെ അയാൾ തന്റെ കാലത്തേക്കെത്തി.

'ഇപ്പോഴിങ്ങനെയൊരു പരാജയമുണ്ടായി; ശരിയാണ്. എന്നാലതുകൊണ്ട് ഇനീമൊരു ശ്രമവും വേണ്ടെന്നാണോ പേരപ്പൻ പറേന്നത്...?'

ആനന്ദൻപിള്ള ഇപ്പോൾ എഴുന്നേറ്റിരുന്നു.

'അല്ലാതെ പിന്നെ...! ഇതിലും വല്ല്യ ശ്രമമിനിയെന്തോന്ന് നടത്താനാ...! നീ നിന്റെ കാര്യം നോക്ക് വേണൂ. നിന്റെ കൈയ്യിലെ കാശുതീരുമ്പം ഈ സോക്കേടും തീരുമെന്നാ ഇപ്പമെല്ലാരും പറേന്നെ...'

ആനന്ദൻപിള്ളയുടെ കുറ്റപ്പെടുത്തൽ കേട്ടപ്പോൾ വാസ്തവത്തിൽ വേണുവിന് വല്ലാതെ ദേഷ്യവും വിഷമവുമുണ്ടായി. എന്നാൽ സ്വയം നിയന്ത്രിച്ച് സംയമനത്തോടെ അയാൾ പുറത്തെ ഇരുട്ടിലേക്ക് നോക്കി.

'അങ്ങനെ പറേന്നവർക്കൊന്നും മറുപടി പറയാൻ ഞാനേതായാലുമുദ്ദേശിക്കുന്നില്ല. പണമല്ല പ്രശ്നം. അതുണ്ടാകും, ചിലവാകും. പക്ഷെ ശരിയെന്നുറപ്പുള്ള ഒരു കാര്യത്തിനെറങ്ങിത്തിരിച്ചാൽ അതു നേടുന്നതുവരെ അതിനുവേണ്ടി ശ്രമിക്കണം. അതാ ഞാൻ മനസ്സിലാക്കിയിട്ടുള്ളത്.'

ഇപ്പോൾ അകത്തുനിന്ന് ആനന്ദൻപിള്ളയുടെ ഭാര്യ ഭാർഗ്ഗവിയമ്മ തിണ്ണയിലേക്കു വന്നു. കറണ്ടില്ലാതിരുന്നതുകൊണ്ട് അവരുടെ കൈയിൽ ഒരു കൈവിളക്കുണ്ടായിരുന്നു. പേരമ്മ പരാതിയുമായിട്ടാണ് വേണുവിന്റെ മുന്നിലേക്ക് ചെന്നത്. വിളക്കിന്റെ അരണ്ട വെളിച്ചത്തിൽ ദേഷ്യം നിറഞ്ഞ അവരുടെ മുഖം വേണു കണ്ടു.

'ഏതായാലും നിന്റകൂടെറങ്ങിത്തിരിച്ച് ശിവന്റെ പണീമിപ്പം പോയീന്നാ തോന്നുന്നെ. എലക്ട്രിക്ക്കാർടെ പണിക്കൊന്നും നേരത്തും കാലത്തും പോകാതെ പടേനിക്കെന്നും പറഞ്ഞ് നടന്നു. ഇനീപ്പമങ്ങോട്ട് ചെല്ലണ്ടാന്നാ അവര് പറേന്നത്...'

വേണുവിന് പെട്ടെന്ന് അതിനൊരു സമാധാനം പറയാൻ കഴിഞ്ഞില്ല. കാരണം ഇങ്ങനെയെന്തെങ്കിലുമൊക്കെ ഉണ്ടായിട്ടുള്ളതിനെപ്പറ്റി അയാൾക്ക് യാതൊരറിവുമില്ലായിരുന്നു.

പേരമ്മയുടെ കൈയ്യിലിരുന്ന് മുനിഞ്ഞ് കത്തുന്ന കൈവിളക്കിനപ്പു

റത്ത് അകത്തെ ഏതോ മുറിയിൽ മറ്റാരുടെയോ പിറുപിറുപ്പും ഇപ്പോൾ വേണു കേട്ടു. ഒന്ന് ശ്രദ്ധിച്ചപ്പോൾ അത് തുളസിച്ചേച്ചിയാണെന്ന് മനസ്സിലായി. ശിവന്റെ ജ്യേഷ്ഠൻ സുരേന്ദ്രന്റെ ഭാര്യയാണ് തുളസി. അവർ വേണു കേൾക്കാൻവേണ്ടി അല്പം ശബ്ദമുയർത്തി പറഞ്ഞു:

'നേരത്തെ എടയ്ക്കൊക്കെയൊള്ളാർന്നു. ഇപ്പമെന്നും കള്ളുകുടിയാ. വീട്ടിൽ സമാധാനമൊണ്ടോ... പത്തുപൈസാ എടുക്കാനൊണ്ടോ... ഒന്നുമില്ല...'

തുളസി പറഞ്ഞതിനേ പിടിച്ച് ഭാർഗ്ഗവിയമ്മ അതു പൂർത്തിയാക്കി.

'മെക്കാടുപണിക്കാർക്കിപ്പം അറുനൂറാ കൂലി. പറഞ്ഞിട്ട് വല്ല കാര്യോമൊണ്ടോ...! പണിക്കു പോയാലല്ലേ അതു കിട്ടൂ...'

ഭാർഗ്ഗവിയമ്മയുടെ കണ്ഠമൊന്നിടറി. പഴിയെല്ലാം വേണുവിലാരോപിക്കുമ്പോഴും അവരുടെ വികാരം ഇടയ്ക്കൊന്ന് തുളുമ്പി.

'മുടിഞ്ഞോൻ; നാലുകാലേലെല്ല്യോ ഇപ്പം നടക്കുന്നെ...'

ഇതുകേട്ട തുളസി ഒരു അന്തരയക്ഷിയെപ്പോലെ തിണ്ണയിലേക്ക് ചീറിയടുത്തു.

'അതു നിങ്ങടെ വളത്തു ദോഷം...'

മരുമകളുടെ കൂരമ്പേറ്റതുപോലെ ഭാർഗ്ഗവിയമ്മ പെട്ടെന്ന് നിശ്ശബ്ദയായി. ഇത്രയും നേരം ഒന്നും മിണ്ടാതിരുന്ന ആനന്ദൻപിള്ള, ഭൈരവി വീശി തിരിയുന്നതുപോലെ ഒന്ന് വെട്ടിത്തിരിഞ്ഞു.

'കേറി പോയീനെടീ എല്ലാം. സന്ധ്യയ്ക്കിരുന്നു കൊരയ്ക്കുന്നു...'

പെട്ടെന്ന് ആ അന്തരീക്ഷം നിശ്ശബ്ദമായി. പുറത്തെ രാത്രിയുടെ ഇരുള് അവരേയും ഗ്രസിച്ചു. രാത്രിയുടെ ഉപരിതലത്തിൽ ചീവീടുകളുടെ ശബ്ദം മാത്രമായി. എല്ലാവരും ആ കൈവിളക്കിന്റെ അരണ്ട വെട്ടത്ത് അവിടവിടെയായി ഇരുളിന്റെ ഇരകളെപ്പോലെ നിശ്ശബ്ദരായി ഇരിക്കുകയാണ്. പിന്നെ പുറത്തെ ഇരുട്ടിലേക്ക് നോക്കി വേണു ആരോടെന്നില്ലാതെ പറഞ്ഞു:

'ഞാനറിഞ്ഞോണ്ട് ആർക്കുമൊരു ദോഷോം ചെയ്തിട്ടില്ല. സഹകരിക്കാനും കഴീമെങ്കിൽ സഹായിക്കാനുമേ ശ്രമിച്ചിട്ടൊള്ളൂ. ഇനീമായാലും അതങ്ങനേയുള്ളൂ. പിന്നെ, പാവുതറക്കാവിൽ പടേനി നടക്കണമെന്ന് മറ്റാരേക്കാളും താത്പര്യം കാണിക്കണ്ടത് നമ്മുടെ കുടുംബമാണ്. ആ തോന്നൽ എന്റെയുള്ളിലുണ്ടാക്കിയത് ഭഗവതി തന്നെയാണെന്നാണ് എന്റെ വിശ്വാസം...'

വേണു തിണ്ണയിൽ നിന്നിറങ്ങിയപ്പോൾ അയാൾ മടങ്ങിപ്പോവുകയാണെന്ന് കരുതി ആനന്ദൻപിള്ള ചോദിച്ചു:

'നീ പോവാന്നോ...? എന്തിനാ വന്നേന്ന് പറഞ്ഞില്ല...!'

'...അല്ല പേരപ്പാ, പോകാനല്ല ഞാനെഴുന്നേറ്റത്. നമുക്ക് കളരീലോട്ടൊന്ന് പോണം.'

'ഉം..., എന്തിനാ...?'

'ഞാൻ കുഞ്ഞിലെയെങ്ങാണ്ട് ഗണപതീം പടിവട്ടോമൊന്ന് ചവുട്ടി. പിന്നെ കോളജീന്ന് വന്നെടയ്ക്ക് വീണ്ടും അതൊന്നൂടാവർത്തിച്ച് ഭൈരവി തുള്ളി. അത്രേയുള്ളൂ. എനിക്കിപ്പം ഒന്നൂടാച്ചൊവിടുകളൊക്കെയൊന്നുറപ്പിക്കണം...'

മനസ്സിന്റെയും ശരീരത്തിന്റെയും അസ്വസ്ഥതകൾക്കിടയിലും പെട്ടെന്ന് ഉള്ളിലൊരു പന്തത്തിന്റെ തെളിച്ചമുണ്ടായതായി ആനന്ദൻപിള്ളയ്ക്ക് തോന്നി. അയാൾ മൂളീം ഞരങ്ങീം കട്ടിലിൽ എഴുന്നേറ്റിരുന്നു. എന്നിട്ട് ഒന്നു നെടുവീർപ്പിട്ട് പുറത്തേക്ക് നോക്കിപ്പറഞ്ഞു:

'എന്തോ, എനിക്കിപ്പം വേറൊന്നും പറയാംതോന്നുന്നില്ല. ങാ, എറങ്ങിക്കോ. പോവാം...'

ആനന്ദൻപിള്ള വേണുവിന്റെയൊപ്പം കളരിയിലേക്കിറങ്ങി.

ഒന്നും ചോദിക്കുകയോ പറയുകയോ ചെയ്യാനാവാതെ ഭാർഗ്ഗവിയമ്മയും തുളസിയും കളരിയിലേക്ക് പോകുന്ന അവരെ നോക്കിയിരുന്നു.

കളരിയിൽ അണയാതെ നിന്ന ആ നെയ്ത്തിരി വെട്ടം ഇപ്പോൾ ഒന്നുകൂടി തെളിഞ്ഞു.

കളരിയുടെ വാതിൽ തുറന്ന് അകത്തുകടന്ന ആനന്ദൻപിള്ള അവിടെ കമഴ്ത്തി വെച്ചിരുന്ന തടിയുരലിൽ ഇരുന്നു. രോഗഗ്രസ്തമായ ശരീരമെങ്കിലും അത് ആ തടിയുരലിനോട് ചേർന്നപ്പോൾ ഒരു ശിൽപ്പം പോലെയായി. താളത്മകമായ ശിൽപ്പം. അയാളുടെ തലയെടുപ്പിനും മുഖഭാവത്തിനുപോലും പൊടുന്നനെ ഗാംഭീര്യത്തിന്റെ ഒരു ഭാവമാറ്റമുണ്ടായതുപോലെ വേണുവിന് തോന്നി.

ഒന്ന് ദീർഘം ശ്വസിച്ചിട്ട് ആനന്ദൻപിള്ള പറഞ്ഞു:

'ഈ പ്രായത്തിനിടെ എത്രയോ പേരുടെ കയ്യീന്ന് ഞാൻ ദക്ഷിണ വാങ്ങിച്ചിരിക്കുന്നു. എന്നാൽ നിന്റെ കയ്യീന്നിത് മൂന്നാമത്തെയാ... ഓരോ തവണേം നീ ഒഴപ്പിപ്പോയി. പക്ഷെ അമ്മ നിന്നെ വിടത്തില്ല. അതാ സത്യം... വെറ്റേം പാക്കുമൊക്കെയൊണ്ടോ കയ്യില്...?'

'ഉണ്ട്...'

വേണു മടിക്കുത്തിൽനിന്ന് വെറ്റിലയും പഴുക്കാപ്പാക്കും നൂറ്റിയൊന്നു രൂപയുമെടുത്ത് പേരപ്പന്റെ കൈവെള്ളയിലേക്ക് വെച്ചുകൊടുത്തു. കിഴക്കോട്ടു നിന്ന് അത് കൊടുക്കുമ്പോൾ അയാളുടെ ഉള്ളിൽ പ്രാർത്ഥന മാത്രമായിരുന്നു.

നമസ്തേ ശരണ്യേ ശിവേ സാനുകമ്പേ

നമസ്തേ ജഗത്വ്യാപികേ വിശ്വരൂപേ
നമസ്തേ ജഗത്വന്ദ്യ പാദാരവിന്ദേ
നമസ്തേ സദാ പാഹിമാം ഭദ്രകാളീ...

വേണു ആ പാദങ്ങളിൽ തൊട്ട് നമസ്കരിച്ചു. ആനന്ദൻപിള്ളയുടെ വലത്തെ കൈത്തലം വേണുവിന്റെ ശിരസ്സിൽ ഒന്നു സ്പർശിച്ചനുഗ്രഹിച്ചു. വേണു എഴുന്നേൽക്കുമ്പോൾ അയാൾ പറഞ്ഞു:

'അന്ന് രണ്ടുപ്രാവശ്യവും നിന്റെ കൈയ്യീന്ന് ദക്ഷിണ വാങ്ങി ഞാനനുഗ്രഹിച്ചിരുന്നു. പക്ഷെ അതിൽ ഒന്നുമില്ലാരുന്നൂന്ന് ഇപ്പമെനിക്ക് തോന്നുന്നു. എല്ലാം അമ്മയുടെ നിശ്ചയങ്ങൾ...

ആനന്ദൻപിള്ളയുടെ കരൾവീങ്ങി പഴുത്തുവീർത്ത ശരീരം ഒന്നു നിവർന്നു നിന്നു. അറുപത്തിയഞ്ചിലെത്തിയ ആ ദീർഘകായ രൂപത്തിലേക്ക് കണ്ണെടുക്കാതെ ആകെയൊന്ന് നോക്കിയപ്പോൾ വേണു കണ്ടത് മറ്റൊരു കാഴ്ചയാണ്.

ആ കാലുകളിൽ ചിലങ്ക. മുട്ടിന് താഴെനിൽക്കുന്ന *മൻമല് മുണ്ട്. അതിന് മുകളിൽ വന്നു നിൽക്കുന്ന ചുവന്ന പട്ട്. അരയിൽ വിടർന്നു തെറിച്ച് നിൽക്കുന്ന ഇലഞ്ഞിത്തലപ്പുകൾ. അരയോളം എത്തി നിൽക്കുന്ന നെഞ്ചുമാല. നെഞ്ചുമാലയും കടന്ന് നിൽക്കുന്ന വല്ലം കണക്കുള്ള വയർ. കുന്നുകൾപോലെ കനത്ത് തെറിച്ച് നിൽക്കുന്ന പോർമുലകൾ. കരിമുഖം. വാപിളർന്നിറങ്ങിയ എകിറുകൾ. പച്ചപ്പാള ചെത്തിയ വെള്ള കൺവട്ടം. എഴിച്ചുനിൽക്കുന്ന പാളക്കീർ മുടി. ഇടം കൈയ്യിൽ വടി. വലംകൈയ്യുടെ കക്ഷത്തിൽ മുറം...

ഒന്നിളകി ചലിച്ചുവോ കരിമറുതാ...

പാച്ചോറ്റിക്കാവിലും അടിശ്ശേരിക്കാവിലും വെച്ച് കണ്ടിട്ടുള്ള പേരപ്പന്റെ കരിമറുതയാണ് ഇപ്പോൾ വേണുവിന്റെ അകക്കണ്ണിൽ നിറഞ്ഞത്.

'നീയെന്താ ഓർത്തു നിക്കുന്നത്...?'

'ഇല്ല... ഒന്നുമില്ല...'

'എന്നാ ചുവടെടുത്തോ ഒന്ന്...
കർതുകു തക്കിട തക്കിട തക്കിട
തോം തോം തോം തോം തോം തോം
തോം തോം തിമി തെയ്...'

•••

*ഗണപതിയും പടിവട്ടവും : പടയണി തുള്ളലിന്റെ ആദ്യ ചുവട്

6

അണയാത്ത അന്തിത്തിരി

കല്ലൂരെ പടയണിക്കളരിയുടെ പാരമ്പര്യം അറ്റുപോയത് പാവുതറ ക്കാവിലെ പടയണിക്ക് തിരശ്ശീല വീണതോടുകൂടിയായിരുന്നു. രണ്ടി നും ഇടയായത് കൊച്ചുരാമൻപിള്ളയുടെ മരണവും. പാവുതറയ്ക്കും കല്ലൂർകളരിയ്ക്കും ആ മരണം ഒരു നാഴികക്കല്ലായി തീർന്നു.

കൊച്ചുരാമൻപിള്ളയുടെ ഏകമകനായിരുന്നു കേശവപിള്ള. എന്നാൽ വല്ല്യ പടേനിക്കാരനായിരുന്ന അച്ഛന്റെ താത്പര്യങ്ങളായിരുന്നില്ല മക ന്. എന്തെങ്കിലുമൊന്ന് നിനക്കൂടെ പഠിക്കല്ലോ എന്ന് കൂടെ കൂടെ കൊ ച്ചുരാമൻപിള്ള ചോദിക്കുമ്പോൾ കൊച്ചുകേശവൻ മുഖം തിരിക്കും. ഉട നെ, മുഖത്ത് നോക്കടാ എന്ന് കൊച്ചുരാമൻപിള്ള അല്പം ദേഷ്യത്തോ ടെ പറയും. അപ്പോൾ അവൻ പറയും.

'എനിക്ക് കാലിന് വേദനയാച്ചാ...'

'അതെന്തോ പറ്റി...?'

'അത്..., അത് പശൂന് *ചൊട്ടയടത്താൻ പള്ളത്തെ താഴത്തീടീലോ ട്ട് ചാടിയപ്പം...'

എപ്പോഴും പശുവിന് ചൊട്ടയടത്താൻ നേരത്ത്, അല്ലെങ്കിൽ *പോച്ച പറിക്കാൻ നേരത്ത് അതുമല്ലെങ്കിൽ വീട്ടിൽ കൃഷിപ്പണിക്കൊക്കെ വരു ന്ന ചെല്ലപ്പന്റെ കൂടെ കപ്പത്തണ്ട് മുറിക്കാൻനേരത്ത് എന്നിങ്ങനെ വീട്ടി ലെ കൃഷിപ്പണിയുമായി ബന്ധപ്പെട്ട എന്തെങ്കിലുമൊരു കാര്യമായിരി ക്കും കൊച്ചുകേശവൻ കാരണമായി പറയുന്നത്.

കൃഷികാര്യങ്ങളിലോ വീട്ടുകാര്യങ്ങളിലോ ഒന്നും വേണ്ടപോലെ ശ്ര ദ്ധിക്കാതെ ദേവീദാസനായി എപ്പോഴും എവിടെയെങ്കിലുമൊക്കെയായി രിക്കുന്ന കൊച്ചുരാമൻപിള്ളയുടെ മനസ്സിൽ അപ്പോൾ അന്നം വിളഞ്ഞു നിൽക്കുന്ന വയല് തെളിയും. ആ പച്ചപ്പിന്റെ ആർദ്രത അയാളുടെ ഉ ള്ളിൽ നിറയും. പിന്നെയത് മുഖത്തേക്ക് തെളിയും, വിളഞ്ഞ് കൊയ്യാ റായി കിടക്കുന്ന ഒരു വയൽ പോലെ....

കൊച്ചുകേശവന്റെ ചുമലിൽ തലോടിക്കൊണ്ട് അപ്പോൾ കൊച്ചുരാ

മൻപിള്ള പറയും:

'പൊക്കോ, പോയി വല്ലോം കഴിച്ചോ...'

എന്നാൽ മകൻ അടുക്കളയിലേക്ക് പോയിക്കഴിയുമ്പോൾ കൊച്ചു രാമൻപിള്ള കളരിയുടെ തിണ്ണയിലിരുന്ന് ആലോചിക്കും.

തന്നോടുകൂടി ഈ പാരമ്പര്യം അവസാനിക്കുകയാണോ... എന്റെ പാവുതറയമ്മേ...!

ഉത്തരമില്ലാത്ത ആ ആശങ്കയ്ക്കൊടുവിൽ, ഒരു മകൻ കൂടിയുണ്ടായിരുന്നെങ്കിലെന്നും അയാൾ ചിലപ്പോൾ ആലോചിക്കാറുണ്ട്. എന്നാൽ പെട്ടെന്ന് തൃപുരസുന്ദരിയായ ദേവി അയാളുടെ ഉള്ളിൽ നിറയും. അപ്പോൾ അയാളൊരു തീരുമാനത്തിലെത്തും.

വേണ്ട. ഈ ബ്രഹ്മചര്യം; ദേവീദാസ്യം; അതു മാത്രം മതി. എല്ലാം അമ്മയുടെ തീരുമാനങ്ങളാണ്... അമ്മ പകർന്നുതരുന്ന ഈ കരുത്ത്..., ഇത് നഷ്ടപ്പെടാൻ പാടില്ല...

അടുത്ത ദിവസം കൊച്ചുരാമൻപിള്ള കൊച്ചുകേശവനെ അടുത്തേക്ക് വിളിച്ച് അവനെ ചേർത്തുപിടിച്ചു:

'നിനക്കിഷ്ടമല്ലെങ്കിൽ നീ തുള്ളാനും കൊട്ടാനുമൊന്നും നിക്കണ്ട. വലുതാകുമ്പോ കൃഷീം കാര്യങ്ങളുമൊക്കെ കാര്യമായി നോക്കി മിടുക്കനായാ മതി...'

ഒന്ന് നിർത്തിയിട്ട് പുറത്തേക്ക് കണ്ണുപായിച്ച് കൊച്ചുരാമൻപിള്ള ആരോടെന്നില്ലാതെ പറഞ്ഞു:

'അന്നപൂർണ്ണയാണ് അമ്മ...'

ഒന്ന് നെടുവീർപ്പിട്ട് അയാൾ മകന്റെ മുഖത്തേക്ക് നോക്കി:

'ഒരു കാര്യത്തിനു മാത്രം അച്ചന് നീ ഒറപ്പ് തരണം...'

കേശവൻ ഇപ്പോൾ നിഷ്ക്കളങ്കമായി കൊച്ചുരാമൻപിള്ളയുടെ കണ്ണുകളിലേക്ക് നോക്കി.

'എന്റെ കാലം കഴിഞ്ഞാലും നമ്മുടെ കളരീല് എന്നുമൊരന്തിത്തിരി വെയ്ക്കാൻ നീ മറക്കരുത്...'

അവൻ അതിന് തലയാട്ടി.

പിന്നെ എന്നും കളരി തുടങ്ങുന്നതിനുമുമ്പ് കേശവൻ അവിടെയെത്തും. കൊച്ചുരാമൻപിള്ളയും സുഹൃത്തുക്കളും ശിഷ്യന്മാരുമൊക്കെ എത്തുമ്പോഴേക്കും കളരിയിൽ വിളക്ക് തെളിഞ്ഞിരിക്കും. വിളക്ക് കത്തിച്ചിട്ട്, കേശവൻ വീട്ടിലെ പശുവിനെ കറക്കാൻ വരുന്ന ചെല്ലപ്പന്റെ അടുത്ത് കിടാവിനെ പിടിച്ചുകൊടുക്കാൻ പോകും.

പത്ത് വയസ്സ് പൂർത്തിയാകുന്നതിനു മുമ്പുതന്നെ കൊച്ചുകേശവൻ

പഠിത്തം നിർത്തി. വടക്കേടത്തെ നാണു ആശാന്റെ കളരിയായിരുന്നു അവന്റെ പാഠശാല. കണക്കും ഭാഷയും അല്പ്പസ്വല്പ്പം സംസ്കൃതവു മായിരുന്നു പഠിക്കാനുണ്ടായിരുന്നത്. എന്നാൽ ആശാന്റെ കളരിയിൽ നിന്ന് അവൻ ഹൃദിസ്തമാക്കിയത് കണക്കു മാത്രമായിരുന്നു. ഭാഷയു ടെ ഹരിശ്രീ പോലും ഒരു രക്ഷയുമില്ലാതെ അവന്റെ നാവിൽ കുരുങ്ങി.

ഹരി സീ ഗ...ണ.....പ...തി....

ആറ്റിൽ കുളിക്കാൻ നിൽക്കുമ്പോഴും അതൊന്ന് ഓർത്തു ചൊല്ലാൻ അവൻ ശ്രമിച്ചു നോക്കി. പക്ഷെ കഴിഞ്ഞില്ല.

അടുത്ത ദിവസം നാണുആശാൻ ചെവി പിടിച്ചു ഞെരുടി ഒരു പരു വമാക്കുമെന്ന് ആലോചിച്ചപ്പോൾ കൊച്ചുകേശവൻ ആറ്റിലേക്കെടുത്തു ചാടി. മുങ്ങിക്കയറി വന്നപ്പോൾ ഉറച്ച ഒരു തീരുമാനമെടുത്തു.

നാളെമുതൽ കളരീപ്പോന്നില്ല.....

എന്നാലും പഠിച്ച ഗണിതം അവൻ ഉള്ളിൽ കൊണ്ടുനടന്നു. ഓരോ ചുവടിലും അത് താളംപോലെ ചൊല്ലി.

എല്ലുമുറിയെ പണിയെടുത്താൽ പല്ലുമുറിയെ തിന്നാം എന്ന് ചെല്ല പ്പന്റെ സഹായിയായി തെങ്ങിന്റെ തടത്തിൽ കുമ്മായം വാരിയിടുമ്പോൾ അവൻ മനസ്സിൽ പറഞ്ഞു. അതുപോലെ കൊയ്ത്തും മെതീം കഴിഞ്ഞ് വയലിലെ പതമളക്കുമ്പോൾ അമ്മ ദേവകിക്കും ചെല്ലപ്പനുമൊപ്പംനിന്ന് കേശവനും എണ്ണി

ഒന്നേ... ഒന്നെ...

രണ്ടേ... രണ്ടെ...

ഇങ്ങനെ വളർന്നുവന്ന കേശവന്റെ മനസ്സിൽ അദ്ധ്വാനവും കണക്കു കൂട്ടലും ദൃഢമായി. ആ ശേഷി, അച്ചന്റെ ദാരുണമായ മരണമുണ്ടാക്കി യ ആഘാതത്തെപ്പോലും വളരെ പെട്ടെന്ന് തരണം ചെയ്യാൻ അയാളെ സഹായിച്ചു. അച്ഛന്റെ മരണം ഒരു കൊലപാതകമാണെന്ന് തിരിച്ചറിയു മ്പോഴും, അത് വിധിയാണെന്ന് സ്വയം ആശ്വസിപ്പിച്ച് അയാൾ കൃഷി കാര്യങ്ങളിൽ വീഴ്ച്ച വരാതെ ശ്രദ്ധിച്ചു.

കേശവന് വയസ്സ് ഇരുപതായപ്പോൾ ദേവകി അവനെ അടുത്തേക്ക് വിളിച്ചിരുത്തി പറഞ്ഞു:

'അച്ചനില്ലാത്ത നിന്റെ കാര്യങ്ങൾ നോക്കാൻ ഞാനേയുള്ളൂ, എനി ക്കാണേല് ഓരോ ദിവസം കഴീന്തോറും വയ്യാണ്ട് വയ്യാണ്ട് വര്കാ. ഞാം പറഞ്ഞുവരുന്നത്, നിനക്കിനിയൊരു കൂട്ടുവേണമെന്നാണ്. നമക്കൊരു പെണ്ണിനെ ആലോചിക്കണം...'

'ഏത് പെണ്ണ്...?'

'വേറാരുമല്ല, നമ്മടെ ഗൗരി തന്നെ. പറഞ്ഞുവരുമ്പം അവള് നിന്റെ മൊറപ്പെണ്ണല്ലെ...'

കേശവൻ കുറച്ചുനേരത്തേക്ക് ഒന്നും മിണ്ടിയില്ല. പലതും ആ നേരം അവന്റെയുള്ളിലൂടെ കടന്നുപോയി.

മുറച്ചെറുക്കനെ കല്ല്യാണം കഴിച്ച അമ്മയുടെ അവസ്ഥ... ബന്ധങ്ങൾക്കുള്ളിലെ ബന്ധങ്ങൾ...

കേശവൻ അവിടെ നിന്നെഴുന്നേറ്റ് പോകുമ്പോൾ പറഞ്ഞു:

'എനിക്കറിയത്തില്ല. അമ്മേടിഷ്ടം...'

അങ്ങനെ ഒരമ്മാവനായി വരുന്ന തേലപ്പുറത്തെ അച്യുതപ്പണിക്കരുടെ മകൾ ഗൗരിയെ കേശവപിള്ള വിവാഹം കഴിച്ചു. അദ്ധ്വാനിയായ കേശവപിള്ള ഭാര്യയെ നന്നായി നോക്കി. തന്റെയൊപ്പം വീട്ടുകാര്യങ്ങൾ നോക്കാൻ അവരേയും പ്രാപ്തയാക്കി. കഠിനാദ്ധ്വാനത്തിന്റെ കരുത്തും സംപുഷ്ടിയും അവരുടെ ജീവിതത്തിൽ നിറഞ്ഞു.

കല്ലൂരെ ആറ്റീടികളിലുള്ള എക്കലുകൾ വെള്ളപ്പൊക്കങ്ങളിൽ ഒലിച്ചുപോകാതിരിക്കാൻ കേശവൻ അവിടമാകെ നായിങ്കണയും കുരീക്കരുമ്പും വെച്ചുപിടിപ്പിച്ചു. അങ്ങനെ ഓരോ വെള്ളപ്പൊക്കത്തിനും അടിഞ്ഞുവന്ന എക്കൽപ്പുറ്റുകൾ വെട്ടിനിരത്തി അയാൾ മകരത്തിൽ കപ്പയിട്ടു. കുംഭംമീനമാസത്തിൽ പച്ചക്കറി കൃഷി ചെയ്തു. പുരയിടത്തിലെ തെങ്ങുകൾക്ക് ആണ്ടോടാണ്ട് ഉപ്പും കുമ്മായവും ചാണകവുമിട്ട് നല്ല കായ്ഫലമുണ്ടാക്കി. പാടത്തുനിന്ന് കന്നിയിലും മീനത്തിലും ഒട്ടും കുറയാതെ നെല്ല് കൊയ്തെടുത്തു. പശുക്കൾക്ക് ഒരാണ്ട് മുഴുവൻ തിന്നാനുള്ള വൈക്കത്താരന്റെ കച്ചി തെക്കേ പഞ്ഞിമരത്തിൽ അങ്ങനെ നിന്നു. പാത്രങ്ങളിൽ ഒഴിയാതിരുന്നു, പാലും മോരും തൈരുമൊക്കെ...

ഇതിനോടകം ഗൗരി രണ്ടു പെറ്റു. രണ്ടും ആൺകുഞ്ഞുങ്ങൾ. മൂത്തവൻ ആനന്ദൻ, ഇളയവൻ സഹദേവൻ. കേശവപിള്ള ഭാര്യയേയും മക്കളേയും കൃഷികാര്യങ്ങളിലും വീട്ടുകാര്യങ്ങളിലുമൊക്കെ ഇടപെടുത്താൻ എപ്പോഴും ശ്രദ്ധിച്ചിരുന്നു. ഏറ്റിടീക്കുമ്പോൾ തേങ്ങാ ഇടയ്ക്കിടെ കൂട്ടി ഇടാനും ഓലവലിച്ച് അടുക്കിവെയ്ക്കാനും കോഞ്ഞാട്ട കൊതുമ്പ് എന്നിവ പ്രത്യേകം കൂട്ടിയിടാനുമൊക്കെയായി ഭാര്യയ്ക്കും മക്കൾക്കും അയാൾ ജോലികൾ വീതംവെച്ചു കൊടുക്കും. തേങ്ങ നിറച്ച കൊട്ട മക്കൾ തന്റെ തലയിലേക്ക് വെച്ചുതരുമ്പോൾ കേശവപിള്ള മക്കളോടായി പറയും:

'കാട്ടിലോട്ടെങ്ങാനും തെറിച്ച് കിടപ്പുണ്ടോന്ന് നോക്കണം. ഒണക്കലാന്നേലറിയത്തില്ല...'

മക്കൾ തല കുലുക്കുമ്പോൾ അയാൾ തുടർന്നു പറയും:

'ഒന്നുപോലും പോകാതെ പറക്കിയാൽ രണ്ടുപേർക്കുമോരോ കരിക്കുണ്ട്...'

പിന്നെ മക്കൾക്കാവേശമാണ്. വെള്ളയ്ക്കാവരെ അവർ പെറുക്കി കൊണ്ടുവരും.

കപ്പ ഇടാനായി തണ്ടു മുറിക്കുന്നത് കേശവപിള്ളയാണ്. അതിനിടെ അയാൾ പറയും:

'ആനന്ദാ, തണ്ടിന്റെ കണ്ണ് പോകാതെവേണം തടത്തിലിടാൻ...'

ചാണകവും ചാരവും ഇളക്കിയത് ഓരോ കുത്ത് തടത്തിലിടുന്നത് ഗൗരിയമ്മയാണ്. ചിലപ്പോൾ അതിന്റെ അളവ് കുറഞ്ഞും കൂടിയുമിരിക്കും. ഇത് കാണുമ്പോൾ കേശവപിള്ളയ്ക്ക് ദേഷ്യം വരും.

'എന്റെടീ, ഇങ്ങനിട്ടാ, വെളവൊന്നുപോലാകത്തില്ല. നിന്റെ രണ്ടു കൈ വെള്ളേം ചേർത്ത് ഓരോ കുത്തിട്...'

ഗൗരിയമ്മ അന്നേരം മനസ്സിൽ പറയും:

'ഈ മനുഷന്റെ കണ്ണെത്താത്തിടമില്ലല്ലോ...'

കുബ്ലങ്ങാട്ടിൽ യോനാന്റെ കൂടെ പാട്ടക്കൃഷി ചെയ്യുന്ന മാടായി തറയിൽ കാച്ചിൽ വിളഞ്ഞ് നിൽക്കുമ്പോൾ ആ വള്ളികളിലുള്ള *കിഴയ്ക്കായുടെ എണ്ണംവരെ കൃത്യമായി കേശവപിള്ള പറയും. ഇതു കേൾക്കുമ്പോൾ, തന്നെ മിഴിച്ചുനോക്കുന്ന യോനാനോട് അയാൾ പറയും:

'താം മാപ്ലയല്ലെ, തനിക്കറിയാമല്ലോ... ഇനിയൊള്ളകാലത്ത് എല്ലാം നോക്കിക്കണ്ട് ചെയ്തില്ലെങ്കിലേ...'

◆◆◆

*ചൊട്ട - കരിമ്പിന്റെ മുളപ്പ്

*പോച്ച -പുല്ല്

*കിഴയ്ക്ക - കാച്ചിൽ വള്ളികളിലുണ്ടാകുന്ന ഉപയോഗിക്കാൻ കൊള്ളാത്ത ചെറിയ കാച്ചിൽ.

7

കർതുകു തക്കിട തക്കിട തക്കിട

എന്നാൽ കാലംചെന്നപ്പോൾ കേശവപിള്ളയുടെ മക്കളിൽ ആനന്ദൻ പിള്ള മാത്രമാണ് അച്ചന്റെ പാത പിൻതുടർന്നത്. അയാൾ എട്ടാംക്ലാസിൽ വെച്ചു തന്നെ പഠിത്തം നിർത്തി.

ചെറുശ്ശേരിയുടെ കൃഷ്ണഗാഥയിലെ, പാലഞ്ചും പുഞ്ചിരിതൂകിനിന്നങ്ങനെ നാലഞ്ചുനാളങ്ങു ചെന്നവാറേ എന്നു തുടങ്ങുന്നതു മുതൽ ചാലേ പുണർന്നങ്ങു പുണർന്നുനിന്നീടിനാൽ നീലക്കണ്ണാരുമങ്ങമ്മമാരും എന്നവസാനി ക്കുന്നതുവരെയുള്ള എട്ടുവരി കാണാതെ പഠിച്ചതു ചൊല്ലാൻ കുറുപ്പുസാറ് ആനന്ദനെ എഴുന്നേൽപ്പിച്ച് നിർത്തി. എന്നാൽ പാലഞ്ചും പുഞ്ചിരി എന്നല്ലാതെ ഒരക്ഷരം മുന്നോട്ടു പോകാൻ അവന് കഴിഞ്ഞില്ല. കുറച്ചുനേരം അങ്ങനെ പേടിയോടെ പുഞ്ചിരിച്ചു നിന്നപ്പോൾ കുറുപ്പുസാറ് ആനന്ദന്റെ കൈവെള്ളയിലേക്ക് നല്ല രണ്ടെണ്ണം കൊടുത്തു.

'ഇങ്ങനെ പാലഞ്ചും പുഞ്ചിരിയുമായിട്ട് നിക്കാനാന്നോ... നാലുദിവസം നിനക്ക് ഞാൻ സമയം തന്നത്...?'

ചൂടുകഷായം കുടിച്ച ആനന്ദൻ ഇരിക്കാതെ അവിടെ നിന്നു കിതച്ചു. ശ്വാസഗതി ഒന്നു നേരെയായപ്പോൾ അയാൾ സാറിനോടു പറഞ്ഞു:

'തന്നെ ഞാനെടുത്തോളാം...'

ആനന്ദൻ ഇത്രയും പറഞ്ഞുകൊണ്ട് ക്ലാസ്സിൽ നിന്നിറങ്ങി ഒരൊറ്റ പോക്കായിരുന്നു. അന്നു വൈകിട്ട്, എന്നെ കൊന്നാലും ഞാനിനീ പള്ളിക്കൂടത്തിൽ പോകത്തില്ലെന്ന് അച്ചനോടും അമ്മയോടും അയാൾ പറഞ്ഞു.

ആനന്ദന്റെ വാശിയും മട്ടും കണ്ടപ്പോൾ കേശവപിള്ളയ്ക്ക് ദേഷ്യം വന്നെങ്കിലും മിണ്ടാനായില്ല. ഗൗരിയമ്മ മകനെ കുറെ ശാസിച്ചുനോക്കി. പക്ഷെ അതിനും ഫലമുണ്ടായില്ല. എന്തോ, കേശവപിള്ളയ്ക്ക് ശാസിക്കാനോ വഴക്കുപറയാനോ അല്ല തോന്നിയത്. അയാൾ അവനെ അടുത്തിരുത്തി സ്നേഹത്തോടെ തലോടിക്കൊണ്ട് പറഞ്ഞു:

'മോനെ, നീയിങ്ങനെ ദുർവാശി പിടിച്ച് ഈ പ്രായത്തിൽ പഠിത്ത മൊഴപ്പരുത്. ഇനിയൊള്ള കാലത്ത് നാലക്ഷരം പഠിച്ചില്ലേൽ രക്ഷയില്ല. ഞാൻ കുറുപ്പുസാറിനോട് പറഞ്ഞോളാം. മോൻ നാളെ രാവിലെ എഴുന്നേറ്റ് കുളിച്ച് നമ്മടെ കളരീച്ചെന്ന് ഗുരുത്തദോഷം പറഞ്ഞതിന് മാപ്പ് ചോദിച്ചിട്ട് പള്ളിക്കൂടത്തിപ്പോണം...'

'ഇല്ല; എന്നെ കൊന്നാലും ഞാൻ പോത്തില്ല.'

മകന്റെ ദേഷ്യവും വർത്തമാനവും കേശവപിള്ളയിൽ ദേഷ്യവും വിഷമവുമുണ്ടാക്കി. അതൊരു വെന്ത ചിരിപോലെ പുറത്തേക്കു വന്നു. പിന്നെ അയാൾ ഒന്നു കുലുങ്ങിക്കൊണ്ട് പറഞ്ഞു:

'എഴുന്നേറ്റു പോയെന്റെ മുമ്പീന്ന്...'

'എനിക്കിപ്പം സൗര്യമില്ലടാ...'

ഇപ്പോൾ കേശവപിള്ള ഒന്നു നീറിപ്പുകഞ്ഞു. വെന്തു തൂവിയ കഞ്ഞി പോലെയായിരുന്നു അയാളുടെ ചിരി.

തന്തയെ മകൻ ധിക്കരിക്കുന്നതും എടാ എന്ന് വിളിച്ചതും കേട്ട് ഗൗരിയമ്മ കലികയറി അവിടേക്കു ചെന്നു. കൈയ്യിലിരുന്ന വിറകുകൊള്ളി കൊണ്ട് ആനന്ദന് കൊടുത്തു മൂന്നാലെണ്ണം. നീ തന്തേ ധിക്കരിക്കുമല്ല്യോടാ എന്നു ചോദിച്ചുകൊണ്ടായിരുന്നു നല്ല പൊട്ടീരു കൊടുത്തത്.

കേശവപിള്ള എല്ലാറ്റിനും സാക്ഷിയായി ഇരുന്നതേയുള്ളൂ. പിന്നെ അടികൊണ്ട് കാല് തിണർത്ത മകന്റെ അടുത്തേക്ക് ചെല്ലുകയായിരുന്നു അയാൾ.

'പോട്ട്, സാരമില്ല. അമ്മയല്ലെ തല്ലിയത്. അമ്മമാര് കുഞ്ഞുങ്ങളെ തല്ലും. അതവരടവകാശമാ.'

ആനന്ദനെ കുറച്ചുകൂടി ചേർത്തിരുത്തിയിട്ട് വീണ്ടും അയാൾ ആശ്വസിപ്പിച്ചു.

'മോൻ നാളെ മൊതൽ പള്ളിക്കൂടത്തിൽ പോകണ്ട. കരയാതിരി...'

ഇപ്പോൾ ആനന്ദന്റെ കരച്ചിലിന് ആശ്വാസമായി. ഗൗരിയമ്മയും അവിടേക്ക് വന്നു. അവർ അവന് ചോറു വാരിക്കൊടുത്തു. അതുകണ്ടപ്പോൾ സഹദേവനും അവിടേക്ക് ചെന്നു. കേശവപിള്ള അവനും ചോറ് വാരി ഉരുട്ടിക്കൊടുത്തു. അങ്ങനെ മക്കൾ രണ്ടുപേരും ഊണ് കഴിഞ്ഞ് കിടന്നുറങ്ങി.

പിറ്റേന്നു മുതൽ കേശവപിള്ളയ്ക്കൊപ്പം കണ്ടക്കൃഷിക്കും ആറ്റുപള്ളത്തെ കൃഷിക്കുമൊക്കെ പോയി ആനന്ദൻ. വയസ്സ് പതിനഞ്ച് തികഞ്ഞിരുന്നില്ല, ഒരുദിവസം ആനന്ദൻ ചേനയ്ക്ക് പൂളു വെട്ടി വെച്ചിരിക്കുന്നതു കണ്ടപ്പോൾ കേശവപിള്ളയ്ക്ക് അതിശയമായി. അയാൾ ആ ചേന

പ്പൂളുകളിലേക്ക് നോക്കിപ്പറഞ്ഞു:

'നോക്ക്, ആ കണ്ണൊരെണ്ണം പോകാതെ ഇത്രേം പൂളിവനെങ്ങനെ വെട്ടി... മിടുക്കൻ!'

പിന്നെ ആ ചേനപ്പൂളുകളെല്ലാം ആനന്ദൻതന്നെ *ചാണകപ്പാലിൽ മുക്കി നിരനിരയായി വെയിലത്തു കൊണ്ടുവെച്ചു.

*ഊത്തവെള്ളത്തിൽ മടവല പിടിക്കാനും വീശുവലയെറിയാനും മിടുക്കനായിരുന്നു ആനന്ദൻ. ഊത്തയുടെ വാളയും തൂളിയുമൊക്കെ കയറി ഉടക്കുന്നതു വരെ പുതുവെള്ളത്തിന്റെ കറക്കലിൽ അനക്കമില്ലാതെ ആനന്ദൻ എത്രനേരം വേണമെങ്കിലും നിൽക്കും. തണുപ്പും മഴച്ചാറ്റലുമൊന്നും അവനെ ബാധിക്കത്തില്ല. വലയിൽ മീനുടക്കിയാലത് മിന്നൽ വേഗത്തിൽ വലിച്ചുയർത്തിയെടുക്കാൻ ഒരു പ്രത്യേകവശമാണയാൾക്ക്. കൂടെയുള്ളവർ, ഓ മെനക്കേടാ ഒരനക്കോമില്ല എന്നൊക്കെ പറഞ്ഞ് അപ്പോഴേക്കും ആറ്റുകടവിൽ നിന്ന് പോയിരിക്കും. തനിക്ക് കിട്ടിയ വാളയും തൂളിയുമൊക്കെ *തൂശിയിൽ കോർത്ത് അയാൾ വീടെത്തുമ്പോൾ മിക്കപ്പോഴും നേരമിരുട്ടും. വീട്ടിലെത്തിയാലോ, ആ രാത്രിയിൽതന്നെ മീനിന്റെ *പരിഞ്ഞിലെടുക്കും. അത് തേങ്ങാപ്പീരയും ഉപ്പും പച്ചമുളകും ഉള്ളിയുമൊക്കെ ചേർത്ത് നല്ലതുപോലെ കുഴച്ചടിച്ച് പരിഞ്ഞിലടയുണ്ടാക്കും. ദോശക്കല്ലിൽ മൊരിയുന്ന അതിന്റെ മണമടിക്കുമ്പോൾ സഹദേവനുണരും. പിന്നെ, പമ്മി പതുങ്ങി എഴുന്നേറ്റ് അടുക്കളയിലേക്കു ചെന്ന് ചേട്ടൻ പരിഞ്ഞിലട തിന്നുന്നത് നോക്കി നിൽക്കും അയാൾ.

'ങും... വേണോ...?'

സഹദേവൻ തലകുലുക്കും. പിന്നെ ചേട്ടനും അനിയനുംകൂടി അട തീറ്റിയാണ്. അടുക്കളയിൽ നിന്നിറങ്ങുമ്പോൾ, ആനന്ദൻപിള്ള ഒരേമ്പക്കം വിടും. കേശവപിള്ള ഉറക്കമായിരിക്കുമെങ്കിലും ഗൗരിയമ്മ അപ്പോഴേക്കും അടുക്കളയിലേക്ക് വരും.

'എല്ലാം കഴുകി വെച്ചിട്ടില്ല്യോ...?'

ആനന്ദൻ തലകുലുക്കും. എന്നാലും ഗൗരിയമ്മ ദോശക്കല്ലും *ലോട്ടായും ചട്ടുകവും പിഞ്ഞാണവുമെല്ലാം എടുത്തുനോക്കും. എന്നിട്ട് അവർ മനസ്സിൽ പറയും.

ഞാൻ തേച്ചുമെഴക്കി വെച്ചേനേക്കാളും വൃത്തി...!

കൃഷിയിലും മീൻപിടുത്തത്തിലുമൊക്കെ തന്നേക്കാൾ മിടുക്കനായിട്ടാണ് ആനന്ദൻ വളരുന്നതെന്നോർക്കുമ്പോഴും കേശവപിള്ളയ്ക്ക് ഒറ്റയ്ക്കിരിക്കുമ്പോൾ അയാളേക്കുറിച്ച് ആശങ്കയാണ്.

കൊള്ളാം, മിടുക്കനാണ്. എന്നാലീവന്ന കാലത്ത് ഇങ്ങനൊക്കെ മതി

യോ തമ്പുരാട്ടീ... വല്ലോം നാലക്ഷരം പടിച്ച് എങ്ങോട്ടെങ്കിലുമെറങ്ങി പോയെങ്കിലല്ലേ...

ആനന്ദനെക്കുറിച്ചുള്ള ആശങ്കയ്ക്ക് ആക്കം കൂടിയതിന്റെ കാരണം ഇതു മാത്രമായിരുന്നില്ല. അയാളുടെ പടയണിയിലുള്ള ഭ്രമവുമായിരുന്നു. എപ്പോഴും അയാൾക്കൊരു താളമുള്ളതായി കേശവപിള്ളയ്ക്കു തോന്നിയിരുന്നു. ആനന്ദൻ നടക്കുകയും എടുക്കുകയുമൊക്കെ ചെയ്യുമ്പോഴുമതുണ്ട്. തൈത്തെങ്ങിന് ചാരമിടുമ്പോൾ അത് കരിമറുത അരി പാറ്റുന്നതുപോലെയാണ്. ആറ്റുപള്ളത്തേക്ക് പോകുമ്പോൾ, സഹദേവന്റെ തലയിൽ ഒന്ന് ഞോണ്ടിയിട്ട് പേരാറ്റിൻ പെരുമണലേലോ ഞാനോ ഞാൻ പോകുന്നേനോ എന്ന് യക്ഷി തുള്ളി കളമൊഴിയുന്നതുപോലൊരു പോക്കാണ്...

പടയണി ലഹരിപിടിപ്പിക്കുന്ന ഒരു മായലോകമാണെന്നുള്ള ധാരണ കേശവപിള്ളയിൽ കുട്ടിക്കാലത്തേയുണ്ട്. അച്ചൻ, കൊച്ചുരാമൻപിള്ളയുടെ ഇനിയും പിടികിട്ടാത്ത ഇരുണ്ട അകങ്ങൾ ഇപ്പോഴുമയാളുടെ മനസ്സിലുണ്ട്. എങ്കിലും കളരിയിലെ വിളക്ക് മുടക്കംവരാതെ അയാൾ എന്നും തെളിച്ചു.

ഇപ്പോൾ മിക്കപ്പോഴും ആനന്ദനാണ് ആ ദൗത്യം ഏറ്റെടുത്തിരിക്കുന്നത്. ഒരുദിവസം ആനന്ദൻ കേശവപിള്ളയോടു ചോദിച്ചു:

'നമ്മടെ ഈ കളരി ഇങ്ങനെ കെടന്നാ മതിയോച്ചാ...?'

കേശവപിള്ള തന്റെ പിന്നിൽ നടക്കുകയായിരുന്ന മകനെ ഒന്നു തിരിഞ്ഞുനോക്കി.

'മതി. എല്ലാം അമ്മ അവസാനിപ്പിച്ചതാണ്. അതിൽനിന്ന് പഠിക്കാനുള്ള പാഠം അമ്മ തന്നിട്ടുണ്ട്. അതീ മാറുന്ന ലോകത്ത് എങ്ങനെ ജീവിക്കണമെന്നുള്ളതാ. കളരീം നടത്തി കോലോം തുള്ളി ഈവന്ന കാലത്ത് ജീവിക്കാം പറ്റത്തില്ല. പറങ്ങാണ്ടീം ചമ്പനും പറിച്ചു നടന്ന മാപ്പിളമാർ തങ്ങളുടെ പിള്ളാരെ ആ തൊഴിലൊന്നും ചെയ്യിച്ചല്ല വളത്തുന്നത്. കഷ്ടപ്പെട്ടാലും പിള്ളാരെ നാലക്ഷരം പഠിപ്പിച്ച് എങ്ങോട്ടേലും പറഞ്ഞുവിട്ട് പത്തു കാശൊണ്ടാക്കാനാ നോക്കുന്നത്. എന്നാലേ ഇനിയൊള്ള കാലത്ത് ജീവിക്കാനൊക്കത്തൊള്ളൂ...'

അച്ചൻ പറഞ്ഞതെല്ലാം കേട്ടതല്ലാതെ ആനന്ദൻ മറുപടി ഒന്നും പറഞ്ഞില്ല. ഒന്നു മൂളുകപോലും ചെയ്തില്ല. അയാളുടെ മനസ്സ് മറ്റെവിടെയോ ആയിരുന്നു. അയാൾക്കുതന്നെ വ്യക്തമല്ലാത്ത മറ്റെവിടെയോ... അവിടെ, ഒരുകടലും ഇരുകടലും പിന്നെയും കടലുകൾ കടന്ന് ഏഴാകുന്ന കടൽക്കകത്തെ കരിമ്പനയിലുള്ള അയലി യക്ഷിയുടെ ലോകമോ,

കരിമറുതയുടെ കൈലാസമാമലകളോ, ഇല്ലിക്കൽ കൊടുമുടികളോ ഒക്കെയായിരുന്നു. വീട്ടിലേക്ക് കയറുന്നതിനു മുമ്പ് കളരിയിലെ ആ വിളക്കിലേക്ക് ഒന്ന് തിരിഞ്ഞുനോക്കി അയാൾ. ആ ദീപം അയാളെ കയ്യാട്ടി വിളിക്കുന്നതുപോലെ സന്ധ്യയുടെ നേർത്ത കാറ്റിൽ ആടിക്കൊണ്ടിരുന്നു.

പിറ്റേന്നു തന്നെ, പാച്ചോറ്റിക്കാവിലാശ്ശാന്റെ വീട്ടിൽ പോയി കച്ചകെട്ടി ദക്ഷിണ കൊടുക്കാൻ ആനന്ദൻ തീരുമാനിച്ചു. തത്ക്കാലം ആരുമറിയണ്ട, പിന്നറിഞ്ഞാലറിയട്ട് എന്നു കണക്കു കൂട്ടി അയാൾ ഉറങ്ങി. അടുത്ത ദിവസം സന്ധ്യയായപ്പോൾ ആനന്ദൻ കളരിയിൽ ചെന്നു തൊഴുതിട്ട് നേരെ പടിഞ്ഞാട്ടു തിരിച്ചു.

സന്ധ്യ കഴിഞ്ഞ് കേശവപിള്ള അരക്കൊട്ടയ്ക്ക് ചക്കരക്കയറിട്ട് മുറുക്കുമ്പോൾ അതൊന്ന് ആനന്ദന് കാണിച്ചുകൊടുക്കാം എന്നു കണക്കുകൂട്ടി അവനെ തിരക്കി.

'എന്ത്യേടീ ആനന്ദൻ...?'

ഗൗരിയമ്മ അടുക്കളയിലായിരുന്നു. അവർ അവിടെ നിന്ന് പറഞ്ഞു:

'ഞാങ്കണ്ടില്ല. സഹദേവനോട് ചോദിച്ചെ...'

സഹദേവൻ ഇംഗ്ലീഷിലുള്ള ഏതോ പാഠഭാഗം വായിച്ചുകൊണ്ടിരിക്കുകയായിരുന്നു. കേശവപിള്ള അവന്റടുത്തേക്ക് ചെന്നു.

'എന്ത്യേ മോനേ ആനന്ദൻ...?'

'ഇല്ലച്ചാ, ഞാങ്കണ്ടില്ല...'

കേശവപിള്ള പിന്നെ ഒന്നും ചോദിക്കുകയോ പറയുകയോ ചെയ്യാതെ തന്റെ അരക്കൊട്ടയിൽ മുഴുകി. അതിന്റെ കണക്കും കലയുമുള്ള മുറുക്കങ്ങൾക്കിടെ അയാൾ, ആനന്ദൻ എവിടെ പോയേക്കുകയായിരിക്കും എന്ന് സംശയിച്ചു. ആ സംശയത്തെ ഉറപ്പിച്ചുകൊണ്ട്, കുട്ടയിലെ തൂശി വലിച്ച് കയറു മുറുക്കാനായി തല ഉയർത്തിയപ്പോൾ ദാ... ആനന്ദൻ കയറിവരുന്നു. അവനെ ആകെയൊന്ന് നോക്കിയിട്ട് അയാൾ ചോദിച്ചു:

'എവിടാരുന്നു നീ...?'

ഒന്നു പതുങ്ങിയിട്ടാണ് ആനന്ദൻ തലയുയർത്തിയത്.

'പാച്ചോറ്റിക്കാവിലാശാന്റെ വീട്ടിപ്പോയി...'

താൻ സംശയിച്ചതു തന്നെയാണ് സംഭവിച്ചതെന്ന് തിരിച്ചറിഞ്ഞപ്പോൾ തൂശിയുടെ മുന അബദ്ധത്തിൽ കേശവപിള്ളയുടെ വിരലിൽ ഒന്നു പോറി ചോര പൊടിഞ്ഞു. അതൊന്ന് നാവുകൊണ്ട് തൂത്തിട്ട് അയാൾ ആനന്ദനെ രൂക്ഷമായി നോക്കി. അതിന്റെ ദേഷ്യം ഭൈരവിയുടെ എകിറുകൾ

പോലെ അയാളിൽ തെളിഞ്ഞെങ്കിലും അതിൽനിന്നു തന്നെയുണ്ടായ അഗ്നിയിൽ എല്ലാം ഒരു നിമിഷം കൊണ്ട് ദഹിച്ചു. ചോര പൊടിഞ്ഞ ഇടത്തെ അണിവിരൽ ഒന്നുകൂടി വായിൽ വെച്ച് വലിച്ചിട്ട് അയാൾ തന്റെ ജോലി തുടർന്നു. എന്നിട്ട് സാവകാശം അവനോട് ചോദിച്ചു:

'പോയിട്ട്...?'

വീണ്ടും ആനന്ദൻ ഒന്നു പരുങ്ങിയിട്ട് മുഖമുയർത്തി.

കല്ലൂരെ കളരികഴിഞ്ഞേയുള്ളൂന്നും നിന്റച്ഛനിതൊന്നും വേണ്ടല്ലോന്നും അവൻ വല്ല്യ ഗ്രഹസ്ഥനായിപ്പോയില്ലേന്നുമൊക്കെ ആശാൻ പറഞ്ഞത് ആനന്ദന്റെയുള്ളിൽ തികട്ടി വന്നു. എന്നാൽ നാവിൽ വന്നത് ഇങ്ങനെയാണ്.

'ദക്ഷിണ കൊടുത്ത് കച്ച കെട്ടി. ആഴ്ച്ചേ രണ്ടു ദെവസമെങ്കിലും ചെല്ലണമെന്നും പറഞ്ഞു.'

'ഉം...'

തടസ്സമൊന്നും പറയാൻ കേശവപിള്ളയ്ക്കായില്ല. അത്താഴം കഴിഞ്ഞ് കിടക്കുമ്പോൾ ഗൗരിയമ്മ അയാളുടെ മുഖത്തേക്കു നോക്കി.

'എന്താ ഒറക്കം വരുന്നില്ലേ...?'

'ഉം..'

അതിനും കേശവപിള്ള ഒന്നു മൂളിയതേയുള്ളൂ.

ഭർത്താവിന്റെ മനസ്സു കണ്ട ഗൗരിയമ്മ പറഞ്ഞു:

'ഏതായാലുമവന്റാഗ്രഹമല്ലെ, പഠിക്കട്ടെ. അവന്റുള്ളിലങ്ങനൊരാഗ്രഹമൊണ്ടെങ്കിൽ അതുണ്ടാക്കിയത് വേറാരുമാരിക്കത്തില്ല. അമ്മ തന്നാരിക്കും...'

ഇപ്പോഴും കേശവപിള്ള മൂളിയതേയുള്ളൂ. പിന്നെ ഒന്നും ചോദിക്കുകയോ പറയുകയോ ചെയ്യാതെ ഗൗരിയമ്മ ഉറക്കത്തിലേക്ക് പോയി. കേശവപിള്ളയ്ക്ക് ഉറക്കം വന്നില്ല. അയാൾ പലതും ഓർത്തു കിടന്നു.

അച്ഛൻ...,

അച്ഛന്റേത് ഇനീം പിടികിട്ടാത്ത ജീവിതമാണ്. ആ മരണത്തെത്തുടർന്ന് താനും അമ്മയും ഒറ്റപ്പെടുകയായിരുന്നു... അച്ഛന്റേതായ സാമീപ്യം തനിക്കുണ്ടായിട്ടുള്ളത് വളരെ അപൂർവ്വമായിരുന്നു... അച്ഛൻ വരുന്നതും പോകുന്നതും പോലുമെപ്പോഴാണെന്ന് പറയാനാവില്ല... അങ്ങനെ ഒടുക്കം ഒരിക്കലും മടങ്ങിവരാതെ പോവുകയായിരുന്നു... പിന്നെ ശരിക്കും ഒറ്റപ്പെട്ടതുപോലെയായി. അമ്മയാണെങ്കിൽ ഒന്നും ചോദിച്ചാൽ നേരാംവണ്ണം പറയത്തില്ല. ഒരു രോഗിയെപ്പോലെയായിരുന്നു അമ്മ. എപ്പോഴും ഓരോരോ വൈഷമ്യങ്ങൾ... മനസ്സിന്റെ വിഷമങ്ങളാരുന്നു

അമ്മയുടെ ശരീരത്തിനേയും നശിപ്പിച്ചത്... പിന്നീടാണ് അതൊക്കെ മന സ്സിലായത്. അമ്മയ്ക്ക് തിടുക്കമാരുന്നു എന്നെ കല്ല്യാണം കഴിപ്പിക്കാൻ. എന്തോ ഒരപകടം മുന്നിൽ കാണുന്നതുപോലെ അമ്മ തിടുക്കപ്പെടുകാ രുന്നു. അങ്ങനാണ്, വേറെ ആലോചനകളിലേക്കൊന്നും പോകാതെ അ കന്ന ബന്ധത്തിൽ വരുന്ന ഗൗരി... എന്റെ വിവാഹം കഴിഞ്ഞ് ഏഴുമാ സമായപ്പോൾ അമ്മ പോയി. എന്നാലതിന്റെ ആഘാതമറിയിക്കാതെ ഇവൾ...

ഗൗരിയമ്മ കൂർക്കംവലിച്ചു തുടങ്ങിയിരുന്നു. പിന്നെ അവരിലേക്ക് ചരിഞ്ഞു കിടന്ന് കേശവപിള്ളയും ഉറങ്ങി.

മക്കളുടെ മുറിയിൽ അന്നേരവും വെട്ടമുണ്ടായിരുന്നു. എന്നാൽ ആമ ണ്ണെണ്ണവിളക്കിന്റെ മുന്നിൽ ഉറക്കമിളച്ചിരുന്നത് ആനന്ദനായിരുന്നില്ല; സഹദേവനായിരുന്നു.

ചാക്കോസാർ പറഞ്ഞുകൊടുത്ത ഹരണക്രമനിയമം മനപ്പാഠമാക്കാൻ മേശവിളക്കിന്റെ മുന്നിൽ പിന്നെയും ഏറെനേരമിരുന്നു അയാൾ. ഒടു ക്കം അത് തലയിൽ കയറി എന്നുറപ്പായപ്പോഴാണ് അവൻ ഉറങ്ങാൻ കിടന്നത്.

•••

8

വടിമാടന്റെ ദണ്ഡ്

ഓർത്തെടുക്കാൻ ശ്രമിച്ചപ്പോൾ നിമിഷംകൊണ്ട് കൈവിട്ടു കൈവിട്ടുപോയ ഏതോ ഒരു സ്വപ്നത്തോത്തുടർ ന്നാണ് വേണു ഉണർന്നത്.

എന്തായിരുന്നു അത്...

എവിടെയായിരുന്നു ആ സ്ഥലം...

ഏതായിരുന്നു അതിന്റെ കാലം...

വ്യക്തമെന്നോ അവ്യക്തമെന്നോ പറയാനാവാത്ത ആ സ്വപ്നത്തിന്റെ അവശിഷ്ടങ്ങൾ അയാളെ വേട്ടയാടുകയായിരുന്നു. വ്യക്തതയിലേക്ക് ഒന്നു കൈയ്യെത്തുമ്പോഴേക്കും കൈവിട്ട് പറന്നകന്നു പോയ പട്ടം നോക്കി നിൽക്കുന്ന ഒരു കുട്ടിയെപ്പോലെ വേണു നിസ്സഹായനായി അങ്ങനെ കിടന്നു. പിന്നെ എപ്പോഴോ കൈകൾ നെഞ്ചത്തേക്കെടുത്തുവെച്ച് കണ്ണുകളടച്ചു, ഒരു പ്രാർത്ഥനപോലെ...

ചിതറി പറന്നകന്ന സ്വപ്നത്തുണ്ടുകളുടെ നിറങ്ങൾ ഇപ്പോൾ വേണുവിന്റെ മനസ്സിൽ നിറഞ്ഞു. വെളുപ്പ്, ചുവപ്പ്, മഞ്ഞ, പച്ച, കറുപ്പ്...

വർണ്ണങ്ങളെല്ലാം കൂടിക്കലർന്നപ്പോൾ അത് അവ്യക്തമായ മറ്റൊരു നിറമായി. വേണു മെല്ലെ കണ്ണുകൾ തുറന്നു. മേലാകെ ചൂടായിരുന്നു. നെറ്റിത്തടത്തിൽ വിയർപ്പുകണികകൾ പടർന്നു. ഒന്നും വ്യക്തമായിരുന്നില്ലെങ്കിലും സ്വപ്നത്തിന്റെ നിറങ്ങളും അതുണ്ടാക്കിയ ശരീരത്തിലെ താപവും താനറിയാത്ത ഉള്ളിലെ ഏതോ സംഘർഷത്തിന്റെ ഫലമാണെന്ന് അയാൾക്ക് തിരിച്ചറിയാനായി. പിന്നെ വെറുതെ കുറച്ചുനേരം അങ്ങനെ കിടന്നു. മെല്ലെ മനസ്സാകെ ശൂന്യമായി. ആ ശൂന്യത സ്വാതന്ത്ര്യവും അതിന്റെ ശാന്തതയുമായി മാറിയപ്പോൾ അയാൾ എഴുന്നേറ്റ് വാച്ചെടുത്ത് സമയം നോക്കി. സമയം നാലര കഴിഞ്ഞിരുന്നു. ദേവി, അവൾ സുഖസുഷുപ്തിയിലാണ്.

വേണു അവളെ ഉണർത്താൻ പോയില്ല.

ബഡ്ലാമ്പിന്റെ നേർത്ത വെളിച്ചത്തിൽ ദേവിയുടെ ഉറങ്ങുന്ന മുഖം കാണാൻ അയാൾക്കിഷ്ടമാണ്. ഇതിനു മുമ്പും അയാളിത് ശ്രദ്ധിച്ചിട്ടുണ്ട്. കുറച്ചുനേരം അങ്ങനെ ശ്രദ്ധിച്ചിരുന്നാൽ ദേവിയുടെ മനസ്സിന്റെ ഭാ

വമാറ്റങ്ങൾ കാണാൻ കഴിയും. ധ്യാന സാന്ദ്രമാകുന്നതുപോലെ ആ മുഖം സൂക്ഷ്മമമാകും. ചിലപ്പോൾ ആ മുഖത്തുനിന്ന് രൗദ്രത്തിന്റെ ചുഴലി ഉയരുന്നതുപോലെ തോന്നും. മറ്റു ചില നേരം സ്നേഹവും പ്രണയവും നിറഞ്ഞു തുളുമ്പുന്നതാവും അവളുടെ നിദ്രാമുഖം.

ദേവിയുടെ സ്വപ്നസഞ്ചാരങ്ങൾ ആ കാഴ്ചയിലൂടെ വായിച്ചെടുക്കാൻ അയാൾ ശ്രമിച്ചുനോക്കും. അങ്ങനെ കൗതുകത്തോടെ നോക്കി ഇരുന്നിരുന്ന് ഒടുക്കമെത്തുമ്പോൾ ഒരാശങ്ക ഉള്ളിൽ കാർമേഘം പോലെ വന്നു പരക്കും. അത് കുറേശ്ശെ ഇരുണ്ടിരുണ്ട് ഭയമായി മാറും. കാരണം, മനസ്സ് മാത്രമായ ദേവിയെ അങ്ങനെ അധികനേരം മനസ്സിലിട്ടു കളിക്കാനാവില്ല. അതെന്തുകൊണ്ടാണെന്ന് അയാൾക്കറിയില്ല. ശരീരവും മനസ്സും ഒന്നായി കലർന്ന ജീവരൂപമായിട്ടല്ലാതെ അവളേപ്പറ്റി ചിന്തിക്കാൻ അയാൾക്ക് കഴിയില്ല.

ഇപ്പോഴും അതുതന്നെയാണുണ്ടായത്. വേണു അവിടെ നിന്നെഴുന്നേറ്റ് സിറ്റൗട്ടിലേക്കു പോയി.

താൻ കണ്ട അവ്യക്തമായ സ്വപ്നത്തേക്കുറിച്ച് ഇപ്പോൾ അയാൾ വീണ്ടും ഓർത്തു. എന്നാൽ ക്ഷണനേരം കൊണ്ടുതന്നെ ആ സ്വപ്നം എത്രയോ അകലേക്കു പോയിക്കഴിഞ്ഞു എന്ന തിരിച്ചറിവും അയാൾക്കുണ്ടായി.

വേണു ഒന്ന് നെടുവീർപ്പിട്ട് വെറുതെ പുറത്തേക്ക് നോക്കിയിരുന്നു.

ഈ നാലര... ഉണർവ്വിന്റെ, ഉൾവിളിയുടെ ഈ നേരം വാസ്തവത്തിൽ ശാസനയുടേതാണ്. വേഗം എഴുന്നേറ്റ് ജോലിക്ക് പോ എന്ന് ഉള്ളിൽനിന്നു തന്നെയുണ്ടാകുന്ന ശാസന. പതിനെട്ടു വർഷത്തെ പ്രവാസത്തിന്റെ ചടുലമായ താളമാകെ കോർത്തിരുന്നത് ഈ നാലരയിലാണ്.

ഇന്നിപ്പോൾ പ്രവാസജീവിതം മതിയാക്കി വന്നിട്ട് ഏതാണ്ട് ഒന്നര വർഷം കഴിഞ്ഞിട്ടും ആ സമയശീലം അങ്ങനെതന്നെ. ഒരർത്ഥത്തിൽ അത് നല്ലതായി എന്നു വിചാരിച്ച മനസ്സിനെ അയാൾ തിരുത്തി; ഒരർത്ഥത്തിലല്ല, എല്ലാ അർത്ഥത്തിലും...

വേണുവിന്റെ ജീവിതത്തിന് ഒരു ചിട്ടയുണ്ടാക്കിയത് അബുദാബിയിലെ ജീവിതമാണ്. ജീവിതത്തിന് ഒരർത്ഥമുണ്ടെന്ന് തോന്നിയത് വാസ്തവത്തിൽ അന്നുമുതൽക്കാണ്. അദ്ധ്വാനിച്ചുണ്ടാക്കുന്ന പണത്തിന്റെ മൂല്യം തിരിച്ചറിഞ്ഞത്, ആ പണം കടലുകടന്ന് നാട്ടിലെത്തി കുടുംബജീവിതത്തിന്റെ ഇന്ധനമായി തീർന്നപ്പോഴാണ്. കിരണിന്റെ പഠനച്ചിലവും പെൻഷനുണ്ടെങ്കിലും അച്ഛന്റെയും അമ്മയുടെയും ആവശ്യങ്ങളും ദേവിയുടെ ആവശ്യങ്ങളും വീട്ടിലെ മറ്റു ചിലവുകളുമെല്ലാം കഴിഞ്ഞും

ഒരു സംഖ്യ ബാങ്കിൽ നിക്ഷേപമായി ചെന്നുവീഴുന്നത് ഒരു അറബിക്കഥ പോലെയാണ് ചിലപ്പോഴൊക്കെ വേണുവിന് തോന്നിയിട്ടുള്ളത്.

ഒരു അവധിദിവസം കടൽക്കരയിലെ സായാഹ്നം പിന്നിട്ട് കാറിന്റെ അടുത്തേക്ക് നടക്കുമ്പോൾ വേണു വിചാരിച്ചു.

വാസ്തവത്തിൽ ഒന്നും ആഗ്രഹിച്ചതല്ല. ഒന്നും കണക്കു കൂട്ടിയതുമല്ല. എല്ലാം ഒരു നിയോഗം. അല്ലാതെന്ത്...

വേണു കുട്ടിയായിരിക്കുമ്പോൾ അവനേക്കുറിച്ച് വലിയ കണക്കുകൂട്ടലുകളാണ് സഹദേവൻപിള്ളയ്ക്കുണ്ടായിരുന്നത്. സഹദേവൻപിള്ള കണക്കിന്റെ അദ്ധ്യാപകനുമായിരുന്നല്ലോ...

സ്കൂളിൽ സഹദേവൻപിള്ളസാറിന് ഒരു വിട്ടുവീഴ്ചകളുമില്ല. കണക്ക് തെറ്റിച്ചാൽ മറ്റു കുട്ടികൾക്കെന്നപോലെ വേണുവിനും അയാൾ നല്ല കിഴുക്ക് കൊടുക്കും. അവിടെ മകനെന്നോ മറ്റു കുട്ടികളെന്നോ ഉള്ള വ്യത്യാസമില്ല സഹദേവൻപിള്ളസാറിന്. കണക്കിട്ടു കൊടുത്തിട്ട് പിന്നിൽ ചെന്ന് അയാൾ ബുക്ക് നോക്കും. തെറ്റാണെങ്കിൽ, ഓമനക്കുട്ടൻ എഴുന്നേറ്റാട്ടെന്ന് പറയും. എന്നിട്ട് ഇടത്തെ ചെവിയ്ക്കു പിടിച്ച് കിഴുക്കിക്കൊണ്ടു പറയും:

'ഇരുനൂറ്റിനാപ്പത്തിമൂന്നീന്ന് ഒമ്പത് കൊറയ്ക്കാംന്നേരത്ത് നാലീന്നൊന്നെടുക്കണമെന്ന് ഇന്നലേം ഞാം പറഞ്ഞതല്ലേടാ തൊളയാ...'

എന്നാൽ വീട്ടിലെത്തിയാൽ സഹദേവൻപിള്ളയും വേണുവും അച്ഛനും മകനും മാത്രമാണ്. ഒരുകാര്യം മാത്രം അച്ഛൻ മകനെ ഇടയ്ക്കിടെ ഓർമ്മിപ്പിക്കും.

'അന്നന്ന് പഠിപ്പിക്കുന്നത് അന്നന്നു തന്നെ പഠിച്ചോണം. എങ്കിലേ പഠിക്കുന്നതൊറയ്ക്കൂ...'

ഇത് സഹദേവൻപിള്ളയുടെ ഒരടിയുറച്ച ചിട്ടയാണ്. പഠിക്കുന്ന കാലത്തെയുള്ള ചിട്ട. അന്ന് ആനന്ദൻ പള്ളിക്കൂടത്തിൽനിന്നു വന്നാൽ പുസ്തകം തുറക്കാറില്ലല്ലോ. അയാൾ കേശവപിള്ളയ്ക്കൊപ്പം എന്തെങ്കിലുമൊക്കെ എടുത്തും പിടിച്ചുമൊക്കെ നടക്കും. എന്നിട്ട് തിണ്ണയിലേക്ക് ചെന്ന് അച്ചാ, കരിവള്ളിയെന്നാച്ചാ..., അല്ലെങ്കിൽ, ഒന്നു ചാറീരുന്നെങ്കി കപ്പക്കൊന്നു ചിക്കാമര്ന്നു എന്നൊക്കെ പറഞ്ഞുകൊണ്ടു നിൽക്കും. ഇതു കേൾക്കുമ്പോൾ കേശവപിള്ളയ്ക്ക് ഒരു നീറ്റലിന് നിറവുമാണ്. ഈ കൃഷിഭൂമിയ്ക്കപ്പുറത്തേക്ക് ഇവന് പോകാനാവുന്നില്ലല്ലോ എന്ന നീറ്റലിനെ, ങാ... കൃഷിയെങ്കിൽ കൃഷി; നല്ല കൃഷിക്കാരനാകട്ട് എന്ന നിറവ് ആശ്വാസമാകും.

'ഇല്ല. ഇന്നേഴല്ലേയായൊള്ളൂ, പതിനാറ് കഴിയണം കരിവള്ളിയ്ക്ക്.

ദേണ്ടെ, കരിവള്ളിയായാൽപ്പിന്നെ കാച്ചിലിനാത്തോട്ടെങ്ങും കേറിയേക്കരുത്...'

അനുസരണയോടെ ആനന്ദനതിന് തലകുലുക്കും.

സഹദേവൻ ഈ നേരത്ത് കണക്ക് ചെയ്തു പഠിക്കുകയോ ഭാഷ വായിക്കുകയോ ആയിരിക്കും. ഇടയ്ക്ക് അമ്മയുടെ അടുത്തുചേന്ന് ചോദിക്കും:

'അമ്മേ, ഈ മറ്റിംഗ്ലീഷെന്നു പറഞ്ഞാലെന്താമ്മേ...?'

'അദ് നമ്മടെ തോലശ്ശേരിയിലെ ഉണ്ണിക്കുട്ടന്റിഗ്ലീഷാ... സായിപ്പ് കേട്ടാലോടിക്കും...'

'അതെന്താ...?'

'അതിഗ്ലീഷും മലയാളോം ചേർത്തൊരിംഗ്ലീഷാ, ഉണ്ണിക്കുട്ടന്റെ മറ്റിംഗ്ലീഷ്...'

സഹദേവൻ ചിരിച്ചു.

ഉണ്ണിക്കുട്ടൻനായരുടെ ഇംഗ്ലീഷ് കത്തിയേപ്പറ്റി സഹദേവൻ കേട്ടിട്ടുണ്ട്. പക്ഷെ അതാണീ മറ്റിംഗ്ലീഷ് എന്ന് ഇപ്പോഴാണ് മനസ്സിലായത്.

എല്ലാം മനസ്സിലാക്കി മനസ്സിരുത്തി പഠിച്ചു വളർന്ന സഹദേവൻ സഹദേവൻപിള്ള സാറായി കാരയ്ക്കാട്ട് യു പി സ്കൂളിൽ അദ്ധ്യാപകനായി. എല്ലാ കാര്യങ്ങളിലും ഒരു കണക്കുകൂട്ടലുള്ള കണക്ക് സാറ്. ചിലവും വരവുമെല്ലാം കൃത്യമായി എഴുതി സൂക്ഷിക്കും. അനാവശ്യമായി ഒരുരൂപ കളയത്തില്ല. വിവാഹം വിധിച്ച സമയത്തേ നടക്കൂ എന്നു പറയാറുണ്ടെങ്കിലും ഇരുപത്തിയഞ്ചിൽ മതി എന്ന അയാളുടെ ആഗ്രഹം പോലെ അതു നടന്നുള്ളൂ. ഒരു കൊല്ലം മുമ്പെ പെണ്ണിനെ കണ്ട് വിവാഹം ഉറപ്പിച്ചിരുന്നതാണ്. പാവുതറയിൽനിന്ന് പത്ത് പന്ത്രണ്ട് കിലോമീറ്ററുകൾ വടക്കായുള്ള പുന്നശ്ശേരിയിലുള്ള ഓമനയമ്മയുമായുള്ള വിവാഹം.

നമുക്കുണ്ടാകുന്നത് ഒരു മകനായിരുന്നെങ്കിൽ നന്നായിരുന്നു എന്ന് എന്തോ കണക്കുകൂട്ടൽ പോലെ മൂന്നാം രാത്രിയുടെ അന്ത്യയാമത്തിൽ സഹദേവൻപിള്ള ഓമനയമ്മയോട് പറഞ്ഞു.

അങ്ങനെ അയാളുടെ ആഗ്രഹം പോലെ വേണു ഉണ്ടായി. അവന് അഞ്ചു വയസ്സായപ്പോൾ ഓമനയമ്മ സഹദേവൻപിള്ളയോട് ഏതോ ഒരു വൃശ്ചികരാത്രിയിൽ ചോദിച്ചു:

'കുഞ്ഞിനൊരു കൂട്ടു വേണ്ടേ...?'

'വേണ്ട, ഇവിടിപ്പം വേറേം കുട്ടികളുണ്ടല്ലോ...'

പിന്നെ ഓമനയമ്മ ഒന്നും ചോദിച്ചില്ല. അൽപ്പം കഴിഞ്ഞ് തെല്ല് ഈർ

ഷ്യയോടെ അവർ പറഞ്ഞു:

'നല്ല രണ്ടെണ്ണങ്ങളാ. ഇങ്ങോട്ടു വാന്ന് പറഞ്ഞാലങ്ങോട്ട് പോം. ഭാർഗ്ഗവിച്ചെയി ഇന്നലേം കൊടുത്തു രണ്ടിനും ആവശ്യത്തിന്. ങാ... കൊടുത്താലെന്താ വിശേഷം...! തന്തേ പേടി വേണ്ടേ പിള്ളാർക്ക്...!'

ഇപ്പോൾ സഹദേവൻപിള്ള ഓമനയമ്മയുടെ മുഖത്തേക്കൊന്നു നോക്കി. ഓമനയമ്മ അല്പം പുച്ഛം കലർന്ന ഭാവത്തിൽ പറഞ്ഞു:

'അതെ, നിങ്ങടെ ചേട്ടന് പിള്ളാര്ടെ കാര്യത്തില് ഒരുത്തരവാദിത്തോമില്ല. കുടിച്ച് കൂത്താടി എവിടെ പടേനിയൊണ്ടോന്ന് തെരക്കിയങ്ങ് നടക്കുകല്ലേ അങ്ങേര്...'

ഓമനയമ്മയുടെ തിരിച്ചറിവുകൾ സഹദേവൻപിള്ളയുടെ മൗനത്തെ ഭേദിച്ചു.

'ബുദ്ധിമുട്ടാണെന്നെനിക്കറിയാം...'

'അതെ...'

സഹദേവൻപിള്ള ഇപ്പോൾ അവരുടെ മുഖത്തുനിന്ന് കണ്ണെടുത്തിട്ട് മുകളിലേക്ക് നോക്കി കിടന്നു. കഴുക്കോലുകളുടെ സങ്കീർണ്ണമായ കൂട്ടുകളിലെവിടെയോ അയാളുടെ കണ്ണുകൾ ഉടക്കിനിന്നു. അപ്പോൾ അപ്പുറത്തെ മുറിയിൽനിന്നു കേൾക്കാമായിരുന്നു, ആനന്ദൻപിള്ളയുടെ കൂർക്കം വലി. നിലം തൊടാതെ വടിമാടൻ ആകാശത്തിലേക്കും ഭൂമിയിലേക്കും ദണ്ഡ് വീശുന്നതുപോലെയായിരുന്നു അത്.

'എനിക്കറിയാമോമനെ; ഞാനിതെങ്ങനാ വിളിച്ചുപറേന്നതെന്ന് കരുതിയാ മിണ്ടാതിരിക്കുന്നത്. അച്ചനോട് ഞാനിതു സൂചിപ്പിച്ചിട്ടുണ്ട്. പക്ഷെ അച്ചൻ പറഞ്ഞത്, പറഞ്ഞാ കേക്കാതെ വന്നാപ്പിന്നെന്തോ ചെയ്യുമെന്നാണ്...'

സഹദേവൻപിള്ള വീണ്ടും ഭാര്യയുടെ മുഖത്തേക്ക് നോക്കി ചരിഞ്ഞു കിടന്നു.

'ങാ... ഏതായാലും വേണു അങ്ങോട്ടെങ്ങും തുള്ളാനും കൊട്ടാനുമൊന്നും പോന്നില്ലല്ലോ...; പിന്നെ വിശേഷദിവസങ്ങളിലെങ്കിലും നീയവനേക്കൂടെക്കൂട്ടി പോയി തൊഴാൻ മറക്കരുത്...'

ഓമനയമ്മ അതിന് മറുപടിയൊന്നും പറഞ്ഞില്ല.

രാത്രി ഏറെ വൈകിയിരുന്നു. അവരിരുവരും ഉറക്കമായി.

ഏഴാം ക്ലാസ്സിലെ വല്ല്യപരീക്ഷ കഴിഞ്ഞ് അവധിയായ ഒരു ദിവസം വേണു, സുരേന്ദ്രന്റെയും ശിവന്റേയുമൊപ്പം ആറ്റിൽ കുളിക്കുകയായിരുന്നു. സുരേന്ദ്രൻ ആറ്റിലേക്കെടുത്തുചാടി മുങ്ങാംകുഴിയിട്ട് പൊന്തി വന്ന് വേണുവിനോടു പറഞ്ഞു:

'നിന്റകൂടെ പഠിക്കുന്ന തടത്തിലെ ദിനേശും പടിഞ്ഞാറേപ്പൊറത്തുള്ള വേറെ മൂന്നു പിള്ളാരും ഇന്നു തൊടങ്ങുവാ. നീയും തൊടങ്ങിന്ന്...'

'ഓ വേണ്ട. അച്ചൻ സമ്മതിക്കത്തില്ല. അവധിക്ക് ട്യൂഷന് പോണംന്നാ പറഞ്ഞേക്കുന്നെ...'

'അല്ലേലും ചിറ്റപ്പന് പടേനീന്ന് കേക്കുന്നത് ദേഷ്യമാന്നല്ലോ...'

സുരേന്ദ്രൻ വായിലെ വെള്ളം നീട്ടിത്തുപ്പിക്കൊണ്ട് തുടർന്നു:

'ദേണ്ടെ, ദേവിയെടെ കോപം കിട്ട്യാലറിയാമല്ലോ...'

സുരേന്ദ്രൻ ഒന്ന് മുകളിലേക്ക് പൊന്തിയിട്ട് വീണ്ടും ഊണ്ടയിട്ട് വെള്ളത്തിൽ താണു. ഒരു ജലപ്പിശാചിനെപ്പോലെ അവൻ വെള്ളത്തിനടിയിലൂടെ ചെന്ന് ശിവന്റെ കാലുവാരി. വെള്ളത്തിലേക്ക് മുങ്ങിപ്പോയ ശിവൻ പിന്നെ മറ്റൊരിടത്ത് പൊങ്ങി. എന്നിട്ട് അനങ്ങാതെ അവിടെനിന്ന് സുരേന്ദ്രനെവിടെയാ പൊങ്ങുന്നതെന്ന് ശ്രദ്ധിച്ചു. അല്പം കഴിഞ്ഞപ്പോൾ അവന്റെ മുന്നിൽത്തന്നെ സുരേന്ദ്രൻ പൊങ്ങി. പിന്നെ രണ്ടുപേരും പരസ്പരം കണ്ണുകളിലേക്ക് വെള്ളം ചെപ്പുകയായി. കണ്ണുകളിലേക്ക് ചരൽവന്നു വീഴുന്നതുപോലെ വെള്ളം വന്നുവീണ് രണ്ടുപേരുടെയും കണ്ണുകൾ ചുവന്നു. ഈ ജലയുദ്ധം നടക്കുമ്പോൾ വേണു കുളി കഴിഞ്ഞിരുന്നു. പിന്നെ അവർ കരയ്ക്കു കയറിയപ്പോൾ വേണു വീട്ടിലേക്കു പോന്നു. പോരുമ്പോൾ അവൻ കളരിയിലേക്കൊന്നു നോക്കി. പടയണി പഠിക്കാനുള്ള ആഗ്രഹം അപ്പോൾ അവന്റെയുള്ളിലുണ്ടായെങ്കിലും അങ്ങോട്ട് കയറാൻ കഴിഞ്ഞില്ല.

സന്ധ്യയ്ക്ക് പാവുതറക്കാവിൽ പോയി മടങ്ങി വന്ന വേണു, വീട്ടിലേക്കു കയറാതെ നേരെ കളരിയിലേക്കു ചെന്നു. തുള്ളലും കൊട്ടും പാട്ടുമൊക്കെ പഠിപ്പിക്കുമ്പോൾ ഇതിന് മുമ്പ് അവൻ കളരിയിൽ ചെന്നിട്ടുണ്ടായിരുന്നില്ല.

വേണുവിന് ആകെ ഒരങ്കലാപ്പുണ്ടായി.

ഈ നേരം ആദ്യമായി അവിടെയെത്തിയതുകൊണ്ടു മാത്രമായിരുന്നില്ല അത്. ഇക്കാര്യം അച്ചനോ അമ്മയോ അറിഞ്ഞാലുണ്ടാകാവുന്ന പുകിലും അവന്റെ ആശങ്ക വർദ്ധിപ്പിച്ചു. എങ്കിലും എങ്ങനെയോ അവൻ അവിടെ പിടിച്ചുനിർത്തപ്പെട്ടു.

'ങേ... നീയെന്തിനാ ഇപ്പളിങ്ങോട്ടു വന്നത്...?

ആനന്ദൻപിള്ളയുടെ ചോദ്യം വേണുവിന്റെ ഭയത്തെ ഒന്നുകൂടി ഇരട്ടിപ്പിച്ചു. അവൻ ഒന്നും പറയാതെ മുഖം കുനിച്ചുനിന്നു.

'ദേണ്ടെ, നിന്റച്ചനുമമ്മേമെങ്ങാനുമറിഞ്ഞാൽ... കുറ്റമെന്റെ തലേലാരിക്കും. വേണ്ട, നീ പോയിരുന്ന് പൊസ്തകം പഠിച്ചോ...'

എന്നാൽ വേണു പോയില്ല. അവൻ അവിടെത്തന്നെ നിന്നു. അല്പം കഴിഞ്ഞപ്പോൾ ആനന്ദൻപിള്ള അവന്റെ അടുത്തേക്കു ചെന്ന് മെല്ലെ അവന്റെ താടി ഉയർത്തിയിട്ട് ചോദിച്ചു:

'മോന് പഠിക്കണോ...?'

'ഉം...'

വേണു തലയാട്ടി.

'എന്നാലീ ദക്ഷിണയിങ്ങോട്ടു താ...'

ആനന്ദൻപിള്ള അവിടെ ഇരുന്ന വെറ്റിലയിൽ ഒരു പഴുക്കായും ഒരു നാണയത്തുട്ടും വെച്ചിട്ട് വേണുവിന്റെ കൈയ്യിൽ കൊടുത്തു.

'ഇനി പാവുതറയമ്മേ മനസ്സിക്കണ്ടോണ്ട് ഇതിങ്ങോട്ട് തന്നാട്ട്...'

വേണു, ദക്ഷിണ പേരപ്പന്റെ കൈയ്യിലേക്ക് വെച്ചുകൊടുത്തു. എന്നിട്ട് തലകുനിച്ചു നിന്നു. ആനന്ദൻപിള്ള ദക്ഷിണ വാങ്ങിയ കൈകൾ വേണുവിന്റെ ശിരസ്സിൽ വെച്ച് അനുഗ്രഹിച്ചു.

'നന്നായി വരട്ടെ...'

പിന്നെ അയാൾ ആദ്യത്തെ ചുവട് പറഞ്ഞ് അത് കാണിച്ചു കൊടുത്തു.

വായ്ത്താരി തെറ്റാതെ ചൊല്ലി വേണു ആ ചുവടു വെച്ചു.

സഹദേവൻപിള്ളയും ഓമനയമ്മയും അത് വീട്ടിലിരുന്ന് കേട്ടു. പതിവില്ലാതെ അമ്പലത്തിൽ നിന്ന് വേണു വൈകിയെത്തിയപ്പോൾ സഹദേവൻപിള്ള ചോദിച്ചു:

'എന്താ നീ താമസിച്ചത്?'

ഏതാണ്ടൊന്ന്, മൂളീട്ട് വേണു അകത്തേക്ക് കയറിപ്പോയി. എന്നാൽ ഓമനയമ്മ അതു കണ്ടുപിടിച്ചു:

എന്താ നിന്റെ മുഖത്തൊരു കള്ളലക്ഷണം...? എവിടാർന്നു നീ ഇത്രേം നേരം...?'

തന്റെ മുഖത്ത് കള്ളലക്ഷണമുള്ളത് വേണു അറിഞ്ഞിരുന്നില്ല. എന്നാൽ അത് അമ്മ കണ്ടുപിടിച്ചപ്പോൾ അവൻ ഒന്നു പേടിച്ചു. ആ പേടിയോടെ അവൻ അമ്മയോടു പറഞ്ഞു:

'ഞാൻ കളരീ പോയമ്മേ...'

'എന്നിട്ട്...?'

'പേരപ്പന് ദക്ഷിണ കൊടുത്തു.'

'അതു ശരി...!'

ഓമനയമ്മ അല്പംകൂടി ഒച്ചത്തിൽ ചോദിച്ചു:

'നീയാരോടു ചോദിച്ചിട്ടാടാ പോയത്...?'

വേണു ഒന്നും മിണ്ടാതെ കുനിഞ്ഞുനിന്നു.

അപ്പുറത്തെ മുറിയിൽ ഭാർഗ്ഗവിയമ്മ തലവേദനയുമായി കിടപ്പുണ്ട്. അവർ കേൾക്കട്ടെ എന്നുകൂടി കരുതിയാണ് ഓമനയമ്മ ശബ്ദം ഒന്നുയർത്തിയത്. അവരത് കേൾക്കുകയും ചെയ്തു. അതിന്റെ പ്രതികരണം ഇപ്പുറത്തക്കുമെത്തി.

'അമ്മേ... മഹാമായേ...'

ഇത്രയും നേരം മകനെ ചോദ്യം ചെയ്യാതിരുന്ന സഹദേവൻപിള്ള മുറ്റത്തേക്കിറങ്ങി ഒരു പേരക്കമ്പ് ഒടിച്ചു കൊണ്ടുവന്നപ്പോൾ കേശവപിള്ളയും ഗൗരിയമ്മയുംകൂടി വേണുവിന്റെ ഇടത്തും വലത്തും ഇരിപ്പുണ്ട്. കേശവപിള്ള പറഞ്ഞു:

'വേണ്ടാടാ, കുഞ്ഞിനെ ഈ സന്ധ്യയ്ക്ക് തല്ലരുത്. ഒന്ന് ശാസിച്ചാ മതി...'

ഗൗരിയമ്മ വേണുവിന്റെ തലയിൽ തൂത്തുകൊണ്ടുമിരുന്നു.

വേണുവിനെ അടിക്കാൻ തുടങ്ങിയ സഹദേവൻപിള്ളയ്ക്ക് അവനെ അടിയ്ക്കാൻ പറ്റിയില്ലെന്നു മാത്രമല്ല, ശാസിക്കാനും കഴിഞ്ഞില്ല. ശാസിക്കാനായി അവന്റെ അടുത്തേക്കു ചെന്ന അയാളുടെ വാക്കുകൾ ഇങ്ങനെയായിരുന്നു.

'നിനക്കെന്നോടൊന്ന് ചോദിച്ചിട്ട് പോയാപ്പോരാരുന്നോ...'

ഓമനയമ്മയും മറ്റൊന്നും പറയാതെ നിന്നതേയുള്ളൂ.

ഇത്രയുമായപ്പോൾ വേണു ഏങ്ങലടിച്ച് കരയാൻ തുടങ്ങിയിരുന്നു. കേശവപിള്ള അപ്പോൾ അവന്റെ അടുത്തേക്ക് ചെന്നു.

'ങാ... പോട്ട് സാരമില്ല. പോയി വല്ലോം കഴിച്ചിട്ട് കെടന്നൊറങ്ങ്...'

അന്നുരാത്രി തന്നെ സഹദേവൻപിള്ള ഒരു തീരുമാനമെടുത്തു.

താമസം മാറിയേ പറ്റൂ. ഒരു വീട്ടിൽത്തന്നെ ഇങ്ങനെ തുടർന്നുപോയാൽ ശരിയാകത്തില്ല. വേണു..., അവനെ നല്ല നിലയിലാക്കിയേ പറ്റൂ.

രാവിലെ തന്നെ കേശവപിള്ളയോട് സഹദേവൻപിള്ള ഇക്കാര്യം പറഞ്ഞു:

'മേലേപ്പുരേടം മുപ്പത് സെന്റുണ്ടല്ലോ, അതും അതിന്റെ ബാക്കി ഇവിടൊള്ളതും എനിക്ക് തന്നേര്...'

മേലേപ്പുരേടം രണ്ടുകിലോമീറ്റർ അകലെ റോഡരുകിലാണ്. പിന്നെ തറവാട്ടിൽ നിന്നുള്ളതും കൂടിയായാൽ സഹദേവൻപിള്ളയുടെ വീതമാകും.

'ഞാൻ പറഞ്ഞത്, മേലേപ്പുരേടത്തിൽ വീടുവെച്ച് എനിക്കങ്ങോട്ട് മാറാനാണ്...'

എല്ലാം കേട്ടിരുന്ന് മൂളുകമാത്രം ചെയ്ത കേശവപിള്ളയോട് അയാൾ ഇത്രയുംകൂടി പറഞ്ഞു:

'ഇവിടിങ്ങനെ പറ്റത്തില്ലച്ചാ...'

സഹദേവനെ കേശവപിള്ളയ്ക്ക് വലിയ മതിപ്പാണ്. അതുകൊണ്ട് അയാൾ പറയുന്നതിന് എതിരായി കേശവപിള്ളയ്ക്ക് ഒന്നും പറയാനായില്ല.

തിണ്ണയിലേക്കു വന്ന ഗൗരിയമ്മ പറഞ്ഞു:

'ഇതു ഞാനിന്നാളും നിങ്ങളോട് പറഞ്ഞതാ. കല്ല്യാണം കഴിച്ച്, പിള്ളാരുമായി രണ്ടുപേർക്കും. ഒന്നിച്ചിങ്ങനെ എന്നും കെടന്നാല് വെറുതേയാണെങ്കിലും ഓരോരോ കുറ്റോം കൊറവും കണ്ടുപിടിക്കും. അതുകൊണ്ടിനീം താമസിക്കണ്ട. എന്തുവാന്നുവെച്ചാ ചെയ്യ്....'

◆◆◆

9

അകലുമ്പോഴും വലിച്ചടുപ്പിക്കുന്ന ദുരൂഹസൗന്ദര്യത്തിന്റെ മണ്ണ്

പുത്തൻവീട്ടിലെ താമസത്തിന് ഒരു പുതുമയുണ്ടായിരുന്നെങ്കിലും വേണുവിനെ കല്ലൂർ കുടുംബം മാടിവിളിച്ചുകൊണ്ടിരുന്നു. എന്താണതിന്റെ കാരണം എന്ന് അവന് നിശ്ചയമുണ്ടായിരുന്നില്ല. ദുരൂഹമായ ഒരു കാന്തികത ആ കുടുംബവീടിനും കളരിക്കും ആറ്റുകടവിനുമൊക്കെയുള്ളതായി അവന് തോന്നിയോ എന്നറിയില്ല. എന്തായിരുന്നാലും അവന്റെ മനസ്സ് മിക്കപ്പോഴും അവിടെയൊക്കെ തന്നെയായിരുന്നു. ആ ആന്തരികമായ ചോദനയാണ് ശനിയും ഞായറും എന്ന അവധി ദിവസത്തിന്റെ സാദ്ധ്യതയിലേക്കും അതിന്റെ സ്വാതന്ത്ര്യത്തിലേക്കും അവനെ എത്തിച്ചത്. അവന്റെ നിർബന്ധത്തിനു മുന്നിൽ അച്ഛനും അമ്മയും വഴങ്ങിക്കൊടുത്തു.

വാസ്തവത്തിൽ വേണു ശനിയും ഞായറും കല്ലൂരേക്ക് പോയി തുടങ്ങിയപ്പോൾ സഹദേവൻപിള്ളയ്ക്ക് താൻ വീട്ടിലേക്കു പോകുന്നതുപോലെയാണ് തോന്നിയത്. അവൻ പോകാൻ നേരത്ത് അയാൾ ഏറെ നേരം സിറ്റൗട്ടിലിരുന്ന് വീടിനേക്കുറിച്ചോർക്കും.

തന്റെയും അവന്റെയും പുക്കിൾ കുഴിച്ചിട്ട ആ മണ്ണിൽ പുരണ്ട് അവൻ വളരട്ടെ എന്നുപോലും അയാൾ അവിടെയിരുന്ന് ആലോചിക്കും. തിങ്കൾ മുതൽ വെള്ളി വരെയുള്ള ദിവസങ്ങളിൽ വേണു കടിച്ചുപിടിച്ചാണ് നടക്കുന്നത്.എങ്ങനെയും ശനിയാഴ്ചയെത്തിയാൽ മതി എന്ന് വിചാരിക്കും. അപ്പൂപ്പന്റെയൊപ്പം പുരയിടത്തിലും ആറ്റുമാലിയിലുമൊക്കെ ചുറ്റിപ്പറ്റി നടക്കാനും അതിനിടയ്ക്ക് ഏതോ ദുരൂഹതയിൽ നിന്നെന്നപോലെ, തന്നെ നോക്കിനിൽക്കുന്ന പേരപ്പനും പ്രായം മണക്കുന്ന അമ്മൂമ്മയുമൊക്കെ വെള്ളിയാഴ്ച രാത്രി അവന്റെയുള്ളിൽ നിറയും. പിന്നെ ഉറങ്ങുന്നത് ഏറെ വൈകിയാണ്. എല്ലാം ഓർത്തങ്ങനെ കിടക്കുമ്പോൾ രാത്രി പോകുന്നതറിയില്ല.

സഹദേവൻപിള്ള രണ്ടുദിവസത്തെ ഇളവ് കൊടുക്കുമ്പോൾ മറ്റു ദി

വസങ്ങളിൽ വേണുവിനെ ഇടംവലം തിരിയാതെ ഇരുത്തി പഠിപ്പിക്കും. എല്ലാം ചിന്തിക്കുമ്പോഴും, ഈ ശനീം ഞായറും കൊണ്ടു വേണമെങ്കിലും ചെറുക്കൻ വഷളാകാം എന്നയാൾക്കറിയാം...

അങ്ങനെ കുറെനാൾ പോകെ, ജനിച്ചു വളർന്ന കല്ലൂരെ മണ്ണ് സഹദേവൻപിള്ളയിൽ കുറച്ചുകൂടി തരളമായി. അപ്പോൾ കണക്കു കൂട്ടലുകൾ, അതിന്റെ കെട്ടുകളിൽ നിന്ന് കുറേശ്ശെ അയഞ്ഞു. കൂടാതെ, എന്തൊക്കെയായാലും പരീക്ഷകളുടെ ഫലം വരുമ്പോൾ വേണുവിന് എല്ലാ വിഷയങ്ങൾക്കും നല്ല മാർക്കുണ്ടല്ലോ എന്ന തിരിച്ചറിവും അയാളുടെ മനസ്സിന് അയവുണ്ടാക്കി.

അങ്ങനെയായപ്പോൾ ശനിയാഴ്ചയ്ക്ക് കാത്തിരുന്നില്ല വേണു; അവൻ വെള്ളിയാഴ്ച വൈകിട്ടേ കല്ലൂരേക്കു പോയി. പിന്നെ ഞായറാഴ്ച വൈകിട്ട് വീട്ടിലേക്ക് മടക്കം. കളരിയിൽ പടേനി പഠിക്കാൻ പോകണമെന്നോ പോകരുതെന്നോ സഹദേവൻപിള്ള അവനോടു പറഞ്ഞിരുന്നില്ല.

എന്നാൽ അന്ന് ആ ദക്ഷിണ കൊടുത്തതിനു ശേഷം വേണു കളരിയിലേക്ക് പോയില്ല എന്നുള്ളതാണ് സത്യം. അന്നൊരു ചുവടുവെച്ചെങ്കിലും എന്തോ, പിന്നെ ആ താത്പര്യം കെട്ടുപോയി. അപ്പൂപ്പന്റെയൊപ്പം പുരയിടത്തിലും ആറ്റുമാലിയിലും കണ്ടത്തിലുമൊക്കെ ചുറ്റി നടക്കാനായിരുന്നു അവനിഷ്ടം. അല്ലെങ്കിൽ കാവിലെ മരങ്ങൾക്കിടയിലേക്കു നോക്കിയിരുന്ന് മരം കരയുന്ന ആ ശബ്ദം കേൾക്കാൻ..., കാവിന്റെ ഇലച്ചാർത്തുകൾക്കിടയിൽ നിന്ന് പറന്നുവരുന്ന ചിത്രശലഭങ്ങളെ നോക്കിക്കണ്ടിരിക്കാൻ. അതിനിടയ്ക്കൊക്കെ ചില നേരത്ത്, കളരിയോട് തനിക്കുള്ള താത്പര്യം കുറഞ്ഞു പോയതെന്താണെന്ന് അവൻ ആലോചിച്ചിട്ടുണ്ട്. എന്നാൽ അതിനുത്തരം കിട്ടിയതേയില്ല. കളരിയിലെ കൽവിഗ്രഹം പോലെ, പേരപ്പനേപ്പോലെ, പടയണിയുടെ പാളക്കോലങ്ങൾ പോലെ അതും ദുരൂഹമായിരുന്നു.

കല്ലൂര് ചെല്ലുമ്പോൾ വേണു ആദ്യം കുറച്ചുനേരം അമ്മൂമ്മയുടെ കൂടെ കൂടും. അവനോടുള്ള വാത്സല്യം ഉള്ളിൽ നിറയുമ്പോൾ ഗൗരിയമ്മ ഉപ്പുമാങ്ങാഭരണിയിൽനിന്ന് ചിലപ്പോൾ ഒരു മാങ്ങാ എടുത്തുകൊടുക്കും. അല്ലെങ്കിൽ ഇരുട്ടുമുറിയിലെ പത്തായത്തിനകത്ത് വെച്ചിരിക്കുന്ന ഭരണിയിൽനിന്ന് ചക്ക വരട്ടിയത് ഒരു തവി. സുരേന്ദ്രന്റെയും ശിവന്റെയും കണ്ണെത്താതിരിക്കാൻ ഗൗരിയമ്മ, അടുക്കളയ്ക്കടുത്തുള്ള നട്ടുച്ചയ്ക്കും കുറ്റാകൂരിരുട്ടുള്ള ആ മുറിയിലെ പത്തായത്തിലാണ് ഇതു രണ്ടും വെച്ചിരിക്കുന്നത്. എന്തുണ്ടാക്കിയാലും നാലുദിവസം കൊണ്ട് തീർക്കുന്ന സുരേന്ദ്രനും ശിവനും പത്തായത്തിനകത്തിറങ്ങിയാലും ക

ണ്ടെത്താനാവാത്ത ഏതോ ഇരുണ്ട അറയിലാണ് അമ്മുമ്മ തന്റെ വിശിഷ്ടഭോജ്യങ്ങൾ വെച്ചിരിക്കുന്നത്. തറവാട്ടിലെ മറ്റു പലതുമെന്നപോലെ അമ്മുമ്മയുടെ ചക്കവരട്ടിയും ഉപ്പുമാങ്ങയും അതൊക്കെ വെച്ചിരിക്കുന്ന പത്തായത്തിനകവും വേണുവിന് ദുരൂഹമാണ്. അതിന്റെ ഒരു നേർത്ത സൗന്ദര്യം അവന്റെ ഇളംമനസ്സിനെയാകെ മൂടിയിരുന്നു. അതുകൊണ്ടുതന്നെ, ഇത്തരം കാര്യങ്ങളിലൊന്നും അവൻ ആരോടും ഒരു സംശയവും ചോദിച്ചിരുന്നില്ല. എല്ലാം മഞ്ചാടിമണികൾപോലെ ഉള്ളിൽ സ്വകാര്യമായി കൊണ്ടുനടന്നു. പത്തായപ്പുരയിലെ ഇരുട്ടിൽ നിന്ന് ഒരു കൈവിളക്കും പിടിച്ച് തനിക്കുള്ളതുമായി അമ്മുമ്മ പുറത്തേക്കു വരുന്നത് ഇരുണ്ട സൗന്ദര്യം നിറഞ്ഞ ഒരു ചിത്രമായി അവന്റെയുള്ളിൽ പതിഞ്ഞുകിടന്നു.

ഗൗരിയമ്മ കൈ വെയ്ക്കുന്നതിനൊക്കെ എന്നും അസാമാന്യമായ രുചിയാണ്. ആർക്കും അക്കാര്യത്തിൽ മറിച്ചൊരഭിപ്രായമുണ്ടായിരുന്നില്ല. എന്നാൽ അങ്ങനെയിരിക്കുമ്പഴേ അവർ എന്തെങ്കിലും ഭാവിക്കൂ. ചിലപ്പോൾ ഭാർഗ്ഗവിയമ്മ നാലു കൂട്ടാനും വെച്ചിട്ടിരിക്കുമ്പോഴായിരിക്കും ഗൗരിയമ്മ അടുക്കളയിലേക്കു വരുന്നത്.

'ഭാർഗ്ഗവീ, ഇന്നൊരുപ്പുമാങ്ങാക്കറീങ്കൂടൊണ്ടാക്കാം...'

ഇങ്ങനെ വല്ലപ്പോഴും കറികളിൽ തെളിയുന്ന മനസ്സുമായി തന്റെ അടുക്കലേക്കു വരുന്ന അമ്മായിയമ്മയെ ഭാർഗ്ഗവിയമ്മക്കിഷ്ടമാണ്. കൊശിക്കാരായ ഭർത്താവിനേം മക്കളേയുംകൂടെ അവരപ്പോൾ ഓർക്കും. ഗൗരിയമ്മയുടെ കൂടെ നിൽക്കത്തതേയുള്ളൂ ഭാർഗ്ഗവിയമ്മ. കൂടെ നിന്നാൽ മതി. ഉപ്പുമാങ്ങാക്കറിയുടെ നിർമ്മാണം ഗൗരിയമ്മ തന്നെയാവും.

ഉപ്പുമാങ്ങാക്കറി, അവസാനത്തെ ഉരുളയും കഴിഞ്ഞിട്ട് കൈവെള്ളയിലേക്കൊഴിച്ച് വായിലെ രസമുകുളങ്ങളെയെല്ലാം ഒന്നുകൂടി വിടർത്തി ഭർത്താവും മകനും കൊച്ചുമക്കളും വലിച്ചുകുടിക്കുന്നതു നോക്കി നിൽക്കും ഗൗരിയമ്മ.

വൃശ്ചികം ധനു മാസങ്ങളിൽ മിക്കവാറും രാത്രിയിൽ കല്ലൂർ കഞ്ഞിയും അസ്ത്രവുമായിരിക്കും അത്താഴം. അസ്ത്രത്തിന്റെ ഉസ്താദും ഗൗരിയമ്മയാണ്. അതിന് ആറ്റുപള്ളത്തുനിന്ന് പറിക്കുന്ന താമരക്കണ്ണൻ ചേമ്പിന്റെ വിത്ത് ചുരണ്ടുന്നതു മുതൽ അസ്ത്രത്തിനു കടുക് വറക്കുന്നതുവരെ ഗൗരിയമ്മയാണ്. ആ കടുകു വറപ്പിലാണ് സകലതും എന്നാണ് വേണുവിനു തോന്നിയിട്ടുള്ളത്. കാരണം വെളിച്ചെണ്ണയിൽ കടുക് വറുത്തതിലേക്ക് കൽച്ചട്ടിയിലെ അസ്ത്രമൊഴിക്കുമ്പോഴുണ്ടാകുന്ന ഇശ്ശ്ശ്ശ്... എന്ന ശബ്ദവും അസ്ത്രത്തിൽ നിന്നുയരുന്ന ആവിയും

അതു പരത്തുന്ന സുഗന്ധവും പഞ്ചേന്ദ്രിയങ്ങളെത്തന്നെ ഉണർത്തുന്ന താണ്...

ഈ അസ്ത്രസുഗന്ധം വീട്ടിൽനിന്ന് കളരിയിലേക്കെത്തും. അപ്പോ ഴാണ് കളരി പിരിയുന്നത്. കളരി ഏതടന്തയിൽ നിൽക്കുകയാണെങ്കി ലും പെട്ടെന്ന് ആനന്ദൻപിള്ള എല്ലാവരോടുമായി പറയും:

'ങാ... ഇന്നിത്രേം മതി. എല്ലാരും പൊക്കോ...'

പിന്നെ മക്കളും മറ്റുള്ളവരുമൊക്കെ പോയിക്കഴിയുമ്പോൾ കളരിയി ലെ തകരപ്പെട്ടിയിൽ സൂക്ഷിച്ചിരിക്കുന്ന ബ്രാണ്ടിക്കുപ്പിയിൽനിന്ന് രണ്ടി റക്ക് ഒരു തുള്ളി വെള്ളംപോലും ചേർക്കാതെ അകത്താക്കിയിട്ടാവും ആനന്ദൻപിള്ള വീട്ടിലേക്ക് വരുന്നത്. വേണുവും മറ്റും കല്ലൂരായിരിക്കു മ്പോൾ അവൻ കേരളപാഠാവലി മടക്കി വെയ്ക്കുന്നതും ഈ അസ്ത്ര പാകത്തിന്റെ നേരത്താണ്. കേശവപിള്ള തന്റെ ജപവും ഈ നേരത്ത് അവസാനിപ്പിച്ചിരിക്കും...

അങ്ങനെ..., ഗൗരിയമ്മയിൽനിന്ന് കിട്ടിയത് തിന്നിട്ട് വേണു പിന്നെ പോകുന്നത് കേശവപിള്ളയുടെ അടുത്തേക്കാണ്. അപ്പൂപ്പന്റെയൊപ്പം പച്ചമണ്ണിലൂടെ അവൻ നടക്കും. അപ്പോൾ തൈക്കാട്ടെ അയ്യപ്പൻപിള്ള യുടെ വീട്ടുപറമ്പിൽ അവിടുത്തെ കുട്ടികളും സുരേന്ദ്രനും ശിവനുമൊ ക്കെ ചേർന്ന് കുട്ടിപ്പടേനി നടത്തുന്നത് കേൾക്കാം. പ്ലാവിലകൾ കൊ ണ്ടും വട്ടയിലകൾകൊണ്ടുമൊക്കെ ഉണ്ടാക്കിയ കോലങ്ങൾ മുഖത്ത് വെച്ചുകെട്ടി മരച്ചുവട്ടിൽനിന്ന് പടേനി കളിക്കുകയാണ് അവർ. ഇങ്ങ നെയൊന്നും കാണിക്കരുതെന്ന് ആരു പറഞ്ഞാലും അവർ കേൾക്ക ത്തില്ല. ഒരുദിവസം കാലം കോലം തുള്ളിയ സുരേന്ദ്രന്റെ കൈയ്യിലെ വാളായ വടി അയ്യപ്പൻപിള്ളയുടെ മകൻ സുകുവിന്റെ അടിവയറ്റിൽ കൊ ണ്ട് മുറിഞ്ഞു. അതിന്റെ പേരിൽ ആനന്ദൻപിള്ളയും അയ്യപ്പൻപിള്ളയും തമ്മിൽ അടിയല്ലാത്തതെല്ലാം നടന്നു. അതുകൊണ്ട് വേണുവിനെ സ ഹദേവൻപിള്ള പ്രത്യേകം താക്കീതു ചെയ്തു.

'പടേനീന്ന് പറഞ്ഞ് അവമ്മാർടെ കൂടെങ്ങാനും പോയാൽ പേരപ്പൻ അവമ്മാർക്കുവേണ്ടി പോയപോലെ ഞാനെങ്ങോട്ടും പോകത്തില്ല. വല്ല വര്ടേം തല്ല് നീ തന്നെ കൊള്ളേണ്ടിവരും...'

കേശവപിള്ളയും വേണുവിനെ ഗുണദോഷിച്ചു. തന്റെ പിന്നാലെ ന ടന്ന വേണുവിനോട് അയാൾ പറഞ്ഞു:

'നിന്റച്ചൻ ഇന്നാളിപ്പറഞ്ഞതോർമ്മയൊണ്ടല്ലോ. അവമ്മാർടെ പാട്ടും കൊട്ടുമൊന്നും കേട്ട് നീയങ്ങോട്ട് പോയേക്കരുത്...'

കടലാവണക്കിന്റെ തണ്ട് അടർത്തിയതിലെ കറ ഊതി കുമിളകൾ

പറത്തിക്കൊണ്ട് വേണു, പോകില്ല എന്ന അർത്ഥത്തിൽ മൂളി.

ആറ്റുപള്ളത്ത് തെങ്ങിൻതൈ വെയ്ക്കുമ്പോൾ കേശവപിള്ള വേണുവിനോടു പറയും:

'എല്ലാം കണ്ടുപഠിച്ചോണം...'

വേണു ആ കുഴിക്കരികിലേക്കു ചെന്നിരിക്കും. അപ്പോൾ കേശവപിള്ള അവനെയൊന്ന് നോക്കും.

'ആകുന്ന കാലത്ത് തയ്യൊന്നു വെച്ചാൽ വയ്യാത്ത കാലത്ത് കാ പത്തു തിന്നാമെന്നുള്ള കാര്യം ഓർത്തോണം...'

എല്ലാ പണികളിലും കേശവപിള്ള വേണുവിനെ കൂട്ടും. ഇടയ്ക്കെപ്പോഴോ തലതിരിഞ്ഞുപോയ ആനന്ദൻപിള്ളയെക്കുറിച്ചുള്ള നഷ്ടബോധം വേണു അടുത്തുള്ളപ്പോൾ അയാൾക്കുണ്ടാകാറില്ല. കാച്ചിലിനും വള്ളിക്കിഴങ്ങിനും ഏറ്റം കെട്ടുമ്പോൾ കല്ലുകെട്ടിയ കയർ കേശവപിള്ള വേണുവിന്റെ കൈയ്യിൽ കൊടുക്കും. ആദ്യമൊക്കെ അവനെറിയുന്ന കല്ല് ലക്ഷ്യത്തിലെത്തില്ലെങ്കിലും പിന്നെ ഒന്നു രണ്ടു പ്രാവശ്യം കൂടി ശ്രദ്ധിക്കുമ്പോൾ അത് ശരിയാകും. അപ്പോൾ കേശവപിള്ള പറയും.

'ങാ... അങ്ങനെ... മിടുക്കൻ. ഈ ഉന്നം എപ്പോഴും ജീവിതത്തിലുമുണ്ടാകണം...'

ആറ്റിൽ വീശാൻ പോകുമ്പോഴും കേശവപിള്ള കൂടെ കൊണ്ടുപോകുന്നത് സുരേന്ദ്രനെയോ ശിവനേയോ അല്ല, വേണുവിനെയാണ്. അവൻ പൂണിയുമായി അപ്പൂപ്പന്റെ പിന്നാലെ നടക്കും. ചിലപ്പോൾ കല്ലൂരെ കടവിന് അല്പം മുകളിലായുള്ള കോങ്ങാട്ട് കടവിലും അവർ പോകും. വലിയ പാറക്കെട്ടുകളുള്ള ആദിപമ്പയിലെ ഏറ്റവും ആഴമുള്ള കയമാണിത്. കടവിന് മുകളിൽ കോങ്ങാട്ടപ്പന്റെ ക്ഷേത്രമാണ്. വർഷത്തിൽ ഒരിക്കൽ മാത്രം പൂജയുള്ള ഒരു ചെറിയ ക്ഷേത്രം. കോങ്ങാട്ടപ്പൻ ശിവനാണെന്ന് പറയുന്നു. പണ്ട് വളരെ വലുതായിരുന്നത്രേ ഈ ശിവക്ഷേത്രം. ഒരിക്കൽ തീവെട്ടിക്കൊള്ളക്കാർ ഈ ക്ഷേത്രം ആക്രമിച്ച് നശിപ്പിക്കുകയായിരുന്നു. കൊള്ളക്കാർക്ക് എടുത്തുകൊണ്ടുപോകാവുന്നതിലധികം സ്വർണ്ണമവിടെയുണ്ടായിരുന്നു. കൈക്കലാക്കിയതിൽ കൊണ്ടുപോകാൻ കഴിയാഞ്ഞതെല്ലാം അവർ ഈ കയത്തിലേക്കിട്ടുപോലും! അതിപ്പോഴും കോങ്ങാട്ട് കയത്തിന്റെ നൂലിട്ടാൽ നിലയില്ലാത്ത ആഴങ്ങളിലുണ്ടെന്ന് വിശ്വസിക്കപ്പെടുന്നു. സർപ്പരാജാവ് അതിനു കാവലുണ്ടെന്നും.

വേണു ഇതെല്ലാം ഓർത്ത് ആകാശത്തിലെ നക്ഷത്രങ്ങളെ നോക്കി പാറപ്പുറത്ത് അങ്ങനെ കിടക്കും. അതിനിടയ്ക്കാവും അപ്പൂപ്പന്റെ വീശുവല കടവിലെ ജലപ്പരപ്പിലേക്ക് വിരിഞ്ഞ് വീഴുന്നത്. അതിന്റെ ശബ്ദം

കേട്ട് അവൻ ആഴക്കയത്തിലെ സ്വർണ്ണലോകത്തു നിന്നുണരും.

ഒറ്റ വീശിന് ഒരു പൂണി* കുറുവയും വയമ്പും പള്ളത്തിയുമൊക്കെ നിറഞ്ഞ വല വലിച്ചുകയറ്റുമ്പോൾ കേശവപിള്ള പറയും:

'ആ പൂണിയിങ്ങ് പിടിയ്ക്ക്...'

വേണു പൂണി അടുത്തേക്ക് കൊണ്ടുചെന്ന് പിടിക്കും. അതിൽ മീൻ നിറഞ്ഞ് പിടയ്ക്കും. വീട്ടിലേക്കു മടങ്ങുമ്പോൾ പൂണിയും റാന്തലുമായി വേണുവാണ് മുന്നിൽ നടക്കുന്നത്. പിന്നിൽ വീശുവല തോളിലിട്ട് കേശവപിള്ളയും.

പിറ്റേന്ന് സന്ധ്യയ്ക്ക് ആനന്ദൻപിള്ളയുടെ കൂടെ പാവുതറയമ്പലത്തിൽ പോയിട്ടു വരുമ്പോൾ വേണു അപ്പൂപ്പന്റെ തലേന്നത്തെ വീശിനേപ്പറ്റി എന്തോ ഒന്ന് അയാളോടു പറഞ്ഞു. അപ്പോൾ ഒന്നു മെല്ലെ ചിരിച്ചിട്ട് കിഴക്കേ തെങ്ങിൻതോപ്പുകൾക്കപ്പുറത്തെ ആറ്റിലേക്ക് നോക്കി ആനന്ദൻപിള്ള പറഞ്ഞു:

'അതൊന്നുമല്ല വീശ്...!

നിന്റെ വല്ല്യപ്പൂപ്പനൊണ്ടല്ലോ, അതായിത് എന്റപ്പൂപ്പൻ കൊച്ചുരാമൻ പിള്ള; പുള്ളിയേക്കാ വല്ല്യ വീശുകാരനീ പാവുതറേലില്ലാര്ന്നു. ആ വല വിരിഞ്ഞ് വീഴുന്ന വൃത്തമാണ് വൃത്തം...! വയമ്പും കുറുവായും കോലായും പള്ളത്തീമൊക്കെ നെറഞ്ഞ ആ വീശുവല വലിച്ചു പൊക്കാൻ പുള്ളിക്കേ കഴിയത്തൊള്ളൂ. അത്രയ്ക്കാ അതിനാത്തെ ചരക്ക്...!

പണ്ടൊരിക്കല് പുള്ളി, നിങ്ങളിന്നലെ പോയ കടവിൽ വീശാൻ പോയി. ഒരു വെള്ളിയാഴ്ച രാത്രീ അസമയത്ത്. ന്ലാംവെട്ടത്ത് മീന്റനക്കമൊണ്ടോന്ന് നോക്കി വലേം കൈയ്യിപ്പിടിച്ചോണ്ട് അപ്പൂപ്പനാ ഉണ്ടപ്പാറേടെ മോളിലങ്ങനിരുന്നു. എന്നാ ഒരനക്കോം മെനക്കോം കണ്ടില്ല. പുള്ളിയന്നേരം വിചാരിച്ചു.

ഇച്ചിര പോലഞെട്ട് വായിലിടാം...

വല പാറപ്പൊറത്തേക്ക് വെച്ചിട്ട് പോലഞെട്ട് വായിലിട്ടൊഴവടിച്ചോണ്ടിരിക്കുമ്പം ആരോ പൊറകീന്ന് അപ്പൂപ്പനെ പൊക്കിയെടുത്ത് കയത്തിലേക്കൊരിടീല്...! കൊലപ്പാതിരാ നേരമല്ലേ, വിളിച്ചാലോ കൂവിയാലോ ആരാണ്ട് കേക്കുമോ...! അപ്പൂപ്പൻ വെള്ളത്തിലെ ആശാനാ. പറഞ്ഞിട്ടു വല്ല കാര്യമൊണ്ടോ...! വീണത് ആദ്യമായിട്ട് വെള്ളത്തിവീണ ഒരാളേപ്പോലാരുന്നു. വെള്ളം കുടിച്ച് കയത്തിനടീലോട്ട് പൊക്കോണ്ടിരിക്കുമ്പം കരയ്ക്ക് നിന്നട്ടഹസിക്കുന്ന ആളിനെ അപ്പൂപ്പൻ കണ്ടു...!'

'ആരാരുന്നത്...?'

വേണുവിന്റെ ആകാംക്ഷയ്ക്ക് ഒരു ഉൾഭയത്തിന്റെ ധ്വനിയുണ്ടായി

രുന്നു. അത് ആനന്ദൻപിള്ളയ്ക്ക് മനസ്സിലായി. അയാൾ പറഞ്ഞു:

'ബാക്കി വീട്ടിച്ചെന്നിട്ട് പറയാം. അല്ലെങ്കി നിനക്ക് പേടിയാകും...'

വേണു പിന്നെ വീട്ടിൽ ചെല്ലുന്നതുവരെ ഒന്നും ചോദിക്കുകയോ പറയുകയോ ചെയ്തില്ല.

നാളെ ശനിയാഴ്ചയാണല്ലോ; അവധി ദിവസമാണ് എന്ന സമാധാനവുമായി അത്താഴം കഴിഞ്ഞ് അവൻ, പേരപ്പനെന്തിയേ എന്ന് നോക്കി. നോക്കിയപ്പോൾ അയാൾ തിണ്ണയിലിരിപ്പുണ്ട്.

വേണു മെല്ലെ അടുത്തു ചെന്നിരുന്നപ്പോൾ, ങാ ബാക്കി കേക്കാനാരിക്കും എല്ലിയോ എന്ന് ആനന്ദൻപിള്ള അലസമായി ചോദിച്ചു.

'ഉം...'

വേണു മെല്ലെ മൂളി.

'എന്നാലിപ്പം കേക്കണ്ട. പിന്നെങ്ങാനും വാ... '

എന്തോ, ആനന്ദൻപിള്ളയ്ക്ക് ആ സംഭവത്തിന്റെ ബാക്കി പറയാൻ അന്നേരം തോന്നിയില്ല.

വേണു പിന്നെ ഒന്നും ചോദിക്കുകയോ പറയുകയോ ചെയ്യാതെ അമ്മൂമ്മ കിടക്കുന്ന മുറിയിലേക്കു പോയി. ശനിയും ഞായറും കല്ലൂര് വന്നാൽ അവന്റെ കിടപ്പ് അമ്മൂമ്മയുടെ കൂടെയാണ്.

ഗൗരിയമ്മ നാരായണ ജപിച്ചു ജപിച്ച് ഉറങ്ങിയിരുന്നു. വേണു അവരുടെ അടുത്ത് ചെന്നു കിടന്നു. എന്നാൽ അവന് ഉറക്കം വന്നില്ല.

വല്ല്യപ്പൂപ്പനെ കയത്തിലേക്കെടുത്തെറിഞ്ഞത് ആരാണെന്ന ചിന്ത വേണുവിന്റെ ഉറക്കം കെടുത്തി.

പിറ്റേന്ന് പകൽ ആനന്ദൻപിള്ള വീട്ടിലെ കടവത്തിരുന്ന് ഏറുചൂണ്ടയിടുന്നത് വേണു കണ്ടു. അവൻ അയാളുടെ അടുത്തേക്ക് ചെന്നു. അവൻ അടുത്തു ചെന്നത് എന്തിനാണെന്നും അയാൾക്ക് മനസ്സിലായി. വാളച്ചൂണ്ടച്ചരടിലെ കൈവിരലിൽ ശ്രദ്ധിച്ച് ആറ്റിലേക്കു തന്നെ നോക്കി ഇരിക്കുകയായിരുന്നു അയാൾ. വേണുവിനെ നോക്കാതെ ആറ്റിലേക്ക് നോക്കിക്കൊണ്ട് അയാൾ പറഞ്ഞു:

'അതൊരു കൂളിയാരുന്നു...'

'കൂളിയോ...? അതാരാ...?'

'കൂളീന്നു പറഞ്ഞാൽ ആറ്റിൽ കുടിച്ച് മറിഞ്ഞ് ചാകുന്നവര്ടെ പ്രേതമാ.'

'എന്നിട്ട്...?'

'അപ്പൂപ്പൻ മുങ്ങിത്താഴുന്നത് നോക്കിനിന്ന് കൂളി അട്ടഹസിച്ചു. അപ്പൂപ്പൻ താഴോട്ട് താഴോട്ട് പോയി. നൂലിട്ടാ നെലയില്ലാത്ത കയമാ കോ

ങ്ങാട്ട് കയം; അറിയാമല്ലോ... അങ്ങ് താഴെയങ്ങ് ചെന്നപ്പം അപ്പൂപ്പനെ തണുത്തു കോച്ചി. മൂക്കീന്നും ചെവീന്നും ചോര വന്നു. പെട്ടെന്ന് ഒരുൾവിളിയൊണ്ടായതു പോലപ്പൂപ്പന് തോന്നി. അല്ല, തോന്നിപ്പിച്ചു. ആര്..., അമ്മ; പാവുതറയമ്മ. ഒടനെ ആ താണോണ്ടിരിക്കുമ്പോൾത്തന്നെ പത്മാസനത്തിലിരുന്നു അപ്പൂപ്പൻ. എന്നിട്ടമ്മേ ധ്യാനിച്ചു. പിന്നെ പുള്ളിയ്ക്കൊരു കരുത്താർന്നു. അടീന്ന് മുകളിലോട്ടിങ്ങു പോന്നു, പതച്ച് പതച്ച്... മോളിൽ വന്ന് ഒന്നു നെടുനീളെ ശാസം വിട്ടു. പിന്നവിടുന്ന് നീന്തി പാറക്കെട്ടേൽ അള്ളിപ്പിടിച്ച് കരയ്ക്കു കേറി.'

'അപ്പഴാ കൂളിയവിടില്ലാർന്നോ...?'

'ഇല്ലാർന്നു. അമ്മ അതിനെ അവിടുന്നോടിച്ചു വിട്ടാർന്നു.'

ഇതെല്ലാം നേരോ അതോ കെട്ടുകഥയോ എന്ന് പേരപ്പനോടോ മറ്റാരോടെങ്കിലുമോ ചോദിക്കാനുള്ള ധൈര്യം വേണുവിനില്ലായിരുന്നു. കാരണം എല്ലാം ദുരൂഹമായ സത്യമായിരുന്നു അവന്.

ഒരുദിവസം വേണു കുടുംബത്തുള്ളപ്പോൾ ഉച്ച കഴിഞ്ഞ് വലിയ കൊടുങ്കാറ്റുണ്ടായി. പടിഞ്ഞാറേപ്പുരേടത്തിലെ ഏത്തവാഴയെല്ലാം ഒടിഞ്ഞു വീണു. കിണറിന്റെ അടുത്തുള്ള കൊന്നത്തെങ്ങ് വില്ലുപോലെ വളഞ്ഞു. ആറ്റുപള്ളത്തെ കരിമ്പ് തെക്കോട്ടടിച്ച് തിരമാലകൾ തീർത്തു.

കേശവപിള്ളയും ഗൗരിയമ്മയും ആനന്ദൻപിള്ളയും വേണുവും മാത്രമെ അന്നേരം വീട്ടിലുണ്ടായിരുന്നുള്ളൂ. കാറ്റും കോളും വീശിയടിച്ച് വലിയ മഴ പെയ്തു. ഒടുക്കം മഴയെല്ലാം ശമിച്ച് വൈകുന്നേരമായപ്പോൾ ആനന്ദൻപിള്ള മെല്ലെ കളരിയിലേക്കിറങ്ങി.

അയാൾ കളരിയുടെ തിണ്ണയിലിരുന്ന് നാലും കൂട്ടി മുറുക്കിക്കൊണ്ടിരിക്കുമ്പോൾ വേണു അവിടേക്കു ചെന്നു.

'കണ്ടോ..., കപ്പേം വാഴേമൊക്കെ പോയി. എന്നാലീക്കളരിക്കെന്തേലും പറ്റിയോ...!'

നോക്കിയപ്പോൾ വേണുവിനും തെല്ല് അതിശയം തോന്നി. കളരിയുടെ മുകളിലേക്ക് വീഴാവുന്ന ഒരു മരക്കൊമ്പു പോലും അങ്ങോട്ട് വീണിട്ടില്ല. അവിടെയൊരു പച്ചില പോലും കൊഴിഞ്ഞ് വീണില്ല.

'നിനക്കറിയാമോ, പണ്ട് നിന്റെ വല്ല്യപ്പൂപ്പന്റെ കാലത്ത് ഇതിലും വല്ല്യൊരു കൊടുങ്കാറ്റടിച്ചു വന്നു. ആറ്റുമാലിക്കും പുരേടത്തിലുമെല്ലാം കൃഷി വെളവായിക്കെടക്കുന്ന സമയം. കാറ്റിന്റെ വരവ് കണ്ടപ്പഴേ അപ്പൂപ്പന് മനസ്സിലായി, സംഗതി അപകടമാണെന്ന്. പെട്ടെന്ന് വല്ല്യപ്പൂപ്പൻ കളരീലോട്ട് ഓടിച്ചെന്ന് വിളക്ക് കത്തിച്ചുവെച്ചിരിക്കുന്നിടത്തിരിക്കുന്ന ആവണിപ്പലക എടുത്ത് നെഞ്ചോടു ചേർത്തു പിടിച്ച് എന്തോ ഒന്നു ജ

പിച്ചു. എന്നിട്ടത് വീശി കളരിയുടെ ഈ മുറ്റത്തേക്കൊരേറ്...! അത് ആർക്കാണ്ടിരിക്കാനെന്നപോലെ മുറ്റത്ത് കെടന്നു. നേരുപറയട്ടെ, പിടിച്ചുനിർത്ത്യപോലാര്ന്നു ആ കൊടുങ്കാറ്റ് നിന്നതെന്നാ പറേന്നത്. ദേഷ്യം കൊണ്ട് എല്ലാം ഇളക്കിമറിച്ച വായുഭഗവാന് ഇരിക്കാനിരിപ്പിടം കൊടുക്കുകാര്ന്നപ്പൂപ്പൻ. പിന്നെ, മഴ മാത്രമേ ഒണ്ടാര്ന്നൊള്ളൂ. നല്ല മഴ...'

അന്ന് രാത്രിയിലും മഴയായിരുന്നു. ഉച്ചയ്ക്ക് തുടങ്ങിയ മഴ. വേണു നേരത്തെ കിടന്നു. അമ്മൂമ്മയെ കെട്ടിപ്പിടിച്ച് കിടന്നെങ്കിലും ഉറക്കം വന്നില്ല. ഇടയ്ക്ക് അവൻ അമ്മൂമ്മയോട് ചോദിച്ചു:

'ഇങ്ങനെ മഴ പെയ്താ ആറ്റില് വെള്ളം പൊങ്ങത്തില്ല്യോമ്മൂമ്മേ...?'

'പൊങ്ങും. വല്ല്യ വെള്ളം ചിലപ്പോപ്പൊങ്ങും.'

പിന്നെ ഒന്ന് നാരായണ ജപിച്ചിട്ട് ഗൗരിയമ്മ പറഞ്ഞു:

'പണ്ട് ഇങ്ങനെ തോരാമഴ പെയ്ത് വല്ല്യവെള്ളപ്പൊക്കമുണ്ടായെന്ന് കേട്ടിട്ടുണ്ട്. ആറു പെരുകി കരകവിഞ്ഞൊഴുകി. കന്നാലീം കൃഷീമെല്ലാം പോയി. അന്നീ വീട്ടിലും വെള്ളം കേറി. തേലപ്രത്തെ ഒരു വല്ല്യമ്മൂമ്മ അന്നിവിടൊണ്ടാരുന്നു. തിണ്ണയ്ക്കൊരു കട്ടിലിട്ട് അവിടാരുന്നു കെടപ്പ്. പാവുതറക്കാവിൽ പന്ത്രണ്ട് ദെവസത്തെ കുളിച്ചുതൊഴീലിന് വന്നതാര്ന്നു പുള്ളിക്കാരത്തി. ആള് ആരേം അങ്ങനെ വകവെക്കാത്ത വല്ല്യ തന്റേടിയാ. എല്ലാരും പറഞ്ഞു, അമ്മൂമ്മേ ഈ വെള്ളം കേറിക്കെടക്കുന്നെടത്തിങ്ങനെ തിണ്ണേക്കെടക്കെണ്ടാന്ന്. എന്നാലാര് കേക്കാൻ! ഓ..., എനിക്കീ വെള്ളോം തണുപ്പുമൊക്കെയാ ഇട്ടം എന്നുപറഞ്ഞ് അവര് അവിടെത്തന്നെ കെടന്നു. നാലുനാഴിക ഇരിട്ടിക്കഴിഞ്ഞു കാണും, കെഴക്കെങ്ങാണ്ടുരുള് പൊട്ടിയ വെള്ളമിങ്ങു കേറിവന്നു. നല്ലൊറക്കത്തിലാര്ന്ന അമ്മൂമ്മേ കട്ടിലോടങ്ങെടുത്തോണ്ടു പോയി വെള്ളം!.

അന്ന് കൊച്ചുരാമനപ്പൂപ്പൻ കല്ല്യാണമൊന്നും കഴിച്ചിട്ടില്ല. നേരോം കാലോമൊന്നുമില്ലാതെ എവിടേം നടക്കുന്ന കാലം. എങ്ങാണ്ടൂന്ന് ആ പാതിരായ്ക്ക് കൊച്ചുവള്ളത്തേൽ വീട്ടി വന്നു കേറിയപ്പം, വീട്ടിലെല്ലാരും പത്തായത്തിന് മോളിക്കേറിയിരിപ്പാ. യ്യോ... കൊച്ചൂട്ടിച്ചെയിയേ ഒന്ന് നോക്കിയേന്ന് ആരോ പത്തായമുകളിൽ നിന്ന് പറഞ്ഞു. കേട്ടപാതി കേക്കാത്ത പാതി കൊച്ചുരാമനപ്പൂപ്പൻ വള്ളം നേരേ താഴോട്ടു വിട്ടു. താഴോട്ട് കൊറേ പോയപ്പം വരാപ്പുഴക്കാര്ടെ പുരേടത്തിലെ രണ്ട് കമുകുകളിൽ തടഞ്ഞ് കട്ടിലും കട്ടിലേൽ മേലോട്ട് നോക്കി കൈയും കൂപ്പി നാരായണ ജപിച്ച് കെടക്കുന്ന കൊച്ചൂട്ടിയമ്മേം. പിന്നെ വല്ല്യപ്പൂപ്പൻ കൊച്ചൂട്ടിയമ്മേ പൊക്കിയെടുത്ത് വള്ളത്തേക്കയറ്റിയിങ്ങു കൊണ്ടാരുകാര്ന്നു...'

ആ പ്രളയത്തിന്റെ മുകളിലൂടെ തുഴഞ്ഞുവന്ന കൊച്ചുരാമനപ്പൂപ്പന്റെ തോണിയിൽ കിടന്നുറങ്ങിപ്പോയി വേണു.

ഗൗരിയമ്മ കമ്പിളികൊണ്ട് അവനെ ഒന്നുകൂടി പുതപ്പിച്ചു. അപ്പോഴും അവന്റെ അബോധത്തിൽ, പ്രളയത്തിലൂടെ തുഴഞ്ഞുവരുന്ന കൊച്ചുരാമൻപിള്ളയായിരുന്നു.

◆◆◆

* പൂണി - വീശിപ്പിടിക്കുന്ന ചെറുമീനുകളെ ഇടുന്ന മുളനാരുകൾകൊണ്ടുണ്ടാക്കിയ പാത്രം

10

സന്ദിഗ്ധതയുടെ നാഗസന്ധ്യകൾ

ഒന്നാം ക്ലാസ്സോടെ എസ്.എസ്.എൽ.സി പാസായ വേണു കോളജിലെത്തിയപ്പോഴും പഠിത്തത്തിൽ ഏറെ ശ്രദ്ധിച്ചു. കുട്ടിക്കാലത്തേ ഉണ്ടായിരുന്ന വായനാശീലം പാഠ്യവിഷയങ്ങൾ നന്നായി വായിച്ചു പഠിക്കുന്നതിലും തുടർന്നു. അങ്ങനെ നന്നായി പഠിച്ച് പ്രീഡിഗ്രിയും ഒന്നാം ക്ലാസ്സോടെ പാസ്സായപ്പോൾ സഹദേവൻപിള്ള പറഞ്ഞു:

'ഡിഗ്രിക്കൊന്നും ചേരണ്ട. ഇനിയുള്ള കാലത്ത് എന്തെങ്കിലും ജോലി കിട്ടണമെങ്കിൽ പ്രൊഫഷണലായി എന്തെങ്കിലും പഠിക്കണം. ഏതായാലും പ്രീഡിഗ്രിക്കിത്രയും മാർക്കുണ്ടല്ലോ, എൻട്രൻസെഴുതണം. എഞ്ചിനീയറിംഗിന് കിട്ടും. അതും മെക്കാനിക്കലാണേൽ നല്ല സാദ്ധ്യതയാ...'

വേണുവിന് ഡിഗ്രിക്കു പോകാനായിരുന്നു താത്പര്യം. അതും ചരിത്രം പഠിക്കാൻ. ചരിത്രവായനകളിലൂടെ സമൂഹങ്ങളുടെ ചരിത്രം, രാജ്യങ്ങളുടെ ചരിത്രം, ലോകത്തിന്റെ ചരിത്രം, മനുഷ്യവംശത്തിന്റെ ചരിത്രം... ഇങ്ങനെ ചരിത്രമാകെ പഠിക്കാനുള്ള അവന്റെ ആഗ്രഹമാണ് വാസ്തവത്തിൽ സഹദേവൻപിള്ളയുടെ നിർദ്ദേശത്തിലൂടെ തടയപ്പെട്ടത്. തന്റെ താത്പര്യം വിശദീകരിച്ച് അത് അച്ഛനെ ബോദ്ധ്യപ്പെടുത്താനുള്ള ധൈര്യം വേണുവിനില്ലായിരുന്നു. അതുകൊണ്ടുതന്നെ അത് പറയാതെ, അച്ഛന്റെ ഇഷ്ടം എന്നയാൾ പറഞ്ഞു.

അങ്ങനെ എൻജിനീയറിംഗിന്റെ പ്രവേശനപ്പരീക്ഷയിൽ ഉയർന്ന മാർക്ക് വാങ്ങി വേണു മെക്കാനിക്കൽ എൻജിനീയറിംഗിന് ചേർന്നു. തിരുവനന്തപുരം ഗവ എൻജിനീയറിംഗ് കോളജിലായിരുന്നു, നീണ്ട നാലുവർഷത്തെ പഠനം. കോളജിന്റെ ഹോസ്റ്റലിൽ തന്നെയായിരുന്നു താമസം. ആഴ്ചയിലൊരിക്കൽ വീട്ടിലേക്ക് വരും. വന്നാലോ, അത്യാവശ്യം വീട്ടിലെ വിശേഷങ്ങളൊക്കെ ഒന്ന് ചുറ്റിപ്പറ്റി തിരക്കി, വല്ലതും വയറു നിറയെ കഴിച്ചിട്ട് സൈക്കളെടുത്ത് ഒരൊറ്റ പോക്കാണ് കല്ലൂരേക്ക്. സൈക്കളിൽ കയറിക്കഴിഞ്ഞിട്ടാണ് അയാൾ പറയുന്നത്:

'ഞാൻ വീട്ടിലോട്ടൊക്കെയൊന്ന് പോയിട്ടുവരട്ട്...'

പിന്നെ, സഹദേവൻപിള്ളയ്ക്കോ ഓമനയമ്മയ്ക്കോ തടസ്സമൊന്നും പറയാൻ പറ്റാറില്ല. പറയുന്നതിത്രയും:

'മറ്റന്നാള് തിരിച്ച് പോകേണ്ടതാ, അതോർത്തോണം...'

വേണു അതിനൊന്ന് തലയാട്ടും. അത്രതന്നെ.

കോളജിൽ പോയതിനുശേഷം ആദ്യത്തെ അവധി ദിവസം കല്ലൂരെത്തിയപ്പോൾ ഭാർഗ്ഗവിയമ്മയെയാണ് വേണു ആദ്യം കണ്ടത്.

കണ്ടയുടനെ പേരമ്മ ചോദിച്ചു:

'എന്തിനാ അവധി കിട്ട്യ ഒടനെ ഇങ്ങോട്ടിങ്ങു പോന്നത്...? നീ വെല്ലിഞ്ചിനീരാവണ്ടാളല്ല്യോ...!'

പേരമ്മയുടെ ചോദ്യത്തിലെ നേരിയ പരിഹാസം വേണുവിനു മനസ്സിലായി. എങ്കിലും ആ ഇഞ്ചിനീര് പ്രയോഗം അവനെ രസിപ്പിച്ചു. മെല്ലെ ചിരിച്ചുകൊണ്ട് വേണു പറഞ്ഞു:

'അതെ പേരമ്മെ, ഞാനൊരിഞ്ചിനീരല്ല, എൻജിനീയറാകും...'

'ങാ... ആയാ നിനക്ക് കൊള്ളാം...'

കൈയ്യിലിരുന്ന പാത്രം കഴുകിയ വെള്ളം തെങ്ങിൻ തയ്യുടെ ചുവട്ടിലേക്കൊഴിച്ചുകൊണ്ട് ഭാർഗ്ഗവിയമ്മ പറഞ്ഞു.

എന്നാൽ ആനന്ദൻപിള്ള ഇങ്ങനെയുള്ള ചോദ്യങ്ങളൊന്നും വേണുവിനോട് ചോദിക്കാറില്ല. അതിന് അയാൾക്ക് ലെവലുണ്ടായിട്ടു വേണ്ടേ...! ഇപ്പോൾ പഴയതുപോലെയുമല്ല, മിക്കവാറും മദ്യലഹരിയിലാണ്. എന്നാൽ ആ ലഹരി മൂത്ത് അയാൾ എന്തെങ്കിലും ആക്രമങ്ങളൊന്നും കാണിക്കാറില്ല. കളരിയുടെ തിണ്ണയിലോ ആറ്റുകടവിലെ പാറപ്പുറത്തോ അല്ലെങ്കിൽ വീട്ടിലെ തിണ്ണയിലോ അങ്ങനെ അലസമായി ദൂരേക്ക് നോക്കി കിടക്കും. എന്നാൽ ആരെങ്കിലും പുള്ളിയെ പ്രകോപിപ്പിക്കാൻ ചെന്നാൽ അവരെ വെറുതെ വിടത്തുമില്ല. പക്ഷിയും യക്ഷിയും മാടനും മറുതയും പിശാചും ഒന്നിച്ചുതുള്ളുമ്പോഴുള്ള ഒരവസ്ഥയാകും പിന്നെ. പഞ്ചകോലങ്ങളുടെ പഞ്ചഭാവങ്ങളും അയാളവിടെ ആവിഷ്ക്കരിക്കും.

ആനന്ദൻപിള്ളയുടെ മദ്യപാനത്തെപ്പറ്റി, പാവുതറയമ്പലത്തിൽ പോയിട്ടു വരുന്ന വഴി അപ്പൂപ്പൻ വേണുവിനോട് പരിതപിച്ചു.

'നിങ്ങള് മേലേപ്പുരേടത്തിൽ വീട് വെച്ച് താമസം മാറിയതോടുകൂടി അവന്റെ കുടിയങ്ങ് കൂടി. ഞാൻ പറഞ്ഞാലവന് കാശിന് പതിനാറാ! എന്നാൽ നിന്റച്ഛനോട് അവനിച്ചിരി ബഹുമാനമൊണ്ടാര്ന്നു. അതുകൊണ്ട്, നിങ്ങള് വീട്ടിലുണ്ടാര്ന്നപ്പം വെല്ലടത്തും പോകുമ്പഴേ അവനീ കുടിയൊണ്ടാരുന്നൊള്ളു. ഇപ്പമേതു നേരോം കുടിയാ.'

വേണു എല്ലാം കേട്ടതല്ലാതെ ഒന്നും പറയാൻ കഴിയാതെ അപ്പൂപ്പ

ന്റെയൊപ്പം നടന്നതേയുള്ളൂ.

മദ്യത്തിൽ മയങ്ങി നിന്നാടുന്ന ആനന്ദൻപിള്ള വേണുവിന്റെ മനസ്സിൽ നിറഞ്ഞ് നിന്നു. ചിലപ്പോൾ അത് ആടിത്തിരിയുന്ന ഭൈരവിക്കോലം പോലെയായി. വീണ്ടും മറ്റൊരു തിരിവിൽ അയാൾ മദ്യലഹരിയിൽ ആടി കുഴയുന്ന പച്ചമനുഷ്യനായി... ഈ ഭാവപ്പകർച്ചകളിലും അയാളുടെ കണ്ണുകളിലെ ദുരൂഹമായ തീഷ്ണചൈതന്യമാണ് വേണുവിനെ നിശ്ശബ്ദനാക്കിയത്. ആ കണ്ണുകൾക്കുള്ളിൽ എന്തൊക്കെയോ ഉള്ളതായി വേണുവിനറിയാം. എന്നാലത് എന്താണെന്നറിയില്ല.

വേണു മൗനിയായിത്തന്നെ കേശവപിള്ളയ്ക്ക് പിന്നാലെ നടന്നു.

ആനന്ദൻ ഇങ്ങനെയായിപ്പോയതെങ്ങനെയാണെന്ന് എപ്പോഴുമെന്നപോലെ ഇപ്പോഴും കേശവപിള്ള ആശങ്കയോടെ ആലോചിച്ചു.

എപ്പഴും തന്റെ കൂടെ പുരേടത്തിലായാലും കണ്ടത്തിലായാലും ആറ്റുപള്ളത്തായാലും കൂടൊണ്ടാരുന്നോനാ. വേലയെടുക്കാൻ നല്ലുശിരുമൊണ്ടാരുന്നു. എല്ലാത്തിലും നല്ല നിശ്ചയം. കാറ്റും കോളും വന്നാൽ, ആ കാറ്റു നോക്കി അവൻ പറേം മഴ പെയ്യുമോ പെയ്യത്തില്ല്യോന്ന്, പറഞ്ഞാ പറഞ്ഞപോലെ തന്നാരിക്കും...

ഇപ്പോൾ കേശവപിള്ളയും വേണുവും പരസ്പരം ഒന്നും ഉരിയാടുകപോലും ചെയ്യാതെ മുന്നിലും പുറകിലുമായി, ആനന്ദൻപിള്ള എന്ന ഉത്തരമില്ലാത്ത ചോദ്യവുമായി നടന്നു.

ആനന്ദൻപിള്ളയിലുണ്ടായ പരിണാമത്തിന്റെ അർത്ഥം ഒരിക്കലും കേശവപിള്ളയ്ക്ക് മനസ്സിലായില്ല. ആ മനസ്സിലാകാഴികയിൽ മറുതയും മദ്യവുമെല്ലാം കൂടിക്കുഴഞ്ഞു. അയാളുടെ മനസ്സിൽ മദ്യപിച്ച മറുതാക്കൂട്ടങ്ങൾ അലറിവിളിച്ച് തുള്ളി. അവർ നെല്ല് കുത്തി അരി പാറ്റിക്കൊഴിക്കുകയായിരുന്നില്ല. തള്ളമറുതകൾ കുട്ടിമറുതകൾക്ക് മുല കൊടുക്കുകയായിരുന്നില്ല. അവരെല്ലാം കുടത്തോടെ കള്ളുകുടിച്ച് കൂത്താടിക്കുഴഞ്ഞ് തുള്ളുകയായിരുന്നു.

കേശവപിള്ള ഒന്നു നെടുവീർപ്പിട്ടു. പിന്നെ, എല്ലാം മഹാമായയായ തമ്പുരാട്ടിയമ്മയുടെ നിശ്ചയങ്ങൾ എന്ന് സമാധാനിച്ചു.

ആനന്ദൻപിള്ളയെ കണ്ടാണ് അയാളുടെ മക്കളും വളർന്നത്. രണ്ടും പത്താംക്ലാസ്സോടെ പഠിത്തം നിർത്തി. സഹദേവൻപിള്ള രണ്ടുപേരോടും ആകുന്നത്ര പറഞ്ഞുനോക്കി, വീണ്ടും എഴുതാൻ. എന്നാൽ അവരുണ്ടോ അനുസരിക്കുന്നു...! കൂട്ടും കൂടി അവിടേമിവിടേം പോയി തായം കളിച്ചും വട്ട് കളിച്ചും യാതൊരു ഉത്തരവാദിത്വവുമില്ലാതെ അവർ വളർന്നു. സ്കൂളിൽ ചെന്നാൽ ഏതെങ്കിലും കുട്ടികളുമായി അടിപിടിയു

ണ്ടാക്കും. നല്ല ഊന്ന് കൊടുക്കുകയും വാങ്ങിക്കുകയും ചെയ്തു അവർ. മൂന്നു നേരവും ഇഷ്ടത്തിന് തിന്നാൻ വീട്ടിലുണ്ടായിരുന്നതുകൊണ്ട് അവർ നല്ല മുട്ടാളന്മാരായി വളർന്നു.

ആനന്ദൻപിള്ള ഒരു ഘട്ടമെത്തിയപ്പോൾ കളരിയിൽ വെച്ചും കള്ളുകുടി തുടങ്ങി. രണ്ടെണ്ണം അടിച്ചാലേ പാട്ടിനും കൊട്ടിനുമൊക്കെ ഒരായം കിട്ടൂന്നാണ് അയാൾ പറയുന്നത്. ശിഷ്യന്മാർ അത് ശരിയാണെന്നുമുള്ള മട്ടിൽ തലയാട്ടും. അപ്പോൾ താളമൊന്നുകൂടി മുറുകും. പാട്ടിന്റെ ആയം ആറ് കടന്നുപോകും. കൂട്ടുകാർ കൂടെ കൂടുമ്പോഴും തപ്പുകൊട്ടിക്കൊണ്ടു തന്നെ ആനന്ദൻപിള്ള പാടും.

അഗതികളാം... അടിയരുടെ...
അകതളിരിൽ... അമരുമമ്മേ
ദക്ഷവൈരീ... ദേവദേവ...
ദേശമതിൻ... ദേവതയേ...
കൻമഷങ്ങൾ... കളഞ്ഞൊഴിഞ്ഞേ...
കാത്തുകൊൾകാ... കനിവോടമ്മേ...

ഒരുദിവസം തുള്ളക്കാരായ രണ്ടു സുഹൃത്തുക്കൾക്കൊപ്പം ആനന്ദൻപിള്ള കളരിയിലിരുന്ന് മദ്യപിക്കുന്നതു കണ്ടപ്പോൾ കേശവപിള്ള പറഞ്ഞു:

'ആനന്ദാ നീയിങ്ങനെ കുടിച്ചു നടക്കരുതെന്ന് ഞാൻ പലപ്രാവശ്യം പറഞ്ഞിട്ടുണ്ട്. പക്ഷെ നീയതൊന്നും കേട്ടിട്ടില്ല. ഇപ്പം കളരീലിരുന്നും നീ കുടിയ്ക്കുകാ... ഇത് നല്ലതിനല്ല. ഓർത്തോ...'

കേശവപിള്ള അവിടെ നിന്ന് വീട്ടിലേക്ക് കയറിയപ്പോൾ, കളരിക്കകത്ത് പതുങ്ങി ഇരിക്കുകയായിരുന്ന വാസു എന്ന തന്റെ കൂട്ടുകാരനോടായി ആനന്ദൻപിള്ള പറഞ്ഞു:

'ഓർമ്മയില്ലാത്തത് സത്യത്തിലങ്ങേർക്കാ... പണ്ടു പുരാതനകാലം മൊതല് പടേനീം മന്ത്രവാദോം ഓത്തും ചാറ്റും വരെയൊണ്ടാര്ന്ന കളരിയാ ഇത്. ആ പാരമ്പര്യം കളഞ്ഞിട്ടിപ്പം വന്നേക്കുന്നു. പഴിതീർക്കാനൊരു തിരി കത്തിച്ചുവെക്കും...!'

ആനന്ദൻപിള്ള പുറത്തെ ഇരുളിലേക്കു നോക്കി തുടർന്നു:

'കൂടുതലെന്നേ ശാസിക്കാംവന്നാലീ വെളക്കും ഞാനൂതിക്കെടുത്തും... ഒരു തിരി...! ഇതൊന്നും പോരാ ഇവിടിരിക്കുന്നാളിന്.'

ആനന്ദൻപിള്ള ഇപ്പോൾ വീടിന്റെ ഭാഗത്തേക്ക് തിരിഞ്ഞുനിന്നു.

'ഞാനിനീം കുടിക്കുമിവിടിരുന്ന്. കള്ളുമിവിടുത്തെ നേദ്യമാ...'

കേശവപിള്ള മകന്റെ പുളിച്ച വർത്തമാനം വീട്ടുമുറ്റത്തുനിന്ന് കേൾ

ക്കുന്നുണ്ടായിരുന്നു. എന്നാൽ ഒന്നിനും മറുപടി പറയാൻ അയാൾക്ക് കഴിഞ്ഞില്ല. അയാൾ വീട്ടിലേക്ക് കയറി. അപ്പോഴും ആനന്ദൻപിള്ളയുടെ വർത്തമാനം കേൾക്കാമായിരുന്നു.

'അല്ലെടാ കൂവെ, ഇങ്ങനെ രാപകലില്ലാതെ കൃഷീ കൃഷീന്ന് പറഞ്ഞ് നടന്നാ മതിയോ. പണ്ടു പുരാതന കാലം മൊതലുള്ള പാരമ്പര്യമാ. അതെല്ല്യോ പരമപ്രധാനം... ഹ്ഹൊ...'

ആനന്ദൻപിള്ള ഒഴിച്ചുകൊടുത്തത് ഒറ്റവലിക്ക് ഊറ്റിക്കുടിച്ചിട്ട് ചുണ്ടൊന്ന് കോട്ടി തൂത്തിട്ട് വാസു പറഞ്ഞു:

'അതെയതെ; പാരമ്പര്യമായിട്ട് നമ്മളൊക്കെ മാടനും മറുതേമൊക്കെയാ. ചത്താലും നമ്മളൊക്കെ അതല്ലാതൊന്നുമാകത്തില്ല. ഇതെല്ലാം അമ്മ വിചാരിക്കുന്ന പോലാ. നിന്റച്ഛനതുവല്ലോമറിയാമോ...'

എല്ലാ മനഃപ്രയാസങ്ങളുമുള്ളപ്പോഴും ഒരനുഷ്ഠാനംപോലെ, കേശവപിള്ള മണ്ണിൽ പണിയെടുത്തു. ആറ്റീടിയിലേയും പുരയിടത്തിലേയും കണ്ടത്തിലേയും മണ്ണിൽ കിളക്കുമ്പോൾ മൺകട്ടകൾ ഇളകിമറിഞ്ഞ് വിത്തിനായ് വായ്തുറക്കുന്നതായി അയാൾക്കു തോന്നി. അതയാളുടെ മനസ്സിനെ നിറച്ചു. മണ്ണിൽ വിതച്ചതെല്ലാം ഒരു കുറവുകളുമില്ലാതെ വിളവുകളായെടുത്തു. അത് എല്ലാവരും വയറു നിറയെ അനുഭവിച്ചു.

ഒരിക്കൽ കുന്നന്താനത്ത് പടയണിക്ക് പാടാനായി പോയ സുരേന്ദ്രൻ അവിടുത്തെ ഒരു തുള്ളക്കാരനുമായി ഏറ്റുമുട്ടി. മദ്യപിച്ചിരുന്ന സുരേന്ദ്രൻ തുള്ളക്കാരനോട് ചോദിച്ചു:

'ഞാൻ പാടിയാ നീ തുള്ളുമോ...?'

'തുള്ളും...'

'നീയോ...! നീ തുള്ളത്തില്ല... കല്ലൂരെ സുരേന്ദ്രൻ അറിഞ്ഞൊന്ന് പാടിയാ നീയല്ല ഈ കുന്നന്താനത്തൊരുത്തനും തുള്ളത്തില്ല. പാവുതറച്ചിട്ടേമല്ല, കല്ലൂച്ചിട്ടയൊന്ന് വേറെയാ അറിയാമോ...?'

അല്പം കഴിഞ്ഞപ്പോൾ സുരേന്ദ്രൻ അതറിഞ്ഞു. ഉന്തും തള്ളുമായി കുന്നന്താനത്തെ പടയണിക്കാർ യക്ഷിക്കാവിനപ്പുറത്തുള്ള കുറ്റിക്കാട്ടിലേക്ക് കൊണ്ടുപോയി സുരേന്ദ്രനെ നല്ലപോലെ കൈകാര്യം ചെയ്തു.

പിറ്റേന്ന് വൈകിട്ട് പാവുതറയമ്മയുടെ നടയ്ക്കൽ നിന്ന് സുരേന്ദ്രൻ ഇടറിക്കൊണ്ട് വികാരപരവശനായി പറഞ്ഞു:

'അമ്മേ..., കല്ലൂരെ ഈ കുഞ്ഞിനെയാ അവന്മാര് തല്ലിയത്. ഞാനമ്മേടെ പാട്ട് പാടിയാലവനൊന്നും തുള്ളത്തില്ലെന്നെനിക്കറിയാം. അമ്മയിതിന് പ്രതികാരം ചെയ്യണം. വെതറണം വസൂരി അവന്റെയൊക്കെ

നെഞ്ചത്ത്...'

എന്നാൽ സുരേന്ദ്രന്റെ വിലാപമൊന്നും പാവുതറയമ്മ കേട്ടില്ല. വേണുവിന്റെ പ്രാർത്ഥനകളായിരുന്നു കേട്ടത്.

എൻജിനീയറിംഗിന്റെ നാലാംവർഷത്തെ അവസാനഘട്ട പരീക്ഷകൾ തുടങ്ങുന്നതിന്റെ അന്ന് പുലർച്ചെ അവൻ പാവുതറക്കാവിലേക്കു പോയി. പ്രാർത്ഥനകളോടെ തിരുനടയിൽ കൈകൾ കൂപ്പിനിന്നു.

പഠിച്ചതെല്ലാം വേണുവിന്റെ തെളിഞ്ഞ ബുദ്ധിയിൽ നിന്ന് മനസ്സിലേക്ക് കടന്നുവന്ന എല്ലാ ചോദ്യങ്ങൾക്കും അവൻ ഉത്തരങ്ങളെഴുതി. നല്ല മാർക്കോടെ മെക്കാനിക്കൽ എൻജിനീയറിംഗ് പൂർത്തീകരിക്കുകയും ചെയ്തു.

പരീക്ഷയെല്ലാം കഴിഞ്ഞ് നാട്ടിലേക്ക് മടങ്ങുമ്പോൾ തിരുവനന്തപുരത്തിനും ചെങ്ങന്നൂരിനുമിടയ്ക്കുള്ള ഓരോ റെയിൽവേസ്റ്റേഷനുകളിലും വേണുവിന്റെ സുഹൃത്തുക്കൾ പലരും യാത്ര പറഞ്ഞിറങ്ങി. യോഗമുണ്ടെങ്കിൽ ഇനിയും കാണാം എന്ന അർത്ഥത്തിൽ ഓരോ ആശംസാവാക്കുകളും അവനെ കടന്നുപോയി. മാവേലിക്കരയിൽ ഇറങ്ങിയ ഗോപീകൃഷ്ണൻ പറഞ്ഞു:

'വേണൂ, നിനക്ക് നല്ല മാർക്ക് കാണും. എവിടെങ്കിലും കേറിപ്പറ്റാൻ നോക്കണം. പിന്നെ..., എല്ലാമൊരു യോഗമാ...'

ഗോപിയെ കടന്ന് ട്രയിൻ മുന്നോട്ട് പോകുമ്പോഴും പിന്നീട് ഒറ്റയ്ക്കായപ്പോഴും വേണുവിന്റെ മനസ്സിൽ അവൻ പറഞ്ഞ യോഗമായിരുന്നു. ബസ്സിറങ്ങി വീട്ടിലേക്ക് നടന്നു പോകുന്നവഴി പാവുതറയമ്മയെ അവൻ റോഡിൽ നിന്ന് നമിച്ചു. മുഷിഞ്ഞ വസ്ത്രവും ബാഗുമൊക്കെയായി അമ്പലത്തിന്റെ തകിടിയിലേക്ക് കയറേണ്ടെന്നുവെച്ചു. എങ്കിലും തൊഴുതു മടങ്ങുമ്പോൾ എല്ലാറ്റിനും ഒരു യോഗവുമുണ്ട് എന്ന തിരിച്ചറിവ് അവന്റെയുള്ളിൽ ബലപ്പെടുകയായിരുന്നു.

പിറ്റേന്ന് രാവിലെ വേണു കല്ലൂരേക്കു പോയി. അവൻ പോകുന്നതിനു മുമ്പ് സഹദേവൻപിള്ള ഇത്രയും പറഞ്ഞു:

'ഇനീപ്പോ, ഒരു ജോലിയാ വേണ്ടത്. അതു കിട്ടുന്നതു വരെ പ്രത്യേകിച്ചൊന്നും പഠിക്കാനില്ലെന്നു കണ്ട് അവിടെ പോയി, ല്ലവമ്മാർടെ കൂടെ കൂട്ടും കൂടി നടക്കരുത്. അറിയാമല്ലൊ, ഇപ്പം പഴയതിലും കഷ്ടമാ എല്ലാത്തിന്റേം കാര്യം... അച്ഛനോടുമമ്മയോടും ഇങ്ങോട്ടിങ്ങ് പോരാൻ ഞാൻ പലപ്രാവശ്യം പറഞ്ഞു. കേക്കണ്ടെ; ഏതായാലും നീയങ്ങോട്ട് പോവല്ലെ, നീയൂടൊന്ന് പറഞ്ഞുനോക്ക്...'

അതെന്തായാലും നടക്കില്ലെന്ന് വേണുവിനറിയാമായിരുന്നു. കാരണം

കല്ലൂരെ മണ്ണുമായി ലയിച്ചുചേർന്ന ജീവിതമാണ് അപ്പൂപ്പന്റെയും അമ്മൂമ്മയുടെയും. ആ ചുറ്റുപാടുകൾക്കപ്പുറത്ത് എവിടെയായാലും അവർക്ക് ശ്വാസം മുട്ടും. എത്ര ബുദ്ധിമുട്ടുകൾ സഹിച്ചാലും ആ മണ്ണിൽനിന്ന് മാറാനവർക്ക് കഴിയില്ല.

ഇങ്ങനെയൊക്കെയാണെങ്കിലും വേണു കല്ലൂർ ചെന്നപ്പോൾ പേരമ്മ കേൾക്കാതെ അമ്മൂമ്മയോട്, അച്ചൻ പറഞ്ഞ കാര്യം അവനൊന്ന് സൂചിപ്പിച്ചു.

'ഈ വയസ്സാംകാലത്ത് ഇവിടെക്കെടന്നിങ്ങനെ കഷ്ടപ്പെടണോമ്മൂമ്മേ..., നിങ്ങക്ക് രണ്ടാൾക്കും അവിടെ വന്ന് താമസിച്ചുകൂടെ...?'

പല്ലില്ലാ മോണ കൊണ്ട് ഒന്ന് ചവച്ചിട്ട് പുറത്തെ പ്രകൃതിയിലേക്ക് നോക്കി നിസംഗയായി ഗൗരിയമ്മ ഒന്നു ചിരിച്ചു.

'ഏതായാലും ഇത്രേം കാലം നല്ലതും ചീത്തേമെല്ലാമനുഭവിച്ച് ഇവ്ടെ ജീവിച്ചു. ഇനിയൊള്ള കാലോം ഇവ്ടെ മതി. നീ പേടിക്കണ്ട. അമ്മ മഹാമായ ഞങ്ങളെ നോക്കിക്കോളും...'

അമ്മമഹാമായ സംരക്ഷിക്കില്ല എന്നുപറയാൻ വേണുവിന് കഴിയില്ല. അത്രമാത്രം ഉറച്ച വിശ്വാസം അവനും പാവുതറയമ്മയിലുണ്ടായിരുന്നല്ലോ...

ഗൗരിയമ്മ വേണുവിനെ കട്ടിലിലേക്ക് പിടിച്ചിരുത്തി.

'നീ ഇത്രേം ചോദിച്ചതുകൊണ്ട് പറേകാ; എല്ലാം അമ്മേടെ പരീക്ഷണങ്ങളാ മോനെ. ആ പരീക്ഷണങ്ങള്ടെ കാഠിന്യം നാൾക്കുനാള് കൂടുകാന്നാ എനിക്കു തോന്നുന്നത്...നീയറിഞ്ഞോ, നാലാവുന്നാള് ആനന്ദന്റെ മുറീലെ കഴുക്കോലിനെടേല് രണ്ടെണ്ണം...! എന്നെയിവിടെ കൊണ്ടുന്നിട്ടിത്രേം കാലമായല്ലോ; ഇക്കാലമത്രേം ഞാനൊരു ചേരേപ്പോലും ഇവിടെങ്ങും കണ്ടിട്ടില്ല...'

ഒന്നു നെടുവീർപ്പിട്ട് ഗൗരിയമ്മ ഒരാത്മഗതം പോലെ തുടർന്നു:

'ആ എരണംകെട്ടോന്റെ പ്രവൃത്തിദോഷംകൊണ്ട് ഇനീമെന്തൊക്കെ കാണണം നിന്തിരുവടീ...'

കൈകൾ കൂപ്പി ഇരുന്ന ഗൗരിയമ്മയോട് വേണു ആകാംക്ഷയോടെ തിരക്കി.

'എന്നിട്ട്...?'

'വെഷമില്ലാത്തതൊന്നുമല്ലാർന്നു. അത് പാമ്പാരുന്നൂന്ന് നിന്റപ്പൂപ്പൻ പറഞ്ഞു. പിതൃക്കളുടെ കരുണ, അതുകൊണ്ട് രണ്ടും ഒന്ന് പത്തിവിടർത്തിക്കാണിച്ചേച്ചങ്ങെറങ്ങിപ്പോയി...

...നിന്റപ്പൂപ്പൻ പറഞ്ഞ് ഞാങ്കേട്ടിട്ടൊണ്ട്, ഈ വീട്ടിൽ പാമ്പു കേറി

യത്. പാമ്പുകേറീന്നുവെച്ചാ, ഈ മുറിയെടെ ആ മൂലയ്ക്കൂടെ ഒന്നിനു പൊറകേ ഒന്നായിട്ടിങ്ങ് കേറി വരുകല്ലാര്ന്നോ. ആ മൂലയ്ക്ക് പൊറത്ത് അന്നൊരു പൂവരശ്ശൊണ്ടാരുന്നു. അതേക്കൂടാ പാമ്പെല്ലാം പെരയ്ക്കാത്തോട്ട് കേറിയത്. രാത്രീലാരും ഒറങ്ങിയില്ല. കൊച്ചുരാമനപ്പൂപ്പൻ വീട്ടിലില്ലാരുന്നുതാനും. എന്നാൽ പുള്ള്യടെ അച്ഛൻ പരമൂള്ളയൊണ്ടാര്ന്നു. അദ്ദേഹമാ ആദ്യമിത് കാണുന്നത്.

കണ്ടതോ, നിന്റപ്പൂപ്പൻ കേശവപിള്ളേടെ നെഞ്ചത്തേക്ക് വന്നുവീണ പത! പാമ്പിന്റെ വായീന്നു വീണ പത. അന്ന് പുള്ളി പൊടിക്കൊച്ചാ. കൊച്ചിനെ തൊട്ടീക്കെടത്ത്യേക്കാര്ന്നു. തൊട്ടിയെടെ കയറ് കെട്ടീരുന്നത് കഴുക്കോലേൽ. അവിടെ വന്നിരുന്ന് പതയിട്ട് ഒന്ന് പേടിപ്പിച്ചു! പരമൂള്ള കുഞ്ഞിന്റെ നെഞ്ചത്തെ പത കണ്ട് മേപ്പോട്ട് നോക്കിയപ്പം പത്തി വിടർത്തി ഒരെണ്ണം കയറേക്കൂടെ താഴോട്ടെറങ്ങാം നോക്കുകാ. വെട്ടം തെളിച്ച് നോക്കിയപ്പം പൊറകേ പൊറകേ ഒരു നാലഞ്ചെണ്ണം...! അന്നു രാത്രീലാരും ഒറങ്ങിയില്ല. കാര്യത്തിന്റെ ഗൗരവം തിരിച്ചറിഞ്ഞ പരമൂള്ള കളരീ പോയി എന്തോ ഒന്ന് ജപിച്ച് ഒരുനുള്ള് മഞ്ഞപ്പൊടീമായിട്ട് വന്നു. എന്നിട്ടത് മേപ്പോട്ടെറിഞ്ഞു. വല്ല്യ മന്ത്രവാദിയാരുന്നല്ലോ പുള്ളി. പക്ഷെ പാമ്പ് പോയില്ല. പത്തി താത്തെങ്കിലും എല്ലാം അവിടൊക്കെ തന്നെ ചുറ്റിപ്പെണഞ്ഞ് കെടന്നു; ആരാണ്ടേ കാത്തു കെടക്കുന്ന പോലെ...

അവര് കാത്തു കെടന്നാള് പിന്നെ വന്നത് കൊച്ചുവെളുപ്പാങ്കാലത്താ. എലന്തൂരെങ്ങാണ്ട് പടേനിക്ക് പോയേക്കാര്ന്നു കൊച്ചുരാമൻപിള്ള. വന്നൊടനെ കാര്യങ്ങള് മനസ്സിലാക്കിയ പുള്ളിയോട് അച്ഛൻ പറഞ്ഞു:

ഞാനൊന്ന് ദേഷ്യമടക്കി നിർത്ത്യേക്കുകാ. നീയിനീമെന്തേലുമൊന്ന് ചെയ്യ്...

വന്നു നിന്നപാടെ കൊച്ചുരാമൻപിള്ള കടവിലേക്കിറങ്ങി ഒന്ന് മുങ്ങീട്ട് നേരെ കളരീലേക്ക് കേറി. ഇച്ചിര കഴിഞ്ഞ് അവിടുന്നെറങ്ങി വന്നു. ആരും ഒന്നും മിണ്ടാതെ നിന്നു. അയ്ലോക്കത്തൂന്നും ആരാണ്ടൊക്കെ വന്നു നിപ്പൊണ്ടാര്ന്നു. കൊച്ചുരാമൻപിള്ള കൈകൾ കൂപ്പി എന്തോ ഒന്നു ജപിച്ചു. പിന്നെ മേപ്പോട്ടു നോക്കിപ്പറഞ്ഞു:

വിട്ടു പോയതെല്ലാം അടുത്തായില്ല്യത്തിന് തന്നെ ചെയ്തോളാം. ഇവരെ ഭയപ്പെടുത്താതെ മടങ്ങിപ്പോ...

നിന്റപ്പൂപ്പൻ പറഞ്ഞതു കേട്ട് ഞാനതിശയിച്ചു.

പാമ്പുകൾ ഓരോന്നോരോന്നായി എല്ലാരും നോക്കി നിക്കെ തിരിച്ചു പോയി...

ആ പാരമ്പര്യമാ ഇന്നീ തലതിരിഞ്ഞോൻ നശിപ്പിക്കുന്നത്. ആണ്ടോടാണ്ട് മീനത്തിലെ ആയില്ല്യത്തിന് കാവില് നൂറും പാലുമൊണ്ടാർന്നത് ഇപ്പമെത്രകാലമായി മൊടങ്ങീട്ട്! കളരീ പൂജയൊണ്ടാർന്നതും നിന്നു. നിന്റപ്പൂപ്പൻ, ആ മനുഷന്റെ നന്മകൊണ്ട് അങ്ങേര് എല്ലാക്കൊല്ലോം മീനത്തിലെ ആയില്ല്യത്തിന് മണ്ണാറശാലക്ക് പോം. വഴിപാടൊക്കെ അവിടെ നടത്തും. എന്നാലും അവിടെ തൃപ്തിയായിക്കാണത്തില്ല. അതിനാ ആളെ അയച്ചെ... ഇനി എന്തെല്ലാം കാണണമെന്റെജഗദീശ്വരീ...'

***

11

യക്ഷിയല്ല; രക്ഷകി

പടയണിയുടെ കാലമായാൽ കദളിമംഗലം മുതൽ കോട്ടാങ്ങൽ വരെയുള്ള ഒട്ടു മിക്ക കാവുകളിലും വേണു പോകും. മിക്കവാറും അജയൻ തന്നെയാവും കൂട്ടിന്. കടമ്മനിട്ടക്കാവിലേക്കുള്ള ഈ യാത്രയിലും അജയൻ തന്നെയായിരുന്നു കൂട്ടിന്. പോകുന്ന വഴി അജയൻ അയാളോട് ചോദിച്ചു:

'ഞാനെപ്പോഴും ചോദിക്കണമെന്ന് വിചാരിച്ചിട്ടുള്ളതാ; നിങ്ങടെ വീട്ടിൽ കളരിയുണ്ട്, പടേനിയുടെ വല്ല്യപാരമ്പര്യമുള്ള കുടുംബവുമാണ്. എന്നാൽ നിങ്ങൾക്ക് അതുമായി ഒരടുപ്പവുമില്ല. തുള്ളാനും പാടാനും കൊട്ടാനുമൊന്നും നിങ്ങൾക്ക് വശമില്ല. എന്നുമാത്രമല്ല, കുടുംബക്കാരോട് അലോഹ്യത്തിലാകാൻ കാരണം പോലും പടേനിയാണെന്നു പറയുന്നു. പിന്നെങ്ങനെയാണീ കമ്പം...?'

'തീർച്ചയായും കുടുംബപരമായ ചില പ്രശ്നങ്ങളുണ്ട്. അതുകൊണ്ടാണ് പടേനിയുമായി ഒരകലമുണ്ടായതും. പരോക്ഷമായി അതങ്ങനെയല്ല. ആത്മബന്ധം തന്നെ അതുമായിട്ടുണ്ട്. അജയനറിയാമോ, മനുഷ്യന്റെ ഉള്ളിലെ ഇരുട്ടിനോടുള്ള അവന്റെ തന്നെ പോരാട്ടമാണ് പടയണി. പന്തങ്ങൾ ജ്വലിപ്പിച്ച് പാടിയും കൊട്ടിയും തുള്ളിയുമൊക്കെ പടയണിയുടെ രാത്രിയിലൂടെ കടന്നുപോകുന്ന മനുഷ്യൻ സ്വന്തം അന്ധകാരത്തെ തന്നെയാണ് മറികടക്കുന്നത്. പടയണിയുടെ അനുഷ്ഠാന തീവ്രത, അതിന്റെ വീര്യം, ഇതൊക്കെ വേറെവിടെയാണുള്ളത്. ശക്തിസ്വരൂപിണിയായ ദേവി പടയണിയിലൂടെ പകർന്നു തരുന്ന ആ വീര്യത്തിലൂടെ ഭീതി മാത്രമല്ല അന്യതാബോധവും മൃത്യുബോധവും വരെ മറികടക്കാനാവും. ശരിക്കും പറഞ്ഞാൽ ഇതൊരിതിഹാസ നാടകം കൂടിയാണ്. അതിലേക്ക് പ്രകൃതിയും മനുഷ്യരുമെല്ലാം വലിച്ചടുപ്പിക്കപ്പെടുകയാണ്. ഇത്രയും തീവ്രമായി നമ്മുടെ സാമൂഹികജീവിതത്തെ ഊർജ്ജസ്വലമാക്കാനും വിവേചനങ്ങൾക്കതീതമാക്കാനും നമുക്ക് വേറെന്താണുള്ളത്...!'

ഒരിട മൗനത്തിനുശേഷം അജയൻ പറഞ്ഞു.

'ശരിയാണ്...

അതുപോല, ഈ അടിശ്ശേരിക്കാവിലേയും പാച്ചോറ്റിക്കാവിലേയുമൊക്കെ പടേനിയിൽനിന്ന് എന്തു വ്യത്യാസമാണീ കടമ്മനിട്ട പടേനിക്ക്...?'

'ഐതീഹ്യത്തിലും അനുഷ്ഠാനത്തിലുമൊന്നും വ്യത്യാസമില്ലെങ്കിലും ആചരണത്തിൽ സൂക്ഷ്മമായ ചില വ്യത്യാസങ്ങളുണ്ട്. അതാത് സ്ഥലങ്ങളുടെ ഭൂമിശാസ്ത്രപരമായ പ്രത്യേകതകളനുസരിച്ചാണതെന്ന് തോന്നുന്നു. കാടിനും മലയ്ക്കുമൊക്കെ വല്ല്യ പ്രാധാന്യം കടമ്മനിട്ടപ്പടേനിക്കുണ്ട്. അവിടുത്തെ ആ ചൂരലടവി ഊരാളിപ്പടയണി ഇതൊന്നും നമ്മുടെയവിടെയില്ല. അതെല്ലാം മലകളുമായി ബന്ധപ്പെട്ടു വരുന്നതാണ്. കുറവനായ ഊരാളി വന്ന് വിളിച്ചെങ്കിലേ കടമ്മനിട്ടയമ്മ പടേനിക്കിറങ്ങി വരത്തൊള്ളൂ എന്നാണ് സങ്കൽപ്പം. അതൊന്നും പടിഞ്ഞാട്ടുള്ള പ്രദേശങ്ങളിലില്ല. അതുപോലെ പാട്ടിന്റെ ആലാപന രീതിയിലും കോലരചനയിലുമൊക്കെ നേരിയ വ്യത്യാസങ്ങൾ കാണാം. ആ സൂക്ഷ്മവ്യത്യാസങ്ങൾപോലെ തന്നെ സ്ഥൂലമായ വ്യത്യാസങ്ങളുമുണ്ട്. അതിനുള്ള ഏറ്റവും വലിയ ഉദാഹരണമാണല്ലോ നമ്മളാരും കണ്ടിട്ടില്ലെങ്കിലും നമ്മുടെ ആയിരത്തൊന്ന് പാളയുടെ ചട്ടത്തേക്കോലം...'

'അതെയതെ...'

ആവേശത്തോടെയും എന്നാൽ നിരാശയോടെയും അജയനും ആ യാഥാർത്ഥ്യത്തെ ഉൾക്കൊണ്ടു. ഒന്ന് നെടുവീർപ്പിട്ട് അജയൻ തുടർന്നു ചോദിച്ചു:

'സത്യത്തില് നമ്മുടെ ഈ വിശ്വാസങ്ങളൊക്കെ ഭയത്തിൽ നിന്നല്ലെയുണ്ടായിട്ടുള്ളത്...?' എക്കാലത്തും സമൂഹത്തിലെ അധികാരശക്തികൾ തങ്ങളുടെ ചൂഷണത്തിനും മേൽക്കോയ്മയ്ക്കും വേണ്ടി ജനങ്ങളിൽ ഉണ്ടാക്കിയിട്ടുള്ളതല്ലെ ഈ ഭഗവാനും ഭഗവതീമൊക്കെ...?'

കാര്യമായ ചോദ്യമായതുകൊണ്ടാവും വേണു സ്കൂട്ടറിന്റെ വേഗത കുറച്ചു.

'ജനങ്ങളുടെ വിശ്വാസത്തെ അധികാരശക്തികൾ തങ്ങളുടെ ചൂഷണത്തിനുവേണ്ടി ഉപയോഗിച്ചിട്ടുണ്ട് എന്നുള്ളത് നേരാണ്. ഭയത്തിൽ നിന്നു തന്നെയാണ് വിശ്വാസമുണ്ടാകുന്നത്. വിശ്വാസം ഉറയ്ക്കുമ്പോൾ ഭയത്തെ അത് ഇല്ലാതാക്കുകയും ചെയ്യുന്നു. ഒപ്പം സത്യത്തെ അറിയാനും അത് ഇടയാക്കുന്നു. ആ തിരിച്ചറിവിൽ നിന്നുകൊണ്ടുകൂടിയാണ് ചൂഷണവും അധീശത്വവും ചോദ്യം ചെയ്യപ്പെടേണ്ടത്. അതല്ലാതെ, ബാഹ്യമായ ധാരണകളുടെമാത്രം അടിസ്ഥാനത്തിലുണ്ടാകുന്ന എതിർപ്പുകൾ വളരെ പെട്ടെന്നുതന്നെ ദുർബലമാകും...

......നമ്മുടെ ആയിരത്തൊന്ന് പാളയുടെ ഭൈരവിയെ തന്നെ ഒന്നു സങ്കൽപ്പിച്ചു നോക്കിക്കെ. എന്തൊരു ഭയങ്കര രൂപമായിരിക്കും അത്. ആദ്യത്തെ കാഴ്ചയിൽ അത് ഭയമാവുമുണ്ടാക്കുക. പിന്നെ ആ ഭയം ഭക്തിയായി മാറും. അതു കഴിഞ്ഞാലത് ശക്തിയായി തീരും. ആ ശക്തിയാണുണ്ടാകേണ്ടത്. അതുകൊണ്ട് മാത്രമെ തെറ്റിനെ തിരുത്താനാവൂ. ആ കരുത്തിൽ മരണംപോലും ഒരാൾക്ക് ഭയമാകില്ല...'

'ഉം...'

വേണുവിന്റെ വാക്കുകളിലേക്ക് ശ്രദ്ധിച്ചിരുന്ന അജയൻ, തല അല്പം പിന്നോട്ടാക്കി ഒന്ന് ദീർഘം ശ്വസിച്ചു. മലയുടെ കയറ്റിറക്കങ്ങൾ കഴിഞ്ഞ് അവരിപ്പോൾ കടമ്മനിട്ടക്കാവിലെത്തി. സാക്ഷാൽ കടമ്മനിട്ട അവിടെയുണ്ടായിരുന്നു. കവിയുമായി തിരുവനന്തപുരത്തുവെച്ചുതന്നെ വേണുവിന് അടുപ്പമുണ്ടായിരുന്നു. അജയനെ അയാൾ കവിയ്ക്ക് പരിചയപ്പെടുത്തിക്കൊടുത്തു. കവി, പടേനിയുടെ കടമ്മനിട്ടയിലെ ആശാനായ വാസുദേവൻപിള്ളസാറിനെ ഇരുവർക്കും പരിചയപ്പെടുത്തി.

പിന്നെ കടമ്മനിട്ടക്കാവിലമ്മയുടെ പടയണിയായി. ഭൈരവിയും പഞ്ചകോലങ്ങളും നിറഞ്ഞ് തുള്ളിക്കളത്തിലെത്തിയപ്പോൾ അസാധാരണമായ ഒരു ഊർജ്ജം അവിടെയുണ്ടായതായി വേണുവിന് തോന്നി. കാലവും ലോകവുമെല്ലാം ആ ഊർജ്ജതാണ്ഡവത്തിൽ സ്തംഭിച്ചതുപോലെ... ഭൈരവിക്കോലങ്ങളും മാടനും മറുതയും യക്ഷിയും പക്ഷിയുമെല്ലാം തുള്ളി നിറഞ്ഞപ്പോൾ എല്ലാം ഒന്നാണെന്ന് കാഴ്ചയുടെ ഏതോ ഒരു ഘട്ടത്തിൽ അയാൾ തിരിച്ചറിഞ്ഞു. ഒന്ന് മാത്രം. സർവ്വ ഭൂതങ്ങൾക്കും ആധാരമായ ഭഗവതി മാത്രം... അവിടെ നിന്ന് മടങ്ങി വരവെ പാവുതറയിലെത്തി രണ്ടായി വഴി പിരിയുമ്പോൾ അജയൻ പറഞ്ഞു:

'ശരി, എന്നാൽ വിശ്വാസം രക്ഷിക്കട്ടെ...'

'തന്നെയും രക്ഷിക്കട്ടെ...'

ആളനക്കമില്ലാത്ത പാവുതറയിലെ ടാർ വിരിച്ച ഇടറോഡിലൂടെ വേണുവിന്റെ സ്കൂട്ടർ ഇരുളിനെ തുളച്ച് മുന്നോട്ടു പോയി. ഇരുളിനെ മാദകമാക്കിയിരുന്നു ആ രാത്രിയിലെ കോടമഞ്ഞ്. ഏതൊക്കെയോ നിശാപുഷ്പങ്ങളുടെ ഗന്ധം അതിൽ ലയിച്ചു ചേർന്നിരുന്നു. അതിൽ ശുക്ലഗന്ധം പരത്തിയ പൂമരം ഏതായിരുന്നു...? വേണു സ്കൂട്ടറിന്റെ വേഗം കുറച്ചിട്ട് ഒന്ന് ചുറ്റുവട്ടം ശ്വാസം പിടിച്ചു. എന്നാൽ ആ ഗന്ധമെവിടെനിന്നെന്ന് അയാൾക്കറിയാൻ കഴിഞ്ഞില്ല. ഒരുപക്ഷെ ഈ പാതിരിയോ പയ്യാഴാന്തലോ പനച്ചയോ..., ഏതു മരമായാലും അതിന്റെ ആകാശത്തലപ്പുകളിൽ ഗന്ധർവ്വയക്ഷീ സംഗമമാവും...

വേണു സ്കൂട്ടറിന്റെ വേഗത അല്പം കൂടി കൂട്ടി. എന്തോ, ആ രാത്രിയുടെ ഉൻമാദം അയാളിലേക്ക് പടർന്നതുപോലെയായിരുന്നു. സ്കൂട്ടറിന്റെ ശബ്ദം കേട്ടപ്പോൾത്തന്നെ ഓമനയമ്മ കതവ് തുറന്നു. രാത്രിയിൽ ഇങ്ങനെ എവിടെയെങ്കിലുമൊക്കെ പോയി അസമയത്ത് വന്നുകയറുന്നതിന് സഹദേവൻപിള്ളയും ഓമനയമ്മയും വേണുവിനെ ശകാരിക്കാറുണ്ടായിരുന്നു. പതിവുപോലെ അതിപ്പോഴുമുണ്ടായി.

'നിനക്ക് പേടീം ഭയോമൊന്നുമില്ലേ വേണൂ, ഇങ്ങനീ രാത്രീ നടക്കാൻ...? ഇപ്പം നേരമെന്തായെന്ന് നിനക്കറിയാമോ...?'

വേണു ഏതാണ്ടൊരു കണക്കുകൂട്ടലിൽ പറഞ്ഞു:

'മൂന്നായിക്കാണും...'

ഉറങ്ങാൻ കിടക്കുമ്പോൾ ആരോ തന്നോട് പറയുന്നതായി വേണുവിന് തോന്നി.

പകലിന്റെ നാഴികകൾ മാത്രമല്ല, രാത്രിയുടെ ഇരുട്ടയാമങ്ങളും നീ അറിഞ്ഞിരിക്കണം. അതിന്റെ വശ്യവും ഭയാനകവുമായ അനുഭൂതികൾ അറിയേണ്ടയാളാണ് നീ... പേടിക്കണ്ട, ഇനിയുറങ്ങിക്കോളൂ...

പിറ്റേന്ന് വേണു ഉണർന്നത് പകൽ പതിനൊന്നു മണിക്ക്.

പടയണിയുടെ പാതിരാ യാത്രകളല്ലാതെ വേണുവിന് ഇക്കാലത്ത് അങ്ങനെ അധികം യാത്രകളൊന്നുമില്ലായിരുന്നു. മിക്കപ്പോഴും വീട്ടിൽത്തന്നെ. വീട്ടിലിരുന്ന് വായിക്കും. അങ്ങനെയാണ്, വളരെ മുൻപേ ഉണ്ടായിരുന്ന ചരിത്രപഠന താത്പര്യം അയാളെ യൂണിവേഴ്സിറ്റിയുടെ വിദൂര പഠന പദ്ധതിയിൽ ചേരാൻ പ്രേരിപ്പിച്ചത്. ബിരുദത്തിന്റെ ചരിത്രപഠനത്തിനിടയിൽത്തന്നെ മറ്റു ധാരാളം വായനകളും അയാൾക്കുണ്ടായിരുന്നു. ചരിത്രേതരമായി വായിക്കുന്നത് ഏറെയും നരവംശശാസ്ത്രം, ജീവചരിത്രം, ആത്മകഥ, വിമർശനപഠനഗ്രന്ഥങ്ങൾ എന്നിവയായിരുന്നു. ചിലപ്പോൾ രാത്രി വെളുക്കുവോളം ഇരുന്ന് വായിക്കും. മുറിയിലെ വെളിച്ചത്തിന് പുറത്ത്, ഇരുട്ട് അയാൾക്ക് കാവലിരിക്കും. പുലർച്ചയ്ക്ക് മുൻപ് ഇരുള് അയാളോടു പറയും:

'മതി, ഇനി പോയി ഉറങ്ങൂ...'

അങ്ങനെ നാളുകൾ പോയി. എൻജിനീയറിംഗും ചരിത്രബിരുദവുമെടുത്ത് മകൻ തെക്കുവടക്ക് നടക്കാൻ തുടങ്ങിയപ്പോൾ സഹദേവൻപിള്ളയ്ക്ക് ആശങ്കയായി. അയാൾ അത് ഇടയ്ക്കൊക്കെ പ്രകടിപ്പിക്കുകയും ചെയ്തു.

'നീ ഒരു ജോലി നേടുന്ന കാര്യത്തിൽ കുറച്ചുകൂടി ശ്രദ്ധിച്ചേ പറ്റൂ വേണൂ. സർക്കാരിന്റെ കാര്യം മാത്രം നോക്കിക്കോണ്ടിരുന്നിട്ടിനി കാര്യ

മില്ല. നല്ല പ്രൈവറ്റ് കമ്പിനിയിൽ കിട്ടിയാലും നല്ലതാ. എവിടൊക്കെ ഒഴിവുവരുന്നുണ്ടെന്ന് പത്രത്തിൽ എന്നും നോക്കണം. അല്ലാതെ, വെറുതെയൊന്നും ആരും ജോലിയൊന്നും കൊണ്ടുവന്ന് തരത്തില്ല...'

ഓമനയമ്മയാണെങ്കിൽ വേണുവിന്റെ പേർക്ക് എല്ലാ വെള്ളിയാഴ്ച്ചകളിലും പാവുതറയമ്മയുടെ നടയിൽ അർച്ചന കഴിപ്പിച്ചു. അയാളുടെ എല്ലാ പക്കപ്പിറന്നാളിനും പുഷ്പാഞ്ജലി നടത്തി.

താൻ, കുഞ്ഞിലെ മുതൽ നന്നായി പഠിച്ചുവന്നിട്ട് ഒടുക്കം അതിന്റെയൊന്നും പ്രയോജനമുണ്ടാകാതെ പോകുന്നതിൽ അച്ഛനുമമ്മയ്ക്കുമുള്ള ആശങ്ക വേണുവും മെല്ലെ തിരിച്ചറിയുന്നുണ്ടായിരുന്നു.

ഒറ്റയ്ക്കിരിക്കുമ്പോൾ അയാൾ ഓർക്കും.

എന്തോ ഒരു ശൂന്യത... ഒന്നുമില്ലാത്തതുപോലെ... എവിടെയുമെത്താത്തതുപോലെ... എല്ലാ ശ്രമങ്ങളും വ്യർത്ഥമാവുകയാണോ... ഇനിയൊന്നും വേണ്ട എന്ന മാനസികാവസ്ഥയിലേക്ക് താൻ വീണുപോവുകയാണോ...

അങ്ങനെയിരിയ്ക്കെയാണ് ഒരുദിവസം, കല്ലൂരെ തേങ്ങാ എടുക്കുന്ന തുണ്ടിയിലെ കൊപ്രാവെട്ടുകാരൻ ശാമുവേൽ മാപ്ലയുടെ മകൻ മാത്യു ശാമുവേൽ വേണുവിനെ വഴിയിൽ വെച്ച് കണ്ടുമുട്ടിയത്.

മാത്യുവിനെ നേരത്തെതന്നെ വേണുവിനറിയാം. അയാളുടെ ജൂനിയറായി സ്കൂളിൽ പഠിച്ചതാണ്. മാത്യു വിശേഷങ്ങൾ ചോദിച്ചപ്പോഴാണ് വേണു മെക്കാനിക്കൽ എൻജിനിയറിംഗ് കഴിഞ്ഞ് നിൽക്കുകയാണെന്ന് അറിഞ്ഞത്. ഉടനെ തന്നെ അയാൾ ചോദിച്ചു:

'വേണുവിന് ദുബായിലേക്കു വരാൻ താത്പര്യമുണ്ടോ...? ഉണ്ടെങ്കിൽ ഞങ്ങടെ കമ്പനീൽ നാലഞ്ചൊഴിവുകളുണ്ട്. തന്റെ കാര്യം ഞാൻ ശരിയാക്കാം...'

പെട്ടെന്ന് ഒരു തീരുമാനമറിയിക്കാൻ ബുദ്ധിമുട്ടുള്ളതുകൊണ്ട് വേണു പറഞ്ഞു:

'ഞാനൊന്നാലോചിക്കട്ടെ..., ഒരാഴ്ച്ചയ്ക്കുള്ളിൽ വിവരമറിയിക്കാം.'

'ശരി; അതുമതി...'

വേണു അച്ഛനുമമ്മയുമായും ഇക്കാര്യം സംസാരിച്ചു. കാര്യം കേട്ടപ്പോൾത്തന്നെ സഹദേവൻപിള്ള പറഞ്ഞു:

'ഇവിടെ ഗവൺമെന്റിലെങ്ങാനും കിട്ടുന്നതാരുന്നു നല്ലത്. എന്നാലി നീയിപ്പം അതിനൊന്നും കാത്തുനിക്കണ്ട. ഗൾഫിലെങ്കിലവിടെ. നാളെത്തന്നെ അയാളെ വിളിച്ച് പറ...'

ഓമനയമ്മയ്ക്കാണെങ്കിൽ വേണു ഇത്രയും ദൂരെ, കടലു കടന്ന് പോ

കുന്നതിനോട് ഒട്ടും മനസ്സില്ലായിരുന്നു. എന്നാലും മകന്റെ ഭാവിയേക്കുറിച്ചോർത്തപ്പോൾ അവർ പറഞ്ഞു:

'നമ്മുടെ വീട്ടീന്നിതുവരെയാരും അറബിനാട്ടിലൊന്നും പോയി ജോലിചെയ്തിട്ടില്ല. ഇത്രേം പഠിച്ചിട്ടും നിനക്ക് നാട്ടിലൊരു ജോലി കിട്ടുന്നില്ലല്ലോ വേണൂ...'

രാത്രിയിൽ കിടക്കുമ്പോൾ ഓമനയമ്മ സങ്കടപ്പെട്ടു:

'ഇപ്പഴുമവനെനിക്ക് കുഞ്ഞാ... അവനെ കാണാതെ...'

സഹദേവൻപിള്ള ഭാര്യയെ ആശ്വസിപ്പിച്ചു.

'അങ്ങനൊക്കെയാടീ. ഇക്കാലത്ത് പഠിപ്പൊക്കെയുള്ളോര് ലോകത്തിലെവിടേം പോയി ജോലിചെയ്യണം. എല്ലാർക്കും അവരവർടെ നാട്ടിത്തന്നെ ജോലിയൊന്നും കിട്ടത്തില്ല. പിന്നെ, ഗൾഫിലായതുകൊണ്ട് കൊറച്ചുകാലം കഷ്ടപ്പെട്ടാ മതി. വല്ലോം കാര്യമായിട്ട് മിച്ചമൊണ്ടാക്കാം... നീ സമാധാനപ്പെട്...'

ഒറ്റയ്ക്കിരിക്കുമ്പോൾ വേണുവും ആലോചിച്ചു.

അമ്മേമച്ഛനും പറയുന്നത് ശരിയാണ്. എന്നുമാത്രമല്ല, ഒരു മടുപ്പും നിസംഗതയും തന്നെ ബാധിച്ചു തുടങ്ങുന്നതായും തോന്നുന്നു. ഈയിടെയായി ചിട്ടയില്ലായ്മയും ഒരലക്ഷ്യബോധവും ഉണ്ടാകുന്നുമുണ്ട്. ഇങ്ങനെ പോയാൽ ശരിയാകത്തില്ല. ഒരു ചെയ്ഞ്ച് ഉടനെതന്നെയുണ്ടാകണം. അല്ലെങ്കിൽ...

ഒരു ഭീതി മനസ്സിൽ ഉരുണ്ടുകൂടിയെങ്കിലും പാവുതറയമ്മയെ മനസ്സിലൊന്നു ധ്യാനിച്ചുകൊണ്ട് വേണു കുറച്ചുകൂടി സമചിത്തതയോടെ ചിന്തിച്ചു.

ഇവിടെ പിടിച്ചുനിർത്താൻ പ്രേരിപ്പിക്കുന്ന ഈ ഗ്രാമീണത ഇപ്പോൾ ഒരു ലഹരിയാണ്. ജീവിതത്തെ ചിലപ്പോഴൊക്കെയത് മാസ്മരികമാക്കുന്നുണ്ട്. ഈ ജീവിതത്തിന് അതിന്റേതായ ഒരു ശ്രുതിയും താളവുമുണ്ട്. ഒക്കെ ശരിയാണ്..., പക്ഷെ... ഈ ലഹരികളിൽ, ഈ സ്വാതന്ത്ര്യത്തിൽ ഇങ്ങനെ ഉൻമത്തനായി നടന്നാൽ മതിയോ...? അങ്ങനെ നടന്നാൽ ഒടുക്കം എത്തിച്ചേരുക വലിയൊരു ശൂന്യതയിലായിരിക്കും. ഒരിക്കലും രക്ഷപ്പെടാനാവാത്ത ശൂന്യത. അത് പാടില്ല. ഈ പ്രായത്തിന്റെ തീരുമാനങ്ങളാണ് ഭാവിയെ നിർണ്ണായകമാക്കുന്നത്. മനസ്സിന്റെയും ശരീരത്തിന്റെയും ഇപ്പോഴുള്ള കരുത്ത് ഇപ്പോൾ തന്നെയാണുപയോഗിക്കണ്ടത്. സ്വന്തം ശേഷി പ്രയോജനപ്പെടുത്താൻ അവസരത്തിനൊത്ത് ഉയരുകയാണു വേണ്ടത്. അതിനുള്ള ഒരവസരമാണിത്. ധനം ഉണ്ടാക്കേണ്ട സമയത്ത് അതുണ്ടാക്കുകതന്നെ വേണം.

അങ്ങനെ വേണു ആ തീരുമാനമെടുത്തു.

വിദേശത്തേക്കുതന്നെ പോവുക.

പിന്നെ, പ്രവാസത്തിന്റെ വർഷങ്ങളായിരുന്നു...

എല്ലാം അമ്മയുടെ തീരുമാനങ്ങളാണ്. അല്ലെങ്കിൽ ആഗ്രഹിക്കുകയോ ആവശ്യപ്പെടുകയോ ചെയ്യാതെ ഇതൊക്കെ എങ്ങനെ നടന്നു...!

മാത്യുശാമുവേൽ തേങ്ങാവെട്ടുകാരൻ ശാമുവേൽ മാപ്ലയുടെ മകൻ മാത്രമായിരുന്നില്ല, എല്ലാമറിയുന്ന ഭഗവതിയുടെ ദൂതൻ കൂടിയായിരുന്നു...

വേണു ഇപ്പോൾ ഒന്നു നെടുവീർപ്പിട്ടു. നേരം വെളുക്കാൻ തുടങ്ങിയിരുന്നു. കിഴക്കെവിടെയോ നിന്ന് വെള്ളിവെളിച്ചത്തിന്റെ ഒരു കതിര് നേരെ കടന്നുവന്നതുപോലെ അയാൾക്ക് തോന്നി. ആ സ്വപ്നത്തിന്റെ ഏതോ ഒരു തുണ്ട് എവിടെനിന്നോ ഉള്ളിലേക്ക് കടന്നുവന്നത് പെട്ടെന്നായിരുന്നു. എന്തായിരുന്നു അതിന്റെ നിറം...? അതിന്റെ രൂപമെന്തായിരുന്നു...? ഒന്നും വ്യക്തമല്ല. എങ്കിലും ആ അവ്യക്തതയിൽ നിന്നു തന്നെ മെല്ലെ അതിനൊരു രൂപമുണ്ടായി.

മഞ്ഞയും പച്ചയും കറുപ്പും ചുവപ്പും വെളുപ്പും കലർന്ന ആ പഞ്ചവർണ്ണങ്ങളുടെ അവ്യക്തതയിൽ നിന്ന് എരിയുന്ന കനൽവർണ്ണം, തികഞ്ഞ പ്രഭയോടെ തിളങ്ങി. തിളങ്ങി ജ്വലിച്ചു. പിന്നെ ആ കനൽഗോളം പിളർന്ന് രണ്ടായി. അവ രണ്ട് അഗ്നിഗോളങ്ങളായി. തുടർന്ന് അവ രണ്ടും മെല്ലെ ചെറുതായി ചെറുതായിവന്ന് രണ്ടു കണ്ണുകളായി. കണ്ണുകളായപ്പോൾ അതിന് മുഖമായി. ചായില്ല്യം തിളങ്ങുന്ന മുഖം. മുഖാവരണത്തിന് ഇരുവശവും ഉച്ചിയിലും കുരുത്തോല വട്ടം. പച്ചമൂക്കിന് താഴെ കടവാ പിളർന്നിറങ്ങിയ എകിറുകൾ. കരിമ്പനക്കുല പോലെ ചുരുണ്ട് നീണ്ട് ഇടതൂർന്ന് കിടക്കുന്ന മുടി. നെഞ്ചുമാലയിലെ കൂർത്ത പച്ചപ്പോർമുലകൾ. ചുമൽ ചുറ്റി വീശിപ്പിടിച്ചിരിക്കുന്ന കുരുത്തോലച്ചിറക്. മണികൾ കിലുങ്ങുന്ന അരത്താലി. കുരുത്തോല നഖമുള്ള കൈപ്പിടിയിൽ കമുകിൻപൂക്കുല. അരമുതൽ മുട്ടിന് താഴെവരെയുള്ള ചുവന്ന പട്ടിന് മീതെ കുരുത്തോലപ്പാവാട. കാലിൽ ചിലങ്ക...

ഇടിനാദം മുഴക്കി, പുലർച്ചയ്ക്ക് മുമ്പുള്ള ആകാശത്തെ പിളർന്നിറങ്ങി മുല്ലപ്പൂമണം പരത്തി വന്നതുപോലെ അവൾ..., അന്തരയക്ഷി...

വേണുവിന്റെ അകക്കാഴ്ചയിലോ, പുറംകാഴ്ചയിലോ എന്നറിയില്ല, അവൾ ആടിക്കുഴഞ്ഞൊന്ന് നിന്നു.

തുള്ളിയില്ല അന്തര. അവൾ വേണുവിനോടു ചോദിച്ചു:

'നീ മറന്നിട്ടില്ലല്ലോ എന്നെ...!'

എന്തോ ഒരു ഒളിമിന്നൽ ബോധമണ്ഡലത്തിൽ ഉണ്ടായതുപോലെ വേണുവിന് തോന്നി. പെട്ടെന്ന് അയാൾ പറഞ്ഞു.

'ഇല്ല..., വല്ല്യപ്പൂപ്പൻ...'

ഒന്നു മെല്ലെ ചിരിച്ചു കൊച്ചുരാമൻപിള്ള. എന്നിട്ട് വേണുവിന്റെ ശിരസ്സിൽ തൊട്ട് പറഞ്ഞു:

'നന്നായി വരും...'

വൈദ്യുതിപോലെ എന്തോ ഒന്ന് തന്റെ പ്രജ്ഞയിലേക്ക് പ്രവഹിച്ചതായി വേണു അറിഞ്ഞു. അയാൾ മെല്ലെ തല ഉയർത്തിയപ്പോൾ കൊച്ചുരാമൻപിള്ള അയാളുടെ കണ്ണുകളിലേക്ക് നോക്കി.

'നീ പേടിക്കണ്ട. ഞാനിനീം വരും.'

വേണു വിനയത്തോടെ തലകുലുക്കി. പെട്ടെന്ന് ഏതോ ശൂന്യതയിലേക്ക് തെറിച്ചു വീണതുപോലെ അയാൾ ഒന്നുലഞ്ഞു.

എല്ലാം അപ്രത്യക്ഷമായി. അകവും പുറവുമെല്ലാം ശൂന്യമായി...

'ദാ... കടുംകാപ്പി...'

ദേവി, അവൾ പിന്നിൽ വന്ന് ചുമലിൽ തൊട്ടപ്പോഴാണ് സ്ഥലകാലബോധത്തിലേക്ക് വേണു ഉണർന്നത്.

നേരം വെളുത്തിരുന്നു. ദേവി സിറ്റൗട്ടിലെ അരമതിലിൽ വന്നിരുന്നു.

'കിരൺ രാത്രീ വിളിച്ചു. മറ്റന്നാള് രണ്ടുദിവസത്തെ അവധിക്ക് വരുന്നുണ്ടെന്നു പറഞ്ഞു...'

'ഉം...'

'എന്തോ അവിടെ സമരമോ ഹർത്താലോ ഏതാണ്ടാണെന്ന്. രാത്രീ താമസിച്ചല്ലെ കെടന്നത്; അതാ ഞാൻ പറയാഞ്ഞത്...'

'ഉം...'

ദേവി പറഞ്ഞതിനൊന്നും മറുപടി പറയാതെ എല്ലാറ്റിനും മൂളുക മാത്രം ചെയ്ത വേണുവിന്റെ മനസ്സ് മറ്റെവിടെയോ ആണെന്ന് ദേവിക്ക് മനസ്സിലായി. അവൾ വേണുവിന്റെ ചുമലിൽ പിടിച്ചുകൊണ്ട് ചോദിച്ചു:

'എന്തോ പറ്റി നേരം വെളുത്ത്...?'

പ്രസന്നമായ ഒരു നിസംഗതയോടെ വേണു ദേവിയുടെ കൈയിൽ പിടിച്ചു.

'നീ ഇവ്ടിരിക്ക്...'

അപ്രതീക്ഷിതമായ ആ സ്പർശം എന്തെന്ന് ദേവിക്ക് മനസ്സിലായില്ല. എങ്കിലും അതിലെ ഹൃദയസ്പർശിയായ സ്നേഹം അവൾക്ക് തിരിച്ചറിയാനായി. അവളുടെ മുഖത്ത് പെട്ടെന്ന് അധികമായി ഒരു തെളിച്ചമുണ്ടായി.

ഒരിറക്ക് കാപ്പി കൂടി കുടിച്ചിട്ട് വേണു പറഞ്ഞു:

'യക്ഷിയല്ല, രക്ഷകിയാണ്...'

ദേവി ഒരു മനസിലാകായിക പ്രകടിപ്പിച്ചു.

'എന്താ, വെളുപ്പിനെ യക്ഷിബാധയേറ്റോ...'

ഒന്നു മെല്ലെ ചിരിച്ചുകൊണ്ട് വേണു അവൾക്ക് മാത്രം കേൾക്കാൻ പറ്റുന്ന ശബ്ദത്തിൽ പാടി.

ഒരുകാതംവഴിവിട്ടിട്ടിടംതന്തോരെക്ഷിമാർക്ക്
ഒരു ബലിമാലതരാം വന്നുതുള്ളോയിക്കളത്തിൽ
ഇരുകാതം വഴിവിട്ടിട്ടിടംതന്തോരെക്ഷിമാർക്ക്
ഇരു ബലി മാലതരാം വന്നുതുള്ളോയിക്കളത്തിൽ
മുക്കാതം വഴിവിട്ടിട്ടിടംതന്തോരെക്ഷിമാർക്ക്
മുല്ലപ്പൂമാലതരാം വന്നുതുള്ളോയിക്കളത്തിൽ...

◆◆◆

12

മീനം ഒരു സ്വപ്നമാണ്

ദേവിയുടെ വീട്ടിൽ നിന്നു മടങ്ങുമ്പോൾ നേരം വെളുത്തിരുന്നു. ഉറക്കമിളച്ചതിന്റെ ക്ഷീണമുണ്ടായിരുന്നെങ്കിലും അത് ഡ്രൈവിംഗിനെ ബാധിക്കാതിരിക്കാൻ വേണു ശ്രദ്ധിച്ചു.

കടമ്മനിട്ടയിൽ നിന്ന് പാവുതറയിലേക്കുള്ള യാത്ര ഒരു മലയിറക്കമാണ്. മലമുകളിലാണ് കടമ്മനിട്ടയിലെ കാവിലമ്മ. അമ്മയ്ക്ക് കാവലായി ചുറ്റിനും മലകളുണ്ട്. മലകളിൽ ഉഗ്രശക്തിയുള്ള ദേവതകളുമുണ്ട്.

പാവുതറയിലെ തമ്പുരാട്ടിയമ്മ നിരപ്പായ നദീതീരത്താണിരിക്കുന്നത്. അമ്മയുടെ നേർക്കാഴ്ചയിൽ ആദിപമ്പയും, വലംകാഴ്ചയിൽ വരട്ടാറും. വരട്ടാറ് തുടങ്ങുന്നത് ആദിപമ്പയിലെ അമ്മയുടെ നീരാട്ടുകടവിൽ നിന്നാണ്. രണ്ടു നദികളുടെയും എക്കലടിഞ്ഞ സമൃദ്ധിയിലാണ് പാവുതറയമ്മയുടെ കാവ്. ചാരും താന്നിയും മഞ്ചാടിയും പനയും പനച്ചിയും തലയുയർത്തി നിൽക്കുന്ന ഒരു ചെറുവനമാണത്. വൻമരങ്ങളിലേക്ക് നാഗങ്ങളേപ്പോലെ പുളഞ്ഞ് കയറി തൂങ്ങിക്കിടക്കുന്ന കാട്ടുവള്ളികൾ കാവിന്റെ വന്യതയേറ്റുന്നു. കാവിന് കാവലാൾ എന്നപോലെ നാലുവശങ്ങളിലും അവിടവിടെയായി കരിംചൂരലുകളും...

വേണു കടമ്മനിട്ട മലയിറങ്ങി കോഴഞ്ചേരി കഴിഞ്ഞപ്പോൾ ദേവി വിളിച്ചു:

'അല്ല..., അങ്ങെത്തിയോന്നറിയാൻ വിളിച്ചതാ...'

'ഇല്ല, ഞാനിത്തിരി മെല്ലെയാണ് പോകുന്നത്...'

'അതെന്താണത്രയ്ക്കൊരു മെല്ലെ...!'

'സത്യം പറയട്ടെ, നീയും നിന്റെ കടമ്മനിട്ടക്കാവും പാവുതറയമ്മയുമൊക്കെ മുൻപുണ്ടായിട്ടില്ലാത്തതുപോലെ ഉള്ളിൽ നിറയുന്നു. ആ നിറവിൽ നിന്നുകൊണ്ട് ഞാൻ സ്വയം ചോദിക്കുകയാണ്, ഒരു കടമ്മനിട്ടക്കാരിയായ നിന്നെ എനിക്ക് വിധിച്ചിരുന്നതിലെന്തെങ്കിലുമുണ്ടോ എന്ന്...'

'കൊള്ളാം; വർഷം പതിനെട്ടായപ്പഴാണ് അതോർക്കുന്നത്...! അല്ല, എന്താ ഇപ്പമിങ്ങനെയൊക്കെ തോന്നാൻ...!'

കാറിന്റെ വേഗത പിന്നെയും കുറഞ്ഞു. വേണുവിന്റെ വാക്കുകൾക്കും ആ സാവകാശമുണ്ടായി.

'നാം വിചാരിക്കുന്നതിനുമപ്പുറത്ത് എന്തൊക്കെയോ ചില ചേർപ്പുകൾ..., തീർപ്പുകൾ..., തീരുമാനങ്ങൾ...'

'ഓ എന്റെ മനുഷ്യാ, ഇപ്പം നിങ്ങള് വീട്ടിലോട്ട് ചെല്ല്. പിന്നീടാവാം ചേർപ്പും തീർപ്പുമൊക്കെ...'

സ്നേഹത്തോടെയുള്ള ദേവിയുടെ ശകാരം തിരിച്ചറിഞ്ഞിട്ടെന്നപോലെ വേണു പറഞ്ഞു:

'ശരി... ശരി...'

വേണുവും ദേവിയും കിരണും ഒന്നിച്ചാണ് കടമ്മനിട്ടയിലേക്ക് പോയത്. പടയണി കഴിഞ്ഞെങ്കിലും അമ്മയും മകനും ഒരുദിവസം കൂടി അവിടെ തങ്ങി. അത് പതിവുള്ളതാണ്, പ്രത്യേകിച്ച് ദേവിയുടെ കാര്യത്തിൽ...

വല്ല്യപടയണി കഴിഞ്ഞാലും ഉറക്കക്ഷീണമൊക്കെ തീർത്തിട്ടേ ദേവി പാവുതറയിലേക്ക് മടങ്ങൂ. കടമ്മനിട്ടക്കാവിൽ പടയണിക്ക് ചൂട്ടുവെയ്ക്കുന്നതിന്റെ അന്ന് ദേവി തന്റെ വീട്ടിലെത്തിയിരിക്കും. കഴിഞ്ഞ പതിനെട്ടു വർഷവും അതിനു മാറ്റമുണ്ടായിട്ടില്ല. കിരണിനെ വയറ്റിലുള്ള ആ എട്ടാം മാസവും ദേവി കടമ്മനിട്ടയിലേക്കുള്ള പതിവു തെറ്റാതെ പോയി.

വീട്ടിൽ ചെന്നാൽ അയൽപക്കങ്ങളിലും ബന്ധുവീടുകളിലുമെല്ലാം ദേവി പോകും. ഒരു വർഷം പോലും മുടങ്ങാതെ എത്താറുണ്ടെങ്കിലും, എത്രയോ കാലത്തിനുശേഷം താൻ ജനിച്ചുവളർന്ന നാട്ടിലേക്കെത്തുന്നതുപോലെയാണ് അവൾക്ക് ഓരോ പടയണിക്കാലവും. കല്ല്യാണം കഴിച്ചതോ ഒരു കുട്ടിയുടെ അമ്മയാണെന്നുള്ള തിരിച്ചറിവോ കാണില്ല അവൾക്ക്. അവിടെയുള്ളവർക്കും അങ്ങനെതന്നെയാണ്. പാവാടയും ബ്ലൗസും ഇട്ട് പാറിനടക്കുന്ന പുളിയ്ക്കലെ ആ പഴയ പെണ്ണ്...

വീട്ടിൽ ചെന്നാൽ പാറൂമ്മയുടെ അടുത്താണ് ദേവി ആദ്യം വിശേഷം തിരക്കുന്നത്. ദേവിയുടെ അമ്മ സാവിത്രിയമ്മയുടെ അമ്മയാണ് പാറൂമ്മ.

നല്ല തിരുവാതിരക്കാരിയായിരുന്നു പാറൂമ്മ. നൃത്തത്തേക്കാൾ പാട്ടിലായിരുന്നു കഴിവ്. ധാരാളം കുട്ടികളെ തിരുവാതിര പഠിപ്പിച്ചു. കടമ്മനിട്ടയിൽ മാത്രമല്ല, അയൽദേശങ്ങളിലും അവർക്ക് ശിഷ്യഗണങ്ങളുണ്ടായി. പ്രായം മുപ്പതിനോടടുത്തപ്പോൾ കല്ല്യാണം കഴിച്ചു. നല്ല കൃഷിക്കാരനായിരുന്ന അയ്യപ്പൻപിള്ളയായിരുന്നു ഭർത്താവ്. രണ്ടു മക്കളുണ്ടാ

യതിൽ ഇളയവളാണ് സാവിത്രിയമ്മ.

ഇപ്പോൾ പാറൂമ്മയ്ക്ക് എൺപത്തഞ്ചായി പ്രായം. അയ്യപ്പൻപിള്ള നേരത്തെ പോയി. ഇപ്പോഴും ഒറ്റയ്ക്കിരിക്കുമ്പോൾ കിഴക്കേ തിണ്ണയ്ക്ക് കാലും നീട്ടിയിരുന്ന് പാറൂമ്മ പഴയ തിരുവാതിരപ്പാട്ട് പാടും.

പാർവ്വതി തന്റെ വിവാഹത്തിനായ് മാരാരിതാനും ചമഞ്ഞുവന്നു
മാമലരാജപുരത്തിൽ ചെന്നു പാർവ്വതി തന്നെയും മാലയിട്ടു
ശ്രീകൈലാസത്തിൽ കുടിയുംവെച്ചു വേളികഴിഞ്ഞു സുഖിച്ചിരുന്നു.

ദേവി വീട്ടിൽ ചെല്ലുമ്പോഴൊക്കെ എന്തെങ്കിലും കുസൃതി കാട്ടി പാറൂമ്മയെ പറ്റിക്കും. അവൾ കുഞ്ഞിലേ മുതൽ അവരുടെ അടുത്ത് അങ്ങനെയാണ്. ഇത്തവണയും അവളൊരു കുസൃതി കാട്ടി.

തിരുവാതിരപ്പാട്ടും പാടിക്കൊണ്ട് മുറുക്കാനിടിക്കുകയായിരുന്നു പാറൂമ്മ. ദേവി അവരുടെ പിന്നിലേക്ക് പതുങ്ങി പതുങ്ങിച്ചെന്ന്, പാറൂമ്മയുടെ കൈ കുഴവിയുമായി ഉയരുമ്പോൾ ആ കൽക്കുഴിയിൽ നിന്ന് കുറേശ്ശെ മുറുക്കാനിങ്ങെടുത്തു. ഒടുക്കം പാട്ടിന്റെ താളത്തിലുള്ള ഇടി വെറുംകല്ലിലിടിക്കുന്ന ശബ്ദമായപ്പോൾ പാറൂമ്മ കൽക്കുഴിയിലേക്ക് നോക്കി. ങേ... ഇതിനാത്ത് കെടന്ന മുറുക്കാനെന്ത്യേ എന്ന് അത്ഭുതപ്പെട്ടു. പെട്ടെന്ന് ദേവിയുടെ വലത്തെ കൈ മുറുക്കാനുമായി പാറൂമ്മയുടെ വായ്ക്ക് മുന്നിലെത്തി. ഉടനെ പാറൂമ്മ തല വെട്ടിച്ച് നോക്കിയിട്ട് പറഞ്ഞു:

'എന്റെ ഭഗവതീ, ഇവ്ളോ...!'

അപ്പോൾ ദേവി പാറൂമ്മയുടെ കണ്ണുകളിലേക്ക് നോക്കി.

'ഇവ്ളല്ല, ദേവി...'

'അതെനിക്കറിയാം; നീയല്ല ദേവീന്ന്...'

അതിനുള്ള ദേവിയുടെ മറുപടി ഭൈരവിയുടെ കിലുങ്ങുന്ന ചിലങ്ക പോലൊരു ചിരിയായി. പാറൂമ്മ ദേവിയെ ആകപ്പാടെയൊന്ന് നോക്കി.

'നീയെപ്പവന്നെടീ കഴുവേറീ...! ആകെയങ്ങ് ചടച്ച് പോയല്ലോടീ കൊച്ചേ നീ...'

തന്നെ ഒന്ന് പ്രകോപിപ്പിക്കാനുള്ള പാറൂമ്മയുടെ വർത്തമാനം കേട്ടപ്പോൾ ദേവി കണ്ണുകളിറുക്കി കാണിച്ചു.

'അതെ, അതെന്റെ നായരങ്ങ് സഹിച്ചോളും...'

'എടീ, അവനിനീം വരുമ്പം എനിക്കൊരു ട്രങ്ക്പെട്ടീം കമ്പിളീം കൊണ്ടരാം പറയണം...'

'ശരി പറഞ്ഞേക്കാം...'

ഇത്രയും പറഞ്ഞ്, മുറുക്കാൻ പാറൂമ്മയുടെ വായിലേക്ക് വെച്ചുകൊടുത്തിട്ടാണ് ദേവി സാവിത്രിയമ്മയുടെ അടുത്തേക്കു ചെന്നത്.

വീട്ടുവിശേഷങ്ങളൊക്കെ ചോദിച്ചും പറഞ്ഞുമിരുന്ന് നേരം വൈകുന്നേരമായപ്പോൾ ദേവി ബന്ധുവീടുകളിലേക്കും അയൽപക്കങ്ങളിലേക്കുമൊക്കെ പോയി. വരുമ്പോഴൊക്കെ അവൾ ഇങ്ങനെയാണ്. എല്ലായിടത്തും പോകും. ഒടുക്കം കടമ്മനിട്ടക്കാവിൽ കയറി തൊഴുതിട്ട് സന്ധ്യ കഴിയുമ്പോൾ തിരിച്ച് വീട്ടിലെത്തും. ദേവിയുടെ വരവ് കാണുമ്പോൾ സാവിത്രിയമ്മ പറയും:

'എല്ലാടത്തും നെരങ്ങീട്ട് ദാണ്ട് വരുന്നു. ഈക്കൊച്ചിന്റെ സ്വഭാവമിനീം മാറീട്ടില്ലല്ലോ കടമ്മനിട്ടയമ്മേ...!'

പിന്നെ അമ്മയും മകളും കൂടിയിരുന്ന് നാട്ടിലെ വിശേഷങ്ങളൊക്കെ ചർച്ച ചെയ്യും.

വല്ല്യപടേനി കഴിഞ്ഞാൽ ആളും ആരവങ്ങളുമൊക്കെ ഒഴിഞ്ഞ പിറ്റേന്നത്തെ പുലർച്ചയിൽ ദേവി കുളിച്ചൊരുങ്ങി കടമ്മനിട്ടയമ്മയുടെ മുന്നിൽ തൊഴാനായി പോകും. മിക്കവാറും കടമ്മനിട്ടക്കാരെല്ലാം ആ നേരം ഉറക്കമായിരിക്കും. ഏകാഗ്രചിത്തയായി അവൾ കൈകൾ കൂപ്പി കണ്ണുകളടച്ച് നടയ്ക്കൽ നിന്ന് ജപിക്കും.

ഖഡ്ഗം ചക്രഗദേഷുചാപ പരിഘാൻ ശൂലം ഭുശുണ്ഠീം ശിര
ശംഖം സന്ദധതീം കരൈ സ്ത്രിനയനാം സർവ്വാംഗ ഭൂഷാവൃതാം
യാമസ്തൗത് സ്വപിതേ ഹരൗ കമലജോഹന്തും മധും കൈടഭം
നീലാശ്മദ്യുതിമാസ്യ പാദദശകാം സേവേ മഹാകാളികാം...

പടയണി കഴിഞ്ഞ് ഭാര്യാഗൃഹത്തിൽ രണ്ടുദിവസം സ്വസ്ഥമായി കിടന്നുറങ്ങിയിട്ട് മടങ്ങാം എന്നു വിചാരിച്ചതായിരുന്നു വേണു. ദേവിയെ കല്ല്യാണം കഴിച്ചതിനുശേഷം നാലോ അഞ്ചോ തവണയേ വേണുവിന് കടമ്മനിട്ടപ്പടയണിക്ക് കൂടാനായിട്ടുള്ളൂ, കാരണം പല വർഷങ്ങളിലും പടേനിക്കാലത്ത് അയാൾ ഗൾഫിലായിരുന്നു.

കട്ടിലിൽ കിടന്നുകൊണ്ടുതന്നെ വേണു സെൽഫോണിലേക്ക് വന്ന കോളെടുത്തു.

'വേണൂ, നിങ്ങളെപ്പവരും...?'

പാവുതറയിൽനിന്ന് അജയനായിരുന്നു.

'വൈകിട്ടെറങ്ങാമെന്ന് വിചാരിക്കുന്നു.'

'അല്ല, ഞാൻ വിളിച്ചത്, രാവിലെ ഒന്നു വന്നിരുന്നെങ്കിൽ എന്റെ രണ്ടു സുഹൃത്തുക്കളെ പരിചയപ്പെടാമായിരുന്നു. രണ്ടുപേരും കേരളത്തിലെ അനുഷ്ഠാനകലകളെക്കുറിച്ച് ഗവേഷണം നടത്തുന്നവരാ. കണ്ണൂർകാര്... ഉച്ചയ്ക്കത്തെ ട്രയിന് അവർക്ക് പോണം... രാവിലെ നിങ്ങളെ ഒന്നു കിട്ടീരുന്നെങ്കിൽ നമുക്കൊന്നിരിക്കാമാര്ന്നു...'

വേണു ഒന്നാലോചിച്ചിട്ട് പറഞ്ഞു:

'സാരമില്ല, ഞാൻ രാവിലെയെത്തിക്കോളാം...'

അങ്ങനെ, വൈകിട്ട് സാവകാശം പോകാം എന്ന പരിപാടി വേണു മാറ്റുകയായിരുന്നു.

ദേവിയോട് കാര്യം പറഞ്ഞപ്പോൾ അവൾക്കത് ഉൾക്കൊള്ളാനായി.

'സാരമില്ല. അവര് ദൂരേന്ന് വന്നതല്ലേ, ചേട്ടൻ പൊക്കോ. ഞങ്ങളെന്തായാലും വൈകിട്ടേയുള്ളൂ...'

വേണുവിന്റെ കാറിപ്പോൾ പാവുതറയിലെ പ്രധാന നിരത്തിലേക്ക് തിരിഞ്ഞു. വീട്ടുപടിക്കലെത്തിയപ്പോൾ കാർ നിർത്തിയിട്ട് അയാൾ പുറത്തേക്കിറങ്ങി ഗയിറ്റ് മലർക്കെ തുറന്നു. കാറ് പോർച്ചിലേക്ക് കയറ്റിയിട്ടു.

സഹദേവൻപിള്ള സിറ്റൗട്ടിലിരുന്ന് പത്രം വായിക്കുകയായിരുന്നു.

'എന്താ നേരത്തേയിങ്ങ് പോന്നത്...?'

'അത്യാവശ്യമായിട്ട് എന്നെ കാണാൻ രണ്ടുപേര് ഇങ്ങോട്ട് വരുന്നുണ്ട്...'

വേണു നേരെ അടുക്കളയിലേക്കു ചെന്നു.

'ചായയിരുപ്പുണ്ടോമ്മേ...?'

ചായ ഉണ്ടെന്നോ ഇല്ലെന്നോ ഓമനയമ്മ പറഞ്ഞില്ല. അവർ ചോദിച്ചു:

'അവളും ചെറുക്കനുമെന്ത്യേടാ...?

'അവര് നാളേ വരൂ...'

ചായ കുടിച്ചുകൊണ്ട് അടുക്കളയിലെ കുരണ്ടിപ്പലകയിൽ വേണു കുറച്ചുനേരം ഇരുന്നു. പ്രഭാതകൃത്യങ്ങളെല്ലാം കഴിഞ്ഞായിരുന്നു കടമ്മനിട്ടയിൽ നിന്നിറങ്ങിയതെങ്കിലും ഒന്നുകൂടി കുളിച്ചു.

രാവിലെ കഴിക്കാനെന്തുണ്ടമ്മേ എന്നു ചോദിച്ച് വേണു വീണ്ടും അടുക്കളയിലേക്കു ചെന്ന് ആ കുരണ്ടിയിൽ ഇരുന്നു. ഓമനയമ്മ വാഴയിലയിൽ പരത്തിപ്പൊതിഞ്ഞുണ്ടാക്കിയ ഓട്ടട അയാളുടെ കൈയ്യിൽ വെച്ചുകൊടുത്തു.

'അരിയരച്ച മാവിരുപ്പൊണ്ടാരുന്നു. അവള് മുമ്പേ വിളിച്ചു പറഞ്ഞു, നിനക്ക് ഗോതമ്പിന്റെ ഓട്ടടയൊണ്ടാക്കിക്കൊടുക്കാൻ. ങാ... നിനക്കുമതല്ലേ ഇഷ്ടം...'

വേണു അല്പനേരം ചുട്ടെടുത്ത ഓട്ടടയുടെ പുറത്തെ വങ്ങിക്കരിഞ്ഞ വാഴയിലയിലെ നേർത്ത ചൂടിൽ കൈവെള്ള അമർത്തി വെച്ചുകൊണ്ട് ഓർത്തു.

ശരിയാണ്. ഇടയ്ക്കെപ്പോഴൊക്കെയോ ഞാനവളോട് പറയുമായിരുന്നു; കുഴച്ച ഗോതമ്പുപൊടി വാഴയിലയിൽ പരത്തി അതിനുള്ളിൽ തേങ്ങാപ്പീരയും ശർക്കരയും തൂവി മടക്കി ദോശക്കല്ലിൽ വെച്ച് മൊരിച്ച്... പറഞ്ഞിട്ടുള്ളപ്പോഴൊക്കെ അവളതുണ്ടാക്കി തന്നിട്ടുമുണ്ട്...

ഓമനയമ്മ പണ്ട് ഓട്ടടയുണ്ടാക്കി തരുമായിരുന്ന കാര്യവും വേണു ഓർത്തു. അത് ദേവിയോട് പറഞ്ഞിട്ടുള്ളതും.

ദേവി, താനറിയാതെ ഇത്രയും ഭംഗിയായി ഈ കാര്യത്തിൽ ഇടപെട്ടത് വേണുവിന് സന്തോഷം മാത്രമല്ലുണ്ടാക്കിക്കൊടുത്തത്. അല്പമല്ലാത്ത വിസ്മയവും.

അങ്ങനെ ഇരിക്കുമ്പോഴാണ് കോളിംഗ് ബെൽ അടിച്ചത്. വേണു അമ്മയോടു പറഞ്ഞു:

'അച്ഛനവിടില്ലെന്നു തോന്നുന്നു. അമ്മ പോയൊന്ന് നോക്കിക്കെ...'

അജയനും കൂട്ടുകാരുമായിരുന്നു.

ഓമനയമ്മ അവരോടു പറഞ്ഞു:

'കേറി ഇരിക്ക്. അവനിപ്പം വരും...'

അല്പം കഴിഞ്ഞ് വേണു അവിടേക്ക് ചെന്നു. അജയൻ സുഹൃത്തുക്കളെ വേണുവിന് പരിചയപ്പെടുത്തിക്കൊടുത്തു.

'ഇത് സതീശൻ. മറ്റത് ശാന്തൻ...'

വേണു രണ്ടുപേർക്കും ഹസ്തദാനം നടത്തിയിട്ടു ചോദിച്ചു:

'ഓരോ ചായ കുടിക്കാമല്ലോ...'

വേണു അടുക്കളയിലേക്കു പോയി.

സിറ്റൗട്ടിലെ ഭിത്തിയിൽ ഫ്രെയിം ചെയ്തു തൂക്കിയിട്ടിരിക്കുന്ന കാലംകോലത്തിന്റെ ചിത്രത്തിലേക്ക് ചൂണ്ടിയിട്ട് അജയൻ പറഞ്ഞു:

'ഇതാണ് കാലം കോലം. എല്ലാവരും പറഞ്ഞുപറഞ്ഞിപ്പോൾ കാലൻ കോലമായി. യഥാർത്ഥത്തിൽ കാലാരികാലനായ ശിവനാണിത്. എന്നാൽ കാലനുമാണ്.

സുഹൃത്തുക്കൾ, ഇരുന്നിടത്തു നിന്നെഴുന്നേറ്റ് ആ ചിത്രത്തെ കുറച്ചുകൂടി അടുത്തു കണ്ടു.

'കൊള്ളാം... വല്ലാത്തൊരു പൗരുഷവും അഴകുമുണ്ട്... പ്രത്യേകിച്ച് രാത്രിയുടെ ആ ഇരുണ്ട പശ്ചാത്തലത്തിൽ...'

ഇപ്പോൾ വേണു ചായയുമായി എത്തി.

'അല്ല, നിങ്ങള് രാവിലെ എന്തെങ്കിലും കഴിച്ചിട്ടാണോ വന്നത്...?'

'ഓ, കഴിച്ചതാണ്'

ചായ ഒരിറ്റ് ഊതിക്കുടിച്ചിട്ട് അജയൻ പറഞ്ഞു:

'വേണു എന്റെ സഹപാഠിയും സുഹൃത്തും മാത്രമല്ല, ഞാൻ നേരത്തെ പറഞ്ഞപോലെ ഇവിടുത്തെ പടേനിയുടെ വല്ല്യ പാരമ്പര്യമുള്ള കുടുംബത്തിലെയാളുമാണ്. രണ്ടുകൊല്ലമായി ഗൾഫീന്നു വന്നിട്ട്. അന്നുമുതൽ, കാലങ്ങളായി മുടങ്ങിക്കിടക്കുന്ന ഇവിടുത്തെ പടേനി ഒന്നു പുനരുജ്ജീവിപ്പിക്കാനുള്ള ശ്രമത്തിലാണ്. എന്തെങ്കിലും ചെയ്യാൻ ശേഷിയുള്ളയാളാണ്...'

വേണു മെല്ലെ ചിരിച്ചുകൊണ്ട് അതിന് ഒരു തിരുത്തൽ കൊടുത്തു.

'ഇല്ല, അങ്ങനെയൊന്നുമില്ല. ശേഷി, എല്ലാവരുംകൂടി ചേരുമ്പോൾ മാത്രമെ ഉണ്ടാകൂ. പടേനീന്ന് പറഞ്ഞാൽ തന്നെ അണിചേർന്നുള്ള പടയെന്നാണ്...

....പിന്നെ, വർഷങ്ങൾകൊണ്ട് ഈ നാട് ഏതാണ്ട് മറന്നുപോയിത്തുടങ്ങിയ പടയണിയുടെ സംസ്കാരം വീണ്ടെടുക്കണമെന്നുണ്ട്. അജയനും അതിന്റെ ഭാഗമാണ്. നാടിന്റെ നന്മ ആഗ്രഹിക്കുന്ന ആരും അതിന്റെ ഭാഗമാണ്...'

'വേണൂന്റെ അച്ഛന്റെ ജ്യേഷ്ഠനും മക്കളുമൊക്കെ വല്ല്യ പടേനിക്കാരാണ്. എന്നാലവരൊന്നുമല്ല, അപ്പൂപ്പനൊരാളുണ്ടായിരുന്നു, പുള്ളിയാരുന്നൂന്നാ പറേന്നെ ഈ കരേലെ ഏറ്റവും വല്ല്യ പടേനിക്കാരൻ...'

'അപ്പൂപ്പനല്ല. വല്ല്യപ്പൂപ്പനായിരുന്നു. അപ്പൂപ്പന്റെ അച്ഛൻ... പുള്ളി ഒരവധൂതനെപ്പോലാരുന്നു. എപ്പോഴും ഭഗവതിയ്ക്കൊപ്പം ജീവിച്ചിരുന്ന ഒരാൾ...'

വേണു ഒന്നു നിർത്തി. അപ്പോൾ മറ്റുള്ളവരും ഒന്നും ചോദിക്കുകയോ പറയുകയോ ഉണ്ടായില്ല. ആ മൗനത്തേ തുടർന്ന് വേണു തുടർന്നു.:

'അദ്ദേഹം കൊല്ലപ്പെടുകയായിരുന്നു. അതും കാലം കോലം തുള്ളിക്കൊണ്ടിരിയ്ക്കെ... അന്നു രാത്രീലവസാനിച്ചു, ഈ പാവുതറേലെ പടേനി. ഇപ്പോഴൻപത്തൊന്ന് കൊല്ലമായി...'

വീണ്ടും ഒരു മൗനം അവർക്കിടയിൽ കനത്തു. അൻപത്തിയൊന്നു വർഷങ്ങളുടെ കാലം ആ മൗനത്തിന്റെ നിമിഷങ്ങളിൽ സ്തംഭിച്ചു നിന്നു. പിന്നെ വേണു ഒന്നു നെടുവീർപ്പിട്ട് തുടർന്നു:

'അല്ല, നിങ്ങളുടെ സ്റ്റഡി...?'

വേണുവിന്റെ ചോദ്യത്തിന് ഉത്തരമായി അജയന്റെ സുഹൃത്തുക്കളിൽ ഒരാൾ പറഞ്ഞു:

'പടയണിയിലെ ജനകീയതയെക്കുറിച്ചാണ് ഞങ്ങൾക്കറിയേണ്ടത്. പിന്നെ ചേട്ടനിപ്പോൾ പറഞ്ഞതുപോലെ അതിന്റെ കാര്യങ്ങളെല്ലാം മ

നസ്സിലാക്കണമെന്നുണ്ട്.'

'ഐതീഹ്യപരമായി പറയുമ്പോൾ, ദാരികാസുരനിഗ്രഹം നടത്തിയിട്ടും കോപമടങ്ങാതെ കലിതുള്ളിയലറുന്ന കാളിയുടെ കോപമടക്കുവാൻ പരമശിവന്റെ ഭൂതഗണങ്ങൾ ഭീഭത്സരൂപങ്ങൾ കെട്ടിയാടിയതിന്റെ അനുകരണമാണിത്. ലളിതവും എന്നാൽ സങ്കീർണ്ണവുമാണ് പടയണിയുടെ ഘടന. ലാളിത്യം നിറഞ്ഞതെന്ന് തോന്നിക്കുന്ന അതിന്റെ ആവിഷ്കാരത്തിന്റെയെല്ലാം പിന്നിൽ സൂക്ഷ്മമായ ജീവിതനിരീക്ഷണത്തിന്റെ സങ്കീർണ്ണതകളുമുണ്ട്.

'പ്രാചീനമായ ഒരു നൃത്തരൂപമാണോയിത്...?'

'പടയണിയിലെ ചിത്രകലയും നാട്യവും നൃത്തവും നൃത്യവും സാഹിത്യവും സംഗീതവും താളവുമെല്ലാം ആദിമസംസ്കാരത്തിന്റേതെന്ന് തോന്നുമ്പോൾത്തന്നെ അത് തികച്ചും ആധുനികവുമാണെന്നും തോന്നാം.'

'അതുപോലെ, മറ്റനുഷ്ഠാന കലകളിൽ നിന്ന് പ്രകടമായ പ്രകൃതി ബന്ധമെന്താണിതിനുള്ളത്..?'

'പ്രകൃതിയുമായുള്ള അതിന്റെ ജൈവബന്ധം വളരെ ശ്രദ്ധേയമാണ്. മനുഷ്യരടക്കമുള്ള പ്രകൃതിയുടെ ഒരു സമ്മിശ്രസങ്കലനംകൂടിയാണിത്. പ്രകൃതി എന്ന് പറയുമ്പോൾ രാത്രിയും അതിന്റെ ഭാഗമാണ്. രാത്രിയുടെ പശ്ചാത്തലത്തിൽ കാളുന്നവളാണ് കാളി. കത്തിക്കാളുന്നവൾ. വാസ്തവത്തിൽ ഈ അനുഷ്ഠാനത്തിലൂടെ ജീവിതത്തിന്റെ ആന്തരികവും ബാഹ്യവുമായ ഇരുളിനെ വെളിച്ചംകൊണ്ട് മറികടക്കുകയാണ് മനുഷ്യർ. '

'ശരിക്കും ഇതിനൊരു ദാർശനികതലം കൂടിയുണ്ട്....?'

'അതെ, രാത്രിയുടെ ഇരുണ്ട പ്രകൃതീ പശ്ചാത്തലത്തിലുള്ള, മിത്തും യാഥാർത്ഥ്യവും ഇടകലരുന്ന ഒരു ഇതിഹാസനാടകാവിഷ്കാരവുമാണ് പടേനി. ജീവിതത്തിന്റെ ആഴങ്ങളെ ചൂഴ്ന്നു നിൽക്കുന്ന ദുരന്തബോധത്തെ അതിജീവിക്കാനുള്ള ശക്തി കൂടി പടയണി പകർന്നു തരുന്നുണ്ട്. ആ ശക്തിയുടെ ദർശനമാണ് പടയണിയുടേത്. കെട്ടുപോകാതെ ജീവിതത്തെ ജ്വലിപ്പിക്കുകയാണ് പടയണിയിലെ പന്തങ്ങൾ എന്നു പറയാം...

നിങ്ങളുടെ വിഷയത്തിലേക്ക് വരുമ്പോൾ പടയണിയിൽ ബന്ധമില്ലാത്ത ഏകവിഭാഗം ബ്രാഹ്മണരാണ്. അവർക്ക് യാതൊരു റോളുമില്ലാത്ത അനുഷ്ഠാന കല. ഇത്, ചോദ്യം ചെയ്യപ്പെടേണ്ട അർത്ഥത്തിലല്ല പറയുന്നത്. അവർ താന്ത്രികമായ മറ്റു കാര്യങ്ങൾ ചെയ്യുന്നു. അബ്രാഹ്മണികമായ ഈ അനുഷ്ഠാനകലയിൽ പാള പറിക്കുന്നത് ഒരു വിഭാ

ഗമാണെങ്കിൽ മറ്റൊരു സമുദായം കോലം വരയ്ക്കുന്നവരാണ്. ഒരു വിഭാഗം ചൂട്ടും തീവെട്ടിയും പിടിക്കുമ്പോൾ മറ്റൊരു വിഭാഗം പാടുകയും കൊട്ടുകയും തുള്ളുകയും ചെയ്യുന്നു. അങ്ങനെ പലരും പലവിധത്തിലിതുമായി അണിചേരുന്നുണ്ട്. എന്നാൽ പരമ്പരാഗതമായ ഈ ജാതീയ ചിത്രം പൊളിക്കപ്പെടേണ്ടതാണ്. ഞങ്ങൾ അതിനുകൂടിയാണ് ശ്രമിക്കുന്നത്. അതായിത് ജാതീയമായ ഈ ജനകീയതയെ ജാതിരഹിത ജനകീയതയാക്കുക. താത്പര്യമുള്ളവരെ ജാതി നോക്കാതെ പടയണിയിലെ എന്തും പഠിപ്പിക്കുക. ഇതാണീ കാലഘട്ടത്തിനാവശ്യം..."

വേണു പറഞ്ഞത് ശ്രദ്ധയോടെ കേട്ടിരുന്ന അജയന്റെ സുഹൃത്തുക്കളിൽ ഒരാൾ പറഞ്ഞു:

'ഞങ്ങൾക്കുണ്ടായിരുന്ന ധാരണ ഇപ്പോഴേതാണ്ട് വ്യക്തമായിട്ടുണ്ട്. അജയനും കുറച്ചുകാര്യങ്ങൾ പറഞ്ഞുതന്നിരുന്നു...'

'യഥാർത്ഥത്തിൽ അജയന്റെയൊക്കെ കുടുംബക്കാർക്ക് പാവുതറഭഗവതിയിൽ വല്ല്യ അവകാശമാണുള്ളത്. എന്നാൽ അവർപോലുമറിയാതെ ആ അവകാശങ്ങളിൽനിന്ന് അവരൊക്കെ അകറ്റപ്പെടുകയാണുണ്ടായിട്ടുള്ളത്. പുലവൃത്തമെന്ന പടയണിയിലെ പ്രാഥമികമായ സംഘനൃത്തത്തിൽ മുതൽ പടയണിയിലെ ഒട്ടുമിക്ക ഭാഗങ്ങളിലും പുലയസംസ്കാരത്തിന്റെ തനിമയും താളവും കാണാനാവും...'

വ്യത്യസ്തമായ തലങ്ങളിൽ നിന്നുകൊണ്ട് പടയണിയെ വിലയിരുത്താനാവുന്ന സാദ്ധ്യതകളുടെ ഒരു കവാടം തുറന്നുകിട്ടിയിരിക്കുന്നതായി അജയന്റെ സുഹൃത്തുക്കൾക്ക് തോന്നി. അല്പനേരം ആ വിസ്മയത്താൽ നിശ്ശബ്ദരാക്കപ്പെട്ടു അവർ. പിന്നെ സതീശൻ പറഞ്ഞു:

'ഇരുന്നാൽ ഇരുന്നുപോകും. ഉച്ചയ്ക്കലത്തെ ട്രയിന് പോയേ പറ്റൂ. തീർച്ചയായും ഇടയ്ക്ക് വരാം. മീനത്തിൽ വിസ്തരിച്ചിരിക്കാം...'

അജയനും സുഹൃത്തുക്കളും എഴുന്നേറ്റു. പുറത്തെ തെളിവിലേക്ക് നോക്കി വേണു പറഞ്ഞു:

'മീനം ഒരു സ്വപ്നമാണ്. അടുത്ത മീനമാസത്തിൽ ആ സ്വപ്നം യാഥാർത്ഥ്യമാകണം.'

'തീർച്ചയായും... ഞങ്ങളും വരാം ആ മീനത്തിൽ...'

***

*കുരണ്ടിപ്പലക - ഇരിക്കാനുപയോഗിക്കുന്ന പലക കഷണം.

13

പ്രകൃതിയും പുരുഷനും

സന്ധ്യയ്ക്ക് മുന്നെ അവൾ വന്നു, ദേവി.

വേണു ഉച്ചയൂണ് കഴിഞ്ഞ് ഒന്ന് മയങ്ങിയിരുന്നു. പിന്നെ ഉണർന്നത് അഞ്ച് മണിക്ക്. സിറ്റൗട്ടിലേക്ക് ചെന്നിരുന്ന് അല്പം കഴിഞ്ഞപ്പോൾ ഓമനയമ്മ ചായയുമായി അവിടെയെത്തി.

'ചായയ്ക്ക് ചൂടിതു മതിയോ...?'

വേണു ചായ ഒരിറ്റ് ഊതിക്കുടിച്ചിട്ട് പറഞ്ഞു:

'മതി...'

'അവളും ചെറുക്കനുമിനിയെപ്പവരും...?'

ഓമനയമ്മ പുറത്തേക്ക് നോക്കി ചോദിച്ചു.

'വരാറായി. അവിടെനിന്നെറങ്ങിയിട്ട് ഒരുമണിക്കൂർ കഴിഞ്ഞു. ഞാൻ പറഞ്ഞതാ വണ്ടീം കൊണ്ട് ചെങ്ങന്നൂര് ചെല്ലാമെന്ന്. അവള് പറഞ്ഞു, വേണ്ട അഞ്ചരയുടെ ബസ്സിനിങ്ങെത്തിക്കോളാമെന്ന്...'

ഓമനയമ്മ അകത്തേക്ക് പോയി. വേണു പടിഞ്ഞാറെ വഴിയിലേക്ക് നോക്കി അങ്ങനെ ഇരുന്നു...

അല്പനേരം കഴിഞ്ഞപ്പോൾ ദേവി വീട്ടിലേക്കുള്ള വഴിയിലേക്ക് കടന്നുവന്നു.

വാസ്തവത്തിൽ ദേവിയെ താൻ കാത്തിരിക്കുകയായിരുന്നു എന്ന് വേണുവിനപ്പോൾ തോന്നി. ആ തോന്നലിന്റെ അർത്ഥവും അർത്ഥശൂന്യതയും അയാളുടെ ഉള്ളൊന്നുണർത്തി.

താൻമാത്രമെന്ന പുരുഷന്റെ അർത്ഥശൂന്യത... അവൾ കൂടിയെത്തുമ്പോഴുണ്ടാകുന്ന അർത്ഥപൂർണ്ണത...

വേണു തിടുക്കപ്പെട്ടെന്നപോലെ ചോദിച്ചു:

'അവനെന്ത്യേ...?'

'അമ്പലത്തിന്റെയവിടെ വന്നപ്പോൾ കൂട്ടുകാരേയാരെയോ കണ്ടു. അവിടെ വർത്തമാനം പറഞ്ഞ് നിൽക്കുകാ. ഇപ്പമിങ്ങ് വരും...'

വന്നപാടെ ദേവി സിറ്റൗട്ടിലേക്കിരുന്നൊന്ന് ക്ഷീണം തീർത്തു.

'അല്ല, ഉച്ചയ്ക്കെന്തായിരുന്നു കൂട്ടാൻ...?'

വേണു ഒന്ന് മെല്ലെ ചിരിച്ചുകൊണ്ട് പറഞ്ഞു:

'അവിയല്, ചേന മെഴുക്കുവരട്ടി, മോരുകറി. നീയമ്മയോടെല്ലാം വിളിച്ചുപറഞ്ഞിരുന്നല്ലേ...!'

'മക്കളുടെ ഇഷ്ടം അമ്മമാർ മറന്നുപോകില്ല; എന്നാലും പ്രായമായില്ലേ...'

ദേവി ശബ്ദം താഴ്ത്തി അകത്തേക്ക് നോക്കി പറഞ്ഞു. എന്നിട്ട് അവൾ സിറ്റൗട്ടിന്റെ അരമതിലിൽ ചാരി കൈകാൽ നിവർത്തി ഇരുന്നു.

ദേവിയുടെ ക്ഷീണിച്ച ഇരിപ്പു കണ്ടപ്പോൾ വേണു പറഞ്ഞു:

'അമ്മ കുളിക്കാൻ കേറി. യാത്രചെയ്തു വന്നതല്ലെ, ഞാൻ നിനക്കൊരു ചായയുണ്ടാക്കി തരാം...'

'ങാ, നല്ല കുട്ടി. വേഗം കൊണ്ടുവാ, നല്ല കടുപ്പത്തിൽ...'

വേണു അടുക്കളയിലേക്ക് പോയി. ദേവി കൈകാലുകൾ ഒന്നുകൂടി നിവർത്തി അലസമായി ഇരുന്നു. കടമ്മനിട്ടയിലെ പടയണിയുടെ പത്തു ദിവസത്തെ ക്ഷീണമവൾക്കുണ്ടായിരുന്നു.

വേണു കൊണ്ടുവന്നു കൊടുത്ത ചായ ഊതി കുടിച്ചിട്ട് ദേവി അയാളുടെ കണ്ണുകളിലേക്ക് നോക്കി.

'പോര. ഈ ചായ കുടിച്ചാൽ എന്റെ ക്ഷീണം മാറില്ല. എനിക്കിന്ന് ഒന്നു തളർന്നുറങ്ങണം. കൈയ്യും കാലും നിവർത്തി...'

ദേവിയുടെ കൈത്തലം ഇപ്പോൾ വേണു തന്റെ പരുപരുത്ത കൈവെള്ളയിലേക്കെടുത്തു വെച്ചു. വലത്തെ കൈവിരലുകൾ കൊണ്ട് അവളുടെ നേർത്ത് നീണ്ട കൈവിരലുകളിൽ തലോടി. ഒരു സൂക്ഷ്മത്തിലേക്കെന്നപോലെ നീണ്ടു നേർത്തവസാനിക്കുന്ന ആ വിരലുകളുടെ സൗന്ദര്യവും മുനയും അയാൾ അറിയുന്നുണ്ടായിരുന്നു. അയാളുടെ വിരലുകളിലേയും കൈത്തണ്ടയിലേയും രോമങ്ങൾ പാരുഷ്യത്തോടെ ആ നേരം ഉയർന്നുനിന്നു. പോരാട്ടത്തിനുണർന്ന ഒരു സൈന്യത്തെപ്പോലെയായിരുന്നു അത്.

സന്ധ്യ മയങ്ങാൻ തുടങ്ങിയിരുന്നു. ദേവി വേണുവിനെ ഒന്നു നോക്കിയിട്ട് തിടുക്കപ്പെട്ട് അവിടെ നിന്നെഴുന്നേറ്റു.

'വിളക്ക് കൊളുത്താൻ നേരമാകുന്നു.'

'അമ്മ എല്ലാം ഒരുക്കിക്കാണും.'

'വേണ്ട. ഇന്ന് ഞാൻതന്നെ കൊളുത്തിക്കോളാം.'

ദേവി ആദ്യം അടുക്കളയിലേക്കാണ്, ചെന്നത്.

'എന്തോ ഒണ്ട് ദേവീ വീട്ടില് വിശേഷം...?'

ഓമനയമ്മ ചോദിച്ചു.

'എല്ലാരും സുഖമായിരിക്കുന്നമ്മേ...'

'നിന്റെ പാറൂമ്മയ്ക്കെങ്ങനെ?'

'വയ്യ. എന്നാലും തീരെ കെടപ്പല്ല.'

ദേവി കുളിക്കാനായി കുളിമുറിയിലേക്ക് കയറി. അതിനുമുമ്പ് അവൾ അമ്മയോടായി പറഞ്ഞിരുന്നു.

'അമ്മേ, ഞാനെറങ്ങീട്ട് വെളക്ക് കത്തിച്ചോളാം...'

'ങാ, എല്ലാം ഞാനൊരുക്കി വെച്ചിട്ടുണ്ട്.'

കിരൺ വന്നപ്പോൾ ദേവി കുളികഴിഞ്ഞ് നിലവിളക്ക് കൊളുത്തി അതിന്റെ മുന്നിൽ കൈകൾ കൂപ്പി കണ്ണുകളടച്ചിരുന്ന് ജപിക്കുകയാണ്. ഈ നേരം അമ്മയെ വിളിക്കുന്നത് അമ്മക്കിഷ്ടമല്ലെന്ന് അവനറിയാം. വിളിച്ചാലും ശ്രദ്ധിക്കില്ല. അതും പ്രത്യേകിച്ച് ഇന്ന് വെള്ളിയാഴ്ച്ച..., പത്ത് മിനിറ്റ് കൂടുതല് കാണും ജപം...

അത്താഴത്തിന് കഞ്ഞിയും പയറുമായിരുന്നു. കഞ്ഞി കുടിച്ചുകൊണ്ടിരിക്കുമ്പോൾ വേണുവിന്റെ ഫോൺ ശബ്ദിച്ചു.

അജയനായിരുന്നു.

'വേണൂ, വീട്ടിലുണ്ടോ...?'

'ഉണ്ടല്ലോ...'

'എന്നാ ഞാനങ്ങോട്ട് വരുകാ. ഒരുകാര്യം ആലോചിക്കാനുണ്ട്...'

കഞ്ഞികുടി കഴിഞ്ഞ് വേണു സിറ്റൗട്ടിൽ ചെന്നിരുന്നു. കഞ്ഞി കുടിച്ചതിന്റെ വിയർപ്പ് ശരീരത്തെ ഒന്നു കുളിർപ്പിച്ചു. അതുകഴിഞ്ഞേ സിറ്റൗട്ടിലെ ഫാൻ അയാൾ ഇട്ടൊള്ളൂ. അല്പം കഴിഞ്ഞപ്പോൾ അജയനെത്തി.

'ഓ, അവര്ടെ ട്രയിൻ വന്നപ്പോൾ താമസിച്ചു. അല്ലെങ്കിൽ ഞാൻ ഇന്നലെത്തന്നെ എറങ്ങിയേനേമായിരുന്നു.'

'ശരിക്ക് പറഞ്ഞാൽ അവരോട് കാര്യമായി ഒന്നും സംസാരിച്ചില്ല...'

വേണു പുറത്തെ ഇരുട്ടിലേക്ക് നോക്കിപ്പറഞ്ഞു.

'അത് സാരമില്ല. അവമ്മാരിനീം വരും. അവർക്കൊരിൻസ്പിരേഷനുണ്ടായിട്ടുണ്ട്.'

സുഹൃത്തുക്കൾക്കുണ്ടായ ആവേശം അജയന്റെ കണ്ണുകളിലുണ്ടായിരുന്നു.

'അല്ല, താനെന്താ പറയാനുണ്ടെന്ന് പറഞ്ഞത്...?'

'അത്, ഞങ്ങടെയാ വാണിയക്കോലം തുള്ളുന്ന തേവനുണ്ടല്ലോ; പുള്ളിയെടെ കൊച്ചുമകൻ അനീഷെന്നൊരു പയ്യനുണ്ട്. അവനും ചാത്തന്റെ ഇളയമകൻ സോമനും കഴിഞ്ഞദിവസം എന്നെ കണ്ടിരുന്നു. അ

വർക്കും തുള്ളലും മറ്റും പഠിക്കണമെന്നുണ്ട്.'

'അതിനെന്താ, നാളെത്തന്നെ സന്ധ്യ കഴിഞ്ഞ് കളരീലോട്ട് ചെന്ന് ദക്ഷിണ കൊടുക്കാമ്പറ. ഞാൻ പേരപ്പനോട് പറഞ്ഞേക്കാം...'

അജയൻ തെല്ല് ആശങ്ക പ്രകടിപ്പിച്ചു.

'പുള്ളിക്ക് തന്നെ കൊടുക്കണോ... ഏത് ഫോമിലാണെന്ന് പറയാം പറ്റത്തില്ലല്ലോ...'

'തത്ക്കാലം അതത്ര കാര്യമാക്കണ്ടതില്ല. ദക്ഷിണയിലെ കാശിന് കള്ള് കുടിക്കുമെങ്കിലും പുള്ളി ജീവിച്ചിരിക്കുമ്പോ അതിന്റെ അവകാശം വേറാർക്കുമല്ല. വെറ്റേം പാക്കും, ദക്ഷിണയായി ഒരു നൂറ്റൊന്ന് രൂപയും വെച്ചു കൊടുത്തേര്...'

'അതുകഴിഞ്ഞ് സുരേന്ദ്രൻചേട്ടൻ കേറിപ്പിടിക്കുമോ...?'

'വേണ്ട. സുരേന്ദ്രൻ ചേട്ടൻ ചോദിച്ചാലും ഒന്നും കൊടുക്കണ്ട. ഇതിനകത്ത് കാര്യമായ തിരുത്തലുകൾ വേണമജയാ. മദ്യത്തെയൊക്കെ ഇതുമായി ബന്ധപ്പെടുത്തുന്ന ആ പ്രാകൃതമായ രീതിയുണ്ടല്ലോ, അതൊന്നുമിനീം പാടില്ല. അതൊക്കെ ഒരളവുവരെ പടയണിക്ക് പൊതുസ്വീകാര്യതയുണ്ടാക്കുന്നതിൽ തടസ്സമായി വന്നിട്ടുണ്ട്. കാലം മാറിയതും മനുഷ്യന്റെ വളർച്ചയുമൊന്നും തിരിച്ചറിയാതെ പോയ കുറെ മനുഷ്യരുണ്ട്; അവരതിൽ ഇപ്പോഴും രക്തവും മദ്യവുമൊക്കെ ചാലിച്ചു ചേർക്കാൻ ശ്രമിക്കുകയാണ്. അത് തെറ്റാണ്. പടയണിയിലെ യഥാർത്ഥ സ്പിരിച്ചാലിറ്റിയും അതിന്റെ ജാതിരഹിത ജനകീയതയും പ്രകൃതിയുമായുള്ള അതിന്റെ ജൈവബന്ധവുമൊക്കെ തിരിച്ചറിഞ്ഞുകൊണ്ടു വേണം ഇനി നമുക്ക് മുന്നോട്ട് പോകാൻ. കുപ്പി കൊണ്ടുവന്നിട്ടുണ്ടോയെന്ന് പേരപ്പനോ സുരേന്ദ്രൻചേട്ടനോ ചോദിച്ചാൽ ഇല്ലെന്നുതന്നെ പറയാനവരോട് പറയണം...'

അജയൻ ഒന്നു മൂളിയിട്ട് രാത്രിയിലേക്ക് നോക്കി. പിന്നെ അയാൾ പറഞ്ഞു:

'ശരിയാ, ആ തിരിച്ചറിവ് കൂടിയേ കഴിയൂ. ഞങ്ങടെ കുടുംബത്ത് ഇപ്പഴും കോഴിയെ അറുക്കലുണ്ട്. കുന്നത്ത് മൂർത്തിയുടെ പേരിൽ. മൂർത്തിക്ക് കോഴിയുടെ രക്തവും കള്ളും കൊടുത്തേ പറ്റൂന്നാണ്...'

'വരട്ടെ. അതൊക്കെ നമുക്ക് തിരുത്തണം...'

അജയൻ കുഞ്ഞായിരിക്കുമ്പോൾ അവന്റെ അമ്മ ശാന്ത, അവനെ തോളിൽ കിടത്തിക്കൊണ്ട് സന്ധ്യകഴിഞ്ഞ നേരത്ത് മുറ്റത്ത് അങ്ങോട്ടുമിങ്ങോട്ടും നടക്കും. എന്നാൽ എന്തോ ഒരീർഷ്യപോലെ അവൻ കരഞ്ഞുകൊണ്ടേയിരിക്കും. ശാന്ത ഇടയ്ക്ക് പഴയ കൊയ്ത്തുപാട്ടുകളിലൊ

ന്ന് പാടിക്കൊടുക്കും. പാടിയാൽ തീരാത്തത്ര പാട്ടുകൾ തങ്ങളുടെ പൂർവ്വികരുടെ സംസ്കാരത്തിലുണ്ടെങ്കിലും വന്നുവന്ന് ശാന്തയിലേക്ക് കാലം എത്തിയപ്പോൾ ഒന്നല്ലാതെ മറ്റൊരു പാട്ട് അവർക്കറിയില്ല. അതവൾ പാടി.

തിന്താരെ തിന്താരേതക തിന്തകതാരാ
തിന്താരെ തിന്താരേതക തിന്തകതാരാ
കുട്ടനാട്ടിൽപതകൊയ്ത്തിനുപോകാൻ
വട്ടംകൂടുന്നവർ പട്ടിണിക്കാർ
അച്ഛനടിയനിണങ്ങരുംകൂട്ടരാം
മച്ചുണൻമാരുമങ്ങൊത്തുകൂടി...
തിന്താരെ തിന്താരേതക തിന്തകതാരാ
തിന്താരെ തിന്താരേതക തിന്തകതാരാ

കൊയ്ത്തുപാട്ട് തീരുന്നതുവരെ അജയൻ കരയത്തില്ല. എന്നാൽ അത് തീർന്നാലുടൻ അജയൻ വീണ്ടും കീറ്റാൻ തുടങ്ങും. അപ്പോൾ, കുഞ്ഞിനമ്മയൊരു കഥ പറഞ്ഞുതരാം എന്നുപറഞ്ഞ് ശാന്ത ഒരു കഥ അജയന് പറഞ്ഞുകൊടുക്കും. പാട്ടിന്റെ കാര്യം പറഞ്ഞതുപോലെ കറ്റകൾ കണക്ക് കഥകളുമുള്ള പൂർവ്വികാരണെങ്കിലും വന്നുവന്ന് അതും ശാന്തയുടെയൊക്കെ തലമുറയിലേക്കെത്തുമ്പോൾ കഥയുടെ ഒരു നെൽമണി മാത്രമായി അവശേഷിക്കുന്നു. എന്നാൽ കഥയുടെ ആ നെൽമണി ഒരു പുലയനും മറന്നില്ല. കാരണം അത് കഥ മാത്രമല്ല, നേരാണെന്നും അവർ വിശ്വസിച്ചു. ആ കഥയാണ് മണികിലുക്കണ കാള. അജയനെ ഉറക്കാനായി ശാന്ത വീണ്ടും ഒരിക്കൽക്കൂടി ആ കഥ പറഞ്ഞുകേൾപ്പിച്ചു.

മോൻറപ്പൂപ്പൻറപ്പൂപ്പൻറപ്പൂപ്പൂപ്പനായിട്ടു വരും കണ്ടങ്കാളി. കണ്ടങ്കാളിയപ്പൂപ്പൻ. കണ്ടങ്കാളിയപ്പൂപ്പന് ഒരു കാളയൊണ്ടാരുന്നു. നല്ല വെള്ള കാങ്കേയൻ കാള. അങ്ങ് പാണ്ടിദേശത്തൂന്ന് കണ്ടങ്കാളിയപ്പൂപ്പൻ വാങ്ങിച്ചതാണ് ആ കാളേ.

പാണ്ടിദേശത്തൂന്ന് കാളെ വാങ്ങിച്ചോണ്ടു വരുമ്പം എടയ്ക്ക് വെച്ച് നേരമങ്ങിരുട്ടി. ഏതോ ഒരു ദേശമാരുന്നത്. അവിടെങ്ങും ഒന്ന് അന്തിയുറങ്ങാനൊരു വീടുമില്ലാരുന്നു. എന്നാൽ ആ വഴിയ്ക്ക് ഇടിഞ്ഞുപൊളിഞ്ഞു കിടക്കുന്ന ഒരു അമ്പലമുണ്ടാരുന്നു. ആളനക്കമൊന്നുമില്ലാത്ത ഒരമ്പലം. കണ്ടങ്കാളിയപ്പൂപ്പനെന്തു ചെയ്തു; ആ അമ്പലത്തിന്റടുത്തുള്ള ഒരു മരത്തിൽ കാളയെ കെട്ടിയിട്ട് അമ്പലത്തിന്റെ ആൽത്തറയിലെ ഒരു നെടുങ്കൻകല്ലിൽ കേറിക്കിടന്നു. നേരം പാതിരാ കഴിഞ്ഞപ്പോൾ ആ

രോ അപ്പൂപ്പനെ വിളിച്ചുണർത്തി. അപ്പൂപ്പൻ കണ്ണുകൾ തുറന്ന് മിഴിച്ചപ്പോൾ ഒരു വൃദ്ധനായ വഴിപോക്കൻ.

അയാൾ ചോദിച്ചു:

'ഒരിച്ചിര സ്ഥലം എനിക്കൂടൊന്ന് തലചായ്ക്കാൻ തരാമോ...? ദൂരേന്ന് നടന്ന് ക്ഷീണിച്ച് വരികാ...'

'ഓ, അതിനെന്താ, ദാ അങ്ങോട്ട് തലവെച്ചു കെടന്നോ...'

അപ്പൂപ്പൻ പറഞ്ഞു.

ആശ്വാസം പ്രകടിപ്പിച്ച് ആ വൃദ്ധനും അവിടെക്കിടന്നു. കുറച്ചുകഴിഞ്ഞപ്പോൾ അയാൾ തളർന്ന സ്വരത്തിൽ വീണ്ടും ചോദിച്ചു:

'അല്ല, വന്നപാടെ എങ്ങനാ ചോദിക്കുന്നേന്ന് കരുതിയാ ചോദിക്കാഞ്ഞത്. എനിക്ക് ശരിക്ക് വെശക്കുന്നു. നിങ്ങടെ കൈയ്യിലെന്തേലുമൊണ്ടേൽ എനിക്കൂടിച്ചിര തരാമോ...?'

കണ്ടങ്കാളിയപ്പൂപ്പൻ മെല്ലെ എഴുന്നേറ്റു.

'വൈകിട്ടൊന്നും കഴിച്ചില്ലേ...?'

'വൈകിട്ടോ, ഇന്നത്തെ ദെവസം ഒന്നും കഴിച്ചില്ല...!!'

കണ്ടങ്കാളിയപ്പൂപ്പൻ ഉടനെ തന്റെ പാളപ്പൊതീലിരുന്ന ചുട്ട വള്ളിക്കിഴങ്ങും കാച്ചിലിന്റെകിഴയ്ക്കായും അയാളുടെ മുന്നിലേക്കെടുത്തുവെച്ചു.

'കഴിച്ചോ...'

'അപ്പോ നിങ്ങക്ക്...?'

'എന്റെ കാര്യം പിന്നെ. ഇപ്പോ നിങ്ങടെ വെശപ്പ് മാറ്റ്.'

വൃദ്ധൻ ആ കിഴങ്ങുകൾ ചുട്ടതെല്ലാം കഴിച്ചു.

'ഹ്ഹൊ, ആശ്വാസമായി. ഈശ്വരൻ നിങ്ങളെ അനുഗ്രഹിക്കും...'

ഇത്രയും പറഞ്ഞ് അയാൾ വീണ്ടും അവിടെ കിടന്നു.

നേരം വെളുത്തില്ല, അതിനുമുമ്പ് കണ്ടങ്കാളിയപ്പൂപ്പൻ ഉണർന്നു. അപ്പുറത്തേക്ക് നോക്കിയപ്പോൾ ആ വൃദ്ധനെ അവിടെ കാണാനില്ല. അപ്പൂപ്പൻ, ഓയ്... നിങ്ങളെവിടാ... എന്ത്യേ... പോയോ എന്നൊക്കെ കുറച്ചുനേരം അവിടൊക്കെ നടന്ന് വിളിച്ചു ചോദിച്ചു. പക്ഷെ ആ വഴിപോക്കനെ അവിടെങ്ങും കാണാനേല്ലായിരുന്നു. അയാളൊരു നന്ദിയില്ലാത്തോനാണല്ലോ എന്നോർത്ത് അപ്പൂപ്പനങ്ങനിരിക്കുമ്പോൾ, ദാ കേക്കുന്നു ഒരു മണികിലുക്കം. കണ്ടങ്കാളിയപ്പൂപ്പൻ ആ മണികിലുക്കം കേട്ടിടത്തേക്ക് ചെന്നുനോക്കി. അപ്പോൾ കാളയുടെ കഴുത്തിൽ ഒരു ഓട്ടുമണി കിടക്കുന്നു. കാള കഴുത്ത് ആട്ടിക്കൊണ്ടിരുന്നു. കണ്ടങ്കാളിയപ്പൂപ്പൻ ഈ മണിയെങ്ങനെ വന്നൂന്ന് അതിശയപ്പെട്ട് തെല്ല് ഭയത്തോടെ കാളയുടെ

അടുത്തേക്കു ചെന്നു. അപ്പോൾ കാളയുടെ പുറത്ത് ദാ ഇരിക്കുന്നു സാക്ഷാൽ കാളിയമ്മ!

അപ്പൂപ്പൻ പേടിച്ച് തലകുനിച്ച് തൊഴുതങ്ങനെ നിന്നു.

'പേടിക്കണ്ട. ഞാൻ തന്നെയാണ്, നീ അല്പം മുമ്പ് തിരക്കിയ വൃദ്ധനായ വഴിപോക്കൻ. നിന്റെ കാള നല്ല കാളയാണ്. ഇവന്റെ കാലം കഴിയുന്നതുവരെ ഈ മണി അഴിച്ച് മാറ്ററുത്. നിനക്കിവൻ എല്ലാം തരും...'

അത്ഭുതപ്പെട്ടു നിന്ന കണ്ടങ്കാളിയപ്പൂപ്പൻ ഒന്ന് കണ്ണുകളടച്ചു തുറന്നു. അപ്പോൾ കാളിയമ്മേ കാണാനുമില്ല. അപ്പൂപ്പൻ തിരികെ ആൽത്തറയിൽ വന്നിരുന്നപ്പോൾ ആ പാളപ്പൊതിയിൽ നിറയെ ചുട്ട കിഴങ്ങുകളും...

പിന്നെ നേരം വെളുത്ത് വന്നപ്പോൾ കണ്ടങ്കാളിയപ്പൂപ്പനും കാളയും സന്തോഷത്തോടെ ഇങ്ങോട്ടിങ്ങു പോന്നു.

ശാന്ത കഥ പറഞ്ഞുതീരുമ്പഴേക്കും കുഞ്ഞജയൻ ഉറക്കം പിടിച്ചിരിക്കും.

ഇപ്പോൾ അജയന്റെയും വേണുവിന്റെയും വർത്തമാനം രാത്രിയിലേക്കു നീണ്ടു.

അല്പം കഴിഞ്ഞപ്പോൾ പാദസരത്തിന്റെ താളാത്മകമായ ശബ്ദം അകത്തെ മുറിയിൽ നിന്ന് മെല്ലെ സിറ്റൗട്ടിന്റെ വാതിൽക്കലേക്കലെത്തി. അജയന്റെ ശ്രദ്ധ ആ ശബ്ദത്തിലൂടെ ആ രൂപത്തിലേക്ക് ചെന്നു. ദേവിയുടെ നേർത്തതെങ്കിലും തീക്ഷ്ണമായ മന്ദഹാസം അയാളുടെ ഉള്ളിൽ ചെന്നു കൊണ്ടു. ഇന്നത്തെ വർത്തമാനം ഇതുമതി എന്ന ഒരു താക്കീതിന്റെ മുനയായിരുന്നു അതിന്. അത് തിരിച്ചറിഞ്ഞിട്ടെന്നപോലെ അജയൻ പറഞ്ഞു:

'ഞാനെന്നാലെറങ്ങ്കാ വേണൂ. നേരം ഒരുപാടായി. നാളെ കാണാം...'

'ശരി...'

വേണുവും അവിടെ നിന്നെഴുന്നേറ്റു. സിറ്റൗട്ടിന്റെ ഗ്രില്ല് പൂട്ടുമ്പോൾ രാത്രിയിലേക്ക് അയാൾ വെറുതെയൊന്ന് കണ്ണുപായിച്ചു.

നിലാവ് ആ ഇരുളിലേക്ക് കിനിഞ്ഞിറങ്ങിയിരുന്നു. രാത്രിയെ അത് നേർത്തതും തരളവുമാക്കിയിരുന്നു. ഏതു പുഷ്പത്തിന്റേതെന്ന് തിരിച്ചറിയാനാവാത്തതുപോലെ ഒരു വസന്തത്തിന്റെയാകെ പുഷ്പഗന്ധം എവിടെനിന്നോ ആ രാത്രിയിലേക്കൊഴുകി പരക്കുന്നതായി അയാൾക്ക് തോന്നി.

ഗ്രില്ല് പൂട്ടി പുറത്തേക്കുള്ള വാതിലും പൂട്ടി കിടപ്പുമുറിയിലേക്കു പോ

കുമ്പോഴും ആ രാത്രിയുടെ വശ്യമായ അനുഭവം തന്റെ ഉള്ളിലാകെ നിറഞ്ഞുനിൽക്കുന്നതായി വേണുവിന് തോന്നിയിരുന്നു.

ദേവി കിരണിന്റെ മുറിയിലായിരുന്നു. നേരത്തെ ഉറങ്ങിക്കഴിഞ്ഞിരുന്ന അവനെ ഒന്നുകൂടി പുതപ്പിച്ചിട്ട് അവൾ കിടപ്പുമുറിയിലേക്കു പോയി.

വേണു കട്ടിലിൽ കിടക്കുകയായിരുന്നു. അയാൾ ഉറങ്ങിയിരുന്നില്ല.

നേരനുഭവത്തിലെന്നോ സ്വപ്നത്തിലെന്നോ എന്നു പറയാനാവാത്ത, വല്ല്യപ്പൂപ്പന്റെ സാമീപ്യങ്ങളേക്കുറിച്ച് ഓർത്തു കിടക്കുകയായിരുന്നു അയാൾ. അനുഗ്രഹങ്ങളുണ്ടാകണെ എന്ന ഒരു പ്രാർത്ഥനയായിരുന്നു ആ ഓർമ്മകളിൽ...

പൊടുന്നനെ ആ പ്രാർത്ഥന കേട്ടിട്ടെന്നപോലെ കരിമറുതാ രൂപത്തിൽ തുള്ളിച്ചാടി കൊച്ചുരാമൻപിള്ള അവിടേക്ക് പ്രത്യക്ഷപ്പെട്ടു. ഗണപതിയും പടിവട്ടവും ചവുട്ടിയിട്ട് വാത്സല്യത്തോടെ വേണുവിനെ ഒന്നു നോക്കി. നോക്കിയതേയുള്ളൂ; പെട്ടെന്നൊരു ഉൾവിളി ഉണ്ടായതുപോലെ കരിമറുത ഒരുനിമിഷം ചലനമറ്റു നിന്നു. അടുത്തനിമിഷം വേഗത്തിൽ വെട്ടിത്തിരിഞ്ഞ് അപ്രത്യക്ഷനാകുകയും ചെയ്തു.

എന്താണുണ്ടായതെന്നറിയാതെ സംഭ്രമജനകമായ ആ അനുഭവത്തിലേക്കെന്നപോലെ വേണുവിന്റെ കണ്ണുകൾ മിഴിച്ചിരുന്നു. ദേവി ഇപ്പോൾ അയാളുടെ അടുത്തേക്കെത്തി. അവളുടെ സാന്നിദ്ധ്യം അയാളുടെ ഭ്രമാത്മക മനസിനെ പൊടുന്നനെ സാധാരണനിലയിലാക്കി.

കട്ടിലിൽ വന്നിരുന്ന ദേവി മെല്ലെ വേണുവിന്റെ തിരുനെറ്റിയിൽ ചുണ്ടുകളമർത്തി. അയാളുടെ സപ്തനാഡികളേയും ഉണർത്തിക്കൊണ്ടാണ് അവളുടെ ചുണ്ടുകൾ അവിടെനിന്നകന്നത്. അവളുടെ കണ്ണുകളിലെ കാമത്തിന്റെ കടൽത്തിരയിളക്കം, തന്നെ കവർന്നെടുക്കാൻ വരുന്നതുപോലെയായി അയാൾക്ക്.

ദേവിയുടെ തിരുനെറ്റിയിലെ സിന്ദൂരം, ചുവന്ന മേഘങ്ങളുടെ തുണ്ടുകൾപോലെ ഏതോ ലോകത്തിൽ നിന്ന് ഭൂമിയിലേക്കെന്നപോലെ അടർന്നടർന്ന് താഴേക്ക് വീണുകൊണ്ടിരുന്നു. അതിന്റെ പരാഗങ്ങൾ അവളുടെ വെട്ടിത്തിളങ്ങിക്കൊണ്ടിരുന്ന മൂക്കുത്തിയിൽ അവിടവിടെയായി പറ്റിപ്പിടിച്ചിരുന്നു. കാതിലെ വെള്ളക്കല്ലുകൾ ആ ഇരുട്ടിലും എങ്ങനെയോ വെട്ടിത്തിളങ്ങി. അഴിച്ചിട്ട അവളുടെ മുടിയിഴകൾ അയാളുടെ മുഖവും ശിരസ്സും കവർന്ന് ഇടതൂർന്ന് ഊർന്നുവീണപ്പോൾ ലോകവും കാലവും മാറിമറിയുന്നതായി അയാൾക്ക് തോന്നി.

ദേവി ഒന്ന് ദീർഘം ശ്വസിച്ചിട്ട് വീണ്ടും വേണുവിലേക്ക് മുഖം അമർ

ത്തിയപ്പോൾ അയാൾ തന്റെ ബലിഷ്ടമായ ബാഹുക്കൾകൊണ്ട് അവളെ തന്റെ നെഞ്ചിലേക്കമർത്തി. പിന്നെ, അവൾ തന്റെ മേലേക്കമർന്നപ്പോൾ വടിവാർന്ന അവളുടെ ഉപരിതലത്തിലൂടെ അയാളുടെ കൈകൾ താഴേക്ക് പോയി. ആ ഉയർച്ചകളിലും താഴ്ചകളിലുമെല്ലാം അയാളുടെ കൈകൾ ആവേശഭരിതമായി.

'ലൈറ്റണയ്ക്കട്ടെ...'

വേണുവിന്റെ കരുത്തുറ്റ ശബ്ദം മരങ്ങൾ തമ്മിൽ ഉരസുന്നതുപോലെയായിരുന്നു. കാട്ടിലെ കൊടുങ്കാറ്റിൽ വീശി വളഞ്ഞുരസ്സുന്ന കരിഞ്ചൂരലിന്റെ ശബ്ദം പോലെ ദേവി അതിന് മറുപടി പറഞ്ഞു:

'വേണ്ട. നമ്മുടെ ആ ഏഴാംരാത്രിയിലെ പോലെ ഈ അരണ്ട വെളിച്ചം ഇന്നെനിക്ക് വേണം...'

ദേവിയുടെ വാക്കുകൾക്ക് ഒരധികാരത്തിന്റെ വായ്ത്തലപോലുമുള്ളതായി വേണുവിന് തോന്നി. ഇപ്പോൾ അവളുടെ ചുണ്ടുകൾ ഒരു സർപ്പത്തിന്റെ ശീൽക്കാര ശബ്ദത്തോടെ അയാളുടെ കഴുത്തിൽ നിന്ന് മേലേക്ക് അമർന്നുരസി കാതിലേക്കെത്തി. ഒരു മിന്നൽപ്പിണർപോലെ പടർന്നെത്തിയ ആ തീയോ കുളിരോ അയാൾ കാതിലറിഞ്ഞു. കാതിലൂടെ പ്രജ്ഞയിലാകെ...

പിന്നെ വിവസ്ത്രരായതെപ്പോഴെന്ന് അവരിരുവരുമറിഞ്ഞില്ല. വേണു ദേവിയുടെ ചുണ്ടുകളിൽ നിന്ന് താഴേക്കമർന്നിറങ്ങി. അവളുടെ കഴുത്തിലെ താലിമാല അയാളുടെ ചുംബനങ്ങൾക്കായി മാറിയും മറിഞ്ഞും കിടന്നു. തന്റെ കരങ്ങൾകൊണ്ട് അവൾ അയാളുടെ ചുമലുകളിൽ അമർത്തിയിട്ട് അയാളെ മെല്ലെ താഴേക്ക് തള്ളി. അവളുടെ സമൃദ്ധമായ മാറിടങ്ങൾ ആദ്യമായി കണ്ടതുപോലെ ആർത്തിയോടെ അയാളൊന്ന് നോക്കി. ആ പോർമുലകളുടെ മുന, പുരുഷാ നീ എന്നോട് പോരിന് വാ എന്നു പറയുന്നതുപോലെയായിരുന്നു.

വേണുവിന്റെ ചുംബനങ്ങൾകൊണ്ട് പുളഞ്ഞ ദേവി അയാളെ പിന്നെയും താഴേക്ക് താഴേക്ക് ഉരസി മാറ്റി, താഴേക്ക് പോയി വരാൻ... അവളുടെ അന്നേരത്തെ കൈക്കരുത്തിന് ഒരു ഉടവാളിന്റെ ശക്തിയുണ്ടായിരുന്നു. താളാത്മകമായ അവളുടെ അരക്കെട്ടും നാഭിച്ചുഴിയും പിന്നിട്ട് യോനീതടത്തിലെത്തിയപ്പോൾ അവളുടെ കൈത്തലങ്ങൾ അയാളുടെ ശിരസ്സിൽ അനുഗ്രഹം ചൊരിയുന്നതുപോലെ ഒന്നമർന്നു. ഒട്ടും ബലം പ്രയോഗിക്കാതെ ഒരു ദിവ്യസ്പർശംപോലെ ഒരുനിമിഷം ആ കൈപ്പത്തികൾ അങ്ങനെ നിന്നു. പിന്നെ അവിടെനിന്ന് വെണ്ണക്കല്ലുകൾ പോലെ തിളങ്ങുന്ന അവളുടെ തുടകളും കടന്ന് ആ പാദങ്ങളിൽ വന്നു നി

ന്നു അയാൾ... വേണുവിന്റെ ചുണ്ടുകൾ ദേവിയുടെ പാദങ്ങളിൽ അമർന്നു. അപ്പോൾ പാദസരങ്ങളിൽ നേർത്ത കിലുക്കമുണ്ടായി. അത് മെല്ലെ മണികിലുക്കത്തിന്റെ ശബ്ദപ്രളയമായി മാറി അയാൾക്ക്. പ്രപഞ്ചമാകെ നിറയുന്ന മണികിലുക്കം. അതിന്റെ തിരയിളക്കത്തിലൂടെ നീന്തി നീന്തി അയാൾ ദേവിയിലേക്കു യർന്നുചെന്നു.

പിന്നെ, പുരുഷനും സ്ത്രീയും പരസ്പരം ഇഴുകി ചേരുന്നതിന്റെ താളമായി. ആ താളം അതിന്റെ ചടുലവേഗക്രമങ്ങളിലൂടെ പല കാലങ്ങളിലൂടെ യുഗയുഗാന്തരങ്ങളിലൂടെ.... മന്വന്തരങ്ങളിലൂടെ.... പ്രപഞ്ചതാളമായി മാറി...

◆◆◆

14

തത്തിമിതക്കതോം തിമിതെയ്

കളരിയിലേക്കു പോയിട്ട് പ്രത്യേകിച്ച് കാര്യമൊന്നുമില്ലായിരുന്നു. എന്നാലും ഒന്നു പോകണമെന്ന് വൈകുന്നേരമായപ്പോൾ വേണുവിനു തോന്നി. രണ്ടു നാളുകൾക്ക് മുൻപ് ഒന്ന് പോയതാണെങ്കിലും, കളരിയുടെ കാര്യത്തിൽ അയാൾക്കെപ്പോഴും ആശങ്കയായിരുന്നു. കാരണം, എത്ര പറഞ്ഞാലും മനസ്സിലാവാത്ത സുരേന്ദ്രന്റെയും ശിവന്റേയുമൊക്കെ ദുസ്വഭാവംതന്നെ. ആനന്ദൻപിള്ളയ്ക്ക് പ്രായത്തിന്റെ പഴുത്ത അവശതകളുള്ളതുകൊണ്ട് വല്ല്യ കുഴപ്പമില്ല. എന്നാലും അയാൾ എഴുന്നേറ്റ് തുള്ളി ഉറയുന്നത് ഏതു നേരത്താണെന്ന് പറയാനാവില്ല. കളരി ഒന്നു വൃത്തിയാക്കിയെടുക്കാൻ വേണു പലപ്രാവശ്യം പറഞ്ഞിട്ടും ആനന്ദൻപിള്ളയും മക്കളും അതിൽ ഒരു താത്പര്യവും കാട്ടിയില്ല. പണം താൻ മുടക്കിക്കോളാം എന്ന് പറഞ്ഞിട്ടും പേരപ്പനും മക്കൾക്കും ഒരു കുലുക്കവുമുണ്ടായില്ല.

സഹദേവൻപിള്ളയും ഓമനയമ്മയും സ്ഥലത്തില്ലായിരുന്നു. അവർ വടശ്ശേരിക്കരയിലുള്ള ഓമനയമ്മയുടെ കൊച്ചമ്മയുടെ വീട്ടിലേക്ക് പോയിരിക്കുകയാണ്. എല്ലാ കൊല്ലവും ആഴിയും പടുക്കയും കാണാൻ കൊച്ചമ്മ വന്ന് ക്ഷണിക്കും. എന്നാൽ ഇതുവരെ പോകാൻ പറ്റിയില്ല എന്നു പറഞ്ഞാണ് രണ്ടുപേരും ഇത്തവണ പോയത്.

കിരൺ അവധി കഴിഞ്ഞ് വീണ്ടും ചെന്നൈയിലേക്കു പോയിരുന്നു.

കല്ലൂരേക്ക് പോകാൻ വേണു മുറ്റത്തേക്കിറങ്ങിയപ്പോൾ ദേവി സിറ്റൗട്ടിലേക്കു വന്നു.

'എവിടെ പോവാ...?'

'രണ്ടു ദിവസമായില്ലേ കല്ലൂരോട്ട് പോയിട്ട്. അവിടുത്തെ കാര്യങ്ങളെക്കുറിച്ചോർക്കുമ്പോൾ...'

ദേവി സിറ്റൗട്ടിൽ ഇരുന്നിട്ട് പടിഞ്ഞാറ് ചായുന്ന സായാഹ്നസൂര്യന്റെ കനൽച്ചുവപ്പിലേക്ക് നോക്കി.

'കാര്യങ്ങളൊക്കെ അവിടെ നടക്കുന്നുണ്ടാവും. എന്നാലും പോണം. പറ്റുമെങ്കിൽ എന്നും...'

അയാൾ ദൂരെ നടന്ന് മറയുന്നതുവരെ ദേവി അവിടേക്ക് നോക്കിയിരുന്നു.

എപ്പോഴുമെന്നപോലെ പാവുതറയമ്മയുടെ മുന്നിലൂടെ കടന്നുപോയപ്പോൾ വേണു ചെരുപ്പഴിച്ചിട്ടിട്ട് പുൽത്തകിടിയിലൂടെ നടന്ന് അല്പം അകലെയുള്ള നടവാതിൽക്കലെത്തി. പിന്നെ കൈകൾ കൂപ്പി തല കുനിച്ചു. കണ്ണുകളിലേക്ക് ഇരുട്ട് മെല്ലെ കിനിഞ്ഞിറങ്ങി. പ്രകാശത്തെയാകെ ആ ഇരുള് വിഴുങ്ങി. സർവ്വവും അന്ധകാരത്തിലമർന്നപ്പോൾ അതിനു മുന്നിൽ അയാൾ ഭയവും പ്രാർത്ഥനയും മാത്രമായി. ഇപ്പോൾ ആ ഇരുളിൽ ഒരു പ്രകാശബിന്ദു മെല്ലെ തെളിഞ്ഞുവന്നു. പിന്നെ അത് വലുതായി. വലുതായി വലുതായി അത് ആ ഇരുളിനെയാകെ മായ്ച്ചു കളഞ്ഞു. വേണുവിന്റെ കണ്ണുകൾ വിടർന്നു.

തിരികെ റോഡിലേക്കിറങ്ങിയപ്പോൾ ഐക്കാട്ടെ കൃഷ്ണപിള്ള വേണുവിനെ കാത്തു നിന്നിട്ടെന്നപോലെ അയാളുടെ അടുത്തേക്കു ചെന്നു.

'വേണൂ, നിന്നെയൊന്ന് കാണണംന്ന് വെച്ചിരിക്കാർന്നു. ഞാംമ്പറേന്ന കൊണ്ട് വേറൊന്നും നീ വിചാരിക്കരുത്. നിങ്ങടെ കുടുംബോം കളരീം ഭക്തീമൊക്കെ നല്ലകാര്യം തന്നെയാ. പക്ഷേ പടേനി..., അത് പണ്ടേ ഇല്ലാതായി പോയതാന്ന് നിനക്കറിയാമല്ലോ. നീ ഒരു കാര്യമോർത്തോ; അമ്മയ്ക്കിഷ്ടമില്ലാത്തത് നടക്കത്തില്ല. അതാര് വിചാരിച്ചാലുമിനി നടക്കത്തില്ല. അതുകൊണ്ട് എനിക്കൊരുകാര്യമേ പറയാനൊള്ളൂ. വെറുതെയൊരു പ്രശ്നമൊണ്ടാക്കരുത്...'

കൃഷ്ണപിള്ളയുടെ വർത്തമാനം കേട്ടപ്പോൾ വേണുവിന് തികഞ്ഞ പുച്ഛമാണുണ്ടായത്.

'ആവശ്യമില്ലാത്ത പ്രശ്നങ്ങളുണ്ടാക്കുന്നത് നിങ്ങളൊക്കെ തന്നെയാണ്. ഒന്നാമത്, ഭഗവതി ആരുടെയും സ്വകാര്യസ്വത്തല്ല. അത്, വിശ്വസിക്കുന്നവർക്കെല്ലാം ദേവതയാണ്. പിന്നെ, നിങ്ങളെപ്പോലുള്ളവർ തിരിച്ചറിയേണ്ട ഒരു യാഥാർത്ഥ്യമുണ്ട്...'

'എന്തോന്ന്...?'

'വൈശ്യത്തില്ലത്തെ തേവാരമൂർത്തിയെ ഇവിടെ കൊണ്ടുവരുന്നതിനു മുമ്പുതന്നെ ഇവിടെ, ഈ നാട്ടുകാർക്ക് അവരുടെ ദേവതയുണ്ടായിരുന്നൂന്നുള്ള കാര്യം കൊച്ചാട്ടനേപ്പോലുള്ളവർ മറന്നുപോകരുത്... അതെങ്ങനെയുള്ള ദേവതയായിരുന്നൂന്നും മറക്കരുത്...'

പാവുതറയിലെ എല്ലാ സാധാരണക്കാരേയും പോലെ തന്റെ രക്തത്തിലും ആ വിശ്വാസത്തിന്റെ കണികകളുണ്ടെന്ന് വേണു ഓർമ്മിപ്പിച്ച

പ്പോൾ കൃഷ്ണപിള്ളയ്ക്ക് പിന്നെയൊന്നും പറയാനില്ലാതായി. അയാൾ ഒന്നു മാത്രം പറഞ്ഞിട്ട് അവിടെനിന്നുപോയി.

'എല്ലാം അമ്മ നിച്ചയിക്കും...'

'അതെ, പക്ഷെ അതെല്ലാവര്ടേം കാര്യത്തിലുമുണ്ടെന്നുകൂടി ഓർക്കണം...'

സന്ധ്യ മയങ്ങി ഇരുട്ട് കനത്തു തുടങ്ങിയിരുന്നു. നേർത്ത രാക്കാറ്റിൽ ഇലഞ്ഞിത്തലപ്പുകളിൽ നിന്ന് പൂക്കൾ പാറി വീണു. വേണുവിന്റെ നെറ്റിയിൽ വന്നു വീണ് താഴേക്കു തെറിച്ച ഒരു ഇലഞ്ഞിപ്പൂ അയാളുടെ കൈയ്യിലേക്കു വന്നു. അതിന്റെ വശ്യമായ ഗന്ധം അനുഭവിച്ചുകൊണ്ട് അയാൾ നടന്നു.

ഏറെക്കുറെ വിജനമായിരുന്നു റോഡ്. എങ്കിലും കുറച്ച് മുന്നോട്ടു ചെന്നപ്പോൾ എന്തോ പിന്നിൽ ഒരാളനക്കം പോലെ.... അയാൾ തിരിഞ്ഞുനോക്കി.

'ഞാനാണ്, നീ പേടിക്കണ്ട...'

ഇപ്പോൾ കരിമറുതയായിട്ടല്ല, ഏതോ മുക്കവലയിൽ നിന്ന് നിലം തൊടാതെ ആകാശത്തേക്ക് ചരിഞ്ഞ നോട്ടവുമായി വടിമാടനായിട്ടാണ് കൊച്ചുരാമൻപിള്ള പ്രത്യക്ഷനായത്. ശൂന്യതയിൽ തന്റെ ഒപ്പം നടന്ന വടിമാടൻ ഏതോ ഒരു ചുവടിൽ ആ വാത്സല്യം മണികിലുക്കി കേൾപ്പിച്ചു. അരയിലെ പച്ചിലത്തൂപ്പ് ഒന്നുലച്ചു. പിന്നിൽ പിണച്ചുവെച്ച വടിയിൽ ഇകൃത തത്തക എന്നു താളം പിടിച്ചു. എന്നിട്ട് പറഞ്ഞു:

'ഈ കിക്ണ്ണപിള്ളയല്ല, ഒരുപാടു പിള്ളമാർ നിന്നെ പിൻതിരിപ്പിക്കാനും തള്ളിമാറ്റാനും ഇനീം വരും. എന്നാലതൊന്നും നിന്നെ അണുവിടെ വ്യതിചലിപ്പിക്കാനിടയാക്കരുത്. അമ്മമഹാമായയിൽ മുറുകെ പിടിച്ചോണം. അമ്മേടെ മുന്നിൽ എല്ലാ എതിർപ്പുകളും തോറ്റുപോകും. പക്ഷെ നിന്റെ ശ്രദ്ധയും ക്ഷമയും..., അതൊരിക്കലും നഷ്ടപ്പെടരുത്... പിന്നെ, നിനക്കറിയാമല്ലോ അമ്മയിവിടില്ലെന്ന്...'

'അമ്മയില്ലേ...!'

ഇവിടെയില്ല. എന്നാൽ ഞാനെവിടയുമുണ്ട് എന്ന് അമ്മ തന്റെ ഉള്ളിലിരുന്ന് മെല്ലെ ചിരിച്ചുകൊണ്ട് പറയുന്നതുപോലെ വേണുവിന് തോന്നി.

എങ്കിലും വല്ല്യപ്പൂപ്പനോട് വേണു വീണ്ടും ചോദിച്ചു:

'ഇല്ലേ...?'

'ഇല്ല. നിങ്ങളെയൊന്നും കാണേണ്ടപോലെ കാണാനാവാതെ വന്നപ്പോൾ അമ്മ ഈ പാവുതറയിൽ നിന്നുതന്നെ പോയി.

...നീയൊണ്ടായിട്ടില്ല, അമ്പത്തൊന്നു കൊല്ലം മുമ്പ് എന്നെ കുത്തി

ക്കൊന്ന ആ കൊലപ്പാതിരയ്ക്ക് അലറിപ്പുറത്തേക്കിറങ്ങിയ അമ്മ, പിന്നെച്ചെയ്തതെന്താന്ന് ഓർക്കുമ്പം തന്നെ ഭയമാ... ഈ നാടുമുഴുവൻ അമ്മ വസൂരി വെതറി. വസൂരി മാത്രമോ; ഉഷ്ണം, പനി, ദാഹം, അരുചി, വീക്കം എന്നുവേണ്ട ദീനംകൊണ്ട് ഞാനങ്ങ് വെളയാടി. മരിച്ചത് പതിനാറു പേര്. നരകിച്ചതെത്രയോ...! കരിമറുതയായി ഈ നാടാകെ പാഞ്ഞുനടന്ന ഞാൻ അമ്മേടെ ഉഗ്രകോപമായി. അമ്മേടെ കോപത്തിന്റെ കനല് കത്തിയത് ഏന്റെ കണ്ണിലാര്ന്നു. പെരുവഴീലും ഊടുവഴീലുമെല്ലാം ഞാൻ അലറിപ്പാഞ്ഞു നടന്നു. വാരി വിതറി വസൂരി. ഓരോന്നിനെ ആദ്യംതന്നെ മൂത്തേടത്തൂന്നും ചിറ്റേടത്തൂന്നും ഞാൻ തീർത്തു. ഒടുക്കം നമ്മുടെ തെക്കേലെ കുഞ്ഞിക്കുട്ടിയെ പോലും. സഹിക്കാംപറ്റുന്ന കാര്യമല്ലാരുന്നത്. എന്നിട്ടും എനിക്കത് ചെയ്യേണ്ടിവന്നു...

കുഞ്ഞുക്കുട്ടി നിന്റമ്മൂമ്മേടെ വകേലൊരനിയത്യടെ ഒരേയൊരു കൊച്ചാരുന്നു. പാച്ചുള്ള മരിച്ചതിനുശേഷം കാർത്ത്യായനിയമ്മേടെ കൂടെ എലന്തൂന്ന് അവളും ഇടയ്ക്കിടെ വീട്ടിലേക്ക് വരും...

ഞാൻ മരിച്ചത് മീനത്തിൽ. പിറ്റേക്കൊല്ലം മീനത്തിൽ അവൾ എന്റെ മുന്നിലേക്ക് വന്നു പെട്ടു. പതിനൊന്നാമത്തേതാരുന്നു അവള്. വല്ല്യ വയറും മുലകളും കുലുക്കി ഏതോ നട്ടുച്ചനേരത്തോ നട്ടപ്പാതിരയ്ക്കോ അതിലേമിതിലേമൊക്കെ കടന്നുപോയ എന്റെ തീക്കണ്ണിലേക്കവള് വന്നു പെടുകാരുന്നു. എനിക്കെന്തോ ചെയ്യാംപറ്റും! നേരത്തോടു നേരമെത്തിയപ്പം കുഞ്ഞുക്കുട്ട്യടെ ദേഹത്താകെ പൊങ്ങി കുരുക്കൾ, എണ്ണിയാ തീരാത്തത്ര വസൂരിക്കുരുക്കൾ...

ഏഴുദിവസം അവള് നരകിച്ചു. ഏഴാംപക്കം ഉച്ചയ്ക്ക് വസൂരിപ്പെരേൽ അവള് മരിച്ചു. ഒന്നു കരയാൻപോലും കഴിയാതെ ഞാനവളുടെ അടുത്തുനിന്ന് പൊട്ടിച്ചിരിച്ചു...'

പെട്ടെന്ന് കൊച്ചുരാമൻപിള്ളയുടെ ശബ്ദം നിലച്ചപ്പോൾ വേണു ഒന്നു തല വെട്ടിച്ച് നോക്കി.

മാടൻ അപ്രത്യക്ഷനായിക്കഴിഞ്ഞിരുന്നു. ആരുടേയോ ആജ്ഞയാലെന്നപോലെ മാടൻ തന്റെ മറുലോകത്തേക്ക് മറഞ്ഞു. ഭൂമിയ്ക്കും ആകാശത്തിനുമിടയ്ക്കുള്ള മായാലോകത്തേക്ക്...

വേണു ഇപ്പോൾ കാട്ടൂർഭാഗം പിന്നിട്ടു. ഇരുള് വിഴുങ്ങിയ ആ പരിസരമാകെ അയാളൊന്ന് കണ്ണുപായിച്ചു. അല്പനേരം അവിടെയൊന്നു നിന്നു.

കുഞ്ഞുക്കുട്ടിയമ്മയായിരുന്നു വേണുവിന്റെ മനസ്സു നിറയെ. എന്തോ മാരകരോഗം വന്ന് കുടുംബത്തിൽ വളരെ പണ്ട് ഒരു സ്ത്രീ മരിച്ചിട്ടുള്ള

തായി അയാൾ കേട്ടിട്ടുണ്ട്. അതെങ്ങനെയായിരുന്നു എന്ന് ഇപ്പോഴാണ റിയുന്നത്. കുഞ്ഞുക്കുട്ടിയമ്മയുടെ ആ പ്രായത്തിലെ രൂപം അയാൾ മനസ്സിൽ നെയ്തെടുത്തു.

ഒരു കൊച്ചുസുന്ദരി...

അമ്മൂമ്മയെ പോലെ..., പക്ഷെ അത്ര ഉയരം പോര. കൗമാരത്തിന്റെ പ്രസരിപ്പോടെ പാറി നടക്കുന്ന ആ രൂപം ഏറെ ആകർഷകമായിരുന്നു. ഇപ്പോൾ എവിടെയോ ഇരുന്ന് കുഞ്ഞിക്കുട്ടിയമ്മ തന്നെ നോക്കി ചിരിക്കുന്നതായി അയാൾക്ക് തോന്നി.

നീ... നീ സഹദേവന്റെ മോൻ വേണുവല്ലേ... മോൻ നന്നായി വരും...

കുഞ്ഞുക്കുട്ടിയമ്മ, വാത്സല്യത്തോടെ വേണുവിന്റെ അടുത്തേക്ക് വന്നു. ആ ഇളം കൈത്തലം തന്റെ ശിരസ്സിൽ ഒന്ന് സ്പർശിച്ചുവോ... വേണു ഒന്നുകൂടി കണ്ണുകൾ മിഴിച്ച് നോക്കി. ഇല്ല, കാഴ്ചയിൽ നിന്ന് ആ സാന്നിദ്ധ്യം തീർത്തും അകന്നുപോയിരിക്കുന്നു... അകക്കാഴ്ചയിൽനിന്നോ, അതോ പുറംകാഴ്ചയിൽനിന്നോ..., അതയാൾക്കറിയില്ലായിരുന്നു...

ഒന്ന് ദീർഘം ശ്വസിച്ചിട്ട് വേണു വാച്ചിൽ നോക്കി. എട്ടുമണി കഴിഞ്ഞിരുന്നു. ഇപ്പോൾ അയാളുടെ നടത്തത്തിന് അല്പംകൂടി വേഗമായി. ഒന്ന് കാതു പിടിച്ചപ്പോൾ കല്ലൂരെ കളരിയിൽനിന്നുള്ള തപ്പിന്റെ താളം കേൾക്കാം.

കല്ലൂർ ഭാഗത്തേക്കുള്ള ഇടവഴിയിലേക്ക് കയറിയപ്പോൾ തപ്പിന്റെ ശബ്ദം മണിനാദംപോലെയായി. രാത്രിയുടെ ആ അന്തരീക്ഷത്തിൽ അത് തരംഗങ്ങൾ തീർത്തു. രാത്രി ആ താളത്തെ കൈവെള്ളയിൽ അമ്മാനമാടുന്നതു പോലെ... ഒന്നിലധികം തപ്പുകളുണ്ടെന്ന് ആ താളപ്പെരുക്കങ്ങളിൽ നിന്ന് വേണുവിനു മനസ്സിലായി. കൃത്യമായിരുന്നു അവയൊക്കെയും. എന്നാൽ പഠനത്തിന്റെ ഇളംകൈത്തലപ്പുകളുടെ വീഴ്ചകളും അയാളുടെ ശ്രദ്ധയിൽപ്പെട്ടു.

പണ്ട് എൻജിനീയറിംഗ് കഴിഞ്ഞ് വെറുതെ നിൽക്കുമ്പോൾ തപ്പു കൊട്ട് പഠിക്കാനുള്ള ആവേശമുണ്ടായി വേണുവിന്. കുട്ടിക്കാലത്ത് കൈവിരലുകൾ എങ്ങനെയും വഴങ്ങുന്ന പ്രായത്തിൽ കല്ലൂരുണ്ടായിരുന്നിട്ടും പഠിക്കാനായില്ല. നീ അതൊന്നുമല്ല പഠിക്കേണ്ടതെന്ന് എപ്പോഴും സഹദേവൻപിള്ള ഒരു താക്കീതു പോലെ പറയുമായിരുന്നു. അങ്ങനെ ആ താത്പര്യം കെട്ടുപോയി.

എൻജിനീയറിംഗ് കഴിഞ്ഞ ആ കാലത്തെ സന്ധ്യകൾ വല്ലാതെ വിരസമായിരുന്നു വേണുവിന്. വായന മാത്രമായിരുന്നല്ലോ അയാളുടെ ഏക ആശ്വാസം. മറ്റുള്ളവയ്ക്കൊപ്പം കവിതയും വായിച്ചു. കവിത വാ

യന കടമ്മനിട്ടക്കവിതകളിലേക്കു ചെന്നപ്പോൾ എല്ലാറ്റിനും ആധാരം താളമാണെന്നു തോന്നി. ആ താളബോധം ഒരു സന്ധ്യയ്ക്ക്, വീട്ടിൽപ്പോലും അറിയിക്കാതെ വേണുവിനെ കളരിയിലേക്ക് നയിച്ചു. ഭാഗ്യത്തിന് ആനന്ദൻപിള്ള അവിടെയുണ്ടായിരുന്നില്ല. ഉണ്ടായിരുന്നെങ്കിൽ, നീയെന്തിനാടാ കൊട്ടുപഠിക്കാൻ വന്നത്; ഇത് കുടുംബപാരമ്പര്യത്തിന്റെ താളമാ...; നിന്റെ കൈക്കിതൊന്നും വഴങ്ങത്തില്ല...; നീയും നിന്റച്ഛനുമൊക്കെ വല്ല്യ പരിഷ്ക്കാരികളല്ല്യോ...; തപ്പുകൊട്ടാം വന്നേക്കുന്നൊരെഞ്ചിനീയറ്..., എന്നൊക്കെ പറയുമായിരുന്നു.

എങ്കിലും, അന്നാ താത്പര്യത്തിൽ നിന്ന് പിൻതിരിയാൻ വേണുവിനാവുമായിരുന്നില്ല. കല്ലൂരേക്ക് കയറാതെ അയാൾ കളരിയിലേക്ക് ചെന്നു. സുരേന്ദ്രനും ശിവനുമെ അവിടെയുണ്ടായിരുന്നുള്ളൂ. അപ്രതീക്ഷിതമായി കണ്ടതുകൊണ്ടാവും സുരേന്ദ്രൻ വിസ്മയത്തോടെ വേണുവിനെ നോക്കി. പ്രായംകൊണ്ട് മൂന്നുവയസ്സിനു മൂത്തതാണ് സുരേന്ദ്രൻ.

'ങും, എന്താടാ ഈ വഴി...?'

വേണു തല അല്പം കുനിച്ച് വിനയം പ്രകടിപ്പിച്ചു നിന്നു.

'എനിക്ക് കൊട്ടൊന്ന് പഠിക്കണം...'

തപ്പുകൊട്ട് പഠിക്കാനാണ് അനുജൻ വന്നതെന്നറിഞ്ഞപ്പോൾ സുരേന്ദ്രന്റെ ഉള്ളിൽ ഒരു താളമുണ്ടായി. ആ താളത്തിന്റെ കൈകൾ വേണുവിലേക്ക് മെല്ലെ വന്നണഞ്ഞപ്പോൾ അയാൾക്കും അത് തിരിച്ചറിയാനായി. ഒപ്പം മദ്യത്തിന്റെ പുളിച്ച ഗന്ധവും.

വികാരാധീനനായി വേണുവിനെ കെട്ടിപ്പിടിച്ച് നിൽക്കുമ്പോൾ സുരേന്ദ്രൻ ഇടറിക്കൊണ്ട് ഇങ്ങനെയും പറഞ്ഞു:

'നിങ്ങളൊക്കെ നല്ല നെലേലായി. ചിലപ്പോ അന്ന് നിന്റച്ചൻ ഇവിടത്തന്നങ്ങ് കൂടീരുന്നെങ്കി ഇന്നു നീ ഈ നെലേലെത്തത്തില്ലാർന്നു. ഞങ്ങളെപ്പോലെ നീയും ഒരു മാടനോ മറുതായോ ആയിപ്പോയേനെ...'

അതെ, ഒരർത്ഥത്തിൽ എല്ലാവരും വെറും കാളികൂളികളാ എന്ന് പറയാൻ തോന്നിയെങ്കിലും വേണു ഒന്ന് മെല്ലെ ചിരിച്ചതേയുള്ളൂ.

സുരേന്ദ്രൻ ഉടനെതന്നെ ഒരു വെറ്റയും പാക്കും കൊണ്ടുവന്നു. വേണു കീശയിൽനിന്ന് ഒരു നാണയവും അതിലേക്കെടുത്തുവെച്ചു. പിന്നെ അത് സുരേന്ദ്രന്റെ കൈവെള്ളയിലേക്ക് വെച്ചുകൊടുത്തിട്ട് ആ പാദങ്ങളിൽ തൊട്ട് നമസ്കരിച്ചു.

നാളുകളായി ഏതോ മൂലയ്ക്ക് തള്ളിയിരുന്ന പൂത്ത മരത്തപ്പിൽ ആദ്യ താളം സുരേന്ദ്രൻ വേണുവിനെ പഠിപ്പിച്ചു.

തക്ക തികു തക

തിത്തക തിത്തി
തിക്കു തക്ക
തക തിത്താം...

അരമണിക്കൂറേയുണ്ടായിരുന്നുള്ളൂ അന്നത്തെ പരിശീലനം. കാരണം അതിനകം തന്നെ സുരേന്ദ്രൻ രണ്ടോ മൂന്നോ പെഗ്ഗ് വിഴുങ്ങിക്കഴിഞ്ഞിരുന്നു. അയാളുടെ കൈവിരലുകൾ കുഴഞ്ഞിരുന്നു. പിന്നെ ആ തപ്പിലേക്ക് മുഖം ചരിച്ചുവെച്ച് അയാൾ തളർന്നുറങ്ങി.

വേണു കല്ലൂരേക്ക് കയറി.

കേശവപിള്ളയും ഗൗരിയമ്മയും ഭാർഗ്ഗവിയമ്മയും ശിവനുമേ അവിടെയുണ്ടായിരുന്നുള്ളൂ. കഴിഞ്ഞ മേടത്തിൽ ഗൗരിയമ്മ വരട്ടി വെച്ച ചക്ക ഒരുതവി അവർ വേണുവിനു കൊടുത്തു.

'തിന്നാനെന്തേലുമൊണ്ടോന്ന് ചോദിച്ച് എന്റെ വയറുവരെ തപ്പീരുന്ന ചെറുക്കനാ. ഇപ്പം എത്രനാളൂടാ നീയിങ്ങോട്ടൊന്ന് വന്നേന്നറിയാമോ...!'

വേണു അമ്മൂമ്മയുടെ ചക്കവരട്ടി തിന്നുകൊണ്ട് ഒന്നു മെല്ലെ ചിരിച്ചു.

കേശവപിള്ള പറഞ്ഞു:

'അവനെവിടുന്നാടീ എപ്പോഴുമിങ്ങോട്ടുവരാൻ നേരം. വല്ലോമിരുന്ന് പഠിക്കണ്ടായോ... നീയിങ്ങ് വന്നേ...'

വേണു അപ്പൂപ്പന്റെ അടുത്തേക്ക് ചെന്ന് ചാരുകസേരയുടെ അടുത്തിരുന്നു.

'പഠിച്ചിട്ടിങ്ങനെ നടന്നാപ്പോരാ... ഒടനെതന്നെ ജോലി വാങ്ങിക്കണം. ജോലി ചെയ്ത് കാശൊണ്ടാക്കണം...'

'ഉം...'

വേണു മൂളി.

അടുക്കളയിൽ ശിവന്റെയും ഭാർഗ്ഗവിയമ്മയുടെയും കശപിശകൾ കേൾക്കാമായിരുന്നു. ശിവൻ എന്തിനോ കാശ് വേണമെന്ന് പറഞ്ഞ് പേരമ്മയെ ശല്ല്യം ചെയ്യുകയാണ്.

വേണു അടുക്കളയിലേക്കു ചെന്നു. പേരമ്മ എപ്പോഴുമെന്ന പോലെ ഒന്നാക്കിക്കൊണ്ട് ചോദിച്ചു,

'ആങാ..., ഇതാര്...! ഇഞ്ചിനീരദ്ദേഹമോ...! എന്താ വഴിതെറ്റിപ്പോയോ...?'

വേണു ഒന്നും പറഞ്ഞില്ല.

ഭാർഗ്ഗവിയമ്മ വേണുവിനോടുള്ള സ്നേഹം മറച്ചുവെയ്ക്കാതെ ശി

വനോട് പറഞ്ഞു.

'അതിന്റെ പാതി അവനൂടെക്കൊടുക്കടാ...'

ശിവൻ പച്ചേത്തയ്ക്കാ പുഴുങ്ങിയതിന്റെ പാതി വേണുവിനു കൊടുത്തു.

'ഓമനയെന്ത്യേടാ...?'

'അവിടൊണ്ട്...'

ഏത്തയ്ക്കാ തിന്നിട്ട് വേണു അടുക്കളയിൽനിന്ന് തിണ്ണയിലേക്ക് വന്ന് അപ്പൂപ്പനോടായിട്ട് പറഞ്ഞു:

'ഞാൻ വന്നത് കൊട്ടൊന്ന് പഠിക്കാനായിട്ടാ...'

പിന്നെ ചോദ്യത്തിനും മറുപടിയ്ക്കുമൊന്നും നിക്കാതെ വേണു ഇരുട്ടിലേക്കിറങ്ങി. എല്ലാവരോടുമായി, നേരമിരുട്ടി ഞാൻ പോവാ എന്നു പറഞ്ഞ് അയാൾ നടന്നപ്പോൾ കേശവപിള്ളയ്ക്ക് മാത്രമല്ല, മറ്റുള്ളവർക്കും തെല്ല് ആശങ്കയുണ്ടായി.

ഇത്രേം പഠിച്ച കൊച്ചനാ, ഒടുക്കമവനും തലതിരിഞ്ഞ് പോവാന്നോ ഭഗവതീ...

നാലഞ്ച് ദിവസം കൂടി വേണു ഇടയ്ക്കും പിഴയ്ക്കുമൊക്കെ തപ്പു കൊട്ടാനായി കളരിയിലേക്ക് പോയി. എന്നാൽ ആ കമ്പം മെല്ലെ അയാളിൽനിന്നകന്ന് പോവുകയായിരുന്നു. എന്തോ, അതൊന്നും അയാളെ തൃപ്തനാക്കിയില്ല.

എല്ലാറ്റിനും ഒരു താളമുണ്ട്, ആ താളത്തിൽത്തന്നെയാണ് സർവ്വതും ചലനാത്മകമാകുന്നത്. ഒരർത്ഥത്തിൽ നിശ്ചലാവസ്ഥക്കുപോലും ഒരു താളമുണ്ട്. ഒക്കെ ശരിയാണ്. എന്നാലിങ്ങനെ തുള്ളീം കൊട്ടീമൊക്കെ നടന്നകൊണ്ടെന്താ...!, ഒരു കാര്യോമില്ല. മറ്റെന്തെങ്കിലും, കുറച്ചുകൂടി സ്വതന്ത്രമായ..., ഇങ്ങനെ ആലോചിച്ചാലോചിച്ച് വേണുവിന്റെ മനസ്സിടറി. അങ്ങനെയൊരു വൈകുന്നേരം വീട്ടിൽനിന്ന് കളരിയിലേക്ക് തിരിച്ചെങ്കിലും അയാൾ ഇടയ്ക്ക് വെച്ച് സ്കൂട്ടർ മറ്റൊരിടത്തേക്ക് വിട്ടു. ഒരുപക്ഷേ, സ്കൂട്ടർ അറിയാതെ തിരിഞ്ഞുപോയതുപോലെ... പാവുതറയുടെ ഊടുവഴികളിലൂടെയെല്ലാം വെറുതെ കറങ്ങി സന്ധ്യ കഴിഞ്ഞപ്പോൾ അയാൾ വീട്ടിലേക്കെത്തി.

എല്ലാം ഓർത്തുകൊണ്ട് വേണു ഇപ്പോൾ കളരിയുടെ മുറ്റത്തുനിന്ന് തിണ്ണയിലേക്ക് കയറി. ശിഷ്യന്മാർക്ക് തപ്പുകൊട്ടി കൊടുക്കുകയായിരുന്ന ശിവൻ തല വെട്ടിച്ചുനോക്കി. വേണു ആണെന്ന് മനസ്സിലായപ്പോൾ ഒന്നു ചിരിച്ചിട്ട്, താളം മുറിയാതെ ശിവൻ തുടർന്നു. വേണു ഒരു പുൽപ്പായ എടുത്ത് നിവർത്തി അതിലിരുന്നു.

തപ്പിന്റെ കാര്യത്തിൽ സുരേന്ദ്രനേക്കാൾ സമർത്ഥൻ ശിവനാണ്. അയാളുടെ വിരലുകളുടെ പെരുക്കങ്ങൾ തപ്പിന് പുതിയൊരു ആസ്വാദ്യത തന്നെയുണ്ടാക്കി. വേണു കുറച്ചുനേരം അതാസ്വദിച്ചിരുന്നു. തപ്പുകളെല്ലാം നിലച്ചപ്പോൾ വേണു ചോദിച്ചു.

'എന്ത്യേ സുരേന്ദ്രൻപിള്ള...?'

'അതുപിന്നെ പറയണ്ടായല്ലോ..., സന്ധ്യയായില്ലെ, ഒന്നു മിനുങ്ങീട്ട് ഇച്ചിര കഴീമ്പം ഇങ്ങു വരും...'

'അതുപോട്ടെ, ഇവരൊക്കെയെങ്ങനെ...?'

തപ്പുകൊട്ടി പഠിക്കാനിരിക്കുന്ന കുട്ടികളെയെല്ലാവരേയും ഒന്നു നോക്കിയിട്ട് വേണു ചോദിച്ചു.

'കൊഴപ്പമില്ല. എല്ലാരും കൊട്ടുന്നുണ്ട്.'

'മറ്റുള്ളവരും മുടങ്ങാതെ വരുന്നുണ്ടല്ലോ...?'

'ഒണ്ട്...'

കാര്യങ്ങളെല്ലാം തരക്കേടില്ലാതെ പോകുന്നതായി വേണുവിന് മനസ്സിലായി. അല്പം കഴിഞ്ഞപ്പോൾ തുള്ളൽ പഠിക്കുന്ന രണ്ടുപേരെത്തി. വേണു അവരെ ശ്രദ്ധിച്ചു നോക്കിയിട്ട് ശിവനോട് ചോദിച്ചു:

'ഇവര്, അജയൻ പറഞ്ഞിട്ട് വന്നവരല്ലെ...?'

'അതെ, അതു തന്നെ...'

'എന്തൊക്കെയാ പേര്...?'

വേണു കുട്ടികളോട് ചോദിച്ചു.

കുട്ടികൾ നല്ല ചൊടിയുള്ളവരായിരുന്നു. രണ്ടുപേരും ഒന്നിച്ചു പറഞ്ഞു:

'വിഷ്ണു, രാജേഷ്...'

വേണു എഴുന്നേറ്റ് രണ്ടുപേരുടെയും ചുമലുകളിൽ പിടിച്ചുകൊണ്ടു പറഞ്ഞു:

'നന്നായി പഠിക്ക്...'

വേണു മുറ്റത്തേക്കിറങ്ങി.

'എങ്കിപ്പിന്നെ തൊടങ്ങിക്കോ. ഞാൻ നടക്കുകാ... അവളൊറ്റയ്ക്കേയൊള്ളൂ വീട്ടില്. സുരേന്ദ്രൻചേട്ടൻ വരുമ്പം പറഞ്ഞേര്...'

ശിവൻ തലയാട്ടിക്കൊണ്ട് കളരിയിലേക്ക് കയറി. വേണു കല്ലൂരേക്ക് ഒന്നു നോക്കിയെങ്കിലും കയറിയില്ല. കയറിയാൽ നേരം പോകും. പരാതിക്കും പ്രശ്നങ്ങൾക്കും കുറ്റപ്പെടുത്തലുകൾക്കുമൊന്നും ഇപ്പോഴും കാര്യമായി കുറവു വന്നിട്ടില്ലല്ലോ...

പാവുതറക്കാവിന്റെ അടുത്തെത്തിയപ്പോഴും രാത്രിയുടെ ഘനസാ

ന്ദ്രതയിലൂടെ വേണുവിന് കേൾക്കാമായിരുന്നു കല്ലൂർ കളരിയിൽനിന്ന് നേർത്തുനേർത്തു വരുന്ന സുരേന്ദ്രന്റെ പാട്ട്.

കൈലാസമാമലമേൽ നിന്നേ... ഏ... യേ... യോ... ഏയോ...
കാലകേശി മറുതാ വന്നേ... ഏ... യേ... യോ... ഏയോ...
ഇല്ലിക്കൽ കൊടുമുടിമേൽ നിന്നേ... യേ... യോ... ഏയോ...
ഈശാന്തൻ മറുതാവന്നേ... യേ... യോ... ഏയോ...
കരിമലമുകളിൽ നിന്നേ... ഏ... യേ... യോ... ഏയോ...
കരിമറുതാക്കൂട്ടവും വന്നേ... ഏ... യേ... യോ... ഏയോ...

◆◆◆

15

പാവുതറ ന്യായം

സ്കൂളിൽ പഠിക്കുന്ന കാലത്തു തന്നെ മൂത്തേടത്ത് കിട്ടപ്പണിക്കരെ പ്പറ്റി വേണു കേട്ടിട്ടുണ്ട്. നാലിലോ അഞ്ചിലോ ആണ് വേണു അന്ന് പഠിക്കുന്നത്. ഞായറാഴ്ചത്തെ അവധി ദിവസം അമ്പലത്തിന്റെ ചുറ്റു വട്ടത്തുള്ള കുട്ടികളെല്ലാം പാവുതറയമ്മയുടെ തകിടിയിലാണ് കളികൾ. കിഴക്ക് ആറ്റുതീരമായ പടനിലം മുതൽ പാവുതറയമ്മയുടെ തിരുമുറ്റം വരെ വിശാലമായ പുൽമൈതാനമാണ്.

ഏറുപന്തുകളിയാണ് അന്നത്തെ പ്രധാനപ്പെട്ട കളി. ഓലക്കാലുവെ ച്ച് വരിഞ്ഞുണ്ടാക്കുന്ന പന്തിനകത്ത് പച്ചിലകൾ മാത്രമായിരിക്കില്ല. ചെ റിയ കല്ലുകളും കാണും. കല്ലിന്റെ ഭാരംകൂടിയാകുമ്പോൾ ഏറിന് നല്ല ആയം കിട്ടും. ഏറു കിട്ടിയവന് എന്തെങ്കിലുമൊന്നു കിട്ടിയതായി തോ ന്നുകയും ചെയ്യും.

അങ്ങനെ ഒരു വൈകുന്നേരത്തെ ഏറുപന്തുകളിക്കിടെ വേണുവി ന്റെ കൈയ്യിൽനിന്ന് ഉന്നംതെറ്റി പന്ത് മൂളിപ്പോയത് അടുത്ത പുരയിട മായ മൂത്തേടത്തെ തെക്കേമുറ്റം വരെ. മുറ്റത്തുനിന്ന് മൂത്രമൊഴിക്കുക യായിരുന്നു മൂത്തേടത്തെ കിട്ടപ്പണിക്കർ. അപ്രതീക്ഷിതമായ ഏറ് മു തുകത്ത് കിട്ടിയപ്പോൾ ക്രുദ്ധനായി തലവെട്ടിച്ചു നോക്കി അയാൾ. അ ടുത്തെങ്ങും ആരേയും കാണാനില്ല. എങ്കിലും തന്റെ കാൽച്ചുവട്ടിൽ കി ടക്കുന്ന ഓലപ്പന്ത് കണ്ടപ്പോൾ അയാൾക്ക് മനസ്സിലായി ഏറ് എവിടെ നിന്നാണ് വന്നതെന്ന്. കോണകത്തിന്റെ വാല് ഒന്നുകൂടി വലിച്ചു മുറു ക്കിയിട്ട് കിട്ടപ്പണിക്കർ പന്തുമായി നേരെ തകിടിയിലേക്ക് ചെന്നു. ആ വരവ് കണ്ടപ്പഴേ കുട്ടികൾ നാലുവഴിക്കോടി. ഓട്ടത്തിനിടെ തകിടിയിൽ കാൽവഴുതി വീണ വേണുവിന്റെ അടുത്തേക്കെത്തി അയാൾ. ഒന്നു ദീർ ഘമായി നോക്കിയിട്ട് അവനെ അയാൾ അവിടെനിന്ന് പൊക്കിയെടുത്തു. ഒന്നുകൂടി രൂക്ഷമായി നോക്കിയിട്ട് അയാളൊന്ന് മൂളി.

വേണു പണിക്കരുടെ കണ്ണുകളിലേക്ക് ദൈന്യമായി നോക്കി. ദേഷ്യം ചവുട്ടിക്കുഴച്ചതു പോലെയായിരുന്നു അയാളുടെ മുഖം. അയാളുടെ വ ലത്തെ കൈ വേണുവിന്റെ ചുമലുകളിൽ മുറുകെ പിടിച്ചു. എന്നിട്ട്

അവനെ നേരെ അമ്പലത്തിന്റെ ഇലഞ്ഞിത്തറയിലേക്ക് കൊണ്ടുപോയി.

'ഇരിക്കെടാ അവിടെ...'

വേണുവിനെ അയാൾ തറയിലിരുത്തി.

'നീ എവിടുത്തേതാടാ...?'

'കല്ലൂരെ...'

'ഓ... അതു ശരി...'

വേണു കരച്ചിലിന്റെ വക്കോളമെത്തി. കിട്ടപ്പണിക്കർ അവന്റെ താടി അൽപ്പമൊന്ന് പിടിച്ചുയർത്തി.

'ആരാടാ എന്നെ എറിഞ്ഞത്...?'

വേണു കരയാൻ തുടങ്ങിയപ്പോൾ പണിക്കർ ഒന്നുകൂടി ദേഷ്യപ്പെട്ടു.

'സത്യം പറഞ്ഞോ, ആരാ എന്നെ എറിഞ്ഞത്?'

വേണുവിന് മറ്റൊന്നും പറയാൻ കഴിഞ്ഞില്ല. അവൻ ഞരങ്ങിക്കൊണ്ട് മെല്ലെ പറഞ്ഞു.

'ഞാനാ, അറിയാതെ പറ്റിയതാ...'

'അതു ശരി. നീ തന്നെയാ അല്ലേ...!'

എറിഞ്ഞവനെത്തന്നെ കയ്യിൽ കിട്ടിയല്ലോ എന്ന ഹുങ്കോടെ ഒരു ചെമ്പരത്തിക്കമ്പ് ഒടിച്ച് വേണുവിനെ അടിക്കാനായി നിന്ന പണിക്കരുടെ അടുത്തേക്ക് ചെന്നു കുഴീലെ കൃഷ്ണൻകുട്ടി എന്ന കുഴീപ്പിശാശ്...

'യ്യൊ, കൊച്ചാട്ടാ, ചൊഴലിയൊള്ള കൊച്ചനാ...'

വേണുവിന് ഒന്നു കൊടുക്കാൻതന്നെ ആഞ്ഞ കിട്ടപ്പണിക്കർ, കൃഷ്ണൻകുട്ടിയെ ഒന്നു നോക്കിയിട്ട്, ഛെ പിശ്ശാശ്ശെ എന്നുപറഞ്ഞ് കൈ താഴ്ത്തിയിട്ടു.

കൃഷ്ണൻകുട്ടി നടു ഒരൽപ്പംകൂടി വളച്ച് ഒരപേക്ഷാസ്വരത്തിൽ കിട്ടപ്പണിക്കരോടായി പറഞ്ഞു:

'*ചൊഴലിയെടെ കാര്യം കൊച്ചാട്ടനറിയാമല്ലോ. പാവം കൊച്ചനാ, എപ്പഴാന്നറിയത്തില്ല...'

എന്നാൽ ചൊഴലീം കൊടുങ്കാറ്റുമൊന്നും തനിക്കൊരു പ്രശ്നമല്ലെന്ന മട്ടിൽ ദേഷ്യപ്പെട്ടുതന്നെ നിൽക്കുകയായിരുന്നു കിട്ടപ്പണിക്കർ. തന്റെ കൈയ്യിലിരുന്ന ഓലപ്പന്ത് അയാൾ വേണുവിന്റെ കൈയ്യിലേക്കു വെച്ചു കൊടുത്തു:

'അഴിക്കെടാ ഇത്...'

പണിക്കരുടെ ആജ്ഞാസ്വരത്തിൽ പേടിച്ചിട്ടെന്നപോലെ വേണു പ

ന്തഴിച്ചു. ചപ്പും കല്ലുമെല്ലാം അതിൽനിന്ന് കൊഴിഞ്ഞുവീണു. പണിക്കർ ഇപ്പോൾ വേണുവിന്റെ താടി അല്പം ഉയർത്തിപ്പിടിച്ചു.

'ദേണ്ടെ, നിനക്കൊന്നും പന്തുകളിക്കാനൊള്ള സ്ഥലമല്ലിത്. ഇനീം മേലാൽ പന്തുകളിക്കാനെന്നു പറഞ്ഞ് ഇങ്ങോട്ടുവന്നാൽ നിന്റെയൊക്കെ മുട്ടുകാല് ഞാൻ തല്ലിയൊടിക്കും, കേട്ടോ...'

അധികാരപ്പെട്ടവന്റെ മുന്നിൽ പേടിച്ചുനിൽക്കുന്നവനെപ്പോലെ അനുസരണയോടെ വേണു തല കുലുക്കി.

'കല്ലൂരെ കുഞ്ഞ് തലകുലുക്കിയാപ്പോരാ. ഇനിയിവിടെ പന്ത് കളിക്കാൻ വരത്തില്ലെന്ന് നടയ്ക്കലോട്ടു തിരിഞ്ഞുനിന്ന് സത്യം ചെയ്യണം.'

'അതൊക്കെ വേണോ കൊച്ചാട്ടാ... കൊച്ചനല്ലേ...'

കൃഷ്ണൻകുട്ടി വീണ്ടും അവർക്കിടയിലേക്കു കയറി.

കിട്ടപ്പണിക്കർക്ക് ദേഷ്യം ഇരട്ടിച്ചു. അയാൾ കൃഷ്ണൻകുട്ടിയെ ഒരു തള്ളു തള്ളി.

'അങ്ങോട്ടു മാറിനിക്കടാ കുഴീപ്പിശാശ്ശെ...'

കൃഷ്ണൻകുട്ടി തെറ്റി താഴെ വീണു.

ഇപ്പോൾ വേണു പറഞ്ഞു:

'ഇല്ല. ഇവ്ടിനീം പന്തുകളിക്കാൻ ഞാൻ വരത്തില്ല... സത്യം...'

'ങും, പൊക്കോ...'

കിട്ടപ്പണിക്കർ രണ്ടാംമുണ്ട് ഒന്നു കുടഞ്ഞ് ചുമലിലിട്ട് അവിടെനിന്നു നടന്നു. തകിടിയിലെ പുല്ലുകളെ ചവിട്ടിഞെരിച്ചുകൊണ്ട് മൂത്തേടത്തെ പുരയിടത്തിലേക്കു പോകുന്ന അയാളുടെ കാൽച്ചുവടുകളുടെ ഉറപ്പ്, കാൽവണ്ണയിലെ പേശീബലം, ശക്തവും ദൃഢവുമായ ചന്തി, രോമങ്ങൾ എഴുന്നുനിൽക്കുന്ന വിരിഞ്ഞ പുറം, വട്ടക്കഷണ്ടിയുടെ ധാർഷ്ട്യം ഇവയെല്ലാം നോക്കി വേണു അൽപ്പനേരം അങ്ങനെ നിന്നുപോയി. പെട്ടെന്ന്, നീ പോയില്ലേ എന്നു ചോദിച്ച് ക്രുദ്ധനായി കിട്ടപ്പണിക്കർ തിരികെ വന്നാലത്തെ അവസ്ഥയെക്കുറിച്ച് വേണു പേടിയോടെ ആലോചിച്ചു.

ഇപ്പോൾ കിട്ടപ്പണിക്കർ നടന്നുമറഞ്ഞു കഴിഞ്ഞിരുന്നു. വേണു ആശ്വാസത്തോടെ തിരിഞ്ഞുനോക്കിയപ്പോൾ, കുഴിയിൽ നിന്നെന്നപോലെ കുഴീപ്പിശാശ്ശ് എഴുന്നേറ്റ് ഒരിളിഭ്യച്ചിരിയുമായി വേണുവിന്റെ പിന്നിൽ നിൽക്കുന്നു.

'ഒന്നും പറ്റിയില്ല. ഞാൻ കൈകുത്തി നെവരും. ഞാനേ, ഞാൻ പാച്ചോറ്റിക്കാവിലമ്മേടെ നടക്കല് ആണ്ടോടാണ്ട് ശാശ്ശ്കോലം തുള്ളുന്നോനാ. ആയെന്നോടാ...! നീ വാ, എലഞ്ഞിത്തറേലിച്ചിര നേരമിരുന്നേച്ച്

പോവാം.'

വേണുവിന്റെ മുഖത്ത് എന്തോ ഒരു സംശയം തെളിഞ്ഞുവന്നത് തിരിച്ചറിഞ്ഞിട്ടെന്നപോലെ കൃഷ്ണൻകുട്ടി പറഞ്ഞു:

'ഓ..., ഞാൻ നിന്നേ ആ ജാംബവാന്റെ കയ്യീന്ന് രക്ഷിക്കാൻവേണ്ടി ചുമ്മാതെ പറഞ്ഞതാ, നിനക്ക് ചൊഴലിയൊണ്ടെന്ന്..., ചൊഴലിദീനം...'

കൃഷ്ണൻകുട്ടി വേണുവിനെയും കൂട്ടി ഇലഞ്ഞിത്തറയിലിരുന്നു. പടനിലത്തേക്കും അതിനപ്പുറത്ത് ആറാട്ടുകടവ് വരെ നീണ്ടുകിടക്കുന്ന തകിടിയുടെ അതിരുകളിലേക്കും നോക്കി കൃഷ്ണൻകുട്ടി ഒന്നു നെടുവീർപ്പിട്ടു. ഇവരുടെയൊക്കെ മുന്നിൽ താനൊക്കെ എന്നും വെറും കുഴീപ്പിശാശ്ശാണല്ലോ എന്ന ഒരു തോന്നലിന്റെ മുന ഒരുനിമിഷം അയാളുടെ മനസ്സിൽ വന്നു കുത്തി. ആ നേരം താൻ മനുഷ്യനും പിശ്ശാശുമല്ലാത്ത ഒരവസ്ഥയിലായതായി അയാൾക്ക് തോന്നി. അമർഷവും ദുഃഖവുമുണ്ടായി അയാൾക്ക്. വല്ലാത്തൊരു അർത്ഥശൂന്യതയും. പിന്നെ എല്ലാം തമ്പ്രാട്ടിയമ്മ കാണുന്നുണ്ട് എന്ന് സമാധാനിച്ച് അയാൾ വേണുവിനോട് പറഞ്ഞു:

'വളരെ പണ്ടാ; ഈ പണിക്കര്ടെയൊക്കെയൊരു പഴവൻ പണിക്കരൊണ്ടാര്ന്നു. ഒരു ദെവസം അങ്ങ് വടക്ക് ദേശത്തൂന്ന് നാലഞ്ച് പേരടങ്ങുന്ന ബ്രാഹ്മണശ്രേഷ്ഠന്മാർടെ ഒരു സംഘം നടന്ന് നടന്ന് ക്ഷീണിച്ച് ഒരുച്ചയോടടുത്ത് നമ്മളീയിരിക്കുന്ന എലഞ്ഞിത്തറേ വന്നിരുന്നു. അങ്ങനിരിക്കുമ്പം കേക്കാം അടുത്തെങ്ങാണ്ടൊരു കല്ല്യാണത്തിന്റെ കൊട്ടും കൊരവേമൊക്കെ. ങേ..., ഈ കന്നിമാസത്തിൽ കല്ല്യാണമോ...!, എന്തൊരാചാരം! ഇതെവിടുന്നാ...! എന്നിങ്ങനെയൊക്കെ അതിശയപ്പെട്ട് ബ്രാഹ്മണര് അങ്ങോട്ടുമിങ്ങോട്ടും നോക്കി.

അപ്പോളതുവഴി ഒരാള് വന്നു. അയാളോട് അവര് ചോദിച്ചു:

'എവിടാ ഈ കല്ല്യാണത്തിന്റെ കൊട്ടും കൊരവേമൊക്കെ കേക്കുന്നത്..., ഈ കന്നിമാസത്തിൽ...!'

ചോദ്യം അത്ര രസിക്കാത്ത മട്ടിൽ അയാള് ബ്രാഹ്മണരുടെ അടുത്തേക്ക് ചെന്നു.

'എന്താ, അറിഞ്ഞില്ലേ, പണിക്കര്ചേട്ടന്റെ മോടെ കല്ല്യാണമാ. മൂത്തേടത്ത് പണിക്കര്ടെ...'

ബ്രാഹ്മണർ ഊറിച്ചിരിച്ചുകൊണ്ടു പറഞ്ഞു:

'ഇതെന്തൊരാചാരാ... കന്നിമാസത്തിലാരേലും കല്ല്യാണം നടത്തുമോ...!'

'ഓ അത് ശരി; കളിയാക്കുകാണല്ലേ... എന്നാൽ പണിക്കര്ചേട്ടൻ ത

ന്നെ വന്ന് കാര്യം പറഞ്ഞോളും...'

അയാൾ തിടുക്കത്തിൽ മൂത്തേടത്തേക്ക് പോയി. കുറച്ചുകഴിഞ്ഞ് മറ്റു രണ്ട് വാല്ല്യക്കാർക്കൊപ്പം ദാ വരുന്നു പണിക്കര്. വന്നപാടെ ബ്രാഹ്മണരെയാകെ ഒന്നു നോക്കിയിട്ട് പണിക്കർ ഒന്നൂറിച്ചിരിച്ചു.

'ഞാനറിഞ്ഞു, നിങ്ങള് വല്ല്യ ജ്ഞാനികളാണെന്ന്. കൊള്ളാം. അപ്പഴേ, ഞാനൊരു ചോദ്യം ചോദിക്കും. അതിന് നിങ്ങളുത്തരം പറയണം.'

ബ്രാഹ്മണർ ആയിക്കോട്ടെ എന്ന മട്ടിൽ തല കുലുക്കി.

'ശരി... ബാലിയെടെ വീട്ടുപേരെന്താണ്...?

'ബാലിയുടെ വീട്ടുപേരോ...!'

ബ്രാഹ്മണർ ഇതെന്തു ചോദ്യം എന്ന മട്ടിൽ പരസ്പരം നോക്കി.

'എന്താ അറിയത്തില്ലിയോ...?'

ആക്ഷേപത്തിന്റെ സ്വരത്തിൽ പണിക്കർ ചോദിച്ചു.

ബ്രാഹ്മണർ പറഞ്ഞു:

'ഇതെന്തു ചോദ്യമാണ്...! ഇതിനുത്തരം പറയാനാർക്ക് കഴിയും...!!'

'ആർക്ക് കഴീമെന്നോ...!! എനിക്ക് കഴീം...!! കേട്ടോ, പൊട്ടിക്കൽ. പൊട്ടിക്കൽ ബാലി...'

'ഇല്ല. ബാലിക്ക് ഇങ്ങനെയൊരു വീട്ടുപേരില്ല. വേണമെങ്കിൽ രാമായണം വായിച്ച് ഞങ്ങളത് സ്ഥാപിച്ചുതരാം...'

'വേണ്ട. അതൊന്നും പറ്റത്തില്ല...'

'ഇല്ല പണിക്കരെ, ബാലിക്കങ്ങനെയൊരു വീട്ടുപേരില്ല.'

'എനിക്കറിയാം അങ്ങനൊരു വീട്ടുപേരൊണ്ടെന്ന്.'

'എങ്കിലത് തെളിയിക്ക്...'

'അതൊന്നും പറ്റത്തില്ല.'

'അപ്പഴില്ല...'

'എന്നുപറഞ്ഞാലെങ്ങനാ, എനിക്കറിയാമൊണ്ടെന്ന്...'

ബ്രാഹ്മണാ സംഘത്തിലെ മുതിർന്നയാൾ മറ്റുള്ളവരോടായി അടക്കം പറഞ്ഞു:

'കിഷ്കിന്ധാകണ്ഡത്തിൽ ബാലിയുടെ കരുത്ത് വർണ്ണിക്കുന്നതിനിടയിൽ വട്ടത്തിൽ നിൽക്കുമിവറ്റെയൊരമ്പെയ്തു പെട്ടിക്കിൽ ബാലി എന്നോ മറ്റോ ഒരു വരിയുണ്ട്. ഈ ശുംഭൻ അത് വായിച്ചിട്ടാകും...'

മറ്റുള്ളവർ ഇപ്പോൾ ഊറിച്ചിരിക്കാൻ തുടങ്ങി.

പെട്ടെന്ന് പണിക്കർ വാല്യക്കാരോടായി പറഞ്ഞു:

'കൊണ്ടു വരീനെടാ കടലാമണക്കിൻ പത്തല്...'

ഉടനടി പത്തലുമായെത്തി കിങ്കരമ്മാർ. ബ്രാഹ്മണരെ അടിയും തു

ടങ്ങി.

അടികൊണ്ട് ഓടുമ്പോൾ ബ്രാഹ്മണർ ചോദിച്ചു:

'ഇതെന്തു ന്യായമാ പണിക്കരെ...! ഇതാണോ പാവുതറന്യായം...!'

പാവുതറന്യായത്തിലേക്കുറ്റു നോക്കി ആ അസംബന്ധത്തിൽപ്പെട്ട് അൽപ്പനേരം നിശ്ശബ്ദനായിരുന്നു കൃഷ്ണൻകുട്ടി. പിന്നെ ആരോടെന്നില്ലാതെ അയാൾ പറഞ്ഞു:

'ഇപ്പഴുമാ സ്വഭാവമാ. എന്തോ ചെയ്യാനാ, നമ്മള് വെറും കുഴീപ്പിശ്ശാശല്ലേ... കുഴീപ്പിശ്ശാശ്ശ്...!!'

പാവുതറക്കാവിലും അതിന്റെ സ്വത്തിലും മൂത്തേടത്തുകാർക്കും ചിറ്റേടത്തുകാർക്കുമുള്ള അധികാരത്തേക്കുറിച്ച് ധാരണയില്ലെങ്കിലും ആ അഹങ്കാരത്തിന്റെ ഒരു ചീള് തന്റെ ഉള്ളിലും വന്നു തറച്ചതായി കുട്ടിയാണെങ്കിലും വേണുവിന് തോന്നി.

'അല്ല, പോന്നില്ലെ വീട്ടില്...? കൂടെ കളിക്കാൻ വന്നോമ്മാരെല്ലാം എപ്പഴേ വീട്ടിക്കേറി. ദേ, ചെലപ്പോൾ അയാളിനീം വരും...'

കൃഷ്ണൻകുട്ടി വേണുവിന്റെ ചുമലിൽ പിടിച്ചു പറഞ്ഞു.

പെട്ടെന്ന് ഉണർന്നിട്ടെന്നപോലെ വേണു, ഞാൻ പോവാ എന്നു പറഞ്ഞു.

'നില്ല്. ഞാനൂടാവഴിക്ക് വരുന്നൊണ്ട്.'

കൃഷ്ണൻകുട്ടി വേണുവിന്റെ തോളിൽ കൈയ്യിട്ട് വടക്കോട്ടു നടന്നു. താന്നിക്കൽപടിക്കൽ ചെന്നാൽ വേണുവിന് ഇടത്തോട്ടുള്ള കാട്ടൂർ തോട്ടിലൂടെയാണ് പോകേണ്ടത്. ഏതാണ്ട് വിജനമായ വഴി. വഴിയുടെ ഇരുപുറവും കുറ്റിക്കാടുകളാണ്. കുറച്ചങ്ങോട്ടു ചെന്നപ്പോൾ ഒട്ടൽമുളങ്കാടിന്റെ ചുവട്ടിലെ ഒരു പൊന്തയിലേക്ക് കൃഷ്ണൻകുട്ടി വിരൽചൂണ്ടി നിന്നു. വേണുവും അങ്ങോട്ടു നോക്കി.

'ദാ അതിനാത്തൂന്നാ ഇന്നാളി കിട്ടച്ചാർക്ക് കരിമന്തിയെ കിട്ടിയത്...'

'കരിമന്തിയോ... അതെന്തുവാ?'

വേണു ചോദിച്ചു.

'അതൊരു ജീവിയാ.'

'എന്ത് ജീവി...?'

'അത് നിനക്കറിയത്തില്ല. നീ കൊച്ചനാ. അതായിത്, ഈ ആണുങ്ങക്കും പെണ്ണുങ്ങക്കുമൊക്കെ ഇച്ചിര വീര്യം കൂട്ടാൻ ഇവനെയിട്ടൊരു ലേഹ്യമൊണ്ടാക്കും. അതാ കരിമന്തി രസായനം...'

ഇങ്ങനെ പറയുമ്പോൾ കൃഷ്ണൻകുട്ടിയുടെ വലംകൈ വേണുവിന്റെ ഇളം ഉടലിലൂടെ താഴേക്ക് ഇറങ്ങിയിറങ്ങി ചെന്നു. അയാൾ എന്താ

ണ് ചെയ്യാൻ പോകുന്നതെന്ന് വേണുവിന് ഒരു പിടിയും കിട്ടിയില്ല. ആ കൈവെള്ളയ്ക്ക് വല്ലാത്തൊരു ചൂടും പരുപരുപ്പുമുള്ളതായി അവനു തോന്നി. കൃഷ്ണൻകുട്ടിയുടെ കൈ ഇപ്പോൾ വേണുവിന്റെ നിക്കറിന കത്തേക്ക് കടന്നു. വേണുവിനാകെ പരിഭ്രമമായി. അവൻ ദൈന്യമായി കൃഷ്ണൻകുട്ടിയുടെ മുഖത്തേക്ക് നോക്കി. ഇല്ല, പേടിക്കണ്ട എന്ന മ ട്ടിൽ വല്ലാതെ വികൃതമായ ഒരു മുഖഭാവമായിരുന്നു അപ്പോൾ കൃഷ് ണൻകുട്ടിക്ക്.

വേണുവിന് ആ മുഖം ഒട്ടും പരിചിതമായിരുന്നില്ല. കുഴിയിലെ കൃ ഷ്ണൻകുട്ടി കൊച്ചാട്ടന്റെയും കുഴീപ്പിശ്ശാശിന്റെയും പല ഭാവങ്ങളും വേണുവിന്റെ ഉള്ളിലുണ്ട്. അടിശ്ശേരിക്കാവിലും പാച്ചോറ്റിക്കാവിലുമൊ ക്കെ അപ്പിടിയണ്ണാ അടിപിടിയണ്ണാ അണ്ണാന്തേവരെ എലികൊണ്ടുപോ യി, ആറുമാസം ആൺപിശ്ശാശും ആറുമാസം പെൺപിശ്ശാശും എന്നൊ ക്കെപ്പറഞ്ഞ് അയാൾ തുള്ളുന്ന പിശാച് കോലത്തിന്റെ ഭാവങ്ങളിലൊ ന്നും വേണു ഈ ഭാവം കണ്ടിട്ടില്ല.

കൃഷ്ണൻകുട്ടി ഇപ്പോൾ വേണുവിന്റെ കുഞ്ഞ് ലിംഗത്തിൽ ഒന്ന് സ്പർശിച്ചു. അപ്പോൾ വേണു വല്ലാതൊന്നിളകി. അവന്റെ നെഞ്ച് ഉയ രുകയും താഴുകയും ചെയ്തു. പെട്ടെന്ന് തള്ളമറുതയ്ക്കൊപ്പം വരുന്ന കുട്ടിമറുതകൾ അലയ്ക്കുന്നതുപോലെ അവന്റെ ഉള്ളിൽനിന്നൊരു ശ ബ്ദമുണ്ടായി. പിന്നെ അവിടെനിന്നൊരൊറ്റ ഓട്ടമായിരുന്നു അവൻ. കു ഴീപ്പിശ്ശാശിന്റെ കൈയിൽനിന്ന് എങ്ങനെയാ വഴുതിപ്പോന്നതെന്ന് അവ നറിയില്ല. വീടിന്റെ തെക്കേമുറ്റത്തെ മൂലയ്ക്ക് നിൽക്കുന്ന കറുത്തമൂ വാണ്ടൻ മാവിന്റെ ചുവട്ടിൽച്ചെന്ന് വേണു ഒന്നു തിരിഞ്ഞുനോക്കി. ഇ ല്ല, പിശ്ശാശ് പിന്നാലെ ഇല്ല എന്നുറപ്പാക്കി. പിന്നെയും കുറച്ചുനേരം കൂ ടി മാവിൽ ചാരിനിന്ന് കിതപ്പടക്കിയിട്ടാണ് വേണു വീട്ടിലേക്ക് കയറി യത്.

'കയറാൻ വരട്ടെ. നീ എവിടാരുന്നിത്രേം നേരം...?'

ദേഷ്യപ്പെട്ട് വേണുവിന്റെ മുന്നിലേക്ക് ചെന്ന ഓമനയമ്മയുടെ കൈ യിൽ മടലിന്റെ കനംകുറഞ്ഞ ഒരു കീറുണ്ടായിരുന്നു. വേണു ഒന്നും മി ണ്ടാതെ തലകുനിച്ച് നിന്നപ്പോൾ അവർ അവന്റെ കാൽവണ്ണയ്ക്ക് ഒറ്റ യൊരെണ്ണം വെച്ചുകൊടുത്തു.

'ഇല്ലമ്മേ... ഞാനൊന്നും ചെയ്തില്ല...'

വേണു കരഞ്ഞുകൊണ്ടു പറഞ്ഞു.

'നീയെന്തേലും ചെയ്തോന്നല്ല ചോദിച്ചത്. നീ ഇത്രേം നേരം എവി ടാർന്നെന്നാ ചോദിച്ചത്...?'

ഇപ്പോൾ ഓമനയമ്മ ഒരടികൂടി അവനെ അടിച്ചു. രണ്ടുകാലിനും അടികിട്ടിയപ്പോൾ അവൻ കാലുകൾ തിരുമ്മി കരഞ്ഞുകൊണ്ട് അവിടെ കുത്തിയിരുന്നു. കരയുന്നതിനിടെ അവൻ പറഞ്ഞു:

'ഞാം പറയാം. ഇനിയെന്നെ തല്ലരുതമ്മേ...'

സഹദേവൻപിള്ള അവിടെ ഇല്ലായിരുന്നു. ബഹളംകേട്ട് അവിടേക്ക് ചെന്ന കേശവപിള്ള ഓമനയമ്മയെ തടഞ്ഞു.

'മതിയെടീ, ഇനിയവനെ തല്ലണ്ട. അവൻ പറഞ്ഞോളും.'

വേണു പറയാൻ തുടങ്ങിയപ്പോൾ ഓമനയമ്മ പറഞ്ഞു:

'വേണ്ട. നീയൊന്നും പറയണ്ട. ഞാനെല്ലാമറിഞ്ഞു. പോയി വേഗം കുളിച്ചിട്ട് നാമം ജപിക്ക്...'

എല്ലാം കണ്ടോണ്ടും കേട്ടോണ്ടും തിണ്ണയുടെ ഒരു മൂലയ്ക്കിരുന്ന് *ചെണ്ടമുറിയൻ പുഴുങ്ങിയത് തിന്നുകയായിരുന്ന സുരേന്ദ്രൻ വേണുവിനെ നോക്കി രസത്തോടെ ഒന്ന് തലയാട്ടി.

കുളിയും നാമജപവും അത്താഴം കഴിപ്പുമെല്ലാം കഴിഞ്ഞപ്പോൾ വേണുവിന് പതിവിലും നേരത്തെ ഉറക്കം വന്നു. അവൻ കട്ടിലിൽ കയറി കിടന്നു.

ഗൗരിയമ്മ വേണുവിന്റെ അടുത്തേക്ക് ചെന്ന് അവനെ ആശ്വസിപ്പിച്ചു; കേശവപിള്ളയും. ഭാർഗ്ഗവിയമ്മ ചിരിച്ചുകൊണ്ടാണ് അവന്റെ അടുത്തേക്ക് ചെന്നത്. എന്നാൽ ആ ചിരി അത്ര പ്രകടിപ്പിക്കാതെ അവർ അൽപ്പം ദേഷ്യംകൂടി വരുത്തി അതിൽ.

'ഞാനറിഞ്ഞു. നിനക്കിത് കിട്ടണമാർന്നു. ഇവിടാപ്പിള്ളാർടെകൂടെങ്ങാണുമിരുന്ന് കളിക്കാൻ പറഞ്ഞാ നീ കേക്കത്തില്ലല്ലോ... കണക്കായി പോയി.'

പേരമ്മയുടെ മുഖം അള്ളിക്കീറാനുള്ള ദേഷ്യമുണ്ടായെങ്കിലും എല്ലാം സഹിച്ച് വേണു അവിടെ കിടന്നു.

ഓമനയമ്മ ജോലിയെല്ലാം കഴിഞ്ഞ് വേണുവിന്റെ അടുത്തേക്ക് ചെന്നു. വേണു മയങ്ങിത്തുടങ്ങിയിരുന്നു. അവർ അവന്റെ അടുത്തിരുന്ന് സങ്കടത്തോടെ അവന്റെ തലയിൽ തലോടിക്കൊണ്ടിരുന്നു. അവന്റെ കണ്ണുകൾ മെല്ലെ ചിമ്മിത്തുറന്നു. ഓമനയമ്മയുടെ മുഖം വിഷമംകൊണ്ട് ചുവന്നു തുടുത്തിരിക്കുന്നതായി അവൻ കണ്ടു. അവർ സാരിയുടെ തലപ്പുകൊണ്ട് കണ്ണുകൾ തുടച്ചിട്ട് പറഞ്ഞു:

'മോന് നന്നായി വേദനിച്ചല്ലേ...?'

ഓമനയമ്മ വേണുവിന്റെ മൂർദ്ധാവിൽ ഉമ്മവെച്ചിട്ട് തുറന്നുകിടന്ന ജനാലയിലൂടെ പുറത്തേക്ക് നോക്കി തുടർന്നു:

'ഇനി എന്റെ കുഞ്ഞവിടെ കളിക്കാൻപോകരുത്. കുട്ടികൾ അവിടങ്ങനെ കേറി കളിക്കുന്നതൊന്നും അവർക്കിഷ്ടപ്പെടത്തില്ല. ചിലപ്പോ തമ്പ്രാട്ടിയമ്മയ്ക്കുപോലും. പോയി തൊഴുകോ വഴിപാട് കഴിക്കുകയോ ഒക്കെ ചെയ്യാം. അല്ലാതെ...'

ഓമനയമ്മ ഇപ്പോൾ വേണുവിന്റെ കാലുകളിലേക്ക് നോക്കി. അടിയുടെ പാട് തിണർത്ത് കിടപ്പുണ്ടായിരുന്നു. അവർ അവിടെ തൊട്ടപ്പോൾ അവന് വേദനിച്ചു. എന്നാൽ അവർ മെല്ലെ കാലിലൂടെ തൂത്തപ്പോൾ ആ വേദനയാകെ വിട്ടൊഴിയുന്നതുപോലെ തോന്നി അവന്.

പിന്നെ എപ്പഴോ വേണു ഉറങ്ങി. ഉറക്കത്തിന്റെ ഏതോ ഒരു യാമത്തിൽ ഇരുളിൽ നിന്നാരോ തുള്ളിച്ചാടി അടുത്തേക്ക് വരുന്നതായി അവൻ കണ്ടു. ഉറക്കത്തിലോ ഉണർവ്വിലോ എന്നുപറയാനാവാത്ത അവസ്ഥയിൽ വേണുവിന് ഒട്ടും പേടി തോന്നിയില്ല. ആ രൂപം തന്റെ അടുത്തെത്തിയപ്പോൾ ആ വരവിന്റെ ഭയാനകത്വമോ പേടിപ്പെടുത്തുന്ന ശബ്ദമോ ഇല്ലായിരുന്നു. ഏതാണ്ട് അൻപത് വയസ്സ് തോന്നിക്കുന്ന ഒരു ദീർഘകായ പുരുഷരൂപം. പെട്ടെന്ന് ആ രൂപം വാർദ്ധക്യത്തിലേക്ക് പരിണമിച്ചു. അത് തേജസ്വിയായ ഒരു വൃദ്ധനായി മാറി. മുഖത്ത് നല്ല ഗൗരവമുണ്ടായിരുന്നെങ്കിലും ആകർഷകമായ ഒരു ലാളിത്യവും ചൈതന്യവും അതിൽ കലർന്നിരുന്നു.

'മോന് വേദനിച്ചല്ലേ...'

അയാൾ വേണുവിന്റെ കൈത്തലം തന്റെ കൈവെള്ളയിലേക്കെടുത്തു വെച്ച് മെല്ലെ തലോടിക്കൊണ്ടിരുന്നു.

'...സാരമില്ല, അമ്മമാരൊക്കെയങ്ങനാ. ഒക്കെ സ്നേഹം കൊണ്ടാ. ഈ അപ്പൂപ്പനെത്ര തല്ല് ചെറുപ്പത്തിൽ കിട്ടീട്ടൊണ്ടെന്നറിയാമോ...? പോട്ടെ, അതൊന്നും പറഞ്ഞാലിപ്പം തീരത്തില്ല. പിന്നെ, ഇനീം നീയവിടെ പന്തുകളിക്കാനൊന്നും പോകണ്ട. എന്നാലവിടെ പോകണ്ട ഒരുദിവസം വരും. കാലൊറപ്പിച്ച് അവിടെ നിക്കണ്ട ഒരു ദിവസം. അന്ന് തമ്പ്രാട്ടിയമ്മ നിനക്ക് തുണയാകും. ഇന്ന് നീ വെറും പത്തുവയസ്സുള്ള കുഞ്ഞാ. കാലമാകട്ടെ, അപ്പോൾ ഞാനും നിന്നെ സഹായിക്കാം...'

വൃദ്ധരൂപം ഇത്രയും പറഞ്ഞപ്പോൾ വേണു വിനയത്തോടെ പറഞ്ഞു.

'വല്ല്യപ്പൂപ്പനെ എനിക്കറിയാം..., എന്റെ തലവേദന മാറ്റാനന്നുവന്ന...'

വൃദ്ധൻ ഒന്നു മെല്ലെ ചിരിച്ചു. എന്നിട്ട് വേണുവിന്റെ കൈത്തണ്ടയിൽ വീണ്ടും തൂത്തുകൊണ്ട് പറഞ്ഞു:

'ങാ... മിടുക്കൻ...'

കൊച്ചുരാമൻപിള്ള ഇപ്പോൾ വേണുവിന്റെ അടുത്തു നിന്നെഴുന്നേ

റ്റു. ഇനിയെന്നാ വല്ല്യപ്പൂപ്പൻ വരുന്നതെന്ന് വേണു ചോദിക്കാൻ തുടങ്ങുന്നതിനുമുമ്പ് അത് തിരിച്ചറിഞ്ഞിട്ടെന്നപോലെ കൊച്ചുരാമൻപിള്ള പറഞ്ഞു:

'ഇടയ്ക്കൊക്കെ ഞാൻ വരും. അതിന്റെ നേരോം കാലോമൊക്കെ അമ്മമഹാമായ നിശ്ചയിക്കും'.

◆◆◆

* ശാഗ്ശ് കോലം - പിശാച് കോലം. ഗണപതിക്കോലം എന്നും പറയും.
* ചെണ്ടമുറിയൻ - മരച്ചീനി ചെണ്ടയുടെ രൂപത്തിൽ മുറിച്ചിട്ട് പുഴുങ്ങിയത്
* ചുഴലി - തലകറങ്ങിവീഴുന്ന ഒരു അസുഖം. കോട്ട് എന്നും ഇതിന് പറയാറുണ്ട്. നദികളും മറ്റ് ജലാശയവുമൊക്കെ ഈ അസുഖമുള്ളവരുടെ അപകടമേഖലകളാണ്.

16

ഭ്രമാത്മകതയുടെ ഇരുണ്ട ലോകം

പാച്ചോറ്റിക്കാവിലും അടിശ്ശേരിക്കാവിലും പടയണിക്ക് ചൂട്ടുവെച്ചാൽ അതിന്റെ ആഹ്ലാദവും ആവേശവും അവിടെ മാത്രമായിരുന്നില്ല. പാവുതറയിലുമുണ്ടാകും. രാത്രിയിൽ പടിഞ്ഞാറുനിന്നും വടക്കുനിന്നും തപ്പിന്റെ താളം ഒഴുകിയെത്തുമ്പോൾ പാവുതറയുടെ പഴയ സ്മൃതികളിലെവിടെയോ തപ്പിന്റെ താളം കേൾക്കുന്നതായി പ്രായമുള്ളവർക്ക് തോന്നും. താളം മാത്രമായിരുന്നില്ല അവരുടെ മനസ്സിൽ അപ്പോൾ നിറയുക. ഒരു പടയണിക്കാലമത്രയും കാപ്പൊലിക്കും.

പാവുതറയുടെ തെക്കും വടക്കമുള്ള ബന്ധുക്കരകളാണ് പാച്ചോറ്റിക്കാവും അടിശ്ശേരിക്കാവും. വരട്ടാർ കടന്നാൽ പാച്ചോറ്റിക്കാവ്. നെല്ലിമലയ്ക്കപ്പുറം അടിശ്ശേരിക്കാവ്. വരണ്ടുണങ്ങിയതെങ്കിലും വരട്ടാറിന്റെ ശൂന്യവിസ്മൃതി കടന്നെത്തുന്ന താവടിത്താളത്തെ ആറേറ്റെടുത്ത് ഘനസാന്ദ്രമാക്കിക്കൊടുക്കും പാവുതറക്കാർക്ക്. അതുപോലെ വടക്ക് നെല്ലിമലയ്ക്കപ്പുറത്തുനിന്ന് കാപ്പൊലിയുടെ ഘോഷങ്ങളും പാവുതറയുടെ ഹൃദയത്തിലേക്കു വന്നുവീഴും.

കൊട്ടിക്കൂവിളി മുതൽ വലിയഭൈരവിയുടെ ചട്ടത്തേൽക്കോലം എഴുന്നള്ളി വരുന്ന പ്രഭാതസന്ധ്യയുടെ ഇരുപത്തിയെട്ടാം ദിവസം വരെയെത്തുന്ന പടയണിയുടെ ഓർമ്മകൾ പഴമനസ്സുകളിൽ പച്ച പിടിക്കും. അതിന്റെ ലഹരിയിലെന്നപോലെ പ്രായമുള്ളവർ ഉഷ്ണത്തിന്റെ സന്ധ്യകളിൽ തിണ്ണകളിൽ കാലും നീട്ടിയിരുന്ന് പാടും.

നൃത്തഗീത വിനോദകാരിണിയേ
നാവിൽ വന്നമ്പൊടു
നൃത്തമാടുക ലോകനായകിയേ
തെയ്താര തെയ്തെയ്
ശൂരനാകിയ ദാരികാസുരനേ
ക്കൊന്നുഞങ്ങൾക്കി
പ്പാരിടത്തിനു രക്ഷ ചെയ്തരുൾകാ
തെയ്താര തെയ് തെയ്

ദാരികാസുരനെ വധിപ്പതിനായ്
കാലാന്തകന്റെ
ഫാലനേത്രമതിങ്കൽ നിന്നുളവായ്
തെയ്താര തെയ് തെയ്

അടിശ്ശേരിക്കാവിലമ്മയും പാച്ചോറ്റിക്കാവിലമ്മയും പാവുതറക്കാവിലമ്മയുടെ സഹോദരിമാരാണ്. മൂവരും ഉഗ്രശക്തിസ്വരൂപിണികൾ. ദേവതാസങ്കൽപ്പത്തിലെ സമഭാവന പണ്ടുകാലം മുതൽക്കെ ഈ പ്രദേശത്തുകാർക്കുമുണ്ട്. അടിശ്ശേരിക്കാവിലുള്ള ചിലർക്ക് പാവുതറയമ്മയാണ് ധർമ്മദൈവമെങ്കിൽ പാവുതറയിലുള്ള പലർക്കും അടിശ്ശേരിക്കാവിലമ്മയാണ് ധർമ്മദൈവം. അതുപോലെ തന്നെ പാച്ചോറ്റിക്കാവിലമ്മയും. ധർമ്മംകൊണ്ടു മാത്രമല്ല, കർമ്മംകൊണ്ടും ആ ബന്ധം ദൃഢമായിരുന്നു. പാവുതറയുടെ ആറ്റുതീരത്തെ കരിമ്പ് വെട്ടിയാൽ അത് ആട്ടിയെടുക്കുന്ന ശർക്കര കുറച്ച് അടിശ്ശേരിയിലേക്കും പാച്ചോറ്റിയിലേക്കും പോകും. അവിടെയൊക്കെ മകരക്കപ്പ പറിച്ചാൽ അതിന്റെ വാട്ടുകപ്പയിലൊരു വലിയ പങ്ക് ഇങ്ങോട്ടും പോരും. ഇങ്ങനെ ചാമയും പഞ്ഞിപ്പുല്ലും നെല്ലുമൊക്കെ ഈ സമൂഹങ്ങൾ പരസ്പ്പരം അങ്ങോട്ടുമിങ്ങോട്ടും കൈമാറിപ്പോന്നു. ഈ പാരസ്പര്യം വിവാഹബന്ധങ്ങളിലും മറ്റ് ആഘോഷങ്ങളിലുമൊക്കെയുണ്ടായിരുന്നു. ഒരുപാട് വിവാഹബന്ധങ്ങൾ ഈ കരക്കാർക്കിടയിലുണ്ടായിട്ടുണ്ട്. വിവാഹേതര ബന്ധങ്ങൾക്കും ഒളിച്ചോട്ടങ്ങൾക്കും ഇടമായിട്ടുണ്ട് ഈ കരകൾ... എല്ലാറ്റിനും അവസരമൊരുക്കി, പാവുതറയും അടിശ്ശേരിയും പാച്ചോറ്റിയും. എല്ലാ നന്മകളിലും തിന്മകളിലും ഈ കരക്കാരൊക്കെ തങ്ങളുടെ ഭഗവതിമാരെ അകമഴിഞ്ഞ് വിളിച്ചു.

മഹാമായേ, ലോകലോകേശ്വരീ...

ഒരുദിവസം രാത്രിയിൽ ഓമനയമ്മ പുന്നശ്ശേരിയിൽ നിന്ന് വേണുവിനെയും കൊണ്ട് തിരിച്ചുവരുന്ന വഴി എന്തോ കണ്ട് അവൻ പേടിച്ചു. കുഞ്ഞ് കരയാൻ തുടങ്ങി. നിർത്താത്ത കരച്ചിൽ. കേശവപിള്ള ഉടനെ കളരിയിൽ ചെന്ന് വിളക്കിനു മുന്നിൽ നിന്ന് പ്രാർത്ഥിച്ചു. അച്ഛനോട് അപേക്ഷിച്ചു. പക്ഷെ ഒന്നും ഫലിച്ചില്ല. പിന്നെ, കരയുന്ന വേണുവിനെ തോളിലിട്ടുകൊണ്ട് ഓമനയമ്മ മുറ്റത്തുകൂടി അങ്ങോട്ടുമിങ്ങോട്ടും നടന്നു. അതൊരു മീനമാസമായിരുന്നു. അടിശ്ശേരിക്കാവിലെ പടയണിയുടെ കാലം. നെല്ലിമലയുടെ അതിരുകൾ കടന്ന് ആ രാത്രിയിലൂടെ നേർത്തുനേർത്തു വന്ന തപ്പിന്റെ നാദം കല്ലൂരേക്കുമെത്തി. അത്, വേണുവി

ന്റെ ഇനിയും പൂപ്പൽ മാറാത്ത ആ കാതുകളിലേക്കും അരിച്ചിറങ്ങി.

അവൻ അമ്മയുടെ ചുമലിൽ ആ താളത്തിന്റെ ലഹരിയിലെന്നപോലെ മയങ്ങിക്കിടന്നു. പിന്നെ മെല്ലെ ഉറങ്ങുകയും ചെയ്തു. മുറിയിൽ കൊണ്ടുപോയി കിടത്തിയപ്പോൾ അവൻ തന്റെ ചുമലിൽ താളം പിടിച്ചിരുന്നുവോ എന്നുപോലും ഓമനയമ്മയ്ക്ക് തോന്നി. ജനാലയിലൂടെ പുറത്തെ ഇരുട്ടിലേക്ക് നോക്കി ആ തപ്പുമേളത്തിന്റെ നാദത്തിലേക്ക് കാതുപിടിച്ച് അവർ പറഞ്ഞു:

'പൊന്നുതമ്പുരാട്ടീ, അടുത്ത വെള്ളിയാഴ്ച്ചതന്നെ ഒരു പുഷ്പാഞ്ജലി കഴിപ്പിച്ചേക്കാം...'

അടിശ്ശേരിക്കാവിലും പാച്ചോറ്റിക്കാവിലും ഒരു മുടക്കവുമില്ലാതെയാണ് ഓരോ മീനം മേടമാസങ്ങളിലും പടയണി നടക്കുന്നത്. അതേ മീനമാസത്തിൽ ഇരുപത്തിയെട്ട് ദിവസത്തെ പടയണി നടക്കേണ്ടതാണ് പാവുതറയിൽ. മീനത്തിലെ തിരുവാതിരനാളിൽ ആയിരക്കോലുയരത്തിലുള്ള ആകാശരൂപിണിയായ മഹാഭൈരവിക്കോലത്തെ എഴുന്നള്ളിച്ച് പാവുതറയമ്മയെ തൃപ്തയാക്കേണ്ടതാണ്.

എന്നാൽ എല്ലാം ഇന്ന് പാവുതറയിലെ പഴയ മനുഷ്യരുടെ ഓർമ്മകൾ മാത്രമാണ്. ബന്ധുക്കരകളിലെ പടയണിയുടെ രാത്രികളിൽ പാവുതറയിലെ മുത്തശ്ശിമാർ തിണ്ണകളിലിരുന്ന് *റൗക്കയുടെ കെട്ടഴിച്ച് വീശുപാള വീശിക്കൊണ്ട് രാത്രികളിലേക്ക് നോക്കി പറയും:

'പൊന്നുതമ്പ്രാട്ടീ അവ്ടുത്തെ പടേനിയൊണ്ടാരുന്നേൽ ആ എലഞ്ഞിത്തറേലിരുന്ന് ഉഷ്ണമറിയാതെ പടേനി കാണാമാരുന്നു. ങാ... എല്ലാമിങ്ങനെ ഓർക്കാമെന്നല്ലാതെ...'

ഇങ്ങനെയൊക്കെയാണെങ്കിലും, പാവുതറയിലെ അപൂർവ്വം ചില പടേനിക്കാരുടെയെങ്കിലും വേരുകൾ പറിച്ചു കളയാൻ കാലത്തിനിനിയും കഴിഞ്ഞിട്ടില്ല എന്ന ഒരു സത്യവുമുണ്ട്. കാലം എന്തോ കരുതിയിട്ടെന്നപോലെ കല്ലൂരും വേറെ ഒന്നുരണ്ട് വീടുകളിലും വിരലിലെണ്ണാവുന്നവരെ അവശേഷിപ്പിച്ചു. മീനം മേടമാസമാകുമ്പോൾ ഉറക്കത്തിൽ നിന്നെന്നപോലെ അവരൊന്നുണരും. പിന്നെ സന്ധ്യയ്ക്ക് കഞ്ഞികുടിയും കഴിഞ്ഞ് അടിശ്ശേരിക്കാവിലേക്ക്, അല്ലെങ്കിൽ പാച്ചോറ്റിക്കാവിലേക്ക്... അവിടെ ചെന്നാൽ ഇന്നതെന്നൊന്നുമില്ല, ചിലപ്പോൾ മാടൻ. അല്ലെങ്കിൽ മറുത. മറ്റുചിലപ്പോൾ ഭൈരവി. ഒത്തുവന്നാൽ കാലംകോലവും കിട്ടും. ഇനി കോലമൊന്നും കിട്ടിയില്ലെങ്കിൽ കൊട്ടാൻ തപ്പ്. അല്ലെങ്കിൽ പാടാൻ പാട്ട്. എപ്പോഴും കൂട്ടത്തിൽ നായകത്വം കല്ലൂരെ ആനന്ദൻപിള്ളയ്ക്ക് തന്നെയാവും.

പടയണിക്ക് പോകുന്ന മാടനും മറുതന്മാരുമെല്ലാം കല്ലൂരെ കളരിയിൽ ചെന്ന് ഒന്നു തൊഴുതിട്ടേ പോകാറുള്ളൂ. ഇടിഞ്ഞുപൊളിഞ്ഞ് വീഴാറായ അതിന്റെ തെക്കേ തിണ്ണയിലിരുന്ന് ഈരണ്ട് വീശിയിട്ടുമാകും ചിലപ്പോൾ കക്ഷികൾ പോകുന്നത്. ഒന്നുകിൽ ആനന്ദൻപിള്ളയുടെ വക. അല്ലെങ്കിൽ കല്ലൂരേക്ക് ചെല്ലുന്ന മറ്റേതെങ്കിലും മറുത അരയ്ക്ക് താങ്ങിയിട്ടുണ്ടാകും. കുടി കഴിഞ്ഞ് കാലിക്കുപ്പി കളരിയുടെ തെക്കേ മൂലയ്ക്കോട്ട് വലിച്ചെറിയും.

വരട്ടാറിന്റെ തിട്ടകളിലൂടെ ചെന്ന് ആറ് കടന്ന് അങ്ങേക്കരയ്ക്ക് കയറുമ്പോൾ ആനന്ദൻപിള്ള കൂടെയുള്ള കാളികൂളികളോടു പറയും:

'ഒരെണ്ണം ഞാൻ കൂടുതലടിച്ചിട്ടുണ്ട്. ഇന്നത്തെ നാലാമത്തെ കാലം കോലമെന്റേതാ. പന്തത്തിനും വാളിനും പിടിയ്ക്കാം വരുന്നോനെ ഇന്നു ഞാനൊന്ന് *കഷായിപ്പിക്കും, നോക്കിക്കോ...'

മറ്റുചിലപ്പോൾ പടയണി കഴിഞ്ഞ്, പുലരുംമുമ്പെ അടിശ്ശേരിക്കാവിൽ നിന്നു മടങ്ങുമ്പോൾ ആനന്ദൻപിള്ള കേൾക്കാതെ സുരേന്ദ്രൻ തന്റെ കൂട്ടുകാരോടു പറയും:

'വശക്കേടായിപ്പോയി; ബ്രാണ്ട്യടെ മണ്ടയ്ക്കാ ചാരായമടിച്ചത്. അല്ലെങ്കി എന്റെ തലേന്നാ ഭൈരവി താഴെപ്പോത്തില്ലാർന്നു...'

പടയണിയുമായി ഒരു ബന്ധവുമില്ലാത്ത കല്ലൂരെ നാണൂള്ള പണ്ടൊരു രാത്രിയിൽ, തന്റെ തലയിൽ നിന്ന് ഭൈരവി പോയി എന്നു പറഞ്ഞുകൊണ്ട് ഞെട്ടി ഉണർന്നിട്ടുണ്ട്. കൊച്ചുരാമൻപിള്ളയുടെ ജ്യേഷ്ഠനാണ് നാണൂള്ള.

നാണൂള്ള കല്ല്യാണം കഴിച്ചത് ഇരമല്ലിക്കരയിലുള്ള അപ്പച്ചിയുടെ ഏകമകൾ ദേവകിയേയാണ്. മുറപ്പെണ്ണായ അവൾക്ക് നാണൂള്ള പുടവ കൊടുത്തത് തന്റെ മുപ്പതാം വയസ്സിൽ. കല്ല്യാണം കഴിഞ്ഞ് പടിഞ്ഞാറുനിന്ന് കിഴക്കോട്ട് വരട്ടാറ്റിലൂടെ കെട്ടുവള്ളത്തിൽ പോരുമ്പോൾ ദേവകിയ്ക്ക് ഇരുകരകളിലുമുള്ള കാഴ്ച്ചകൾ പുതിയതായിരുന്നില്ല. ഉണ്ണുനീലീ സന്ദേശകാവ്യത്തിൽ പറയുന്നതുപോലെ, പൂന്തേൻ തെളിനീരൊഴുകുന്ന വരട്ടാറ്റിലെ സമൃദ്ധമായ തെളിവെള്ളത്തിന്റെ ഒഴുക്കിലേക്ക് അവൾ തന്റെ മുഖം നോക്കി. ആറ്റുതീരങ്ങളിലുള്ള കരിമ്പിൻതോട്ടങ്ങളിലേക്കും അതിനപ്പുറത്തുള്ള തെങ്ങിൻതോപ്പുകളിലേക്കും അവളുടെ കണ്ണുകൾ അലസം സഞ്ചരിച്ചു.

എങ്കിലും നവവധുവായി അമ്മാവന്റെ വീട്ടിലേക്ക് വരുമ്പോൾ അവൾക്കാ യാത്ര പുതിയൊരനുഭവം പോലെയായി. കല്ലൂരും കളരിയുമെല്ലാം മുൻപും കാണുകയും അറിയുകയും ചെയ്തിട്ടുള്ളവളാണ് ദേവ

കി. എന്നാലും ആറ്റുകടവിൽ വെച്ച് വള്ളത്തിൽനിന്ന് നാണൂള്ള കൈ പിടിച്ച് കല്ലൂരെ പുരയിടത്തിലേക്ക് കയറ്റിയപ്പോൾ അതും അവൾക്ക് പുതിയൊരനുഭവമായി.

വല്ലാത്തൊരു ഭ്രമാത്മക സൗന്ദര്യം കല്ലൂരുള്ളത് ദേവകിക്കറിയാം. ഇപ്പോൾ താൻ കൂടി അതിന്റെ ഭാഗമാകാൻ പോവുകയാണ് എന്ന തിരിച്ചറിവ് അവളിൽ നേരിയ ആശങ്കയാണുണ്ടാക്കിയത്. നിറഞ്ഞൊഴുകുന്ന ആദിപമ്പയും വിശാലമായ ആറ്റുപള്ളവും കളരിയും ഇലഞ്ഞിമരവും പാതിരിയും പയ്യാഴാന്തലും അശോകമരവും കറുത്ത മൂവാണ്ടൻമാവും പ്ലാവും തെങ്ങുകളുമെല്ലാം നിറസാന്നിദ്ധ്യമായി നിൽക്കുന്ന പുരയിടത്തിന്റെ നടുക്കുള്ള അറയും നിരയുമുള്ള ആ പഴയ വീട് അവളുടെ ഉള്ളിൽ നിറഞ്ഞു നിന്നു. ഭാവിയിലേക്കു നോക്കുമ്പോൾ ഇരുള് മാത്രമാണവൾ കണ്ടത്. എങ്കിലും അമ്മയെ പ്രാർത്ഥിച്ചു. പ്രാർത്ഥനയുടെ നെടുവീർപ്പുകൾ അവളെ മുന്നോട്ടു നയിച്ചു.

നാണൂള്ളയുടെയും കൊച്ചുരാമൻപിള്ളയുടെയും അച്ഛൻ പരമൂള്ള പടേനിക്കാരൻ മാത്രമായിരുന്നില്ല. ഓത്തും ചാറ്റും മന്ത്രവാദവുമൊക്കെയുള്ള ആളായിരുന്നു. പരമൂള്ളയെ കാണിക്കാനായി പ്രേതം ബാധിച്ചവരെയും പിത്തശൂല പിടിച്ചവരേയും കൊതി ബാധിച്ചവരേയും കുടലുമറിഞ്ഞവരേയുമൊക്കെ കല്ലൂരേക്ക് കൊണ്ടുവന്നിരുന്നു. ബാധ ഒഴിപ്പിക്കാൻ വരട്ടാറും നെല്ലിമലയും കടന്നുപോലും ആൾക്കാർ പാവുതറയിലേക്കെത്തി. അന്നൊക്കെ കല്ലൂരെ പുരയിടത്തിലില്ലാത്ത പച്ചമരുന്നുകളില്ലായിരുന്നു. പ്രസിദ്ധമായ *തകഴിയെണ്ണ കാച്ചാൻ പച്ചമരുന്ന് പറിച്ചിരുന്നത് പാവുതറയിൽ നിന്നാണ് എന്നു പറയുന്നത് വാസ്തവത്തിൽ കല്ലൂരെ പുരയിടത്തിൽ നിന്നാണ്.

പരമൂള്ളയുടെ മന്ത്രവാദപ്രയോഗങ്ങളെപ്പറ്റി അറിയാമായിരുന്നെങ്കിലും അതൊരു പ്രത്യക്ഷ യാഥാർത്ഥ്യമായി ഒരുദിവസം ദേവകി കണ്ടു.

ദേവകി കുത്തരി പാറ്റിക്കൊണ്ടിരിക്കുകയായിരുന്നു. വടക്കേപ്പുറത്തുകൂടി ആരോ ഓടിക്കിതച്ച് മുറ്റത്തേക്ക് വരുന്നതായി ദേവകിയ്ക്ക് തോന്നി. എന്നാൽ അത് തോന്നലായിരുന്നില്ല. നേരായിരുന്നു. മുറ്റത്തേക്ക് കയറിവന്നപ്പോഴാണറിയുന്നത് അത് പരമൂള്ളയുടെ പങ്കുകൃഷിക്കാരൻ ഉണ്ണീട്ടൻ മാപ്ലയാണെന്ന്. അയാൾ മാത്രമായിരുന്നില്ല അവിടേക്കെത്തിയത്. അയാളുടെ മൊട്ടത്തലയിൽ തലങ്ങും വിലങ്ങും ഞോടിക്കൊണ്ട് ഒരു കാക്കയുമുണ്ടായിരുന്നു. ഉണ്ണീട്ടൻമാപ്ല കൈകൾ തലയ്ക്ക് മീതെ വെച്ചിരുന്നെങ്കിലും കാക്കക്കണ്ണുകൾ മൊട്ടത്തലയിലേക്കുതന്നെ നീണ്ടു ചെന്നു.

എന്ത്യേ പരമൂള്ളച്ചേട്ടൻ എന്ന് ഭയന്ന് പരിഭ്രാന്തനായി ദേവകിയോട് ചോദിച്ച് അയാൾ കല്ലൂരെ തിണ്ണയിലേക്ക് കയറി. കാക്ക അവിടെയും ചെന്ന് അയാളെ ഞോടിക്കൊണ്ടിരുന്നു. ദേവകി പെട്ടെന്ന് അരിയും മുറവും താഴെവെച്ചു.

'കളരീലൊണ്ട് വിളിക്കാം...'

'വേണ്ട. ഞാനങ്ങോട്ട് ചെന്നോളാം...'

അയാൾ തലപൊത്തിക്കൊണ്ട് കളരിയിലേക്ക് ഓടിയപ്പോൾ കാക്ക വീണ്ടും അയാളെ ഞോടിക്കൊണ്ട് പിന്നാലെ കൂടി. ഉണ്ണീട്ടൻമാപ്ല കളരിയിലേക്ക് കയറി കതകടയ്ക്കുന്നതുവരെ ദേവകി അതിശയത്തോടെ അങ്ങോട്ടുനോക്കി നിന്നു. ജപിച്ചുകൊണ്ടിരിക്കുകയായിരുന്ന പരമൂള്ളയുടെ മുന്നിലേക്ക് ഉണ്ണീട്ടൻമാപ്ല സാഷ്ടാംഗം ചെന്നു വീണു.

'എന്നോട് ക്ഷമിക്കണം. *പാക്കുതേങ്ങാ കൊണ്ടുപോയത് ഞാൻ തന്നെയാ. കണ്ണു തൊറന്നൊന്ന് നോക്കിയാട്ട്... ആ അഞ്ചു പാക്കു തേങ്ങായും ഞാൻ തെക്കേമാവുംചോട്ടിൽ കൊണ്ടുവന്ന് വെച്ചിട്ടുണ്ട്...'

ഇപ്പോൾ പരമൂള്ള കണ്ണുകൾ തുറന്നു. പിന്നെ മെല്ലെ ഒന്നു ചിരിച്ചു.

'ങും എഴുന്നേക്ക്...'

ഉണ്ണീട്ടൻ എഴുന്നേറ്റ് തല കുനിച്ചു നിന്നു. അല്പം കഴിഞ്ഞ് തല ഒന്നുയർത്തിയപ്പോൾ പരമൂള്ള പറഞ്ഞു:

'എന്നാലും ഈ തരവഴി കാണിക്കാൻ തനിക്കെങ്ങനെ തോന്ന്യടോ, ഇത്രേം കാലം പങ്കുകൃഷി നടത്തീട്ട്...!'

ഉണ്ണീട്ടൻമാപ്ല കുറ്റവാളിയെപ്പോലെ തല അല്പംകൂടി കുനിച്ചു നിന്നു.

പരമൂള്ള തുടർന്നു.

'ഇനി മേലാലിതാവർത്തിക്കത്തില്ലെന്ന് ഈ വെളക്കത്ത് സാഷ്ടാംഗം വീണ് മൂന്നുപ്രാവശ്യം പറ...'

ഉടനെ തന്നെ ഉണ്ണീട്ടൻ അതനുസരിച്ചു.

'ങാ... എഴുന്നേറ്റോ...'

പരമൂള്ള പെട്ടെന്ന് കണ്ണുകളടച്ച്, കൈകൾ ചുരുട്ടി നീട്ടിപ്പിടിച്ച് എന്തോ ജപിച്ചു. ജപം തീർന്നപ്പോൾ കളരിയുടെ ചാരിക്കിടന്ന വാതിലിനിടയിലൂടെ പറന്നുവന്ന കാക്ക പരമൂള്ളയുടെ കൈവെള്ളയിൽ വന്നിരുന്നു. അയാൾ അതിന്റെ കാലിൽ കെട്ടിയിരുന്ന ഓല അഴിച്ചെടുത്തു. ഉടനെ കാക്ക തിരികെ പറന്നുപോവുകയും ചെയ്തു.

പരമൂള്ള ഉണ്ണീട്ടൻമാപ്ലയോടു പറഞ്ഞു:

'ങും... പൊക്കോ...'

ഉണ്ണീട്ടൻ വേഗം പുറത്തേക്കിറങ്ങി.

കളരിയുടെ അകം ഏറെക്കുറെ കാണാവുന്ന തെക്കേവാതിലിനടുത്തുള്ള തൈത്തെങ്ങിന്റെ ചുവട്ടിൽനിന്ന് എല്ലാം കണ്ട ദേവകി വാസ്തവത്തിൽ അത്ഭുതപ്പെട്ടു. എന്റെ പാവുതറയമ്മേ എന്ന് നെടുവീർപ്പിട്ട്, അമ്മായിഅച്ഛൻ കാണാതെ അവൾ അടുക്കളയിലേക്കു പോയി.

ഭർത്താവായ നാണൂള്ളയോടുപോലും ഇക്കാര്യം ദേവകി പറഞ്ഞത് ഒരാഴ്ച്ച കഴിഞ്ഞാണ്. എന്തോ, അത് അവളുടെ മനസ്സിൽ കിടന്ന് ദുരൂഹവും വിചിത്രവുമായ വിസ്മയങ്ങൾ തീർത്തു. അത് മറ്റൊരാളോട് പറയാനുള്ള ധൈര്യം അവൾക്കില്ലായിരുന്നു. ഇത്തരം അനുഭവങ്ങൾ അവളിൽ സുഖകരമായ ഒരസ്വസ്ഥതയായിത്തീർന്നു.

കല്ലൂരെ മുറ്റത്തും പറമ്പിലുമൊക്കെയുള്ള ചെടികളിലെയും മരങ്ങളിലെയും പൂക്കൾ കൊഴിഞ്ഞുവീണത് ഏതോ അജ്ഞാതലോകത്തുനിന്നാണെന്ന് അവൾക്ക് തോന്നി. അവൾ ആ പൂക്കളെല്ലാം പെറുക്കി കണ്ണുകളെടുക്കാതെ അവയിലേക്ക് നോക്കുകയും അതിന്റെ തീക്ഷ്ണവും സൂക്ഷ്മവുമായ വർണ്ണഗന്ധങ്ങൾ വലിച്ചെടുക്കുകയും ചെയ്തു. ആറ്റിന്റെ അക്കരയിലെ ഏതോ മറുലോകത്തുനിന്ന് മുറ്റത്തേക്ക് പാറിവരുന്ന കിളികൾ തന്നോട് എന്തോ പറയുന്നതുപോലെ അവൾക്ക് തോന്നി. ഈ പൂക്കളും കിളികളുമൊക്കെ സത്യമോ എന്നവൾ ചിലനേരം സംശയിച്ചു. ആറ്റിൽനിന്ന് വീശിയടിച്ചുവരുന്ന കാറ്റു പോലും എന്തൊക്കെയോ തന്നോട് പറയാൻ തിടുക്കപ്പെടുന്നതുപോലെയും അവൾക്ക് തോന്നി.

എങ്കിലും ഇടയ്ക്ക് ദേവകി തന്നോടുതന്നെ പറഞ്ഞു:

'എല്ലാം വെറും തോന്നലാകും...'

അവൾക്ക് ഒന്നും നിശ്ചയമില്ലായിരുന്നു. അനുഭവങ്ങൾ അവളെ ഇടയ്ക്കിടെ ഭ്രമാത്മകമായ ലോകങ്ങളിലേക്ക് കൊണ്ടുപൊയ്ക്കൊണ്ടിരുന്നു.

കല്ലൂരെ മരുമകളാകാൻ വാസ്തവത്തിൽ ദേവകിക്ക് താത്പര്യമുണ്ടായിരുന്നതല്ല. അമ്മയുടെ കുടുംബമാണ്, നാണൂള്ള അമ്മയുടെ ആങ്ങളയുടെ മൂത്ത മകനാണ്, അത് തന്റെ മുറച്ചെറുക്കനാണ് എന്നൊക്കെയുള്ള തിരിച്ചറിവുള്ളപ്പോഴും എന്തോ, കല്ലൂര് ഒരു ദുരൂഹതയുടെ ഗൃഹം കൂടിയായിരുന്നു എന്നും ദേവകിക്ക്.

അമ്മായി, നല്ലപ്രായത്തിൽത്തന്നെ ആറ്റിൽ മുങ്ങി മരിച്ചു. ഇപ്പോഴും അത് സ്വാഭാവികമരണമോ കൊലപാതകമോ എന്ന് വ്യക്തമല്ല. പിന്നെ മന്ത്രവാദം, ഓത്ത്, ചാറ്റ്, കളരി... ഇതെല്ലാം എന്നും ഒരു ഇരുണ്ട നിശ്ശബ്ദതയ്ക്ക് പിന്നിലായിരുന്നു നടക്കുന്നത്. ഓരോ ഭ്രാന്തുകളാണോരോരുത്തർക്കും. അമ്മാവന് മന്ത്രവാദം... മൂത്തമകന് കൃഷി... ഇളയവൻ

ദേവീഭക്തിയുമായി .. ഒരവധൂതനെപോലെ...

ദേവകി, വിവാഹാലോചന വന്നപ്പോൾ അമ്മയുടെ മുന്നിലിരുന്ന് ഇങ്ങനെയൊക്കെ പറഞ്ഞു. അമ്മ, അതൊന്നും അങ്ങനെയല്ല എന്നുപറഞ്ഞ് അവളോട് തർക്കിക്കാൻ പോയില്ല. അവർ പറഞ്ഞതിതാണ്.

'ഒക്കെ ശരിയാടീ. എന്നാൽ നീ..., നീയവിടെ ചെന്നു കേറുന്നതോടെ അവിടാകെ ഒരു മാറ്റമുണ്ടാകും...'

ദേവകിയും അപ്പോൾ ചിന്തിച്ചു.

ഒരുപക്ഷെ അങ്ങനെ സംഭവിച്ചുകൂടായ്കയില്ല. ഒരു സ്ത്രീസാന്നിദ്ധ്യമുണ്ടാകുമ്പോൾ...

അങ്ങനെ മനസ്സില്ലാമനസ്സോടെ ദേവകി നാണൂള്ളയെ വിവാഹം കഴിക്കാൻ സമ്മതം മൂളുകയായിരുന്നു.

നാണൂള്ളയ്ക്ക് പരമൂള്ളയുടെ സിദ്ധികളോ സ്വഭാവമോ ഒന്നുമുണ്ടായിരുന്നില്ല. എങ്കിലും ആ കൃഷിപാടവം അയാൾക്ക് കിട്ടിയിരുന്നു. കൃഷിയിൽ ഒരു ഭ്രാന്തായിരുന്നു നാണൂള്ളയ്ക്ക്. വല്ലവരുടെയും വിളവുകളൂടെ തന്റെ പത്തായത്തിലെത്തണം എന്ന ദുഷിച്ച താത്പര്യം പോലുമയാൾക്കുണ്ടായിരുന്നു. *കൂന്താലി എടുക്കാൻ പ്രായമായപ്പോൾത്തന്നെ, പരമൂള്ള പറഞ്ഞാലും പറഞ്ഞില്ലെങ്കിലും അയാൾ പറമ്പിലേക്കിറങ്ങും. അതിരുകളൊക്കെ അവിടെത്തന്നെ ഉണ്ടോ എന്നാണ് എല്ലാദിവസത്തേയും അയാളുടെ ആദ്യനോട്ടം. അതെല്ലം ഉറപ്പു വരുത്തിയിട്ട്, രണ്ടു പണിക്കാരുണ്ട്; അവർക്കൊപ്പം പണിയാണ്. പിന്നെ, കയറിവരുന്നത് ഒരു പത്തു പത്തരയൊക്കെയാകുമ്പോഴാണ്. വന്നാലുടനെ കൈയ്യും കാലുമൊക്കെയൊന്ന് കഴുകിയിട്ട് കഞ്ഞി കുടിക്കും, പാൽക്കഞ്ഞി. കല്ലൂര് പശുക്കൾ മൂന്നെണ്ണമുള്ളതുകൊണ്ട് പാല് ഇഷ്ടംപോലെയാണ്. പാക്കഞ്ഞിക്ക് കരിപ്പെട്ടിയാണ് മധുരം. കഞ്ഞി ഒരു ഓട്ടുകിണ്ണം നിറയെ കുടിച്ചു കഴിഞ്ഞാൽ അയാൾ ഒരേമ്പക്കം വിടും. അതിന്റെ ദൈർഘ്യം കുറവാണെങ്കിൽ അടുക്കളയിൽനിന്ന് ദേവകി കഞ്ഞിക്കലവുമായി വീണ്ടും വരും.

പാൽക്കഞ്ഞി കുടിക്കുന്ന ചില രാത്രികളിൽ വായ്ക്ക് നല്ല രുചി തോന്നിയാൽ കഴിപ്പെല്ലാം കഴിഞ്ഞ് വായ കഴുകിയിട്ട് നാണൂള്ള ചോദിക്കും:

'അച്ഛൻ കഴിച്ചില്ലേ...?'

'കഴിച്ചു.'

'ഞാ..., പിന്നാ ഊരുതെണ്ടി വരുന്നതെപ്പഴാന്നറിയത്തില്ലല്ലോ. അവനൊള്ളതെടുത്ത് വെച്ചിട്ടൊണ്ടോ...?'

'ഓ...'

'എന്നാ നീ പോയി വേഗം കഴിക്ക്...'

ഇങ്ങനെ ഭാര്യയെ കഴിപ്പിക്കുന്ന രാത്രികളിൽ നാണൂള്ള അവരുടെ *ഒന്നര അഴിപ്പിക്കും. എന്നാൽ പുരയിടത്തിലും ആറ്റുമാലിയിലും വയലിലുമൊക്കെ വിയർപ്പൊഴുക്കി അദ്ധ്വാനിക്കുന്നവന്റെ തളരാത്ത വീര്യമൊന്നും ഒരിക്കലും കിടപ്പറയിൽ നാണൂള്ളയ്ക്കില്ലായിരുന്നു. അയലത്തുകാരന്റെ അതിര് മാന്തുമ്പോഴുള്ള പരാക്രമംപോലെയാണ് കാര്യങ്ങൾ. ദേവകിയുടെ സമ്പുഷ്ടികളുടെ അഗ്നിപർവ്വതങ്ങൾ ഒന്നു ചൂടുപിടിച്ചു വരുമ്പോഴേക്കും *വറപൊടി വീണ പന്തംപോലെ അയാൾ ഒന്നാളിക്കത്തും. പിന്നെ പ്രഭയില്ലാതെ ദേവകിയുടെ വലതുവശത്തേക്ക് വീണണയും. അപ്പോൾ വല്ലാത്തൊരു അനാഥത്വം പേറി ദേവകി തളർന്നു മയങ്ങും.

താൻ കല്ലൂരെത്തുന്നതോടെ എല്ലാം ശരിയാകുമെന്ന അമ്മയുടെ ഉപദേശം എത്ര വ്യർത്ഥമായിരുന്നു എന്ന് ഇത്തരം അവസരങ്ങളിൽ ദേവകിയ്ക്ക് തോന്നി.

താനെത്തിയതുകൊണ്ട് ഒരു കാര്യവുമില്ലെന്ന് മാത്രമല്ല..., തന്റെ ജീവിതം, അതും ദുരന്തമായിത്തീരുകയാണോ എന്നവൾ ഭയപ്പെട്ടു. താനകപ്പെട്ടിരിക്കുന്നത് ഒരിക്കലും രക്ഷപ്പെടാനാവാത്ത ഒരു കെണിയിലാണോ മഹാമായേ...,

എനിക്കൊന്നും മനസ്സിലാകുന്നില്ല...

***

* റൗക്ക - ബ്ലൗസ്സ് വരുന്നതിനു മുമ്പ് സ്ത്രീകൾ മാറുമറയ്ക്കാനുപയോഗിച്ചിരുന്ന വസ്ത്രം

* കഷായിപ്പിക്കും - ബുദ്ധിമുട്ടിപ്പിക്കും.

* തകഴി എണ്ണ - ശിരോരോഗങ്ങൾക്ക് ഏറെ ശ്രേഷ്ഠമായി ഒരു കാലത്ത് അറിയപ്പെട്ടിരുന്ന എണ്ണ.

* അമ്മായിയച്ഛൻ - ഭത്തൃപിതാവ്

* വറപൊടി - തീപ്പന്തത്തിലേക്കിടുമ്പോൾ ഒന്ന് ആളിക്കത്താനുപയോഗിക്കുന്ന പൊടി.

* പാക്കുതേങ്ങ - പാകി കിളുപ്പിച്ച തേങ്ങ

* ഒന്നര - പഴയകാലത്തെ സ്ത്രീകളുടെ അടിവസ്ത്രം

* കൂന്താലി - പറമ്പ് കിളയ്ക്കാനുപയോഗിക്കുന്ന ഒരു കൃഷിയായുധം

17

കോടമഞ്ഞും നിലാവും ഇണചേർന്ന രാത്രി

മകരമാസത്തിലെ ഒരു രാത്രി. പാക്കഞ്ഞി കുടി കഴിഞ്ഞപ്പോൾത്തന്നെ നാണൂള്ള മറ്റുള്ളവരുടെ കഞ്ഞികുടിയേപ്പറ്റി തിരക്കി. അതുകഴിഞ്ഞ് ദേവകി കഞ്ഞി കുടിച്ചിട്ട് വരാനായി അയാൾ കാത്തുകിടന്നു. അവർ വന്നു കിടന്നപ്പോൾ പതിവുപോലെ ആദ്യം നാണൂള്ള ദേവകിയെ അവരുടെ കണ്ണിൽപ്പെടാതെ ഒളിഞ്ഞും ചരിഞ്ഞുമൊക്കെയൊന്ന് നോക്കി. പിന്നെ നിലാവരിച്ചിറങ്ങിയ മുറിയിലെ നേർത്ത വെളിച്ചത്തിൽ ദേവകിയുടെ നഗ്നത അയാൾ ആർത്തിയോടെ കണ്ടു. വൃശ്ചികത്തിൽ പുഴയിറങ്ങുമ്പോൾ തീരത്തടിഞ്ഞു കൂടുന്ന സമ്പുഷ്ടമായ എക്കൽപുറ്റുകൾ പോലെയായിരുന്നു അയാൾക്ക് അവരുടെ ശരീരം. എക്കൽപ്പുറ്റുകൾ വെട്ടിനിരത്താൻ വല്ലാത്തൊരു ശേലാണ്. എല്ലാം വെട്ടിനിരത്തി തടമെടുത്ത് വിത്തൊന്ന് വീഴ്ത്തിയാൽ മതി, പിറ്റേന്ന് അതവിടെ പൊട്ടിമുളയ്ക്കും.

ആ തൂമ്പയുടെ ആയത്തിൽ നാണൂള്ള ദേവകിയുടെ ശരീരത്തിലേക്കു വീണു. പിന്നെ കുറച്ചുനേരത്തെ ഭ്രാന്തൻപരാക്രമങ്ങൾ. അരസികന്റെ അള്ളലും മാന്തലും മുക്രയിടലും. ഒടുക്കം വറപൊടി വീണ പന്തം കണക്കെ അയാൾ ഭൂം എന്നൊന്ന് ആളിക്കത്തി. തുടർന്ന് ആ തീ ദുർബലമായി അണഞ്ഞ് പുകഞ്ഞ് ദേവകിയുടെ വലത്തരുകിലേക്ക് നിപതിച്ചു. പതിവുപോലെ, എന്താണ് സംഭവിച്ചതെന്ന് വ്യക്തമായി അറിയാതെ ദേവകി തന്റെ ഒന്നര മുറുക്കി.

ആത്മനിന്ദയുടെ കയ്പ്പ്, പരാജിതന്റെ വൈക്ലബ്യം, ഭീരുവിന്റെ അങ്കലാപ്പ്, കോമാളിയായ പരദേശിയുടെ മുഖത്തെ ഏങ്കോണിപ്പ് ഇതെല്ലാം ഒന്നിച്ചനുഭവിച്ചു നാണൂള്ള. അതയാളെ വന്യമായ ഒരു മാനസികവസ്ഥയിലേക്ക് എത്തിച്ചു. സ്വന്തം കരുത്ത് പ്രകടിപ്പിക്കാൻ കച്ചമുറുക്കി ഇറങ്ങിയിട്ട് അത് നടക്കാതെ വന്നപ്പോൾ ഭ്രാന്തമായി എന്തെങ്കിലും ചെയ്യണമെന്നായി അയാൾക്ക്. മനസ്സും ശരീരവുമെല്ലാം ഒരു പോർമുന

പോലെയാക്കി എവിടെയെങ്കിലും പ്രയോഗിക്കണമെന്ന തീവ്രവും വന്യ വുമായ ബോധം അയാളെ കീഴടക്കി.

പെട്ടെന്ന് നാണൂള്ള *കോണകം മുറുക്കി എഴുന്നേറ്റു.

'എനിക്ക് കണ്ടം വരെയൊന്ന് പോണം. ചെറ ആരെങ്കിലും മുറിച്ചോന്നൊന്ന് നോക്കീട്ടുവരട്ട്. ആ രാമകൃഷ്ണന്റെയാ നമ്മടടുത്തു കിടക്കുന്ന കണ്ടം. അവൻ ചതിയനാ. കോരൻ നമക്ക് ചക്രം ചവിട്ടിയത് വെല്ലോനും മുറിച്ചുവെച്ചാൽ...! ഞാനൊന്ന് നോക്കീട്ടൊടനെയിങ്ങു വരാം...'

എല്ലാം ഇങ്ങനെ തന്റെമുഖത്ത് നോക്കാതെ ഒറ്റശ്വാസത്തിൽ നാണൂള്ള പറഞ്ഞത് കേട്ടപ്പോൾ ദേവകിക്ക് അയാളോട് പുച്ഛം മാത്രമല്ല തോന്നിയത്, ഭയവും വെറുപ്പും സഹതാപവുമായിരുന്നു. എന്നാൽ ആ വികാരങ്ങളെയെല്ലാം അടക്കി അതിന്റെയെല്ലാം നോവിൽനിന്നുകൊണ്ട് ദേവകി ചോദിച്ചു:

'അതിനിപ്പമീ അർദ്ധരാത്രീലൊറ്റക്ക് പോണോ...?'

'ഓ അതു സാരമില്ല. നീ കെടന്നോ. ഞാനൊടനേയിങ്ങ് വന്നേക്കാം...'

മെരുങ്ങാത്ത ഏതോ കാട്ടുജീവിയെപ്പോലെയാണ് നാണൂള്ളയെ ആ നേരം ദേവകിയ്ക്ക് കാണാനും കേൾക്കാനും കഴിഞ്ഞത്. അതുകൊണ്ടുതന്നെ തുടർന്നൊന്നും ചോദിക്കാനും പറയാനും അവർക്ക് തോന്നിയില്ല.

തലേക്കെട്ടും പൊതേം വായിലല്പം പുകയിലഞെട്ടുമിട്ട് അയാൾ മുറ്റത്തേക്കിറങ്ങി. ചൂട്ടുകറ്റ ഒരെണ്ണം അവിടെയിരുന്നത് കത്തിച്ച് ആ രാത്രിയെ കീറിമുറിച്ച് വീശിക്കൊണ്ട് നാണൂള്ള ദേവകിയെ ഒന്നു നോക്കി. അവരുടെ മുഖത്തെ ആകുലതയുടെ നിഴൽ കണ്ടിട്ടെന്നപോലെ അയാളുടെ തീജ്വാലയിൽ ജ്വലിച്ചതുപോലെയുള്ള മുഖം പറഞ്ഞു:

'പറഞ്ഞില്ലെ, പോയി കെടന്നോ. ഞാൻ താമസിക്കത്തില്ല...'

പിന്നെ, നാണൂള്ള നടന്നു മറയുന്നതുവരെ ദേവകി അങ്ങോട്ടു നോക്കി നിന്നു. ദൂരെ, ഇരുളിന്റെ അങ്ങേയറ്റത്തേക്ക് അയാൾ പോകുമ്പോൾ ചൂട്ടുകറ്റയിലെ തീ ആ ഇരുണ്ട അന്തരീക്ഷത്തിൽ ഒരു അർദ്ധവൃത്തം പോലെ ഒരേ താളത്തിൽ ചലിക്കുന്ന കാഴ്ച തന്റെ മനസ്സിനെ പേടിപ്പെടുത്തുന്നതായി ദേവകിക്ക് തോന്നി. അവൾ വേഗം അകത്തേക്ക് കയറി കതകടച്ചു.

കോടമഞ്ഞും നിലാവും ഇണചേർന്ന് കിടക്കുന്ന രാത്രിയിലൂടെ നടക്കുമ്പോൾ തനിക്കുള്ള വഴിത്താരയുടെ ചാൽ നീണ്ടുനീണ്ട് അനന്തമായി കിടക്കുന്നതുപോലെ നാണൂള്ളയ്ക്ക് തോന്നി. ആരോ തനിക്കുള്ള വഴിയൊരുക്കിയതുപോലെ.

കാളിവാഴയിലകളിൽ ചിറകടിച്ച് ശബ്ദമുണ്ടാക്കി വാവലുകൾ തല ങ്ങും വിലങ്ങും പറന്നു. ചീവീടുകൾ പാടത്തിന്റെ വിസ്തൃതിയിലേക്ക് അയാളെ ക്ഷണിച്ചു കൊണ്ടുപോകുന്നതുപോലെ ശ്രുതി മീട്ടിക്കൊ ണ്ടിരുന്നു. തെങ്ങുകളും കമുകുകളും മരിച്ചു പോയ പൂർവ്വപിതാക്കൻ മാരെ പ്പോലെ നിശ്ചലം നിന്നു.

കരയെല്ലാം പിന്നിട്ട നാണൂള്ള, അതിരുകൾ അലിഞ്ഞില്ലാതായി കി ടക്കുന്ന നരയൻകൊല്ലി പാടത്തിന്റെ കരയ്ക്കെത്തി. പാടത്തിന്റെ നിശാ വിശാലതയിലേക്ക് അയാളൊന്ന് കണ്ണ് പായിച്ചു.

വിസ്തൃതമായ നേർത്ത പച്ചപ്പ്. അതിനെ നേർത്തതാക്കിയത് നിലാ വും കോടമഞ്ഞുമായിരുന്നു. പാടത്തിന്റെ മദ്ധ്യഭാഗത്തായി വരുന്ന വി രുത്തിത്തറ ഏതാണ്ട് നാലുസെന്റ് വരുന്ന ഒരു തുരുത്താണ്. വലിയ കാലൻതെങ്ങുകൾ നാലഞ്ചെണ്ണം എല്ലാറ്റിനും സാക്ഷികൾ എന്നതുപോ ലെയോ ശാപമോക്ഷം കാത്ത് നിൽക്കുന്ന ആത്മാക്കളെപ്പോലെയോ അവിടെ നിൽപ്പുണ്ട്. പിന്നെ, ഒരിക്കലും കായ്ച്ചിട്ടില്ലാത്ത ഒരു മുത്തശ്ശി മാവ്. തുരുത്തിന്റെ ചുറ്റിനും അതിന്റെ സംരക്ഷകരേപ്പോലെ ഒട്ടലുകളും.

നാണൂള്ള പാടവരമ്പത്തൂടെ നടന്ന് കണ്ടത്തിന്റെ മദ്ധ്യഭാഗത്തെത്തി വിരുത്തിത്തറയിലേക്ക് ഒന്നു നോക്കി. പാടത്തിന്റെ അപ്പുറത്തേക്കിറ ങ്ങാൻ തറയിലൂടെ ഒരു വഴിത്താരയുണ്ട്. ഒട്ടലുകൾ അകറ്റി മാറ്റിയിട്ട് നാണൂള്ള തറയിലേക്ക് കടന്നു. അവിടെ നിന്നുകൊണ്ട് ഒന്നു പിന്നോ ക്കം നോക്കി. താൻ വന്ന ദിശ ഇപ്പോൾ വ്യക്തമാവാത്തതുപോലെ മ ഞ്ഞിലും നിലാവിലും അമർന്നിരുന്നതായി അയാൾ കണ്ടു. തുരുത്ത് മു റിച്ച് പടിഞ്ഞാറെ കണ്ടത്തിലേക്കിറങ്ങിയ അയാൾ വരമ്പത്തൂടെ നടന്ന് ചാലിന്റെ അരികിലെത്തി. അവിടെനിന്ന് രാമകൃഷ്ണന്റെ കണ്ടത്തിന്റെ വരമ്പത്തേയ്ക്കും.

കോരൻ ചക്രം ചവുട്ടി നിറച്ച രാമകൃഷ്ണന്റെ കണ്ടത്തിലെ നെൽ ച്ചുവടുകളിൽ വെള്ളം പരന്ന് കിടക്കുന്നതുകണ്ട് നാണൂള്ള മനസ്സിൽ പ റഞ്ഞു:

'ഇന്നത്തെ വെള്ളം നിന്റേതു തന്നെയാ. എന്നാലിന്ന് നിന്റെ വെള്ള മെനിക്കുവേണം...'

ആ വെള്ളത്തിലേക്ക് പുകയിലനീർ ഒന്ന് നീട്ടി തുപ്പിയിട്ട് നാണൂള്ള രാമകൃഷ്ണന്റെ കണ്ടത്തിന്റെ ചിറ തന്റെ പത്തുപറ *താക്കണ്ടത്തിലേ ക്ക് മുറിച്ചുവെച്ചു. തെറ്റാണ് ചെയ്യുന്നതെന്നറിയാമായിരുന്നെങ്കിലും തി രിച്ചറിവിനെ ദുർബലപ്പെടുത്തിയ ഒരു ധാർഷ്ട്യം അയാളിൽ നിറഞ്ഞി രുന്നു. ചിറ മുറിഞ്ഞപ്പോൾ ആ തോട്ടിലൂടെ ഒഴുകിയ ജലധാരയുടെ ശ

ബ്ദം തന്നോട് എന്തോ പറയുന്നതായി അയാൾക്ക് തോന്നി. എന്നാൽ അയാൾ അതൊന്നും വകവെച്ചില്ല.

അവനങ്ങനങ്ങ് ചവയ്ക്കണ്ടാ എന്നുപറഞ്ഞ് നാണൂള്ള കൈ കഴുകാനായി അവിടെ ഇരുന്നു. പെട്ടെന്ന് അടിവയറ്റിൽ ഒരു നേർത്ത നോവലുണ്ടായി. അത് ഉടനെതന്നെ ഒരു കീഴ്ശ്വാസമായി പോയി. അതൊരു കീറ്റത്തുണി വലിച്ചുകീറുന്ന ശബ്ദംപോലെയാണ് അയാളുടെ ഭഗന്തരം മുറ്റിയ ഗുദത്തിലൂടെ പുറത്തേക്ക് പോയത്. നേരിയ ആശ്വാസത്തിന്റെ ആ ഇരുപ്പിലിരുന്നുകൊണ്ട് അയാൾ പാടപ്പരപ്പിലേക്ക് വീണ്ടും കണ്ണയച്ചു.

വിശാലമായ ആ പാടത്തിലെ രാത്രിയുടെ ഘനസാന്ദ്രതയിൽ തന്റെ കീഴ്ശബ്ദം എത്ര നിരർത്ഥകം എന്ന് നാണൂള്ളയ്ക്ക് തോന്നി. ഒന്നു മുക്കി എഴുന്നേറ്റ് ഇടത്തെ മോണയിൽ ഒതുക്കി വെച്ചിരുന്ന പുകയില ഞെട്ട് ആ ഒഴുക്ക് വെള്ളത്തിലേക്ക് അയാൾ തുപ്പിക്കളഞ്ഞു. ആ വെള്ളംകൊണ്ടുതന്നെ വായും കഴുകി.

പിന്നെ, എഴുന്നേറ്റ് ചൂട്ടുകറ്റ ഒന്നുയർത്തി വീശിയിട്ട് തന്റെ കണ്ടത്തിലേക്ക് ഓടിപ്പരക്കുന്ന വെള്ളം നേർത്ത നിലാവെട്ടത്തിൽ നാണൂള്ള തൃപ്തിയോടെ നോക്കിക്കണ്ടു. കുറച്ച് കഴിഞ്ഞപ്പോൾ, ങാ പോയേക്കാം, പോയിട്ട് വെളുപ്പിന് വന്ന് ചിറ അടച്ചേക്കാം, അതുവരയങ്ങോട്ട് നനയട്ട് എന്നുപറഞ്ഞ് അയാൾ തിരികെ നടന്നു. വിരുത്തിത്തറയിലേക്ക് കയറിയപ്പോൾ ഒന്നുകൂടി തന്റെ കണ്ടത്തിലേക്ക് അയാൾ തിരിഞ്ഞുനോക്കി.

നാണൂള്ള തറ മുറിച്ചുകടക്കുന്ന നേരത്ത് അനുജൻ കൊച്ചുരാമൻ പിള്ള കുന്നത്തൂരമ്പലത്തിലെ ആഴിയും പടുക്കയും കണ്ടിട്ട് കല്ലൂരേക്ക് മടങ്ങി വരുകയായിരുന്നു. ആറ്റുകടവിൽ വന്ന് അയാൾ കയ്യും കാലും മുഖവുമൊക്കെയൊന്ന് കഴുകി. കളരിയിലേക്കു നോക്കി ഒന്നു തൊഴുതിട്ട് മുറ്റം കടന്ന് തിണ്ണയിലേക്ക് കയറുന്നതിനു മുമ്പ് കിണ്ടിയിലെ വെള്ളമെടുത്ത് കാൽപ്പാദവും കഴുകി. എന്നിട്ട് വാതിലിൽ മുട്ടി.

ഒരനക്കവുമില്ല.

കൊച്ചുരാമൻപിള്ള ഓർത്തു.

അമ്മയുണ്ടായിരുന്നെങ്കിൽ വാതിലടയ്ക്കില്ലായിരുന്നു. താനെവിടെയെങ്കിലും പോയാൽ വരുന്നതുവരെ വാതിൽക്കൽ കാത്തിരിക്കും... ങാ... എല്ലാം വിധി... അല്ലെങ്കിൽ ഇത്ര ചെറുപ്പത്തിലെ...

'ആരാ കൊച്ചുരാമനാണോ...?'

ദേവകി എഴുന്നേറ്റ് ചെന്ന് ചോദിച്ചു.

'അതെ...'

അവൾ കതവു തുറന്നു.

'എന്തേലും കഴിച്ചതാണോ...?'

'ങാ... പടുക്കയ്ക്ക് പോയതാ. അവിടെ തെരളീം ചുക്കുകാപ്പീമൊണ്ടാരുന്നു. നാലഞ്ചെണ്ണം കഴിച്ചു. ഇനീപ്പമൊന്നും വേണ്ട. *കൊച്ചാറനെന്ത്യേ...?'

'കണ്ടത്തിലോട്ട് പോയി. ഞാൻ പറഞ്ഞതാ ഈ പാതിരാത്രീല്...'

'അച്ചൻ വെട്ടിപ്രത്തെ മന്ത്രവാദം കഴിഞ്ഞിനി എപ്പ വരുമെന്നാർക്കറിയാം...? വല്ലോം പറഞ്ഞാരുന്നോ..?'

'മിക്കവാറും നാളത്തേക്കേയൊള്ളെന്നാ പറഞ്ഞത്...'

'അമ്മേ... പരാശക്തീ...'

കൊച്ചുരാമൻപിള്ള *ചാവടിയിലേക്കു പോയി. അവിടെയാണ് അയാളുടെ കിടപ്പ്. അയാൾ കൈകാൽ നിവർത്തി കണ്ണുകളടച്ച് ജപിച്ചുകൊണ്ട് കിടക്കുമ്പോൾ ദേവകി അവിടേക്കെത്തി.

'ദാണ്ട് ചൂടുവെള്ളം വേണേലിതിലൊണ്ട്.'

കൊച്ചുരാമൻപിള്ള മെല്ലെ കണ്ണുകൾ തുറന്നു. ജപം മുറിഞ്ഞതിന്റെ അസ്വസ്ഥത പ്രകടിപ്പിക്കാതെ അയാൾ പറഞ്ഞു.

'ങാ... ഞാനെടുത്തോളാം...'

ദേവകി കൈവിളക്കുമായി അവിടെനിന്ന് തിരിയുമ്പോൾ നിലാവിന്റെയോ തന്റെ കൈയിലെ കൈവിളക്കിന്റെയോ നേർത്ത വെട്ടത്തിൽ കൊച്ചുരാമൻപിള്ളയുടെ രോമാവൃതമായ വിരിഞ്ഞ നെഞ്ച് തന്റെ കണ്ണുകളിലുടക്കിയോ എന്ന് അവൾ ശങ്കിച്ചു. വിളക്കൂതി കിടക്കുമ്പോഴും തന്നോടുതന്നെ ആശങ്കയോടെ അവൾ പറഞ്ഞു:

ഇല്ല, താനങ്ങനൊന്നും കണ്ടിട്ടില്ല.

ഇരുട്ട്. വെളുക്കാനിനി രണ്ടര നാഴികയുണ്ട്. ഇരുള് എന്തിനെയൊക്കെയോ മറയ്ക്കുന്നു. ഒളിക്കാനൊരുപാടിടം പോലെ ഇരുള് തന്റെ ജീവിതത്തെയാകെ ഗ്രസിക്കുന്നതായി അവൾക്ക് തോന്നി. നെഞ്ച് ഉയർന്നുതാഴുന്നത് അവൾ തൊട്ടുനോക്കി. മേലാസകലം പെട്ടെന്നൊരു ചൂടു പരക്കുന്നതുപോലെ...

ഇരുള് ദേവകിയോടപ്പോൾ പറഞ്ഞു:

'പേടിക്കണ്ട. അവസരം എപ്പോഴുമുണ്ടായെന്നുവരില്ല. എല്ലാം പരാശക്തിയുടെ നിശ്ചയങ്ങളായി മാത്രം കാണുക. ഒരുപക്ഷെ ഇപ്പോഴല്ലെങ്കിൽ ഈ മോഹഭംഗം നിന്നെ ജീവിതം മുഴുവൻ വേട്ടയാടും. കാരണം ഇത് രമിക്കലിന്റെ മാത്രം പ്രശ്നമല്ലല്ലോ. പരമ്പരയുടെ പ്രശ്നം കൂടിയാണ്. ആറുകൊല്ലം കഴിഞ്ഞിട്ടും നിന്റെ കുളി തെറ്റിയിട്ടില്ല. അതു തെ

റ്റിക്കാൻ നിന്റെ ഭർത്താവിന് ഇനി കഴിയുകയുമില്ല. എല്ലാറ്റിനും കഴിവുള്ളവനാ അപ്പുറത്ത് കിടക്കുന്നത്. എഴുന്നേറ്റ് ചെല്ല്...'

ഒന്നു ദീർഘം ശ്വസിച്ചിട്ട് ആ കിടപ്പിൽ കിടന്ന് ദേവകി തന്റെ കൈകൾ കൂപ്പി. നേർത്ത കരച്ചിൽ പോലെയായിരുന്നു അവളുടെ ആത്മഗതം.

'എന്റെ പൊന്നുതമ്പുരാട്ടീ... എന്തായിത്...!'

'ഇതാണ് നേര്...'

ദേവകി പരിഭ്രമത്തോടെ ഇരുപുറവും നോക്കി.

അത് പറഞ്ഞതാരാണ്! ഈ ഇരുളോ...! അതോ ഇരുളിന്റെ ഉള്ളിലെ വെളിച്ചമോ...!

ദേവകി കട്ടിലിൽ നിന്നെഴുന്നേറ്റു. കെട്ടുപോയി ഇപ്പോൾ ദേവകിയുടെ ഉള്ളിലെ അവസാനത്തെ തിരിനാളവും. ഉള്ളിൽ കനത്ത ഇരുള് തിര പോലെ ഇളകി. ആ തിരത്തേരിൽ കൊച്ചുരാമൻ എന്ന എല്ലാം തികഞ്ഞവനും.

കത്തിച്ച കൈവിളക്കുമായി ദേവകി ചാവടിയിലേക്ക് ചെന്നു. മയങ്ങി കിടക്കുന്ന കൊച്ചുരാമന്റെ അടുത്തുനിൽക്കുമ്പോൾ തന്റെ ശ്വാസഗതി ഈ ഭൂമിയെത്തന്നെ കുലുക്കുന്നതായി അവൾക്ക് തോന്നി. തന്റെ കൈയിലെ കൈവിളക്ക് ഊതിക്കെടുത്താൻ വരുന്ന കാറ്റിനെ ആരോ പ്രതിരോധിക്കുന്നതായി തോന്നി. ആ പ്രതിരോധ കവചത്തിന്റെ കണ്ണുകൾ അവളോടു പറഞ്ഞു:

'പേടിക്കണ്ട ദേവകീ, ഇതു നിനക്ക് വിധിച്ചിട്ടുള്ളതാണ്. അതിനെ നിനക്കെങ്ങനെ തടയാനാകും.. ഈ അവസരം നിനക്കു മാത്രമുള്ളതാണ്...'

ദേവകിയുടെ വലത്തെ കൈവെള്ള വല്ലാത്തൊരു വിറയലോടെ ഇപ്പോൾ കൊച്ചുരാമനിലേക്ക് നീണ്ടു ചെന്നു. തരിക്കുന്ന അവരുടെ കൈത്തലം അവിടെ നിന്നെടുക്കാൻ അവൾക്കായില്ല.

കൊച്ചുരാമൻ എന്താണുണ്ടായതെന്നറിയാതെ പെട്ടെന്ന് കണ്ണുകൾ തുറന്നു. അവിശ്വസനീയതയോടെ അയാളുടെ കണ്ണുകൾ ദേവകിയെ ഒന്നു നോക്കി. ഓർമ്മവെച്ച നാളുമുതൽ അറിയുന്ന അവളെ അയാൾ ഇങ്ങനെയൊന്നു നോക്കിയിട്ടേയില്ല. എരിയുന്ന പന്തം കണക്കെ ജ്വലിച്ചിരുന്നു അയാളുടെ കണ്ണുകൾ. പെട്ടെന്ന് കട്ടിലിൽ നിന്നെഴുന്നേറ്റ അയാൾ, പോകൂ എന്റെ മുന്നിൽ നിന്ന് എന്ന് അവളോട് പൊട്ടിത്തെറിച്ചു.

കൊച്ചുരാമൻ ഇങ്ങനെ ആജ്ഞാപിച്ചപ്പോഴും ദേവകിയുടെ കണ്ണുകളിലെ മോഹത്തിന്റെ തിളക്കം തന്റെ ഉള്ളിൽ വന്നുകൊള്ളുന്നത് അയാ

ളറിയുന്നുണ്ടായിരുന്നു. അയാൾ തിടുക്കത്തോടെ കണ്ണുകളടച്ച് മഹാകാളീ മഹാശക്തീ മഹാരൂപേ എന്നിങ്ങനെ അകമേ ജപിച്ചുകൊണ്ടിരുന്നു.

ഇടയ്ക്ക് അയാൾ കണ്ണുകൾ ഒന്നു തുറന്നപ്പോൾ ദേവകിയുടെ കണ്ഠമിടറി.

'കൊച്ചുരാമാ...'

അത്രയേ അവളുടെ വായിൽ നിന്ന് പുറത്തേക്കു വന്നൊള്ളൂ. ആ ശബ്ദത്തിൽ കാമത്തിന്റെ തിളപ്പായിരുന്നോ... അതോ ക്ഷമാപണത്തിന്റെ ദൈന്യമോ...

ദേവകിക്ക് അറിയില്ലായിരുന്നു. അവളുടെ കൈയ്യിൽനിന്ന് കൈവിളക്ക് നിലത്തേക്ക് വീണണഞ്ഞു. പിന്നെ ഇരുളായി.

ദേവകി കൊച്ചുരാമൻപിള്ളയുടെ നെഞ്ചിലേക്കു വീണമർന്നു. സ്ത്രീയുടെ ഗന്ധം..., പുരുഷന്റെ മജ്ജയിലേക്കും മാംസത്തിലേക്കും പടർന്നുകയറിയ സ്ത്രീയുടെ കാമത്തിന്റെ അഗ്നി..., ഇവയൊക്കെ ആദ്യാനുഭവത്തിന്റെ ആഘാതമെന്നതിലുപരി കൊച്ചുരാമൻപിള്ളയുടെ നെഞ്ചിൽ പ്രപഞ്ചത്തിന്റെ തന്നെ കരുത്തായി വന്നുപതിച്ചു. അയാളുടെ ബലിഷ്ഠമായ മനസ്സിന്റെ ഏകാഗ്രസ്തൂപം തകർന്ന് ശിഥിലമാകാൻ തുടങ്ങിയപ്പോൾ വാളും പന്തവും നഷ്ടമായ ഒരു കാലംകോലം പോലെ അയാൾ ആടിക്കുഴഞ്ഞു. പിന്നെ കളത്തിലേക്ക് ഉറഞ്ഞു വീണു. കട്ടിലിലേക്ക് അയാൾ ഉറഞ്ഞുവീണു. അയാളിലേക്ക് ദേവകിയും. അയാൾ പരവശനായി ഇപ്പോൾ കണ്ണുകൾ ഒന്നു തുറന്നു. അപ്പോൾ ഇരുളിന്റെ ആകാശങ്ങളിൽ നിന്ന്, വ്രതശുദ്ധി തെറ്റിച്ച ദാസനെ കണ്ട് അമ്മ അട്ടഹസിക്കുന്നതല്ല അയാൾ കണ്ടത്. പരാശക്തിയായ അമ്മ കരുത്തായി തന്റെ ശരീരത്തിലേക്കു വന്നണയുന്നതാണ്.

അമ്മ പറയുന്നത് അയാൾ കേട്ടു.

'നീ പുരുഷനാണ്. നീ എന്നെ അറിയണം. എന്റെ സമസ്തവുമറിയണം. ഇതു നിന്റെ വിധിയാണ്...'

വിധിച്ചിട്ടുള്ള മറ്റൊന്നും ഈ അർദ്ധരാത്രി പിന്നിട്ട നേരത്ത് സംഭവിച്ചു.

വിരുത്തിത്തറയിൽ നിന്ന്, തന്റെ പത്തുപറയിലേക്ക് വെള്ളം കയറുന്നത് മനസ്സുനിറയെ നോക്കിനിന്ന നാണുള്ള പെട്ടെന്ന് നെഞ്ചകം തകരുന്ന ഒരു വേദനയോടെ ആ തണുത്ത മണ്ണിലേക്ക് കുഴഞ്ഞുവീണു. വീഴുമ്പോൾ ഒരലർച്ചയോ ദൈന്യമായ ഞരക്കമോ അയാളുടെ പ്രജ്ഞയിൽനിന്ന് പുറത്തേക്കു വന്നു. കടവായിലൂടെ ഒരിറ്റ് രക്തം ഒഴുകിയിറ

ങ്ങി.

അവസാനത്തെ കാഴ്ചയിൽ നാണൂള്ള കണ്ടത്, തന്റെ മുന്നിൽ നിലത്തും ആകാശത്തും തൊടാതെ നിന്ന് അട്ടഹസിക്കുന്ന ഒരവ്യക്തരൂപത്തെയാണ്. കണ്ണുകൾ തന്റെ ദുർവിധിയിലേക്ക് വല്ലാതെ തള്ളി തുറന്നപ്പോൾ, ഭയാനകമായി അലറിക്കൊണ്ട് വടി പിന്നിൽ പിണച്ചുവെച്ച് അരമണി കിലുക്കി അന്തരീക്ഷത്തിൽ ചവുട്ടി തുള്ളുന്ന വടിമാടനെ അയാൾ കണ്ടു. പിന്നെ ആ കണ്ണുകൾ അടഞ്ഞു.

◆◆◆

* ഒട്ടൽ - ഒരിനം ചെറിയ മുള
* താക്കണ്ടം - താഴെയുള്ള കണ്ടം
* തൂമ്പ - കാർഷികാവശ്യത്തിനുപയോഗിക്കുന്ന ഒരായുധം
* കോണകം - പുരുഷൻമാരുടെ പഴയകാലത്തെ അടിവസ്ത്രം
* കൊച്ചാറൻ - ജ്യേഷ്ഠൻ എന്ന അർത്ഥംവരുന്ന ഒരു ഓണാട്ടുകരപ്രയോഗം
* ചാവടി - പഴയ വീടുകളുടെ അരികു ചേർന്നുവരുന്ന ചെറിയ നീണ്ട മുറി

18

ജീവിതം

നാണൂള്ളയുടെ ആണ്ടുബലിയുടെ പിണ്ഡച്ചോറ് വലിയ ഉരുളകളാക്കി തൂശനിലയിൽ ഉരുട്ടിവെച്ചത് ക്വാ ക്വാ എന്ന് ചിലച്ചുകൊണ്ട് ഒരു ബലിക്കാക്ക വന്നു കൊത്തി. ബലി ഇട്ടത് കൊച്ചുരാമൻപിള്ളയാണ്. കാക്ക അതു വെട്ടിവിഴുങ്ങുന്നതു കണ്ടപ്പോൾ അയാൾ വീടിന്റെ തെക്കേ കോലായിൽ നിൽക്കുന്ന ദേവകിയുടെ കൈയ്യിലെ കുഞ്ഞിനെ ഒന്നു നോക്കി.

അല്ല, നീയല്ലിത് ചെയ്യേണ്ടത്. ഞാൻ തന്നെയാണ്...

നീ..., നീ എന്റെ മകനാണ്... എന്റെ മകൻ...

നാണൂള്ളയുടെ അകാലമരണം കൊച്ചുരാമൻപിള്ളയ്ക്ക് ഒരാഘാതം തന്നെയായിരുന്നു. അമ്മയെപ്പോലെ കരുതേണ്ട ജ്യേഷ്ഠന്റെ ഭാര്യയുമായി നടത്തേണ്ടിവന്ന അവിഹിത ബന്ധമാണ് ആ കാലമാടന്റെ അടിയിൽ കലാശിച്ചതെന്ന് എപ്പോഴും അയാൾ പരിതപിച്ചു. പൊതുവെ നിരുൻമേഷവാനായി തീർന്ന അയാൾ ഇതുവരെ അനുഭവിച്ചിട്ടില്ലാത്ത ഏകാന്തതയിൽ കളരിയിലും വീട്ടിലുമൊക്കെയായി ഒതുങ്ങിക്കൂടി. പടുക്കയും പടയണിയുമൊന്നുമില്ലാതെ ക്ഷേത്രാടനങ്ങളില്ലാതെ പ്രത്യേകിച്ച് ഒന്നുംതന്നെ ചെയ്യാനില്ലാത്തതുപോലെ ജീവിതം നിഷ്ക്രിയമായി. പാപബോധത്തിന്റെ നീറ്റലനുഭവിച്ച് മിക്കപ്പോഴും അയാൾ കളരിയിൽ തന്നെ കിടന്നു.

അങ്ങനെയിരിയ്ക്കെ ഒരു രാത്രിയിൽ കൊച്ചുരാമൻപിള്ളയുടെ ഉറക്കത്തിന്റെ മനസ്സിലേക്ക് ആരോ വന്നു പറഞ്ഞു:

'എല്ലാം തിരിച്ചറിയാനുള്ള കഴിവുണ്ട് നിനക്ക്. ഒരുപാടു കാര്യങ്ങൾ നിനക്കിനി ചെയ്യാനുണ്ട്. മരണതുല്യമായ ഈ ദുർബലതയിലേക്ക് വീണുപോകരുത്. നീ കരുത്തനായി മാറണം. കാര്യം മാത്രമാണ് നീ. കാരണം ഞാനും...'

പൊടുന്നനെ, ഞെട്ടിയുണർന്ന കൊച്ചുരാമൻപിള്ള ഏറെ നേരം അങ്ങനെയിരുന്നു. പിന്നെ അവിടെനിന്ന് എഴുന്നേറ്റപ്പോൾ മനസ്സിന് വല്ലാത്തൊരു സ്വാതന്ത്ര്യം തോന്നി. ജീവിതം വീണ്ടും കർമ്മനിരതമായി. എ

ങ്കിലും ആ പഴയ മട്ടിലേക്കായിരുന്നില്ല അത്. അലഞ്ഞുതിരിഞ്ഞുള്ള അവധൂത ജീവിതത്തിന് ഇപ്പോൾ ഏകാഗ്രതയുടെ ഒരു പീഠമുണ്ടായി. ബന്ധങ്ങളുടെ വിലയും അതുമായി ബന്ധപ്പെട്ട കർമ്മജീവിതം എന്ന ധർമ്മവും തള്ളിക്കളയാനാവില്ല എന്ന ചിന്ത അയാളിൽ ഈ സമയത്താണ് സജീവമായത്. നിഷേധം, ഒന്നും അവശേഷിപ്പിക്കുന്നില്ല എന്നയാൾ തിരിച്ചറിഞ്ഞു. എല്ലാ ആത്മബോധവും പച്ചയായ ജീവിതവുമായിത്തന്നെ ബന്ധിപ്പിക്കേണ്ടതായിരിക്കുന്നു. അല്ലെങ്കിൽ ഒടുക്കം വലിയ അർത്ഥശൂന്യത തോന്നും. അതിൽനിന്ന് ചിലപ്പോൾ രക്ഷപെടാനായെന്ന് വരില്ല. മരണാസന്ന സമയത്തുണ്ടാകുന്ന ആ തിരിച്ചറിവാകും തകർച്ചയുടെ പാതാളത്തിലേക്കുള്ള ഏറ്റവും വലിയ വീഴ്ച. അത് പാടില്ല...

നാണൂള്ളയുടെ ആണ്ടുബലി കഴിഞ്ഞ് പരമൂള്ളയുടെ സഹോദരി പത്മാവതിയും ഭർത്താവ് മാധവപ്പണിക്കരും ഒരുദിവസം കൂടി കല്ലൂരിൽ തങ്ങി. മകൾക്ക് അകാലത്തിൽ വന്നു ഭവിച്ച വൈധവ്യം അവരെ ഏറെ വേദനിപ്പിച്ചു. വീട്ടിലേക്ക് മടങ്ങുമ്പോൾ മകളോട് ഒന്ന് യാത്രപറയാൻ പോലും കഴിയാതെ അവർ പോയി.

എങ്ങനെ അവളുടെ മുഖത്തേക്കു നോക്കുമെന്നും, യഥാർത്ഥത്തിൽ തങ്ങൾ കാരണമാണല്ലോ മകൾക്കീ വൈധവ്യമുണ്ടായതെന്ന ചിന്തയുമായിരുന്നു പണിക്കരേയും പത്മാവതിയേയും വേട്ടയാടിയത്. ഈ ബന്ധം തനിക്ക് വേണ്ടെന്ന് അവൾ പറഞ്ഞതും, സാരമില്ല എല്ലാം നീയവിടെ ചെന്നുകയറുമ്പോൾ ശരിയായിക്കോളും എന്ന് തങ്ങൾ പറഞ്ഞതുമൊക്കെ അവരുടെ ഉള്ളിൽ തികട്ടിവന്നു. ഒടുക്കം പാവുതറക്കാവിലേക്ക് നോക്കി ഒന്നു തൊഴുതു പോകുമ്പോൾ എല്ലാം അമ്മയുടെ തീരുമാനങ്ങൾ എന്നു മാത്രം അവർ സമാധാനിച്ചു. എങ്കിലും ഇടയ്ക്കിടെ പത്മാവതിയുടെ മനസ്സിടറി.

എന്നാലുമെന്റെ കുഞ്ഞിനിത് സംഭവിച്ചല്ലോ..., ഇനി ആ കൈക്കുഞ്ഞുമായി അവൾ...

മകളുടെ വൈധവ്യത്തിന്റെ ദീർഘകാലത്തേക്ക് നോക്കിയപ്പോൾ പത്മാവതിക്ക് തലചുറ്റുന്നതുപോലെ തോന്നി.

'എനിക്കൊന്നിരിക്കണം...'

മരുമകൻ മരിച്ചിട്ട് ഒരാണ്ട് കഴിഞ്ഞെങ്കിലും മരണവിവരമറിഞ്ഞപ്പോഴുണ്ടായ അതേ വിഷമമായിരുന്നു അവർക്കിപ്പോഴും.

ആ വഴിയരികിലേക്ക് വീണു കിടന്ന തെങ്ങിൻതടിയിലേക്ക് ഭാര്യയെ പിടിച്ചിരുത്തി മാധവപ്പണിക്കർ. പിന്നെ കുറച്ചുനേരം അവർ അവി

ടെയിരുന്നു.

'നീ വെഷമിക്കരുതെന്ന് പറയാനെനിക്ക് കഴിയത്തില്ല. എന്നാലും നമ്മള് സഹിച്ചല്ലേ പറ്റൂ. എന്തായാലും എത്രയോ നാള് കാത്തിരുന്നിട്ടാണെങ്കിലും അമ്മേടനുഗ്രഹം കൊണ്ട് ഒരു കുഞ്ഞിക്കാലുകാണാൻ അവക്ക് ഭാഗ്യമൊണ്ടായല്ലോ; നാണൂനതില്ലാതെ പോയെങ്കിലും...'

അവരങ്ങ് ഇരമല്ലിക്കരയിൽ ചെന്നപ്പോൾ നേരം വൈകി. മകളെക്കുറിച്ചോർത്ത വിഷമംകൊണ്ട് എന്തെങ്കിലും കഴിക്കാനുണ്ടാക്കാനോ കഴിക്കാനോ അവർക്ക് തോന്നിയില്ല. കയറി കിടന്നു ചെന്നപാടെ. നാണൂള്ള മരിച്ചപ്പോൾ ആ മരണത്തിന്റെ ആഘാതവും വേദനയുമായിരുന്നു. എന്നാൽ അതിലും കഠിനമായ അവസ്ഥയാണ് ഇപ്പോഴുള്ളതെന്ന് ദേവകിയെക്കുറിച്ചോർക്കുമ്പോഴൊക്കെ അവർക്കു തോന്നി. വൈധവ്യത്തിന്റെ ജീവിതമാണ് മരണത്തേക്കാൾ അവരെ ആകുലപ്പെടുത്തിയത്.

അടുത്ത ഒരാഴ്ചയ്ക്കുള്ളിൽ രണ്ടുപ്രാവശ്യം കൂടി അവർ കല്ലൂരേക്കു പോയി. മകളെ എന്തു പറഞ്ഞാശ്വസിപ്പിക്കാനാണ്. എങ്കിലും കുഞ്ഞിന്റെ കളിയും ചിരിയും അവർക്കെല്ലാവർക്കും നേരിയ ആശ്വാസമായി.

തിരികെ മടങ്ങി വീട്ടിലെത്തിയപ്പോൾ മാധവപ്പണിക്കർ പത്മാവതിയോടു പറഞ്ഞു:

'ഇങ്ങനെത്ര നാള് പോകും. അവക്കിനി ഒരന്യപുരുഷനെ കല്ല്യാണം കഴിക്കാൻ മനസ്സുണ്ടാകുമെന്നു തോന്നുന്നില്ല. ഞാനാലോചിച്ചിട്ട് പിന്നെ ഒറ്റവഴിയേയുള്ളൂ...'

അയാൾ ഒന്നു നിർത്തിയിട്ട് തുടർന്നു:

'കൊച്ചുരാമന് കല്ല്യാണപ്രായം കഴിഞ്ഞു നിക്കുകല്ലേ... നിനക്കെന്ത് തോന്നുന്നു...?'

അല്പനേരം ഒന്നും മിണ്ടാതെ കിടന്നിട്ട് പത്മാവതി പറഞ്ഞു:

'ഇല്ല, അതൊന്നും നടക്കത്തില്ല...'

കുറച്ച് കഴിഞ്ഞ് പണിക്കര് പിന്നെയും പുറത്തെ നിലാവെട്ടത്തേക്ക് നോക്കിപ്പറഞ്ഞു:

'ഇനി അവിടാരാ ഒള്ളത്...? എല്ലാമിനി കൊച്ചുരാമൻ നോക്കണം. അതിനവനൊരു പിൻബലമാ വേണ്ടത്. അതുണ്ടെങ്കി അവന്റെ സ്വഭാവോം നന്നാകും. ഞാമ്പറഞ്ഞിട്ട് അവനവക്കൊരു മുണ്ടും നേര്യതും വാങ്ങിച്ചുകൊടുക്കട്ട്...'

മാധവപ്പണിക്കർ പത്മാവതിയുടെ മുഖത്തേക്കു നോക്കി തുടർന്നു.

'ഇനി ഒന്നുമല്ലെങ്കിലും നമ്മുടെ കൊച്ചിന്റെ കാര്യം നീയൊന്നാലോ

ചിച്ച് നോക്ക്...'

ഇപ്പോൾ പത്മാവതി ഒരു മൗനത്തിലേക്കായി. പിന്നെ അല്പം കഴിഞ്ഞ് പറഞ്ഞു:

'എന്നാലുമതു വേണോ... അവനും അവക്ക് മൊറയാ. പക്ഷെ അവന്റെയൊരു മട്ടും രീതീമൊക്കെ എങ്ങനാ ശരിയാകുന്നെ... ഇന്നാളിൽ ദേവകിതന്നെ പറഞ്ഞതായിട്ട് തെക്കേലെ നാരായണിയമ്മ പറേന്നതു കേട്ടു, എവിടാന്നോ എന്തവാന്നോ എന്നൊന്നും പറയാതെ, ഞാൻ രണ്ടാഴ്ചത്തേക്കിവിടെ കാണത്തില്ലെന്ന് പറഞ്ഞ് എങ്ങാണ്ടോട്ട് അവൻ പോയീന്ന്...'

'അതെ, അതുതന്നെയാ ഞാൻ പറേന്നത്. ഇതു നടന്നാൽ അവന്റെയീ സിദ്ധമ്മാരടെ പൊറകേയുള്ള പോക്കും ഊരുതെണ്ടലുമങ്ങവസാനിക്കും. ഇങ്ങനൊക്കെയാണേലും നിനക്കറിയാമോ, അറിയാവുന്നോര് പറേന്നത് അവനൊരു സത്യമൊള്ളോനാന്നാ... പിന്നറിയാമല്ലോ, ഒന്നാന്തരം പടേനിക്കാരൻ. എവിടെ പോയാലും വന്നാലും പാവുതറയമ്മേടെ നടേൽ നമസ്കരിച്ചിട്ടേ അവൻ പോകത്തും വരത്തുമൊക്കെയൊള്ളൂ...'

'അതൊക്കെ ശരിയാ...'

'ഞാൻ പറഞ്ഞിട്ട് ഇതു നടന്നാൽ അവക്കൊരാണുമാകും അവനൊന്ന് നേരേചൊവ്വേയാകുകേം ചെയ്യും...'

'അങ്ങനാന്നേല് ഈ കാര്യം കൊച്ചാട്ടനോടൊന്ന് പറ...'

രണ്ടുദിവസം കഴിഞ്ഞ് മാധവപ്പണിക്കർ കല്ലൂരേക്ക് പോയി. ദേവകി കാണാതെ അയാൾ പരമൂള്ളയുടെ അടുത്തേക്ക് ചെന്നു. പരമൂള്ള എന്തോ കഷായത്തിന് അമൃത് കഴഞ്ച് കണക്കിന് മുറിച്ച് തൊലികളഞ്ഞു കൊണ്ടിരിക്കുകയായിരുന്നു. അയാളുടെ അടുത്തേക്ക് ചെന്ന് മാധവപ്പണിക്കർ കാര്യങ്ങൾ സംസാരിച്ചു. സംസാരിച്ചുതുടങ്ങിയപ്പോൾ പരമൂള്ള പറഞ്ഞു:

'വാ... നമുക്ക് കളരീലോട്ടിരിക്കാം...'

'ശരി...'

അവർ കളരിയിൽ ചെന്നിരുന്നു. പണിക്കർ പറഞ്ഞതെല്ലാം കേട്ടു കഴിഞ്ഞപ്പോൾ പരമൂള്ള വെളിയിലേക്കു നോക്കിപ്പറഞ്ഞു:

'എനിക്കു തോന്നുന്നില്ല പണിക്കരെ ഇതു നടക്കുമോന്ന്. അവള് ചെലപ്പം സമ്മതിച്ചേക്കും. എന്നാലവന്റെ കാര്യത്തിലെനിക്ക് സംശയമാ...'

'അതെന്താ...?'

'നിങ്ങളൊക്കെ വല്ലപ്പോഴുമല്ലേ ഇങ്ങോട്ടൊക്കെ വരാറുള്ളൂ. അവനേ

ക്കുറിച്ച് നിങ്ങക്കൊക്കെ എന്തറിയാം... അവനിച്ചിര സേവയൊക്കെയൊള്ളതായിട്ടാ എനിക്ക് തോന്നുന്നത്... ഭഗവതി അവന്റെകൂടൊള്ളതുപോലെ... ഈയിടെയായി കളരീലിരുന്നുള്ള ജപോം ധ്യാനോമൊക്കെയങ്ങ് കൂടി. മറ്റേ അതൊക്കെ ഒരുനേരമേ ഉണ്ടാരുന്നൊള്ളൂ, ഇപ്പമത് ഒന്നൊന്നെര നാഴികയ്ക്കപ്പുറത്താ...'

കൊച്ചുരാമൻപിള്ളയുടെ ജീവിതത്തിലുണ്ടായ ഈ മാറ്റങ്ങൾ മാധവപ്പണിക്കർക്കറിയില്ലായിരുന്നു. അയാൾ, ഇനിയപ്പോൾ എന്ത് എന്ന മട്ടിൽ ഇരുന്നു.

പരമൂള്ള തുടർന്നു:

'പണിക്കർക്കറിയാമല്ലോ, ചെറുപ്പത്തിലേ അവള് മരിച്ചതുകൊണ്ട് അവനെ ഒരുപാട് ലാളിച്ചാ ഞാൻ വളത്തിയത്. മഠത്തിലെ നമ്പൂരിശ്ശന്റെ അടുത്ത് സംസ്കൃതം പഠിക്കാൻ കൊണ്ടുചെന്ന് വിട്ടപ്പോൾ അവന്റെ തലയിൽ കൈവെച്ച് നമ്പൂരിശ്ശൻ പറഞ്ഞു.

ഇവൻ മിടുക്കനാകും...

അന്നുമുതലേ എനിക്കവന്റെ കാര്യത്തില് പ്രത്യേക ശ്രദ്ധയാരുന്നു. പിന്നെപ്പോഴുമെന്റെ കൂടെ കാണും. നന്നായി ഞാൻ തുള്ളലും പാട്ടും കൊട്ടുമൊക്കെ പഠിപ്പിച്ചു. വൈദ്യം പഠിപ്പിച്ചു. ക്ഷുദ്രമല്ലാത്തതും പഠിപ്പിച്ചു.

ഇപ്പം..., ഇപ്പം ഞാൻ വെല്ലോം കഴിച്ചോ എന്നുപോലും അവൻ തിരക്കാറില്ല. എവിടെപ്പോയിട്ടെത്ര നാളുവൈകി വന്നാലും അവൻ എന്റെ കാര്യം തെരക്കീരുന്നോനാ...

നാണു മരിച്ചതിൽ എല്ലാർക്കും ദുഃഖമൊണ്ട്. പക്ഷെ അതുകൊണ്ടിനി ജീവിക്കാതിരിയ്ക്കാൻ പറ്റുമോ... ഇപ്പമീ വീട് ഒരൊറങ്ങിയ വീടാ. കളരീ വരുന്നോര്ടെ ഒരനക്കോം മെനക്കോം മാത്രമേയുള്ളൂ...'

എല്ലാം കേട്ടപ്പോൾ മാധവപ്പണിക്കർക്ക് ഒന്നും പറയാൻ തോന്നിയില്ല. അയാൾ ഒന്നു നെടുവീർപ്പിട്ടു. കൈക്കുഞ്ഞുമായി തന്റെ മകൾ ഇനി വൈധവ്യത്തിന്റെ മങ്ങിയ ജീവിതം തന്നെ ജീവിച്ചുതീർക്കേണ്ടി വരും എന്ന് അയാൾ ആശങ്കപ്പെട്ടു.

'എന്നാ ഞാനവളെ ഒന്നു കണ്ടിട്ട് പോട്ട്...'

മാധവപ്പണിക്കർ കളരിയിൽ നിന്നെഴുന്നേറ്റു. പരമൂള്ള, അയാൾ പോകുന്നതിനു മുമ്പു ചോദിച്ചു:

'അവള്..., പത്മാവതി...?'

'അവളോട് കാര്യങ്ങളൊക്കെ ഞാൻ പറഞ്ഞപ്പോൾ അവക്കും ഈ അഭിപ്രായം തന്നെയാ...'

അച്ഛനെ കണ്ട മാത്രയിൽത്തന്നെ ദേവകി കുഞ്ഞിനെയുംകൊണ്ട് അയാളുടെ അടുത്തേക്ക് ചെന്നു. കുഞ്ഞിനെ അച്ഛന്റെ കൈയിലേക്കൊന്ന് കൊടുക്കാനാഞ്ഞെങ്കിലും ഒരു നിമിഷം അവളുടെ കൈ പിൻവാങ്ങി.

വേണ്ട. ഇവനെ ഞാനെങ്ങനെ അച്ഛന്റെ കൈയ്യിക്കൊടുക്കും... ഇത് പാപത്തിന്റെ...

പൊടുന്നനെ ദേവകിയെ ആരോ തിരുത്തി.

അല്ല, അങ്ങനെ നീ കരുതരുത്... ഇതു നിന്റെ കുഞ്ഞാണ്. നിന്റെ ഭർത്താവിന് തരാൻ കഴിയാഞ്ഞത് ഭതൃസഹോദരൻ തന്നു എന്നേയുള്ളൂ.

ദേവകി കുഞ്ഞിനെ മാധവപ്പണിക്കരുടെ കൈയ്യിൽ കൊടുത്തു. അയാൾ അതിന്റെ നെറുകയിൽ ഉമ്മവെച്ചു. പിന്നെ മകളുടെ കൈയ്യിലേക്കുതന്നെ കുഞ്ഞിനെ തിരികെ കൊടുത്തു.

മകളോട് എന്തുപറയണമെന്ന് പണിക്കർക്കറിയില്ലായിരുന്നു. അവൾക്ക് അച്ഛനോടും...

പോകാൻ നേരത്ത് അയാൾ ഇത്രമാത്രം പറഞ്ഞു:

'അവള് രണ്ടുദിവസം കഴിഞ്ഞിങ്ങോട്ടു വരും...'

പോകുന്ന വഴി പാവുതറക്കാവിൽ വെച്ച് മാധവപ്പണിക്കർ കൊച്ചുരാമൻപിള്ളയെ കണ്ടു. കണ്ടപാടെ പണിക്കർ വേറൊന്നും ചോദിച്ചില്ല.

'ഞാൻ മിനിഞ്ഞാന്നുമിവിടെ വന്നിരുന്നു, നിന്നെ കണ്ടില്ലല്ലോ...'

'ഞാനിവ്ടില്ലാരുന്നു...'

പണിക്കർ ഒന്ന് ചുറ്റും നോക്കിയിട്ട് കൊച്ചുരാമനോട് പറഞ്ഞു:

'നീയിങ്ങു വന്നേ, ഒരുകാര്യം പറയാനൊണ്ട്'.

മാധവപ്പണിക്കർ കൊച്ചുരാമൻപിള്ളയെ അമ്പലത്തിന്റെ കടവിലേക്ക് കൂട്ടിക്കൊണ്ടു പോയി. ആറ്റിലെ നേർത്ത ഒഴുക്കിലേക്ക് നോക്കി അയാൾ പറഞ്ഞു:

'നാണൂന് അങ്ങനൊന്ന് സംഭവിക്കുമെന്ന് ആരും കരുതീരുന്നതല്ല. പിന്നെല്ലാം തമ്പ്രാട്ടിയമ്മേടെ വിധി എന്നല്ലാതെന്തു പറയാൻ... ഞാൻ പറഞ്ഞുവരുന്നത് ദേവകിയുടെ കാര്യമാ. കൂടുതലൊന്നും ഞാൻ പറേന്നില്ല. ചേട്ടത്തിയാണേലും നിന്റേയും മുറപ്പെണ്ണാണവള്. നിന്നേക്കാ ഒരു വയസ്സെളപ്പം അവക്കാ. ഇനീം നീയവടെ കാര്യം നോക്കണം. നിന്റെ ചേട്ടന്റെ ആത്മാവിനുവേണ്ടി ചെയ്യുന്ന സത്കർമ്മം കൂടിയാകുമത്. ഈ ജന്മം നിനക്ക് ചെയ്യാമ്പറ്റുന്ന ഏറ്റവും വല്ല്യ കാര്യം...'

തന്റെ ജീവിതത്തിന്റെ മാർഗ്ഗം വ്യത്യസ്ഥമാണെന്ന് അപ്പച്ചിയപ്പനോട് തുറന്നുപറയണമെന്നുണ്ടായിരുന്നു കൊച്ചുരാമന്. എന്നാൽ അയാൾ

ക്കതിന് കഴിഞ്ഞില്ല. പറയുന്നതെല്ലാം കേട്ടു നിന്നതേയുള്ളൂ.

ആ നിസംഗതയുടെ സ്വച്ഛത പൊടുന്നനെ അയാൾക്ക് നഷ്ടമായി. പാവുതറയമ്മയോടുള്ള ഭക്തിപാരവശ്യവും ആത്മാർപ്പണവും കൊച്ചു രാമൻപിള്ളയെ പിടിച്ചൊന്നുലച്ചു. അതേനേരത്തുതന്നെ ജീവിതത്തിന്റെ അല്ലതീഷ്ണതയോടെ ദേവകിയും തന്റെ കുഞ്ഞും...

...അവരിലേക്ക് ചെന്നാൽ പാപത്തിന് പ്രായശ്ചിത്തമാകുമോ...

പെട്ടെന്നൊരു തീരുമാനമെടുക്കാൻ കൊച്ചുരാമനായില്ല.

'അല്ല, നീയെന്താ ഒന്നും പറയാത്തത്...?'

മാധവപ്പണിക്കർ കൊച്ചുരാമന്റെ പ്രതികരണമറിയാൻ തിടുക്കപ്പെട്ടു.

'അച്ഛനില്ലാതെ വളരേണ്ട കുഞ്ഞാണവളുടേത്. എന്നാൽ നീ അവരുടെ ജീവിതത്തിലേക്ക് ചെന്നാൽ അവന്റെ ബാല്യം അതറിയത്തില്ല...'

കൊച്ചുരാമൻ ഇപ്പോൾ കുറച്ചുകൂടി ദുർബലനായി. അയാൾ പറഞ്ഞു:

'നില്ല്, നാളെയാട്ട് ഞാൻ പറയാം...'

കൊച്ചുരാമൻ കടവിലെ കുളപ്പുരയുടെ പടവുകൾ കയറി. പിന്നാലെ മാധവപ്പണിക്കരും.

അന്നുരാത്രി മുഴുവൻ കൊച്ചുരാമൻ കളരിയിലായിരുന്നു. ഏറെ നേരം ധ്യാനത്തിലിരുന്നു. പിന്നെ കിടന്നു. പക്ഷെ കണ്ണുകളടഞ്ഞില്ല. ഒരു തീരുമാനമെടുക്കാനാവാതെ അയാൾ കുഴങ്ങി.

തന്റെ ജീവിതത്തിനെങ്ങനെ കഴിയും ഒരു കുടുംബനാഥന്റെ വേഷം... ഭക്തിയുടെ ലഹരിയും ധ്യാനത്തിന്റെ ശക്തിയും എങ്ങനെ കുടുംബജീവിത്തിനോട് യോജിക്കും. രണ്ടും രണ്ടാണ്. യോജിപ്പിക്കാൻ ശ്രമിച്ചാൽ ഒടുക്കം രണ്ടും തകരും. തനിക്കറിയാവുന്നത് ഈ ജീവിതമാണ്. ഇതിന്റെ ആനന്ദം മാത്രമാണ് തനിക്കാനന്ദം. വേണ്ട, ദേവകിയുടെ വൈധവ്യം, അതവളുടെ വിധിയാണ്. അമ്മയുടെ തീരുമാനമാണത്...

ഇങ്ങനെ കൊച്ചുരാമൻപിള്ള ഒരു തീരുമാനത്തിന്റെ മുനമ്പിലേക്ക് എത്തിയപ്പോൾ വീട്ടിൽനിന്ന് അവന്റെ കരച്ചിൽ കേട്ടു. കൊച്ചുകേശവന്റെ... അയാളുടെ കാതിൽ മാത്രമല്ല, പ്രജ്ഞയിൽ തന്നെയാണ് അതു വന്നു പതിച്ചത്.

അതെ, അവന്റെ കരച്ചിലാണത്. എന്റെ മകന്റെ...

ദേവീദാസനെ പെട്ടെന്ന് പിതൃത്വം ഞെരിച്ചമർത്തി. അയാൾ കളരിയുടെ നിലത്തേക്ക് മലർന്നുകിടന്നു. നേരം പുലരാൻ പിന്നെയും ഏറെ നേരമുണ്ടായിരുന്നു. കൊച്ചുരാമൻ മുറ്റത്തേക്കിറങ്ങി. നേർത്ത നിലാവത്ത് വെറും ഒരു നിഴൽപോലെ അയാൾ നിന്നു. പിന്നെ തുളസിത്തറ

യിൽ നിന്ന് ഒരില നുള്ളിയെടുത്തു. അതുമായി ചെന്ന് ശബ്ദമുണ്ടാക്കാതെ കളരിയിലെ തൂക്കുവിളക്ക് കത്തിച്ചു. വിളക്കിനു പിന്നിലെ ഭഗവതിയുടെ കൽവിഗ്രഹം കണ്ണുകൾ തുറന്നിട്ടെന്നപോലെ അയാളെ ഒന്നു നോക്കി. അയാൾ പ്രാർത്ഥനകൊണ്ട് കണ്ണുകളടച്ചു. എന്നിട്ട് തന്റെ കൈയ്യിലിരുന്ന കൃഷ്ണതുളസിയുടെ ഇല ദേവിയുടെ മുന്നിലേക്കുയർത്തിയിട്ടു.

എന്നിട്ട് കൈകൾ കൂപ്പി കൊച്ചുരാൻ അമ്മേ ദേവീ എന്നുരുവിട്ട് ഒരു നിമിഷം കണ്ണുകളടച്ചു. പിന്നെ കണ്ണുകൾ തുറന്ന് താഴേക്ക് മിഴിച്ചുനോക്കി.

തുളസിയില മലർന്നു കിടക്കുന്നു...

കൊച്ചുരാമൻ ഒന്ന് ദീർഘം ശ്വസിച്ചു. അയാളുടെ ഉള്ളിൽ ഇപ്പോൾ ഒരു തീരുമാനമായി. ആ തീരുമാനത്തിന്റെ തീഷ്ണത അയാൾ ഉള്ളിൽ അറിഞ്ഞു. അത് സുഖമോ ദുഃഖമോ ആയിരുന്നില്ല. തികച്ചും നിരാനന്ദമായ ഒരവസ്ഥ.

പിറ്റേന്നു വൈകിട്ടുതന്നെ മാധവപ്പണിക്കർ കല്ലൂരെ കളരിയിലെത്തി. കളരിയിൽ തുള്ളക്കാരും തപ്പുകൊട്ടുകാരുമൊക്കെയുണ്ടായിരുന്നു. പുറത്ത് നിൽക്കുകയായിരുന്ന പണിക്കർ കൊച്ചുരാമനെ അടുത്തേക്ക് വിളിച്ചു.

'എന്തേലും തീരുമാനമായോ നിനക്ക്...?'

'ഉം...'

'എന്താത്...?'

'എനിക്ക് വിരോധമില്ല...'

'എന്നുവെച്ചാ സന്തോഷമില്ലെന്നാണോ കൊച്ചുരാമാ...?'

'സന്തോഷമല്ല. ഇതൊരു നിയോഗമാണ്.'

രണ്ടുനാൾ കഴിഞ്ഞ് പത്മാവതി കല്ലൂരേക്കു വന്നു. മകളോട് എല്ലാം സ്വകാര്യമായി പറഞ്ഞു.

ഇനിയൊരു വിവാഹം വേണ്ട എന്ന ഭാവമായിരുന്നില്ല ദേവകിയുടെ മുഖത്ത്. ഭയമായിരുന്നു.

അവൾ പറഞ്ഞു:

'എനിക്കിപ്പം ഒന്നും പറയാൻ കഴിയുന്നില്ലമ്മേ. നാളെ നേരം വെളുക്കട്ടെ...'

രാത്രിയിൽ കുഞ്ഞുറങ്ങി കഴിഞ്ഞപ്പോൾ തന്റെ ശരീരമാകെ വിയർ

ക്കുന്നതായി ദേവകിക്ക് തോന്നി. മൺകൂജയിൽ വെള്ളമിരുപ്പുണ്ട്. പക്ഷെ അതെടുത്ത് കുടിക്കാൻ കഴിയുന്നില്ല. താൻ കിടക്കുന്ന കട്ടിലാകെ കറങ്ങുന്നതായി അവൾക്കനുഭവപ്പെട്ടു. അപ്പുറത്തെ കട്ടിലിൽ കിടക്കുന്ന അമ്മയെ ഒന്നു വിളിക്കാൻ അവൾ പാടുപെട്ടു. എങ്കിലും വിളിച്ചു. പക്ഷെ ശബ്ദം പുറത്തേക്ക് വന്നില്ല. തലകറങ്ങി മയങ്ങിയതുപോലെ അവൾ അങ്ങനെ വിയർത്തു കിടന്നു. അർദ്ധരാത്രി പിന്നിട്ട ഏതോ യാമത്തിൽ ദേവകി കണ്ണുകൾ തുറന്നു.

മുന്നിൽ നിൽക്കുന്ന തങ്കത്തിളക്കമുള്ള സുന്ദരീരൂപം അവളോടു പറഞ്ഞു:

'ഭയപ്പെടേണ്ട. നീ സമ്മതമറിയിക്കണം. ഇതു നിനക്ക് വിധിച്ചിട്ടുള്ളതാണ്...'

രാവിലെ ദേവകി അമ്മയോടു പറഞ്ഞു:

'എല്ലാവരുടെയും തീരുമാനമതാണെങ്കിൽ എനിക്കും മറിച്ചൊന്നില്ല...'

അങ്ങനെ ദേവകിയുടെയും കൊച്ചുരാമന്റെയും വിവാഹം നടന്നു. ആഘോഷങ്ങളൊന്നുമില്ലാതെ നല്ല നേരം നോക്കി അടുത്ത ബന്ധുക്കളുടെയൊക്കെ സാന്നിദ്ധ്യത്തിൽ അയാൾ അവൾക്കൊരു മുണ്ടും നേര്യതും കൊടുത്തു.

◆◆◆

19

ആകാശരൂപിണി

കല്ലൂരെ കളരിയാശാൻ, കൊച്ചുരാമൻപിള്ളയുടെ അച്ഛൻ പരമൂള്ള യായിരുന്നു. എന്നാൽ മിക്കപ്പോഴും അയാൾ അവിടെ ഉണ്ടാകാറില്ല. എവിടെയെങ്കിലുമൊക്കെ അയാൾക്ക് പടയണിയോ മന്ത്രവാദമോ ഓത്തോ ചാറ്റോ ഒക്കെ കാണും.

ശിഷ്യന്മാരാണ് കളരിയിലെ കാര്യക്കാർ. അതുകൊണ്ട് കാര്യങ്ങളൊക്കെ മുറപോലെ പോകും. എന്നാൽ പടേനി പഠിപ്പിക്കാൻ സർവ്വഥാ യോഗ്യൻ പരമൂള്ളതന്നെയാണ്. ഒന്നര നാഴികയിരുന്ന് ചുവടു തുള്ളിക്കുമ്പോഴും പരമൂള്ള ശിഷ്യരുടെ കാൽച്ചുവട്ടിൽ നിന്ന് കണ്ണുകളെടുക്കത്തില്ല. ചുവടൊന്ന് തെറ്റിയാൽ കൈയ്യിലിരിക്കുന്ന അരീച്ചൂരലുവെച്ച് അവിടേക്കുതന്നെ ചൂണ്ടി ചുവട് അവിടെത്തന്നെ നിർത്തിയ്ക്കും. പിന്നെ ആ ശിഷ്യനേക്കൊണ്ട് അത് തിരുത്തിച്ചിട്ടേ മറ്റുള്ളവർക്കും ചുവടിന്റെ അടുത്ത പാഠങ്ങളുള്ളൂ. ഇങ്ങനെയുള്ള ദിവസങ്ങളിൽ കളരി പിരിയുന്നതിനു മുമ്പ് പരമൂള്ള ഇത്രയുംകൂടി പറയും:

'ചൊവടൊറയ്ക്കണം. എങ്കിലേ നിലതെറ്റാതിരിക്കൂ...'

നൂറ്റൊന്നുപാളയുടെ ഭൈരവി അനായാസമായി തുള്ളും പരമൂള്ള. കാറ്റു പിടിക്കാതെ ചുവട് തെറ്റാതെ അരമണിക്കൂറോളം തുള്ളാനുള്ള ശേഷി ആ തലമുറയിൽ അയാൾക്കേ ഉണ്ടായിരുന്നുള്ളൂ. കുരുത്തോലത്തലപ്പുകളെ വിറപ്പിച്ചുകൊണ്ട് പോർമുലകൾ കുലുക്കി പച്ചമുഖത്ത് പന്തം ജ്വലിപ്പിച്ച് പടനിലത്തുനിന്ന് പരമൂള്ളയുടെ ഭൈരവി വരുമ്പഴേ പാവുതറക്കാർ വലിയ ഘോഷത്തോടെ എഴുന്നേറ്റു നിന്ന് തൊഴും. പിന്നെ അവർ ഭൈരവിക്ക് വഴിയൊരുക്കി രണ്ടരുകുകളിലായി തിക്കിത്തിരക്കി നിൽക്കും. കളത്തിലെത്തിയാലോ, കളം സാധാരണയിൽ കവിഞ്ഞ വിസ്തൃതിയിലേക്കു വിടരും. കാരണം, പരമൂള്ളയുടെ ഭൈരവിക്ക് അത്രയും സ്ഥലം വേണം. അത് പാവുതറക്കാർക്കറിയാം.

പരമൂള്ളയുടെ ഭൈരവി മാത്രമല്ല, കാലംകോലവും കരിമറുതയുമൊക്കെ കാണാൻ ദൂരദേശങ്ങളിൽനിന്നു പോലും ഒരുപാടാൾക്കാർ പാവു

തറയിലേക്കെത്തും. മന്ത്രവാദത്തിനും മറ്റും പോകുന്ന ദേശങ്ങളിൽ നിന്നൊക്കെ ഒരു കോലമെങ്കിലും അയാൾ വഴിപാടായി പാവുതറയമ്മയുടെ മുന്നിലേക്കെത്തിക്കും.

പരമൂള്ളയുടെ കാലംകോലത്തിനു വല്ലാത്തൊരു തികവാണ്. ആ പെരുത്തകാൽപ്പാദം മുതൽ ആറടിയിൽ ഉയർന്ന് മുന്നോട്ട് അല്പം തള്ളി നിൽക്കുന്ന തല വരെ പാവുതറക്കാരുടെ മനസ്സിലെ കാലന്റേതാണ്. കാലാരി കാലന്റേതും... അദ്ദേഹത്തിന്റെ തലമുറയിലെ തുള്ളക്കാരിൽ, കാലപീഠമായ കമഴ്ത്തിയിട്ട ഉരലിലേക്ക് മുന്നിൽനിന്ന് പിൻനോട്ടമില്ലാതെ ഒറ്റക്കുതിപ്പിൽ ചാടി കയറുന്നത് പരമൂള്ള മാത്രമാണ്. അത്ര നിശ്ചയമാണ് അയാൾക്ക് ഓരോ ചുവടിലും. പരമൂള്ളയുടെ കൈയ്യിൽ നിന്ന് വാളും പന്തവും പിടിച്ചുവാങ്ങാൻ വരുന്നവൻ പാവുതറയിലെ ഏറ്റവും ശേഷിയുള്ള തുള്ളക്കാരാരെങ്കിലുമാവും. കരുത്തനായ ആ പിടിയാൾക്കുപോലും ഉള്ളിൽ ഇത്തിരി ഭയം കാണും. കളരിയിൽ മാത്രമല്ല അമ്മയുടെ നടയ്ക്കലും പോയി തൊട്ടു തൊഴുതിട്ടേ അവർ വല്ല്യാശാന്റെ അടുത്തേക്ക് ചെല്ലുകയുള്ളൂ.

അതുപോലെ കരിമറുതയുടെ കോലവും പരമൂള്ള കരുത്തുറ്റതാക്കും. രാത്രിയെ ഇളക്കിമറിച്ച് കുടവയറും കുലുക്കി അലറിക്കൊണ്ടുള്ള അയാളുടെ കരിമറുത അസാധാരണമായ അനുഭവമാണ്. സ്വതവേ പരമൂള്ളയുടെ കണ്ണുകൾക്ക് താഴെയും നെറ്റിയുടെ രണ്ടുവശത്തും കറുപ്പാണ്. ആ കറുപ്പിൻമേൽ മറുതയുടെ കരിമുഖം കൂടിയാകുമ്പോൾ പാവുതറക്കാർക്ക് ആ കറുപ്പൊരു കാഴ്ച്ചയാണ്. വീര്യം പകരുന്ന കറുത്ത കാഴ്ച്ച. പരമൂള്ള മാത്രമെ കുടുംബസ്ഥയായ കരിമറുതയെ പൂർണ്ണമാക്കൂ. അയാളുടെ കൈകളിലും കക്ഷത്തിലുമായി വടിയും മുറവും ചൂലും വീശുപാളയും കത്തിയും കാണും. തുള്ളലിന്റെ ഒരു ഘട്ടത്തിലും ഇതൊന്നും അയാളുടെ കൈകളിൽ നിന്ന് വീണുപോകത്തില്ല. വയറും മുലകളുമൊക്കെ ഇളക്കിയാടുന്ന അവൾ ഇടയ്ക്കിടെ കുട്ടിമറുതകളെ കോരിയെടുത്ത് മുലകൊടുക്കും. അപ്പോൾ പാവുതറയിലെ പെണ്ണുങ്ങൾ കുനിഞ്ഞിരുന്ന് നാണത്തോടെ ചിരിക്കും. തള്ളമറുതയുടെ അരയിലെ ഇലഞ്ഞിത്തൂപ്പിന്റെ ശബ്ദംപോലും താളാത്മകമാണ്. മാതൃഭാവവും ഭക്തിഭാവവും നർമ്മഭാവവുമൊക്കെ ഒട്ടും ചോർന്നു പോകാതെയാണ് പരമൂള്ള മറുതയെ ഭ്രമാത്മകമായ അനുഭവത്തിലേക്കുയർത്തുന്നത്. മണൽ വാരി മുറത്തിലിട്ട് തക്കിട തക്കിട തക്കിട തക്കിട തോം തിമന്തകതാം എന്നു പാറ്റിക്കൊഴിക്കുമ്പോൾ പാവുതറയിലെ പെണ്ണുങ്ങൾ തലയാട്ടിക്കൊണ്ടിരുന്ന് താളംപിടിക്കും.

പരമൂള്ളയുടെ പാട്ടിനും വല്ലാത്തൊരു ആണത്തവും ആയവുമാണ്. പാവുതറക്കാവിലെ പടയണിയുടെ രാത്രികളിൽ ആ പാരുഷ്യമുള്ള ശബ്ദം നെല്ലിമലയും വരട്ടാറും കടന്ന് ബന്ധുക്കരകളിൽ വരെയെത്തും.

പടേനിക്ക് പോകാൻവയ്യാത്ത പ്രായമായവരൊക്കെ മീനമാസത്തിലെ രാത്രികളിൽ ഇളംതിണ്ണകളിലിരുന്ന് പരമൂള്ളയുടെ പാട്ടു കേൾക്കും. അവർക്കൊക്കെ അത്രയും മതി. വയ്യാതായ കാലത്തും അവരുടെയൊക്കെ പടേനി അനുഭവം അതിൽ പൂർണ്ണമാണ്.

'കത്തുന്നോരഗ്നിതന്നിൽ ചിതറുമെരികനൽക്കണ്ണിൽ വന്നുത്ഭവിച്ച്,
അത്യന്തം കോപമോടെ അസുരനിധനവും ചെയ്ത് ലോകത്രയത്തെ
രക്ഷിപ്പാനീശ്വരൻതാനരുളുകയാലീ പാവുതറക്കാവിൽ വന്നു വാഴും
ഭദ്രേ നിൻപാദപത്മം, പരിചിനൊടിതാ ഞാൻ പാണി കൂപ്പിത്തൊഴുന്നേൻ...'

ഇങ്ങനെ കേൾക്കുമ്പോൾത്തന്നെ അവരൊക്കെ തെക്കോട്ടു നോക്കി തൊഴും.

എന്റെ സർവ്വേശ്വരിയമ്മേ, ആകുന്ന കാലമെല്ലാം വന്നിരുന്ന് കണ്ടു. ഇപ്പം വയ്യാതായെങ്കിലും പരമൂന്റെ പാട്ടുകേട്ടല്ലോ, അതുമതി...

ഇങ്ങനെയൊക്കെയാണെങ്കിലും കല്ലൂരെ കളരിയാകെ ഉൻമേഷഭരിതമാക്കുന്നത് പരമൂള്ളയുടെ ഇളയമകൻ കൊച്ചുരാമൻപിള്ളയാണ്. അയാളുടെ ചെറുപ്പത്തിന്റെ തിളപ്പ് കണ്ട് പരമൂള്ള മനസ്സിൽ പറയും.

ഇനി ഇവന്റെയൊരു കാലമുണ്ട്.

ഏറെ പെരുമയിലേക്കുള്ള കാലം...

കൊച്ചുരാമൻ തുള്ളലും പാട്ടുമെല്ലാം പഠിച്ചത് പരമൂള്ളയിൽ നിന്നാണ്. മക്കൾക്ക് രണ്ടുപേർക്കും പത്താമത്തെ വയസ്സ് തികയുന്നതിനു മുമ്പ് നല്ലനേരം നോക്കി പരമൂള്ള ചുവടുകൾ കാണിച്ചുകൊടുത്തു.

എന്നാൽ മൂത്തമകൻ നാണു, നാലാംപക്കം കാലിന് വേദനയാ നടൂന് കഴപ്പാ എന്നൊക്കെപ്പറഞ്ഞ് ഉഴപ്പി. കൊച്ചുരാമനാണെങ്കിൽ അച്ഛൻ പറഞ്ഞുകൊടുത്തതും കാണിച്ചുകൊടുത്തതുമൊക്കെ അപ്പപ്പോൾ ഹൃദിസ്ഥമാക്കി. അതുകൊണ്ടുതന്നെ പരമൂള്ളക്ക് ഇളയമകനോട് ഒരു പ്രത്യേക വാത്സല്യമായിരുന്നു.

കൊച്ചുരാമന് അഞ്ച് വയസ്സുള്ളപ്പോഴാണ് അമ്മ മരിച്ചത്. കുട്ടികൾക്ക് ആ മരണത്തിന്റെ ആഘാതമുണ്ടാകാതിരിക്കാൻ പരമൂള്ള പ്രത്യേകം ശ്രദ്ധിച്ചിരുന്നു. പ്രത്യേകിച്ച് കൊച്ചുരാമന്റെ കാര്യത്തിൽ. വളർച്ചയുടെ ഓരോ ഘട്ടത്തിലും കുടുംബത്തിൽ ആർക്കുമുണ്ടായിരുന്നിട്ടില്ലാത്ത ഒരസാധാരണത്വം അവനിൽ വളർന്നുവരുന്നത് അയാൾ ശ്രദ്ധിച്ചു. അതറിഞ്ഞ് അവനെ പ്രോത്സാഹിപ്പിക്കുമ്പോൾത്തന്നെ അവനോട് നേർ

ത്ത ഒരകലവും തനിക്കുള്ളതായി പരമൂള്ള തിരിച്ചറിയുന്നുണ്ടായിരുന്നു. അതുകൊണ്ടുതന്നെ ദുർമന്ത്രവാദത്തിന്റെ രാത്രികളിലേക്ക് അവനെ അയാൾ സഹായിയായി കൊണ്ടുപോയില്ല. അതിന്റെ നിഗൂഢതകൾ അവനെ പഠിപ്പിച്ചുമില്ല. എന്തോ, തനിക്കുപോലും വ്യക്തമല്ലാത്ത തന്റെ ദുരൂഹതകളിലേക്ക് അവന്റെ കണ്ണുകളുടെ പോർമുന വന്നു പതിക്കുന്നതായി പരമൂള്ളയ്ക്ക് ചില നേരം തോന്നിയിട്ടുണ്ട്. താനെന്ന വൻമരത്തെ പിടിച്ചുകുലുക്കാൻ ശേഷിയുള്ളവനാണോ തന്റെ മകൻ എന്നുപോലും അയാൾ ചിലപ്പോൾ ചിന്തിച്ചു. എന്നാൽ പെട്ടെന്നുതന്നെ അയാളുടെ മനസ്സ് ഒരച്ഛന്റെ വികാരവായ്പ്പോടെ തരളമാകും. മോനെ നീ വല്ലതും കഴിച്ചോ എന്ന സ്നേഹത്തോടെ അയാൾ അവന്റെ ചുമലിൽ തലോടും.

കൊച്ചുരാമൻപിള്ള ദുർമന്ത്രവാദത്തിന്റെ പ്രാഥമികപാഠങ്ങൾ മനസ്സിലാക്കിയത് അമ്മാവൻ കുഞ്ഞനന്തൻപിള്ളയിൽ നിന്നായിരുന്നു. അങ്ങനെയാണ് ഒരിക്കൽ കുഞ്ഞനന്തൻപിള്ളയ്ക്കൊപ്പം കൊച്ചുരാമൻപിള്ള പെരുനാട്ടിലേക്കു പോയത്. അവിടെയുള്ള ഒരു വലിയ ഗൃഹസ്ഥന് ഏതോ ഒരു സ്ത്രീയെ സ്വന്തമാകണമായിരുന്നു. ആരെയോ നശിപ്പിക്കണമായിരുന്നു. ഇങ്ങു വടക്ക് കിടക്കുന്ന പാവുതറക്കാരനായ കുഞ്ഞനന്തൻപിള്ളയ്ക്കാണ് ആ ആഭിചാരക്രിയ ചെയ്യാനുള്ള അവസരം കിട്ടിയത്. പുറപ്പെടുന്നതിനു മുമ്പ് കുഞ്ഞനന്തൻപിള്ള അനന്തിരവനോടു പറഞ്ഞു:

'ആദ്യമായിട്ടാ നീ ഇത്രേം ദൂരം പോകുന്നെ, എപ്പഴും എന്റെ കൂടെ നിന്നോണം...'

അളിയന്റെ കൂടെ ഇത്രയും ദൂരം ഇങ്ങനെയൊരാവശ്യത്തിന് കൊച്ചുരാമൻപിള്ള പോയത് പരമൂള്ളയ്ക്ക് ഇഷ്ടമായില്ല. എങ്കിലും ആ ഇഷ്ടക്കേട് മകനോട് പ്രകടിപ്പിക്കാൻ അയാൾക്ക് കഴിഞ്ഞില്ല. കാരണം, കുഞ്ഞനന്തൻപിള്ളയേക്കാൾ വലിയ മന്ത്രവാദിയായ തന്റെ കൂടെ അവനെ കൂട്ടിയാലും അവന്റെ വഴി വേറെയാ എന്നൊരു ഉറച്ചവിശ്വാസം പരമൂള്ളയ്ക്കുണ്ടായിരുന്നു.

പെരുനാട്ടിലെ പ്രമാണി അയച്ച വള്ളത്തിലാണ് ഇരുവരും അവിടേക്കെത്തിയത്. അതൊരു വെള്ളിയാഴ്ചയായിരുന്നു. സന്ധ്യയായപ്പോൾത്തന്നെ കാര്യങ്ങളെല്ലാം ക്രമീകരിച്ചു തുടങ്ങി. എല്ലാറ്റിനും സഹായിയായി കൊച്ചുരാമൻപിള്ള അമ്മാവന്റെ കൂടെ നിന്നു. രാത്രി പന്ത്രണ്ടരകഴിഞ്ഞപ്പോഴാണ് വശീകരണത്തിന്റെ ക്ഷുദ്രം തുടങ്ങിയത്. എന്നാൽ പ്രയോഗത്തിന്റെ തീവ്രതയേറിയപ്പോൾ പരികർമ്മിയ്ക്ക് പിടിച്ചുനിൽക്കാ

നായില്ല.

വശ്യത്തിന്റെ ബീജശക്തികൾ ലക്ഷ്യത്തിലേക്ക് കുതിക്കാനൊരുങ്ങവേ കൊച്ചുരാമൻപിള്ളയുടെ സമനില തെറ്റി. അയാൾ പെട്ടെന്ന് അയാളല്ലാതായി. പിന്നെ ഒരലർച്ചയായിരുന്നു. പരികർമ്മി അപ്രതീക്ഷിതമായി ഈ വിധം പെരുമാറിയപ്പോൾ മന്ത്രവാദി ഞെട്ടി തിരിഞ്ഞുനോക്കി. കൊച്ചുരാമൻപിള്ളയുടെ കണ്ണുകൾ കുഞ്ഞനന്തൻപിള്ളയുടെ കണ്ണുകളിലേക്ക് തുളച്ചുകയറി. പിന്നെ അയാൾ അവിടെയുണ്ടായിരുന്നതെല്ലാം തട്ടിത്തെറിപ്പിച്ചു. തീഷ്ണവർണ്ണങ്ങളും കരിങ്കോഴിയുടെ രക്തവും കത്തിജ്വലിച്ചു നിന്ന തീപ്പന്തങ്ങളുമെല്ലാം അയാൾ തട്ടിത്തകർത്തു. ഇരുളിന്റെ കാളിമയിൽ എല്ലാം മൂടി. ആ ഇരുട്ടിലേക്കെഴുന്നേറ്റു നിന്ന കുഞ്ഞനന്തൻപിള്ള, സമനില തെറ്റിയതുപോലെ വല്ലാത്ത ഒരു ഭയപ്പാടോടെയോ കത്തുന്ന കോപത്തോടെയൊ കൊച്ചുരാമൻപിള്ളയെ ഒന്നു നോക്കി. ഇരുട്ടായിരുന്നെങ്കിലും അയാളുടെ തീഷ്ണമായ കണ്ണുകളുടെ പ്രകാശം കൊച്ചുരാമൻപിള്ളയിലേക്കായി.

ഒരുനിമിഷത്തെ ചാഞ്ചല്യം കൊണ്ട് താൻ കാണിച്ച അവിവേകത്തിന്റെ കാഠിന്യം പെട്ടെന്ന് കൊച്ചുരാമൻപിള്ളയ്ക്ക് തിരിച്ചറിയാനായി. ഉടനെ, അമ്മാവന്റെ കണ്ണുകളിൽനിന്ന് മുഖം മാറ്റി, പേടിച്ച് അയാൾ പതുങ്ങി നിന്നു.

'ഇല്ല. നീയനുഭവിക്കും. നീയിതേപോലെ ഇനീം അലറും, അലറി വീഴും...'

മന്ത്രവാദിയുടെ കാഠിന്യമേറിയ ഏതോ മനോനിലയിൽ നിന്നുകൊണ്ട് കുഞ്ഞനന്തൻപിള്ള പറഞ്ഞു. പിന്നെ കൂടുതലൊന്നും പറയാതെ അയാൾ അവിടെ നിന്നെഴുന്നേറ്റുപോയി. പിറ്റേന്ന് അവിടെനിന്ന് മടങ്ങിയ കൊച്ചുരാമൻപിള്ള വീട്ടിലെത്തിയില്ല. എവിടെയൊക്കെയോ അലഞ്ഞു തിരിഞ്ഞ് രണ്ടുദിവസം കഴിഞ്ഞാണ് അയാൾ കല്ലൂരെത്തിയത്. അയാൾ വന്നു എന്നറിഞ്ഞപ്പോൾ കുഞ്ഞനന്തൻപിള്ള കല്ലൂരേക്ക് ചെന്നു.

'പോട്ടെ, സാരമില്ല. ചെട്ടിയാർക്ക് അവളെ സ്വന്തമാക്കാനുള്ള വിധിയില്ലാരിക്കും. എല്ലാം മഹാമായയുടെ തീരുമാനങ്ങൾ...'

ഇങ്ങനെയൊക്കെ പറഞ്ഞ് കുഞ്ഞനന്തൻപിള്ള കൊച്ചുരാമനെ ആശ്വസിപ്പിക്കുകയോ സ്വയം സമാധാനിക്കുകയോ ചെയ്യുമ്പോഴും, കുഞ്ഞനന്തൻപിള്ള മരിക്കുന്ന കാലംവരെ തന്റെ അനന്തിരവന് സംഭവിച്ചേക്കാവുന്ന ആ അലർച്ചയുടെ കുത്തൽ ഉള്ളിൽ അനുഭവിച്ചു.

കൊച്ചുരാമൻപിള്ളയാകട്ടെ, സംശയങ്ങളുടെയും ആശങ്കയുടെയും ഇരുട്ടിലേക്കാണ് കടന്നുപോയത്. എങ്കിലും പാവുതറയമ്മയിലുള്ള അ

ചഞ്ചലമായ വിശ്വാസം അയാളെ വീഴ്ത്തിയില്ല. അങ്ങ്, തെക്കൻ തിരുവിതാംകൂറിനും തെക്ക് നാഗർകോവിലിലുള്ള വേലായുധസിദ്ധന്റെ അടുത്തേക്കു തന്നെയാണ് അയാൾ പോയത്. സംശയങ്ങൾക്കും ആശങ്കകൾക്കുമൊക്കെ എന്നുമയാൾക്ക് അഭയം വേലായുധസിദ്ധനായിരുന്നു. ഗുരുതുല്യനായിരുന്നു അയാൾക്ക് സിദ്ധൻ. നടന്ന കാര്യങ്ങൾ അയാൾ സിദ്ധന്റെ മുന്നിൽ അവതരിപ്പിച്ചു.

'ഞാൻ ചെയ്തത് തെറ്റാണോ...?'

സിദ്ധൻ എങ്ങോട്ടോ നോക്കി അലസം പറഞ്ഞു.

'നിന്നോടാരു പറഞ്ഞു തെങ്ങേക്കേറാൻ...?'

'അല്ല..., ഞാൻ ....'

തന്റെ മനസ്സ് ആ വഴിക്ക് കേറിപ്പോയത് തെറ്റായിപ്പോയി എന്ന തിരിച്ചറിവിന്റെ കുറ്റബോധത്തിൽ കൊച്ചുരാമൻപിള്ള തല കുനിച്ചു നിന്നു. പിന്നെ, എന്തോ പറയാനായി തല ഉയർത്തിയപ്പോൾ സിദ്ധൻ കൈപ്പത്തി ഉയർത്തി അയാളെ തടഞ്ഞു.

'നീ നിലത്തൂടെ നടന്നാ മതി... നിന്റെ വഴിയതാ... മനസ്സിലായോ... നിന്റെ സമനില തെറ്റിച്ചത് വേറാരുമല്ല. അവളു തന്നെയാ; കാളി. അവള് നിന്നെ കാപ്പാത്തും. ധൈര്യമായി പൊക്കോ...'

വേലായുധസിദ്ധന്റെ ഉപദേശങ്ങൾ സ്വീകരിച്ച് തന്റെ ഉള്ളിൽ ഉരുണ്ടുകൂടിയ അവ്യക്തതയുടെ ഇരുളിനെ ഭക്തിയുടെ തീഷ്ണതകൊണ്ടു തന്നെ കൊച്ചുരാമൻപിള്ള മായ്ച്ചു കളഞ്ഞു.

ഊരുവിട്ട് എവിടെയെങ്കിലും പോയിട്ടു വന്നാൽ കളരിയിൽ കിടന്ന് അയാൾ ദീർഘമായി ഉറങ്ങും. പിന്നെ ഉണരുമ്പോൾ വിചിത്രമായി തീർന്നിട്ടുള്ള യാത്രയിലെ അനുഭവങ്ങൾ ഓർക്കും. കളരിയുടെ തിണ്ണയിൽ മലർന്നു കിടന്നാണ് ആ ഓർമ്മയും ആത്മഭാഷണവും.

നീന്തി ഇക്കരെ കയറിയപ്പോഴുണ്ട് പനയന്നാർക്കാവിലമ്മ അക്കരെ നിക്കുന്നു. അവിടെ നിന്നോണ്ട് പറഞ്ഞു:

സന്ധ്യ കഴിഞ്ഞ് എന്നെ കാണാൻ വരുമ്പോൾ നീയിങ്ങനക്കരയിക്കരെ നീന്തണ്ട. അക്കരെ നിന്ന് എന്നെ ഒന്നു പ്രാർത്ഥിച്ചാ മതി. ഞാൻ നിന്റടുത്തെത്തിക്കോളാം...

അതുപോലെ എലന്തൂച്ചെന്നപ്പം കുഞ്ഞുകോന്നനാശാൻ പാടിച്ചിട്ടേ വിടത്തൊള്ളൂ. ഭൈരവിക്കൊന്ന് പാടീട്ട് പോയാമതീന്നൊരൊറ്റ നിർബന്ധം. ങാ... പിന്നതും കഴിഞ്ഞ് ആൽത്തറേക്കെടന്നൊരൊറക്കം. അർദ്ധരാത്രി കഴിഞ്ഞപ്പഴേക്കും എല്ലാരും പോയി. നേരം പോയതറിഞ്ഞില്ല, ഒറക്കത്തിനെടേലൊന്നു തോന്നുന്നു, ഒരു സ്ത്രീശബ്ദം:

നീ ഒന്നൊറങ്ങിയെഴുന്നേറ്റാലൊടനെ പോകരുത്. നേരം വെളുത്തേ പോകാവൂ...

കണ്ണുകൾ തുറന്നപ്പോൾ അപകടപ്പെടാതിരിക്കാനുള്ള മുന്നറിയിപ്പു തന്ന ആരേം അവിടെ കാണാനുമില്ല...

ഇങ്ങനെ ഓരോന്ന് ഓർത്തും പറഞ്ഞും കളരിക്ക് പുറത്തെ കാടുകൾക്കപ്പുറത്തുള്ള ആറ്റിലെ ജലസമൃദ്ധിയിലേക്കു നോക്കി കൊച്ചുരാമൻപിള്ള ഒന്നു നെടുവീർപ്പിടും.

സർവ്വേശ്വരീ, എല്ലാം നിന്റെ മായാലീലകൾ...

അരോഗദൃഢഗാത്രനായ കൊച്ചുരാമൻപിള്ളയുടെ ശരീരം നീണ്ടുമെലിഞ്ഞ് ഉറച്ചതാണ്. വയറിന്റെ ഒതുങ്ങിയ ഇടഭാഗം രണ്ട് പിടി കാണും. അത്രയേയുള്ളൂ, നെഞ്ചും ചുമലുകളും വിരിഞ്ഞ് വിടർന്നതാണ്. അയാളുടെ ശരീരത്തിന്റെ ആ അഴക് എല്ലാ കോലങ്ങളേയും ആകർഷകമാക്കി. കൊതിപ്പിശ്ശാശ്ശ് മുതൽ നൂറ്റൊന്നുപാളയുടെ ഭൈരവി വരെ അസാധാരണമായ മെയ്‌വഴക്കത്തോടെയാണ് അയാൾ തുള്ളുന്നത്.

അതുപോലെ കൊച്ചുരാമൻപിള്ള കൊട്ടുമ്പോൾ ആ താളത്തിന്റെ വരുതിയിൽ നിൽക്കും തുള്ളക്കാരൻ. ഒരു ചുവടും പിഴയ്ക്കില്ല. കുട്ടിമറുതകൾ പോലും ആ തപ്പിന്റെ താളവൃത്തത്തിന് പുറത്തേക്ക് പോകില്ല. പാവുതറയിലെ പടയണിക്ക് കൊച്ചുരാമൻപിള്ള തപ്പുകൊട്ടി താളത്തിന്റെ ഗോപുരങ്ങൾ തീർക്കുമ്പോൾ പടേനിക്ക് വന്നിരിക്കുന്നവർ അറിയാതെ കൈത്താളം പിടിക്കും. അടന്തയും വല്ല്യടന്തയും മുറുക്കവും കലായവും താളവൃത്തങ്ങൾ തീർക്കുമ്പോൾ തകിടിയിലുള്ള ജനം വൃത്തങ്ങൾക്കകത്ത് വൃത്തങ്ങളായി വന്ന് കൊച്ചുരാമൻപിള്ളയ്ക്ക് ചുറ്റും ഒരു ചെറുവൃത്തമായിത്തീരും. പിന്നെ അത് വൃത്തങ്ങളുടെ ഒരാൾക്കൂട്ടമായി മാറും. പാവുതറയുടെ രാത്രിയെ താളപ്പെരുക്കങ്ങൾകൊണ്ട് ആവാഹിച്ച് തന്റെ മുന്നിൽ പിടിച്ചിരുത്തും അയാൾ. പിന്നെ രാത്രിയില്ല. പാവുതറക്കാരില്ല. കൊച്ചുരാമൻപിള്ളയില്ല. താളം മാത്രം. താളത്തിന്റെ ഭഗവതി മാത്രം...

കാഞ്ഞിരമാലയണിഞ്ഞവൾ നീയേ
കാഞ്ഞിരത്തേൽ കുടികൊൾവവൾ നീയേ
നെറ്റീയിൽ ചന്ദനം തൊടുവവൾ നീയേ
കുത്തിരുധിരം കുടിപ്പവൾ നീയേ
കുടൽകൊണ്ടു മാലയണിന്തവൾ നീയേ...

എന്നിങ്ങനെ എഴുമറ്റൂർകാവിലെ പടയണിക്ക് മറുതാ കോലത്തിന് കൊച്ചുരാമൻപിള്ള പാടുമ്പോൾ തിരുനെല്ലൂരും എണ്ണിക്കാടും കോഴിമ

ലയും കടന്ന് ഇങ്ങു പാവുതറയിലെത്തും ആ ശബ്ദം.

അങ്ങനെയൊരു രാത്രിയുടെ പിറ്റേദിവസം പാവുതറയമ്മയുടെ ക്ഷേത്രക്കടവിലെ മണൽപ്പുറത്ത് കൊച്ചുരാമൻപിള്ള മലർന്നു കിടക്കുകയായിരുന്നു. അപ്പോൾ എരമത്തൂരെ പങ്കി അയാളുടെ അടുത്തേക്ക് ചെന്നു പറഞ്ഞു:

'ഞാൻ കേട്ടു, രാത്രീല് വടക്കൂന്നുവന്ന കാറ്റൊന്ന് ചെവീലടിച്ചപ്പോൾ. കാഞ്ഞരമാലയണിഞ്ഞവൾ നീയേ കാഞ്ഞരത്തേക്കുടികൊൾവവൾ നീയേ..., എന്തൊരിമ്പമാരുന്നതിന്...!'

പങ്കി പറഞ്ഞത് കൊച്ചുരാമൻപിള്ള നിർവ്വികാരനായി കേട്ടു കിടന്നതേയുള്ളൂ. എങ്കിലും അവളോട് ഒന്നു ചിരിച്ചിട്ട് അയാൾ എഴുന്നേറ്റ് ആറ്റിലേക്കു നടന്നുപോയി. അരയറ്റം വെള്ളത്തിൽ നിന്ന് ഒരു കുമ്പിൾ വെള്ളം ഉള്ളം കയ്യിലെടുത്ത് പ്രാർത്ഥിച്ചു.

ഭദ്രകാളീ നമസ്തുഭ്യം നമസ്തുഭ്യം മഹേശ്വരീ
മഹാകാളീ നമസ്തുഭ്യം ഭദ്രകാളീ നമസ്തുതേ

പിന്നെ, കൊച്ചുരാമൻപിള്ള തിരിഞ്ഞുനോക്കിയപ്പോൾ പങ്കി നടന്നു മറയുകയാണ്. എങ്കിലും ഒരു നിമിഷത്തെ ശങ്ക അയാളെ ഒന്നു പിടിച്ചു നിർത്തി.

എന്തിനാണ് താൻ തിരിഞ്ഞു നോക്കിയത്...! തനിക്കവളോട് എന്തെങ്കിലും പറയാനൊണ്ടായിരുന്നോ...? അവളിൽനിന്നെന്തെങ്കിലും കേൾക്കാനുണ്ടായിരുന്നോ...!

ഇല്ല, എന്ന് സ്വയം ഉത്തരം പറഞ്ഞ് അയാൾ വീണ്ടും മൂന്നുപ്രാവശ്യം പുഴയിലേക്ക് മുങ്ങി നിവർന്നു.

ആരും ക്ഷണിക്കാതെയും പ്രതീക്ഷിക്കാതെയുമാവും കൊച്ചുരാമൻപിള്ള ചിലപ്പോൾ പടയണിക്കളങ്ങളിലേക്ക് കയറി ചെല്ലുന്നത്. അയാൾ എപ്പോൾ വരുമെന്നോ എപ്പോൾ പോകുമെന്നോ ഒന്നും ആർക്കും പറയാനാവില്ല. വന്നാൽ ഒരു കോലമെങ്കിലും മറ്റുള്ളവർ അയാളെക്കൊണ്ട് തുള്ളിക്കാൻ ശ്രമിക്കും. എന്നാൽ, നോക്കട്ടെ എന്നുപറഞ്ഞ് അയാൾ നടയിലേക്കു ചെന്നുനിന്ന് അല്പനേരം തൊഴുതിട്ടു വന്നുപറയും:

'ഇല്ല; ഇന്നു തുള്ളണ്ടാന്നാണ്... പാടാം, അന്തരയക്ഷീം സുന്ദരയക്ഷീമിങ്ങു വരട്ട്...'

അന്തരയക്ഷിയും സുന്ദരയക്ഷിയും വരുമ്പോൾ അയാൾ പാടും:
ഒരു കടലിരുകടലേ... ഏ... ഏ... ഏ...
മുക്കടൽ നാക്കടലേ... ഏ... ഏ... ഏ...
ഐങ്കടലറുകടലേ... ഏ... ഏ... ഏ...
ഏഴാകും മഹാകടലേ... ഏ... ഏ... ഏ...

ഇങ്ങനെ സുന്ദരയക്ഷിക്കും, അന്തരയക്ഷിക്കും പാടി യക്ഷികളെ കൊച്ചുരാമൻപിള്ള വഴക്കിയെടുക്കും. കൈത്താമരയും കേശഭാരവും നെഞ്ചുമാലയും അരത്താലിയും കുരുത്തോലനഖവും കാട്ടി ആടിക്കുഴയും അന്തരയും സുന്ദരയും. അംബരയക്ഷി ആകാശത്തിൽനിന്ന് പറന്നെത്തിയതുപോലെ വന്നു തുള്ളും. കാഞ്ഞിരത്തിൽ നിന്നു വരുന്ന അരക്കിയെക്ഷി, പാട്ടിനൊപ്പിച്ച് ചുവടിലും മുദ്രകളിലും ചാട്ടുളിപോലെയുള്ള നോട്ടത്തിലും തന്റെ അടവും പോരും പ്രകടിപ്പിക്കും. അപസ്മാരയക്ഷിയെ പാട്ടിന്റെ പാശംകൊണ്ട് ബന്ധിച്ച് കാഴ്ച്ചക്കാർക്ക് രക്ഷകിയുടെ അനുഭവമാക്കിക്കൊടുക്കും കൊച്ചുരാമൻപിള്ള.

ചിലപ്പോൾ നടയിൽ തൊഴുതു മടങ്ങി വരുന്ന കൊച്ചുരാമൻപിള്ള പറയും:

'ഇന്ന് കൊട്ടാനാണ്..., തപ്പൊന്നൂടെ കാച്ചിവെക്ക്...'

പിന്നെ, കർതുകുതക്ക തിക്ക തകതിത്തിക, തിത്തിക്കതക്കതി താം..., എന്നിങ്ങനെ തുടങ്ങി താളപ്പെരുക്കങ്ങളിൽ രാത്രിയെയാകെ കൊച്ചുരാമൻപിള്ള ചടുലമാക്കും. അയാൾ പകർന്നു കൊടുക്കുന്ന താളം അണുവിടെ തെറ്റിക്കാതെ ഏതു ദേശത്തെ പടയണിക്കാരും പകർന്നു കൊട്ടും. കൊട്ടിലൂടെ താളത്തിന്റെ ഒരു മാന്ത്രികശൃംഖല മെല്ലെ മെല്ലെ അയാൾ ഉണ്ടാക്കിയെടുക്കും. പിന്നെ അതിൽനിന്ന് കണ്ണിമാറിപ്പോകാൻ ഒരു കൊട്ടുകാരനും കഴിയില്ല. കടമ്മനിട്ടയിലെ, തപ്പിന്റെ ആശാൻ രാമൻപിള്ള ഒരിക്കൽ പറഞ്ഞു:

'ഹ്ഹൊ, ഒന്ന് വിട്ടുകിട്ട്യതിപ്പഴാ. വരിഞ്ഞ് മുറുക്കിക്കളഞ്ഞില്ലെ കൊച്ചുരാമാ നീ നാഴികയൊന്ന്...'

ഒന്നു മെല്ലെ ചിരിച്ചിട്ട് കൊച്ചുരാമൻപിള്ള അപ്പോൾ പറഞ്ഞു:

'ഞാനൊന്നും ചെയ്തില്ലാശാനേ, അമ്മ എന്നെ ആ ചതുർബാഹുക്കളിലെടുത്ത് അമ്മാനമാടുകാരുന്നു.'

പടയണിക്കാലത്ത് പാവുതറയിലെ ആണുങ്ങൾ അത്താഴം കഴിച്ചുകൊണ്ടിരിക്കുമ്പോൾ ഭാര്യമാരോട് പറയും:

'ങാ... നീയുമെന്നാ വെളമ്പിക്കോ. ദാണ്ട് കൊച്ചുരാമൻപിള്ളയാ തപ്പ്...'

പിന്നെ ആ താളക്രമമനുസരിച്ച് തിടുക്കത്തിലുള്ള ഒരുക്കങ്ങളാണ്, പാവുതറയുടെ പടയണിക്കളത്തിലേക്കെത്താൻ.

മറ്റുചില അവസരങ്ങളിൽ കൊച്ചുരാമൻപിള്ള വെട്ടിത്തിരിഞ്ഞ് പറയുന്നതിങ്ങനെ:

'ഇന്നു വേറൊന്നും വേണ്ടാന്നാ, എന്നെത്തന്നെ തലയിലേറ്റിക്കോന്നാണ്...'

ഒരിക്കൽ പാവുതറപ്പടേനിക്ക് കൊച്ചുരാമൻപിള്ള ഇങ്ങനെ പറഞ്ഞപ്പോൾ പറഞ്ഞതെന്താണെന്ന് മനസ്സിലാകാതെ അടുത്തുനിന്ന ഒരാൾ ചോദിച്ചു:

'അല്ല. ഏതു കോലമാന്നാ...?'

'നൂറ്റൊന്നിന്റെ ആ വല്ല്യഭൈരവി; അല്ലാതേത്...!'

പിന്നെ കരക്കാരുടെയെല്ലാം വഴിപാടായി തുള്ളുന്ന ആ ഭൈരവിക്കോലത്തിന്റെ നേരമാകുന്നതുവരെ കൊച്ചുരാമൻപിള്ള പാവുതറയമ്മയുടെ നടയ്ക്കൽ തൊഴുതു നിന്നു. നേരമെത്തിയപ്പോൾ ചിറ്റപ്പൻ രാമൻപിള്ള വന്നു പറഞ്ഞു:

'വാ കൊച്ചുരാമാ, നേരമായി...'

ഉടനെ കൊച്ചുരാമൻപിള്ള നിന്ന നില്പിൽ നിലംതൊട്ട് മൂന്നുപ്രാവശ്യം നമസ്കരിച്ച് പടനിലത്തേക്ക് ചെന്നു. അവിടെ നിന്നാണല്ലോ പാവുതറയമ്മയുടെ കളത്തിലേക്ക് കോലങ്ങളെല്ലാം നിരന്നുതുള്ളി എത്തുന്നത്. പടനിലം ആദിപമ്പയുടെ തീരമാണ്.

കൊച്ചുരാമൻപിള്ള തന്റെ മൻമല് മുണ്ട് നന്നായി മുറുക്കിക്കെട്ടി ഉടുത്തു. അതിന്റെമേൽ മറ്റൊരാൾ ചുവന്ന പട്ടുടുപ്പിച്ചു. അതിന്റെ മേലെ കുരുത്തോല പാവാട. കാലിൽ ചിലമ്പ്. വലിയ പോർമുലകളുള്ള നെഞ്ചുമാല അയാളുടെ വിരിഞ്ഞ നെഞ്ചിലേക്കണിയിച്ചു. ആ കനത്ത് കൂർത്ത പച്ചമുല കൃത്യമാണോ എന്ന് അയാൾ നെഞ്ച് വിരിച്ചൊന്ന് അനക്കി നോക്കിയിട്ട്, അതിന്റെ മുന കൃത്യമാക്കി. തലയിൽ വെള്ളത്തോർത്ത് വിരിച്ച് കെട്ടിയിരുന്നു. ഇപ്പോൾ അയാൾ ആറ്റിലേക്ക് നോക്കി ഒന്ന് നിവർന്നു നിന്നു. അങ്ങേക്കരയിൽ വിളഞ്ഞുനിൽക്കുന്ന കരിമ്പിന്റെ പൂക്കൾ നേർത്ത രാക്കാറ്റിൽ തിരകളുടെ തരംഗങ്ങൾ പോലെയായി. ആ കാറ്റ് ഇക്കരയിലേക്ക് വന്ന് അയാളെ ഒന്നു തഴുകിപ്പോയി. പിന്നെ മുട്ടുവളച്ച് വട്ടക്കാലിൽ താഴ്ന്നു നിന്ന കൊച്ചുരാമൻപിള്ളയുടെ മുഖത്ത് രാമൻപിള്ള ഭൈരവിയുടെ മുഖക്കോലം വെച്ചുകെട്ടി. അതുകഴിഞ്ഞ് ആ തലയിലേക്ക് ഭൈരവിക്കോലവും. അയാൾ കോലത്തിന്റെ പിന്നിലെ വാരികളിൽ പിടിച്ച് വട്ടക്കാലിലെ നിൽപ്പ് ഒന്നുകൂടി ഉറപ്പിച്ചു. അപ്പോൾ രാമൻപിള്ള പന്തം കത്തിച്ച് കിഴക്കോട്ട് നോക്കി ഒന്ന് പ്രാർത്ഥന കൊണ്ടു. എന്നിട്ട് അത് ഭൈരവിയുടെ പച്ചമുഖത്തിന്റെ നെറ്റിയിലേക്ക് കുത്തിവെച്ചു. ഇപ്പോൾ അക്കരെ നിന്ന പുരുഷൻമാർ നെറ്റിയിൽ അഗ്നി ജ്വലിപ്പിച്ച് നിൽക്കുന്ന കാളിയമ്മയെ കണ്ട് ആർപ്പോ വിളിച്ചു. സ്ത്രീകൾ ആ രാത്രിയെ ഉണർത്തി കുരവയിട്ടു. ആറ്റിലെ നേർത്ത നിലാവെട്ടത്തിന്റെ തെളിമയിൽ ഭൈരവി വെട്ടിത്തിളങ്ങി മെല്ലെ ചലിച്ചു.

ചെണ്ടയിൽ നിന്ന് മൂന്നുവീതം മൂന്നാവർത്തി താളം വീണപ്പോൾ ഭൈരവി ഒന്ന് തരിച്ചുണർന്നു. പിന്നെ, ഗണപതിയും പടിവട്ടവും ചവിട്ടി ഭൈരവിയുടെ ചുവടുകൾ ഉയർന്നുതാണ് പടിഞ്ഞാട്ടേക്കു വെട്ടിത്തിരിഞ്ഞു. ഇപ്പോൾ പടനിലത്തെ കമ്പക്കാലായിൽ മൂന്നു കതിനകൾ പൊട്ടി. കുരവപ്പൂ ചീറ്റി ഉയർന്നു. അങ്ങകലെ, പാവുതറയമ്മയുടെ പടയണി കളത്തിനടുത്തുള്ള ഇലഞ്ഞിച്ചുവട്ടിലിരുന്ന് കാലയക്ഷിക്കോലം കണ്ടുകൊണ്ടിരുന്നവർ പടനിലത്തേക്ക് തല ഉയർത്തി നോക്കി.

'ദാണ്ട് കൊച്ചുരാമൻപിള്ളേടെ ഭൈരവി വരുന്നു...'

എല്ലാവരും ഉടനെ കാലയക്ഷിയെ മറന്ന് ഭൈരവിക്കായി എഴുന്നേറ്റു നിന്നു. കത്തിയെരിയുന്ന ചൂട്ടുകറ്റകളുടെയും തീവെട്ടികളുടെയും ദീപപ്രഭയിൽ ഭൈരവി കളത്തിലെത്താറായപ്പോഴേക്കും കാലയക്ഷി തുള്ളി ഉറഞ്ഞ് കളമൊഴിഞ്ഞു. ഭൈരവി കളത്തിലെത്തി തല കുനിച്ച് കോലത്തിന്റെ മുകളറ്റം അമ്മയുടെ മുന്നിൽ തൊട്ട് വന്ദിച്ചപ്പോൾ പലരും പറഞ്ഞു:

'ഹ്ഹൊ! പാള നൂറ്റൊന്നു തന്നെയൊണ്ട്...!'

എന്നാൽ നൂറ്റൊന്ന് പച്ചപ്പാളയുടെ ഭാരത്തിന്റെ ആയാസമില്ലാതെ, ചുവടുകൾ അണുവിടെ തെറ്റാതെ ഉടലിന്റെ ചലനങ്ങൾ വഴുതിമാറാതെ തലയുടെ എടുപ്പുകൾ തെറ്റാതെ കൊച്ചുരാമൻപിള്ളയുടെ ഭൈരവി കളംനിറഞ്ഞു. കൃതകു തക്ക തിക്ക തക തിത്തക എന്നിങ്ങനെ തുടങ്ങിയ താളച്ചുവടുകൾ വല്ല്യടന്ത അടന്ത ഒറ്റ അടന്തമുറുക്കം എന്നീ താളക്രമങ്ങളിലൂടെ കളംനിറഞ്ഞു തുള്ളി. രക്ഷകിയുടേയും ശിക്ഷകിയുടേയും ദ്വിമാനഭാവങ്ങൾ ഓരോന്നിലും നിറഞ്ഞുനിന്നു. മൂന്നു പിടിയാളുകൾ ഭൈരവിയുടെ ഓരോ ചുവടുകൾക്കുമൊപ്പം പിന്നിലുണ്ടായിരുന്നു. ഭൈരവി ഇടംവലം വീശി തിരിഞ്ഞപ്പോൾ കളത്തിനു ചുറ്റുമിരുന്നവർ അകന്നുമാറി. പരമൂള്ളയുടെ ശിഷ്യന്മാർ ആഞ്ഞു പാടി.

അല്ലിതൻ മലരുചൂടി
അഴകിയ ദണ്ഡുമേന്തി
വെല്ലുമാറന്നമേന്തി
ബ്രഹ്മാണീ വേദമങ്കേ
നല്ല പൊൻ പൊന്നിറത്തിൽ
ശക്തിനായകീ വേദമങ്കേ
മെല്ലേവാ കിഴക്കേ ദിക്കിൽ
മഹേശ്വരീ... ഇരിക്ക വന്തേ... ഏ... ഏ...

•••

20

ഗൂഢാലോചനയുടെ രാത്രികൾ

പാവുതറക്കാവിൽ നിന്ന് പടയണി കണ്ട് മടങ്ങവെ, എണ്ണിക്കാട്ടിലെ കറുമ്പന്റെ മകൻ കിട്ടനും കാളിമലയിലെ അഴകന്റെ മകൻ ചീരനും മുട്ടുവരമ്പത്തെ ചാത്തന്റെ മകൻ കൊച്ചുചെറുക്കനും തങ്ങളുടെ ഉള്ളിൽ തീവ്രമായി തീർന്ന ആഗ്രഹം പരസ്പരം പങ്കുവെച്ചു. ആദ്യം ചീരനാണ് ആ ആഗ്രഹം പ്രകടിപ്പിച്ചത്.

'നമക്കുമൊന്ന് തുള്ളാം പറ്റീർന്നെങ്കില്...കല്ലൂത്തമ്പ്രാൻ ആ വൈരവി വെച്ച് കെട്ടിയപ്പം എന്തൊരു ശേലാർന്നു...!'

കിട്ടൻ പറഞ്ഞു.

'ശരിക്കും ഒറഞ്ഞാ തുള്ള്യത്...'

കൊച്ചുചെറുക്കൻ അല്പംകൂടി വികാരത്തോടെയാണ് പ്രതികരിച്ചത്.

'നൂറ്റൊന്ന് പാളയൊണ്ടാർന്നിട്ടും; ഉയ്യോ! എന്തവാർന്നു...! ആ ശരീരത്തിന്റെയൊരു കെപ്പേ...! ഞാം പേടിച്ചും പോയി...!, തലേന്നത് പോമോ പോമോന്ന് വിചാരിച്ച്...'

ചീരൻ ഒന്നു നിന്നിട്ട് മറ്റുള്ളവരോടായി ചോദിച്ചു:

'നിങ്ങക്ക് പടേനി പഠിക്കണമെന്നൊണ്ടോ...?'

'ഒണ്ട്. പക്ഷേങ്കില്, നമക്കത് പറ്റുമോ...? അമ്മച്ചിക്കിട്ടപ്പെട്ടില്ലേലെന്തോ ചെയ്യും...?'

പാടവരമ്പത്തെ തണുത്ത മണ്ണിൽ ചവുട്ടി കുനിഞ്ഞ് നടക്കുമ്പോൾ ചീരനും ആ ആശങ്കയായിരുന്നു.

'ഞാനുമതാ വിചാരിക്കുന്നെ. അമ്മച്ചിക്കെന്തേലും...'

പിന്നെ അല്പ്പനേരത്തേക്ക് അവരാരും ഒന്നും മിണ്ടിയില്ല. കണ്ടത്തിന്റെ കരയ്ക്കെത്തിയപ്പോൾ ഒരു തെങ്ങിന്റെ ചുവട്ടിൽ അവർ നിന്നു. തെങ്ങിൽ ചാരിനിന്നുകൊണ്ട് ചീരൻ പറഞ്ഞു:

'പൊലവൃത്തം പാട്ടില് പറേന്നൊണ്ട്; അമ്മച്ചീടെ പ്രതിട്ട നമ്മടെ പൂർവ്വീയര് നടത്തീട്ടൊണ്ടെന്ന്...! അതുപോലെ പണ്ട് നമ്മടെ വല്ല്യപിതാക്കമ്മാർടെ കാലത്ത് അമ്മേടെ മുമ്പില് കാലംകോലം വരെ തുള്ളീട്ടൊ

ണ്ടെന്നാ പറേന്നെ..., നേരോ കതയോ, ആർക്കറിയാം...!'

ചീരൻ പറഞ്ഞത് കേട്ടുനിന്നതേയുള്ളൂ മറ്റു രണ്ടുപേരും. ഒന്നിനും ഒരു വ്യക്തതയുമവർക്കുണ്ടായില്ല. പിന്നെ, ങാ... എല്ലാമമ്മച്ചിക്കറിയാം എന്നുപറഞ്ഞ് അവർ പിരിഞ്ഞു.

ചീരൻ തനിക്കറിയാവുന്ന പുലവൃത്തംപാട്ട് പാടിക്കൊണ്ടാണ് നടന്നത്.

തെക്കുതെക്കു തിരുക്കൊല്ലത്തെ ഏ... ഏ... ഏ... ഏ...
എങ്ങൾ പത്തു പൊലവര് കൂടി... തെയ്താരതെയ്തോം
അതിലൊരു വല്ല്യപൊലവനാണല്ലോ ഓ... ഓ... ഓ... ഓ...
പത്രകാളി പ്രതിട്ട ചെയ്തേ...
പത്രകാളിയമ്മക്കിന്നേനോ ഓ... ഓ... ഓ... ഓ...
ആടുകോളി കുരുതി തരണുണ്ടേ...
ആടുവെട്ടിയ കാരണത്താലോ ഓ... ഓ... ഓ... ഓ...
ആളടിമവേണമെങ്ങക്കേ...
കോളിവെട്ടിയ കാരണത്താലോ ഓ... ഓ... ഓ... ഓ...
കോപമെല്ലാം ചമിച്ചമ്മയ്ക്കേ... തെയ്താര തെയ്തോം

കൊയ്ത്ത്, കറ്റമെതിക്കൽ, പൊലിയളക്കൽ, തടുത്തുകൂട്ടൽ, പൊലിയുണക്കൽ, വീശിയൊതുക്കൽ തുടങ്ങിയ നെല്ലിന്റെ കൊയ്ത്തുമായി ബന്ധപ്പെട്ട ജോലികളുടെ ചലനക്രമങ്ങളാണ് പുലവൃത്തത്തിന്റെ നൃത്തത്തിലുള്ളത്.

അങ്ങനെ ഇരിയ്ക്കെ ഒരുദിവസം കിട്ടനും ചീരനും കൊച്ചുചെറുക്കനും കുന്നത്തെ കൊയ്ത്തും മെതിയും കഴിഞ്ഞ് പാടവരമ്പത്തൂടെ നടന്നു പോകുമ്പോഴാണ് കൊച്ചുരാമൻപിള്ള എതിരെ വരുന്നത് കണ്ടത്. പെട്ടെന്ന് ചീരനും കൂട്ടരും പാടവരമ്പത്തു നിന്നിറങ്ങി മാറി നിന്നു. കൊച്ചുരാമൻപിള്ള ഇതുകണ്ട് അവരെ അടുത്തേക്ക് വിളിച്ചു.

'ഇങ്ങ് വരീന്...'

അവർ തെല്ല് ഭയഭക്തി ബഹുമാനത്തോടെ അത്രയ്ക്കടുത്ത് ചെല്ലാതെ അല്പം അകന്നുനിന്നു. അവരുടെ പരുങ്ങൽ കണ്ട് കൊച്ചുരാമൻ പിള്ള പറഞ്ഞു:

'അവിടെ നിക്കാനല്ല പറഞ്ഞത്. വരമ്പത്തേക്കിങ്ങ് കേറിവരാനാ...'

'അദ് വേണോമ്പ്രാ...?'

'ങാ... വേണം. ഇങ്ങോട്ട് കേറി നിക്ക്...'

അവർ വരമ്പത്തേക്ക് കയറി കൊച്ചുരാമൻപിള്ളയ്ക്കഭിമുഖമായി നിന്നു. അയാൾ അവരെ ഒന്നു നോക്കിയിട്ട് വരമ്പിൽ നിന്ന് കണ്ടത്തിന്റെ

താഴ്ച്ചയിലേക്കിറങ്ങി അവരുടെ അടുത്തേക്ക് ചെന്ന് ആ താഴ്ച്ചയിൽ നിന്നു.

'നിങ്ങള് മൂന്നു പേര് നടന്നുവരുമ്പം എതിരെ ഞാനൊറ്റയ്ക്കാ. അപ്പോൾ താഴെയെറങ്ങേണ്ടത് ഞാനാ. അതിൽ ജാതിയോ മതമോ ഒന്നുമല്ല നോക്കണ്ടത്. സാമാന്യ മര്യാദയാ...'

കൊച്ചുരാമൻപിള്ള ഇത്രയും തുറന്നിടപെട്ടപ്പോൾ ചീരനും കൂട്ടർക്കും ആശ്വാസമായി. ആശ്വാസം സ്വാതന്ത്ര്യമായി. അവർ അയാൾക്ക് പിന്നിലായി നടന്ന് പാടം മുറിച്ചു കടന്നു. കരയ്ക്കെത്തിയപ്പോൾ കൊച്ചുചെറുക്കൻ മറ്റുള്ളവരുടെ മുഖത്തേക്കൊക്കെയൊന്ന് നോക്കിയിട്ട് തികഞ്ഞ ഭവ്യതയോടെ കൊച്ചുരാമൻപിള്ളയോടായി പറഞ്ഞു:

'കഴിഞ്ഞാണ്ടിലും തമ്പ്രാന്റെ വൈരവീം കരിമറുതായുമൊക്കെ കണ്ട്രുന്നു. ഇത്രം ശേലായിട്ട് ആര്ടേം ഇതുവരേം കണ്ടിട്ടില്ല...'

കൊച്ചുരാമൻപിള്ള ഒന്നു മെല്ലെ ചിരിച്ചു. അല്പം കഴിഞ്ഞപ്പോൾ ചീരൻ മറ്റുള്ളവരുടെ മുഖത്തേക്ക് ഒന്നു നോക്കിയിട്ടു പറഞ്ഞു:

'അല്ല..., ഏങ്ങക്കും...'

ബാക്കി പറയാൻ ചീരൻ മടിച്ചപ്പോൾ കൊച്ചുരാമൻപിള്ള പറഞ്ഞു:

'പറഞ്ഞോളൂ...'

'ഏങ്ങക്കും ഒന്ന് ശിശ്യപ്പെട്ടാക്കൊള്ളാംന്നൊണ്ട്...'

കൊച്ചുരാമൻപിള്ള വിശാലമായ പാടത്തേക്ക് നോക്കിക്കൊണ്ടാലോചിച്ചു.

വേണം. ഇവരും പഠിക്കണം...ഇടയ്ക്കെപ്പോഴോ അറ്റുപോയ ആ ചുവടുകൾ കളത്തിലേക്കെത്തണം. എങ്കിലേ പടേനി നാടിന്റെ കലയാവൂ. നാട്ടുകാർക്കൊക്കെ അമ്മയുടെ അനുഗ്രഹമുണ്ടാകൂ...

കൊച്ചുരാമൻപിള്ള പറഞ്ഞു:

'നിങ്ങളൊരു കാര്യം ചെയ്യ്. വെള്ളിയാഴ്ച്ച വൈകിട്ട് അമ്മേടെ നടയ്ക്ക് ചെന്ന് ഒരു വെളക്ക് കത്തിച്ച് തൊഴുതിട്ട് കളരീലോട്ട് പോര്...'

വെള്ളിയാഴ്ച്ച സന്ധ്യയ്ക്കു മുമ്പുതന്നെ കൊച്ചുചെറുക്കനും ചീരനും കിട്ടനും പാവുതറയമ്മയുടെ നടയ്ക്കൽ ചെന്ന് എണ്ണവിളക്ക് കത്തിച്ച് തൊഴുതു.

'പൊന്നമ്മച്ചീ, തെറ്റെങ്കില് ഏങ്ങളോട് ശെമിക്കണം. കിടാങ്ങക്കൊന്നും വരുത്തരുതേ...'

അതുകഴിഞ്ഞ് അവർ കല്ലൂരെ കളരിയിലെത്തി.

രണ്ടുമൂന്നു ദിവസം എവിടെയോ ആയിരുന്ന കൊച്ചുരാമൻപിള്ള അന്ന് സന്ധ്യയ്ക്ക് വീട്ടിലെത്തിയതേയുണ്ടായിരുന്നുള്ളൂ. വന്നപ്പോഴേ അ

യാൾ ദേവകിയോടു പറഞ്ഞു:

'എന്തേലുമെടുക്ക്. വെശക്കുന്നു...'

ദേവകി കഞ്ഞിയും ചക്കപ്പുഴുക്കുമെടുത്തു.

ഓട്ടുകിണ്ണത്തിൽനിന്ന് പ്ലാവില കോട്ടിയതുകൊണ്ട് കൊച്ചുരാമൻപിള്ള ചൂടുകഞ്ഞി ഒന്നൂതാതെതന്നെ വായിലേക്കൊഴിക്കുന്നതു കണ്ട് ദേവകി ചോദിച്ചു:

'എന്താ ഇത്ര ധൃതിപിടിച്ച് കഴിക്കുന്നത്...?'

'കളരീലോട്ട് പോണം...'

അയാൾ കഞ്ഞിപ്പാത്രത്തിലേക്ക്തന്നെ നോക്കിക്കൊണ്ട് പറഞ്ഞു.

ദേവകിക്ക് ശരിക്കും വെറുപ്പ് തോന്നി. എങ്കിലും അത് പ്രകടിപ്പിക്കാനുള്ള ധൈര്യം അവർക്കില്ലായിരുന്നു. അവരുടെ മുഖം ഇരുണ്ട് മ്ലാനമായി.

കൊച്ചുരാമൻപിള്ള കഞ്ഞി കുടിച്ചിട്ട് രണ്ടാംമുണ്ടും തോളിലിട്ട് കളരിയിലേക്കിറങ്ങിയപ്പോൾ മകൻ കേശവൻ നാമജപം കഴിഞ്ഞ് തിണ്ണയിലേക്ക് ചെന്നു.

'അപ്പനെന്ത്യേമ്മേ...?'

ദേവകിക്ക് ഇപ്പോൾ ദേഷ്യവും സങ്കടവുമുണ്ടായി. അവർ പുറത്തേക്ക് നോക്കി പിറുപിറുത്തു.

'അപ്പനല്ലത്. അത് ഞാൻ നിന്നെ തെറ്റിദ്ധരിപ്പിച്ചിരിക്കുന്നതാണ്. നിന്റച്ഛൻ തന്നെയാണത്. നിന്നോടോ എന്നോടോ ഒരു സ്നേഹവുമില്ലാത്ത...'

കേശവന് അമ്മ പറഞ്ഞതൊന്നും മനസ്സിലായില്ല. എന്നാൽ തുടർന്ന് അവർ പറഞ്ഞത് അവൻ ശ്രദ്ധിച്ചു. പത്തു വയസ്സായ അവനത് മനസ്സിലാകുകയും ചെയ്തു.

'നാലു ദിവസമായി എവിടാരുന്നെന്നോ എന്തവാര്ന്നെന്നോ അറിഞ്ഞില്ല. ഇപ്പമൊന്നിങ്ങോട്ട് വന്നുകേറി വെശപ്പ് തീർത്തു. ഒടനെതന്നെ എറങ്ങുകേം ചെയ്തു...'

കൊച്ചുരാമൻപിള്ള ചീരന്റേയും കൂട്ടരുടെയും കാര്യം കളരിയിൽ അവതരിപ്പിച്ചു. എന്നാൽ പരമുള്ളയ്ക്കൊഴികെ ആർക്കും അവരുടെ കാര്യത്തിൽ താത്പര്യമില്ലായിരുന്നു. പരമുള്ളയും മൗനം കൊണ്ട് മാത്രമെ അതിനോട് അനുകൂലമായുള്ളൂ. അയാളുടെ അനുജൻ രാമൻപിള്ള പറഞ്ഞു:

'പണ്ടുപുരാതന കാലത്ത് അങ്ങനൊക്കെയൊണ്ടാര്ന്നന്ന് വെച്ച് ഇന്നതു വെല്ലോം നടക്കുമോ...? ചിറ്റേടത്ത് മൂത്തേടത്തുകാര് വല്ലോമറിഞ്ഞാപ്പിന്നെ നമക്ക് പോലും ആ തകിടീലോട്ട് കേറാംപറ്റാത്ത സാഹച

ര്യം വരും. അതുകൊണ്ട് ഞാൻ പറഞ്ഞിട്ട് ഒന്നൂടൊന്നാലോചിച്ചിട്ട് മതി...'

പരമൂള്ളയുടെ മറ്റൊരു സഹോദരനായ കുഞ്ഞികൃഷ്ണപിള്ളയ്ക്കും ഇക്കാര്യത്തിൽ ആശങ്കയായിരുന്നു.

'എന്തിനാ കൊച്ചുരാമാ വെറുതെ ആവശ്യമില്ലാത്ത ഒരു പ്രശ്നമൊണ്ടാക്കുന്നത്? അവർക്കിനി അങ്ങനൊരാശയുണ്ടെങ്കി മൂത്തേടത്തോട്ട് ചെന്നുപറയട്ടെ...'

സഹോദരൻമാരുടെ രണ്ടുപേരുടെയും അഭിപ്രായങ്ങൾ കേട്ടുകഴിഞ്ഞപ്പോഴും പരമൂള്ള പുറത്തെ ഇരുട്ടിലേക്കുതന്നെ നോക്കി നിന്നതേയുള്ളൂ. എന്നാൽ കൊച്ചുരാമൻപിള്ള തന്റെ അഭിപ്രായം ഇതു നടന്നാൽ ആവർത്തിച്ചു.

'എന്തായാലും കൊറച്ച് പൊറമോട്ട് ചിന്തിച്ചാ പടേനിക്കളത്തിലവരേം കാണാമല്ലോ. അതാർക്കും മായ്ച്ച് കളയാം പറ്റത്തില്ല. പിന്നീടെപ്പോഴോ അവര്, കൊറേശ്ശെ കൊറേശ്ശെ ഒഴിവാക്കപ്പെട്ടുകാരുന്നു. അങ്ങനതങ്ങു പൂർണ്ണമായി. അത് ശരിയല്ലല്ലോ. കോലംതുള്ളാപോയിട്ട് പുലവൃത്തത്തിലൊരു പെലേനൊണ്ടോ ഇന്ന്...! ഇല്ല. അത് തിരുത്തേണ്ടതു തന്നെയാണ്... എങ്കിലേ നാടിനൈശ്വര്യമുണ്ടാകൂ... നായമ്മാര് മാത്രമുള്ളൊരു പരിപാടിയായാൽ നാളെയത് നാനാവിധമാവും. എല്ലാവർക്കുമതിൽ പങ്കാളിത്തമുണ്ടാകണം. പങ്കാളിത്തം പടയണിയിലെ എല്ലാം പഠിക്കാനുള്ള അവകാശമായിരിക്കണം. എങ്കിലേ നമ്മടെയൊക്കെ കാലം കഴിഞ്ഞാലും ഇതിനൊക്കെ നിലനില്പ്പുണ്ടാകൂ.'

കൊച്ചുരാമൻപിള്ളയുടെ ചിറ്റപ്പൻമാർ പിന്നെ ഒന്നും പറഞ്ഞില്ല. പരമൂള്ളയാശാൻ ഒന്നു ദീർഘം ശ്വസിച്ച് തല കുലുക്കി. അതിന്റെ അർത്ഥം, കാര്യങ്ങൾ കൊച്ചുരാമൻ പറഞ്ഞതുപോലെയാകട്ടെ എന്നായിരുന്നു. പരമൂള്ള തീരുമാനിച്ചാൽ അതിന് മാറ്റമില്ല കല്ലൂർ കളരിയിൽ...

അങ്ങനെ ആ വെള്ളിയാഴ്ച്ച തന്നെ ചീരനും കൊച്ചുചെറുക്കനും കിട്ടനും കല്ലൂർക്കളരിയിൽ ആദ്യ ചുവടുകൾ വെച്ചു.

തികിത

തി തെയ് തെയ് തോം തോം

തിത്ത

പുലയരും കല്ലൂരെ കളരിയിൽ പഠിക്കുന്നു എന്നറിഞ്ഞപ്പോൾത്തന്നെ ചിറ്റേടത്തുനിന്നും മൂത്തേടത്തുനിന്നും എതിർപ്പുണ്ടായി.

പിറ്റേന്നുതന്നെ മൂത്തേടത്തെ രണ്ട് വാല്ല്യക്കാർ കളരിയിൽ വന്നു പറഞ്ഞു:

'ആ പെലക്കൊച്ചുങ്ങളെയങ്ങ് പറഞ്ഞ് വിട്ടേക്കാശാനെ. മൂത്തേടത്തൂ

ന്ന് മാത്രമല്ല ചിറ്റേടത്തൂന്നും പറഞ്ഞിട്ടാ വരുന്നത്...'

പരമൂള്ള ഒന്നും മിണ്ടാതെ നിന്നപ്പോൾ അവർ തുടർന്നു:

'വെറുതെയെന്തിനാ വല്ല്യാശാനേ ഒരീശാ പോശാ...'

അപ്പോൾ കൊച്ചുരാമൻപിള്ള അവിടേക്ക് വന്നു.

'ങാ..., ഏതായാലും അവരിപ്പമിവിടെ പഠിക്കട്ട്. ബാക്കിയൊക്കെ മീനത്തിലെ തിരുവാതിരക്കല്ലെ. അത് തമ്പുരാട്ടിയമ്മ നോക്കിക്കോളും...'

'എങ്കിപ്പിന്നന്നേരം കാണാം...'

'കാണാം...'

മൂത്തേടത്തെ വാല്ല്യക്കാർ രണ്ടാംമുണ്ട് ഒന്ന് കുടഞ്ഞിട്ട് തിരികെ പോയി.

വാല്ല്യക്കാർ പറഞ്ഞത് അനുസരിച്ചില്ലെന്നറിഞ്ഞപ്പോൾ മൂത്തേടത്തെ ത്രിവിക്രമപ്പണിക്കർതന്നെ നേരിട്ട് കല്ലൂരെത്തി.

'ആശാനെ, ആശാനറിയാമല്ലോ; യാതൊരു പ്രശ്നങ്ങളുമില്ലാതാ നമ്മടെ കാവിലെ പടേനി ആണ്ടും കാലോം നടത്തിക്കോണ്ടു പോകുന്നത്. നിങ്ങള് തുള്ളുകേം ചെയ്യുന്നുണ്ട്. അമ്പലത്തിന്റെ അധികാരികളെന്ന നിലയ്ക്ക് ഞങ്ങളിന്നുവരെ അതിനെ എതിർത്തിട്ടുമില്ല. എല്ലാം അമ്മയ്ക്ക് തൃപ്തിയാകുന്നുമുണ്ട്. അതങ്ങനങ്ങ് പോയാപ്പോരായോ... ആശാൻ കൊച്ചുരാമനെയൊന്നുപദേശിക്കണം.'

'ദേവകീ..., സംഭാരമെടുക്ക്...'

പരമൂള്ള മരുമകളെ വിളിച്ചു പറഞ്ഞു.

ത്രിവിക്രമപ്പണിക്കർ ദേവകി കൊണ്ടുവന്ന സംഭാരം കുടിച്ചുകഴിഞ്ഞപ്പോൾ പരമൂള്ള പുറത്തേക്ക് നോക്കിപ്പറഞ്ഞു:

'കളരീലെ കാര്യങ്ങളെല്ലാമിപ്പോ കൊച്ചുരാമനാ നോക്കുന്നത്. എനിക്ക് പഴേപോലൊന്നും വയ്യ...'

ഒന്നു നിർത്തിയിട്ട് അയാൾ ത്രിവിക്രമപ്പണിക്കരുടെ മുഖത്തേക്ക് നോക്കി.

'അവൻ പറേന്നതിലും നേരില്ലേ പണിക്കരേ...'

കൊച്ചുരാമൻപിള്ള ഇതിനിടയ്ക്ക് എവിടെയോ പോയിട്ട് അവിടേക്ക് കടന്നുവരുകയായിരുന്നു. വിക്രമപ്പണിക്കർ വന്നതിന്റെ ഉദ്ദേശം എന്താണെന്ന് മനസ്സിലാക്കിയ അയാൾ പണിക്കരെ ഒന്നു നോക്കിയിട്ട് അകത്തേക്കുപോയി. ഉടനെതന്നെ തിണ്ണയിലേക്ക് മടങ്ങിവരികയും ചെയ്തു.

'കൊച്ചാട്ടാ, നിങ്ങളാദ്യം മനസ്സിലാക്കണ്ടത്, അവര് പടേനിക്കന്ന്യരല്ലെന്നുള്ള കാര്യമാണ്. അത്, പൊറമോട്ടോർത്താൽ മനസ്സിലാകും. അല്ലെങ്കിൽ വേണ്ട; പടേനിയൊന്ന് ശ്രദ്ധിച്ച് കണ്ടാമതി അതറിയാമ്പറ്റും.

അവരുടെ ആഗ്രഹം ന്യായമാ. അതുകൊണ്ടുതന്നെ എനിക്കവരെ ഒഴിവാക്കാൻ പറ്റത്തില്ല. നേരും നെറീമൊള്ളോനാ ഞാൻ. അമ്മയാണവരിൽ ആ ആഗ്രഹമൊണ്ടാക്കിയതെന്നു തന്നെയാ ഞാൻ വിശ്വസിക്കുന്നത്...'

കൊച്ചുരാമൻപിള്ള, കാലംകോലം വെട്ടിത്തിരിയുന്നതുപോലെ തിരിഞ്ഞ് ത്രിവിക്രമപ്പണിക്കരുടെ മുഖത്തേക്ക് നോക്കി തുടർന്നു.

'അമ്മയുടെ ആഗ്രഹങ്ങൾ സാധിക്കാൻ ഞാനേതറ്റം വരേം പോകും. അത് മറക്കണ്ട...'

'അല്ല കൊച്ചുരാമാ; അമ്മേടെ നിശ്ചയം ഇവിടെ പടേനി നടക്കണമെന്നുള്ളതാ. അത് മൊടക്കമില്ലാതെ നമ്മള് നടത്തുന്നുണ്ട്. അതിനാത്ത് ഇവറ്റകൾക്ക് ആവശ്യമില്ലാത്ത ഒരവകാശമെന്തിന് കൊടുക്കണം...'

'അത് നിങ്ങക്കാ ആവശ്യമല്ലാത്തത്. അവർക്കതാവശ്യമാ. അവരും അമ്മേടെ മക്കളാ...'

'ദേണ്ട്; നീ ഒരുകാര്യം കൂടി മനസ്സിലാക്കണം. ഇവറ്റകളെല്ലാം ഇപ്പം കമ്മ്യൂണിസ്റ്റാ. നാളെയിവര് എന്തിനും തയ്യാറാകും. ഈ പറേന്ന നിന്നേക്കൂടവര് പടേനിതുള്ളിക്കാത്ത സാഹചര്യമുണ്ടാക്കും. ഈ ക്ഷേത്രംപോലുമവര് വേണേലില്ലാതാക്കും...'

'ഇല്ല. എനിക്കാപ്പേടിയൊന്നുമില്ല. നിങ്ങളതെന്നെ പറഞ്ഞ് പേടിപ്പിക്കണ്ട...'

കൊച്ചുരാമൻപിള്ളയുടെ വാക്കുകൾ അല്പ്പം രൂക്ഷമായിരുന്നു. പെട്ടെന്ന് പരമൂള്ള അതിലിടപെട്ടു.

'പോട്ട്. നീ മിണ്ടാതിരി...'

എന്നാൽ മിണ്ടാതിരുന്നത് ത്രിവിക്രമപ്പണിക്കരാണ്. കൊച്ചുരാമൻ മിണ്ടി. കുറച്ചുകൂടി രൂക്ഷമായ ഭാഷയിൽത്തന്നെ:

'അവര് തുള്ളും. അവർക്കുകൂടി അവകാശപ്പെട്ടതാണെങ്കിൽ അവര് തുള്ളും. അതിനി ആരെതിർത്താലും...'

അവകാശം എന്ന വാക്ക് ഒന്നുകൂടി ത്രിവിക്രമപ്പണിക്കരുടെ ഉള്ളിൽ തറഞ്ഞു. അയാൾ മനസ്സിൽ പറഞ്ഞു:

'അവകാശം തന്നെയാണെടാ പ്രശ്നം. അമ്മയുടെ പേരിലുള്ള സ്വത്തുക്കളിലുള്ള ഞങ്ങളുടെ അവകാശം.'

അൽപ്പനേരം മൗനംപൂണ്ട് നിന്ന ത്രിവിക്രമപ്പണിക്കർ ഒന്ന് ദീർഘം ശ്വസിച്ചിട്ട് പറഞ്ഞു:

'കൊച്ചുരാമാ, കരനെലോം പുഞ്ചനെലോം മറ്റ് സ്വത്തുക്കളുമൊന്നും ഞങ്ങളാരടേം വെട്ടിപ്പിടിച്ചതല്ലല്ലോ. പൂർവ്വപിതാക്കന്മാർടെ കാലം മൊ

തല് ഭഗവതിയുടെ സ്വത്തിലൊള്ള അവകാശം ഞങ്ങക്കാ...'

'വേണ്ട, വേണ്ട; പഴേകാര്യങ്ങളിലേക്കധികം പോണ്ട. പോയാപ്പിന്നെ, നിങ്ങളീ നാട്ടീന്നേ പോകണ്ടിവരും. നിങ്ങള് ആരടേം വെട്ടിപ്പിടിച്ചിട്ടില്ല. പക്ഷെ പൂർവ്വപിതാക്കന്മാരേപ്പറ്റി പറഞ്ഞല്ലോ, അവരത് ചതിയിലൂടെ ത്തന്നെ കൈക്കലാക്കിയതാ. ഒന്നോർത്തോണം, ഈ പൂർവ്വപിതാക്ക ന്മാര് പണ്ടുപുരാതന കാലത്തങ്ങ് വടക്കൂന്ന് വന്നവരാ. അന്നിവിടെ ഇ ക്കണ്ട സ്വത്തിനെല്ലാം അവകാശികളൊണ്ടാർന്നു...'

കാര്യങ്ങൾ ഉള്ളി പൊളിക്കുന്നതുപോലെ പൊളിഞ്ഞു പൊളിഞ്ഞു വന്നപ്പോൾ ത്രിവിക്രമപ്പണിക്കർക്ക് നീറി. അയാൾ നീറിപ്പുകയുന്ന മന സ്സുമായി അവിടെ നിന്നെഴുന്നേറ്റു. പരമൂള്ള കണ്ണുകളടച്ച് ചാരുകസേര യിൽ അങ്ങനെ കിടന്നതേയുള്ളൂ.

'ഞാൻ പോവാ...'

ത്രിവിക്രമപ്പണിക്കർ പത്തിക്കടികിട്ടിയ മൂർഖനെപ്പോലെ അവിടെ നി ന്ന് മടങ്ങി.

ഇതിനേത്തുടർന്ന് വൈശ്യത്തില്ലത്തെ പൂമുഖത്ത് രണ്ടു നാളുകൾ ക്ക് ശേഷം ഒരു കൂടിയാലോചന നടന്നു. മൂത്തേടത്തെയും ചിറ്റേടത്തെ യും നായർ പ്രമാണിമാർ കൃത്യമായി വീറോടെ അവിടെയെത്തി. മൂ ത്തേടത്തെ ത്രിവിക്രമപ്പണിക്കർ തുടങ്ങിയിടത്തുതന്നെ ചിറ്റേടത്തെ കോ ന്നക്കുറുപ്പ് ആ കൂടിയാലോചന അവസാനിപ്പിച്ചു.

'വേണ്ട വേണ്ട; കണ്ട പെലേനേം പറേനെമൊക്കെ കേറ്റി കാളികൂളി കളിപ്പിക്കാനൊള്ള സ്ഥലമല്ലിത്. പണ്ടെങ്ങാണ്ട് ഏതാണ്ടൊണ്ടാർന്നെ ന്ന് പറഞ്ഞ് ഇന്നതനുവദിച്ചു കൊടുത്താൽ നാളെ അവരതൊരവകാശ മാക്കും. അതുപിന്നെല്ലാത്തിലുമുള്ള അവകാശമാകും. അതൊന്നുമവി ടുത്തേക്കിഷ്ട്ടമാകത്തില്ല...'

ആലോചനയെല്ലാം കഴിഞ്ഞ് ഇറങ്ങാൻനേരത്ത് മൂത്തേടത്തെ ഇള മീന്നനിയൻപിള്ള ആരോടെന്നില്ലാതെ ഇത്രയുംകൂടി പറഞ്ഞു:

'ഇവന്മാർക്കൊക്കെയാ കമ്മ്യൂണിസ്റ്റ് സംഘത്തിച്ചേർന്നങ്ങ് നടന്നാപ്പോ രെ... എല്ലാമതിന്റെ പൊറകേയങ്ങ് പൊക്കോളുമെന്ന് വിചാരിച്ചിരിക്കു മ്പഴാ ഇങ്ങനൊരു... ഇതെല്ലാം ല്ലവന്റെ ഒറ്റയൊരുത്തന്റെ പണിയാ... ണ്ടാ..., അമ്മയിതെല്ലാം കാണുന്നുണ്ടല്ലോ...'

'അല്ല, ഇവനുമിനീ കമ്മ്യൂണിസ്റ്റാണോ...? വേഷം മാറി നടക്കുന്ന...; ഇന്നാളിലാലപ്പെഴയെങ്ങാണ്ട് അങ്ങനൊരാളെ പിടിച്ചതായി കേട്ടിരുന്നു...'

വിക്രമപ്പണിക്കർ അനിയൻപിള്ളയോട് സംശയം പ്രകടിപ്പിച്ചു.

'അവങ്കമ്മ്യൂണിസ്റ്റ്...! എന്നാലിത്രേമൊന്നും നമക്ക് ശങ്കിക്കേണ്ടാരുന്നു.

കുടികെടക്കാനൊള്ളത് ഓരോ തുണ്ട് കൊണ്ടുപോയി. സാരമില്ല. പിന്നെ, കൂലി. അതും സാരമില്ല. ഇവനൊക്കെ എന്തോ കമ്മൂണിസ്റ്റായാലും കാര്യങ്ങളൊക്കെ നമ്മടെ കൈയ്യിത്തന്നെയല്ലെ... അവനിനി കമ്മൂണിസ്റ്റാണെങ്കി ആയിക്കോട്ടെ. അറ്റകൈയ്ക്ക് നമക്കും കമ്മൂണിസ്റ്റാകാം... ഇവനെയൊക്കെ പൊറകി നിർത്തി നമക്ക് കൊടിപിടിപ്പിക്കാം... ഹി... ഹി... ഹി...'

ഒരു വൃത്തികെട്ട ചിരിയായിരുന്നു അനിയൻപിള്ളയുടേത്. ഈർച്ചവാളിന്റെ പല്ലുകൾ പോലെയായിരുന്നു അപ്പോൾ അയാളുടെ പല്ലുകൾ.

'സമ്പത്താണല്ലോ പ്രധാനം. അതിന്റെ അധികാരം നമ്മടെ കൈയ്യിത്തന്നെ. അവര് തൊഴിലാളികള് പണിചെയ്യട്ടെ. കണ്ടത്തിപ്പണീം, പാർട്ടിപ്പണീമൊക്കെ ചെയ്തോട്ടെ. അധികാരമുള്ള നമക്ക് അവരെ നയിക്കാം. ഇങ്ക്ലാബ് വിളിപ്പിക്കാം...'

ഇപ്പോൾ ഒരു കൂട്ടച്ചിരിയായി.

എന്നാൽ കോന്നക്കുറുപ്പ് എന്തോ ആലോചനയിൽ മുഴുകി പൂമുഖത്തുനിന്ന് മുറ്റത്തേക്കിറങ്ങി ആ ഇരുട്ടത്തേക്ക് നോക്കിപ്പറഞ്ഞു:

'ഇതങ്ങനൊന്നുമല്ലനിയാ..., അവൻ വേറെയാ...'

അതിനാരുടെയും ചോദ്യമോ മറുപടിയോ ഉണ്ടായില്ല.

ഒരവ്യക്തതയിൽ അന്നവർ പിരിഞ്ഞു.

ഒരാഴ്ച്ച കഴിഞ്ഞ് അവർ വീണ്ടും രാത്രിയിൽ ഒന്നിച്ചു കൂടി. അതും ഇല്ലത്തുവെച്ചു തന്നെയായിരുന്നു. ചിറ്റേടത്തെ കോന്നക്കുറുപ്പാണ് ദേഷ്യം ചവച്ചുപിടിച്ചുകൊണ്ട് തുടങ്ങിയത്.

'ഇതിങ്ങനെ വിട്ടാപ്പറ്റത്തില്ല. അവന്റുദ്ദേശം അവരെ ഇങ്ങോട്ടു കേറ്റിവിട്ട് നമ്മളെ തകർക്കാനാ. എന്നിട്ടവരെ കൂട്ടുപിടിച്ച് അവനിതെല്ലാം പിടിച്ചടക്കാനാ...'

ഒന്നു നിർത്തിയിട്ട് അയാൾ തുടർന്നു:

'ഈയിടെ പുത്തങ്കാവ് കടവിൽ വെച്ച് എന്നെ കണ്ടപ്പം ഒരാള് ഒന്ന്രണ്ട് കാര്യങ്ങള് പറഞ്ഞു. ഇവനങ്ങ് തെക്കെങ്ങാണ്ട് ഒരു സിദ്ധഗുരുവുണ്ടുപോലും. അയാള് വല്ല്യ ഭദ്രകാളീസേവയൊള്ളാളാ. അയാളിവന് ഒറപ്പ്കൊടുത്തേക്കാ, ധൈര്യമായിട്ട് മുന്നോട്ട് പൊക്കോന്നും എല്ലാം ശരിയായിക്കോളുമെന്നും... ഞാനിതാദ്യം കേക്കുവാ. ആലോചിച്ചപ്പം, ഇവനൊരു തെണ്ടിത്തിരിഞ്ഞ് നടക്കുന്ന ദിവ്യനാണല്ലോ. ഹ്ഹൊ ഇവനെങ്ങനാ ദേവകിയെടെ കൂടെ പൊറുക്കുന്നു., അതിശയം തന്നെ...!'

മൂത്തേടത്തെ ഇളമീന്നനിയൻപിള്ള കുറച്ചുകൂടി തിളപ്പിലായിരുന്നു.

'കളരീം കാര്യങ്ങളുമൊക്കെയൊള്ളടത്തെയാ. അല്ലെങ്കി രണ്ടെണ്ണം

ഞാനവന് കൊടുത്തേനേം...'

'അയ്യയ്യോ, അതൊന്നും വേണ്ട.'

ഈശ്വരൻ നമ്പൂതിരി പൂണൂൽ വലിച്ചുകൊണ്ട് പുറത്തേക്ക് നോക്കി പറഞ്ഞു:

'സർവ്വശക്തയായ അമ്മ അതിനുവേണ്ടത് കൊടുത്തോളും...'

ആലോചനയെല്ലാം കഴിഞ്ഞ് ഇല്ലത്തു നിന്നിറങ്ങിയ മൂത്തേടത്ത് ചിറ്റേടൻമാർ നമ്പൂതിരിയോട് ആലോചിക്കാതെ അന്ന് കൃത്യമായ ഒരു തീരുമാനമെടുത്തു

'ഇത് മുളയിലെ തന്നെ നുള്ളിക്കളയണം... അല്ലെങ്കിൽ നമക്കാപത്താ...'

ആ തീരുമാനത്തിന്റെ വിശദീകരണം എന്നോണം ചിറ്റേടത്തെ കോന്നക്കുറുപ്പ് എല്ലാവരോടുമായി മുൻപ് പറഞ്ഞതിന്റെ തുടർച്ചയായി പറഞ്ഞു:

'ഞാനറിഞ്ഞടത്തോളം, പെലേമ്മാരും പറേമ്മാരുമെല്ലാം കമ്മ്യൂണിസ്റ്റ് പാർട്ടീലായന്നാ. അങ്ങനങ്ങ് മൊത്തോം ചൊമന്ന് പോയാ നല്ലതാ. അതിന്റെ പൊറകെ പോയി ഇങ്കിലാബ് വിളിച്ച് വിളിച്ച് ഒടുക്കമെങ്ങ് ഒന്നുമല്ലാതായിക്കോളും. എന്നാലെപ്പഴേലും അത് വിട്ടേച്ച് അവിടുന്നിങ്ങോട്ട് കേറി വന്നാൽ അത് നമക്ക് വല്ല്യ ദോഷം തന്നെയാ. അതൊണ്ടാവാതിരിക്കണേൽ, അവനെ തടയണം. കൊച്ചുരാമനെ...'

അനിയൻപിള്ളയും അതിനോടു യോജിച്ചു.

'അതെ, കറുത്തിരുണ്ട് ആ കരിങ്കോളിങ്ങു കേറിവന്നാലെന്തു ചെയ്യും? അങ്ങനവരൊണരണമെങ്കി അവനവരെ ഉണത്തണം. അതാ നമ്മള് തടയണ്ടത്. അവനെ... '

കോന്നക്കുറുപ്പ് ഒന്ന് ദീർഘം ശ്വസിച്ചിട്ട് മൗനിയായി.

പിന്നെയും ഒരുവട്ടം കൂടി ഈശ്വരൻ നമ്പൂതിരിയറിയാതെ ചിറ്റേടത്ത് മൂത്തേടൻമാർ മൂത്തേടത്തുവച്ച് രഹസ്യമായി ഒത്തുകൂടി...

***

21

കാലനും കാലാന്തകനും

പതിവുപോലെ ആ കൊല്ലവും; അതായിത് ആയിരത്തി തൊള്ളായിരത്തി അൻപത്തിയൊൻപത് ഫെബ്രുവരി ഇരുപത്തിയേഴാം തീയതി, എതിർശബ്ദങ്ങളൊന്നുമില്ലാതെ പാവുതറപ്പടയണിക്ക് കമുക് പിഴുതു.

മുൻകാലങ്ങളിലെന്നപോലെ കല്ലൂർ കളരിതന്നെ എല്ലാറ്റിനും നേതൃത്വം കൊടുത്തു. പരമൂള്ളയാശാനും സഹോദരൻമാരും കൊച്ചുരാമൻപിള്ളയും മറ്റു ശിഷ്യന്മാരുമൊക്കെ വ്രതശുദ്ധിയോടെ എല്ലാ കാര്യങ്ങൾക്കും ചിട്ടയും വെടിപ്പും വരുത്തി. രാത്രി ഏറുന്നതുവരെ മിക്കദിവസങ്ങളിലും പരിശീലനം നടന്നു. പരിശീലനത്തിന്റെ അവസാനദിവസം കൊച്ചുരാമൻപിള്ള എല്ലാവരേയും ഓർമ്മിപ്പിച്ചു.

'ആരോടുമുള്ള എതിർപ്പോ പ്രതിഷേധമോ ആയിട്ടുള്ള ചിന്തയേ ഉള്ളിലുണ്ടാകരുത്. എല്ലാം അമ്മയ്ക്കുള്ള സമർപ്പണമായി കാണണം. ശരീരശുദ്ധിയും ചിത്തശുദ്ധിയുമുണ്ടാവണം...'

പാവുതറയമ്മയുടെ ഇലഞ്ഞിച്ചുവട്ടിൽ, അരയിൽ ചെമ്പട്ടും തലയിൽ വെള്ളത്തോർത്തും വിരിച്ച് കെട്ടി *അടവി നിന്നു തുള്ളി. പിന്നെ അടവി ഒരോട്ടമായിരുന്നു; പാവുതറയുടെ കിഴക്ക് ഭാഗത്തേക്ക്. താളം മുറുകിയ ചെണ്ടയും കത്തിജ്വലിക്കുന്ന ചൂട്ടുകറ്റകളും തീവെട്ടിയുമൊക്കെയായി വലിയ ഒരു സംഘം അയാൾക്ക് പിന്നാലെയുണ്ടായിരുന്നു. അടവിയുടെ ഉള്ളിലേക്ക് കടന്ന അമ്മയുടെ നിശ്ചയം, എവിടുത്തെ കമുക് ആരുടെ കമുക് എന്നൊന്നും ആർക്കും അറിയില്ലല്ലോ...! പാവുതറക്കാർ അടവിക്ക് പിന്നാലെ കിഴക്കോട്ടോടി. പുങ്കത്തോടും നടുവിലെ മലയും കയറിയിറങ്ങി അവർ കിഴക്കോട്ടുതന്നെ പോയി. ഒടുക്കം മാലിമേൽപ്പണിക്കരുടെ ആറ്റുപള്ളത്തെ ഒരു മുത്തശ്ശിക്കമുകിൽ ചെന്നു കയറി അടവി. അപ്പോഴേക്കും അവിടെ വലിയൊരാൾക്കൂട്ടംതന്നെ എത്തിച്ചേർന്നിരുന്നു. കമുകിന്റെ ഏതാണ്ട് അഞ്ചാൾ പൊക്കത്തിലേക്ക് കയറിയ അടവി സർവ്വശക്തിയുമെടുത്ത് കമുകിനെ പിടിച്ചുലച്ചു. കമുകിന്റെ ഓലകൾ, കോപം കൊണ്ട് മുടിയഴിച്ചിട്ട മഹാരുദ്രയെപ്പോലെ ആ രാത്രിയുടെ ആകാശങ്ങളിൽ ആടിയുലഞ്ഞു. ചുവട്ടിൽ, അതിന്റെ ഏതൊക്കെ

യോ വേരുകൾ മണ്ണിൽ നിന്ന് പൊട്ടിപ്പറിഞ്ഞകന്നു. ഉടനെ ആരവങ്ങളുടെ ആൾക്കൂട്ടത്തിനിടയിൽനിന്ന് ഒരാൾ കമുകിന്റെ ചുവട് തുരന്നു കൊടുത്തു. ഇപ്പോൾ, കമുക് ഉറഞ്ഞാടുന്ന ഒരന്തരയക്ഷിയെപ്പോലെ ഉയരത്തിൽ ആടിയുലഞ്ഞു. കമുക് ചരിഞ്ഞപ്പോൾ അടവിയുടെ മേലാകെ ആ താളത്തിൽ തരിക്കുകയായിരുന്നു. അടവി, കമുകിന്റെ ചുവടുയർത്തി തന്റെ തോളിൽ വെച്ചു. എന്നിട്ട് പടിഞ്ഞാട്ട് തിരിഞ്ഞു. പിന്നെ ആ കമുകിനെ നിലം തൊടാതെ, അടവിയ്ക്ക് പിന്നിൽ നിന്ന് പാവുതറക്കാർ തങ്ങളുടെ ചുമലുകളിൽ താങ്ങി ആരവത്തോടെ അമ്മയുടെ നടയ്ക്കലേക്ക് തിരിച്ചു. പതിവുപോലെ ഇലഞ്ഞിമുത്തശ്ശിയുടെ ചുമലിലേക്ക് കമുക് ചാരി.

ഇതിനിടയിലെല്ലാം, കറുത്ത കൈകൾ വല്ലതുമുണ്ടോ കമുക് താങ്ങാൻ എന്ന് എതിർകക്ഷികൾ ശ്രദ്ധിക്കുന്നുണ്ടായിരുന്നു.

എല്ലാം നിരീക്ഷിക്കാൻ നിയോഗിക്കപ്പെട്ടവരിലൊരാളായ തെക്കേതിലെ കിട്ടക്കുറുപ്പ് മൂത്തേടത്തെ ത്രിവിക്രമപ്പണിക്കരുടെ അടുക്കൽ ചെന്നു പറഞ്ഞു:

'ഒരു പത്തിരുനൂറ്റമ്പത് പേരെങ്കിലുമുണ്ടാർന്നമ്മാവാ...'

'ആരാരുന്നടവി...?'

കിട്ടക്കുറുപ്പ് വല്ല്യമ്മാവന്റെ അടുത്തേക്ക് ചെന്ന് ആ ചെവിയോടടുത്തു.

'അവന്തന്നാർന്നു. ആ കൊച്ചുരാമൻ...'

ത്രിവിക്രമപ്പണിക്കർ ഒന്ന് മൂളിയിട്ട് കണ്ണുകളടച്ചു. കിട്ടക്കുറുപ്പ്, പോകുന്ന വഴി കഠാരക്കുഴിയുടെ അടുത്തു ചെന്നപ്പോൾ ഒന്നു മൂത്രമൊഴിക്കാനായി നിന്നു. മൂത്രത്തിന്റെ അവസാനത്തെ തുള്ളിയും കുടഞ്ഞ് കളയുമ്പോൾ അയാൾ ഒന്നു തരിച്ചു. എന്നിട്ട് ആരോടെന്നില്ലാതെ പറഞ്ഞു:

ഹ്ഹൊ! എന്നാലുമവന്റെയൊരു *കെപ്പേ...!!

അങ്ങനെ പതിവുപോലെ കൊട്ടിക്കൂവിളിയും, അതിനേത്തുടർന്ന് പച്ചത്തപ്പും കൊട്ടി അമ്മയെ കളത്തിലേക്കാനയിച്ചിരുത്തി ചെറിയ പടേനിക്ക് തുടക്കമായി. പഞ്ചകോലങ്ങളുടെ ചെറിയ പടേനി. പിന്നെ കാലം കോലങ്ങൾകൂടി ഉൾപ്പെടുന്ന വല്ല്യപടേനി.

കാർത്തികനാളിലെ പഞ്ചകോലങ്ങളെല്ലാം തുള്ളിക്കഴിഞ്ഞ കളത്തിലേക്ക് ഭൈരവി തുള്ളി വന്നു നിറഞ്ഞ ആ അർദ്ധരാത്രി പിന്നിട്ട നേരത്ത് വടക്കു നിന്ന് ഒരു ചെണ്ടമേളം എല്ലാവരും കേട്ടു. നാലു ദിക്കും മുഴങ്ങിയ അസുരതാളത്തിന്റെ ശബ്ദം കേട്ട് തകിടിയിലിരുന്നവരെല്ലാം

വടക്കോട്ട് ഒന്നു തിരിഞ്ഞു നോക്കി. ഒന്നും കാണാനില്ല. എന്നാൽ ചെണ്ടമേളം മെല്ലെ അടുത്തേക്ക് വരുന്നതായി അവർ തിരിച്ചറിഞ്ഞു. പലരും സ്വയം ചോദിച്ചു.

എവിടുന്നാണത്...?

പഞ്ചകോലങ്ങളിലും പുലവൃത്തത്തിൽ പോലും കാളിമലയിൽ നിന്ന് ആരുമില്ലായിരുന്നു. അതിന്റെ ആശ്വാസത്തിലായിരുന്നു ചിറ്റേടൻമാരും മൂത്തേടൻമാരും. അതുകൊണ്ടുതന്നെ കൂടുതൽ അടുത്തേക്കടുത്തേക്ക് വന്ന ആ ചെണ്ടമേളവും ആളിരമ്പവും അവർക്കാണ് ആശങ്കയായി തീർന്നത്. ചിറ്റേടത്ത് മൂത്തേടത്ത് കുടുംബങ്ങളിലെ ആജ്ഞാനുവർത്തികൾ ആൾക്കൂട്ടത്തിനിടയിലൂടെ അങ്ങോട്ടുമിങ്ങോട്ടും പാഞ്ഞു നടന്നു. ഒരു സംഘം വടക്കോട്ടു പോയി. എന്നാൽ വടക്കോട്ടു പോയവർക്ക് ഒന്നും ചെയ്യാനില്ലെന്ന് ആ ശബ്ദഘോഷങ്ങൾ അടുത്തേക്കടുത്തേക്ക് വന്നപ്പോൾ മറ്റുള്ളവർക്ക് മനസ്സിലായി. തകിടിയിൽ പാഞ്ഞു നടന്ന സംഘം കൊച്ചുരാമൻപിള്ളയെവിടെ എന്നു തിരഞ്ഞു. എന്നാൽ അത് വ്യക്തമായിരുന്നു. അയാൾ എല്ലാവരുടെയും മുന്നിലിരുന്ന് ഭൈരവിക്ക് തപ്പുകൊട്ടുകയാണ്. അയാൾ അവിടെത്തന്നെയുണ്ടെന്ന് ഉറപ്പാക്കിയിട്ടും അവർ, അയാളെവിടെ എന്ന ചോദ്യത്തിന്റെ കൂരമ്പേറ്റവരെപ്പോലെ അങ്ങോട്ടുമിങ്ങോട്ടും പാഞ്ഞു നടന്നു.

പെട്ടെന്ന് വടക്കുനിന്നു വന്ന വലിയ ആരവങ്ങൾക്കിടയിൽ വലിയ അലർച്ചയുണ്ടായി. നീണ്ട കൂവിളികളുമുണ്ടായി. കരിമറുതാക്കൂട്ടത്തിന്റെ കൂവലും അലർച്ചയുമായിരുന്നു അത്. ആ അലർച്ചകളുടെ കൂട്ടം ചിറ്റേടത്ത് മൂത്തേടത്ത് ചട്ടമ്പികളുടെ പ്രതിരോധത്തെ തകർത്തു. കരിമറുതാക്കൂട്ടങ്ങൾ, തങ്ങളെ തടയാൻ വന്നവരെ വളഞ്ഞിട്ട് തല്ലി. പിന്നീടവരെ പാവുതറയുടെ അതിരുകൾക്കപ്പുറത്തേക്കോടിച്ചു. ഇതെല്ലാം തപ്പുകൊട്ടുകയായിരുന്ന കൊച്ചുരാമൻപിള്ള അറിയുന്നുണ്ടായിരുന്നു. അതിനനുസരിച്ചായിരുന്നു ആ താളപ്പെരുക്കങ്ങൾ.

കരിമറുത, കാലകേശിമറുത, ഈശാന്തൻമറുത, പണ്ടാരമറുത, പച്ചമറുത തുടങ്ങി ഏതാണ്ട് അറുപതോളം വരുന്ന കരിമറുതാക്കൂട്ടം മയിലാടുംപാറയും കുന്നത്തുമലയും പറയക്കാലായും കടന്ന് പാവുതറക്കാവിന്റെ അടുത്തെത്തി. കാണാവുന്ന ദൂരത്തേക്ക് ആ കരിങ്കടലിരമ്പി വന്നപ്പോൾ തകിടിയിലുണ്ടായിരുന്നവരെല്ലാം എഴുന്നേറ്റ് അങ്ങോട്ടു നോക്കി. അവർ നോക്കിനിൽക്കെ, കരിമറുതാക്കൂട്ടം അലറിക്കൊണ്ട് തകിടിയിലേക്കിരച്ചു കയറി. കാളിമല ഒരു കരിമലയായി ഇളകി വന്നതുപോലെയായിരുന്നു. ഇരുട്ടിന്റെ പശ്ചാത്തലം കൂടിയായപ്പോൾ അതിരുകളി

ല്ലാത്ത ഒരു മഹാമേരു പോലെയോ ഒരു കരിങ്കടൽപോലെയോ ആയിരുന്നു ആ വരവ്. ചീരനും കൊച്ചുചെറുക്കനും കിട്ടനുമൊക്കെയായിരുന്നു അതിനു മുന്നിൽ. തള്ളമറുതകൾക്കും തന്തമറുതകൾക്കും പിന്നിൽ കുട്ടിമറുതകളുടെ ഒരു വലിയ കൂട്ടം. പിന്നിൽ പാവുതറയിലെ കറുത്ത മക്കളുടെ വൻജനക്കൂട്ടം. വല്ല്യ മറുതകൾക്കൊപ്പം കുട്ടിമറുതകളും കൂടി അലറിക്കൂവിയപ്പോൾ അത് പടയണിയുടെ തകിടിയെയാകെ പ്രകമ്പനം കൊള്ളിച്ചു. കളത്തിന് ചുറ്റിനുമിരുന്നവർ കളം വിസ്തൃതമാക്കാനായി ഒഴിഞ്ഞൊഴിഞ്ഞ് നിന്നു. ഒഴിഞ്ഞ കളത്തിലേക്ക് കരിമറുതാക്കൂട്ടം ഇരച്ച് കയറി.

എല്ലാം പറഞ്ഞനാഴികയ്ക്കും വിനാഴികയ്ക്കുംതന്നെ നടന്നതിന്റെ തൃപ്തി കൊച്ചുരാമൻപിള്ളയുടെ വിരൽത്തുമ്പിലുണ്ടായിരുന്നു. തപ്പിൽ വിരലുകൾ ചടുലമായി നൃത്തം ചവുട്ടി. അയാളുടെ കരുത്ത് മുഴുവൻ താളത്തിന്റെ സൗന്ദര്യമായി ആ വിരൽത്തുമ്പിലേക്കെത്തി. തീപാറുന്ന ശബ്ദമായിരുന്നു അത്.

തെത്തെക്കു തക്കുതക തിക്കുതക തക്കുതക
തകതിക്കുതക്കുതക തിക്കുതക തക്കുതക
തിക്കുതക തിക്കുതക തിക്കുതക തക്കുതക
തകതിക്കു തക്കുതക തിക്കുതക തക്കത്തിത്താം...

ചിറ്റേടത്തെ ഇളമീന്നനിയൻപിള്ള ആൾക്കൂട്ടത്തിനിടയിൽ നിന്ന് കൊച്ചുരാമൻപിള്ളയെ ഒന്നു രൂക്ഷമായി നോക്കി. ഇളമീന്നിന്റെ മാത്രമല്ല, മൂത്തേടത്ത്ചിറ്റേടൻമാരുടെയെല്ലാം കണ്ണുകളാകെ കൊച്ചുരാമൻപിള്ളയിലായിരുന്നു. എന്തുചെയ്യണമെന്നറിയാതെ പകച്ച കണ്ണുകളുമായി ഇല്ലത്തെ നമ്പൂതിരിമാരും.

എല്ലാവരും മനസ്സിൽ പറഞ്ഞത് ഒന്നു തന്നെയാവും.

ഇവൻ..., ഇവനാണിതിനെല്ലാം കാരണം. ഇവന്റെ ഒറ്റയൊരാളുടെ ബലത്തിലാണിവറ്റകളാകെ ഈ തകടീ ക്കേറിയേക്കുന്നത്...! കല്ലൂക്കാരാരും ഇന്നുവരെ തങ്ങളെ നിഷേധിച്ചിട്ടില്ല. ഇപ്പഴും, ഇവന്റെ സമ്മർദ്ദത്തിലാണ് പരമൂള്ള ഒന്നും മിണ്ടാത്തത്. കീഴ്ജാതികളായ ഈ പണ്ടാരങ്ങളോടുള്ള അകലമില്ലാതാക്കി എല്ലാം കൂട്ടിക്കലർത്തി എല്ലാരേം നശിപ്പിക്കാനാണിവന്റെ ഭ്രാന്ത്...

എന്നാൽ ഉമിത്തീപോലെ പുകയുന്ന ആ മുഖങ്ങളിലേക്കൊന്നും ശ്രദ്ധിക്കാതെ, തന്റെ ശിഷ്യന്മാരായ ചീരനും കൊച്ചുചെറുക്കനും കിട്ടനും മറ്റ് കുട്ടികളുമൊക്കെ ചുവട് തെറ്റിക്കാതിരിക്കാൻ തപ്പിൽ താളം കൊടുക്കുകയായിരുന്നു കൊച്ചുരാമൻപിള്ള.

കരിമറുതാക്കൂട്ടം കളം നിറഞ്ഞ് തുള്ളുമ്പോൾ ചീരന്റെ അച്ഛൻ അഴകനും മറ്റു രണ്ട് ബന്ധുക്കളും പാവുതറയമ്മയുടെ നടയ്ക്കു മുന്നിൽ സാഷ്ടാംഗം വീണു.

'അമ്മച്ച്യേ..., നീ കാത്തോണെ കൊച്ചുങ്ങളെ...'

കൊച്ചുങ്ങളെ അമ്മ കാത്തു. ഒരു ചുഴലി അവസാനിച്ചതുപോലെ മറുതാക്കൂട്ടം കളമൊഴിഞ്ഞപ്പോൾ അൻപത്തിയൊന്ന് പാളയുടെ മറ്റൊരു ഭൈരവി കളത്തിലേക്കു വന്നു. ഇപ്പോൾ കൊച്ചുരാമൻപിള്ള തപ്പ് മറ്റൊരാളെ ഏൽപ്പിച്ചിട്ട് പടനിലത്തേക്ക് പോയി. കാരണം, അയാളുടെ കാലംകോലമായിരുന്നു അടുത്തത്. കാർത്തികനാളിലെ ആദ്യത്തെ കാലംകോലം. എല്ലാ വർഷവുമുള്ള കല്ലൂർക്കളരി വക കോലം.

പടനിലത്തെ ആറ്റുതീരത്ത് ഒരു കതിനാ പൊട്ടി. ഇങ്ങ് ദൂരെ, കളത്തിൽ, ഭൈരവിക്കോലം തുള്ളി ഉറയുന്നത് കണ്ടുകൊണ്ടിരുന്ന ആൾക്കൂട്ടം പെട്ടെന്ന് പടനിലത്തേക്കു നോക്കി. രാത്രിയുടെ അങ്ങേയറ്റത്ത് കത്തിയുയർന്ന തീവെട്ടികളും ചൂട്ടുകറ്റകളും, അതിന്റെ മദ്ധ്യത്തിലായി വാളും പന്തവും പിടിച്ച് നിൽക്കുന്ന കൊച്ചുരാമൻപിള്ള തകിടിയിലിരുന്നവർക്ക് ജ്വലിക്കുന്ന ഒരു വിദൂരക്കാഴ്ച്ചയായി. പന്തത്തിലെ അഗ്നിയുടെ നേർത്ത ചലനങ്ങൾ കാലഭൈരവന്റെ കരീട വർണ്ണങ്ങളിൽ തട്ടി തിളങ്ങി. ചിലപ്പോൾ അത് വാളിന്റെ വായ്ത്തലയിലും തിളക്കമായി.

കളത്തിൽ ഭൈരവി തുള്ളി ഒഴിഞ്ഞു. ആൾക്കൂട്ടം എഴുന്നേറ്റ് കിഴക്കോട്ട് നോക്കി നിന്നു. സ്ത്രീകൾ ആ അന്തരീക്ഷത്തിലാകെ കുരവയുടെ പൂക്കൾ വിതറി. കോലത്തെ വരവേൽക്കാനായി പുരുഷൻമാരുടെ ഒരൊഴുക്കായി പടനിലത്തേക്ക്. പിന്നെ അവർ വലിയ ഘോഷത്തോടെ പാടി.

എത്രനാളുണ്ടു ഞാൻ കാണാഞ്ഞിട്ടു ചിത്തേ കൊതിക്കുന്നു,
അത്രതന്നെ പോന്നു വന്നസ്മകം ഭാഗ്യം,
ചിത്രം ചിത്രം അങ്ങോട്ട് ചെന്നാടേണ്ടുന്ന മഹാതീർത്ഥം,
ഇത്രത്തോളം ആഗമിക്ക കൊണ്ടു നന്നായി,
തെയ്ത തകത തികുതകതോ, തകതീയതിത്തോ തിത്തോ തികിതോ... .

ഇങ്ങനെ വഞ്ചിപ്പാട്ടും പാടി അവർ കാലംകോലത്തെ കളത്തിലേക്ക് വരവേറ്റു. ചെണ്ടയുടെ ആസുരനാദവും ഇലത്താളത്തിന്റെ ചിലമ്പലും എരിയുന്ന അഗ്നിയും പുരുഷാരത്തിന്റെ വീര്യം നിറഞ്ഞ ഘോഷങ്ങളും ആ അന്തരീക്ഷത്തെയാകെ ഭക്തിയുടെയും ഭയത്തിന്റെയും ശക്തിയുടേതുമാക്കി.

കളത്തിലേക്കെത്തിയ കാലംകോലം, മുകൾമുഖത്തിന്റെ എറിച്ചുനിൽക്കുന്ന കുരുത്തോലമുടിയറ്റം പാവുതറയമ്മയുടെ മുന്നിലെ മണ്ണിൽത്തൊട്ട് നമിച്ചു. പിന്നെ, ഗണപതിയുംപടിവട്ടവും ചവുട്ടിത്തിരിഞ്ഞ് ആദ്യവൃത്തം തുള്ളി. അപ്പോഴേക്കും ചെണ്ടയിലെ താളം തപ്പിലേക്ക് പകർന്നു കഴിഞ്ഞിരുന്നു. കൊച്ചുരാമൻപിള്ളയുടെ ചിറ്റപ്പൻ കുഞ്ഞികൃഷ്ണപിള്ളയായിരുന്നു തപ്പ് കൊട്ടിയത്. കാലഭൈരവന് പാടാൻ ശിഷ്യൻമാരുണ്ടായിരുന്നെങ്കിലും ഏതോ ദുരൂഹതയുടെ മാന്ത്രികലോകത്തുനിന്നെന്നപോലെ പരമൂള്ള അവിടേക്കെത്തുകയായിരുന്നു. തന്റെ സ്വതസിദ്ധമായ ആ പരുക്കൻ ഭാവത്തിൽ ആ മീനമാസരാത്രിയെ ഉരസിക്കൊണ്ട് അയാൾ മകന്റെ കാലംകോലത്തിനു വേണ്ടി പാടി.

ഓരോ ചുവടുകളും ഭാവചലനങ്ങളും, കൊച്ചുരാമൻപിള്ളയുടെ ശരീരഭാഷയിൽ തികവുറ്റതായി തീർന്നു. ഇട ഒതുങ്ങി നൊഞ്ച്വിരിഞ്ഞ ആ ഉടലിന്റെ വഴക്കങ്ങൾ ശ്വാസമടക്കി ഇരുന്നാണ് എല്ലാവരും കണ്ടത്. തുള്ളാൻ വേണ്ടി ചെത്തി ഉരുട്ടിയതു പോലുള്ള കാൽപ്പാദത്തിന് മുകളിൽ ചിലങ്ക താളത്തിനൊത്ത് ശബ്ദിച്ചു. ചിലങ്ക മുറുകിയ കാലിന്റെ മുട്ടിനു താഴെ വരെയായി വെള്ള മുണ്ടും, അതിന് മുകളിൽ ചുവന്ന പട്ടും. ഉടയാട പോലെ ഞൊറിവുകളുള്ള പട്ട് ഇടയ്ക്കിടെ അതിന്റെ അലുക്കുകൾ വിടർത്തും. അരയ്ക്ക് പാളയിലെഴുതിയ കാളത്തല. അതിനു മുകളിൽ നെഞ്ചുമാല. നെഞ്ചുമാലയ്ക്കിരുപുറത്തേക്കും കൊച്ചുരാമൻപിള്ളയുടെ രോമാവൃതമായ നെഞ്ചിന്റെ പാതിയോളം കാണാമായിരുന്നു. അതൊരഭംഗിയായിരുന്നില്ല; അതൊരഴകായിരുന്നു.

പച്ച തേച്ച് തിളങ്ങിയ മുഖത്തേക്ക് നെറ്റിയിൽനിന്ന് വിയർപ്പ് പൊടിഞ്ഞൊഴുകിക്കൊണ്ടിരുന്നു. മുഖചലനങ്ങൾക്കിടെ എരിതീയുടെ രശ്മികൾ പതിച്ച് വിയർപ്പ് കണികകൾ തിളങ്ങി. വായിലെ ശൗര്യം നിറഞ്ഞ എകിറുകൾ കാലാന്തകന്റെ ഗാംഭീര്യത്തിന്റെ അടയാളമായി. കോലത്തിന്റെ കേന്ദ്രമുഖമായ പച്ചമുഖം രാത്രിയെ തുറിച്ചു നോക്കി. അതിന് രണ്ടരികുകളിലും മുകളിലുമുള്ള മുഖങ്ങൾ അതേ ഭാവത്തോടെ ആ രാത്രിയുടെ ഇരുളിനെ, ഇരുളിൽ പതുങ്ങി നിന്ന പ്രമാണിഗുണ്ടകളെ തുറിച്ചു നോക്കി. ഒരർത്ഥത്തിൽ മനുഷ്യജീവിതത്തെത്തന്നെ ഉറ്റു നോക്കി.

അരുണ സഹജനേറ്റം വേഗമുണ്ടെന്നു വന്നാൽ
അധിക മശകജാലം സഞ്ചരിക്കുന്നപോലെ... ആ...
അടിയനിഹതുനിഞ്ഞേനാകയാൽ സജ്ജനങ്ങൾ
ക്ഷമയൊടിതു ശ്രവിപ്പാൻ ചേവടിക്കാശുവാന്ദേ... ഏ... ഏ... ഏ...

എന്നിങ്ങനെ പരമൂള്ള പാടിയപ്പോൾ പിടിയാളായ കൊച്ചുരാമൻപിള്ളയുടെ സുഹൃത്ത് കരുണൻ, അയാളെ ഉരലിന് മൂന്നു പ്രദക്ഷിണം വെപ്പിച്ച് അതിലിരുത്തി. ആ വീര്യം നിറഞ്ഞ രാജകീയമായ ഇരുപ്പ് കണ്ടപ്പോൾത്തന്നെ സ്ത്രീകൾ വീണ്ടും കുരവയിട്ടു. തുടർന്ന് കോലം നാലുദിക്കിലേക്കും തിരിഞ്ഞ് താളത്തിനൊത്ത് ചുവടുകൾ വെച്ചു. പിന്നെ എഴുന്നേറ്റ് മുന്നോട്ടൊന്നാഞ്ഞിട്ട് പിൻനോട്ടമില്ലാതെ ഉരലിലേക്ക് ചാടിക്കയറി. അതിൽ നിന്നുകൊണ്ടുതന്നെ ദിക്കുകൾ നാലിലേക്കും തിരിഞ്ഞ് ചുവടുകൾ വെച്ചു. അതുകഴിഞ്ഞ് നിലത്തേയ്ക്ക് ചാട്ടവും കുതിപ്പും. ആ കുതിപ്പ് അമ്മയുടെ നടയ്ക്കലോളമെത്തി. പിന്നെ അതേ ഊർജ്ജത്തോടെ കളത്തിലേക്കെത്തി. വീണ്ടും ഉരലിൽ ഇരുപ്പ്. തെള്ളിപ്പൊടി വിതറിയ പന്തം ഭും ഭും എന്ന് ആളിക്കത്തി.

വീണ്ടും ചടുലമായ ചുവടുകൾ. അതുകഴിഞ്ഞ് കാവു തീണ്ടാതെ, അമ്മയെ പ്രദക്ഷിണം വെയ്ക്കാൻ അയാൾ പടിഞ്ഞാറേക്കോടിയപ്പോൾ തീവെട്ടികളും പിടിയാളും മറ്റു സഹായികളും അയാൾക്കൊപ്പമോടി. പ്രദക്ഷിണം വെച്ച് നടയ്ക്കൽ വന്ന് കുമ്പിട്ട് കാലഭൈരവൻ വീണ്ടും കളം നിറഞ്ഞ്തുള്ളി.

മാർക്കണ്ഡേയപുരാണം, കാലത്തിന്റെ കോലമായ ശിവകോലത്തെ ചിലപ്പോൾ തീവ്രവും പ്രസാദാത്മകവുമാക്കി.

പന്തം പിടിച്ചുവാങ്ങേണ്ട ഘട്ടമെത്തിയപ്പോൾ പിടിയാൾ അതിനായി ഏറെ പാടുപെട്ടു. അതൊരു പരിധി വിട്ടപ്പോൾ പരമൂള്ള പന്തം തിരികെക്കൊടുക്കേണ്ട ഭാഗം പാടി.

കാലാരിക്കണ്ണിൽ ജനിച്ചോരുപന്തം,
കാലകാലൻ തെളിഞ്ഞാടുന്ന പന്തം
അൻപത്തൊന്നക്ഷരം കൂടുന്ന പന്തം
അൻപോടെ ചൊല്ലീട്ട് വാങ്ങുന്നടിയൻ

ഇപ്പോൾ കൊച്ചുരാമൻപിള്ളയുടെ ഇടംകൈവെള്ള അയാൾ പോലുമറിയാതെ അയഞ്ഞു. പന്തം പിടിയാൾ തീക്കുണ്ഠത്തിലേക്കെറിഞ്ഞു. എന്നിട്ട് കാലഭൈരവന്റെ ഇടംകൈ കോലത്തിന്റെ പിന്നിൽ പിടിപ്പിച്ചു.

തുള്ളലിന്റെ അടുത്ത ഘട്ടമെത്തിയപ്പോൾ കൊച്ചുരാമൻപിള്ളയുടെ മനോനിലയാകെ മാറിമറിഞ്ഞു. ആ പരിസരത്തെ, ആ അന്തരീക്ഷത്തെയാകെ അയാൾ മറന്നു. അയാൾ ചുവടുകൾ മാത്രമായി. തളരാത്ത കരുത്തുറ്റ ചുവടുകൾ ശിവതാണ്ഡവം പോലെയായി... വാളിന് പിടിക്കേണ്ട നേരമായപ്പോൾ പിടിയാൾ ഭഗവതിയെ ഒന്ന് നമിച്ചു. പരമൂള്ളയുടെ കാൽതൊട്ട് വന്ദിക്കുകയും ചെയ്തു. എന്നിട്ട് വാളിന് പിടിക്കാനായി ഒ

ന്നാഞ്ഞു. എന്നാൽ പിടികിട്ടിയില്ല. വീണ്ടും ശ്രമിച്ചു. അതും ശരിയായില്ല. മൂന്നാമത്തെ ജാഗ്രത്തായ ശ്രമത്തിലാണ് കരുണന് വാളിൽ പിടിക്കാനായത്. ഏറെ നേരം കാലത്തിന്റെ ദേവൻ വലിച്ചും കറക്കിയും പിടിയാളെ പ്രതിരോധിച്ചു.

കാലാ നിൻ കൈയിൽ ഞാൻ തന്നൊരു
പടപൊരുമീ വാളിതെൻ കൈയിലിപ്പോൾ
കാലം വൈകാതെ തന്നീടേണമതിനിയും സംശയിക്കേണ്ട തെല്ലും
കാലാ നിൻ കാലനാണേ തിരികെ തരിക ഹോ...
താമസിച്ചെന്തിനെന്നാൽ കാലാ ഞാൻ കൊണ്ടുപോകും
തവകരബലമിന്നൊന്നു കണ്ടീടവേണം
നിൻ കൈയിൽ തന്നവാളിന്നെൻ കൈയിൽ തന്നീടുക...
ആ... ആ... ആ... ആ...

പരമുള്ള ഇങ്ങനെ പാടിയെങ്കിലും കൊച്ചുരാമൻപിള്ള വാള് കൊടുക്കാതെ തുള്ളി. ആർക്കും മനസ്സിലാക്കാനാവാത്ത ഒരു മനോനിലയിലേക്ക് അയാൾ എത്തിക്കഴിഞ്ഞിരുന്നു. കാലനും കാലാന്തകനുമിടയ്ക്കായിരുന്നു അത്. ചിലപ്പോൾ അയാൾ മരണത്തിന്റെ ദേവനായി തെക്കുനിന്ന് വടക്കോട്ടേക്ക് വെട്ടിത്തിരിഞ്ഞ് ചുവട് വെച്ചു. അടുത്ത ചുവടിൽ വടക്കു നിന്ന് കാലത്തിന്റെ ദേവനായി ചാട്ടുളിപോലെ ചുവടുവെച്ചു. പിന്നെ ഏതോ ഒരുനിമിഷം അയാളിൽ കാലനും കാലാന്തകനും ഒന്നിച്ചാവേശിച്ചു. ഭയവും ഭക്തിയും വേർപെടുത്താനാവാത്ത ഒരു മാനസികാവസ്ഥയിൽ സ്ത്രീകൾ അപ്പോൾ കുരവയിട്ടു. അത് ഒരു നേർത്ത ആശങ്കയുടെ ദീനസ്വരമായി ആ രാത്രിയിലാകെ അലിഞ്ഞുചേർന്നു...

കല്ലൂർ, ദേവകി വീട്ടിലിരുന്നതേയുള്ളൂ. കൊച്ചുരാമൻപിള്ള വീട്ടിൽ നിന്നിറങ്ങുമ്പോൾ, നീ വരുന്നില്ലേയെന്ന് അവരോടൊന്ന് ചോദിച്ചിരുന്നില്ല. എങ്കിലും ശിഷ്യന്മാർക്കൊപ്പം വീട്ടിൽ നിന്നിറങ്ങുമ്പോൾ മകൻ കേശവന്റെയടുത്തേക്ക് അയാൾ ചെന്നു.

‘നീ വരുന്നോ കേശൂ...?’

‘ഇല്ല. എനിക്ക് കാലനെ പേടിയാ...’

മകൻ പറഞ്ഞത് കേട്ടപ്പോൾ കൊച്ചുരാമൻപിള്ളയുടെ മനസ്സൊന്ന് തെളിഞ്ഞു. ശരീരം ഒന്നയയുകയും ചെയ്തു. അയാൾ മകനോട് മെല്ലെ ചിരിച്ചു. നിലാവ് സ്പർശിച്ച അയാളുടെ ആ ചിരിക്ക് വല്ലാത്തൊരു സൗന്ദര്യമുണ്ടായത് കേശുവിന് മാത്രമല്ല ദേവകിയ്ക്കും കാണാൻ കഴിഞ്ഞു. ഒരുപക്ഷെ അവൾ, അയാളെ ഇത്ര വശ്യമായ സൗന്ദര്യത്തോടെ ആദ്യം കാണുകയായിരുന്നു.

അയാൾ പറഞ്ഞു:

'കാലനല്ലത്. കാലത്തിന്റെ കോലമാണ്. സാക്ഷാൽ പരമേശ്വരന്റെ...'

പടിയിറങ്ങുമ്പോൾ കൊച്ചുരാമൻപിള്ള ഒന്നു തിരിഞ്ഞു നോക്കി, ദേവകിയുടെ മുഖത്തേക്ക്. അതിൽ എല്ലാമുണ്ടായിരുന്നു നീ വരുന്നില്ലേയെന്നും ഞാൻ പോവുകയാണെന്നുമൊക്കെ...

എങ്കിലും ദേവകി ഇപ്പോൾ തെക്കേ തിണ്ണയിലേക്ക് ചെന്ന് പുറത്തെ ഇരുട്ടിലേക്ക് നോക്കി. എന്നോടൊരു വാക്കു പറഞ്ഞില്ലല്ലോ എന്നോർത്തു.

രാത്രിയ്ക്ക് നേർത്ത തണുപ്പുണ്ടായിരുന്നു. ചീവീടുകളുടെ ശബ്ദം നേർത്ത ഞരക്കങ്ങൾ പോലെ എവിടെയൊക്കെയോ മാത്രമായി. നിലാവിന്റെ ഉടയാട എപ്പോഴോ അഴിഞ്ഞു വീണിരുന്നു. ആ രാത്രി ഇരുണ്ട് വല്ലാതെ നഗ്നയായി. പെട്ടെന്ന്, അടിവയറ്റിൽ നിന്ന് ഒരാകുലതയുടെ അഗ്നി തന്റെ നെഞ്ചിലേക്ക് കയറിവരുന്നതായി ദേവകി അറിഞ്ഞു. മനസ്സിൽ ഒരാധി പരന്നു. അവർ കൈകൾ കൂപ്പി കണ്ണുകളടച്ച് അങ്ങനെ നിന്നു.

കളത്തിൽ, പിടിയാളായ കരുണൻ വീണ്ടും വീണ്ടും നിലത്തേക്ക് വീണപ്പോൾ എല്ലാവർക്കും ആശങ്കയായി. കരുണനെ സഹായിക്കാനായി കൊച്ചുരാമൻപിള്ളയുടെ രണ്ട് ശിഷ്യന്മാർ പെട്ടെന്ന് കളത്തിലേക്കിറങ്ങി. എന്നാൽ അമാനുഷികമായ കരുത്തിൽ നിന്നാടിയ കൊച്ചുരാമൻപിള്ളയുടെ കൈയിൽ നിന്ന് വാള് പിടിച്ചുവാങ്ങാൻ അവർക്ക് കഴിഞ്ഞില്ല. അതിനിടയിൽ വാളിന്റെ അറ്റം കൊണ്ടതോ ആരുടെയോ കൈകാൽ കൊണ്ടതോ എന്നറിയില്ല, തീവെട്ടികൾ നിലത്തേക്ക് വീണണഞ്ഞു. ചൂട്ടുകറ്റകൾ എരിഞ്ഞിരുന്ന തീക്കുണ്ഠവും എപ്പോഴോ അണഞ്ഞിരുന്നു. വെളിച്ചമെന്നു പറയാൻ പാവുതറയമ്മയുടെ നടയ്ക്കലുള്ള കൽവിളക്കിലെ നേർത്ത തിരിവെട്ടങ്ങൾ മാത്രമായി. ഇരുൾ കുറച്ചുകൂടി അവിടേക്കാഴ്ന്നിറങ്ങി. ആൾക്കൂട്ടം ചിതറി നാനാവിധമായി. ഇപ്പോൾ കളത്തിലേക്ക് മറ്റാരൊക്കെയോ കൂടി ഇറങ്ങി. ഒന്നും വ്യക്തമാവാത്ത ഇരുണ്ട ചലനങ്ങൾ മാത്രം. ആരൊക്കെയോ നിലത്തേക്ക് വീണു. ആരൊക്കെയോ ആക്രോശിക്കുകയോ ഞരങ്ങുകയോ ചെയ്തു.

കൊച്ചുരാമൻപിള്ളയുടെ കൈയിലെ വാളിന് പിടിക്കുകയും വലിക്കുകയും ചെയ്ത ഏതോ ഒരു കൈ പിടിവലികൾക്കിടയിൽ അയാളുടെ കഴുത്തിന്റെ ഭാഗത്തേക്ക് വാൾമുന ശ്രദ്ധയോടെ കൊണ്ടുപോയി. പിന്നെ അടുത്ത ഒരു ഉലച്ചിലിനിടയിൽ അതിന്റെ കൂർത്ത വായ്ത്തലയുടെ മുന അയാളുടെ കണ്ഠനാളത്തിലേക്ക് കുത്തിയിറക്കി.

ഒരലർച്ചയായിരുന്നു അത്. പാവുതറയുടെ ആ രാത്രിയിലാകെ ആ ശബ്ദം ഏറെ നേരം മുഴങ്ങി നിന്നു. ഏതോ ലോകത്ത് നിന്ന് താൻ താഴേക്ക് നിപതിക്കുന്നതായി കൊച്ചുരാമൻപിള്ളയ്ക്ക് തോന്നി. അബോധത്തിന്റെ മനോനിലയിൽനിന്ന് പച്ചയായ ബോധത്തിന്റെ തലത്തിലേക്ക് അയാൾ ഞരങ്ങി വീണു. വല്ലാത്തൊരു പാരവശ്യം അയാളനുഭവിച്ചു. പെറ്റമ്മയും പോറ്റിവളർത്തിയ അച്ഛനും ഭാര്യ ദേവകിയും മകൻ കേശവനുമെല്ലാം ദൂരേക്ക് ദൂരേക്ക് മാഞ്ഞുപോകുന്നതുപോലെ... എന്നാൽ എല്ലാവരും അകന്നുപോയ ആ ശൂന്യതയിലേക്ക് മറ്റൊരു വെളിച്ചം നിറയുന്നതും അയാളറിഞ്ഞു. താൻ ആ ചൈതന്യത്തിലേക്ക് അലിഞ്ഞു ചേരുന്നതും...

നിലവിളിയും അലമുറയും വിലാപവും നിറഞ്ഞ പാവുതറയമ്മയുടെ തിരുമുമ്പിൽ നിന്ന് ആൾക്കൂട്ടം ശിഥിലമായിക്കഴിഞ്ഞിരുന്നു. ആരുടെ കൈകളാണീ പാതകം ചെയ്തതെന്ന് അവിടെയുണ്ടായിരുന്നവരെല്ലാം ആരോടെന്നില്ലാതെ ചോദിച്ചു. എന്നാൽ അതിനുത്തരം കണ്ടെത്താനാർക്കും കഴിഞ്ഞില്ല.

ഇരുള് എല്ലാറ്റിനേയും മറച്ചിരുന്നു. പരമൂള്ളയുടെ മടിയിൽ കിടന്ന് അന്ത്യശ്വാസം വലിച്ച കൊച്ചുരാമൻപിള്ളയുടെ ചേതനയറ്റ മുഖം മാത്രം മായ്ക്കാൻ ആ രാത്രിയ്ക്ക് കഴിഞ്ഞില്ല.

കല്ലൂർ, ദേവകി അപ്പോഴും തെക്കോട്ട് നോക്കി ജപിച്ചുകൊണ്ട് നിൽക്കുകയായിരുന്നു.

അഭ്യാസാതിശയജ്ഞാതാ ഷഡധ്വാതീതരൂപിണീ
അവ്യാജകരുണാമൂർത്തിരജ്ഞാനദ്ധ്വാന്തദീപികാ
ആബാലഗോപവിദിതാ സർവ്വാനുല്ലംഘ്യശാസനാ
ശ്രീചക്രരാജനിലയാ ശ്രീമത് ത്രിപുരസുന്ദരീ...

***

* കെപ്പ് - കരുത്ത്

* അടവി - പടയണിയിലെ പ്രാഥമിക ചടങ്ങുകളിൽ ഒന്ന്.

22

പ്രളയത്തിരകളും കടന്ന്...

കൊച്ചുരാമൻപിള്ളയുടെ മരണം പാവുതറയുടെ കാലത്തെത്തന്നെ സ്തംഭിപ്പിച്ചു നിർത്തി. ആ മരണം എങ്ങനെയായിരുന്നെന്നും അതിന്റെ പിന്നിലെ കരങ്ങൾ ആരുടേതായിരുന്നെന്നും ആർക്കും അത്ര വ്യക്തമായിരുന്നില്ല. ആ അവ്യക്തത, ചോദ്യങ്ങളോ ഉത്തരങ്ങളോ ആകാതെ പാവുതറയുടെ ജീവിതത്തിൽ ദുരൂഹമായി ഏറെനാൾ കനത്തു നിന്നു. ഇരുളും ഇരുളിൽ പടർന്ന രക്തവും കാലഭൈരവന്റെ രൗദ്രതയും വേദനയുടെ അലർച്ചയും പ്രാണൻ പറിയുന്ന ഞരക്കവുമെല്ലാം ആ അവ്യക്തതയുടെ അടിത്തട്ടിൽ കലർന്നു കിടന്നു. ദുരൂഹമായ എന്തിനെയൊക്കെയോ ആഴങ്ങളിൽ ഗർഭം ധരിച്ച് ചലനമില്ലാതെ കിടക്കുന്ന ഒരു കയം പോലെയായിരുന്നു അത്. അതിലേക്ക് മുഖമെത്തി നോക്കിയവർക്ക് എല്ലാം ദുരൂഹമായിരുന്നു. അതുകൊണ്ടുതന്നെ അവർ കൊച്ചുരാമൻപിള്ളയുടെ മരണത്തേക്കുറിച്ചല്ല അധികവും ചിന്തിച്ചതും സംസാരിച്ചതും. എല്ലാം ആ ജീവിതത്തെക്കുറിച്ചുതന്നെയായിരുന്നു.

കല്ലൂരെ പുഞ്ചനിലത്തിന്റെ വരമ്പത്തൂടെ കൊച്ചുരാമൻപിള്ള അങ്ങേക്കരയിലേക്ക് പോവുകയായിരുന്നു. മുതോടത്തിലെ കൊച്ചനിയന്റെ ഇളയ കൊച്ചന്റെ കുടല് മറിഞ്ഞത് നേരെയാക്കാനായിരുന്നു അയാൾ പോയത്. വടക്കെ കണ്ടത്തിൽ വിളഞ്ഞ് കിടക്കുന്ന നെല്ല് കണ്ടപ്പോൾ കൊച്ചുരാമൻപിള്ളയ്ക്ക് വാസ്തവത്തിൽ കുറ്റബോധം തോന്നി.

വീട്ടിലെ പാടമാണിത്... കൊച്ചാട്ടനിന്നില്ലെങ്കിലും ആ അദ്ധ്വാനത്തിന്റെ ഫലം... വയറു നിറയെ തിന്നുന്നതല്ലാതെ, അതിന്റെ പിന്നിലെ അദ്ധ്വാനത്തേക്കുറിച്ച് താൻ ചിന്തിച്ചിട്ടേയില്ല...

ഇങ്ങനെ കുറ്റബോധത്തോടെ അയാൾ പാടത്തേക്ക് നോക്കി നിന്നപ്പോൾ അന്നം നിറഞ്ഞ ആ കതിർപാടത്തേക്ക് ഒരു കാറ്റടിച്ചു. കാറ്റേറ്റ് നെൽപ്പാടം ഒരു സുന്ദരിയായ മദ്ധ്യവയസ്ക്കയുടെ ശരീരവടിവുകൾ പോലെ തരംഗങ്ങളായി. ആ തരംഗങ്ങൾ ശബ്ദമായി:

'നീ നിരാശനാകണ്ട. ഈ പശ്ചാത്താപം മതി. നിനക്ക് പറഞ്ഞിട്ടുള്ള കർമ്മങ്ങൾ തന്നെയാണ് നീ ചെയ്യുന്നത്. അതിൽ വീഴ്ച്ച വരുത്താ

തെ മുന്നോട്ടു പോവുക. അന്നപൂർണ്ണയാണ് ഞാൻ. കഴിക്കാനുള്ളത് കല്ലൂരെ പത്തായത്തിലെത്തിക്കോളും...'

കൊച്ചുരാമൻപിള്ള ഒന്നു നെടുവീർപ്പിട്ടു. പിന്നെ അവിടെ നിന്ന് നടന്നു:

കുട്ടികൾ പേരമരച്ചുവട്ടിൽ കളിക്കുകയായിരുന്നു. അതിന്റെ കൊമ്പിലോ മറ്റോ ഞാന്നു കളിച്ചപ്പോഴാണ് കൊച്ചനിയന്റെ മകന്റെ കുടല് മറിഞ്ഞത്. അതൊന്ന് നേരെയാക്കാൻ വൈദ്യന്മാരെ പലരേയും അയാൾ കണ്ടു. എന്നാൽ ഫലമൊന്നുമുണ്ടായില്ല. കൊച്ചൻ ശർദ്ദിയും തലകറക്കവും വയറുവീർപ്പുമൊക്കെയായി വല്ലാതെ കഷ്ട്ടപ്പെട്ടു. ഇനി എന്തു ചെയ്യണമെന്നറിയാതെ ഒരു വൈകുന്നേരം കൊച്ചനിയൻ പാവുതറയമ്മയുടെ നടയ്ക്കലെത്തി.

'എന്റെ തമ്പ്രാട്ടിയമ്മേ, ഇനിയെന്താണെന്റെ കുഞ്ഞിന്റെ കാര്യത്തിലൊരു വഴി...?'

അമ്മ എന്തെങ്കിലും വഴികാട്ടും എന്ന സമാധാനത്തോടെ അയാൾ അവിടെനിന്നു മടങ്ങി. അങ്ങനെയിരിക്കെയാണ് ഒരാൾ കൊച്ചനിയനോട് പറഞ്ഞത്:

'കല്ലൂരെ കൊച്ചുരാമൻപിള്ളയെ ഒന്ന് കാണിച്ചുനോക്ക്. പരമൂള്ളയാശാനേക്കാ കേമനാ മോൻ. പിന്നെ, അങ്ങേരെപ്പഴാ അവിടൊള്ളതെന്നൊന്നും ആർക്കും പറയാമ്പറ്റത്തില്ല. എന്തായാലും അമ്മേയൊന്ന് നെനച്ചോണ്ടു വേണം പോകാൻ...'

കൊച്ചനിയൻ അമ്മയെ നിനയ്ക്കുക മാത്രമല്ല, കൊച്ചനേയും കൊണ്ട് നടയ്ക്കൽ ചെന്നു തൊഴുകയും ചെയ്തു. ഒരു കടുംപായസവും നേർന്നു.

പിറ്റേന്ന് കാലത്തുതന്നെ കൊച്ചനിയൻ, കൊച്ചനേയും തോളിൽ വെച്ചുകൊണ്ട് കല്ലൂരേക്കു ചെന്നു.

ദേവകി പശുവിനെ കറക്കുകയായിരുന്നു. പടിഞ്ഞാറേപ്പുറത്ത് ആരോ ചുമയ്ക്കുന്നതിന്റെ ശബ്ദം കേട്ട് ദേവകി, മകൻ കേശവനോട് പറഞ്ഞു:

'ദാണ്ടപ്രത്ത് ആരാണ്ട് വന്നു. നീയങ്ങോട്ടൊന്ന് ചെന്ന് നോക്കിയെ...'

കേശവൻ ഓടിച്ചെന്ന് നോക്കിയിട്ട് തിരികെ വന്നു പറഞ്ഞു:

'അമ്മേ, വയ്യാത്തൊരു കുഞ്ഞിനേങ്കൊണ്ടൊരാളാ...'

ദേവകി പശുവിനെ വേഗം കറന്ന് കിടാവിനെ കുടിക്കാൻ വിട്ടിട്ട് പടിഞ്ഞാറേപ്പുറത്തേക്ക് ചെന്നു.

കൊച്ചനിയൻ തന്റെ കുഞ്ഞിന്റെ കാര്യം പറഞ്ഞപ്പോൾ ദേവകി സ

ഹതപിച്ചു.

'യ്യൊ കഷ്ടം! ഇവിടില്ലല്ലോ. ഇന്നലെ കാലത്ത് ചെട്ടികുളങ്ങരയ്ക്കാണെന്നും പറഞ്ഞ് പോയതാ. ഇനി എപ്പഴാ വന്നു കേറുന്നേന്ന് പറയാമ്പറ്റത്തില്ല...'

അവിടേക്ക് വന്ന ദേവകിയുടെ അമ്മ, പത്മാവതിയമ്മ തെക്കോട്ട് നോക്കി പറഞ്ഞു:

'എന്റെ തമ്പ്രാട്ടിയമ്മെ, ഇവനിതെവിടാന്നാർക്കറിയാം. എപ്പഴേലും വരും! എപ്പ വേണേലും എറങ്ങി പോം! ഒരിക്കലും നേരെയാവാത്ത ഒരൂരുതെണ്ടി. പറയാതിരിക്കുന്നതെങ്ങനാ...'

ദേവകി അമ്മയെ ഒന്നു നോക്കി. ആങ്ങളയുടെ മകനാണെങ്കിലും, പറഞ്ഞത് നേരാണെങ്കിലും മറ്റൊരാളുടെ മുന്നിൽ വെച്ച് തന്റെ ഭർത്താവിനെ കുറ്റപ്പെടുത്തിയത് അവർക്കിഷ്ടപ്പെട്ടില്ല. പിന്നെ കൊച്ചനിയനോടായി ദേവകി പറഞ്ഞു:

'വന്നാലൊടനെ ഞാമ്പറയാം. അല്ലാതിപ്പം...'

ദേവകി തന്റെ നിസ്സഹായാവസ്ഥ പ്രകടിപ്പിച്ചു.

അന്ന് ഉച്ചയോടുകൂടി കൊച്ചുരാമൻപിള്ള വന്നു. കാര്യം കേട്ടപ്പോൾ പുഴുക്കും കഞ്ഞിയുമെടുത്തതു പോലും കുടിക്കാതെ അയാൾ മുതോടത്തിലെ കൊച്ചനിയന്റെ വീട്ടിലേക്ക് പോവുകയായിരുന്നു.

കൊച്ചനെ ആദ്യം കൊച്ചുരാമൻപിള്ള ഒരു പലകയിലിരുത്തി. അവന്റെ എതിർവശത്തായി അയാളും. കണ്ണുകളടച്ച് അല്പനേരം ധ്യാനനിരതനായി ഇരുന്നിട്ട് കിണ്ടിയിൽ നിന്ന് ഒരിറ്റ് വെള്ളം കൈവെള്ളയിലേക്ക് തൂവി എന്തോ ജപിച്ചുകൊണ്ട് അയാൾ കൊച്ചന്റെ മേലേക്ക് തളിച്ചു. പിന്നെ ഭസ്മം, ചുവന്ന തെച്ചിപ്പൂവ്... അതുകഴിഞ്ഞ് അയാൾ കൊച്ചനെ എഴുന്നേൽപ്പിച്ചു. എന്നിട്ട് ജപിച്ചുകൊണ്ടുതന്നെ അവനെ ആകെയെന്നുഴിഞ്ഞു. പിന്നെ കണ്ണുകളടച്ച് കൊച്ചന്റെ വയറിന്റെ ഭാഗത്ത് മൂന്നു പ്രാവശ്യം അല്പം ഇടത്തോട്ടുഴിഞ്ഞു. അപ്പോൾ കൊച്ചന്റെ വായിൽ നിന്നും എക്കിൾപോലെ ഒരു ശബ്ദം പുറത്തേക്കു പോയി. പെട്ടെന്ന് ഒന്ന് ദീർഘമായി അവൻ ശ്വസിച്ചു. പിന്നെ കിതച്ചു. തുടർന്ന് സാധാരണ നിലയിലായി അവന്റെ ശ്വാസഗതി.

കൊച്ചനെ ഒന്നു നോക്കി മെല്ലെ ചിരിച്ചിട്ട് കൊച്ചുരാമൻപിള്ള പറഞ്ഞു:

'ഇനി കുഞ്ഞൊന്ന് നടന്നാട്ടെ...'

കൊച്ചനിയന്റെ കൊച്ചൻ നടന്നു.

'ഒന്ന് പെതിയെ ഓടി ആ *പഴുക്കായിങ്ങെടുത്താട്ട്...'

കൊച്ചുരാമൻപിള്ള മുറ്റത്തേക്ക് നീട്ടിയിട്ട പഴുക്കാപ്പാക്ക് അവൻ ഓ

ടിച്ചെന്നെടുത്തു.

ഇപ്പോൾ കൊച്ചുരാമൻപിള്ള കണ്ണുകളടച്ചു തുറന്ന് കൊച്ചനിയനെ നോക്കി. ഒന്നു മെല്ലെ ചിരിച്ചു.

കൊച്ചനിയന്റെ മനസ്സിൽ സന്തോഷവും അതിശയവും നിറഞ്ഞു. കൊച്ചുരാമൻപിള്ളയോട് എന്തെന്നില്ലാത്ത സ്നേഹവും ആദരവും. അയാൾ കൊച്ചുരാമൻപിള്ളയെ തൊഴുതു.

'എന്നെയല്ല; വൈയ്യിട്ട് കൊച്ചനെ അമ്മേടെ നടേലൊന്നു കൊണ്ടുപോയി തൊഴീക്കണം...'

'ഓ...'

കൊച്ചനിയന്റെ ഭാര്യ കൊണ്ടുവന്നു കൊടുത്ത കരിപ്പെട്ടി കാപ്പി ഊതി കുടിച്ചിട്ട് കൊച്ചുരാമൻപിള്ള പോകാനായി എഴുന്നേറ്റു. അപ്പോൾ കൊച്ചനിയൻ അര ചക്രം ഒരു വെറ്റിലയിൽ വെച്ച് കൊച്ചുരാമൻപിള്ളയുടെ കൈയിലേക്ക് വെച്ചുകൊടുത്തു. അത് വാങ്ങി ഏണിൽ ചെരുകി അയാൾ അവിടെനിന്നിറങ്ങി.

കൊച്ചുരാമൻപിള്ള നടന്നു മറയുന്നതുവരെ എല്ലാവരും അയാളെ നോക്കി നിന്നു. കൊച്ചനിയന്റെ അമ്മ ജാനകി, ആരോടെന്നില്ലാതെ അപ്പോൾ പറഞ്ഞു:

'ഇദ്ദേഹം അമ്മേ വിളിച്ചാ വിളിപ്പൊറത്താന്നാ...'

കൊച്ചനിയന്റെ വീട്ടിലെത്തിയിരുന്ന അയൽപക്കത്തെ ഒരു സ്ത്രീ തിരികെ പോകുമ്പോൾ തന്റെ ഭർത്താവിനോട് ഇങ്ങനെ ചോദിച്ചു:

'ഇപ്പം പഴേപോലൊള്ള സ്വഭാവമൊന്നുമാരിക്കത്തില്ലല്ലോ...?'

'ഓ, സ്വഭാവമൊക്കെ അങ്ങനെതന്നാ. പക്ഷെ നാണൂള്ളേപ്പോലല്ല. വീട്ടിലൊള്ളപ്പം ഭർത്താവു തന്നാ. എല്ലാത്തിനും കേമനായ നല്ലൊരാണ്...'

'ചുമ്മാത് വേണ്ടാതീനം പറയാത് മനുഷാ...'

'അങ്ങനല്ലെടീ, ഇപ്പം ദേവകിക്ക് രണ്ടുവയസ്സ് കൊറഞ്ഞെന്നാ കേഴ്‌വി...'

'എന്നാലുമിങ്ങേര് തലയ്ക്ക് സ്ഥിരമില്ലാത്തോനാന്നും പറേന്നൊണ്ട്...'

കൊച്ചുരാമൻപിള്ളയുടെ ആരേയും കൂസാത്ത സ്വഭാവവും തന്റേടവും വ്യവസ്ഥയില്ലായ്മയുമൊക്കെ ചെറുപ്പത്തിലേതന്നെ ദേവകിയ്ക്കറിയാം. എന്നാലത് സ്വന്തം ജീവിതത്തിൽ അനുഭവിച്ചറിയേണ്ടി വന്നത് ഇപ്പോഴാണ്.

ഒരിക്കൽ ഒരു ഇടവപ്പാതി മഴയ്ക്ക് ആറ്റിൽ വെള്ളം പൊങ്ങിക്കയറി കിടക്കുകയായിരുന്നു. കൊച്ചുരാമൻപിള്ള എന്തോ ആവശ്യത്തിന് പടി

ഞ്ഞാറ് വൻമഴിയിലുള്ള അമ്മവീട്ടിൽ പോയതാണ്. അയാൾ വീട്ടിൽനിന്ന് പോകുമ്പഴേ വെള്ളപ്പൊക്കമുണ്ടായിരുന്നു. എന്നാൽ വെള്ളത്തിലെ ആശാനും വള്ളത്തിൽ അതിലും വല്ല്യ ആശാനുമായ അയാൾക്ക് അതൊന്നും ഒരു കാര്യമായിരുന്നില്ല. അയാൾ പടിഞ്ഞാട്ട് തന്റെ കൊച്ചുവള്ളം വെച്ചു. അയാൾ പോയിക്കഴിഞ്ഞപ്പോൾ കിഴക്ക് ഉരുള് പൊട്ടിയതുപോലെ വെള്ളം തികയ്ക്കുകയായിരുന്നു. പ്രളയം ആറു കവിഞ്ഞ് പുരയിടത്തിലൂടെ ഒഴുകി മറിയുന്നത് ജനാലയിലൂടെ നോക്കിനിന്ന ദേവകി ആരോടെന്നില്ലാതെ പറഞ്ഞു:

'എന്റെ മഹാമായെ, ഇന്നിനീപ്പം ഇങ്ങോട്ടു വരാനൊന്നും തോന്നിപ്പിക്കല്ലെ...'

എന്നാൽ വൻമഴീൽ ചെന്ന് അന്നുതന്നെ അവിടെ നിന്ന് സന്ധ്യയ്ക്ക് തിരികെ പുറപ്പെടാൻ തുടങ്ങുകയായിരുന്നു കൊച്ചുരാമൻപിള്ള. അപ്പോൾ അവിടുത്തെ അമ്പോറ്റിയച്ചനും അമ്പോറ്റിയമ്മയും പറഞ്ഞു:

'വേണ്ട കൊച്ചുരാമാ, ഈ രാത്രിലിനീം പോകണ്ട. വെള്ളമൊന്നെറങ്ങട്ട്...'

എന്നാൽ കൊച്ചുരാമൻപിള്ളയ്ക്ക് പ്രളയമൊന്നും ഒരു പ്രശ്നമായി തോന്നിയില്ല.

'സാരമില്ല. സന്ധ്യയായതല്ലേയുള്ളൂ, ഞാനങ്ങ് പൊക്കോളാം...'

അങ്ങനെ അയാൾ വരട്ടാറിന്റെ പ്രളയപ്പരപ്പിലൂടെ കിഴക്കോട്ടു തിരിച്ചു. ആറ്റിൽ അതിശക്തമായ ഒഴുക്കായിരുന്നതിനാൽ വെള്ളം കയറിക്കിടക്കുന്ന പാടം വഴിയാണ് അയാൾ പോന്നത്. ഏതാണ്ട് ഒരു നാഴികയലധികം കഴിഞ്ഞപ്പോൾ നരയംകൊല്ലി പാടത്തെ വിരുത്തിത്തറയുടെ അടുത്തെത്തി കൊച്ചുരാമൻപിള്ള.

ജ്യേഷ്ഠൻ നാണുപ്പിള്ളയെ മാടനടിച്ച് കൊന്നത് ഈ തറയിൽ വെച്ചാണെന്നുള്ള കാര്യം പൊടുന്നനെ ഒട്ടും ഭയാശങ്കകളില്ലാതെ അയാളോർത്തു.

പാടം മുഴുവൻ വെള്ളം നിറഞ്ഞ് കിടക്കുകയാണ്. ഒരാൾപ്പൊക്കത്തിലധികം ഉയരത്തിലുള്ള വിരുത്തി തറയിലേക്ക് വെള്ളം കയറിക്കഴിഞ്ഞിരുന്നു.

കൊച്ചുരാമൻപിള്ള ഒന്നു ചെവി പിടിച്ചു.

ദൂരെ നിന്ന് കന്നുകാലികളുടെ കരച്ചിൽ കേൾക്കാം. ആരൊക്കെയോ എവിടെയൊക്കെയോ നിന്ന് നീട്ടി കൂവിവിളിക്കുന്നതും കേൾക്കാം. രാത്രിയുടെ ആ തണുത്ത അന്തരീക്ഷത്തിൽ അതെല്ലാം ഏറെ ഭയാനകമായിരുന്നു. സർവ്വവും പ്രളയത്തിന്റെ രാത്രിയിൽ മുങ്ങിത്താഴാൻ പോ

കുന്നതു പോലെ...

പെട്ടെന്ന് ദൂരെ എവിടെയോ നിന്ന് ശക്തമായ ഒരു കൂവൽ കേട്ടു. അത് നരയൻകൊല്ലിപ്പാടത്തിനപ്പുറത്തെ ഭൂതക്കുഴിയിൽ നിന്നായിരുന്നു. നീട്ടിയുള്ള ആ കൂവിളിക്ക് ഉടനെതന്നെ ഒരു മറുകൂവലുമുണ്ടായി. അത് പാവുതറക്കാവിന്റെ കിഴക്ക് തെക്കായുള്ള കഠാരക്കുഴിയിൽ നിന്നായിരുന്നു. ഒരു സന്ദേശം കൈമാറിയതുപോലെ ആ ശബ്ദങ്ങൾ തമ്മിൽ സന്ധിച്ചു. തുടർന്ന് അതൊരു മുഴക്കമായി ആ രാത്രിയുടെ അന്തരീക്ഷത്തിൽ പ്രകമ്പനം കൊണ്ടു. അതിന്റെ ദീർഘമായ തരംഗങ്ങൾ പിന്നെ ഒന്നിച്ചു ചേർന്നു. ദീർഘവും ശക്തവുമായ ആ ശബ്ദം ഒരാകാശ ദണ്ഡുപോലെയായി. ഏതു ജീവനേയും അടിച്ചു വീഴ്ത്തി ഇല്ലാതാക്കാൻ തക്ക കരുത്തുള്ള ദണ്ഡ്.

പ്രളയത്തിനും ആകാശത്തിനുമിടയിൽ നിലയുറപ്പിച്ച മാടന്റെ ദണ്ഡായിരുന്നു അത്. അരമണിയൊന്ന് കുലുക്കി നാഗപ്പൂണൂലൊന്നനക്കി ഇക്റ തത്തക എന്നൊന്ന് ചുവടുവെച്ചു മാടൻ. എന്നിട്ട് കൊച്ചുരാമൻപിള്ളയുടെ കൊതുമ്പു വള്ളത്തിനടുത്തായി വെള്ളത്തിൽ ആഞ്ഞടിച്ചു. അപ്പോൾ ആകാശത്തിരയുണ്ടായി. ആ തിരത്തള്ളലിൽ എടുത്തടിച്ചതുപോലെ വള്ളം മറിഞ്ഞു. എന്നാൽ വള്ളത്തിന്റെ വങ്കിൽനിന്ന് പിടി വിടാതെ നീന്തി മുന്നോട്ടു പോകാൻ അയാൾ ശ്രമിച്ചു. ഉടനെ അടുത്ത അടി വീണു. തിരയുടെ ഫണം ഇപ്പോൾ തിരിഞ്ഞടിച്ചു. വീണ്ടും വള്ളം തെറിച്ചു വീണു. പിടിവിടാതെ ഇത്തവണയും കൊച്ചുരാമൻപിള്ള വള്ളത്തിൽ പറ്റിച്ചേർന്നു കിടന്നു. അപകടം മനസ്സിലാക്കിക്കഴിഞ്ഞിരുന്ന അയാളുടെ ഉള്ളിൽ ആ നേരം ഭഗവതി മാത്രമായിരുന്നു. എല്ലാ ശക്തികളുടെയും ഉറവിടമായ ആദിപരാശക്തിയോടുള്ള കടുത്ത പ്രാർത്ഥനയിൽ നിന്ന് അയാളുടെ മനസ്സ് അണുവിട വ്യതിചലിച്ചിരുന്നില്ല. തലങ്ങും വിലങ്ങും മാടൻ പിന്നെയും അടിച്ചെങ്കിലും മാടന് *സ്പർശിക്കാനാവാത്ത വള്ളത്തിൽ നിന്ന് പിടിവിടാതെ ആ തിരത്തള്ളലിൽ തളരാതെ നീന്തിനീന്തി അയാൾ കരയോടടുത്തു.

ഇപ്പോൾ എല്ലാം ശാന്തമായി. അരയറ്റം വെള്ളത്തിൽ നിന്ന് കൊച്ചുരാമൻപിള്ള ഒന്നു തിരിഞ്ഞു നോക്കി. അങ്ങകലെയായി നേർത്ത ഇരുട്ടിലാണെങ്കിലും വിരുത്തിത്തറ കാണാം. കിതയ്ക്കുമ്പോഴും തളരാത്ത ശരീരത്തിന്റെ കരുത്തോടെയായിരുന്നു ആ നോട്ടം. തിരയുടെ നഖമുനകൾ കൊണ്ട് ചുവന്ന് കലങ്ങിയ കണ്ണുകളിൽ വല്ലാത്തൊരു ശൗര്യമുണ്ടായിരുന്നു. വള്ളത്തിലെ വെള്ളം തള്ളിയും വലിച്ചും കളഞ്ഞിട്ട് അയാൾ അതിൽ കയറി.

കല്ലൂരെ തെക്കേപ്പറമ്പിലാകെ വെള്ളമായിരുന്നു. അവിടെ പൊത്ത നനയുന്നിടംവരെ വള്ളമെത്തിച്ച് പൂവരശ്ശിൽ അത് കെട്ടിയിട്ടു. നനഞ്ഞ് കുതിർന്ന് തളർന്ന അയാൾ മുറ്റത്തേക്ക് കയറി വാതിൽപ്പടിക്കൽ ചെന്നെങ്കിലും അവിടെ കുഴഞ്ഞു വീണു. എങ്കിലും കൈയിലുണ്ടായിരുന്ന നയമ്പുകൊണ്ട് വാതിലിൽ മുട്ടി.

ദേവകി വന്ന് വാതിൽ തുറന്നപ്പോൾ കൊച്ചുരാമൻപിള്ള വാതിൽക്കൽ കമഴ്ന്നടിച്ച് കിടക്കുകയാണ്. നേര്യതിലും മുണ്ടിലും ദേഹത്തുമാകെ വെള്ളവും ചള്ളയുമായിരുന്നു. അവർ അയാളുടെ മുഖമുയർത്തുമ്പോഴും ആ നനഞ്ഞ ചുണ്ടുകളിൽ, അമ്മേ ദേവീ എന്ന് അയാൾ ജപിച്ചുകൊണ്ടിരുന്നു.

പെട്ടെന്ന് ദേവകി പരമൂള്ളയേയും കൊച്ചുകേശവനേയും വിളിച്ചുണർത്തി. തിണ്ണയിലേക്കു വന്ന പരമൂള്ള അയാളെ പിടിച്ചിരുത്തി.

'ഇവന്റുച്ചിയൊന്ന് തോർത്ത്. എന്നിട്ടിച്ചിര രാസ്നാദി തിരുമ്മ്...'

ദേവകി അത് ചെയ്തു കഴിഞ്ഞ് അവർ മൂവരും ചേർന്ന് കൊച്ചുരാമൻപിള്ളയെ അകത്തെ മുറിയിലേക്ക് കൊണ്ടുപോയിക്കിടത്തി.

തുടർന്ന് ഏഴുദിവസം കൊച്ചുരാമൻപിള്ള പനി പിടിച്ച് കിടന്നു. ഇടയ്ക്കിടെ അയാൾ പിച്ചും പേയും പറഞ്ഞു.

കാലമാടൻ വരുമ്പൊഴുത് എന്തെല്ലാമടയാളമുണ്ട്,
ദൂരെ നിന്നു വരുമ്പഴുതേ ഉടൽ മണിയോ കിലികിലിനം,
അരികീന്നു വരുമ്പഴുതേ അരമണിയോ ചിലിചിലിനം,
ഞാനെന്തോന്നാടാ കാലമാടാ തരേണ്ടത്...,
അരച്ചു വെച്ച ചന്ദനോം അമ്മിക്കല്ലും പിന്നെ നിന്റെ വല്ല്യമ്മൂമ്മേടെ...

ഇങ്ങനെയൊക്കെ ആ പേച്ചും ശീലും ജ്വരത്തിന്റെ അബോധത്തിൽ നിന്ന് തോന്നിയതുപോലെ വന്നു.

എല്ലാം കേട്ട് നിലത്ത് കുത്തിയിരുന്ന് കരയാൻ തുടങ്ങിയ ദേവകിയെ പരമൂള്ള ആശ്വസിപ്പിച്ചു.

'നീ പേടിക്കണ്ട, എല്ലാത്തിനും ഭഗവതിയൊണ്ടവന്റെ കൂടെ...'

എങ്കിലും ദേവകിക്ക് ആശങ്കയായിരുന്നു.

താലികെട്ടിയ ഭർത്താവോ അകാലത്തിൽ പോയി. ഇപ്പോൾ ഇതിങ്ങനെയും...

ദേവകി കളരിയിൽ വിളക്ക് വെച്ചിട്ട് തൊഴുതു പറഞ്ഞു:

'എന്റെ തമ്പ്രാട്ടിയമ്മെ, എന്തിനാ എനിക്കീ പരീക്ഷകൾ...'

ചില നേരത്ത് സ്വന്തം ജീവിതത്തെതന്നെ ദേവകി ശപിച്ചു.

ഒരിക്കൽ പോലും ഈ വീട് തന്റെ സ്വപ്നത്തിലോ മോഹത്തിലോ ഉണ്ടായിരുന്നതല്ല. വേറെ ഏതൊക്കെയോ കാലങ്ങൾ... ഏതൊക്കെയോ സ്ഥലങ്ങൾ... ഏതേതോ പുരുഷൻ... അതൊക്കെയായിരുന്നു അറിഞ്ഞും അറിയാതെയുമൊക്കെ മനസ്സിൽ...

ഇങ്ങനെയൊക്കെ ചിന്തിക്കുമ്പോൾ തനിക്കും ഭർത്താവിന്റെ ജ്വരം ബാധിച്ചുവോ എന്നുപോലും ഇടയ്ക്ക് ദേവകിയ്ക്ക് തോന്നി. അവർ കേശവന്റെ അടുത്തേക്ക് ചെന്നു. അവനെ ചേർത്തു പിടിച്ചു. അവനോട് എന്തൊക്കെയോ പറയാൻ അവളുടെ മനസ്സ് വിതുമ്പി. എന്നാൽ ആ ഉത്കണ്ഠകളോ ദുഃഖമോ ഒന്നും വാക്കുകളായില്ല. ഒടുക്കം ഒന്ന് ദീർഘം നെടുവീർപ്പിട്ട് അവൾ പിറുപിറുത്തു.

എല്ലാമെന്റെ വിധി...

◆◆◆

* പഴുക്ക - പഴുത്ത പാക്ക്

* നെനച്ചോണ്ട് - വിചാരിച്ചുകൊണ്ട്.

* മാടന് സ്പർശിക്കാനാവാത്തവ - വള്ളം വല വേദം നഗ്നത ലോഹം എന്നിവയുമായി മനുഷ്യശരീരം ബന്ധപ്പെട്ടിരുന്നാൽ ഭൂതപ്രേതപിശാചുബാധകളൊന്നും ഏൽക്കില്ലെന്ന പഴമക്കാരുടെ വിശ്വാസം

23

കൊടിഞ്ഞിയുടെ വേര്

പനി പിടിച്ചു കിടക്കുകയാണ് വേണു. ഇടയ്ക്കിടെ പനി കൂടുകയും കുറയുകയുമൊക്കെ ചെയ്തു. എന്നാൽ തലവേദന ഒട്ടും കുറയാതെ നിന്നു. അതിന്റെ തളർച്ചയിൽ ചിലനേരം അവൻ മയങ്ങിപ്പോകും. അപ്പോൾ അവനും എന്തൊക്കെയോ പിച്ചും പേയും പറയാൻ തുടങ്ങി.

എന്നെ വിളിക്കുന്നു..., ദാണ്ട് മരത്തേൽ ഞാന്നു കിടന്നാടുന്നു..., ആനമറുത ദാണ്ട് വരുന്നു..., എനിക്ക് പോണം എന്നൊക്കെയാണ് വേണു ഇടയ്ക്കിടക്ക് പറഞ്ഞുകൊണ്ടിരുന്നത്.

ആരാണ് അവനെ വിളിക്കുന്നതെന്നോ എങ്ങോട്ടാണ് അവന് പോകേണ്ടതെന്നോ അറിയാതെ ഓമനയമ്മ പാവുതറക്കാവിൽ ചെന്ന് പ്രാർത്ഥിച്ചു.

'അമ്മേ ദേവീ... ന്റെ കുഞ്ഞിനാപത്തൊന്നും വരുത്തല്ലേ...'

എവിടെയോ പോയിട്ട് സഹദേവൻപിള്ള വന്നപ്പോൾ ഓമനയമ്മ പറഞ്ഞു:

'കുഞ്ഞ് സ്കൂളീന്നു വന്നപ്പം കേറി കെടന്നതാ. ആദ്യം ഞാനൊന്നെഴുന്നേപ്പിക്കാൻ നോക്കി. വെശന്ന് വന്നതല്ലേ, എന്തേലും കഴിച്ചാലങ്ങ് മാറുമെന്ന് വിചാരിച്ചു. പക്ഷെ അവനൊന്നെഴുന്നേറ്റിട്ടു വേണ്ടെ. പിന്നിച്ചിര കഞ്ഞി ഞാനവിടിരുന്ന് കോരിക്കൊടുത്തു...'

സഹദേവൻപിള്ള വേണുവിന്റെ നെറ്റിയിൽ ഒന്ന് തൊട്ടുനോക്കി.

'ഇച്ചിര ബാമിട്ടൊന്ന് പെതിയെ തൂക്കാമാരുന്നില്ലേ...'

'ഞാനിച്ചിര വിക്സെടുത്തോണ്ടു വന്നതാ. അതൊന്നു തൊട്ടപ്പഴേ അവനെന്റെ കൈ തട്ടിമാറ്റി...'

ഓമനയമ്മ കട്ടിലിൽ നിന്നെഴുന്നേറ്റു. അപ്പോൾ സഹദേവൻപിള്ള പറഞ്ഞു:

'ആ വിക്സും ഒരു പാരസെറ്റമോളുമിങ്ങെടുത്തോ... നെറ്റിയിലിടാൻ ഒരിച്ചിര തിരിശീലെം...'

വേണു അച്ഛനെ ദുർബലമായി ഒന്നു നോക്കി. എന്നിട്ട് മെല്ലെ പറഞ്ഞു:

‘കൊറച്ചുനേരം ഇങ്ങനെ വെറുതെ കിടന്നാൽ വേദന പോകുമെന്ന് തോന്നുന്നു. അച്ഛൻ പൊക്കോ...’

‘വേണ്ട. വിക്സും പെരട്ടി, ഒരു പാരസെറ്റമോളും കഴിച്ചിട്ട് കെടന്നാ മതി.’

ഓമനയമ്മ കൊണ്ടുവന്ന വിക്സും തിരശ്ശീലയും സഹദേവൻപിള്ള വേണുവിന്റെ നെറ്റിയിൽ തൂത്ത് നിവർത്തിയിട്ടു. പാരസെറ്റമോളും കൊടുത്തു. അപ്പോൾ കുഞ്ഞിന്റെ തലവേദന മാറണേ എന്ന ഒരു നേർത്ത പ്രാർത്ഥന ഉള്ളിലുണ്ടായത് അയാൾ തിരിച്ചറിഞ്ഞു. എന്നാൽ അത് പാവുതറയമ്മയോടായിരുന്നില്ല. അറിയാതെയാണെങ്കിലും ആ പ്രാർത്ഥന ചെന്നണഞ്ഞത് അപ്പൂപ്പന്റെ അടുത്തേക്കായിരുന്നു. കണ്ടിട്ടില്ലാത്ത..., കേട്ടിട്ടുമാത്രമുള്ള...

വേണുവിനെ പുതപ്പിച്ചിട്ട് ലൈറ്റണച്ച് അടുത്ത മുറിയിൽ ഓമനയമ്മയ്ക്കൊപ്പം കിടക്കുമ്പോൾ സഹദേവൻപിള്ള ഏറെ നേരം കഴിഞ്ഞാണുറങ്ങിയത്. അയാൾ ഓർക്കുകയായിരുന്നു.

പാരമ്പര്യമായിട്ടുള്ളതൊന്നും കിട്ടിയില്ല. അല്ലെങ്കിൽ അവനെയൊന്ന് ഓതാവുന്നതേയുള്ളാരുന്നു. എന്ത് ചെയ്യാനാണ്, അതെല്ലാം അപ്പൂപ്പനോടെ കഴിഞ്ഞു...

നഷ്ടബോധത്തിന്റെ ശൂന്യതയിലൂടെ സഹദേവൻപിള്ള കടന്നുപോയി. പിന്നെ അതൊരു സ്വയംവിമർശനമായി.

ഒരർത്ഥത്തിൽ അത്തരം ജ്ഞാനപാരമ്പര്യം ഉൾക്കൊള്ളാൻ അച്ഛൻ തയ്യാറായില്ലെങ്കിലും, അദ്ധ്വാനിച്ച് ജീവിക്കുന്നതിന്റെ പ്രായോഗികമായ പാഠം, അതച്ഛനാണ് തന്നത്... മാറിക്കൊണ്ടിരിക്കുന്ന ലോകത്തെ കാണാൻ അച്ഛന് കഴിഞ്ഞിരുന്നു. അതുകൊണ്ടുതന്നെ കൃഷിയും കരുതലും ഒരു കാഴ്ചപ്പാടും അച്ഛനുണ്ടാക്കിയെടുത്തു. അതിൽനിന്ന് ഈ മകൻ മനസ്സിലാക്കിയെടുത്തത്, ആധുനിക ശാസ്ത്രത്തിന്റെ മുന്നിൽ മറ്റൊന്നും സത്യമല്ലെന്നാണ്. ശാസ്ത്രത്തിന്റെ യുക്തിക്ക് മുന്നിൽ ബാക്കിയെല്ലാം വെറും അന്ധവിശ്വാസങ്ങൾ... ഓത്തും ചാറ്റും ഉഴിച്ചിലുമൊക്കെ അജ്ഞതയുടെ കാലത്തെ പ്രയോഗങ്ങൾ എന്നുമാത്രം ധരിച്ചു. അതുകൊണ്ടുതന്നെ പുച്ഛമായിരുന്നു അതിനോടൊക്കെ...

അപ്പൂപ്പന്റെ വീരപരാക്രമങ്ങളെപ്പറ്റിയൊക്കെ അച്ഛൻ പറഞ്ഞ് കേൾപ്പിച്ചിട്ടുണ്ടെങ്കിലും അതൊക്കെ കേവലം കഥ എന്ന മട്ടിലാണ് പറഞ്ഞുതന്നിട്ടുള്ളത്. അതുപോലും എന്റെ സ്വഭാവത്തെ മാറ്റിമറിക്കുമോ എന്ന ആശങ്കകൊണ്ടാവും, എല്ലാ കഥകൾക്കുമൊടുവിൽ അച്ഛന് ഒരു ഗുണപാഠം കൂടിയുണ്ടാകും. അതായിത്, ഇതൊന്നും നല്ല കഥകൾ പോലുമ

ല്ല, ആൾക്കാർ പറഞ്ഞുണ്ടാക്കിയ വെറും കെട്ടുകഥകളാണ്...

ശരിക്ക് പറഞ്ഞാൽ ഇങ്ങനെയൊരു തമസ്ക്കരണം നടത്താൻ അച്ഛൻ മുതിർന്നത്, തനിക്ക് ചുറ്റും വളരുന്ന പുതിയലോകം അതിനു മുമ്പുണ്ടായിരുന്ന എല്ലാ വിജ്ഞാനങ്ങളേയും അപ്രസക്തമാക്കിക്കൊണ്ട് വികസിക്കുമ്പോൾ നീയും അതനുസരിച്ച് വേണം വളരാൻ എന്ന പ്രായോഗികമായ തിരിച്ചറിവിലായിരുന്നിരിക്കണം.

അച്ഛന്റെ തലമുറയാകെ ലോകത്തിന്റെ മാറ്റത്തെ നേർക്കുനേർ കണ്ടവരാണ്. അപ്പോൾ തളർന്നു വീഴാതെ ആ മാറ്റത്തിനൊപ്പം മാറിയവരുമാണ് ...

എങ്കിലും ആ പുരാതനമായ ജ്ഞാനപാരമ്പര്യം നഷ്ടപ്പെട്ടു പോയല്ലോ...

ങാ... ഇനി എന്താലോചിക്കാൻ...!

വിക്സ് പുരട്ടിയ ആ നനഞ്ഞ തിരശ്ശീല വേണുവിന്റെ നെറ്റിയിലെ ഞരമ്പുകളെ ഉണർത്തിക്കാണും. പാരസെറ്റമോളിന്റെ വിഷം അവന്റെ വേദനകളിലേക്ക് കടന്ന്...

സഹദേവൻപിള്ള കിടക്കയിൽ നിന്നെഴുന്നേറ്റ് വേണു കിടക്കുന്ന മുറിയുടെ വാതിൽക്കൽ ചെന്നു നോക്കി.

അവൻ അതേ കിടപ്പ് കിടക്കുകയാണ്. വേദന കുറഞ്ഞിട്ടുണ്ടെന്ന് തോന്നുന്നു. ബഡ്ബ്ലാംപിന്റെ നേർത്ത വെളിച്ചത്തിൽ അവന്റെ മുഖം കാണാം. കണ്ണുകൾ തുറന്നാണിരിക്കുന്നത്. മുഖമാകെ ഒന്നു തെളിഞ്ഞതായി തോന്നുന്നു.

സഹദേവൻപിള്ള തിരികെ പോയി കിടന്നു. എന്നാൽ വിക്സും പാരസെറ്റമോളുമൊന്നും വേണുവിന്റെ തലവേദനയെ ശമിപ്പിച്ചിരുന്നില്ലെങ്കിലും അവനാ വേദനയിൽ മരവിച്ച് കിടക്കുകയായിരുന്നില്ല. കണ്ണുകൾ തുറന്നു പിടിച്ച്... എന്തോ കണ്ടുകൊണ്ട് കിടക്കുന്നതുപോലെ...

നരിച്ചീറിന്റെ ചിറകടി പോലെ എന്തോ ഒന്ന് ജനാലയുടെ വെന്റിലേഷന്റെ ഭാഗത്തുനിന്ന് വേണു കേട്ടിരുന്നു. അല്പം കഴിഞ്ഞപ്പോൾ മുറിയുടെ മേൽക്കൂരയുടെ തടിക്കൂട്ടിൽ ഞാന്നു കിടക്കുന്നു, കടവാവൽ പോലൊരു പക്ഷി. അതൊന്ന് ചിറകടിച്ചപ്പോൾ അസാധാരണമായ ശബ്ദവും കാറ്റുമുണ്ടായി. എന്നാൽ വേണുവിന്റെ മനസ്സിൽ പേടിയുടെ ഒരു കണികപോലുമുണ്ടായില്ല. അവൻപോലുമറിയാതെ അവന്റെ മനോനില ആരോ മാറ്റിമറിച്ചിരുന്നു. നിസംഗത മാത്രമായിരുന്നില്ല, ഒരാനന്ദാനുഭൂതിയുമവനുണ്ടായി. പക്ഷി ഇപ്പോൾ പക്ഷിക്കോലമായി നിലത്തേക്കിറങ്ങി നിന്നു. നീണ്ടു നിവർന്ന് കുരുത്തോലച്ചിറകുകൾ ഒന്നു വിടർത്തി,

വീശിത്തിരിഞ്ഞ് ഒന്നു ചുവടുവെച്ച് ചുണ്ടനക്കി പക്ഷി. അരയിലെ കുരുത്തോലക്കച്ചയും അരത്താലിയും അപ്പോൾ ഒന്നിളകിച്ചലിച്ചു.

എല്ലാം വിസ്മയകരവും അതിലേറെ ആനന്ദകരവുമായ അനുഭവമായി വേണുവിന്.

പക്ഷി പറഞ്ഞു:

'മാമരത്തിന്റെ മാമരത്തിന്റെ മാമരത്തിന്റെമേലൊരു വല്ല്യമാമരം..., ആകാശമാമരം..., പ്രപഞ്ചമാമരം..., അവിടെനിന്ന് വരികയാണ് ഞാൻ...

ഞാനാരാന്നറിയാമോ നിനക്ക്...?

വേണു പരിഭ്രമവും വിസ്മയവും നിറഞ്ഞ മനസ്സുകൊണ്ട് മെല്ലെ പറഞ്ഞു:

'ഇല്ല...'

പക്ഷിരാജൻ ഒന്നു മെല്ലെ ചിരിച്ചു.

'ഞാനോ, ഞാൻ വേറാരുമല്ല; നിന്റെ വല്ല്യപ്പൂപ്പൻ കൊച്ചുരാമൻപിള്ളയാണ്... നിന്റച്ചന്റച്ചന്റച്ചൻ. ഞാൻ ജീവനോടുണ്ടാരുന്നെങ്കിൽ ഇപ്പോഴൊരു നൂറ്റൊന്നു വയസ്സുണ്ടാകുമാരുന്നു.'

നൂറ്റിയൊന്നു വയസ്സിന്റെ കാലദൈർഘ്യത്തിലേക്ക് ഒരെത്തും പിടിയും കിട്ടാതെ വേണു വിസ്മയത്തോടെ നോക്കി.

എല്ലാവരും പറഞ്ഞ് കേട്ടിട്ടുണ്ടെങ്കിലും ആനന്ദൻപിള്ളയിൽ നിന്നാണ് കൊച്ചുരാമൻപിള്ളയേപ്പറ്റി വേണു ഏറെ കേട്ടിട്ടുള്ളത്. സ്വാഭാവികമായും ഇപ്പോഴുണ്ടാകേണ്ട വികാരപാരവശ്യം അവനുണ്ടായില്ല. അവന്റെ ഉള്ളിൽത്തെളിഞ്ഞത് വിസ്മയം മാത്രമായിരുന്നു.

ചിലപ്പോൾ, അച്ഛനും അമ്മയുമൊന്നുംപറഞ്ഞാൽ അനുസരിക്കാത്തതിന് വേണുവിനോട് ആനന്ദൻപിള്ള പറയും:

'ദേണ്ടെ, എല്ലാം കണ്ടോണ്ട് നിന്റെ വല്ല്യപ്പൂപ്പൻ കളരീലിരിപ്പൊണ്ട്... ചെന്നു പറയണോ ഞാൻ...'

ഇതുവരെ കളരിയിൽ കണ്ടിട്ടില്ലാത്ത ആൾ അവിടെ ഇരുപ്പുണ്ടെന്ന് പറയുന്നിടത്താണ് വേണുവിന്റെ പേടി. അദൃശ്യതയിലെ ആ സാന്നിദ്ധ്യം...

ഒരുദിവസം സഹദേവൻപിള്ളയ്ക്കും കൊച്ചുരാമൻപിള്ളയെയെടുത്ത് പ്രയോഗിക്കേണ്ടിവന്നു. കാരണം, അതങ്ങനെ വെറുതെ വിടാൻ പറ്റുന്ന കാര്യമല്ലായിരുന്നു.

'സത്യം പറഞ്ഞോ, നീയാ സുരേഷിനെ ആറ്റിൽ മുങ്ങാംകുഴിയിട്ട് കളിക്കാന്നേരം വെള്ളത്തിൽ മുക്കിപ്പിടിച്ച് വെച്ചോ...?'

'ഇല്ലച്ഛാ...'

എന്നിട്ട് സുരേഷിന്റച്ഛൻ എന്നോട് പറഞ്ഞത്, നീയങ്ങനെ ചെയ്തെന്ന് അവൻ പറഞ്ഞെന്നാണല്ലോ...

ഇപ്പോൾ വേണുവിന്റെ മുഖം ഒന്നു കുനിഞ്ഞു. എന്നിട്ടും ആ കുനിഞ്ഞ തലകൊണ്ട് അവൻ പറഞ്ഞത് ഇല്ലെന്നാണ്.

'അതു ശരി, എന്നാ നിന്നേക്കൊണ്ട് സത്യം പറേപ്പിച്ചിട്ടേയുള്ളൂ. വാ കളരീലോട്ട്. അവിടൊരാളിരിപ്പൊണ്ട് സത്യം പറേപ്പിക്കാൻ. അവിടാ കല്ലേത്തൊട്ട് പറയണം നീയിത് ചെയ്തിട്ടില്ലെന്ന്...'

പെട്ടെന്ന് വേണുവിന്റെ ഭാവം മാറി. അവൻ ഏങ്ങിക്കരഞ്ഞുകൊണ്ടു പറഞ്ഞു:

'വേണ്ടച്ഛാ, ഞാനങ്ങനെ ചെയ്താർന്നു. അവനെന്നേം അങ്ങനെ മുക്കിയതുകൊണ്ടാ... ഇനീം മേലാ ചെയ്യത്തില്ല...'

'അത് ശരി, അപ്പോ നീയങ്ങനെ ചെയ്താരുന്നു!'

കൈയ്യിൽ കിട്ടിയ ചെമ്പരത്തി കമ്പുകൊണ്ട് നല്ല രണ്ടെണ്ണം വേണുവിന്റെ തുടയ്ക്കു കൊടുത്തു സഹദേവൻപിള്ള.

വല്ല്യപരീക്ഷകൾക്ക് പോകാറുള്ളപ്പോൾ ആനന്ദൻപിള്ള മറ്റാരുടെയും ശ്രദ്ധയിൽപ്പെടാതെ വേണുവിന്റെ പിന്നാലെ ചെന്നു പറയും:

'കളരീലൊണ്ട്..., ങാ... ഇനീപ്പം തിരിച്ച് കേറണ്ട. അമ്പലത്തിത്തൊഴുതിട്ടെറങ്ങാന്നേരത്ത് ആ എലഞ്ഞിത്തറേലും ഒന്ന് തൊട്ടു തൊഴുതോണം. അവിടേമൊണ്ട്. തൊഴുതില്ലേലൊണ്ടല്ലോ, നീ പഠിച്ചതൊക്കെ ആവിയായി പോം...'

ഇപ്പോൾ പക്ഷിരൂപം വിട്ടിരുന്നു കൊച്ചുരാമൻപിള്ള. കാതിൽ ചെങ്കല്ലിന്റെ നിറമുള്ള കല്ലിന്റെ കടുക്കനും നെറ്റിയിലും അതേ നിറത്തിലുള്ള കുറിയും കഴുത്തിൽ ചെറിയ രുദ്രാക്ഷമാലയുമണിഞ്ഞ് ചുമലിൽ ഒരു വെള്ളിക്കസവുള്ള നേര്യതും ചുറ്റി മീശയും ചെറിയ കുറ്റിത്താടിയും ഒന്ന് തടവിക്കൊണ്ട് വീരരസത്തിന്റെ മുഖചൈതന്യത്തോടെ അയാൾ വേണുവിനെ ഒന്നു നോക്കി. പിന്നെ ഒന്ന് സ്പർശിച്ചു. വൈദ്യുതി പ്രവഹിച്ചതുപോലെയായിരുന്നു ആ സ്പർശം. ആ വൈദ്യുതീസ്പർശം ശരീരത്തിനപ്പുറത്ത് ഉള്ളുണർത്തുന്ന ഒരു തരിപ്പു പോലുമായി വേണുവിന്. ആ തരിപ്പിൽ വേദനകൊണ്ട് പിളർന്ന് രണ്ട് അർദ്ധഗോളങ്ങളായി മാറിയിരുന്ന അവന്റെ തല ഒന്നായതുപോലെയായി. അങ്ങനെ ഒന്നായപ്പോൾ വേദനയ്ക്ക് അവിടെ ഇടമില്ലാതായി. തലവേദന ഇല്ലാതായി. ഒരു പെരുമഴ തോർന്ന തണുപ്പും സ്വാസ്ഥ്യവും തലയ്ക്കകത്തുണ്ടായി.

കൈവിരൽ വേണുവിന്റെ കൈത്തലത്തിൽ നിന്നെടുക്കാതെ എന്തോ ജപിച്ചുകൊണ്ട് കൊച്ചുരാമൻപിള്ള അൽപ്പനേരം അങ്ങനെ നിന്നു. ഈ

സമയത്ത് സ്വാസ്ഥ്യത്തിന്റെ ഒരാലസ്യത്തിലായിരുന്നു വേണു. അവന്റെ കണ്ണുകൾ അടഞ്ഞിരുന്നു. ഒരർത്ഥത്തിൽ അപ്പോൾ അവന് കാഴ്ചയ്ക്കുള്ളതായിരുന്നില്ല ഓതുന്ന കൊച്ചുരാമൻപിള്ള. ഓത്തിന്റെ നേരനുഭവത്തിന് മാത്രമുള്ളതായിരുന്നു ആ നേരം.

പിന്നെ കൊച്ചുരാമൻപിള്ള കൈവിരലുകളെടുത്തപ്പോൾ വേണു കണ്ണുകൾ തുറന്നു.

കൊച്ചുരാമൻപിള്ള ചോദിച്ചു:

'വേദന മാറിയോ...?'

വേണു തലകുലുക്കിക്കൊണ്ട് പറഞ്ഞു:

'മാറി...'

വേണുവിന്റെ നെറ്റിയിൽ തലോടിക്കൊണ്ട് അയാൾ പറഞ്ഞു:

'അങ്ങനങ്ങ് മാറീന്ന് വിചാരിക്കണ്ട. ഇനീം വരുമിത്...'

അയാൾ ഇങ്ങനെ പറഞ്ഞപ്പോഴും വേണുവിന്റെ മുഖഭാവം മാറിയിരുന്നില്ല. അവൻ അതേ സ്വാസ്ഥ്യത്തോടെതന്നെ കിടന്നു.

'ഒരു പതിന്നാല് പതിനഞ്ചു വയസ്സുവരെ അല്പം വേദന നീ അനുഭവിച്ചേ പറ്റൂ. പേടിക്കണ്ട, അപ്പോഴൊക്കെ ഞാനിങ്ങെത്തിക്കോളാം, ഈ കൊടിഞ്ഞിയുടെ വേരറക്കാൻ... എന്നാലും അതിന്റെ തായ്വേര് പറിഞ്ഞുപോകാൻ ഇപ്പറഞ്ഞ പ്രായം നിനക്കെത്തണം...'

വേണു വിസ്മയത്തോടെ കൊച്ചുരാമൻപിള്ള പറയുന്നതെല്ലാം കേട്ടു കിടന്നു. പെട്ടെന്ന് ഒരു മയക്കം വന്നതുപോലെ വേണുവിന്റെ കണ്ണുകളടഞ്ഞു. അല്പ്പനേരം കഴിഞ്ഞ് അവൻ കണ്ണുകൾ മെല്ലെ തുറന്നു. അപ്പോൾ അവന്റെ കാഴ്ചയിൽ വീണ്ടും പക്ഷിക്കോലമായി മാറിക്കഴിഞ്ഞിരുന്നു കൊച്ചുരാമൻപിള്ള. പക്ഷിയുടെ നീണ്ടു വളഞ്ഞ പച്ചച്ചുണ്ട് വാത്സല്യത്തോടെ തന്നെ ഉരുമ്മാൻ വരുന്നതുപോലെ വേണുവിന് തോന്നി. പക്ഷിയൊന്ന് കുരുത്തോലച്ചിറക് വിടർത്തി. കുരുത്തോല നഖങ്ങളൊന്ന് വളച്ചു. എന്നിട്ട് ഒന്നു കറങ്ങി ഒരു വൃത്തമായി. വൃത്തത്തിൽ നിന്നുയർന്ന് പക്ഷിരാജനായി മേൽക്കൂരക്കൂട്ടിൽ തൂങ്ങിക്കിടന്നു. പിന്നെ, പക്ഷിക്കോലത്തിന്റെ പാട്ടു മാത്രം അവശേഷിപ്പിച്ച് പക്ഷിരാജൻ അപ്രത്യക്ഷനായി. എവിടെയോ ആ പാട്ടു മാത്രം വേണു കേട്ടു.

കിഴക്കോട്ടു പോയ കൊമ്പിന്മേൽ... ഏ... ഏ...
സൂര്യൻ താൻ വസിക്കകണ്ടേ... ഏ... ഏ... ഏ...
പടിഞ്ഞാട്ടുപോയ കൊമ്പിന്മേൽ... ഏ... ഏ...
ചന്ദ്രൻ താൻ വസിക്കകണ്ടേ ഏ... ഏ... ഏ...
വടക്കോട്ടു പോയ കൊമ്പിന്മേൽ.... ഏ... ഏ...

ശ്രീഭദ്ര വസിക്കകണ്ടേ... ഏ... ഏ... ഏ...

തെക്കോട്ടു പോയകൊമ്പിന്മേൽ... ഏ... ഏ...

യമരാജൻ വസിക്കകണ്ടേ... ഏ... ഏ... ഏ...

പിറ്റേന്ന് എഴുന്നേൽക്കുമ്പോൾ എല്ലാം ഒരു സ്വപ്നമായിരുന്നോ എന്ന് കട്ടിലിലിരുന്ന് കുറച്ചുനേരം വേണു ആലോചിച്ചു. തന്റെ അനുഭവത്തിന്റെ നിറവിൽ എല്ലാം സത്യമോ മിഥ്യയോ എന്ന ചിന്ത കുറച്ച് കഴിഞ്ഞപ്പോൾ അവനെ വിട്ടൊഴിഞ്ഞു. എപ്പോൾ വേണമെങ്കിലും തലവേദനയുടെ കൊടിഞ്ഞിവള്ളി തന്റെ തലയിൽ വരിഞ്ഞ് മുറുകാനായി വരാമെന്ന ആശങ്ക അവന്റെ ഉള്ളിൽ നിന്ന് പോയി. വരട്ടെ, അപ്പോൾ കാണാം എന്ന ഒരു ലാഘവത്വം അവനെ തഴുകി. അതൊരാത്മബലമായി...

പിന്നീട് തലവേദന വന്നപ്പോഴൊക്കെ ആ നീരാളിക്കൊടിഞ്ഞി തലയിലെ ഞരമ്പുകളെ പറിച്ച് തല പിളർത്തുമ്പോൾ പോലും തന്റെ ബോധത്തിലെവിടെയോ ഒരു പിടിവള്ളിപോലെ വല്ല്യപ്പൂപ്പനുള്ളത് വേണു അറിഞ്ഞു. അമ്മയും അച്ഛനും തന്റെ നെറ്റിയിൽ വിക്സ് പുരട്ടുമ്പോഴും അവൻ, ഇതൊന്നുമല്ല ഇതിന്റെ മരുന്ന്, അത് വരും, ഒരുദിവസം കൂടിക്കഴിയട്ടെ എന്നോർത്തു. ഓർത്തതേയുള്ളൂ. അമ്മയോടും അച്ഛനോടും ഒന്നും പറഞ്ഞില്ല. പറയാൻ തോന്നിയില്ല.

കാരണം കൊച്ചുരാമൻപിള്ള അന്നേ വേണുവിനോട് പറഞ്ഞിരുന്നു:

എന്റെ സാന്നിദ്ധ്യം നിന്റെ മനസ്സിനപ്പുറത്തേക്ക് ഒരിക്കലും പോകില്ല. എന്നുവെച്ചാൽ നിനക്കൊരിക്കലും ഇതാരോടും പറയാനാവില്ല. ഒരിക്കലും മറ്റൊരാളോട് പങ്കുവെയ്ക്കുവാനുള്ള വിധിയില്ലിതിന്. എല്ലാം അമ്മയുടെ വിധികളാണ്... അമ്മയുടെ മാത്രം...

***

24

ദുരൂഹസൗന്ദര്യത്തിന്റെ മായാലോകം

കുട്ടിക്കാലത്ത് വേണുവിന് അച്ഛനുമമ്മയും കഴിഞ്ഞാൽപ്പിന്നെ ഏറെ അടുപ്പം അപ്പൂപ്പനോടും അമ്മൂമ്മയോടുമായിരുന്നു. അവന് അവരിൽ നിന്ന് അങ്ങനെ വഴക്ക് കിട്ടാറില്ലായിരുന്നു എന്നുമാത്രമല്ല, മറ്റുള്ളവരിൽ നിന്നു കിട്ടുന്ന വഴക്കുകൾക്കും ശിക്ഷകൾക്കും ഇളവുകളുണ്ടാകുന്നത് അമ്മൂമ്മയും അപ്പൂപ്പനുമൊക്കെ ഇടപെടുമ്പോഴാണ്. ഗൗരിയമ്മ; അല്ലെങ്കിൽ കേശവപിള്ള, മതി നിർത്ത് എന്നു പറയുമ്പോൾ എല്ലാം അവസാനിച്ചിരിക്കും...

കേശവപിള്ളയ്ക്കൊപ്പം ചെങ്ങന്നൂർ ശാസ്താംപുറത്ത് ചന്തയിൽ പോയിട്ട് കുഴീത്തോട് കടന്ന് കൊടായി പുരേടത്തിൽ കൂടി നടന്നു വരുമ്പോൾ വേണു പറഞ്ഞു:

'ഇവിടെങ്ങുമെന്താപ്പൂപ്പാ ആരും താമസമില്ലാത്തത്...? ഇതിലെ ഒറ്റയ്ക്കു വരുമ്പം എനിക്ക് ശരിക്കും പേടിയാ...'

ആറ്റുതീരം വരെ കാടുകൾ വളർന്നു നിൽക്കുന്ന വിജനമായ ആ പരിസരങ്ങളിലേക്ക് ഒന്നു കണ്ണു പായിച്ചിട്ട് കേശവപിള്ള പറഞ്ഞു:

'ഓ, ഒരുത്തനും വേല ചെയ്യാൻ വയ്യ. വേല ചെയ്ത് വെളവെടുക്കുമ്പഴല്ലേ അവിടെ താമസിക്കാം തോന്നൂ. കാടും ചപ്പുമൊക്കെ വെട്ടിത്തെളിച്ച് പത്ത് തൈ വെച്ചാൽ വയ്യാത്ത കാലത്ത് കാ പത്തു തിന്നാം...'

വേണുവിന് ആ മറുപടി ഇഷ്ടമായില്ല. അവൻ പ്രതീക്ഷിച്ചത്, മരങ്ങളും വള്ളിക്കാടുകളും നിറഞ്ഞ ആ വിജനതകൾക്കപ്പുറത്തുള്ള ദുരൂഹവും ഭ്രമാത്മകവുമായ എന്തൊക്കെയോ ആയിരുന്നു.

അപ്പൂപ്പനോട് ഇനിയതൊക്കെ ചോദിച്ചാലും കൃഷിയിലേക്കു തന്നെയാകും പോകുന്നത്. അതുകൊണ്ട് വേണു പിന്നെ ഒന്നും ചോദിച്ചില്ല.

എന്നാൽ ചോദിച്ചത്, വൈകുന്നേരം കളരിയുടെ തിണ്ണയ്ക്ക് ആകാശത്തേക്ക് നോക്കി ചരിഞ്ഞ് കിടക്കുകയായിരുന്ന ആനന്ദൻപിള്ളയോടാണ്. ആനന്ദൻപിള്ള അതേ കിടപ്പു കിടന്നുകൊണ്ടു തന്നെ പറഞ്ഞു:

'പേടിക്കണം... അതൊരു *കെട്ട സ്ഥലമാ... അവിടാ ഭഗവതീം തോഴിമാരും വെള്ളിയാഴ്ച്ചതുള്ളുന്നത്. അസമയത്തതിലേ പോകാം പറ്റത്തി

ല്ല. ആരെങ്കിലുമന്നേരം അതിലെയെങ്ങാനും പോയാൽ കഴിഞ്ഞതു തന്നെ. മനുഷരെന്നല്ല, നാൽക്കാലികളാണേലും വല്ലാതൊന്നലച്ച് വീഴും. ഇന്നാളിൽ വടക്കേലെ പശു എടുത്തടിച്ചപോലെല്ല്യോ വീണ് ചത്തത്...'

ഇപ്പോൾ ആനന്ദൻപിള്ള വേണുവിന്റെ മുഖത്തേക്കൊന്ന് തിരിഞ്ഞുനോക്കി. അവന്റെ മുഖത്ത് പേടിയുണ്ടായിരുന്നെങ്കിലും അതിലുപരി പിന്നെയും എന്തൊക്കെയോ അറിയാനുള്ള ആകാംക്ഷയായിരുന്നു എന്ന് ആനന്ദൻപിള്ളയ്ക്ക് മനസ്സിലായി. ഒന്ന് ദീർഘം ശ്വസിച്ചിട്ട് അയാൾ കളരിയുടെ തിണ്ണയിലെ തൂണിലേക്ക് ചാരിയിരുന്നു.

'പണ്ട് എന്റപ്പൂപ്പൻ, അല്ലെങ്കില് നിന്റെ വല്ല്യപ്പൂപ്പൻ കൊച്ചുരാമൻപിള്ള, അതിലെ ഒരു ദിവസം വരികാരുന്നു. അതോ, ഒരു വെള്ളിയാഴ്ച രാത്രീം! രാത്രീന്ന് പറഞ്ഞാ, കൊലപ്പാതിരാ...! എന്നാൽ രാത്രീന്നോ പകലെന്നോ എന്നൊന്നുമില്ലാത്തോനാ അപ്പൂപ്പനെന്നുമറിയാമല്ലോ...'

'ഉം...'

വേണു മെല്ലെ മൂളി.

'അങ്ങ് കെഴക്കെങ്ങാണ്ട് പടേനിക്കോ പടുക്കയ്ക്കോ പോയേച്ചു വരികാരുന്നപ്പൂപ്പൻ. നടന്ന് കൊടായിപ്പുരേടത്തിന്റവിടെ വന്നപ്പം, ഒണ്ടൊരു കറത്ത പട്ടി പുള്ള്യടെ മുന്നിലേക്ക് കൊരച്ചോണ്ടൊരു ചാട്ടം... അപ്പൂപ്പനൊണ്ടോ മാറുന്നു... കൈയിലിരുന്ന വടിക്കമ്പുകൊണ്ട് ഒരൊറ്റയടി കൊടുത്തു ആ പട്ടിയ്ക്ക്. പട്ടി അലച്ചോണ്ട് ഓടിമറഞ്ഞു. അപ്പൂപ്പൻ അവിടുന്ന് മുന്നോട്ട് നടന്നു. അപ്പോഴൊണ്ട് മുമ്പത്തെപ്പോലെ കൊരച്ചോണ്ട് രണ്ട് പട്ടികൾ... അപ്പോൾ, ആണ്ടാ... എന്നു പറഞ്ഞോണ്ട് രണ്ടിനേം അപ്പൂപ്പൻ അടിച്ചോടിച്ചു. രണ്ടും അലച്ചോണ്ട് ഓടിമറഞ്ഞു. ആ മറഞ്ഞെടത്തൂന്ന് ഒണ്ടടുത്ത മിനിറ്റിൽ കൊരച്ചോണ്ട് ചീറിവരുന്നു അതേപോലെ കറത്ത നാലെണ്ണം. ഇപ്പോൾ, അതു ശരി അത്രയ്ക്കായോ എന്ന മട്ടിൽ അതിനെ നാലിനേം ഒരഭ്യാസിയേപ്പോലെ കറങ്ങിനിന്ന് അടിച്ചോടിച്ചു അപ്പൂപ്പൻ. എന്നിട്ട് മൂന്നു ചൊവട് മുന്നോട്ട് വെച്ചപ്പം പട്ടിയൊണ്ട് എട്ടെണ്ണം മുന്നോട്ടു വരുന്നു. പിന്നത് പതിനാറായി... പതിനാറ് മുപ്പത്തിരണ്ടായി. മുപ്പത്തിരണ്ട് അറുപത്തിനാലായി... പട്ടിയോട് പട്ടി...

അപ്പൂപ്പന് പെട്ടെന്ന് കാര്യം മനസ്സിലായി. നേരംകെട്ട നേരത്ത് പലരുടെയും ലോകമാണവിടമെന്ന് അപ്പൂപ്പൻ തിരിച്ചറിഞ്ഞു. ഉടനെ തന്നെ ആ നിന്ന നിപ്പിൽ അപ്പൂപ്പൻ ഒന്നു ധ്യാനിച്ചു, പാവുതറയമ്മെ. പിന്നെ കണ്ണു തുറന്നപ്പോ, ദാ ഓടി പോന്നു ഒരെണ്ണം... ഒരേയൊരു കറത്ത പട്ടി... പിന്നവിടുന്നപ്പൂപ്പൻ തിരിച്ച് നടന്ന് പാവുതറയമ്മേടെ നടയ്ക്കച്ചെന്ന് തൊഴുതിട്ടാ ഇങ്ങു വീട്ടിലേക്ക് പോന്നത്...'

ആ മടങ്ങിവരവ് അകക്കണ്ണുകൾകൊണ്ട് കണ്ടുനിൽക്കുന്നതുപോലെ അല്പനേരം കണ്ണിമയനക്കാതെ കിടന്നു ആനന്ദൻപിള്ള. ആനന്ദൻപിള്ള മാത്രമല്ല വേണുവും... വ്യക്തവും അവ്യക്തവുമായ ആ രാത്രിയുടെ ദുരൂഹമായ കാന്തികതയിൽപ്പെട്ട് പിന്നെ ഒന്നും പേരപ്പനോട് ചോദിക്കാനോ പറയാനോ കഴിയാതെ അവൻ അങ്ങനെ ഇരുന്നു.

കുറച്ചുകഴിഞ്ഞ്, ഓമനയമ്മയുടെ വിളി മൂന്നാമത്തേത് വന്നപ്പോഴാണ് വേണുവിന് സ്ഥലകാല ബോധമുണ്ടായത്. അവൻ പേരപ്പനോട്, പോവുകയാണെന്ന് പറയാതെതന്നെ അവിടെ നിന്നെഴുന്നേറ്റോടി. വീട്ടിൽ ചെന്നപ്പോൾ അച്ഛൻ അവനെ തെക്കേ തിണ്ണയിലേക്ക് കൂട്ടിക്കൊണ്ടു പോയി. അടക്കിയ സ്വരത്തിൽ അയാൾ അവനോട് പറഞ്ഞു:

'പേരപ്പൻ നിന്നെ പറഞ്ഞുകേൾപ്പിക്കുന്നതെന്താണെന്നൊക്കെ എനിക്കറിയാം. എല്ലാം പൊടിപ്പും തൊങ്ങലും വെച്ച് പറേന്നതാ. നീയതൊന്നും വിശ്വസിക്കരുത്... നീയെങ്ങോട്ട് തിരിഞ്ഞാലും എന്റെയോ നിന്റമ്മേടെയോ ശ്രദ്ധയിൽത്തന്നെയുണ്ടെന്നോർത്തോണം...'

എന്നാൽ മിക്കപ്പോഴുമെന്നപോലെ മറ്റൊരിക്കൽ സഹദേവൻപിള്ളയും ഓമനയമ്മയും ഒരു കല്ല്യാണത്തിന് പോയ ദിവസം വേണു മെല്ലെ പേരപ്പന്റെ അടുത്തു കൂടി. തിണ്ണയിലിരുന്നോണം എന്നു പറഞ്ഞിട്ടാണ് അവർ പോയത്. പോകുന്ന വഴി ഓമനയമ്മ സഹദേവൻപിള്ളയോടു പറഞ്ഞു:

'സുരേന്ദ്രനും ശിവനും അനുസരണയില്ലാത്തതുങ്ങളാ. ചെറുക്കനേം കൊണ്ട് ആറ്റിലോട്ടെങ്ങും പോകാതിരുന്നാ മതിയാര്ന്നു...'

സഹദേവൻപിള്ള എന്തോ ആലോചിച്ചിട്ടെന്ന പോലെ ഭാര്യയുടെ മുഖത്തേക്ക് നോക്കി.

'നീ ചേട്ടത്തിയോട് പറഞ്ഞിട്ടുണ്ടല്ലോ. അവര് ശ്രദ്ധിക്കാതിരിക്കത്തില്ല...'

'ശ്രദ്ധ...! സ്വന്തം പിള്ളാരെ ചേട്ടത്തി ശ്രദ്ധിക്കത്തില്ല. പിന്നല്ലെ...!'

ഓമയനമ്മ ഒന്നുകൂടി സഹദേവൻപിള്ളയോട് ചേർന്നു നടന്നു.

'ദേണ്ടെ, എനിക്കീ കൂട്ടുകുടുംബം മടുത്തു. ഇന്നത്തെക്കാലത്തെവിടായിങ്ങനെ...! അവര് കുടുംബത്ത് താമസിച്ചോട്ട്. നമുക്ക് മാറി താമസിക്കാം...'

താനും അതാലോചിച്ചു തുടങ്ങി എന്ന അർത്ഥത്തിൽ സഹദേവൻപിള്ള ഒന്നിരുത്തി മൂളി.

സുരേന്ദ്രനും ശിവനും, ഓമനയമ്മ വിചാരിച്ചതുപോലെ വേണുവിനെയും കൂട്ടി ആറ്റിലേക്ക് പോവുകയായിരുന്നില്ല. അവർ തങ്ങളുടെ ക

മ്പിവണ്ടിയുമായി കാട്ടൂത്തോടിനപ്പുറത്ത് പുത്തൻതോടിനുമപ്പുറത്തുള്ള ഏതോ ഒരു കൂട്ടാളിയുടെ അടുത്തേക്ക് വട്ട് കളിക്കാൻ പോയി. നമുക്കിവിടെ സാറ്റ് കളിക്കാമെന്നൊക്കെ വേണു പറഞ്ഞത് അവർ ചെവിക്കൊള്ളാനേ പോയില്ല.

അങ്ങനെ വേണു ഒറ്റയ്ക്കായി. കേശവപിള്ള അയ്യത്ത് കണ്ണൻചേമ്പിന് വട്ടത്തോലു വെയ്ക്കുകയാണ്. ഗൗരിയമ്മ മിക്കപ്പോഴുമെന്നപോലെ കിടപ്പുമുറിയിലും... ഭാർഗ്ഗവിയമ്മ അടുക്കളയിലും...

അതിനിടയ്ക്കാണ് ആനന്ദൻപിള്ള എവിടെയോ പോയിട്ട് വീട്ടിലേക്ക് വന്നു കയറിയത്. വിശന്നാണ് അയാൾ വന്നത്.

'എന്ത്യേടീ..., വെളമ്പ്...'

അടുക്കളയിലെ കുരണ്ടിയിലിരുന്നേ അയാൾ ഭക്ഷണം കഴിക്കൂ. എന്നാൽ ആനന്ദൻപിള്ള വിശപ്പ്കത്തി അടുക്കളയിലേക്ക് ചെന്നപ്പോൾ ആ കുരണ്ടി അവിടെയെങ്ങും കാണാനില്ല.

'ആ കൊരണ്ടിയെന്ത്യേടീ...?'

'ആ, അവിടെങ്ങാനും നോക്ക്...'

ഭാർഗ്ഗവിയമ്മ പറഞ്ഞു.

കുറച്ചുനേരം അയാൾ അവിടെയെല്ലാം കുരണ്ടി തപ്പിയെങ്കിലും കണ്ടില്ല.

ഭാർഗ്ഗവിയമ്മ അവിടേക്ക് വന്ന് തെല്ല് അലസമായി പറഞ്ഞു.

'ങാ... ഇനി ല്ലവമ്മാരെങ്ങോട്ടേലും മാറ്റിയതാരിക്കും..., എനിക്കറിയത്തില്ല...'

ഭാര്യയുടെ മറുപടി ആനന്ദൻപിള്ളയ്ക്ക് ഒട്ടും ഇഷ്ടമായില്ല.

'അവരാതികൾ... ഇങ്ങു വരട്ട് രണ്ടും...'

പിന്നെ പടിഞ്ഞാട്ടുള്ള കട്ടളപ്പടിയിലിരുന്ന് അയാൾ ഊണ് കഴിച്ചു. കഴിച്ച് തീരാറായപ്പോൾ ഭാർഗ്ഗവിയമ്മ ചോദിച്ചു:

'മീഞ്ചാചാറിച്ചിരൂടെ വേണോ...?'

'ങാ..., നിന്റമ്മേടെ നായർക്ക് കൊണ്ടക്കൊടുക്ക്... എരീമില്ല, പുളീമില്ല... ഒണ്ടാക്കിയേക്കുന്നു... വെശപ്പൊള്ളകൊണ്ട് ഞാനങ്ങ് കേറ്റിയെന്നേയുള്ളൂ...'

ആനന്ദൻപിള്ള ഇങ്ങനെയൊക്കെ പറഞ്ഞാലും ഭാർഗ്ഗവിയമ്മ അങ്ങനെയൊന്നുമങ്ങ് വിട്ടുകൊടുക്കത്തില്ല...

'പറയാൻ നാണമില്ലേ നിങ്ങക്കിങ്ങനൊക്കെ. കൊശീലൊണ്ടാക്കാൻ നിങ്ങളെന്തേലുമന്വേഷിച്ചിട്ടാണോ ഇവിടെ വല്ലോം അനത്തുന്നത്...'

അനിയനും അനിയത്തിയുമില്ലാത്ത അവസരമായതുകൊണ്ട് ഭാർഗ്ഗ

വിയമ്മ വായ തുറന്നു തന്നെയാണ് പറഞ്ഞത്.

പിന്നെയൊന്നും മിണ്ടിയില്ല, ആനന്ദൻപിള്ള. അയാൾ ഊണുകഴിഞ്ഞിട്ട് നേരെ പോയി കിടന്നു.

◆◆◆

* കെട്ടസ്ഥലം - ഐശ്വര്യം അണഞ്ഞുപോയ സ്ഥലം

25

സുന്ദരയും അന്തരയും

വടശ്ശേരിക്കരയിലെ കല്ല്യാണം കഴിഞ്ഞ് മടങ്ങിയെത്തിയ സഹദേവൻപിള്ളയും ഓമനയമ്മയും വന്നപ്പോൾ, അവർ വേണുവിനോട് ആദ്യം ചോദിച്ചത്, നീ എന്തെടുക്കുകാരുന്നൂന്നാണ്...

വേണു പറഞ്ഞു:

'ഞാനിവിടെത്തന്നെ ഒണ്ടാരുന്നു...'

ഗൗരിയമ്മ അന്നേരം കട്ടിലിൽ നിന്നെഴുന്നേറ്റു വന്നു.

'നാരായണ...! നാരായണ...,! ചുമ്മാതാടീ...'

അവർ ഓമനയമ്മയുടെ ചെവിക്കടുത്തേക്കു ചെന്നു.

'ആ എരണംകെട്ടവത്തുങ്ങള് രാവിലെതന്നെ എങ്ങാണ്ടോട്ടെറങ്ങി പോയി. അതുകഴിഞ്ഞിവനിവിടൊണ്ടാരുന്നു. പിന്നാനന്ദൻ വന്നപ്പം അവന്റെ പൊറകെ ആറ്റുകടവിലോട്ടു പോയി. ഞാനാകുന്ന പറഞ്ഞു, കുഞ്ഞേ ആറ്റിലോട്ടെങ്ങും പോകണ്ട, ഇവിടെങ്ങാനുമിരിയ്ക്കെന്ന്. അവൻ കേട്ടില്ല. ആനന്ദന്റെ പൊറകേ പോയി. പിന്നെ വന്നു കേറീട്ടരനാഴികയായില്ല...'

ഓമനയമ്മ അടുക്കളയുടെ ഭാഗത്തേക്ക് നോക്കിയിട്ട് പറഞ്ഞു:

'എനിക്കറിയാം. എന്തിനാ ഇവൻ പൊറകേ പോയേന്ന്... ഇന്നാളിലെ ഞാൻ പറഞ്ഞതാ, ഒള്ളതുമില്ലാത്തതുമൊക്കെ കൊച്ചനെ പറഞ്ഞു കേപ്പിക്കെല്ലെന്ന്...'

ഒച്ചയും ബഹളവുമൊന്നുമെടുത്തില്ലെങ്കിലും ഭാർഗ്ഗവിയമ്മ അതിന് മറുപടിയുമായി ഉടനെതന്നെ എത്തി.

'അമ്മ പറേന്നപോലല്ലോമനേ, അങ്ങേരിവിടെ കെടക്കാർന്നു. ഇവൻ വന്ന് അങ്ങേരെ വിളിച്ചോണ്ട് പോവാരുന്നു. എല്ലിയോടാ...?'

പേരമ്മ തന്റെ നേരെ തിരിഞ്ഞപ്പോൾ വേണു ഒന്നും പറയാതെ തല കുലുക്കി കുനിഞ്ഞു നിന്നു.

'എന്റെ ചേട്ടത്തീ, ഞാൻ വേറൊന്നുംകൊണ്ടും പറഞ്ഞതല്ല. രാത്രീല്, ഒറക്കത്തിക്കെടന്ന് ഇവൻ പിച്ചും പേയും പറേം. ഇടയ്ക്ക് ഞെട്ടി ഉണരും. ഇതൊന്നും വേറാരുമറീന്നില്ലല്ലോ...'

ഗൗരിയമ്മ, അമ്മേ നാരായണ എന്നുപറഞ്ഞ് അകത്തേക്കു പോയപ്പോൾ രംഗം ഒന്നു ശാന്തമായി. ഭാർഗ്ഗവിയമ്മ അനിയത്തിയോട് കല്ല്യാണമൊക്കെ എങ്ങനൊണ്ടാരുന്നെന്ന് തിരക്കിയിട്ട് അടുക്കളയിലേക്കു കയറി. ഓമനയമ്മ നന്നായിരുന്നു എന്നു മറുപടി പറഞ്ഞ് സഹദേവൻപിള്ളയ്ക്കും വേണുവിനുമൊപ്പം അവരുടെ മുറിയിലേക്കും പോയി.

വേണുവിന്റെ കുട്ടിക്കാലം പേടിസ്വപ്നങ്ങളുടേതു കൂടിയായിരുന്നു. അവന്റെ കുഞ്ഞു മസ്തിഷ്ക്കത്തിലേക്ക് കയറിയ വിശ്വസനീയവും അവിശ്വസനീയവുമായ യാഥാർത്ഥ്യങ്ങൾ അബോധത്തിന്റെ ഉറക്കങ്ങളിൽ പേടിസ്വപ്നങ്ങളായി ഏതോ കാട്ടുപൂക്കൾ പോലെ വിടർന്നു. സന്ധ്യകളിൽ വിരിഞ്ഞ ആ ഇരുണ്ടു ചുവന്ന പൂക്കൾ അവന്റെ ബോധാബോധങ്ങളിലേക്ക് കൊഴിഞ്ഞു വീണുകൊണ്ടിരുന്നു.

ഒരു പാതിരാ പിന്നിട്ട ചൊവ്വാഴ്ച്ച രാത്രിയിൽ വേണു ആറ്റുകടവിലേക്കിറങ്ങിപ്പോയി. ആദ്യം ഇരുളിൽ രണ്ടു ചുവന്ന പൂക്കളാണ് അവൻ കണ്ടത്. തുടർന്ന് ആരോ വന്ന് കതവിന് മുട്ടുകയായിരുന്നു. മറ്റുള്ളവർക്കാർക്കും കേൾക്കാൻ കഴിയാത്ത ആ ശബ്ദം അവനുവേണ്ടി മാത്രമുള്ളതായിരുന്നു. അവനെ അബോധത്തിൽത്തന്നെ ഉണർത്താനുള്ളത്. അവൻ അടുത്തു കിടന്ന അമ്മ പോലുമറിയാതെ എഴുന്നേറ്റു. പുറത്തേക്കുള്ള കതവിന്റെ അകത്തെ തടിസാക്ഷകൾ ശബ്ദമുണ്ടാക്കാതെ ഊരി. രാത്രിയുടെ നിഗൂഢതയിലേക്കുള്ള വാതിലുകൾ നിശ്ശബ്ദമായി അവന്റെ മുന്നിൽ മലർക്കെ തുറന്നു. മുറ്റത്തേക്കിറങ്ങിയപ്പോൾ നേർത്ത നിലാവെട്ടം അതിന്റെ നനുത്ത ചേലകൊണ്ട് അവനെ ചുറ്റിയെടുത്തു. ചതിയുടെ ഒരു വക്രിച്ച ചിരിയായിരുന്നു വശ്യമായ ആ നിലാചന്ദ്രികയുടേതെന്ന് അവനറിഞ്ഞില്ല. കാലൻതെങ്ങുകൾക്കിടയിലൂടെ അവൻ നടന്നു നടന്ന് ചെന്ന് ആറ്റിലേക്കുള്ള പടവുകൾ ഒന്നൊന്നായി ഇറങ്ങി. കടവിലുള്ള മരുതിയും ആറ്റുവഞ്ചിയും മുളങ്കാടും നിസ്സഹായരായി അവന്റെ വഴിയരികിൽ ഒരിലയനക്കം പോലുമില്ലാതെ നിന്നു. ചീവീടുകൾ പോലും നിശ്ശബ്ദരായിരുന്നു ആ നേരം. പുഴ എന്തോ ദുരൂഹതയെ ഉള്ളിൽ അമർത്തിപിടിച്ചതിന്റെ വീർപ്പുമുട്ടലിലെന്നപോലെ മയങ്ങിക്കിടന്നു. കൽപ്പടവുകളിറങ്ങി തണുത്ത വെള്ളത്തിലേക്ക് കാലുകൾ ഇറക്കി വെയ്ക്കുമ്പോഴും അവന്റെ മനസ്സിൽ ആ തണുപ്പെത്തിയില്ല. അവൻ ഒന്നും അറിയുന്നുണ്ടായിരുന്നില്ല. പുഴയിലേക്കിറങ്ങിച്ചെന്ന് കാലും കൈയ്യും ഉടലും മുങ്ങി കഴുത്തും കടന്ന് വായിലേക്ക് വെള്ളം തുപ്പെ തുപ്പെ എന്നായപ്പോൾ ഒരു തുള്ളിയോ ഒരു കവിളോ അകത്തേക്ക് പോയി. ജീവജലം പ്രാണനെ സ്പർശിച്ചു. വേണു, അമ്മേ എന്നു നിലവിളിച്ച് കണ്ണുകൾ തുറന്നു.

ഓമനയമ്മ ഉണർന്ന് ലൈറ്റിട്ട് നോക്കി.

വേണു വിയർത്ത് കുളിച്ച് കിടന്ന് കിതയ്ക്കുകയാണ്... ആഴങ്ങളുടെ ആറ്റിലോ രാത്രിയുടെ ഏകാന്തമായ കടവിലോ അതോ താനീ കിടക്കുന്ന വീട്ടിലെ കട്ടിലിലോ എന്നറിയാത്ത ഏതാനും നിമിഷങ്ങളിലൂടെയാണ് അവൻ ആ നേരം കടന്നുപോയത്.

ഓമനയമ്മ വേഗം സഹദേവൻപിള്ളയെ വിളിച്ചുണർത്തി.

അവർ രണ്ടുപേരും ചേർന്ന് വേണുവിനെ താങ്ങിപ്പിടിച്ച് മടിയിലേക്ക് കിടത്തി. എന്തു പറ്റി മോനെ എന്നു ചോദിച്ച് അവന്റെ നെറ്റിയിലെ വിയർപ്പ് നേര്യതുകൊണ്ട് തുടച്ചു. വെള്ളം അവന്റെ വായിലേക്ക് ഒഴിച്ചുകൊടുക്കുമ്പോൾ സഹദേവൻപിള്ള പറഞ്ഞു:

'സാരമില്ല. എന്തോ സ്വപ്നം കണ്ടതാ...'

'സ്വപ്നമല്ല, പേടിസ്വപ്നം...'

ശബ്ദം താഴ്ത്തിയാണെങ്കിലും ഓമനയമ്മ അല്പം കടുപ്പിച്ച് ഭർത്താവിനെ ഒന്നു നോക്കി പറഞ്ഞു.

'ഒള്ളതുമില്ലാത്തതുമെല്ലാം പറഞ്ഞുകേപ്പിക്കാനൊരുത്തനൊണ്ടല്ലോയിവിടെ. പിന്നെങ്ങനാ കൊച്ചൻ കെടന്ന് നെലവിളിക്കാതിരിക്കുന്നത്... കുഞ്ഞേ, നാമം ജപിച്ചോണ്ട് കെടക്കെന്ന് പറഞ്ഞാലവനത് കേക്കത്തില്ല... നാളെയാട്ട്...'

വേണുവിനെ എടുത്ത് കിടത്തിയിട്ട് അവർ കിടന്നു.

'അമ്മേ... ദേവീ...'

മറ്റൊരു രാത്രിയിലും വേണു ഇങ്ങനെ ഞെട്ടി നിലവിളിച്ചു. അപ്പോൾ കേശവപിള്ളയും എഴുന്നേറ്റ് അവിടേക്കു ചെന്നു.

എല്ലാം കഴിഞ്ഞ് വേണുവിന്റെ തളർന്നു കിടന്നുള്ള ഉറക്കം കണ്ട് അവിടെ നിന്നിറങ്ങുമ്പോൾ കേശവപിള്ള മറ്റുള്ളവരോടായി പറഞ്ഞു:

'നാളെയാട്ട്, കിട്ടനെ ഒന്നുവിളിച്ച് എല്ലാമൊന്ന് നോക്കിക്കണം...'

അങ്ങനെ പിറ്റേന്നു വൈകിട്ട് തന്നെ കിട്ടക്കണിയാരെ കല്ലൂരേക്കെത്തിച്ചു.

വേണുവിന്റെ കാര്യങ്ങൾ പറഞ്ഞതെല്ലാം കേട്ടു കഴിഞ്ഞപ്പോൾ, കിട്ടക്കണിയാർ ഒന്നു മൂളിയിട്ട് ഒരു കറുത്ത ചരട് ജപിച്ച് അവന്റെ കൈമുട്ടിന് മുകളിലായി കെട്ടി. മറ്റെവിടെയോ പ്രശ്നം വെപ്പിന് പോയിട്ടു വരികയായിരുന്നതുകൊണ്ട് അയാളുടെ കൈയിൽ കവടിയും പലകയുമൊക്കെയുണ്ടായിരുന്നു. ചരട് കെട്ടിക്കഴിഞ്ഞപ്പോൾ കേശവപിള്ള പറഞ്ഞു:

'ഏതായാലും കിട്ടൻ വന്നതല്ലേ, ദൈവാധീനമൊക്കെയൊന്ന് നോക്കിയേച്ച് പോ...'

കിട്ടക്കണിയാർക്ക് പോകാൻ തിടുക്കമുണ്ടായിരുന്നെങ്കിലും കേശവ

പിള്ള പറഞ്ഞതല്ലെ, നോക്കാതിരിക്കാൻ പറ്റുമോ...

'ഓ, അങ്ങനാട്ട്...'

കിട്ടക്കണിയാര് ഒന്നുകൂടി ചമ്രം പടഞ്ഞിരുന്നു. ഓമനയമ്മ ഒരു നിലവിളക്ക് കൊളുത്തി അവിടെ കൊണ്ടുവന്നു വെച്ചു. കിഴിയിൽ നിന്ന് കവടി രാശിപ്പലകയിലേക്ക് തൂവിയിട്ട് കണിയാര് കൈവെള്ളകൾ കൊണ്ട് അതൊന്ന് പൊത്തി കണ്ണുകളടച്ച് ധ്യാനിച്ചു. പിന്നെ അല്പനേരം അതുഴിഞ്ഞു. അതുകഴിഞ്ഞ് ചില കവടികൾ രാശികളിലേക്ക് നീക്കിയും മാറ്റിയും വെച്ചു. എന്നിട്ട് കൂട്ടമായിട്ടിരുന്ന കവടിയിൽ കൈവെള്ള കമഴ്ത്തി വെച്ചിട്ട് കണ്ണുകളടച്ച് അല്പനേരം വീണ്ടും ധ്യാനനിരതനായി. പിന്നെ കണ്ണുകൾ തുറന്ന് കേശവപിള്ളയുടെ മുഖത്തേക്ക് നോക്കി.

'അവിടുന്നാവശ്യപ്പെട്ടത് ഏതായാലും നന്നായി... ചരട് പോരാ കുഞ്ഞിന്. വിളിച്ചെറക്കിക്കോണ്ട് പോവാരുന്നു. ദൈവാധീനമൊരിച്ചിരൊണ്ടാരുന്നകൊണ്ട് അത് സൊപ്പനത്തിലേ നടന്നൊള്ളൂ, അമ്മ കാത്തു. അല്ലേൽ...'

ഒന്ന് നിർത്തിയിട്ട് കവടിയുഴിഞ്ഞുകൊണ്ടു തന്നെ അയാൾ തുടർന്നു:

'വസൂരി വന്ന് പണ്ടിവിടൊരാള് മരിച്ചിട്ടൊള്ളത് ഞാനും കേട്ടിട്ടൊണ്ട്...'

അയാൾ ആ മരണത്തെപ്പറ്റി പറഞ്ഞപ്പോൾ പൊടുന്നനെ അവിടെയൊരു നിശ്ശബ്ദത പരന്നു. അതുകഴിഞ്ഞ്, കിട്ടക്കണിയാര് പറഞ്ഞത് കേശവപിള്ള പൂർത്തീകരിച്ചു.

'ങാ... അതെന്റെ വകേലൊരു കുഞ്ഞമ്മയായിട്ടു വരും. അച്ഛൻ മരിച്ച് ഒരാണ്ട് കഴിഞ്ഞപ്പോ വസൂരി വന്ന്...'

കിട്ടക്കണിയാര് ഒന്നു പുറത്തേക്ക് നോക്കി.

'അതെ, അതാ ഇത്രയ്ക്കടുപ്പത്തോടെ കുഞ്ഞിനെ വിളിച്ചെറക്കിക്കോണ്ടു പോകാൻ വന്നത്. എന്തായാലും അമ്മേടെ കൃപ...'

കിട്ടക്കണിയാര് ഒന്ന് ധ്യാനിച്ചിട്ട് വീണ്ടും കണ്ണുകൾ തുറന്നു. ഉള്ളിൽ ഒരു വിളക്ക് കത്തിത്തെളിഞ്ഞതു പോലെയായിരുന്നു അപ്പോൾ അയാളുടെ മനസ്സ്. പരിഹാരദർശനത്തിന്റെ തിളക്കമായിരുന്നു ആ കണ്ണുകൾക്ക്.

'ഒരു ചുറ്റുവെളക്ക് അടുത്ത വെള്ളിയാഴ്ച്ചനാളന്ന്തന്നെ അമ്മയ്ക്ക് കത്തിക്കണം. മോന്റെ പേരും നാളും പറഞ്ഞ് ഒരു പുഷ്പാഞ്ജലീം...'

പുറത്തേക്ക് നോക്കി ഒന്ന് ദീർഘം ശ്വസിച്ചിട്ട് അയാൾ ഇത്രയുംകൂടി പറഞ്ഞു.

'അമ്മേടെടത്തെ കൈപ്പൊറത്ത് പൊറത്തായിട്ട് ഒരംശമുണ്ടല്ലോ, അ

വിടുത്തേക്കിച്ചിര അനിഷ്ടംകൂടി കാണിക്കുന്നുണ്ട്. കോടിക്കപ്പൂജേലേ താണ്ടതൃപ്തി തോന്നീട്ടൊള്ളതായിട്ടാ...'

കിട്ടക്കണിയാർ ഒന്ന് തല ഉയർത്തി നോക്കിയപ്പോൾ, എന്തെങ്കിലും വീഴ്ച്ച പറ്റിയിട്ടുണ്ടോ എന്ന ആശങ്കയുടെ മുഖങ്ങളായിരുന്നു മറ്റുള്ളവരുടെയൊക്കെ...

'കഴിഞ്ഞകൊല്ലമേ എനിക്കങ്ങോട്ട് പോകാൻ കഴിയാഞ്ഞൊള്ളൂ...'

കേശവപിള്ള ഇങ്ങനെ പറഞ്ഞിട്ട് സഹദേവൻപിള്ളയുടെ മുഖത്തേക്ക് നോക്കി.

'ഞാൻ പോയിരുന്നെങ്കിലും കർമ്മി ആനന്ദൻകൊച്ചാട്ടനായിരുന്നച്ഛാ'

കേശവപിള്ള മെല്ലെയാണെങ്കിലും മകൻ പറഞ്ഞതിന്റെ ബാക്കി പൂർത്തീകരിച്ചു:

'അവന് വെളിവില്ലല്ലോ; എന്തേലും വീഴ്ച്ച പറ്റിക്കാണും...'

ആരും അതിനോട് പ്രതികരിച്ചില്ല.

പിന്നെ ഗൗരിയമ്മ പറഞ്ഞു:

'കണ്ടിട്ടില്ലേലും കേട്ടിട്ടൊള്ളതുവെച്ച് നിരൂപിക്കുമ്പം, ധർമ്മത്തിനും കർമ്മത്തിനുമൊക്കെ കണിശതയൊള്ള ആളാരുന്നൂന്ന് കേട്ടിട്ടൊണ്ട്. അതൃപ്തി എന്തേലും തോന്നിക്കാണും. ങാ... ഇനിയിപ്പം അതൊന്നും പറഞ്ഞിട്ട് കാര്യമില്ല. കിട്ടനെന്താ പരിഹാരമെന്ന് നോക്ക്...'

ഏതോ ചില കവടികൾ മാറ്റിയും നീക്കിയും വെച്ചിട്ട് കിട്ടക്കണിയാര് പറഞ്ഞു:

'കൂടുതലൊന്നും വേണ്ട. അമ്മേ തൊഴുതേച്ചെറങ്ങുമ്പം മറക്കാതെ കുഞ്ഞ് വല്ല്യപ്പൂപ്പന്റെ തറേലും മൂന്ന് പ്രദക്ഷിണം വെച്ച് ഒന്ന് തൊട്ട് നമസ്കരിക്കണം. അതു മതി ആ അനിഷ്ടം മാറാൻ. കുഞ്ഞിനെ വല്ല്യ കാര്യമാ...'

ഒരു വെള്ളിയാഴ്ച്ച സന്ധ്യയ്ക്ക് പാവുതറക്കാവിലും ഇലഞ്ഞിത്തറയിലും തൊട്ട് നമസ്കരിച്ച് മടങ്ങുമ്പോൾ ആരോ തന്റെ തൊട്ടുപിന്നാലെ നടക്കുന്നതായി വേണുവിന് തോന്നി. തിരിഞ്ഞ് നോക്കാൻ അവന് കഴിഞ്ഞില്ല. എന്നാൽ എപ്പോഴും കൂടെയുള്ള ഒരാൾ എന്ന തോന്നൽ ഉള്ളിലുണ്ടായി. ഒരുപക്ഷെ താൻ തന്നെയോ എന്ന ഒരു വിസ്മയവും...

അതുകൊണ്ട് വേണുവിന് ഭയമോ അത്ഭുതമോ ഉണ്ടായില്ല. ഇടംവലം തിരിഞ്ഞു നോക്കാനും തോന്നിയില്ല.

എങ്കിലും ആ നടപ്പിനൊരു താളമുള്ളതായി അവനറിയുന്നുണ്ടായിരുന്നു. ആ താളം തന്റെ നടപ്പിന്റെ താളമായി മാറുന്നതു പോലെയും അവന് തോന്നി.

വേണു, കാട്ടുത്തോട്ടിൽ നിന്ന് വീട്ടിലേക്കുള്ള വഴിയേ തിരിയുമ്പോൾ, പൂക്കാലമല്ലാതിരുന്നിട്ടും പാലപ്പൂവിന്റെ മദിപ്പിക്കുന്ന ഗന്ധം അവിടമാകെ പരന്നു. അത് മൂക്കിലേക്കരിച്ചു കയറിയപ്പോൾ ആ ഗന്ധതീഷ്ണതയാൽ അവന്റെ കണ്ണുകൾ ഒന്നടഞ്ഞു. അടഞ്ഞ കണ്ണുകൾ തുറന്നപ്പോൾ ആ ഇരുളിൽ തെളിഞ്ഞു കണ്ടത് ഒരു യക്ഷിക്കോലം. ആ കോലത്തിന്റെ പിന്നിലെ യഥാർത്ഥമുഖം ആരുടേതാണെന്ന് തിരിച്ചറിയാൻ അവന് ബുദ്ധിമുട്ടുണ്ടായില്ല. ചായില്ല്യം തേച്ച ആ മുഖത്തെ കണ്ണുകൾ സ്നേഹവും തിളക്കവുമുള്ളതായിരുന്നു.

അന്ന് കൊടിഞ്ഞി കൊണ്ട് പുളഞ്ഞ് കിടന്നപ്പോൾ എങ്ങു നിന്നോ ചിറകടിച്ച് വന്ന്, തന്നെ നോക്കിയ അതേ കണ്ണുകൾ.

ഇപ്പോൾ പക്ഷിയായല്ല കൈത്താമരയും കേശഭാരവും നെഞ്ചുമാലയും കുരുത്തോല നഖവും കാട്ടി യക്ഷിയായി കൊച്ചുരാമൻപിള്ള വേണുവിന്റെ ഒപ്പം നടന്നു. നാലു ചുവട് നടന്നപ്പോൾ യക്ഷി രണ്ടായി അവന്റെ ഇടത്തും വലത്തുമായി നടന്നു. ആകാശത്തു നിന്ന് പാറിവന്നതു പോലെ അന്തര, ഗണപതിയും പടിവട്ടവും ചവിട്ടിത്തിരിഞ്ഞ് പോരുകാലുകൾ വെച്ച് ഇടത്തും; ഏതോ ആമ്പൽപൊയ്കയിൽ നിന്ന് ആമ്പൽപ്പൂ മണവുമായി സുന്ദര, അടന്തയും ഒറ്റയും മുറിയടന്തയുമായുള്ള താളക്രമങ്ങൾക്കിടെ ചിറ്റടികളുമായി വലത്തും നടന്നു. അവർ താളം ചവുട്ടി കുഴഞ്ഞാടി അവന്റെയൊപ്പം.

തിത്തക തെത്തക തിത്തക തെത്തക
തികിത തെത്തക തികിതകതോം കർത്തുകു
തികിതക തെത്തക തികിതക തെത്തക
തികിത തെത്തക തികിതകതോം കർത്തുകു
തിത്തക തെത്തക തികിതകതോം കർത്തുകു
തികിതക തെത്തക തികിതകതാം കർത്തുകു
തിക്കിതക്ക തിത്താം കർതുകുതക തിത്താം...

വീട്ടിലെ മുറ്റത്തിന്റെ തെക്കേ മൂലയ്ക്കലെ കറുത്ത മൂവാണ്ടൻമാവിന്റെ ചുവട്ടിലെത്തിയപ്പോൾ അന്തരയക്ഷിയും സുന്ദരയക്ഷിയും വേണുവിന്റെ മുന്നിലേക്ക് കടന്ന് അവനഭിമുഖമായി നിന്നു. പെട്ടെന്ന്, അതൊറ്റയൊരാളായി മാറി. ഒരു യക്ഷി. യക്ഷിയമ്മ രക്ഷകിയമ്മയായി അവനോടു പറഞ്ഞു:

'ആരും വിളിച്ചിറക്കിക്കോണ്ടു പോന്ന സ്വപ്നം മോനിനി കാണത്തില്ല. പേടിക്കാതെ ഓടി പൊക്കോ വീട്ടിലേക്ക്...

***

26

സ്വപ്നത്തിലെ സ്ഥലരാശികൾ

ചിങ്ങത്തിലെ ഒരു നല്ല ദിവസം നോക്കി സഹദേവൻപിള്ളയും കുടുംബവും കല്ലൂർ പുത്തൻപുരയിലേക്ക് താമസം മാറ്റി. ഏറെക്കാലമായുള്ള കൂട്ടുകുടുംബത്തിലെ താളപ്പിഴകൾക്കിടയിൽ നിന്ന് ഒരു മോചനമായിരുന്നു അവർക്കത്. കല്ലൂരിൽ നിന്ന് ഏകദേശം രണ്ട് രണ്ടര കിലോമീറ്ററുകൾക്കപ്പുറത്ത് റോഡരികിലാണ് സഹദേവൻപിള്ളയുടെ പുതിയ വീടായ കല്ലൂർപുത്തൻവീട്. വസ്തു കുടുംബവകയായിരുന്നു. അതുകൊണ്ട് വീടു വെയ്ക്കാനുള്ള ചിലവേ ഉണ്ടായുള്ളൂ.

വേണു ഇപ്പോൾ പതിനാലു വയസ്സുള്ള ഒരു കുട്ടിയായിക്കഴിഞ്ഞിരുന്നു. വല്ല്യ പരീക്ഷയ്ക്കു ശേഷംവന്ന മധ്യവേനൽ അവധിക്കാലം ചിലവഴിക്കാനായി കല്ലൂര് ചെന്ന് നിന്നോട്ടെ എന്ന അവന്റെ ആവശ്യം അച്ഛനും അമ്മയും സമ്മതിച്ചില്ല.

'ദേണ്ടെ, നിന്നെ നന്നാക്കിയെടുക്കാനാ സത്യത്തില് ഇങ്ങോട്ടു മാറിയത്. അറിയാമല്ലോ...'

'പിന്നീ അവധിക്ക് ഞാനെന്തു ചെയ്യും...?'

'ഒന്നും ചെയ്യണ്ട. എന്റെ മോനിവിടിരുന്ന് വല്ലതും പഠിക്ക്. ഇനീം പത്തിലേക്കാ. ഇത്രേം നാള് ഞങ്ങളൊക്കെയാ മാർക്കിട്ടത്. അടുത്ത കൊല്ലം കളി വേറെയാ...'

സഹദേവൻപിള്ള മകനെ പത്താംക്ലാസ് എന്ന മുനയിൽ നിർത്തി. ഓമനയമ്മയും അവിടേക്കു വന്നു.

'അതുതന്നേമാണോ, പത്താംക്ലാസുകാർക്ക് നേരത്തേ ക്ലാസ്സു തുടങ്ങുകേം ചെയ്യും. അച്ഛൻ ട്യൂഷൻ പഠിപ്പിച്ചാൽ ശരിയാകത്തില്ല. ഞാനാ പുലിപ്രേത്തേ ഗീതയോട് പറഞ്ഞിട്ടുണ്ട്. പുന്നശ്ശേരിക്കൊന്ന് പോയിട്ടു വന്നാലുടനെ ട്യൂഷന് പൊക്കോണം...'

'പുന്നശ്ശേരി,... ഞാമ്പോന്നില്ല...'

വേണു നിന്ന് ചിണുങ്ങി.

ഓമനയമ്മയുടെ നാടാണ് പുന്നശ്ശേരി. ഒരു കുന്നിൻ പ്രദേശം. വേണുവിന് അവിടെ പോകുന്നതിഷ്ടമേയല്ല. അവിടെ അപ്പൂപ്പനുമമ്മൂമ്മ

യുമില്ല. അവർ രണ്ടുപേരും വേണു കുഞ്ഞായിരിക്കുമ്പഴേ മരിച്ചു പോയി. പിന്നെ അവിടെയുള്ളത് അമ്മായിയും അമ്മാവനുമാണ്. അമ്മാവൻ ഒരു പട്ടാളക്കാരനായിരുന്നു. അതുകൊണ്ടുതന്നെ എല്ലാ കാര്യങ്ങൾക്കും അവിടെയൊരു പട്ടാളച്ചിട്ടയാണ്. മക്കളുള്ളത് രണ്ടുപേരും ആ ചിട്ടയിൽത്തന്നെ. തന്നെയുമല്ല, സഹദേവൻപിള്ളയും അളിയൻ വിശ്വൻപിള്ളയും തമ്മിൽ അത്ര രസത്തിലുമല്ല. എന്തെങ്കിലും അത്യാവശ്യമുണ്ടെങ്കിൽ മാത്രമെ പരസ്പരം പോക്കുവരവൊക്കെയുള്ളൂ.

ഒരുദിവസം ട്യൂഷൻ ക്ലാസ്സ് കഴിഞ്ഞു വന്ന വേണു അമ്മയോടു പറഞ്ഞു:

'ഞാറാഴ്ച്ച ട്യൂഷനില്ലല്ലോ...'

'അതിന്...?'

'അന്ന് ഞാൻ കളരീപ്പൊക്കോട്ടേ...?'

'ങാ... കൊള്ളാം. അതിന്റെയൊരു കൊറവൂടേയുള്ളൂ മോന്. വേണ്ട, എനിക്ക് ദേഷ്യം വരും. സന്ധ്യയ്ക്ക് എന്റെ വഴക്ക് കേക്കാതെ പോയി നാമം ജപിക്ക്...'

ഈ തള്ള, എന്ന് മനസ്സിൽ കടുപ്പിച്ചിട്ട് വേണു അപ്പുറത്തേക്കു പോയി. അഞ്ജനാ ശ്രീധരാ ചാരുമൂർത്തേ കൃഷ്ണാ അഞ്ജലി കൂപ്പി വണങ്ങിടുന്നേൻ കൃഷ്ണാ എന്ന് നാമം ജപിച്ചു തുടങ്ങുമ്പോഴും അച്ഛൻ വരട്ടെ എന്നവനാശ്വസിച്ചു.

നാമജപം കഴിഞ്ഞ് ഊർജ്ജതന്ത്രത്തിന്റെ പുസ്തകം തുറന്ന് അതിലേക്ക് നോക്കി ഇരിക്കുമ്പോഴും അവന്റെ ഉള്ളിൽ കല്ലൂരും കളരിയും പടയണിയുമൊക്കെയായിരുന്നു. അമ്മയോടുള്ള അമർഷം അന്നേരവും മനസ്സിൽ നിന്നു പോയിരുന്നില്ല.

ഈ അമ്മയ്ക്കല്ലെങ്കിലെന്ത് പാരമ്പര്യമാണുള്ളത്... ചോദിക്കണ്ട കാര്യമില്ലാരുന്നു... എന്തായാലും അച്ഛനിങ്ങ് വരട്ടെ... പഠിത്തം ഉഴപ്പെരുതെന്ന് നിർബന്ധമുണ്ടെങ്കിലും ആഴ്ച്ചേലൊരു ദിവസം കളരീപ്പോകുന്നത് അച്ഛൻ സമ്മതിച്ചേക്കും...

അടിശ്ശേരിക്കാവിലോ പാച്ചോറ്റിക്കാവിലോ ഒക്കെ പടയണിയുടെ കാലമാകുമ്പോൾ അവിടെ തുള്ളാൻ പോകുന്ന ചിലരൊക്കെ കല്ലൂരെ കളരിയിൽ നാലഞ്ച് ദിവസം വന്ന്, ഒന്നു കൊട്ടി തുള്ളി പാടി പൊടിതട്ടി പോകുന്നതിന്റെ ഓർമ്മയല്ലാതെ വേണുവിന്റെ മനസ്സിൽ കുടുംബക്കളരിയിലെ പടയണിയുടേതായി മറ്റൊന്നുമുണ്ടായിരുന്നില്ല.

സഹദേവൻപിള്ള വന്നപ്പോൾ മകന്റെ ആഗ്രഹം ഓമനയമ്മ പറയുന്നത് വേണു മുറിയിലിരുന്ന് കേട്ടു.

'ഇത്രേം നാളുമില്ലാതെ ഇപ്പഴെന്താ അവിടൊരു പുതിയ പഠിപ്പീര്...?'

ഓമനയമ്മ, സഹദേവൻപിള്ള വേഷം മാറുന്നതിനിടെ ചോദിച്ചു.

'ഞാനറിഞ്ഞിടത്തോളം, കള്ളുകുടിക്കാൻ ചേട്ടച്ചാരുടെ കൈയിൽ എന്തെങ്കിലും വേണ്ടെ. കഴിഞ്ഞ കൊല്ലം വരെ ഒന്നും അറിയണ്ടാരുന്നല്ലോ. ഇപ്പം നമ്മളിങ്ങ് പോന്നപ്പം ഞെരുക്കമായി. അന്നേരം കണ്ടുപിടിച്ച വഴിയാ... ഏതായാലും ഇങ്ങുപോന്നത് നന്നായി...'

പിറ്റേന്ന് രാവിലെ ഓമനയമ്മ കുളിക്കുന്ന നേരത്ത് വേണു അച്ഛനോടു ചോദിച്ചു:

'അച്ഛാ, പിള്ളാരെല്ലാം പോന്നൊണ്ട്. ആഴ്ച്ചേലൊരിക്കലല്ലേയുള്ളൂ ഞാനും പൊക്കോട്ടെ...'

കുളി കഴിഞ്ഞുവന്ന ഓമനയമ്മ വേണുവിന്റെ മട്ടും ഭാവവുമൊക്കെ കണ്ടപ്പഴേ മനസ്സിലാക്കി, തുള്ളക്കാര്യമാണെന്ന്. അച്ഛനിപ്പം സമ്മതിച്ചിട്ടേയുള്ളൂ എന്ന് അവർ മനസ്സിൽ കണ്ട്, പ്രത്യേകിച്ചൊന്നും പറയാതെ അടുക്കളയിലേക്ക് പോയി.

എന്നാൽ സഹദേവൻപിള്ളയുടെ തുള്ളലും ശകാരവുമൊന്നുമല്ല അവർ അടുക്കളയിൽ നിന്നു കേട്ടത്.

'ഇപ്പമതൊന്നും വേണ്ടാ മോനെ. നീയിനി പത്താംക്ലാസിലാണെന്നോർത്തോണം. പണ്ടത്തേപ്പോലൊന്നുമല്ല, നല്ല പഠിത്തമുണ്ടെങ്കിലേ എന്തെങ്കിലും ജോലി കിട്ടൂ. പടേനി..., ഒന്നാലോചിച്ചാ ശരിയാ; ഞാനും നീയുമൊക്കെ അത് പഠിക്കണ്ടതാ. പക്ഷെ, കാലോം ലോകോമൊക്കെ മാറുന്നതറിയാതെ അവിടെ പോയി തുള്ളുന്നോർടെ കൂട്ടത്തിലേക്ക് നീയും പോയാൽ...'

എന്തോ, ഭയവും ഭക്തിയും ഒന്ന് സ്പർശിച്ചതുപോലെ സഹദേവൻ പിള്ള തുടർന്നു.

'എല്ലാം അമ്മയ്ക്കറിയാം. ഉള്ളിലെ ഭക്തി മതി. പിന്നെ, നമ്മുടെ കുടുംബപാരമ്പര്യത്തിന് കല്ലൂര് അവര് തുള്ളുകേം പഠിപ്പിക്കുകേമൊക്കെ ചെയ്യുന്നുണ്ടല്ലോ...'

ഇപ്പോൾ അയാൾ വേണുവിന്റെ ചുമലിൽ പിടിച്ച് ഒന്ന് മൗനമായി. പിന്നെ ജനലഴികളിലൂടെ പുറത്തെ ഇരുട്ടിലേക്ക് നോക്കി.

താൻ പഠിച്ച കാലത്തേക്കാളും താൻ ജോലി നേടിയ കാലത്തേക്കാളും എത്രയോ മാറിയിരിക്കുന്നു ലോകം. പണത്തിന് മാത്രമേയുള്ളൂ ഇന്ന് മൂല്ല്യം. പണമില്ലാത്തവൻ മറ്റെന്തെല്ലാമുള്ളവനായാലും കാര്യമില്ലെന്ന് ഇന്നത്തെ ലോകം നിർദ്ദയം ഓർമ്മിപ്പിക്കുന്നു...

സഹദേവൻപിള്ള വേണുവിനോട് തുടർന്നു പറഞ്ഞു:

'വലിയൊരു ലോകമാണ് നിന്റെ മുന്നിലുള്ളത്. പടേനിയുടെ ഒരു ചെറിയ വൃത്തത്തിനുള്ളിൽ നിന്ന് തുള്ളിത്തീർക്കണ്ടതല്ല അത്... വാ, പോയി വല്ലോം കഴിക്കാം...'

വേണുവിനെയും കൂട്ടി അയാൾ ഊണുമുറിയിലേക്ക് പോയി.

അച്ഛനും മകനും അത്താഴം കഴിക്കുന്നതിനിടെ ഓമനയമ്മ, നേരത്തെ പറയാൻ മറന്നു പോയതുപോലെ മകന്റെ അടുത്തേക്ക് ചെന്ന് ഇത്രയും കൂടി പറഞ്ഞു:

'അല്ലേലോ, എപ്പഴാ, ല്ലക്കൊടിഞ്ഞി വരുന്നേന്നാരറിഞ്ഞു. വേറാരുമല്ലല്ലോ അനുഭവിക്കുന്നത്. നീ തന്നെയല്ലേ...'

വേണു ഒന്നും പറഞ്ഞില്ല.

അത്താഴം കഴിഞ്ഞ് ഉറങ്ങാൻ കിടന്നെങ്കിലും വേണുവിന് ഉറക്കം വന്നില്ല. അവന്റെ ഉള്ളിൽ കല്ലൂരെ പടയണിക്കളരിയായിരുന്നു. കൊടിഞ്ഞിയും അച്ഛൻ പറഞ്ഞ കാര്യങ്ങളും അമ്മ പറഞ്ഞ കാര്യങ്ങളും പുന്നശ്ശേരിയും മധ്യവേനലവധിക്കാലവും ട്യൂഷൻ ക്ലാസ്സും പത്താംക്ലാസ്സ് എന്ന ഭീഷണിയുമൊക്കെ കളരി എന്ന മോഹത്തിന് മുന്നിൽ അപ്രസക്തമായിരുന്നു.

ഉള്ളിൽ നിറഞ്ഞ കളരിയിൽ കിടന്നു തന്നെ വേണു ഉറങ്ങി. മറ്റു കുട്ടികളൊക്കെ വീട്ടിലേക്ക് പോയിക്കഴിഞ്ഞിരുന്നു. കുറച്ച് കഴിഞ്ഞപ്പോൾ ആനന്ദൻപിള്ളയും സുരേന്ദ്രനും ശിവനും വീട്ടിലേക്ക് പോയി. കളരിയിലെ ലൈറ്റും കൽവിളക്കിലെ തിരിവെട്ടവും എപ്പോഴോ അണഞ്ഞിരുന്നു. എല്ലാവരും ഉറങ്ങിക്കഴിഞ്ഞപ്പോൾ രാത്രിയുടേതു മാത്രമായി കളരിയും കല്ലൂരും പാവുതറയും ഈ ഭൂമണ്ഡലവുമാകെ...

ഏറെ നേരം കഴിഞ്ഞപ്പോൾ രാത്രിയുടെ ഭാവം മാറി. ഇരുളിന്റെ കാളിമയിലേക്ക് വല്ലാത്തൊരു മാദകസൗന്ദര്യത്തോടെ നിലാവ് വന്നു പരന്നു. വശീകരിക്കുന്ന മദഗന്ധം പരത്തിക്കൊണ്ട് കാറ്റിന്റെ നേർത്ത ഉടയാട മാറിയും മറിഞ്ഞും രാത്രിയെ തരളമാക്കി. പേടിപ്പെടുത്തുന്ന, വശീകരിച്ച് ഊറ്റിയെടുക്കുന്ന നിലാവിന്റേതായി ആ പാതിരാ പിന്നിട്ട നേരമാകെ...

വെളുത്ത ചേല ചുറ്റി, ഉടലിന്റെ പൊള്ളയായ പിൻഭാഗത്തെ മറച്ച് നിതംബത്തിന്റെ താഴ്ച്ച വരെ വീണു പരന്ന് കിടക്കുന്ന മുടിയും രക്തം ദാഹിക്കുന്ന നാവും നീട്ടി, വെറ്റില മുറുക്കാൻ ഇത്തിരി ചുണ്ണാമ്പു തരുമോ എന്ന ചോദ്യവുമായിട്ടല്ല അവൾ, സുന്ദരയക്ഷി വേണുവിന്റെ അടുത്തേക്കു ചെന്നത്...

അടിശ്ശേരിക്കാവിലും പാച്ചോറ്റിക്കാവിലും അവൻ കണ്ണുനിറയെ ക

ണ്ടിട്ടുള്ള തുള്ളി ഉറയുന്ന സുന്ദരയക്ഷിയായിട്ടാണ്.

അവൾ അടുത്തു വന്നപ്പോൾ ആ തീഷ്ണസൗന്ദര്യത്തിന്റെ കാന്തികശക്തിയിലേക്ക് വേണു ആവാഹിക്കപ്പെട്ടു. സ്നേഹവും വാത്സല്യവുമായി അവന്റെ അടുത്തേക്ക് ചെന്നിരുന്ന യക്ഷിയമ്മയുടെ കണ്ണുകളിലേക്ക് അവൻ നോക്കി. അല്ലെങ്കിൽ അവന്റെ കണ്ണുകളെ തന്റെ കണ്ണുകളിലേക്ക് ആകർഷിച്ചു അവൾ. അല്ല; അയാൾ... അവന്റെ വല്ല്യപ്പൂപ്പൻ കൊച്ചുരാമൻപിള്ള.

വേണു വല്ല്യപ്പൂപ്പനോട് ചിണുങ്ങി:

'എന്താ അപ്പൂപ്പാ, എന്നെ കളരീ വിടാത്തെ...? ആഴ്ച്ചേലൊരു ദിവസമല്ലേയൊള്ളൂ...'

വേണുവിന്റെ നിഷ്ക്കളങ്കമായ ചോദ്യവും തന്റെ മറുപടിക്കായുള്ള അവന്റെ ആകാംക്ഷയും കൊച്ചുരാമൻപിള്ളയുടെ ഉള്ളിൽ സ്പർശിച്ചു. അവന്റെ ചുമലിൽ കൈയിട്ട് നേർത്ത ചിരിയോടെ അയാൾ പറഞ്ഞു:

'അതിപ്പം വേണ്ട മോനെ. നിന്റച്ഛനുമമ്മയും പറഞ്ഞതുപോലെ നീയിപ്പം ശ്രദ്ധിച്ച് പഠിക്കുകയാണ് വേണ്ടത്. പഠിച്ച് വല്ല്യ ആളാകണം. കളരിയൊക്കെ അതിനു ശേഷം മതി...'

ഇപ്പോൾ കൊച്ചുരാമൻപിള്ള അവിടെ നിന്നെഴുന്നേറ്റു. എന്നിട്ട് അല്പം മുന്നോട്ട് നീങ്ങി നിന്ന് രാത്രിയുടെ ആ നിലാപ്പരപ്പിലേക്ക് നോക്കി തുടർന്നു:

'ഒരു ദിവസം നീ കളരിയിലേക്ക് പോകണം. എല്ലാം നീ പഠിക്കണം. അതൊരു നിയോഗമാണ്. ഞാനോ നീയോ മറ്റാരെങ്കിലുമോ വിചാരിച്ചാൽ മാറ്റാനാവാത്ത നിയോഗം...'

കൊച്ചുരാമൻപിള്ള വേണുവിന്റെ അടുത്തേക്ക് ചെന്നു. അവന്റെ അരികിൽ ഇരുന്നു.

'അന്ന് ഞാൻ നിന്നെ വിട്ടോളാം...'

തത്ക്കാലത്തേക്കെങ്കിലും തന്റെ പരാതിയ്ക്ക് പരിഹാരമായതിന്റെ തെളിച്ചം വേണുവിന്റെ മുഖത്തുണ്ടായിരുന്നു. അത് തിരിച്ചറിഞ്ഞിട്ടെന്ന പോലെ അയാൾ പറഞ്ഞു:

'സമാധാനമായല്ലോ...'

'വേണു തല കുലുക്കി...'

'എന്നാ ദേണ്ട്, യക്ഷിയമ്മേടെ രണ്ട് ചുവടുകൾ കണ്ടോ...'

വീണ്ടും കൊച്ചുരാമൻപിള്ള യക്ഷിക്കോലമായി. സുന്ദരയക്ഷി...

സ്വപ്നത്തിലെ ആ സ്ഥലരാശി വേണുവിന്റെ അകക്കാഴ്ചയിൽ ഏറെ സമൃദ്ധമായിരുന്നു. മുതുമുത്തശ്ശൻമാരെപ്പോലെ അവിടവിടെയായി

നിൽക്കുന്ന വിളഞ്ഞ് മൂത്ത മുഴപ്പുകളുള്ള കാഞ്ഞിരങ്ങളുടെ ഉയർന്ന ഒരു കുന്നിൻപ്രദേശം. അതിന്റെ ഇടയിലെ വിസ്തൃതമായ ചരൽപ്പരപ്പ്. അതിന്റെ പിന്നാമ്പുറത്തെ താഴ്ചയിലെ വിശാലമായ ആമ്പൽ ചാല്. ഏതോ വിദൂരങ്ങളിൽ നിന്ന് ആ ചാലിലൂടെ വീശി വരുന്ന ഇളം കാറ്റ്. അതിന് ആമ്പൽപ്പൂവിന്റെ നേർത്ത ഗന്ധമായിരുന്നു.

അതിരുകളില്ലാത്ത രാത്രിയുടെ മൂടുപടത്തിനുള്ളിലെ നിലാവും മഞ്ഞും കൂടിക്കലർന്ന ആ കാഴ്ചകൾ വേണുവിന് ഏറെ വ്യക്തമായിരുന്നു.

ഏതോ നിശാകാശക്കോണിൽ നിന്ന് കുന്നിൻ മുകളിലേക്ക് പറന്നിറങ്ങിയതുപോലെ യക്ഷി ഒന്ന് താളാത്മകമായി ഉയർന്ന് താണ് നിന്നു.

സുന്ദരിമാർ തന്നുടെ സുന്ദര രൂപം
കണ്ടതിമോദാൽ മന്ദിരമതിലങ്ങുവസിക്കും
സുന്ദരയക്ഷിഗണങ്ങൾ
ചന്ദനകളഭാദിയണിഞ്ഞൊരു
സുന്ദരിമാരോടെതിർത്ത്
മന്ദിപ്പിച്ചീടുമന്തരയക്ഷികൾ മോഹനയക്ഷി...

***

27

നേർച്ചയുടെ ഭൈരവി

വിട്ടുമാറാത്ത പേടിസ്വപ്നങ്ങൾ, മുതിർന്ന് ഒരു യുവാവായപ്പോഴും വേണുവിനെ വേട്ടയാടിക്കൊണ്ടിരുന്നു. എൻജിനിയറിംഗിന് പഠിക്കുന്ന കാലത്തും അത് ഇടയ്ക്കിടെ തുടർന്നു. സ്വപ്നം കാണുന്ന രാത്രിയുടെ പിറ്റേപ്പകൽ അവൻ എവിടെയെങ്കിലും തൂങ്ങിപ്പിടിച്ച് ഒറ്റയ്ക്കിരിക്കും.

ഒരിക്കൽ ഹോസ്റ്റലിൽ ഒരേ മുറിയിൽ കഴിയുന്ന സുഹൃത്ത് ജയിംസ് പറഞ്ഞു:

'ഒന്നാമത് വേണൂ, നിനക്ക് ശരിയായ ഉറക്കമില്ല. ഈ ഉറക്കമിളച്ചുള്ള വായന ആദ്യം നീ നിർത്തണം...'

തികച്ചും നിസംഗമായ ഒരു ചിരി മാത്രമായിരുന്നു അതിനുള്ള വേണുവിന്റെ മറുപടി. പിന്നെ കൈയിലിരുന്ന പുസ്തകം മടക്കിവെച്ചിട്ട് അയാൾ പറഞ്ഞു:

'വായിച്ചാലും വായിച്ചില്ലെങ്കിലും എല്ലാവരുടെയും അബോധതലം അതിവിപുലവും വിസ്മയകരവുമാണ് ജയിംസേ... ആ ലോകത്തേക്കുള്ള വാതിലുകൾ വായനയിലൂടെ ഞാൻ തുറക്കുകയും അതിലേക്ക് പ്രവേശിച്ച് ആ ലോകത്തെ ഞാൻ അനുഭവിക്കുകയും ചെയ്യുന്നു. അങ്ങനെ ചെയ്യാത്തതുകൊണ്ട് നീ അതറിയുന്നില്ല. യാഥാർത്ഥ്യത്തിന്റേതുപോലെതന്നെ സ്വപ്നത്തിന്റേതുമാകണം നമ്മുടെ മനസ്സ്...'

ഒരുദിവസം അവധിക്ക് വേണു വീട്ടിൽ വന്നപ്പോൾ രാത്രിയിലെപ്പോഴോ അലറിവിളിച്ച് ഞെട്ടിയുണർന്നു. ഓമനയമ്മയും സഹദേവൻപിള്ളയും പരിഭ്രമത്തോടെ അവന്റെ അടുത്തേക്ക് ചെന്നു. പെട്ടെന്ന് അവർ അവനെ താങ്ങിപ്പിടിച്ച് ചാരിയിരുത്തി ഇത്തിരി വെള്ളം മുഖത്തേക്ക് തളിക്കുകയും കുറച്ച് വായിലേക്ക് ഒഴിച്ചുകൊടുക്കുകയും ചെയ്തു. പരവേശത്തോടെ ആ വെള്ളം കുടിച്ചിട്ട് അവൻ കണ്ണുകൾ തുറന്നപ്പോൾ സഹദേവൻപിള്ള ചോദിച്ചു:

'എന്തോ പറ്റി നിനക്ക്...?'

വേണു തളർന്ന സ്വരത്തിൽ പറഞ്ഞു:

'എന്തോ... ഒരു സ്വപ്നം...'

ഓമനയമ്മയ്ക്ക് കഠിനമായ വിഷമം തോന്നി. അവർ നെഞ്ചത്ത് കൈ വെച്ച് പറഞ്ഞു:

'ഏത് ദുരാത്മാവാണെന്റെ മഹാമായേ ഈ കുഞ്ഞിനെയിങ്ങനെ വിടാതെ...'

പിറ്റേന്നു തന്നെ വേണുവിനെ അവർ കിട്ടക്കണിയാരുടെ അനന്തിരവൻ വാമസേനന്റെ മുന്നിലേക്കെത്തിച്ചു.

'പണ്ടു മുതലേ ഇവനിങ്ങനെയൊക്കെയൊള്ളതാ. വാമന്റെ വല്ല്യമ്മാവൻ കിട്ടക്കണിയാരുള്ളപ്പോൾ പുള്ളിയാരുന്നു അന്നൊക്കെ എന്തേലും നോക്കി പരിഹാരം പറഞ്ഞിട്ടുള്ളത്... അങ്ങനെല്ലാമങ്ങ് മാറിയതാരുന്നു. കൊറച്ചു നാളായിട്ടാ പിന്നേമീ ഞെട്ടലും പേടിമൊക്കെ...'

വാമസേനൻ എല്ലാറ്റിനും തലയാട്ടി.

പിന്നെ അയാൾ കവടിയുഴിഞ്ഞ് ഏതൊക്കെയോ കവടികൾ രാശികളിലേക്ക് നീക്കിയും മാറ്റിയും വെച്ചു. എന്നിട്ട് ഒന്ന് തലയുയർത്തി.

'ഒരു നേർച്ചക്കോലം വിട്ടുപോയിട്ടുണ്ട്...'

ഓമനയമ്മയും സഹദേവൻപിള്ളയും പരസ്പരം നോക്കി. എന്നിട്ട് സഹദേവൻപിള്ള വാമസേനനോട് ചോദിച്ചു:

'നേർച്ചക്കോലമോ...?'

വാമസേനൻ ഒന്നു കണ്ണടച്ച് എന്തോ ജപിച്ചു. പിന്നെ കവടി ഒന്നുകൂടെ ഉഴിഞ്ഞ് രണ്ട് രാശികളിലേക്ക് രണ്ട് കവടികൾ നീക്കിവെച്ചിട്ട് മുഖമുയർത്തി:

'ഇപ്പോഴെങ്ങുമുള്ള കാര്യമല്ല. വല്ല്യപ്പൂപ്പന്റെ കാലത്തെ കാര്യമാ. മറന്നു പോയതാദ്ദേഹം. ദണ്ണം എന്തോ ഉണ്ടായപ്പോ നേർന്നു. പക്ഷെ കാര്യം നടന്നില്ല. വിട്ടുപോയി. എന്നാൽ എല്ലാം തമ്പ്രാട്ടിയമ്മയുടെ കണക്കിൽ പെടാതെ പോകത്തില്ലല്ലോ...'

ഇത്രയും പറഞ്ഞിട്ട് വാമസേനൻ വീണ്ടും കവടികൾ നീക്കിയും മാറ്റിയും വെച്ചു. സഹദേവൻപിള്ള വേണുവിനോടായി അടക്കം പറഞ്ഞു:

'കൊച്ചുരാമനപ്പൂപ്പന്റെ കാര്യമാ...'

തനിക്ക് മനസ്സിലായി എന്ന മട്ടിൽ വേണു തലയാട്ടി.

'അല്ല, ഇനീപ്പോ എന്തു ചെയ്യും വാമാ...?'

ഓമനയമ്മ തെല്ല് ആശങ്കയോടെ ചോദിച്ചു.

'പേടിക്കാനായിട്ടൊന്നുമില്ല..., ആ നേർച്ചയങ്ങ് നടത്തണം. അത്ര തന്നെ...'

'അതിനിപ്പം അടിശ്ശേരിക്കാവിലോ പാച്ചോറ്റിക്കാവിലോ പോയല്ലേ നടത്താൻ പറ്റൂ...'

'അതത്രെ പറ്റൂ...'

സഹദേവൻപിള്ളയുടെ മനസ്സിലൂടെ പലതും കടന്നുപോയി. പടയണിയുടെ പാരമ്പര്യത്തെ ഉൾക്കൊള്ളാതിരുന്നതും മകനേക്കൂടി അങ്ങനെയാക്കിയതും തെറ്റായിപ്പോയോ എന്ന് ഒരുനിമിഷം ഉത്കണ്ഠയോടെ അയാൾ ഓർത്തു. വാസ്തവത്തിൽ ദൈന്യമായി അപ്പോൾ അയാളുടെ അകം.

അമ്മേ..., ഒന്നും അന്ധമായ വിരോധമായിരുന്നില്ല. മാറുന്ന യാഥാർത്ഥ്യങ്ങൾക്കനുസരിച്ച് ജീവിക്കാനേ ശ്രമിച്ചൊള്ളൂ...

അയാൾ വാമസേനനോടായി ചോദിച്ചു:

'ഏത് കോലമാ...?'

'അത്..., ഭൈരവിയാണ്. അന്നത്തെ നേർച്ച അതാരുന്നു...'

ഓമനയമ്മ ഉത്കണ്ഠ മാറാതെ തന്നെ പറഞ്ഞു:

'ഇനീപ്പം അടുത്ത പടേനിക്കല്ലെ പറ്റൂ. സുരേന്ദ്രനേക്കൊണ്ടോ ശിവനേക്കൊണ്ടോ തുള്ളിക്കാം...'

പെട്ടെന്ന് എന്തോ കൂടി ബാക്കിയുള്ളതുപോലെ വാമസേനൻ കവടിയിലേക്ക് വലത്തെ കൈവെള്ള പൊത്തിയിട്ട് ഒന്ന് ധ്യാനിച്ചു. പിന്നെ വീണ്ടും ഏതൊക്കെയോ കവടികൾ നീക്കിയും മാറ്റിയും വെച്ചു. എന്നിട്ട് മുഖമുയർത്തി പറഞ്ഞു:

'ഇല്ല, അതനുവദിക്കുന്നില്ല. മോൻ തന്നെ തുള്ളണം...പിന്നെ, പാച്ചോറ്റിയിൽ തുള്ളിയാമതി. അവിടടുത്താഴ്ച പടേനി തൊടങ്ങുവല്ലേ...'

ഓമനയമ്മയും സഹദേവൻപിള്ളയും ആശങ്കയോടെ പരസ്പരം നോക്കി. എന്നാൽ വേണുവിന്റെ മുഖത്ത് ആശങ്കയില്ലായിരുന്നു. തുള്ളാമെന്നോ പറ്റില്ലെന്നോ അയാൾ പറഞ്ഞില്ല. തികച്ചും നിസംഗമായ ഭാവമായിരുന്നു അയാളുടെ മുഖത്ത്. നിശ്ശബ്ദത അവരുടെയെല്ലാം മുഖത്ത് കനത്തു വന്നപ്പോൾ വേണു പറഞ്ഞു:

'ഞാൻ തുള്ളിക്കോളാം...'

'കുഞ്ഞിലെ ചുവടൊക്കെ കൊറച്ച് പഠിച്ചിട്ടൊള്ളതല്ലെ... ഭൈരവിക്കതുമതി. പിന്നെ കാലുംമേലുമൊന്ന് വഴക്കിയെടുക്കാൻ കളരി വേറെങ്ങുമല്ലല്ലോ...'

ഒന്നു നിർത്തിയിട്ട് വാമസേനൻ തുടർന്നു:

'കോലം കാറ്റുപിടിക്കാതെ തലേൽ പിടിച്ചു നിർത്താനുള്ള ശേഷിയാണ് പ്രധാനം. അതീശരീരത്തിനൊണ്ട്...'

എങ്കിലും സഹദേവൻപിള്ളയ്ക്ക് ആശങ്കയായിരുന്നു. രണ്ടു മൂന്ന് കിലോമീറ്ററുകൾ വരുന്ന പാച്ചോറ്റിക്കാവിലേക്കുള്ള ദൂരത്തിന്റെ രാത്രി

അയാൾ മനസ്സിൽ കണ്ടു.

'എന്നാലുമിത്രേം ദൂരം...!'

എന്നാൽ വേണുവിന് തന്റെ ആത്മവിശ്വാസം കൂടിയതു പോലെയാണ് തോന്നിയത്. ആ വഴിയുടെ രാത്രിദൂരം വേണുവിന്റെ ഉള്ളിലും ഒരു ഇരുണ്ട ഇടനാഴിപോലെ തെളിഞ്ഞെങ്കിലും അടുത്ത മാത്രയിൽ തന്നെ ആ ഇരുളിനെ ഭേദിച്ച് മുന്നേറാനുള്ള കരുത്തിന്റെ ആവേശം ഒരു പന്തം പോലെ അയാളിൽ ജ്വലിച്ചു. അയാൾ പറഞ്ഞു:

'സാരമില്ല... എന്നേക്കൊണ്ടത് പറ്റും...'

അന്ന് രാത്രിയിൽ, ഉറങ്ങാൻ കിടന്നെങ്കിലും വേണുവിന് ഉറക്കം വന്നില്ല. ആശങ്കയൊന്നുമില്ലായിരുന്നെങ്കിലും മനസ്സിൽ നിറയെ ഭൈരവി കത്തിജ്വലിച്ച് അങ്ങനെ നിൽക്കുകയായിരുന്നു. ഭൈരവിയുടെ പുറവടവക്കിലെ കുരുത്തോലക്കതിരുകൾ ധാർഷ്ട്യത്തോടെ ഇരുളിലേക്ക് തെറിച്ചു നിന്നു. പച്ചമുഖത്ത് എരിഞ്ഞ് കത്തിയ പന്തം ഭൈരവിയുടെ കണ്ണുകളെ കനൽ പോലെ ജ്വലിപ്പിച്ചു. അരത്താലിയും പോർമുലകളും ചലിച്ചപ്പോൾ വേണു ഒന്ന് ത്രസിച്ചു.

നേരം അർദ്ധരാത്രി പിന്നിട്ടു. അപ്പോൾ പെട്ടെന്നൊരു കാറ്റ് പുറത്തെ മരച്ചില്ലകളെയാകെ ഒന്നിളക്കി. തുടർന്നത് ജനാലയിലൂടെ അകത്തേക്ക് കടന്നുവന്നു. വേണു ജനാലകളടച്ച് കുറ്റികളിട്ടു. എന്നിട്ട് മുഖം തിരിച്ചപ്പോൾ മുറി നിറഞ്ഞു നിൽക്കുന്നതുപോലെ ഭൈരവി. എന്നാൽ അതൊരു ഭയത്തിന്റെ അനുഭവമായിരുന്നില്ല അയാൾക്ക്. ഭൈരവി ഒന്നു ചുവടനക്കി. ഒന്നു മെല്ലെ ചുവടു വെച്ച് കറങ്ങി. കറങ്ങിയപ്പോൾ പച്ചപ്പാളയുടെയും കുരുത്തോലയുടെയും പഞ്ചഭൂതാത്മകമായ വർണ്ണങ്ങളുടെയും നല്ലെണ്ണയിൽ കത്തുന്ന പന്തത്തിന്റെയും നേർത്ത ഗന്ധങ്ങൾ കലർന്ന ഒരിളം കാറ്റ് വേണുവിലേക്ക് വന്നു; ഒരു തലോടൽ പോലെ... അമ്മ തന്റെ കുഞ്ഞിനെ തലോടുന്നതുപോലെയായിരുന്നു അത്...

വീണ്ടും ഒന്നുകൂടി ഭൈരവി ചുവടനക്കി. ചെണ്ടയുടെ അസുരനാദത്താലെന്ന പോലെ ഒന്ന് നടപ്പുതാളം ചവുട്ടി. അരയിലെ ചെമ്പട്ടിൻമേലുടുത്ത കുരുത്തോലപ്പാവാട ഒരു വൃത്തം കണക്കെ വിരിഞ്ഞു. പച്ചമുഖത്ത് എരിയുന്ന പന്തം ഒന്നാളിത്തെളിഞ്ഞു. ചലനമില്ലാതെ ഭൈരവി വേണുവിനെ ഒന്നു നോക്കി. എരിയുന്ന ഒരു നിറഞ്ഞ നോട്ടം. അത് അയാളെ ഗ്രസിച്ചുകളഞ്ഞു. അയാളുടെ പ്രജ്ഞയുടെ ഓരോ കണികയിലേക്കും ആ കാഴ്ച്ച അരിച്ചരിച്ചിറങ്ങി. ആ മുഖകേന്ദ്രത്തിലേക്ക് നോക്കി അയാൾ കൈകൾ കൂപ്പി തല കുനിച്ചു നിന്നു.

ഭൈരവി വേണുവിന്റെ അടുത്തേക്ക് ചെന്ന് വലംകൈ കൊണ്ട് അ

യാളുടെ ചുമലിൽ പിടിച്ചു.

'ആശങ്കയില്ലാതെതന്നെ നീയിതേറ്റെടുക്കുമെന്നെനിക്കറിയാമായിരുന്നു. കാരണം അത് എന്റെയോ നിന്റെയോ ആഗ്രഹമോ തീരുമാനമോ അല്ല. അവിടുത്തെ നിശ്ചയമാണ്. ആ നിശ്ചയം അമ്മ നിന്നെ ഏൽപ്പിച്ചിരിക്കുകയാണ്...'

പിന്നെയൊരു നേർത്ത മൗനമായിരുന്നു കൊച്ചുരാമൻപിള്ളയ്ക്കും വേണുവിനുമിടയിൽ. അപ്പോൾ മറവിയിലേക്ക് വീണുപോയ നേർച്ചയുടെ മുന അയാളുടെ പ്രജ്ഞയെ ഒന്നുകൂടി മുറിപ്പെടുത്തി. കുറ്റബോധത്തിന്റെ നേർത്ത ഇടർച്ചയോടെ അയാൾ തുടർന്നു:

'ഞാൻ മറന്നു പോയതാരുന്നു. ഒരിക്കലും ഒരു സാഹചര്യത്തിലും വേണ്ടെന്ന് വെച്ചതായിരുന്നില്ല. എപ്പോഴോ അത് മറവിയിലേക്ക് വീണുപോയി. ജീവിതം സമർപ്പിക്കപ്പെട്ട കാര്യത്തിനുള്ളിൽ വെച്ചുതന്നെ അത് മറന്നു പോവുക... കൈക്കുമ്പിളിൽ കൊണ്ടുനടന്നതു വീണു പോയിട്ട് അതറിയാതെ പോവുക...! എന്തൊരവസ്ഥയാണത്...!! അതാണുണ്ടായത്...

എന്റെ കാലംകോലം ആണ്ടും കാലോം കണ്ടു കണ്ട് എന്നോട് ആസക്തയായിത്തീർന്ന ഒരാളുണ്ടായിരുന്നു. പാവുതറക്കാവിന്റെ പടിഞ്ഞാറുഭാഗത്തായുള്ള എരമത്തൂരെ നാഗപ്പനാചാരിയുടെ മകൾ പങ്കി. വല്ലാത്തൊരു വശ്യസൗന്ദര്യമായിരുന്നു അവൾക്ക്. ഒരു സർപ്പസുന്ദരി... എന്നേക്കാൾ രണ്ടുമൂന്ന് വയസ്സ് മൂത്തതുമായിരുന്നു അവൾ. ഓരോ പടേനി കഴിയുമ്പോഴും എന്നോടുള്ള അവളുടെ ആസക്തി കൂടിക്കൂടി വന്നു. ഞാനത് ആദ്യംതന്നെ നിരുത്സാഹപ്പെടുത്താൻ ശ്രമിച്ചിരുന്നു. എന്നാൽ എന്റെ ഓരോ കാലംകോലവും അവളിലെ ആസക്തി വർദ്ധിപ്പിക്കുകയായിരുന്നു.

നാഗപ്പനാചാരി നമ്മുടെ കരേലെ ഒന്നാംതരം തച്ചനായിരുന്നു. ശാസ്ത്രത്തിൽ നല്ല ജ്ഞാനമുണ്ടാരുന്നയാൾ. നമ്മുടെ ഈ പാവുതറയിലെ പഴയ വീടുകൾക്കൊക്കെ സ്ഥാനം കണ്ടിട്ടുള്ളതും അതിന്റെ തടിക്കൂടുകളും നാഗപ്പനാചാരിയുടേതാരുന്നു. നമ്മുടെ വീടും കളരീമൊക്കെ സ്ഥാനം കണ്ട് നിർമ്മിച്ചത് അദ്ദേഹത്തിന്റെ മുത്തച്ഛനായ വല്ലഭനാചാരിയാരുന്നൂന്ന് കേട്ടിട്ടുണ്ട്. അതിലൊക്കെയുപരി പാവുതറയമ്മേടെ ആയിരത്തൊന്ന് പാളയുടെ ചട്ടത്തേൽ കോലത്തിന്റെ തടിക്കൂട്ട് ആണ്ടും കാലോം നന്നാക്കിയെടുക്കുന്നത് ഈ കുടുംബക്കാരാണ്. അമ്മ ആ കുടുംബത്തിന് കൊടുത്ത ഒരവകാശമാണത്.

നാഗപ്പനാചാരിക്ക് രണ്ടു മക്കളാണ്. ഒരാൾ പത്താമത്തെ വയസ്സിൽ

ചൊഴലിദീനം വന്ന് ആറ്റിൽ മുങ്ങി മരിച്ചു. അതിന്റെള്ളേതായീ പങ്കി... ഒരിക്കല് ഞാനെവിടോ പോയിട്ട് കണ്ടത്തിന്റെ ചെറ വഴി വരുമ്പോൾ അവളെനിക്കെതിരെ വരുകയാരുന്നു. ഞാനടുത്തെത്തിയപ്പോൾ അവൾ മുഖം കുനിച്ച് മാറി നിന്നു. ഞാൻ പറഞ്ഞു:

'പങ്കീ, അത്രയ്ക്കങ്ങ് മാറി നിക്കാൻ ഞാൻ പറഞ്ഞില്ലല്ലോ...'

'ഇല്ല. മാറി നിക്കണ്ടവൾ ഞാനാ. അതെനിക്ക് മനസ്സിലായി...'

അവളുടെ വാക്കുകളിൽ പരിഭവം മാത്രമാരുന്നില്ല. എന്നോടുള്ള വെറുപ്പുമുണ്ടാരുന്നു. ഞാൻ പറഞ്ഞു:

'എനിക്കറിയാം. നിന്റെ മനസ്സിലെന്താണെന്ന്...'

ഇപ്പോൾ പങ്കി മുഖമുയർത്തി.

'അറിയാം... എന്നിട്ടും...?'

അവളുടെ പരിഭവത്തിന്റെ തീഷ്ണത ഞാൻ തിരിച്ചറിഞ്ഞു. അവളുടെ മനസ്സിൽ എന്റെ കാലംകോലം സൃഷ്ടിച്ചത് പ്രണയമാരുന്നു.

എന്നാൽ ഞാൻ നിസ്സഹായനാരുന്നു. എന്റെ യഥാർത്ഥ മനോനിലയറിയാൻ അവക്ക് കഴിഞ്ഞില്ല. മുൻപെന്ന പോലെ ഞാൻ വീണ്ടും പറഞ്ഞു:

'പങ്കീ, എനിക്കീ ജീവിതത്തിൽ പ്രണയവും സ്നേഹവും സൗഹൃദവും ഭയവും ഭക്തിയും അർപ്പണവുമൊക്കെ ഒരാളോടേയുള്ളൂ. അതാരോടാണെന്ന് ഞാൻ നിന്നോട് പറയേണ്ടതില്ലല്ലോ... സൂക്ഷിക്കണം നീ...'

സൂക്ഷിക്കണം എന്ന മുന്നറിയിപ്പ് അവൾ തിരിച്ചറിയുമെന്ന് ഞാൻ കരുതി. എന്നാലതുണ്ടായില്ല.

'എനിക്കറിയാമതൊക്കെ. മറ്റാർക്കും തരാനാവാത്ത ആ അനുഭവമാണ് ഞാനങ്ങയിൽ നിന്നാഗ്രഹിക്കുന്നത്. അങ്ങ് പറഞ്ഞതെല്ലാം എനിക്കങ്ങയോടുമുണ്ട്. അങ്ങയുടെ എല്ലാമെല്ലാമായ പരാശക്തി, ആ ലോകലോകേശ്വരി ഞാനാണ്...'

വികാരവിവശയായി പങ്കി ഇത്രയും പറഞ്ഞപ്പോൾ ഞാനവളെയൊന്ന് രൂക്ഷമായി നോക്കി. ഒരുപക്ഷെ അതെന്റെ അറിവുകൊണ്ടും അറിവില്ലായ്മകൊണ്ടുമായിരുന്നു. ജ്ഞാനം കൊണ്ടോ അജ്ഞാനം കൊണ്ടോ കത്തിയ എന്റെ കണ്ണുകളുടെ തീഷ്ണതയേറ്റ് അവളുടെ കണ്ണുകൾ കലങ്ങിച്ചുവന്നു. വല്ലാത്തൊരു ചുവപ്പ്. അത് എന്നെ മാത്രമല്ല, എല്ലാറ്റിനെയും വിഴുങ്ങുന്നതുപോലെ തോന്നി. പെട്ടെന്ന് ഞാൻ ഒരുൾഭീതിയോടെ ഇമകളടച്ചു. എന്റെ പ്രാണൻ പ്രാർത്ഥനയിലേക്ക് കുനിഞ്ഞു. ഞാൻ അകമേ പ്രാർത്ഥിച്ചു.

കാളി കാളി മഹാകാളീ ഭദ്രകാളീ നമസ്തുതേ

കുലം ച കുലധർമ്മം ച മാം ച പാലയ പാലയ
നമസ്തേസ്തു മഹാമായേ ശ്രീപീഠേ സുരപൂജിതേ
ശംഖചക്രഗദാഹസ്തേ മഹാകാളീ നമോസ്തുതേ.

നീറുന്ന മനസ്സുമായി എന്റെ ഒരു ഭൈരവിക്കോലം, അമ്മയുടെ തിരുമുമ്പിലേക്ക് തുള്ളിച്ചെന്ന് നമസ്കരിച്ചു.

ഞാൻ കണ്ണുകൾ തുറന്നപ്പോൾ പങ്കിയുടെ നിറഞ്ഞ കണ്ണുകളാണ് കണ്ടത്. എല്ലാം അതിൽ അലിഞ്ഞില്ലാതായതുപോലെ അവളുടെ മുഖം പ്രസന്നമായിരുന്നു. അവളുടെ മുന്നിൽ ഞാനൊന്നുമല്ലാതായതുപോലെ നിന്നു. എനിക്ക് ഒന്നും ചോദിക്കാനോ പറയാനോ കഴിഞ്ഞില്ല.

പങ്കി പറഞ്ഞു:

'സാരമില്ല. അവിടുന്ന് മുടക്കമില്ലാതെ കാലംകോലം എല്ലാ കൊല്ലോം തുള്ളിയാ മതി. ഞാനത് കണ്ടോളാം. എനിക്കതു മതി.'

വല്ലാത്തൊരു ആത്മചൈതന്യത്തിന്റെ മുഖഭാവവുമായി അവൾ എന്നെ കടന്ന് മുന്നോട്ടു പോകുന്നത് ഞാൻ നോക്കി നിന്നു.

പിന്നെ ഞാൻ ദേവകിയുടെ ഭർത്താവായി. കാലം എല്ലാറ്റിനും മീതേ എന്നപോലെ കടന്നുപോയി.

എന്നാൽ ഞാനത് മറന്നുപോയി. ആ ഭൈരവിക്കോലം...! പ്രാർത്ഥനയോടെ അമ്മയുടെ മുന്നിലേക്ക് തുള്ളിച്ചെന്ന എന്റെ ആ നേർച്ചക്കോലം... മരിക്കുന്നതു വരെ ഞാനതു മറന്നുപോയി...

പക്ഷെ, സർവ്വേശ്വരിയായ അമ്മയുടെ കണക്കുകളിൽ എല്ലാമുണ്ടല്ലോ. അത് ജൻമാന്തരങ്ങൾ കഴിഞ്ഞാലും വീട്ടേണ്ടിവരും. നീ തന്നെ ആ ഭൈരവി തുള്ളണം, എനിക്കുവേണ്ടി ആ കടംവീട്ടാൻ... നീയാണ് അതിന് നിയോഗിക്കപ്പെട്ടിരിക്കുന്നത്. നിനക്കതിനു കഴിയും...'

എല്ലാം കേട്ടപ്പോൾ വേണു വികാരാധീനനായി. അയാൾ വല്ല്യപ്പൂപ്പന്റെ കാൽതൊട്ട് വന്ദിച്ചു. ആ കൈവെള്ളകൾ വേണുവിന്റെ ശിരസ്സിൽ മെല്ലെ അമർന്നു. നൂറ്റിയൊന്ന് പാളയുടെ ഭൈരവി എടുത്ത് തുള്ളാനുള്ള ശേഷി തനിക്കുണ്ടെന്ന് ഒന്നുകൂടി ഉറപ്പായി വേണുവിന്. ആത്മവിശ്വാസത്തിന്റെ ഒരുയിർപ്പോടെ അയാൾ തലയുയർത്തി നിവർന്നു. അപ്പോൾ ആ രൂപം അവിടെയുണ്ടായിരുന്നില്ല. എന്നാൽ ആ ശൂന്യതയിലും ഒരുനിമിഷം വേണു കൈകൾ കൂപ്പി നിന്നു...

♦♦♦

28

മംഗള പിംഗള മായാദേവത

പാച്ചോറ്റിക്കാവിലേക്ക് ഭൈരവി തുള്ളി പോകേണ്ട ദിവസം നിശ്ചയിച്ചിരിക്കുന്നത് അടുത്തതിന്റെ അടുത്ത വെള്ളിയാഴ്ച്ചയാണ്. പുലർച്ചെ ഉണർന്നപ്പോൾ വേണുവിന്റെ അബോധത്തിൽ നിന്ന് ബോധത്തിലേക്ക് ആ പടയണിയുടെ രാത്രി തെളിഞ്ഞുവന്നു.

രണ്ടാഴ്ച്ചക്കപ്പുറത്താണെങ്കിലും സ്വഭാവികമായുണ്ടാകാവുന്ന ആശങ്ക അയാൾക്കുണ്ടായില്ല. നാളെയാണെങ്കിലും തനിക്ക് അനായാസം തുള്ളാം എന്ന ഒരാത്മവിശ്വാസമായിരുന്നു. അത് കേവലം തോന്നലായിരുന്നില്ല. നേരു തന്നെയായിരുന്നു.

പിന്നെ കണ്ണുകൾ തുറന്നെഴുന്നേറ്റപ്പോൾ പതിവുള്ള കട്ടൻകാപ്പി എന്ന ആഗ്രഹമല്ല അയാൾക്കുണ്ടായത്. പോയി കുളിക്കാനാണ് തോന്നിയത്. വ്രതത്തിന്റെ വ്യവസ്ഥകളിലേക്ക് താനറിയാതെതന്നെ മാറുകയാണെന്ന് അയാൾക്ക് മനസ്സിലായി.

അങ്ങനെ ഒന്നിനും തെല്ലിട വീഴ്ച്ചപറ്റാതെ ആ ദിവസത്തിലേക്ക് ഒരു നവചൈതന്യത്തോടെ അയാളിറങ്ങി.

പുലർച്ചെ വേണു കുളിയും ജപവുമെല്ലാം കഴിഞ്ഞ് പാവുതറയമ്മയുടെ മുന്നിലെത്തി തൊഴുതു. അന്നുച്ചയ്ക്ക് അടുത്തുള്ള വീടുകളിലെ കുട്ടികൾക്കെല്ലാം വീട്ടിൽ ഒരു തേച്ചുകുളിസദ്യ നടത്തി. വേണുവിന്റെ പേർക്ക് ഓമനയമ്മ തിരുവാറൻമുളയപ്പന് സമർപ്പിച്ച നേർച്ചയായിരുന്നു അത്. കല്ലൂർ പുത്തിൻ വീട്ടിലേക്ക് കേശവപിള്ളയും ഗൗരിയമ്മയുമെത്തി. അവർക്കു പിന്നാലെ അത്ര രസത്തിലല്ലായിരുന്നെങ്കിലും ആനന്ദൻപിള്ളയും കുടുംബവും.

ഉച്ചയ്ക്കലത്തെ സദ്യ കഴിഞ്ഞപ്പോൾ എല്ലാവരും കല്ലൂർ കുടുംബവീട്ടിലേക്ക് തിരിച്ചു. ഊണു കഴിഞ്ഞയുടനെ ആനന്ദൻപിള്ളയും കുടുംബവും പോയി. സഹദേവൻപിള്ളയും കുടുംബവും കേശവപിള്ളയും ഗൗരിയമ്മയും അല്പംകൂടി കഴിഞ്ഞാണിറങ്ങിയത്. അവർ പോകാനിറങ്ങുമ്പോൾ വാമസേനന്റെ വീട്ടിൽ നിന്ന് ഒരു കുട്ടി അവിടേക്ക് വന്നു പറഞ്ഞു:

'ചേട്ടാ, തലേടളവെടുക്കാൻ വരാമ്പറഞ്ഞു.'

അജയനും അവിടെയുണ്ടായിരുന്നു. വേണുവിന്റെ ഒപ്പം അയാളും കൂടി പോയി.

വേണുവിന്റെ തലയുടെ അളവെടുത്തിട്ട് വാമസേനൻ പറഞ്ഞു:

'എന്റെ കണക്ക് തെറ്റിയില്ല. പിന്നെ, ഒരെട്ടുമണിയോടു കൂടിങ്ങെത്തണം. അങ്ങുവരെ ചെല്ലേണ്ടതല്ലെ...'

വേണു തലയാട്ടിക്കൊണ്ട് പറഞ്ഞു:

'എല്ലാം ആ സമയമനുസരിച്ച് തന്നെ ക്രമീകരിച്ചിട്ടുണ്ട്. കുടുംബത്തൂന്നാ പോകുന്നത്. അറിഞ്ഞു കാണുമല്ലോ...'

'നല്ല കാര്യം. അവിടുന്നുതന്നെ വേണം പോകാൻ. അറിയാമല്ലോ, ആര്ടെ കടമാ ഈ വീട്ടുന്നേന്ന്...'

അന്ന് വാമസേനൻ പ്രശ്നം വെച്ച് നോക്കി കാര്യങ്ങൾ പറഞ്ഞപ്പോൾ ത്തന്നെ സഹദേവൻപിള്ള പറഞ്ഞിരുന്നു:

'എന്തായാലും ഇനീമീക്കാര്യത്തിൽ ഒരു പിഴവുണ്ടാകാൻ പാടില്ല. കോലം കല്ലൂരൂന്ന് തന്നെ വേണം പോകാൻ. അപ്പൂപ്പന്റെ മണ്ണും മനസ്സും അവിടാണുള്ളത്...'

ഓമനയമ്മയ്ക്ക് കോലം പുത്തൻവീട്ടിൽനിന്ന് തുള്ളിപ്പോകണമെന്ന് ആഗ്രഹമുണ്ടായിരുന്നെങ്കിലും സഹദേവൻപിള്ള പുറത്തെ ഇരുളിലേക്കു നോക്കി ഇങ്ങനെ പറഞ്ഞപ്പോൾ അവർക്ക് മറിച്ചൊന്നും പറയാൻ കഴിഞ്ഞില്ല. അപ്പോൾ അവർക്കും തോന്നിയത് അങ്ങനെതന്നെയാ വേണ്ടതെന്നാണ്...

സഹദേവൻപിള്ള ആ നിശ്ശബ്ദതയെ പിന്നെയും പൂരിപ്പിച്ചു:

'പിണക്കമല്ലല്ലോ വാസ്തവത്തിൽ. ഒന്നിച്ചുള്ള ജീവിതം, അതവരുമായി പറ്റത്തില്ല. അത്രേയുള്ളൂ...'

'അച്ഛൻ പറഞ്ഞത് ശരിയാണ്...'

വേണു പറഞ്ഞു.

'അതുകൊണ്ടുതന്നെ കോലത്തിന്റെ കാര്യം അച്ഛൻതന്നെ കല്ലൂച്ചെന്ന് പറയണ്ടതാണ്...'

ഒന്നു നിർത്തിയിട്ട് വേണു തുടർന്നു:

'സാരമില്ല. ഞാൻ തന്നെ ചെന്ന് പറഞ്ഞോളാം...'

അങ്ങനെയാണ് കോലം കല്ലൂരൂന്നുതന്നെ പുറപ്പെടാൻ തീരുമാനമായത്. പിന്നെ കാര്യങ്ങളെല്ലാം അതിന്റേതായ ചിട്ടയോടെ മുന്നോട്ടു പോയി. താലപ്പൊലി എടുക്കാനുള്ള പെൺകുട്ടികൾ, ചെണ്ടമേളക്കാർ, തീവെട്ടിയും ചൂട്ടുകറ്റയും പിടിക്കാനുള്ളവർ എന്നിങ്ങനെ ഒരാൾക്കൂട്ടംത

ന്നെ സന്ധ്യയ്ക്ക് മുന്നെ കല്ലൂരെത്തിയിരുന്നു.

ആദ്യമൊക്കെ അത്ര താത്പര്യം കാണിക്കാതെ നിന്നെങ്കിലും ആനന്ദൻപിള്ളയും മക്കളും, കാര്യങ്ങൾക്ക് ഒരോളമായപ്പോൾ സജീവമായി. കേശവപിള്ളയും ഗൗരിയമ്മയും, ഏറെ കാലമായി അകന്നുനിന്ന മക്കളും അവരുടെ കുടുംബങ്ങളും തമ്മിൽ ഒത്തു നിൽക്കുന്നത് കണ്ടപ്പോൾ ഏറെ സന്തോഷിച്ചു. ഗൗരിയമ്മെ തെക്കോട്ടു തിരിഞ്ഞു നിന്ന് കൈകൾ കൂപ്പി.

അമ്മേ കാർത്യായനീ... എല്ലാം അവിടുത്തെ കാരുണ്യം...

എട്ടേമുക്കാലായപ്പോൾ ഒരു കതിനാപൊട്ടി കല്ലൂരെ ആറ്റുകടവിൽ. കളരിയുടെ മുറ്റത്ത് കിഴക്കോട്ട് തിരിഞ്ഞുനിന്ന് മണ്ണിലേക്ക് തൊട്ടു തൊഴുതു വേണു. പിന്നെ തലയുയർത്തി എഴുന്നേറ്റ് വട്ടക്കാലിൽ നിന്നു. ഭൈരവിയുടെ മുഖപ്പ് വെച്ചുകെട്ടിയിട്ട് രണ്ടുപേർ ചേർന്ന് നൂറ്റൊന്ന് പാളയുടെ ഭൈരവിക്കോലം അയാളുടെ തലയിലേക്കെടുത്തു വെച്ചു. സ്ത്രീകളുടെ കുരവ രാത്രിയുടെ അന്തരീക്ഷത്തിലേക്ക് പൂവിതറിയതുപോലെ വീണു. പുരുഷൻമാരുടെ ആർപ്പോ വിളികൾ പാവുതറയുടെ ആകാശങ്ങളിലേക്കുയർന്നു. ചെണ്ടയുടെ അസുരനാദം സർവ്വതിനേയും താളാത്മകമാക്കി. കത്തിയ ചൂട്ടുകറ്റകൾ അഗ്നി കൊണ്ട് ആ അന്തരീക്ഷത്തെയാകെ ജ്വലിപ്പിച്ചു. അത് ആ ചുറ്റുപാടുകളെയാകെ ഉണർത്തി ഊർജ്ജിതമാക്കി. മൂന്നു കിലോമീറ്ററോളം ദൂരം വരുന്ന പാച്ചോറ്റിക്കാവ് വരെ എങ്ങനെ ഈ കോലംതുള്ളി പോകും എന്ന ആശങ്ക ആർക്കും ഇല്ലാതായി.

കളരിയുടെ നടയിൽ തൊട്ടു തൊഴുതിട്ട് ഭൈരവി വീട്ടിലെ മുറ്റത്തേക്കെത്തി. മരിച്ച് മൺമറഞ്ഞ പിതൃക്കൾ ആ നേരം അയാളുടെ അകക്കണ്ണിലുണ്ടായിരുന്നു. പ്രത്യേകിച്ച് വല്ല്യപ്പൂപ്പനായ കൊച്ചുരാമൻപിള്ള. എല്ലാവരുടേയും അനുഗ്രഹം വാങ്ങി. പിന്നെ വലിയ ഘോഷങ്ങളോടെ കല്ലൂരെ പുരയിടം കടന്ന് ഭൈരവി റോഡിലേക്കിറങ്ങി. രണ്ടു വരികളായി താലപ്പൊലികളും ചൂട്ടുകറ്റകളും തീവെട്ടിയും വാദ്യമേളങ്ങളുമായി ഭൈരവിയെ പാവുതറക്കാർ മുന്നോട്ടു നയിച്ചു. ഓരോ വീടിന്റെ പടിക്കലും നിലവിളക്ക് കത്തിച്ച് വെച്ച് അവർ കോലത്തെ വരവേറ്റു.

പാവുതറയമ്മയുടെ മുന്നിലേക്കെത്തിയപ്പോൾ അവിടെയൊരു വലിയ ആൾക്കൂട്ടമുണ്ടായിരുന്നു. അടഞ്ഞ് കിടന്ന നടയ്ക്ക് മുന്നിൽ കുനിഞ്ഞു നിന്ന് ഭൈരവി തമ്പുരാട്ടിയമ്മയെ വണങ്ങി. കോലത്തിന്റെ പിന്നിലെ വാരികളിൽ നിന്ന് വേണു മെല്ലെ കൈ ഒന്നെടുത്തപ്പോൾ സുരേന്ദ്രനും ശിവനും ചേർന്ന് വേണുവിന്റെ തലയിൽ നിന്ന് കോലം ഊർന്ന്

പോകാതിരിക്കാൻ അതിൽ താങ്ങിപ്പിടിച്ചു.

ക്ഷേത്രക്കടവിനടുത്തുള്ള പടനിലത്തു നിന്ന് ആകാശത്തിലേക്കുയർന്നു പൊട്ടിയ മൂന്നു കതിനകൾ അക്കരയും ഇക്കരയുമൊക്കെയുള്ള രാത്രിയെ ആകെ ഉണർത്തി. പാവുതറയമ്മയുടെ കാവിലെ വൃക്ഷത്തലപ്പുകളിൽ നിന്ന് വാവലുകൾ പറന്നുയർന്നു. കുരവയിടാൻ സ്ത്രീകൾ അവിടെയുമുണ്ടായിരുന്നു. കല്ലൂരെത്താൻ കഴിയാത്തവർ പാവുതറയമ്മയുടെ മുന്നിൽ കാത്തു നിൽക്കുകയായിരുന്നു. തുള്ളാനോ തുള്ളി ഉറയാനോ അല്ലെങ്കിലും എത്രയോ വർഷങ്ങൾക്കു ശേഷം ഒരു കോലം അമ്മയുടെ മുന്നിലേക്കെത്തിയപ്പോൾ പാവുതറക്കാരുടെ വിശ്വാസം വൈകാരികമായി. ചിലർ ആ നടയിൽ തിരുനെറ്റി അമർത്തി പ്രാർത്ഥിച്ചു. സ്ത്രീകളിൽ പലരും അമ്മയുടെ നാമങ്ങൾ ജപിച്ചുകൊണ്ട് അമ്പലത്തിന് പ്രദക്ഷിണം വെച്ചു. മറ്റുചിലർ പടയണിക്കളത്തെ എന്നേ മായ്ച്ചു കളഞ്ഞ പുൽതകിടിയിൽ സാഷ്ടാംഗം വീണ് അമ്മയോട് മാപ്പിരന്നു.

ലോകമാതാവേ, അവിടുത്തെ ഈ കളത്തിലേക്കല്ലെങ്കിലും കുഞ്ഞിനെ അനുഗ്രഹിച്ചയക്കണേ...

ചിലപ്പോൾ ഈ വികാരങ്ങൾ വിലാപങ്ങളോ അനിയന്ത്രിതമായ കരച്ചിലോ പോലുമായി.

പന പോലെ ഉയർന്നു വിരിഞ്ഞ കുരവപ്പൂ അഗ്നിതീർത്ഥമായി ഭൈരവിയിലേക്കുതിർന്നു വീണു. തുടർന്ന് ആ ഘോഷങ്ങൾ വീണ്ടും റോഡിലേക്കിറങ്ങി. വലിയ ആരവങ്ങളോടെ ഭൈരവി പാവുതറയുടെ നിരത്തുകൾ പിന്നിട്ട് അരമണിക്കൂർ കഴിഞ്ഞ് ഏതാണ്ട് ഒൻപതരയോടടുത്തപ്പോൾ പാച്ചോറ്റിക്കാവിന്റെ കുന്നിൻപുറത്തെത്തി. പിന്നെ താഴ്ച്ചയാണ്. കുന്നിന്റെ താഴ്ച്ചയിലേക്കുള്ള ചരൽ വഴി. ഇപ്പോൾ പല കൈകൾ ചേർന്ന് കോലത്തെ താങ്ങിപ്പിടിച്ചു.

മലയുടെ താഴ്ച്ചയിലാണ് പാച്ചോറ്റിക്കാവിലമ്മയുടെ ക്ഷേത്രം. പുണ്യനദിയായ പമ്പയുടെ ഓരം. കാടിന്റെ ഭംഗികൾ നിറഞ്ഞ ആ താഴ്വാരം അത്ര വിശാലമല്ലെങ്കിലും, പടയണിക്കളത്തിന് വിസ്തരിച്ച് തുള്ളാനുള്ള ഇടമുണ്ട്.

നടയ്ക്കൽ നിന്ന് കൈകൾ കൂപ്പി തൊഴുതിട്ട് ഭൈരവി പ്രദക്ഷിണത്തിനായി പോയി. പാച്ചോറ്റിക്കാവിലമ്മയുടെ പടയണിക്കളത്തിൽ കുരവയും ആർപ്പോ വിളികളുമുയർന്നു. അവിടെയുണ്ടായിരുന്നവർ ഭൈരവിയുടെ വരവ് കാത്ത് സന്ധ്യമുതൽക്കേ കുന്നിൻപുറത്ത് വന്നിരിപ്പായിരുന്നു. ആറ്റിലേക്ക് വെളിച്ചം വീഴ്ത്തി തീവെട്ടികളും ചൂട്ടുകറ്റകളും

താലപ്പൊലികളുമൊക്കെ ഭൈരവിക്കൊപ്പമുണ്ടായിരുന്നു. ഒഴുകുന്ന ആറ്റിലെ വെള്ളത്തിനൊപ്പം തങ്കത്തിളക്കത്തോടെ ആ അഗ്നിയുടെ പ്രതിബിംബങ്ങളും ഒഴുകിക്കൊണ്ടിരുന്നു. പാച്ചോറ്റിക്കാവിലമ്മയുടെ ആകാശവിതാനത്തിൽ കതിനകൾ വർണ്ണാഭമായി പൊട്ടിവിരിഞ്ഞു. അത് എല്ലാ അകലങ്ങളേയും ഉണർത്തി. വർണ്ണങ്ങൾ എന്നപോലെ ആ ശബ്ദങ്ങളും നദിയുടെ ആഴങ്ങൾ ഏറ്റെടുത്തു. വലിയ മുഴക്കമായി അത് മറുകരകളിൽ പ്രതിദ്ധ്വനിച്ചു.

പ്രദക്ഷിണത്തോടെ തുള്ളലവസാനിപ്പിച്ചാലോ എന്ന് അഴകിയകാവിലെ ഒരു പ്രധാന തുള്ളക്കാരൻ ആനന്ദൻപിള്ളയോടു ചോദിച്ചു:

'നൂറ്റൊന്ന് പാളേടെ കോലോംകൊണ്ട് ഇത്രേം ദൂരം വന്നതല്ലേ, അമ്മയ്ക്ക് തൃപ്തിയായി കാണും...'

'ഞാനുമതാലോചിക്കുവാർന്നു.... പക്ഷെ അവനത് സമ്മതിക്കുമോന്ന് തോന്നുന്നില്ല... കണ്ടില്ലേ ആ നിപ്പ്...!'

ഇത്രയും പറഞ്ഞ് തീർന്നില്ല, പാച്ചോറ്റിക്കാവിലെ തപ്പാശാൻ തപ്പിൽ താളമിട്ടു. വേണു ഭൈരവിയെ ഒന്നുലച്ചു. പിന്നെ ഗണപതിയും പടിവട്ടവും ചവുട്ടി മുന്നോട്ടാഞ്ഞ് തുള്ളി. ആനന്ദൻപിള്ള പാട്ടുകാരുടെ ഇടയിലേക്ക് കയറി നിന്ന് വല്ലാത്തൊരു വീര്യത്തോടെ പരുക്കൻ ശബ്ദത്തിൽ അസാധാരണമായ ആയത്തിൽ പാടി.

ദക്ഷവൈരീ... ഈ... ഈ... ഈ...
ഈശനുടേ... ഏ... ഏ... ഏ...
ദൃഷ്ടിയിങ്കൽ... ൽ... ൽ... ൽ...
ഉത്ഭവിച്ചേ... ഏ... ഏ... ഏ...
ദുഷ്ടതയാ... ആ... ആ... ആ...
പിറന്നവരേ... ഏ... ഏ... ഏ...
ശൂരതയാ... ആ... ആ... ആ...
തീർത്തമായേ... ഏ... ഏ... ഏ...

മറ്റു പാട്ടുകാരും ആ പാട്ടിന്റെ ആകാശത്തിന് ചുവട്ടിൽ നിന്ന് അതേറ്റു പാടി...

വേണു കരുത്തും ഏകാഗ്രഭക്തിയും സൃഷ്ടിച്ച ഉന്മാദത്തിന്റെ തലത്തിലേക്കുയർന്നിരുന്നു. അതുൾക്കൊ ണ്ടതുപോലെയായിരുന്നു ആനന്ദൻപിള്ളയും മറ്റു പാട്ടുകാരും...

എന്നാൽ പലരും കാര്യങ്ങൾ കൈവിട്ടു പോകുമോ എന്ന ആശങ്കയോടെ ഒന്നും പരസ്പരം ചോദിക്കാനോ പറയാനോ കഴിയാതെ കോലത്തെ ഉറ്റുനോക്കി നിന്നു. അതിനിടയ്ക്ക് അവരിൽ ചിലർ ഓർത്തു.

ഭൈരവി..., ഓർമ്മയുടെ ഏതു കാലത്താണ് ഇത്രയും നേരം തുള്ളിയിട്ടുള്ളത്... ഇത്രയും ഭയവും ഭക്തിയും കരുത്തും സൃഷ്ടിച്ച്...!

ആർക്കും ഒരെത്തും പിടിയും കിട്ടിയില്ല.

പ്രായമുള്ള ഒരാൾ പാറപ്പുറത്തിരുന്ന് ആറ്റിലേക്ക് നോക്കി ഓർത്തു.

പണ്ട് കൊച്ചനായിരിക്കുമ്പോൾ കോലംതുള്ളല് പഠിക്കാൻ കല്ലൂരെ കളരിയിൽ പോയി ദക്ഷിണ കൊടുത്ത് ആദ്യത്തെ ചുവടുകൾ വെച്ച് മടങ്ങുമ്പോൾ കൂടെയുണ്ടായിരുന്ന അച്ഛൻ പലതും പറഞ്ഞുതന്നു. ആ കൂട്ടത്തിൽ പറഞ്ഞു:

'ഈ കൊച്ചുരാമൻപിള്ളയൊണ്ടല്ലോ, പുള്ളി നൂറ്റൊന്നല്ല മുന്നൂറ്റൊന്ന് പാളേടെ ഭൈരവി പോലും ഒരു ശാശ് കോലം തുള്ളുന്ന പോലെ തുള്ളും. പുള്ളിയെടെ ഭൈരവി കറങ്ങി തിരീമ്പോഴൊക്കെ കാറ്റടിച്ച് തീവെട്ടികളുടെ തീ കെട്ടു പോം. ചൂട്ടുകറ്റ ആ കാറ്റേറ്റ് ആളിക്കത്തും. നെലത്തൂന്ന് എത്ര ഉയർന്നാലും ഒരു ചൊവട് പോലും തെറ്റത്തില്ല. അങ്ങനെ വേണം പഠിക്കാൻ. കണിശമാരിക്കണം ഓരോ ചൊവടും...'

ഇപ്പോൾ, അയ്യോ എന്ന് ആരോ... ഏതോ ഒരു സ്ത്രീ ഒന്ന് ഭയന്ന് ശബ്ദിച്ചു.

പാറപ്പുറത്തിരുന്നയാൾ, അങ്ങോട്ട് തിരിഞ്ഞുനോക്കി.

ഓമനയമ്മയുടെ ശബ്ദമായിരുന്നു അത്. അയാൾ ആ ആൾക്കൂട്ടത്തിലേക്കു ചെന്നു.

'എന്തോ പറ്റി...?'

അടുത്തുനിന്ന ആളിനോട് തിരക്കി.

'ഓ ഒന്നുമില്ല. കോലം ഉറഞ്ഞ് തുള്ളുകാ. കറങ്ങി തിരിഞ്ഞപ്പം ആ കാറ്റിൽ തീവെട്ടിയെല്ലാമങ്ങ് കെട്ടു! ചൂട്ടുകറ്റകളങ്ങാളി...!'

ഭൈരവിയുടെ പാട്ട് ഇപ്പോൾ ആരുടെയോ ആജ്ഞ വന്നതുപോലെ മുറുക്കത്തിൽ നിന്നു. തപ്പിന്റെ താളവും അതിനൊപ്പിച്ചു നിന്നു.

തുള്ളി ഉറഞ്ഞ് തളർന്ന വേണു ആരുടെയൊക്കെയോ കൈകളിലേക്ക് വിറച്ചുവിറച്ചു വീണു. ഭൈരവിയുടെ തിരുമുടിയിലെ രണ്ട് കുരുത്തോല നാമ്പ് ഊരിയെടുത്തിട്ട് അയാളെ നിലത്തേക്ക് കിടത്തി. പുൽത്തകിടിയുടെ നേർത്ത തണുപ്പിലേക്ക് അയാളുടെ വിയർപ്പിന്റെ തുള്ളികൾ അടർന്നടർന്നു വീണു. പുരുഷന്റെ വീര്യം വിയർപ്പായി ആ മണ്ണിലേക്ക് കിനിഞ്ഞ് വീണപ്പോൾ പാച്ചോറ്റിക്കാവിലമ്മയ്ക്ക് തൃപ്തിയായി, പാവുതറയമ്മയ്ക്കും...

•••

29

കാമദാ കാമിനീ കാമ്യാ കമനീയ സുഭാവിനീ...

അനിശ്ചിതമായ കാലം.

എങ്ങും എവിടെയും എത്താതെ പോകുന്നുവോ എന്ന ഒരു ആശങ്ക ഇടയ്ക്കെങ്കിലും വേണുവിനുണ്ടായി. ജീവിതത്തിന്റെ സ്വാതന്ത്ര്യം ഏറിയപ്പോഴും ആ സാദ്ധ്യതകൾക്കുള്ളിലും തന്റേതുമാത്രമായ തികച്ചും ഏകാന്തമായ ഒരു തുരുത്തിലേക്ക് ഇടയ്ക്കിടെ അയാൾ ചുരുങ്ങി. മടുപ്പിന്റെ ഇരുട്ടിലേക്കകപ്പെട്ടപ്പോഴും ദൂരെ ഒരു പ്രകാശനാളമായി പാവുതറയമ്മ അയാളുടെ ഉള്ളിലുണ്ടായിരുന്നു.

തുണ്ടിയിലെ മാത്യുശാമുവേൽ പറഞ്ഞതനുസരിച്ചാണ് വേണു കോഴഞ്ചേരിക്കാരൻ ജോൺകുര്യനെ കാണാൻ പോയത്. ബസ്സ് കാത്തു നിൽക്കുമ്പോൾ അയാൾ പാസ്പോർട്ടിന്റെ കോപ്പി വെറുതെ ഒന്നു നിവർത്തി നോക്കി.

ഒരിക്കൽ വെറുതെ ഒരു കൗതുകത്തിനെടുത്തതാണ്...

യാത്ര ചെയ്യാൻ വേണുവിനെന്നും ഇഷ്ടമായിരുന്നു. ലോകം മുഴുവൻ ചുറ്റിക്കറങ്ങി കാണാനുള്ള ആഗ്രഹമുണ്ടെങ്കിലും അത് നടക്കില്ലെന്നറിയാം. എന്നാൽ ആ മോഹമാണ് പാസ്പോർട്ടിന്റെ കൗതുകത്തിലേക്ക് അയാളെ നയിച്ചത്. ആവശ്യം വന്നാലുപയോഗിക്കാം, ഇരിക്കട്ടെ എന്നുമാത്രം അന്നു വിചാരിച്ചു. എന്തായാലും അതിപ്പോൾ ആവശ്യമായി.

കോഴഞ്ചേരിയിൽ ചെന്ന് ആഞ്ഞിലിമൂട്ടിൽ ജോൺകുര്യന്റെ വീടു കണ്ടുപിടിക്കാൻ അധികം ബുദ്ധിമുട്ടേണ്ടി വന്നില്ല. മാത്യുശാമുവേൽ കൃത്യമായ വിലാസം കൊടുത്തിരുന്നല്ലോ...

സിറ്റൗട്ടിൽ കയറി കോളിംഗ്ബെൽ അടിച്ചപ്പോൾ ജോൺകുര്യൻതന്നെ കതവ് തുറന്ന് പുറത്തേക്ക് വന്നു. സ്വയം പരിചയപ്പെടുത്തിയപ്പോൾ അയാൾ ചിരിച്ചുകൊണ്ട് വേണുവിന് കൈ കൊടുത്ത് അകത്തേക്ക് ക്ഷണിച്ചു. പിന്നെ സർട്ടിഫിക്കറ്റുകളുടെ കോപ്പികളെല്ലാം കുര്യൻ

പരിശോധിച്ചു. പാസ്പോർട്ടിന്റെ കോപ്പിയും നോക്കി. ഇത്രയും കഴിഞ്ഞിട്ട് അയാൾ ചോദിച്ചു:

'എക്സ്പീരിയൻസൊന്നുമില്ലേ..?'

'ഇല്ല...'

'ഒന്നും നോക്കിയില്ലാരുന്നോ...?'

'ഇല്ല... അല്പം ഒഴപ്പി...'

കുര്യൻ ഒന്ന് മെല്ലെ ചിരിച്ചുകൊണ്ട് വേണുവിന്റെ ഫോൺ നമ്പർ കുറിച്ചു വാങ്ങിച്ചു. എല്ലാം ഒരു കവറിനകത്താക്കി വെച്ച് പിൻ ചെയ്തു. എന്നിട്ട് പറഞ്ഞു:

'ശാമുവേൽ എന്നോട് പറഞ്ഞിരുന്നു. അവൻ എനിക്ക് വളരെ വേണ്ടപ്പെട്ടവനാ. അവനൊരു കാര്യം പറഞ്ഞാലെനിക്കൊഴപ്പാൻ പറ്റത്തില്ല. വേണു ധൈര്യമായിട്ട് പൊക്കോ... ഞാൻ വിസ അയച്ചു തരാം...'

തിരികെ മടങ്ങാനായി കോഴഞ്ചേരി ബസ്സ്റ്റാൻഡിൽ നിൽക്കുമ്പോഴും ജോൺകുര്യന്റെ മൃദുവായ കൈവെള്ള തന്റെ കൈവെള്ളയിലുള്ളതുപോലെ വേണുവിന് തോന്നി. ആ വാക്കുകൾ മനസ്സിലും...

മടക്കയാത്രയുടെ ബസ്സിലിരിക്കുമ്പോൾ വേണു എല്ലാം ഓർത്തു.

വാട്ടർ അതോറിറ്റിയിൽ ജോലി കിട്ടിയ അജയൻ ചാലക്കുടിയിലായിരുന്നു. അയാളുടെ ആദ്യനിയമനം അവിടെയായിരുന്നു. ഇടയ്ക്കൊക്കെ വേണുവും അജയനും വിളിക്കുകയോ കത്തെഴുതുകയോ ഒക്കെ ചെയ്യുമായിരുന്നു. എങ്കിലും അത് ഒന്നൊന്നര വർഷമായപ്പോൾ നേർത്ത് നേർത്തു വന്നു.

വേണു, അജയന് ജോലിത്തിരക്കാവും എന്ന് വിചാരിച്ചു. അജയൻ, വേണുവിന് എല്ലാറ്റിനോടും മടുപ്പായിക്കാണും എന്നും വിചാരിച്ചു.

വേണു അന്ന് സന്ധ്യയ്ക്ക് അജയനെ വിളിച്ചപ്പോൾ പരസ്പരം അവർ രണ്ടുപേരും തിരിച്ചറിഞ്ഞതും ആ യാഥാർത്ഥ്യം തന്നെയായിരുന്നു. പക്ഷെ ജോലിത്തിരക്കിന്റെയോ മടുപ്പിന്റെയോ വിശദാംശങ്ങളിലേക്ക് അവരിരുവരും പോയില്ല. കാരണം വേണു, താൻ അടുത്തയാഴ്ച കടൽ കടക്കുകയാണെന്ന് പറയാനുള്ള തിടുക്കത്തിലായിരുന്നു. അവധിക്ക് നാട്ടിൽ വന്നാലുടൻ വിളിക്കണമെന്ന് പറഞ്ഞ് എല്ലാ ആശംസകളുമറിയിച്ച് അജയൻ നിർത്തി.

വേണു കാലത്തുതന്നെ കല്ലൂരേക്കു പോയി. ആദ്യം കളരിയിൽ ചെന്നു. ഇറുന്നു വീഴാറായ കളരിയുടെ തിണ്ണയിൽ നിന്ന് അകത്തേക്ക് നോക്കി കൈകൾ കൂപ്പി. കണ്ണുകളടച്ചപ്പോൾ കളരിയുടെ അകത്ത് വാരിവലിച്ചിട്ടിരുന്ന വേണ്ടതും വേണ്ടാത്തതുമായ സാധനസാമഗ്രികളായിരു

ന്നില്ല അയാളുടെ മനസ്സിൽ നിറഞ്ഞത്. ഏതോ പുരാതനകാലത്ത് കൊളുത്തി വെച്ചതുപോലുള്ള വിളക്കിലെ ദീപമായിരുന്നു. അത് ഉള്ളിൽ വിളങ്ങിയപ്പോൾ അയാൾ കണ്ണുകൾ തുറന്നു. പിന്നെ കുടുംബത്തിലേക്ക് കയറി.

പാച്ചോറ്റിക്കാവിലേക്ക് തുള്ളിപ്പോയ നേർച്ചക്കോലത്തിന്റെ സമയത്തുണ്ടായ അടുപ്പം, അതുകഴിഞ്ഞപ്പോൾ പഴയ പടിയായിരുന്നു. എന്നാൽ പ്രത്യേകിച്ചൊന്നുമില്ല. ഒരു മുഖം വീർപ്പിക്കൽ. അത്രമാത്രം. വേണു ഗൾഫിലേക്ക് പോവുകയാണെന്നുള്ള കാര്യം കല്ലൂര് എല്ലാവരും നേരത്തെ തന്നെ അറിഞ്ഞിരുന്നു. ഇടയ്ക്ക് വഴിയിൽ വെച്ചു കണ്ടപ്പോൾ വേണു സുരേന്ദ്രനോട് അത് സൂചിപ്പിക്കുകയും ചെയ്തിരുന്നു.

വേണു കല്ലൂരേക്ക് ചെന്നപ്പോൾ അപ്പൂപ്പനും അമ്മൂമ്മയും പേരമ്മയും ശിവനുമേ അവിടെയുണ്ടായിരുന്നുള്ളൂ. കേശവപിള്ള കിടക്കുകയായിരുന്നു. വേണു കട്ടിലിന്റെ അടുത്തേക്ക് ചെന്നു. മെല്ലെ എഴുന്നേറ്റ കേശവപിള്ള ഒന്ന് ദീർഘം ശ്വസിച്ചിട്ട് വേണുവിന്റെ ശിരസ്സിൽ കൈ വെച്ചു.

'പോയി നന്നായി വാ...'

പിന്നെ ഒന്നും അയാൾ പറഞ്ഞില്ല. വേണു ഒരു കൊച്ചുകുട്ടിയെ പോലെ തല കുലുക്കിയതേയുള്ളൂ. ഗൗരിയമ്മ അപ്പോൾ അവിടേക്കു വന്നു. അവർ വേണുവിനെ കെട്ടിപ്പിടിച്ചു. കണ്ണീര് തുടച്ചിട്ട് ഗൗരിയമ്മ പല്ലില്ലാ വായകൊണ്ട് പറഞ്ഞു:

'നീയിനി പോയേച്ച് വരുമ്പം അമ്മൂമ്മ കാണുമോന്നറിയത്തില്ല...'

ഭാർഗ്ഗവിയമ്മയും ശിവനും വാതിലിന്റെ കട്ടളപ്പടിയിൽ വന്ന് നിൽപ്പുണ്ടായിരുന്നു. വേണു രണ്ടുപേരോടുമായി പറഞ്ഞു'

'ഞാനിന്ന് ദുബായിലേക്ക് പോവാ...'

പേരപ്പനും സുരേന്ദ്രൻചേട്ടനുമെന്ത്യേ...?'

'ആ ആർക്കറിയാം...'

ഭാർഗ്ഗവിയമ്മ ഈർഷ്യയോടെ പറഞ്ഞു.

'എന്നാ പറഞ്ഞേക്കണം...'

വേണു ശിവനെ നോക്കി ഒന്നു മെല്ലെ ചിരിച്ചിട്ട് ഇറങ്ങാൻ തുടങ്ങി. അയാൾ മുറ്റത്തേക്കിറങ്ങി ഇരുട്ടിലേക്കെത്തിയപ്പോൾ ഭാർഗ്ഗവിയമ്മ അല്പം തിടുക്കത്തോടെ അയാളുടെ അടുത്തേക്ക് ചെന്നു. ഇതുവരെ കണ്ടിട്ടില്ലാത്ത ഒരു ദൈന്യത ആ മുഖത്തുണ്ടായത് നേർത്ത നിലാവെട്ടത്തിലും അയാൾ കണ്ടു. നിറഞ്ഞ കണ്ണുകൾ കൊണ്ട് അവർ അയാളെ നോക്കി.

'വേണൂ, പേരമ്മേ നീ വെറുപ്പോടാരിക്കും ഓർക്കുന്നത്. നിങ്ങളോടൊക്കെ സ്നേഹമില്ലാഞ്ഞിട്ടല്ല മോനെ ഞാനെന്തെങ്കിലും... എന്തൊക്കെ പറഞ്ഞാലും അമ്മേടേം അച്ഛന്റേം എല്ലാ കാര്യങ്ങളും ഞാൻ നോക്കുന്നുണ്ട്. പിന്നെ നിന്റെ പേരപ്പന്റെ സ്വഭാവമറിയാമല്ലോ... അങ്ങേരോട് പിടിച്ചു നിക്കാനാ ഞാനെന്തെങ്കിലുമൊക്കെ പറഞ്ഞിട്ടുള്ളത്...'

ഭാർഗ്ഗവിയമ്മയുടെ കളങ്കമില്ലാത്ത മുഖം വേണു കണ്ടു.

'സാരമില്ല പേരമ്മെ, എനിക്കാരോടും വെറുപ്പില്ല...'

ഭാർഗ്ഗവിയമ്മയുടെ കൈകളിൽ പിടിച്ചുകൊണ്ട് വേണു പറഞ്ഞു.

പിന്നെ അയാൾ പോയത് പാവുതറക്കാവിലേക്കാണ്. അമ്മയുടെ നാമങ്ങൾ ഉരുവിട്ടുകൊണ്ട് അമ്മയെ പ്രദക്ഷിണം വെച്ച് തൊഴുതിറങ്ങിയപ്പോൾ ഉള്ളൊന്ന് ശാന്തമായി. അശാന്തിക്ക് കാരണങ്ങളൊന്നുമില്ലായിരുന്നെങ്കിലും എന്തോ ഒരു ഉത്കണ്ഠ രാവിലെ മുതൽക്കേ ഉണ്ടായിരുന്നു.

പതിനൊന്നു മണിക്ക് തന്നെ ടാക്സിക്കാർ എത്തി. എയർപോർട്ടിലേക്ക് വേണുവിന്റെയൊപ്പം ഓമനയമ്മയും സഹദേവൻപിള്ളയും മാത്രമെ പോകാനുണ്ടായിരുന്നുള്ളൂ.

വേണുവിന്റെ ഒരു കൂട്ടുകാരൻ രാജീവൻ എയർപോർട്ടിലുണ്ടായിരുന്നു. അയാൾ പറഞ്ഞിരുന്നു, അവിടെയെത്തിയാലുടനെ വിളിക്കണമെന്ന്. രാജീവൻ പിന്നെ കാര്യങ്ങളെല്ലാം ഏറ്റെടുത്തു. അയാൾ താത്പര്യമെടുത്ത് സഹദേവൻപിള്ളയേയും ഓമനയമ്മയേയും ബാൽക്കണിയിലേക്ക് കയറ്റി.

വേണു കയറിയ വിമാനം ആകാശത്തിലേക്കുയർന്നപ്പോൾ ഓമനയമ്മ കൈകൾ കൂപ്പി ആകാശരൂപിണിയായ പാവുതറയമ്മയെ ഉള്ളിൽ കണ്ട് പ്രാർത്ഥിച്ചു.

'എന്റെ മഹാമായേ, ആകേം പോകേം അവിടുന്ന് തന്നതാ. കുഞ്ഞിനാപത്തൊന്നുമുണ്ടാകല്ലേ...'

അതേ ഭക്തിയോടെ, രണ്ടു കൊല്ലം കഴിഞ്ഞ് വേണു ദുബായിൽ നിന്ന് മടങ്ങിവന്നതിന്റെ അന്നുതന്നെ ഓമനയമ്മ പാവുതറയമ്മയുടെ മുന്നിൽ പോയി തൊഴുതു. അന്നത്തെ വട്ടവിളക്കും പുഷ്പാഞ്ജലിയുമെല്ലാം കല്ലൂർ പുത്തൻവീട്ടിലെ വകയായിരുന്നു. കല്ലൂരെ വേണുവിന്റെ വകയാണ് പുഷ്പാഞ്ജലി എന്നറിഞ്ഞപ്പോൾ കുറെ ആളുകൾ അവിടെ കൂടിയിരുന്നു. അവിടെയുണ്ടായിരുന്ന ചിറ്റേടത്തെ രാഘവക്കുറുപ്പ് വേണുവിനോടു ചോദിച്ചു:

'ജോലിയൊക്കെയെങ്ങനെ...?'

'ങാ... നന്നായി പോകുന്നു.'

'വെറുതെ ഇവിടൊക്കെ ജോലിയന്വേഷിച്ച് നടക്കുന്നത് ഈ വന്ന കാലത്ത് ശുദ്ധ വിഡ്ഢിത്തമാ. എങ്ങനേലും പേരപ്പന്റെ മക്കളെ കൂടെ അക്കരയ്ക്കാക്കാൻ നോക്കണം...'

വേണു ഒന്നിരുത്തി മൂളി. അതിന് കാരണവുമുണ്ടായിരുന്നു. വളർന്നുവരുന്ന ചെറുപ്പക്കാരാരും നാട്ടിലെ കാര്യങ്ങളിലൊന്നുമിടപെടാതെ അവരുടെ ചെറുപ്പം അന്യനാട്ടിൽ ചെലവഴിച്ച് ജീവിച്ചാൽ ഇവിടെ മൂത്തേടത്തുകാർക്കും ചിറ്റേടത്തുകാർക്കും പിന്നെ ആരേം പേടിക്കണ്ടല്ലോ.

രാഘവക്കുറുപ്പ് പോയിക്കഴിഞ്ഞപ്പോൾ അമ്പലത്തിലെ കഴകക്കാരൻ കുട്ടൻപിള്ള വേണുവിന്റെ അടുത്തേക്ക് ചെന്നു. വേണു അയാളോട് വിശേഷം തിരക്കി.

'എന്തൊക്കെയൊണ്ട് കൊച്ചാട്ടാ വർത്തമാനം..., ഇപ്പോഴും ഒണക്കച്ചോറും ചില്ലറേമേയൊള്ളോ...?'

'ഓ, എന്തോ ചെയ്യാനാ, കുടുംബപാരമ്പര്യമായിപ്പോയില്ലേ..., ങാ... എല്ലാം ഒരാള് കാണുന്നുണ്ട്...'

'അതെ, ഞാനമുത്. വിചാരിക്കുകാര്ന്നു...'

'ആ എലഞ്ഞിത്തറ കെടക്കുന്ന കണ്ടോ വേണൂ... ഇടിഞ്ഞ് പൊളിഞ്ഞ്... ഇവരൊന്നുമങ്ങോട്ടൊന്ന് തിരിഞ്ഞു നോക്കത്തില്ല. ഞാനാ എന്നുമവിടെ തിരി വെക്കുന്നെ. ങാ... ഇവർക്കല്ലെങ്കിലെന്ത് താത്പര്യമാ ആ കരിമറുതായോട്... ഞാൻ കേട്ടിട്ടേയൊള്ളൂ. എന്നാൽ കേട്ടതു വെച്ചാലോചിക്കുമ്പം ഇവമ്മാരൊക്കെ ഇന്നല്ലെങ്കി നാളെ അനുഭവിക്കും...'

വേണു പോക്കറ്റിൽ നിന്ന് ഒരു അഞ്ഞൂറു രൂപയെടുത്ത് കുട്ടൻപിള്ളയുടെ കൈയിൽ വെച്ചുകൊടുത്തു.

'ഇതിരിക്കട്ട് കൊച്ചാട്ടാ...'

കുട്ടൻപിള്ള ഒന്നും പ്രതീക്ഷിച്ചല്ല വേണുവിന്റെ അടുത്തേക്കെത്തിയതെങ്കിലും അയാൾക്ക് സന്തോഷമായി.

'സാറിനെ ഇടയ്ക്ക് കാണുമ്പോഴൊക്കെ ഞാൻ വേണൂന്റെ കാര്യം തെരക്കുമാര്ന്നു. ഇനീപ്പം അവധിയെത്രയൊണ്ട്...? രണ്ട് മാസമൊണ്ടോ...?'

'ങാ... രണ്ടുമാസമുണ്ട്...'

രണ്ടു മാസത്തെ അവധി കഴിഞ്ഞ് മേഘപാളികൾക്കിടയിലൂടെ വായുവേഗത്തിൽ മടങ്ങുമ്പോൾ വേണു സ്വയം പറഞ്ഞു.

ആ ഇലഞ്ഞിത്തറ കെട്ടിക്കാനുള്ള പണം അടുത്ത വരവിന് നടയ്ക്കൽ വെയ്ക്കണം...

അതല്ലേ പറ്റൂ. അതിനുള്ള സ്വാതന്ത്ര്യമല്ലേ എനിക്കവിടെയുള്ളൂ...

ആ വരവിന് മറ്റൊന്നു കൂടി നടന്നു. വേണുവിന്റെ വിവാഹം.

എല്ലാം വളരെ വേഗത്തിലായിരുന്നു. ഒരു പെണ്ണിനെ കാണാൻ മാത്രമെ വേണുവിനു പോകേണ്ടിവന്നുള്ളൂ, ദേവിയെ മാത്രം. കാരണം, ആ കാഴ്ച്ച അത്രമാത്രം പൂർണ്ണമായിരുന്നു. മറ്റൊന്നിനേക്കുറിച്ച് ആലോചിക്കാനുള്ള പ്രേരണയുടെ ഒരു കണിക പോലും അതുകൊണ്ട് അയാളിൽ ഉണ്ടായില്ല. പെണ്ണിനേക്കുറിച്ചുള്ള എല്ലാ സ്വപ്നങ്ങളേയും അത് പൂവണിയിച്ചു. തനിക്ക് അങ്ങനെയൊരു സ്വപ്നമുണ്ടായിരുന്നോ എന്നയാൾ കൗതുകത്തോടെ ഓർത്തു. പൊടുന്നനെ വിടർന്ന ഒരു വിസ്മയം പോലെ അയാളത് തിരിച്ചറിഞ്ഞു.

അതെ, താൻപോലുമറിയാത്ത ഒരു സ്വപ്നം തന്നിലുണ്ടായിരുന്നു. അതാണാ കാഴ്ച്ചയിൽ...

ബ്രോക്കർ ശങ്കരപ്പിള്ള ഒരു തിങ്കളാഴ്ച്ച രാവിലെയായിരുന്നു കല്ലൂർ പുത്തൻവീട്ടിലേക്ക് ചെന്നത്. പറഞ്ഞുവന്നപ്പോൾ ശങ്കരപ്പിള്ള, സഹദേവൻപിള്ള പഠിപ്പിച്ച കാരയ്ക്കാട്ട് സ്കൂളിലെ പിയൂൺ ഗോപിപ്പിള്ളയുടെ അനിയനാണ്.

ശങ്കരപ്പിള്ള വായിൽ കിടന്ന മുറുക്കാൻ തുപ്പിക്കളഞ്ഞിട്ട് കാര്യങ്ങളിലേക്ക് കടന്നു:

'ഇച്ചിര കെഴക്ക് കടമ്മനിട്ടയാ വീട്. നല്ലൊന്നാന്തരം കുടുംബക്കാര്. ഈയൊരൊറ്റ പെങ്കൊച്ചേയുള്ളൂ. അതിന്റേളേത് ഒരാങ്കൊച്ചനാ. അത് കോളജിൽ പഠിക്കുകാ. പെങ്കൊച്ച് എം എ വരെ പഠിച്ചിട്ടൊണ്ട്. ഏതാണ്ടൊക്കെ ടെസ്റ്റെഴുതിയേച്ചും നിക്കുകാ. ഒള്ളത് പറയാമല്ലോ സാറേ, മോനേം ആ കുഞ്ഞിനേം കൂടെ കണ്ടാ ആങ്ങളേം പെങ്ങളുമാന്നേ പറയൂ...! സുന്ദരി പെണ്ണ്. നല്ല തങ്കപ്പെട്ട സ്വഭാവം. തന്ത പട്ടാളക്കാരനാരുന്നു. പുള്ളി മരിച്ചുപോയിട്ടിപ്പം നാലുകൊല്ലം കഴിഞ്ഞു. തള്ള ഹൈസ്കൂൾ ടീച്ചറാ. നല്ല ശമ്പളമല്ല്യോന്ന് സാറിനോട് പറയണ്ടായല്ലോ...! പിന്നെ ഭർത്താവിന്റെ പെൻഷൻ. പുരേടമാണെങ്കില് ഒരു രണ്ടര ഏക്കറോളം വരും. അതിനകത്ത് മുഴുവൻ വെട്ടൊള്ള റബ്ബറാ..'

ശങ്കരപ്പിള്ള ആമുഖമായിട്ട് ഇത്രയും പറഞ്ഞ് ഒന്നു നിർത്തിയപ്പോൾ സഹദേവൻപിള്ള പറഞ്ഞു:

'കേട്ടടത്തോളം നല്ലതു തന്നെ. പക്ഷെ അതിനൊക്കെ മുമ്പ് ഗ്രഹനില വെച്ചൊന്ന് നോക്കണം.'

'പിന്നെന്താ...'

പിറ്റേന്ന് വേണുവിന്റെയും ദേവിയുടെയും ഗ്രഹനിലയുമായി സഹ

ദേവൻപിള്ളയും ഓമനയമ്മയും വാമസേനന്റെയടുത്തേക്ക് ചെന്നു.

കോന്നക്കണിയാരുടെയും കിട്ടക്കണിയാരുടെയും ഗണിക്കൽപാരമ്പര്യത്തിന്റെ സൂക്ഷ്മതയോടെ വാമസേനൻ പറഞ്ഞു:

'ഒന്നാന്തരം...'

ഇത്രയും പറഞ്ഞിട്ട് ഒരു ധ്യാനത്തിലേക്കെന്നപോലെ അയാൾ തന്റെ കണ്ണുകളടച്ചു. അല്പ്പനേരം കഴിഞ്ഞ്, ഒരന്തർദർശനത്തിന്റെ വിനയപാരവശ്യത്തോടെ കണ്ണുകൾ തുറക്കാതെ തന്നെ അയാൾ ആരോടെന്നില്ലാതെ തുടർന്നു:

'ഇതിനപ്പുറത്ത് ഞാനെന്താ പറയേണ്ടതെന്റെ പാവുതറയമ്മേ...'

പിന്നെ സഹദേവൻപിള്ളയുടെ മുഖത്തേക്ക് വാമസേനൻ കണ്ണുകൾ തുറന്നു.

'ഇത് നടക്കണം സാറെ. നടന്നേ പറ്റൂന്നാ...'

അവരിരുവരും പിന്നെ എന്തെങ്കിലും ചോദിക്കുകയോ പറയുകയോ ചെയ്തില്ല. ഒരു വിസ്മയത്തിന്റെ മുന്നിലെന്ന പോലെ അല്പനേരം അങ്ങനെ ഇരുന്നു.

പിന്നെ ഒന്ന് സഹദേവൻപിള്ള ഷർട്ടിന്റെ കീശയിൽ നിന്ന് നൂറു രൂപയെടുത്തപ്പോൾ വാമസേനൻ പറഞ്ഞു:

'യ്യൊ, ഈ കാര്യത്തിലതൊന്നും വേണ്ട. അമ്മയെ മനസ്സിൽ കരുതി ഒരു നാണയം ഇവിടെ വെച്ചാ മതി...'

വേണുവിന്റെ ഫോൺ വന്നപ്പോൾ തെല്ലൊരു പ്രാർത്ഥനയോടെയാണ് ഓമനയമ്മ ഫോണെടുത്തത്. ഈ കല്ല്യാണം നടന്നേ പറ്റൂ എന്ന് വാമസേനൻ പറഞ്ഞത് അവരുടെ മനസ്സിലുണ്ടായിരുന്നു. അത് നേരിയ ഒരു ഉത്കണ്ഠയായിരുന്നു അവർക്ക്.

കാര്യങ്ങൾ വിശദമായി കേട്ട വേണു പറഞ്ഞു:

'എന്തായാലും ഞാൻ വരട്ടെ. ഡിസംബറിൽ വരും. വന്ന് കണ്ടിട്ടു മതി തീരുമാനം...'

ഡിസംബറിൽ തന്നെ വേണു വന്നു. അയാൾ വന്നതിന്റെ അടുത്തയാഴ്ച രാവിലെ വേണുവും ശങ്കരപ്പിള്ളയും കൂടി കടമ്മനിട്ടയിലേക്കു പോയി.

കടമ്മനിട്ട ദേവീക്ഷേത്രത്തിനു മുന്നിൽ ഓട്ടോറിക്ഷ നിന്നപ്പോൾ വേണു പറഞ്ഞു:

'എട്ടുവർഷം മുമ്പ് പടേനിക്ക് ഞാനിവിടെ വന്നിട്ടുണ്ട്.'

'എന്നാലാക്കൊച്ചിനെ കണ്ടും കാണും...'

രസികനായ ബ്രോക്കർ പറഞ്ഞതു കേട്ട് വേണു മെല്ലെ ചിരിച്ചു.

ക്ഷേത്രത്തിന് തൊട്ടു വടക്കേതായിരുന്നു ദേവിയുടെ വീട്. ദേവിയുടെ അമ്മയും അനിയനും അമ്മാവൻമാരും അമ്മായിമാരും അമ്മൂമ്മയുമുണ്ടായിരുന്നു അവിടെ. പെണ്ണിന്റെ അമ്മാവൻമാരുമായി അത്യാവശ്യം ചില വർത്തമാനങ്ങൾ കഴിഞ്ഞപ്പോൾ അവിടെ മെല്ലെ ഒരു നിശ്ശബ്ദത കനത്തു. ആ നിശ്ശബ്ദതയിലേക്ക് വിദൂരതയിൽ നിന്നെന്നപോലെ പാദസരത്തിന്റെ നേർത്ത കിലുക്കമായി... അതിനൊരു താളമുണ്ടായിരുന്നു. അടുത്തേക്കടുത്തേക്ക് വരുന്ന പതിഞ്ഞ താളം. താളത്തിന്റെ പാദങ്ങൾ പിന്നിട്ട് അവൾ..., ദേവി വേണുവിന്റെ മുന്നിലേക്കു വന്നു.

ഒരു പ്രകാശരൂപം തന്റെ കൺമുന്നിൽ വെട്ടിത്തിളങ്ങി നിൽക്കുന്നതു പോലെയായിരുന്നു വേണുവിന് ആ കാഴ്ച്ചയുടെ ആദ്യാനുഭവം. ദേവിയുടെ കാൽവിരലിലെ മിഞ്ചിയുടെ വെള്ളിത്തിളക്കം മുതൽ അവളുടെ കണ്ണുകളിലെ മിഴിവാർന്ന തെളിച്ചം വരെ അയാളുടെ ഹൃദയത്തിലേക്ക് ചെന്നു പതിച്ചു. അവൾ കൊടുത്ത ചായ കുടിച്ചിട്ട് പുറത്തേക്കിറങ്ങിയപ്പോൾ ബ്രോക്കർ വേണുവിനെ മാറ്റിനിർത്തി മെല്ലെ ചോദിച്ചു:

'എന്തു പറേന്നു...?'

ഒന്നു മെല്ലെ ചിരിച്ചിട്ട് വേണു പറഞ്ഞു:

'എനിക്കിഷ്ട്ടമായി...'

അകത്ത് ദേവിയോട് അവളുടെ ഇളയ അമ്മായി അടക്കം ചോദിച്ചു:

'എന്താ നിനക്കാളെ ഇഷ്ടമായോ...?'

അവൾ മുഖം കുനിച്ച് മെല്ലെ ചിരിച്ചു. അമ്മായി പിന്നെ മറ്റുള്ളവരോടായി പറഞ്ഞു:

'കൊച്ചിനിഷ്ടമായി...'

പിന്നെ എല്ലാം വൈകാതെ തീരുമാനമായി. എങ്കിലും വിവാഹം നടന്നത് പിന്നെയും ഏഴുമാസങ്ങൾ കൂടി കഴിഞ്ഞ് ചിങ്ങത്തിലായിരുന്നു. പരസ്പരം ഒരു കത്തുപോലും എഴുതാതെ തങ്ങളുടെ സ്വപ്നങ്ങളിൽ മാത്രം അവർ ആ ഏഴുമാസങ്ങളിലും ജീവിച്ചു.

ചിങ്ങത്തിലെ തിരുവാതിരനാൾ കടമ്മനിട്ട ദേവീക്ഷേത്ര നടയിൽ വെച്ച് വേണുവും ദേവിയും വിവാഹിതരായി. ചടങ്ങുകൾക്കെല്ലാം ഒടുവിൽ വേണുവിന്റെ ഒപ്പം നടയിൽ നിന്ന് തൊഴുതു മടങ്ങുമ്പോൾ ദേവിയുടെ കണ്ണുകൾ നിറഞ്ഞു. ഒരു കണ്ണീർ കണം അവളുടെ പുടവയിൽ തട്ടി നിലത്തേക്ക് വീണു. അത് ആ മണ്ണിലേക്കലിഞ്ഞു ചേർന്നു. എല്ലാവരോടും യാത്രപറഞ്ഞ് പാവുതറയിലേക്ക് പോരുമ്പോൾ അവൾ വല്ലാതെ സങ്കടപ്പെട്ടുകൊണ്ടിരുന്നു. എപ്പോഴോ അറിയാതെ വേണുവിന്റെ ചുമലിലേക്ക് ദേവിയുടെ തല ചാഞ്ഞമർന്നു. നവവധുവിന്റെ സങ്കോചമില്ലാ

തെ അവളുടെ സങ്കടം തന്റെ ചുമലിലേക്കമർന്നപ്പോൾ വേണുവിനു തോന്നി.

എത്രയോ കാലമായി, എത്രയോ ജന്മങ്ങളായി തന്റേതുമാത്രമായിരുന്നില്ലേ ഇവൾ...

പാവുതറക്കാവിന്റെ അടുത്തെത്തിയപ്പോൾ അവിടെ ക്ഷേത്രമുണ്ടെന്നറിയില്ലായിരുന്നിട്ടും ദേവി, തല മെല്ലെ വേണുവിന്റെ ചുമലിൽ നിന്നടർത്തി ക്ഷേത്രത്തിലേക്ക് നോക്കി. അപ്പോൾ അവളുടെ കണ്ണിമ ഒന്നടഞ്ഞു തുറന്നു...

പിന്നെ കല്ലൂർപുത്തൻവീട്ടിലേക്കെത്തിയപ്പോൾ ഓമനയമ്മ ആരതിയുഴിഞ്ഞ് കുരവയിട്ട് ദേവിയെ വീട്ടിലേക്ക് കയറ്റി. വലതുകാൽ വെച്ച് ദേവി കല്ലൂർപുത്തൻവീട്ടിലെ മരുമകളായി അകത്തേക്ക് പ്രവേശിച്ചു. അന്നു വൈകിട്ടു തന്നെ വേണുവും ദേവിയും പാവുതറക്കാവിലേക്ക് പോയി. ദീപാരാധന കഴിഞ്ഞപ്പോൾ വേണു മുഖമുയർത്തി കണ്ണുകൾ തുറന്നു. പക്ഷെ അപ്പോഴും ദേവി തന്റെ കൂപ്പുകൈകളിൽ മുഖം ചേർത്ത് കണ്ണുകളടച്ച് അങ്ങനെ നിൽക്കുകയായിരുന്നു.

ശ്രീമത് ശങ്കരഭക്തി പൂർവ്വക
മഹാദേവീ പദധ്യായിനോ
മുക്തിർഭക്തിമതി സ്വയംസ്തുതി
പരാഭക്തി കരസ്ഥായിനീ...

***

30

മണലാരണ്യത്തിൽനിന്ന് മടക്കം

പ്രവാസത്തിന്റെ നീണ്ട വർഷങ്ങൾ വിരഹത്തിന്റെ നൊമ്പരം കലർന്ന കാലമായിരുന്നു വേണുവിനും ദേവിക്കും. വേണു രണ്ട് വർഷത്തിലൊരിക്കൽ രണ്ടുമാസത്തെ അവധിക്കായി നാട്ടിൽ വരും. അതിനിടെ ഒരു മകൻ ജനിച്ചു; കിരൺ. ഒരച്ഛന്റെ ഉത്തരവാദിത്തത്തിലേക്കും സ്നേഹസ്വാതന്ത്ര്യത്തിലേക്കും വേണു ഈ ഘട്ടത്തിൽ വളർന്നു കഴിഞ്ഞിരുന്നു. അകലം അടുപ്പത്തെ കൂടുതൽ ബലപ്പെടുത്തി.

വേണു നാട്ടിലേക്ക് പണമയക്കുന്നത് കുറച്ചുകൂടി കൃത്യവും കൂടുതലുമാക്കി. ആ ധനമൊക്കെ അനാവശ്യങ്ങൾക്കോ ആർഭാടങ്ങൾക്കോ ചിലവഴിക്കാതെ ദേവി എല്ലാ കാര്യങ്ങളും വളരെ ചിട്ടയായി നടത്തി. അധികമായവ ഒരു കാശ് പോലും കളയാതെ സമ്പാദ്യമാക്കി.

ഇടയ്ക്കൊക്കെ വെറുതെ ഇരിക്കുമ്പോൾ സമ്പാദ്യങ്ങളുടെ നിരർത്ഥകതയേക്കുറിച്ച് ദേവി ചിന്തിച്ചു പോകാറുണ്ടെങ്കിലും അടുത്ത നിമിഷംതന്നെ അവളത് തിരുത്തി.

ധനം..., അതൊരിക്കലും അധികമല്ല. ആരുടെ കൈയ്യിലുള്ളതും എന്നെങ്കിലും എന്തിനെങ്കിലും ആർക്കെങ്കിലും ആവശ്യമായി വരും. ധനലക്ഷ്മിയാണത്. അത് നമ്മുടെ കൈയിൽ വരുകയും പോകുകയും വീണ്ടും വരികയുമാണ്...

പാവുതറയിലെ മുടങ്ങിപ്പോയ പടയണിയുടെ കാര്യം വേണു നാട്ടിലുള്ളപ്പോൾ ദേവിയോട് പറയുമായിരുന്നു. അപ്പോൾ ആ പുരാവൃത്തത്തിലേക്ക് ദേവി കാത് കൂർപ്പിച്ചിരിക്കും. ഒടുക്കം, പടയണിക്ക് അന്ത്യമായി മാറിയ കൊച്ചുരാമൻപിള്ളയുടെ മരണത്തിലേക്ക് ദേവി ഉറ്റുനോക്കിയിരിക്കുമ്പോൾ അവളെ ഒന്നു തൊട്ടുണർത്താൻ വേണുവിന് തോന്നും. കാരണം, ആ നേരം അവൾ അത്രമാത്രം ആ മരണതീഷ്ണതയിൽ ആമഗ്നയായതുപോലെയായിരുന്നു. അയാളുടെ വിരൽസ്പർശമുണ്ടായപ്പോൾ എല്ലാം അറിഞ്ഞിട്ടെന്നപോലെ അവൾ മൂളി. ആഴത്തിന്റെ ധ്വാനിയായിരുന്നു അതിന്.

പിന്നെ ആ ഇരുട്ടിൽനിന്ന് ഓടിയെത്തിയതുപോലെ ഒന്ന് നെടുവീർപ്പിട്ട് ദേവി തന്റെ നാട്ടിലെ പടയണിയെക്കുറിച്ച് പറയും.

കാട്ടമ്മക്കിട്ടമുള്ള ഇടമായ കടമ്മനിട്ടയിലെ പടയണിയുടെ ആ ആരവങ്ങളേക്കുറിച്ച് പറഞ്ഞു കഴിയുമ്പോൾ ദേവി പാവുതറയെക്കുറിച്ച് പരിതപിക്കും.

'കഷ്ടം...! നാടിന്റെ ഐശ്വര്യമാണ് കെട്ടുപോകുന്നതെന്ന് ഈ പടേനി വിരോധികൾ അറിയുന്നില്ലല്ലോ...!'

അതിനെത്തുടർന്ന് ദേവിയ്ക്ക് തീഷ്ണായ ഒരു മൗനമാണ്. മൗനത്തിന്റെ ഗഹനകാനനങ്ങൾ... അതിലൂടെയുള്ള ഇടുങ്ങിയ വഴികൾ... ആ വഴികളിലേക്ക് ചാഞ്ഞുകിടക്കുന്ന ചുവപ്പിന്റെ തീഷ്ണവർണ്ണമുള്ള കാട്ടുപൂക്കൾ... അതിന്റെ വശ്യഗന്ധങ്ങൾ... കാടകത്തെ തെളിനീർ ചോല...

ആ ചോലയിൽ തെളിഞ്ഞതാരുടെ മുഖമാണ്...!

വേണു വല്ലാത്തൊരു വിസ്മയത്തോടെ അതിലേക്കുറ്റു നോക്കി. എങ്കിലും മനസ്സിനെ അയാൾ നിയന്ത്രണത്തിലാക്കി. എന്നിട്ട് ദേവിയുടെ കണ്ണുകളിലേക്കു നോക്കി.

പടയണി മുടക്കികളായ ദുഷ്ടദാരികശക്തികളെയാകെ ഉന്മൂലനം ചെയ്യണമെന്നാണോ ഈ കണ്ണുകൾ പറയുന്നത്...! അന്ധകാരത്തെ തുടച്ചുമാറ്റാനുള്ള കരുത്ത് പ്രകടിപ്പിക്കണമെന്ന ആജ്ഞയാണോ ഈ കണ്ണുകളിൽ തിളയ്ക്കുന്നത്...

ദേവി ഒന്നു നെടുവീർപ്പിട്ട് വേണുവിന്റെ കൈകളിൽ സ്നേഹത്തോടെ സ്പർശിച്ചപ്പോഴാണ് അയാളുടെ മനോനില സ്വാഭാവികമായത്.

എന്നാൽ പാവുതറയുടെ പടയണിയുടെ കാര്യത്തിൽ ഒരു വ്യക്തതയുമുണ്ടായില്ല. അത്രമാത്രം പാവുതറയുടെ ചരിത്രം മാറിമറിഞ്ഞു പോയിരുന്നു. കരുത്തരായ പുരുഷൻമാരെ എവിടെയും കാണാനില്ല. അവർ കരുത്ത് നഷ്ടപ്പെട്ടവരെപ്പോലെ തങ്ങളുടെ വീടുകളിലുണ്ട്. ഒന്നിലും ഒരു പ്രതീക്ഷയും പ്രത്യാശയുമില്ലാതെ അവർ മയങ്ങി ഇരിപ്പാണ്. പടയണിയുടെ പഴയ ചരിത്രം വെറും പഴംപുരാണം പോലെ പറഞ്ഞ് നടക്കുന്നവരുണ്ട്. പിന്നെ സ്ത്രീകൾ..., അവർ എപ്പഴോ ദുർബലരാക്കപ്പെട്ടു കഴിഞ്ഞിരുന്നു. അവരുടെ ഐശ്വര്യം കെട്ടുപോയിരുന്നു. അവരുടെ വാക്കുകൾ പോലും ദുർബലമാക്കപ്പെട്ടിരുന്നു.

വേണു, പിന്നെ ആരോടാണ് പുരാവൃത്തം വീണ്ടെടുക്കാനായി സംസാരിക്കേണ്ടത്... നാട്ടിലെത്തുമ്പോൾ, ഒന്നിറങ്ങി നോക്കാം എന്നു വിചാരിക്കുമ്പോഴേക്കും സമയം ഒരു കോമാളിച്ചിരി ചിരിച്ച് അറുപതു ദിവസത്തിലേക്കെത്തിച്ചിരിക്കും... പിന്നെ മണലാരണ്യത്തിലേക്ക് മടക്കമാണ്.

വേണു ഒരവധിക്ക് വന്നപ്പോഴായിരുന്നു കേശവപിള്ളയുടെ മരണം. അപ്പൂപ്പന് തീരെ വയ്യ എന്ന് വേണു വിളിക്കുമ്പോഴൊക്കെ ദേവി പറയുമായിരുന്നു. അപ്പോഴൊക്കെ ഒരു പ്രാർത്ഥനപോലെ വേണുവിന്റെ മനസ്സിടറി.

തനിക്ക് ഒരിക്കൽ കൂടി കാണാനുള്ള ആയുസ്സ് അപ്പൂപ്പന് നീട്ടിക്കിട്ടിയിരുന്നെങ്കിൽ...

മരിച്ചൂന്ന് പറഞ്ഞതാണെല്ലാവരും. എന്നാൽ നീട്ടിക്കിട്ടി, കേശവപിള്ളയ്ക്ക് നാലുമാസം കൂടി. അവധി അനുസരിച്ച് വേണു എത്തുകയും ചെയ്തു.

അത്ര ലോഹ്യത്തിലല്ലായിരുന്നെങ്കിലും കേശവപിള്ളയ്ക്ക് തീരെ വയ്യാതായ ഘട്ടമെത്തിയപ്പോൾ സഹദേവൻപിള്ളയും ഓമനയമ്മയും വേണുവും എന്നും കല്ലൂരെത്തിയിരുന്നു.

വേണു കായംകുളത്തുള്ള ഒരു കൂട്ടുകാരന്റെ വീട്ടിൽ വരെ പോയിരിക്കുകയായിരുന്നു. അന്ന് അവിടെ തങ്ങുമെന്ന് പറഞ്ഞാണ് അയാൾ പോയത്.

സന്ധ്യയായപ്പോൾ കേശവപിള്ള എന്തൊക്കെയോ പിച്ചും പേയും പറയാൻ തുടങ്ങി. എന്നാൽ എന്താണ് പറയുന്നതെന്ന് ആർക്കും മനസ്സിലായില്ല. ഒടുക്കം ദേവിയാണത് തിരിച്ചറിഞ്ഞത്. അവൾ അത് സഹദേവൻപിള്ളയോട് തിടുക്കപ്പെട്ട് പറഞ്ഞു:

‘ചാമക്കഞ്ഞി വേണമെന്നാ അപ്പൂപ്പൻ പറേന്നത്...’

‘ചാമക്കഞ്ഞിയോ...! അതിനിനി എവിടെ പോകും...?’

അതിനിടയ്ക്ക് വേണു ദേവി വിളിച്ചിരുന്നു:

‘അപ്പൂപ്പന് തീരെ വയ്യാ. ചാമക്കഞ്ഞി വേണമെന്നൊക്കെ പറേന്നു...’

‘ചാമക്കഞ്ഞിയോ...!’

‘അതെ...’

ഒരു നിമിഷം വേണുവിന് എന്തെങ്കിലും ചോദിക്കാനോ പറയാനോ കഴിഞ്ഞില്ല.

ചാമ..., അതൊക്കെ എന്നേ അന്യമായിക്കഴിഞ്ഞ കൃഷിയാണ്...

എങ്കിലും അയാളുടെ മനസ്സിലേക്ക്, ഒരിക്കലും കണ്ടിട്ടില്ലാത്ത ഒരു തുണ്ട് ചാമപ്പാടത്തിന്റെ വയൽ നിറഞ്ഞു.

ഒരിക്കൽ അപ്പൂപ്പന്റെയൊപ്പം പുഞ്ചക്കൃഷി കാണാൻ കണ്ടത്തിൽ പോയപ്പോൾ അപ്പൂപ്പൻ പറഞ്ഞു:

‘ദാണ്ടവിടെ പണ്ട് ചാമ മാത്രം കൃഷി ചെയ്തിരുന്നെടമാ... ഇപ്പഴെങ്ങുമല്ല, എന്റെ കൊച്ചുന്നാളിൽ. പരമൂള്ളയപ്പൂപ്പൻ എന്തോ ഒരാചാരം

പോലെ ആ തുണ്ടിൽ എടങ്ങഴി ചാമ വെതയ്ക്കും. എന്താ ആ കഞ്ഞിയെടെ രുചി...!'

വേണു ഒന്ന് നെടുവീർപ്പിട്ട് ദേവിയോട് പറഞ്ഞു:

'ഞാൻ നോക്കട്ടിവിടെങ്ങാനും കിട്ടുമോന്ന്. എന്തായാലും ഞാനിന്നങ്ങെത്തും.'

പിന്നെ കൂടുതലൊന്നും വേണു ചിന്തിച്ചില്ല. കൂട്ടുകാരനോട് ചോദിച്ചു:

'ഇവിടെങ്ങാനുമിച്ചിര ചാമയരി കിട്ടുമോ...? മരിക്കാൻ കിടക്കുന്ന അപ്പൂപ്പനാ. ഇച്ചിര ചാമക്കഞ്ഞി വേണമെന്ന് പറേന്നു. ഒരു മനുഷ്യന്റെ അന്ത്യാഭിലാഷം...'

'അത്യാവശ്യമാണെങ്കിൽ നിക്ക്. ഞാനിച്ചിര സംഘടിപ്പിച്ചോണ്ടു വരാം...'

അയാൾ ഉടൻതന്നെ പുറത്തേക്ക് പോയി. കുറച്ച് കഴിഞ്ഞ് മടങ്ങി വന്ന് ഒരു ചെറിയ പൊതി വേണുവിന്റെ കൈയിൽ വെച്ചു കൊടുത്തു.

'നിന്റെ ഭാഗ്യം. അല്ല, നിന്റപ്പൂപ്പന്റെ ഭാഗ്യം... ഒരു പ്രകൃതിസ്നേഹി സൂക്ഷിച്ചിരുന്നതിലിച്ചിര തന്നു... എന്നാപ്പിന്നെ വേഗം വിട്ടോ. ഞാൻ നിന്നെ വിളിച്ചോളാം...'

വേണു വീട്ടിലെത്തി അല്പം കഴിഞ്ഞപ്പോൾ ദേവി ചാമയരി കഞ്ഞിയാക്കി. ആദ്യം അതിന്റെ ഒരിറ്റ് വേണു തന്നേ കേശവപിള്ളയുടെ വായിലേക്കൊഴിച്ചു കൊടുത്തു. പിന്നെ മറ്റുള്ളവരും. ഒടുക്കം ദേവിയും...

ഇനി ആരെങ്കിലും തനിക്ക് കഞ്ഞി തരാനുണ്ടോ ഇല്ലയോ എന്നൊന്നും കേശവപിള്ളയ്ക്ക് അറിയില്ലായിരുന്നെങ്കിലും അവസാനമായി ദേവി കൊടുത്ത ആ ഇറ്റു കഞ്ഞിവെള്ളം ഇറക്കിക്കഴിഞ്ഞപ്പോൾ അവളെ ഒന്നാഞ്ഞ് നോക്കിയിട്ട് അയാൾ ഒരിക്കിളോ ഏമ്പക്കമോ മാത്രമായി ശരീരം വെടിഞ്ഞു. ചൈതന്യമറ്റ ആ കണ്ണുകൾ സഹദേവൻപിള്ള തിരുമ്മിയടച്ചു.

പിന്നെ, കേശവപിള്ളയുടെ സഞ്ചയനവും പതിനാറടിയന്തിരവുമൊക്കെ കഴിഞ്ഞാണ് വേണു ദുബായിലേക്ക് മടങ്ങിയത്. വിമാനത്തിലിരിക്കുമ്പോൾ അപ്പൂപ്പനെക്കുറിച്ചുള്ള ഓർമ്മകൾ വേണുവിനെ നൊമ്പരപ്പെടുത്തി.

ഒരുപാട് അദ്ധ്വാനിച്ച മനുഷ്യനാണ്. വാസ്തവത്തിൽ കൃഷിയായിരുന്നു അപ്പൂപ്പന് സർവ്വവും. നാട്ടുകാരുടെ ഇടയിലും കേശവപിള്ള നല്ല ഒരു കൃഷിക്കാരനായിരുന്നു. പങ്ക്കൃഷിക്കാർക്ക് എന്നും വിശ്വസ്തൻ... കൃഷിയിടങ്ങളിൽ അപ്പൂപ്പന്റെയൊപ്പം നടക്കാൻ ഒരു രസമാണ്. എല്ലാം

കാണിച്ചും പറഞ്ഞും തരും. കൃഷിയിറക്കുന്ന സമയങ്ങൾ വിളവെടുപ്പിന്റെ സമയങ്ങൾ കാലാവസ്ഥയിലെ മാറ്റങ്ങൾ എല്ലാം അപ്പൂപ്പൻ പറഞ്ഞുതന്നിട്ടുണ്ട്. അപ്പൂപ്പൻ പാവയ്ക്കയുടെയും വഴുതനങ്ങയുടെയുമൊക്കെ വിത്തെടുക്കുന്നത് കൗതുകത്തോടെയാണ് താൻ നോക്കിയിരുന്നിട്ടുള്ളത്. വിത്തിന്റെ വിളഞ്ഞ് പഴുത്ത കായയെ വേദനിപ്പിക്കാതെയെന്ന പോലെയാണ് അതൊക്കെ കൈയിലെടുക്കുന്നത്. പിന്നെ ഒരു ഡോക്ടർ ഓപ്പറേഷൻ നടത്തുന്നതുപോലെ കത്തി കൊണ്ട് വളരെ ശ്രദ്ധയോടെ മെല്ലെ കീറിയിട്ട് ഓരോ കുരുവും അതിൽ നിന്നെടുക്കും. അത് നല്ല വൃത്തിയുള്ള തിരശ്ശീലത്തുണിയിൽ ചാരം പുരട്ടി കെട്ടിവെയ്ക്കും. ചേനയും ചീമച്ചേമ്പും കാച്ചിലുമൊക്കെ പൂളുവെട്ടുന്നത് കാണാൻ നല്ല രസമാണ്. തികഞ്ഞ വൈദഗ്ദ്ധ്യം തന്നെയുണ്ടായിരുന്നു അപ്പൂപ്പന് ആ കാര്യങ്ങളിൽ. പരമാവധി പൂളും വെട്ടിയെടുക്കും. അതിന്റെ ചോറായി വരുന്ന ശേഷിപ്പ് അല്പമെന്തെങ്കിലുമേ കാണൂ. വെട്ടിയ പൂളുകൾ *ചാണകപ്പാലിൽ മുക്കി വെയിലത്ത് കൊണ്ടുവെച്ചിരിക്കുന്നത് കണ്ടാൽ അത് മറ്റെന്തോ നിരനിരയായി അടുക്കിവെച്ചിരിക്കുകയാണെന്നേ തോന്നൂ... വിത്തുകൾ നഷ്ടപ്പെട്ടാൽ എല്ലാം കഴിഞ്ഞൂന്ന് പറയും. വിത്തിനുള്ളത് ചുട്ടുതിന്നെല്ലെന്ന് എപ്പോഴും ഉപദേശിക്കും. വിത്തുകളിൽ ഉറങ്ങുന്നത് നാളത്തെ അന്നമാണെന്ന് അപ്പൂപ്പൻ പറഞ്ഞുതരുമ്പോൾ അതിശയം തന്നെ തോന്നിയിട്ടുണ്ട്. ഒരാലിൻ കായിൽ ഒരാൽമരമുണ്ടന്ന് അന്ന് വിശ്വസിക്കാനേ കഴിയില്ലായിരുന്നു.

തേങ്ങ ഇടുമ്പോൾ കൊതുമ്പും കോഞ്ഞാട്ടയുമൊക്കെ പെറുക്കി വെയ്ക്കേണ്ടത് തന്റെ ജോലിയായിരുന്നല്ലോ... ഏറ്റിട്ടു തീരുമ്പോൾ പള്ളത്തെ ചെന്തെങ്ങിൽ നിന്ന് ഓരോ കരിക്ക് തനിക്കും സുരേന്ദ്രൻചേട്ടനും ശിവനുമുണ്ടായിരുന്നു. വെറും കരിക്കായിരിക്കില്ലത്. വെടലയായിരിക്കും. അപ്പോൾ അപ്പൂപ്പൻ പറയും:

'വെടല തിന്ന് വളരണം...'

ഇങ്ങനെ പുരയിടത്തിലേയും വയലിലേയും ആറ്റുപള്ളത്തേയുമൊക്കെ കൃഷിയിടങ്ങളിൽ അപ്പൂപ്പന്റെയൊപ്പം നടക്കുമ്പോഴും അദ്ദേഹം ഓർമ്മിപ്പിക്കുന്ന ഒരു കാര്യമുണ്ട്.

'ഇതൊക്കെ കണ്ടും കേട്ടും നടക്കുമ്പോഴും വാദ്ധ്യാന്മാര് അന്നന്ന് പഠിപ്പിക്കുന്നത് അന്നന്നു തന്നെ പഠിച്ചോണം...'

വാസ്തവത്തിൽ അതൊരു പാഠമായിരുന്നു. ദീർഘവീക്ഷണത്തോടെയുള്ള പാഠം.

തന്റെ കുടുംബപരമ്പരയിലെ ഒരു നാഴികക്കല്ലായിരുന്നു ഈ മനു

ഷ്യൻ. ഒരർത്ഥത്തിൽ ജോലിതേടി താനീ മണലാരണ്യത്തിലേക്ക് വരാനുള്ള അദൃശ്യമായ ഒരു പ്രേരണപോലും അദ്ദേഹത്തിന്റേതാണ്. പടയണിയുടെ ആവേശത്തിലേക്ക് കാലംതെറ്റി നിലതെറ്റി വീഴാതെ കുടുംബത്തെ അദ്ദേഹം സംരക്ഷിച്ചു. തന്റെ അച്ഛൻ, അപ്പൂപ്പന്റെ ഒരു നിർമ്മിതിയാണ്. അതിന്റെ വിജയവുമാണ്. അതിന്റെ സൗകര്യവും സ്വാതന്ത്ര്യവുമാണ് തന്നെ ഈ നിലയിലേക്കെത്തിച്ചത്. ഒരു വലിയ ശരി അപ്പൂപ്പനിൽ നിന്ന് തുടങ്ങി തന്റെ ജീവിതത്തിൽ വന്ന് വിടർന്ന് നിൽക്കുകയാണ്.

എന്നാൽ പേരപ്പൻ വല്ലാതെ താന്തോന്നിയായതും മദ്യപാനിയായതും അപ്പൂപ്പനെ ഏറെ വേദനിപ്പിച്ചിരുന്നു. ഉണങ്ങാത്ത ഒരു മുറിവായി അതദ്ദേഹം കൊണ്ടുനടന്നു. ഒരു പരിധിക്കപ്പുറത്ത് പേരപ്പനെ അപ്പൂപ്പൻ വഴക്ക് പറഞ്ഞിട്ടില്ല. സുരേന്ദ്രൻചേട്ടനോടും ശിവനോടും അങ്ങനെയായിരുന്നു. ഗുണദോഷത്തിലൂടെയും ശാസനയിലൂടെയും ശിക്ഷിക്കുന്നതിലൂടെയുമൊന്നും ആരേയും അങ്ങനെ നന്നാക്കാനാവില്ലെന്ന് അദ്ദേഹത്തിനറിയാമായിരുന്നു. മാതൃകയാകുന്നതിലായിരുന്നു അപ്പൂപ്പൻ എപ്പോഴും ശ്രദ്ധിച്ചത്...

വേണു ഗൾഫിലുള്ള മറ്റൊരവസരത്തിലാണ് ഗൗരിയമ്മ മരിച്ചത്. പെട്ടെന്നുള്ള മരണമായിരുന്നു അത്. എന്നാൽ വേണുവിന് അപ്പോൾ നാട്ടിലേക്ക് വരാനാവുമായിരുന്നില്ല. അയാൾ നാട്ടിൽനിന്ന് പോയിട്ട് മൂന്നുമാസമേ ആയിട്ടുണ്ടായിരുന്നുള്ളൂ.

ദേവി എല്ലാം വിളിച്ചുപറഞ്ഞിരുന്നു.

അതൊരു കർക്കിടകത്തിലെ രാത്രിയിലായിരുന്നു. തോരാമഴയുടെ കാറ്റ് ഇടയ്ക്കിടെ വീശിക്കൊണ്ടിരുന്നു. ഗൗരിയമ്മ ആനന്ദാ... ആനന്ദാ എന്ന് രണ്ടുമൂന്നു തവണ വിളിച്ചു. ആനന്ദൻപിള്ള എഴുന്നേറ്റ് ചെന്നു. അമ്മയുടെ കൈയിൽ പിടിച്ച് അയാൾ അവരോടടുത്തിരുന്നു.

'നീ പോയി സഹദേവനെ ഒന്ന് വിളിച്ചോണ്ടു വാ, എനിക്കവനെക്കൂടൊന്ന് കാണണം...'

മരണത്തിന്റെ നേർത്ത പാദചലനം ആ കർക്കിടക രാത്രിയിലെ തോരാമഴയിലൂടെ കടന്നു വരുന്നത് ആനന്ദൻപിള്ളയറിഞ്ഞു. അത് സഹോദരനോടുള്ള അകലത്തെ ഒരുനിമിഷം അലിയിച്ചുകളഞ്ഞു. അയാൾ സഹദേവൻപിള്ളയെ ഫോണിൽ വിളിച്ചു.

'നീ ഒടനെ ഇങ്ങോട്ടു വരണം; അമ്മയ്ക്കെന്തോ ഒരു വല്ലായ്ക...'

സഹദേവൻപിള്ള പറഞ്ഞു.

'ങാ... ഞാനിതാ വരുന്നു...'

മരണത്തിന്റെ കാൽപ്പെരുമാറ്റം കേട്ട അവർക്കിരുവർക്കുമിടയിൽ ആ നിമിഷം മറ്റൊന്നുമില്ലായിരുന്നു. മരണത്തിന്റെ അപ്പുറത്തും ഇപ്പുറത്തും നിൽക്കുന്ന വെറും രണ്ട് മനുഷ്യർ മാത്രം.

പിന്നെ ആ രാത്രിയിലെ ഏതോ ഒരു നേർത്ത കാറ്റിൽ ഗൗരിയമ്മയുടെ ജീവൻ കടന്നുപോയി.

മരണത്തിന് മുമ്പും ശേഷവുമുള്ള എല്ലാ കാര്യങ്ങളും വേണുവിനോട് സഹദേവൻപിള്ളയും ഓമനയമ്മയും ദേവിയും വിളിച്ചുപറഞ്ഞിരുന്നു. കുടുംബത്തിലെ എല്ലാവരേയും അടക്കാറുള്ള ആറ്റുതീരത്തുതന്നെയായിരുന്നു ഗൗരിയമ്മയ്ക്കും പട്ടടയൊരുക്കിയത്.

വേണു കടലിനപ്പുറത്തിരുന്ന് എല്ലാം കാണുന്നുണ്ടായിരുന്നു.

സഞ്ചയനത്തിന്റെയും പതിനാറടിയന്തിരത്തിന്റെയുമൊക്കെ ബലികർമ്മങ്ങളൊക്കെ ചെയ്തത് ആനന്ദൻപിള്ളയായിരുന്നു. എന്നാൽ ബലിക്കാക്കകളൊന്നുമെത്തിയില്ല ആ പിണ്ഡച്ചോറുണ്ണാൻ. ആനന്ദൻപിള്ള മാത്രമല്ല, എല്ലാവരും നനഞ്ഞ കൈകൊണ്ട് കൊട്ടി. എന്നിട്ടും കാക്കകൾ വന്നില്ല. പിന്നെ ആരും കാണാതെ പടിഞ്ഞാറെ തിണ്ണയുടെ തെക്കേമൂലയിൽ ചെന്ന് വല്ല്യ ശബ്ദമുണ്ടാക്കാതെ ദേവി കൈകൊട്ടിയപ്പോൾ ആകാശത്തിന്റെ വെൺമേഘപാളികൾക്കിടയിൽ നിന്നെന്നപോലെ എണ്ണക്കറുമ്പൻ വന്നു. പിണ്ഡച്ചോറ് ക്വാ ക്വാ എന്നലച്ചുകൊണ്ട് അവൻ കൊത്തി തിന്നു...

ഇങ്ങനെയൊക്കെ ദേവി വിളിച്ചുപറഞ്ഞപ്പോൾ വേണുവിന് അവളോട് സ്നേഹം മാത്രമല്ല, അവളിൽ അഭിമാനവും അതിലുപരി വിസ്മയവും തോന്നി.

വേണു ഇപ്പോൾ വീണ്ടും ഗൗരിയമ്മയെക്കുറിച്ചോർത്തു

അമ്മൂമ്മ എന്നും അപ്പൂപ്പന്റെയൊപ്പം നടന്ന ആളായിരുന്നു. ഭർത്താവിനോട് വലിയ ബഹുമാനമുണ്ടായിരുന്നയാൾ. എല്ലാറ്റിനും അവർക്ക് മാതൃക അപ്പൂപ്പനായിരുന്നു. കൈയെത്തും ദൂരത്തു തന്നെയുള്ള സഹായിയും. കൃഷിയിലും കന്നുകാലികളെ പോറ്റുന്നതിലും പാചകത്തിലുമൊക്കെ അതങ്ങനെതന്നെയായിരുന്നു. അപ്പൂപ്പൻ ഒരുകാര്യം പറഞ്ഞാലതിനപ്പുറത്ത് ഒരു വാക്കും അമ്മൂമ്മയ്ക്കുണ്ടായിരുന്നില്ല.

എന്നാൽ അപ്പൂപ്പനെപ്പോലെ തന്നെ അമ്മൂമ്മയും മൂത്തമകനായ പേരപ്പനെ ഓർത്ത് ഏറെ ദുഃഖിച്ചിരുന്നു. മകനോടുള്ള സ്നേഹം പലപ്പോഴും ശാസനകളുടെ മൂർച്ച കുറച്ചു. പിന്നെയൊടുക്കം, ശാസിച്ചിട്ടൊന്നും കാര്യമില്ലെന്നും എല്ലാം തമ്പുരാട്ടിയമ്മ നിശ്ചയിച്ചതുപോലെയേ നടക്കൂ എന്നും അവർ സമാധാനിച്ചു.

അപ്പൂപ്പനും അമ്മൂമ്മയും ഇനി തന്റെ ഓർമ്മകളിൽ മാത്രമാണുള്ള തെന്നോർത്തപ്പോൾ വേണുവിന് വല്ലാത്തൊരു ശൂന്യത തോന്നി. ജീവിതത്തേക്കുറിച്ചും മരണത്തേക്കുറിച്ചും കഠിനമായി അയാൾ ചിന്തിച്ചു. ഒടുക്കം എല്ലാ ചോദ്യങ്ങൾക്കും ഉത്തരമായി, എല്ലാ വേദനകൾക്കും ആശ്വാസമായി പാവുതറയമ്മ അയാളുടെ ഉള്ളിൽ നിറഞ്ഞു...

എല്ലാം വേണു ദേവിയോട് വിളിച്ചുപറയുമായിരുന്നു. അവർക്കിരുവർക്കുമിടയിൽ രണ്ട് മനുഷ്യരുടേതായ അകലമുണ്ടായിരുന്നില്ല. ഒരാളില്ലാതെ മറ്റൊരാളില്ല എന്നു പറയുന്നതാവും ശരി...

അന്ന് രാത്രി വേണു കിടന്നപ്പോൾ ഓർത്തു.

ഇപ്പോൾ പതിനാറു വർഷമായി ഈ പ്രവാസജീവിതം. ആവശ്യത്തിനെല്ലാമായി. ഇനിയെന്തിനാണ്...! കാലം കടന്നുപോകുന്നത് ഒരു കരിമ്പടംപോലെ, തന്നെ വന്ന് മൂടുന്നത് അയാൾക്ക് നേരിയ ഭയമായി. ആവശ്യത്തിലധികം ധനം സമ്പാദിച്ച് നാട്ടിലെത്തിക്കാനും അവിടെ എല്ലാ സൗകര്യങ്ങളുമുണ്ടാക്കാനും കഴിഞ്ഞിട്ടുണ്ടെങ്കിലും എന്തോ..., എന്തൊക്കെയോ തനിക്ക് നഷ്ടപ്പെടുന്നതായി അയാൾക്ക് തോന്നി.

വേണു മുറിയിൽ നിന്നെഴുന്നേറ്റ് ഫ്ളാറ്റിന്റെ മട്ടുപ്പാവിൽ ചെന്ന് ആകാശത്തേക്ക് നോക്കിയിരുന്നു. മരുഭൂമിയുടെ മുകളിലെ ആകാശത്ത് നക്ഷത്രങ്ങൾ കണ്ണുകൾ ചിമ്മുന്നുണ്ടായിരുന്നു. എണ്ണിയാലൊടുങ്ങാത്തത്ര തിളക്കമുള്ള കണ്ണുകൾ...

അങ്ങനെ ആ നക്ഷത്രകണ്ണുകളിലേക്ക് നോക്കിയിരുന്നപ്പോൾ, ഉള്ളിൽ മൂടിക്കെട്ടിയിരുന്ന ഭീതി മെല്ലെ ഒഴിഞ്ഞുപോകുന്നതായി അയാളറിഞ്ഞു. മനസ്സിലേക്ക് ആ നക്ഷത്രക്കണ്ണുകൾ പ്രകാശം ചൊരിഞ്ഞതുപോലെ...

വേണു ആകാശത്തേക്ക് നോക്കി പറഞ്ഞു:

'താനിനി ഉണ്ടാവേണ്ടത് നാട്ടിലാണ്... തന്റെ ആവശ്യം ഇനി അവിടെയാണ്...'

ആയിരം തീവെട്ടികൾ ഇപ്പോൾ വേണുവിന്റെ ഉള്ളിലോ ആകാശത്തിലോ കത്തിജ്വലിച്ചു. എത്രയോ ചൂട്ടുകറ്റകളും കത്തി ഉയർന്നു. അഗ്നിനൃത്തമായി അത് ജ്വലിച്ചുയർന്നപ്പോൾ തീരുമാനമെടുക്കാൻ ഒരു നിമിഷം വൈകിയില്ല...

നാളെത്തന്നെ ജോലി രാജിവെയ്ക്കാനുള്ള കത്തു കൊടുക്കണം. മറ്റൊരെൻജിനീയർ തന്റെ സ്ഥാനത്തേക്ക് വരട്ടെ...

എല്ലാം അന്നുരാത്രിതന്നെ വേണു ദേവിയോടു വിളിച്ചുപറഞ്ഞു.

'ഇനി എനിക്കെന്തെങ്കിലും ചെയ്യാനുള്ളത് അവിടെയാണ് ദേവീ. ഞാ

നങ്ങനെ ചെയ്തില്ലെങ്കിൽ അത് വലിയ അപരാധമായിത്തീരും. അതിന്റെ ആത്മനാശം എന്നെ...'

വേണു വികാരാധീനനായി ഇത്രയും പറഞ്ഞപ്പോൾ ദേവി അതിലേക്കിടപെട്ടു.

'ഞാനിത് നേരത്തെതന്നെ പറയണമെന്ന് വിചാരിച്ചിരുന്നതാണ്... ഇനീമെന്തിനാണാ മണലാരണ്യത്തിൽ... ഇങ്ങ് വരണം... ഞാൻ കാത്തിരിക്കും...'

അയാൾക്ക് തുടർന്ന് എന്താണവളോട് പറയേണ്ടതെന്നോ ചോദിക്കേണ്ടതെന്നോ തിരിച്ചറിയാനായില്ല. അയാൾ വല്ലാത്തൊരു വികാരവായ്പോടെ ദേവീ എന്നുമാത്രം വിളിച്ചു.

♦♦♦

* ചാണകപ്പാൽ-ചാണകവെള്ളം

31

പ്രതീക്ഷയുടെ തിരിവെട്ടം

പടയണിക്കായുള്ള തന്റെ ശ്രമം പരാജയപ്പെടുമെന്ന് വേണു വിചാരിച്ചിരുന്നതേയില്ല. ഗൾഫിലെ ജോലി ഉപേക്ഷിച്ച് നാട്ടിലേക്ക് പോരാൻ യഥാർത്ഥത്തിൽ പ്രേരണയായത് ഈ ദൗത്യം ഏറ്റെടുക്കാൻ വേണ്ടിയായിരുന്നു. ആദ്യം അത് ദേവിയോടുള്ള പ്രണയമോ സ്നേഹമോ ഒക്കെയായി കുരുത്തുവന്നു. പിന്നെയത് കെട്ടുപോയ നാടിന്റെ ആത്മചൈതന്യത്തിന് പന്തം തെളിക്കാനുള്ള ഇന്ധനമായി പരിണമിച്ചു. മണലാരണ്യത്തിലെ എല്ലാമവസാനിപ്പിച്ച് മടങ്ങാനായി തീരുമാനിച്ച് മടക്കയാത്രയുടെ വിമാനത്തിലിരിക്കുമ്പോഴും അയാളുടെ ഉള്ളിലാകെ പടയണിയുടെ കത്തിയാളുന്ന പന്തങ്ങളായിരുന്നു.

ഇപ്പോൾ ആ സ്വപ്നവും അത് സാക്ഷാത്ക്കരിക്കാനുള്ള ശ്രമവുമെല്ലാം നാനാവിധം ശിഥിലമായിരിക്കുന്നു. പോർക്കളത്തിൽ പരാജയപ്പെട്ട് നിരായുധനായി മുറിവേറ്റു കിടക്കുന്നതുപോലെയാണ് വേണു ഉറങ്ങിക്കിടക്കുന്നത്. അയാൾ മാത്രമായിരുന്നില്ല, പടയണി എന്ന സ്വപ്നത്തിലേക്ക് കുതിച്ചെത്തിയ പാവുതറയിലെ ഒരുപറ്റം മനുഷ്യരാകെ...

കാറ്റും കോളുമെല്ലാം അകന്ന പാവുതറ വീണ്ടും നിർജ്ജീവമായ ഒരു ശാന്തതയിലേക്ക് മയങ്ങി.

എങ്കിലും ആ ശാന്തതയുടെ ആഴങ്ങളിൽ തിരയിളക്കമുണ്ടായിരുന്നു. ദേവി പതിവുപോലെ പുലർച്ചയ്ക്കു മുമ്പ് എഴുന്നേറ്റു, അവൾ കുളിച്ച് നിലവിളക്ക് കത്തിച്ച് പ്രാർത്ഥനയും ധ്യാനവുമെല്ലാം കഴിഞ്ഞ് ചായയുണ്ടാക്കി വേണുവിന്റെ അടുത്തേക്ക് ചെന്നു. അപ്പോഴേയ്ക്കും നേരം വെളുത്തിരുന്നു.

ദേവി വേണുവിനെ വിളിച്ചുണർത്തി.

'വേണുച്ചേട്ടാ, എഴുനേക്ക്...'

ഒന്നേ വിളിച്ചുള്ളൂ, അപ്പഴേക്കും വേണു ഒന്ന് ഞെട്ടിയതുപോലെ ഉണർന്നെഴുന്നേറ്റു. അയാൾക്ക് ചായ കൊടുത്തിട്ട് അവൾ പറഞ്ഞു.

'ഇന്ന് വെള്ളിയാഴ്ച്ചയാ. എനിക്കമ്പലത്തിലേക്ക് പോണം. ചായ വന്നിട്ട് കുടിച്ചോളാം...'

വേണു ഒന്ന് മൂളുകയല്ലാതെ പ്രത്യേകിച്ചൊന്നും പറഞ്ഞില്ല. അയാളാകെ നിഷ്ക്രിയമാക്കപ്പെട്ടിരുന്നു. ദേവി പറഞ്ഞതും പോയതുമൊക്കെ തികച്ചും അലസമായിട്ടാണ് അയാൾ കേട്ടതും കണ്ടതുമൊക്കെ. സാധാരണ സന്ധ്യയ്ക്കാണ് ദേവി പാവുതറക്കാവിലേക്ക് പോകാറുള്ളത്. അതും വല്ലപ്പോഴും. പ്രാർത്ഥനയും ജപവുമൊക്കെയുള്ളത് വീട്ടിൽ തന്നെയാണ്.

ദേവി പോകുന്നത് നോക്കി വേണു സിറ്റൗട്ടിൽ തന്നെയിരുന്നു. അലസമായ ഇരുപ്പ്...

കഴിഞ്ഞ ഒരുവർഷമായി നടത്തിയ പരിശ്രമങ്ങളെല്ലാം ഒടുക്കം നിഷ്ഫലമായപ്പോഴുണ്ടായ ആഘാതം അത്ര കനത്തതായിരുന്നു. അതുണ്ടാക്കുന്ന നിഷ്ക്രിയത മനസ്സിനെയാകെ തളർത്തുന്നത് ഭീതിയോടെ അയാൾ തിരിച്ചറിഞ്ഞു. ഇനിയൊരു ഉയിർത്തെഴുന്നേൽപ്പ് ഉണ്ടാവുകയില്ലെന്ന്തന്നെ വേണുവിന് തോന്നി. നിയമപരമായ ഉടമസ്ഥാവകാശം മറുപക്ഷത്തിന്റേതായി നിലനിൽക്കുന്നിടത്തോളം കാലം എല്ലാം അവർ പറയുന്നതുപോലെയേ നടക്കൂ... അവർ ഒരിക്കലും ഒരു ഒത്തുതീർപ്പിന് തയ്യാറാവുകയുമില്ല...

വേണു തന്റെ കുടുംബവീടിനേക്കുറിച്ചും ഓർത്തു

പാവുതറയിലെ ഏറ്റവും പുരാതനമായ പടയണിക്കളരിയാണ് തകർന്ന് കിടക്കുന്നത്... എല്ലാറ്റിനും കൂടെനിക്കണ്ടവർ സഹകരിക്കാതിരിക്കുകയാണ്... നിസ്സഹകരണം മാത്രമോ, അവജ്ഞയും... പിന്നെയെന്തിനാണ് താനിങ്ങനെ... ആർക്കുവേണ്ടി... എന്തിനുവേണ്ടി... തന്നെയുമല്ല ഒരുതരത്തിൽ ചിന്തിച്ചാൽ എന്തിനാണിതിനൊക്കെ ഇറങ്ങിത്തിരിച്ച് സ്വന്തം ജീവിതത്തിന്റെ ശാന്തിയും സമാധാനവും കളയുന്നത്. ഇത്രയും കാലം മരുഭൂമിയിൽ കഷ്ടപ്പെട്ട് ജീവിച്ചു. ഇവിടെയെത്തിയപ്പോഴെങ്കിലും സമാധാനമായി ജീവിക്കാനല്ലേ ശ്രമിക്കേണ്ടത്...

ദേവി വേണുവിന്റെ അടുത്തേക്ക് ചെന്നു.

'എനിക്കറിയാം, കഠിനമായ നിരാശയും മടുപ്പുമായിന്ന്... '

അയാൾ അവളുടെ മുഖത്തേക്ക് നോക്കി.

നിരാശയും ആത്മനിന്ദയും കലർന്ന അയാളുടെ കണ്ണുകളിലേക്ക് നോക്കി ഒരു നേർത്ത മന്ദസ്മിതത്തോടെ അവൾ തുടർന്നു:

'വലിയ ഒരു കാര്യത്തിനാണിറങ്ങിത്തിരിച്ചത്. അത് നേടിയെടുക്കാൻ അത്രയുംതന്നെ വല്ല്യ ബുദ്ധിമുട്ടുകൾ സഹിക്കേണ്ടിവരും. ക്ഷമയോടെ സാവകാശം നമുക്ക് മുന്നോട്ട് നീങ്ങാം...'

'ശരി, അങ്ങനെ നീണ്ട കാത്തിരിപ്പിനും കഷ്ടപ്പാടിനുമൊടുക്കം കാ

ര്യങ്ങളെല്ലാം നടന്നാലും നാളെയിതില്ലാതാകാം. ഈ മനുഷ്യരേപ്പറ്റി കൂടുതലാലോചിക്കുമ്പം എനിക്കാശങ്കയാണുള്ളത്. കഷ്ടപ്പെട്ട് കത്തിച്ചെടുത്ത പന്തം പുതുതലമുറയുടെ കൈയ്യിൽ അണയാതെ നിൽക്കുമെന്ന് എന്തുറപ്പാണുള്ളത്...'

'ചേട്ടൻ അങ്ങനെ ചിന്തിക്കണ്ട കാര്യമില്ല. ഇപ്പോൾ നമുക്ക് മുന്നിലുള്ള ദൗത്യം പടയണി നടത്തുകയെന്നുള്ളതാണ്. അടുത്ത തലമുറ അത് അണയാതെ മുന്നോട്ടു കൊണ്ടുപോകുമോ ഇല്ലയോ എന്നുള്ളതിനേക്കുറിച്ച് ആശങ്കപ്പെടേണ്ടതില്ല. ആവശ്യമെന്ന് തോന്നിയാൽ അവരത് മുന്നോട്ട് കൊണ്ടുപോകും. ഇല്ലെങ്കിൽ ഉപേക്ഷിക്കും... നമ്മൾ ചെയ്യാനുള്ള കാര്യം നമ്മൾ ചെയ്യുക എന്നുള്ളത് മാത്രമാണ്...'

വേണുവിന്റെ മനസ്സിപ്പോഴൊന്നയഞ്ഞു; ശരീരവും...

വേണു പ്രത്യേകിച്ചൊന്നും ചോദിച്ചും പറഞ്ഞുമില്ല; ദേവിയും. ആ മൗനം കനത്തുവരെട്ടെയെന്നാകും അവൾ ചിന്തിച്ചത്.

രാത്രി ഏറെ വൈകിയാണ് വേണു ഉറങ്ങിയത്. ദേവി എപ്പോഴോ ഉറങ്ങിക്കഴിഞ്ഞിരുന്നു. ഉറക്കത്തിലോ ഉണർവിലോ എന്നറിയില്ല, പെട്ടെന്ന് എവിടെനിന്നോ ഒരു ചിരി കേട്ടു വേണു.

വളരെ വിദൂരതയിൽനിന്ന് ഒരു മാറ്റൊലിപോലെയാണ് അയാൾ അത് കേട്ടത്.

അതെവിടെ നിന്നാണ്...!

അയാൾ തിടുക്കത്തോടെ ചെവി ചുറ്റുവട്ടം പിടിച്ചു. എന്നാൽ ആരേയും കണ്ടില്ല. കണ്ടില്ലെങ്കിലും ആ ശബ്ദത്തിൽ തന്നെ അയാളുടെ ശ്രദ്ധ തറഞ്ഞുനിന്നു.

അതെ, അത് വല്ല്യപ്പൂപ്പന്റേതാണ്...

കാഴ്ച്ചയിലേക്ക് വരാതെ ആ ശബ്ദം മാത്രം കുറച്ചുകൂടി അടുത്തേക്കായി. എല്ലാ ദിശകളിൽ നിന്നുമെത്തിയ ശബ്ദം അവിടമാകെ നിറഞ്ഞുനിന്നു; അയാൾക്കുവേണ്ടി മാത്രം...

ഇപ്പോൾ പാട്ട് നിർത്തിയിട്ട് അരൂപിയായ കൊച്ചുരാമൻപിള്ള പറഞ്ഞു:

'വേണൂ, പരാജയം..., അത് വിജയത്തിലേക്കുള്ള ചവിട്ടുപടിയാണെന്ന് നീ കേട്ടിട്ടില്ലേ. നിരാശനാവരുത്. പരിശ്രമം പൂർവ്വാധികം ശക്തിയോടെ തുടരുകയാണ് വേണ്ടത്... വീഴ്ച്ചകൾ എവിടെയൊക്കെയാണ് പറ്റിയതെന്ന് ക്ഷമയോടെ ആദ്യംതന്നെ പരിശോധിക്കണം. പിന്നെയത് ചിട്ടയോടെ പരിഹരിക്കണം...

നിയമപ്രശ്നത്തെ മറികടക്കാൻ ഒറ്റമാർഗ്ഗമുള്ളത് അവരുമായി ഒരൊത്തുതീർപ്പിന് തയ്യാറാവുകയാണെന്ന് തോന്നാം. എന്നാൽ അതൊരിക്കലും സാദ്ധ്യമാകുന്ന കാര്യമല്ല. അവരതിന് തയ്യാറാവത്തില്ല. അതുകൊ

ണ്ട് ആ വഴിക്കുള്ള ശ്രമങ്ങൾ വേണ്ട.

ഇനി മറ്റ് മാർഗ്ഗങ്ങളെക്കുറിച്ചാലോചിക്കുകയാണ് വേണ്ടത്... അതിനുമുമ്പ് വീഴ്ച്ച പറ്റിയിട്ടുള്ള കാര്യങ്ങൾ തിരുത്താൻ അമ്മയോട് ആദ്യമേ അകമഴിഞ്ഞ് പ്രാർത്ഥിക്കണം. പ്രാർത്ഥനയിൽ പോരായ്മ വന്നിട്ടുണ്ടെങ്കിൽ അതും പരിഹരിക്കണം.

നീ ആദ്യം നമ്മുടെ കളരി പുനരുജ്ജീവിപ്പിക്കണം. അതിനുള്ള വഴി നീ തറവാട്ടിലേക്ക് മാറുക എന്നുള്ളതു മാത്രമാണ്. അത് നടക്കണമെങ്കിൽ തറവാട് നീ വാങ്ങിക്കണം. എളുപ്പമല്ലെന്നറിയാം. എന്നാലും തക്കതായ കാര്യങ്ങൾ അവർക്ക് ചെയ്തോണ്ടു വേണം ആ കാര്യങ്ങൾ ചെയ്യാൻ...

പിന്നെ മറ്റൊരു കാര്യം; നമ്മുടെ പൂർവ്വികനായ ഒരു യോഗീശ്വരനുണ്ടാരുന്നു അങ്ങ് ഇരമല്ലിക്കരയിൽ വെച്ചൂരേത്ത്. അദ്ദേഹം അതൃപ്തനാണ്. നീ അദ്ദേഹത്തെ അടിയന്തിരമായി പോയി കാണണം. അദ്ദേഹത്തിന്റെ അനുഗ്രഹങ്ങൾ കൂടിയേ കഴിയൂ... അതുപോലെ, അമ്മയുടെ കാവൽക്കാരായ രണ്ട് ഉഗ്രമൂർത്തികളുണ്ടിവിടെ; ഈ പാവുതറേൽ... അവരും അതൃപ്തരാണ്. അവരേം ഉണർത്തി അനുഗ്രഹം വാങ്ങണം. അതിനും വേണ്ടതൊക്കെ ചെയ്യണം...'

ഇത്രയും പറഞ്ഞു കഴിഞ്ഞപ്പോൾ വീണ്ടും മൂളിപ്പാട്ടോടെ ആ ശബ്ദം നിലച്ചു. കൊച്ചുരാമൻപിള്ള ഏതോ ഇരുളിലേക്ക് പിൻവാങ്ങി. വേണു ഒന്ന് ഞെട്ടിയുണർന്നതുപോലെ ചുറ്റുപാടും നോക്കി. പെട്ടെന്ന് സ്ഥലകാലബോധത്തിലേക്ക് അയാളുണർന്നു. എന്നിട്ട് ആധിയോടെ ആലോചിച്ചു.

അതെ... താനെത്ര അപക്വമായിട്ടാണ് ചിന്തിച്ചത്...

ഒരു വീഴ്ചയുണ്ടായപ്പോൾ ഇങ്ങനെ തളർന്ന് പിന്മാറാൻ പാടില്ലായിരുന്നു. ഭീരുത്വം, അത് ആണുങ്ങൾക്ക് യോജിച്ചതല്ല. എല്ലാം മറക്കാം. പരാജയത്തിന്റെ കഴിഞ്ഞ ശ്രമങ്ങളാകെ മറക്കാം... എല്ലാറ്റിനും കൂടെ വല്ല്യപ്പൂപ്പനുണ്ട്. സർവ്വേശ്വരിയായ പാവുതറയമ്മയുണ്ട്...

ഇപ്പോൾ വേണുവിന്റെ അകക്കാഴ്ചയിൽ ഏതോ വിദൂരതയിൽ നിന്നെന്നപോലെ ഒരു പന്തം തെളിഞ്ഞുവന്നു. അത് മെല്ലെ മനസ്സിനെ പ്രകാശമാനമാക്കി.

ആദ്യം കളരിയിലേക്ക് തന്നെ പോകണം.

കളരിയിൽ പഠിപ്പീര് പോയിട്ട് ഒരു വിളക്ക് പോലും ഇപ്പോൾ കത്തിക്കാറില്ല. ഒരു വലിയ പാരമ്പര്യമാണ് അവിടെ ജീർണ്ണിച്ചൊടുങ്ങുന്നത്... ഭൂതകാലത്തേക്കുറിച്ചോ ഭാവിയെക്കുറിച്ചോ ചിന്തിക്കാതെ വർത്തമാനത്തിന്റെ അന്നന്നത്തേക്ക് എന്നുമാത്രം ചിന്തിച്ച് സ്വയം ഇല്ലാതാവുക

യാണ് പേരപ്പനും മക്കളും. അവർക്കൊപ്പം ഒരു സ്മൃതികുടീരം പോലെ ആ വീടും കളരിയും...

പാടില്ല..., അവിടൊരു ദീപം തെളിയണം. ആ വെളിച്ചത്തിൽനിന്നു വേണം ബാക്കിയെല്ലാം തുടങ്ങാൻ...

വെച്ചൂരേത്ത്..., കേട്ടിട്ടേയുള്ളൂ. അപ്പൂപ്പൻ പറഞ്ഞ ഒരുതരി ഓർമ്മയേയുള്ളൂ. നാമാവശേഷമായ അവിടെയാരാണുള്ളത്...! എത്രയോ തലമുറകൾ കഴിഞ്ഞിരിക്കുന്നു...! എന്നുമാത്രമല്ല എന്നേ അവിടം അന്യാധീനപ്പെട്ടുപോയിരിക്കുന്നു...!

എന്തായാലും ആരുടേതാണെങ്കിലും ആ മണ്ണിൽനിന്നൊന്ന് പ്രാർത്ഥിക്കണം. വൈകാതെ അവിടേക്ക് പോകണം.

പിന്നെ, മൂർത്തികൾ... കുന്നത്തേയും, തീക്കനലിലേയും. ശരിയാണ്... വീഴ്ചകൾ തന്നെയാണ്... അവിടെയുള്ള ആൾക്കാരെ മാത്രമെ ഉണർത്താൻ ശ്രമിച്ചുള്ളൂ. മൂർത്തികളെ ഉണർത്താൻ ഒന്നും ചെയ്തില്ല...

ദേവിയോടാണ് ഇക്കാര്യങ്ങളെല്ലാം വേണു ആദ്യം പറഞ്ഞത്. എല്ലാം കേട്ടുകഴിഞ്ഞപ്പോൾ അവൾ പറഞ്ഞു:

'അതെ, അതെല്ലാം വളരെ ശരിയാണ്. കളരി ശരിയാക്കണം. ശരിയാക്കണമെങ്കിൽ അത് നമ്മൾ നോക്കിയെങ്കിലേ പറ്റൂ. നമ്മൾ നോക്കണമെങ്കിൽ അത് നമ്മുടേതാകേണ്ടിയിരിക്കുന്നു.

ഞാൻ പറഞ്ഞിട്ട്, ഈ വീടിന്റെയും വസ്തുവിന്റെയും വിലയും, തറവാടിന്റെയും ആ പുരയിടത്തിന്റെയും വിലയും തമ്മിൽ കണക്കാക്കി ആർക്കാണോ അങ്ങോട്ടോ ഇങ്ങോട്ടോ എന്ന് നോക്കണം...'

'അതിന് അച്ഛൻ സമ്മതിക്കണം. പേരപ്പൻ സമ്മതിക്കണം...'

വേണുവിന് ആശങ്കയായിരുന്നു. എങ്കിലും പിറ്റേന്നുതന്നെ ദേവി ഇക്കാര്യം ഓമനയമ്മയോട് പറഞ്ഞ് അവരത് സഹദേവൻപിള്ളയിലെത്തിച്ചു. എന്നാൽ ഓമനയമ്മയ്ക്കും സഹദേവൻപിള്ളയ്ക്കും ഇക്കാര്യത്തിൽ താത്പര്യമില്ലായിരുന്നു.

'വേണ്ട. അതൊന്നും വേണ്ട. ഇത് ഞാൻ കഷ്ടപ്പെട്ടുണ്ടാക്കിയ വീടാ. അവിടുന്നിങ്ങോട്ട് വന്നിട്ട് ഇപ്പം ഇത് കളഞ്ഞേച്ച് അങ്ങോട്ട് പോകാൻ...! നീ ചുമ്മാ വേറെന്തേലും പറ വേണൂ...'

സഹദേവൻപിള്ള പറഞ്ഞതിന്റെ മറുപടിയായി വേണുവിന് പെട്ടെന്ന് എന്തെങ്കിലും ചോദിക്കാനോ പറയാനോ കഴിഞ്ഞില്ല. അച്ഛൻ പറഞ്ഞത് കേട്ട് അയാൾ അങ്ങനെ ഇരുന്നു.

മേലേപ്പുരേടത്തിൽ വീടു വെച്ച സഹദേവൻപിള്ള തെങ്ങിന് വളമിടീക്കാനും തേങ്ങാ ഇടീക്കാനുമേ കല്ലൂരെ തന്റെ വീതത്തിലേക്ക് പോ

കാറുണ്ടായിരുന്നുള്ളൂ.

കുട്ടിയായിരിക്കുമ്പോൾ വേണുവിന്, തേങ്ങാ ഇടീക്കുന്നതിനിടെ പതിവുള്ള ചെന്തെങ്ങിന്റെ കരിയ്ക്ക് വെട്ടി കൊടുക്കും സഹദേവൻപിള്ള. ഒരിക്കൽ കരിക്ക് കുടിച്ചുകൊണ്ടിരിക്കുമ്പോൾ വേണു പറഞ്ഞു:

'എന്തോ മധുരമാച്ഛാ ഈ കരിക്കിന്...'

'അതീ മണ്ണിന്റെയാ... ഈ ആറ്റുതീരമൊക്കെ കണ്ണായ മണ്ണല്ലേ...'

'എങ്കിപ്പിന്നെ നമ്മളെന്തിനാച്ഛാ മേലേപ്പടിക്കൽ വീടുവെച്ചത്...? ഇവ്ടെ പോരാർന്നോ...?'

സഹദേവൻപിള്ള തറവാട്ടിലേക്ക് ഒന്നു നോക്കിയിട്ട് പറഞ്ഞു:

'മണ്ണും കരിയ്ക്കുമൊക്കെ നല്ലതാ. പക്ഷെ ഇവിടെ കെടന്നാൽ ഒരെഴുന്നേറ്റമുണ്ടാകത്തില്ല. കാണാറില്ലേ, നിന്റെ പേരപ്പൻ നടക്കുന്നത്... നാലുകാലേൽ...'

പള്ളത്തെ തെങ്ങിൽ നിന്നിറങ്ങി വരികയായിരുന്നു പരമൻ.

'എന്റെ സാറെ, ഇന്നലേം അമ്പലത്തിന്റവിടുന്ന് വരുന്നവഴി നാലുകാലേൽ ഭൈരവിക്കോലം തുള്ളലാർന്നു. ഒടുക്കം അവിടെങ്ങാണ്ട് വീണു. ആരുമനങ്ങാൻ പോയില്ല. പിന്നെ സന്ധ്യയ്ക്കെങ്ങാണ്ട് മക്കള് രണ്ടുപേരുംകൂടെടുത്തോണ്ട് പോവാരുന്നു. പോകുന്ന വഴി ആരാണ്ട്, എന്തോ പറ്റി കൊച്ചാട്ടനെന്ന് ചോദിച്ചപ്പം ആ കുഞ്ഞുങ്ങള് രണ്ടുംകൂടി അയാളെ ചീത്തവിളിച്ചു...'

പരമൻ പറയുന്നത് കേട്ടപ്പോൾ സഹദേവൻപിള്ളയുടെ തല ലജ്ജയും ദേഷ്യവുംകൊണ്ട് കുനിഞ്ഞ് പോയി. എന്നിട്ട് അയാൾ വേണുവിനോട് പറഞ്ഞു:

'കേട്ടോ. മേലേക്കുന്ന് പടിക്കലല്ല ഒരു പത്ത് കിലോമീറ്ററിനപ്പുറത്തേക്ക് പോയി താമസിക്കേണ്ടതായിരുന്നൂന്ന് ഇപ്പം തോന്നുന്നു.'

വേണു ഒന്നും പറഞ്ഞില്ല. കരിക്ക് തിന്നുകൊണ്ട് അവൻ അച്ഛന്റെ പിന്നാലെ വീട്ടിലേക്ക് പോന്നു.

സഹദേവൻപിള്ളയ്ക്ക് കല്ലൂരേക്ക് മാറുന്നതിൽ ഒട്ടും താത്പര്യമില്ലെന്നറിഞ്ഞ വേണു ഇപ്പോൾ കൂടുതലായൊന്നും സംസാരിച്ചില്ല. എങ്കിലും വല്ല്യപ്പൂപ്പനല്ലെ പറഞ്ഞത്... എന്തെങ്കിലും കാണാതെ അദ്ദേഹം തന്നോടീ കാര്യം പറയത്തില്ല എന്നയാൾ ഓർത്തു.

അന്ന് രാത്രിയിൽ വേണുവും ദേവിയും ഈ കാര്യം വീണ്ടും ചർച്ച ചെയ്തു. ഒടുക്കം ദേവി പറഞ്ഞു:

'ഞാനച്ഛനോട് പറഞ്ഞുനോക്കാം... ഇപ്പഴെന്തായാലും കിടന്നുറങ്ങ്...'

പിറ്റേന്ന് സന്ധ്യയ്ക്ക് അമ്പലത്തിൽ പോയി മടങ്ങിവന്ന ദേവി സഹ

ദേവൻപിള്ളയോട് പറഞ്ഞു:

'അച്ഛാ, ചേട്ടൻ പറഞ്ഞ കാര്യം അച്ഛനൊന്നൂടാലോചിക്കണമെന്നാ എന്റഭിപ്രായം. എല്ലാത്തിന്റെയും കൃത്യമായ ഒരു മൂല്ല്യനിർണ്ണയം നടത്താം. എന്നിട്ട് അങ്ങോട്ടെങ്കിൽ അങ്ങോട്ട്. ഇങ്ങോട്ടെങ്കിൽ ഇങ്ങോട്ട്... ഉടനെ എന്തെങ്കിലും ചെയ്തില്ലെങ്കിൽ എല്ലാറ്റിന്റെയും പാപഫലങ്ങൾ അവിടെയുള്ളവർ മാത്രമാരിക്കില്ല അനുഭവിക്കേണ്ടിവരുന്നത്...'

മരുമകൾ പറഞ്ഞത് കേട്ട് സഹദേവൻപിള്ള ഒന്നാലോചിച്ചു. എന്നിട്ട് പറഞ്ഞു:

'നീയും ഞാനുമടക്കം ഇവിടെയൊള്ളോരെല്ലാം അനുഭവിക്കേണ്ടിവരും എന്നല്ലേ നീ പറഞ്ഞത്...'

'അതെയച്ഛാ... ഈ നാട്ടിലൊള്ളോരു പോലും...'

'അതിന് നമുക്ക് മറ്റെന്തെങ്കിലും പരിഹാരം കാണാം... നിർബന്ധമാണെങ്കിൽ ആ വാമസേനനെ വിളിച്ചൊന്ന് ദൈവാധീനം നോക്ക്. എന്നിട്ട് ആർക്കും ദോഷം വരാതിരിക്കാൻ എന്തേലും ചെയ്യാം. അമ്പലത്തിലോ കളരീലോ വല്ല വഴിപാടെന്തെങ്കിലും...'

ദേവി ഒട്ടും അതൃപ്തി പ്രകടിപ്പിക്കാതെ സൗമ്യമായി പറഞ്ഞു:

'എങ്കിൽ വാമസേനനെ ഒന്ന് വിളിക്കാം...'

ഓമനയമ്മയും സഹദേവൻപിള്ളയുടെ അഭിപ്രായം തന്നെയാണ് പ്രകടിപ്പിച്ചത്.

'ശരിയാ, അങ്ങനൊക്കെയുള്ള ദോഷം നമുക്കൂടെ കിട്ടാം... എന്നുകരുതി ഇവിടം വിറ്റേച്ച് അവിടെപ്പോണമെന്ന് പറഞ്ഞാലെങ്ങനാ...'

ദേവി ഓമനയമ്മയോടും കൂടുതലായി ഒന്നും പറഞ്ഞില്ല.

'അച്ഛൻ പറഞ്ഞതുപോലെ നമുക്കൊന്ന് ദൈവാധീനം നോക്കാമമ്മേ...'

അന്നുരാത്രി ദേവി സഹദേവൻപിള്ള പറഞ്ഞ കാര്യം വേണുവിനോട് പറഞ്ഞു. അപ്പോൾ, ഓ അതൊന്നും പോരാ എന്ന് വേണു പറഞ്ഞെങ്കിലും ദേവി അയാളെ ആശ്വസിപ്പിച്ചു.

'സാരമില്ല. വാമസേനൻ നോക്കട്ടെ...'

അങ്ങനെ രണ്ടു ദിവസത്തിനു ശേഷം കല്ലൂർപുത്തൻവീട്ടിലേക്ക് ചെന്ന് വാമസേനൻ എല്ലാവരുടെയും ദൈവാധീനവും മറ്റും നോക്കി. ഉഴിഞ്ഞ് നീക്കിയും മാറ്റിയും വെച്ച കവടികളിൽ നിന്ന് അയാൾ മുഖമുയർത്തി. കണ്ണുകൾ തുറന്നപ്പോൾ ആദ്യം കണ്ടത് ദേവിയുടെ മുഖമാണ്. ആ കണ്ണുകളിലാണ് അയാളുടെ കണ്ണുകൾ ചെന്നു കൊണ്ടത്. പ്രസന്നവതിയായി ദേവി മെല്ലെ ചിരിച്ചു. അതയാളുടെ അന്തഃപ്രജ്ഞയിലേക്ക് ചെന്നു പതിച്ചു. പിന്നെ വാമസേനൻ ശാസ്ത്രദർശനത്തിന്റെ മന

സ്സു തുറന്നു.

'കാര്യങ്ങളുടെ പോക്ക് വല്ല്യ ഭവിഷ്യത്തിലേക്കാ. കുടുംബത്തെ യോഗീശ്വരനും വല്ല്യപ്പൂപ്പനും മാത്രമല്ല, സർവ്വേശ്വരിയായ പാവുതറയമ്മയ്ക്കു പോലും ക്ഷമ കെട്ടിരിക്കുകയാണ്. വേണു പറഞ്ഞ മാർഗ്ഗം മാത്രമെ പരിഹാരമായി ശാസ്ത്രോം പറയുന്നുള്ളൂ. എന്നുമാത്രമല്ല, കാര്യങ്ങളുടെ ഇടപാട് നടന്നാലുടൻ കളരിയിൽ ചില പരിഹാരക്രിയകൾ ചെയ്യണം. അല്ലെങ്കിൽ പേരപ്പനും കുടുംബത്തിനും മാത്രമല്ല പടേനിക്കിനി ആരൊക്കെ എറങ്ങിപ്പൊറപ്പെടുന്നോ അവർക്കൊക്കെ ശിക്ഷയൊറപ്പാ... ഞാൻ കൂടുതലായി വിശദീകരിക്കുന്നില്ല. അമ്മയുടെ മുന്നിൽ കൂട്ടക്കുരുതി തന്നെ നടക്കും.'

തുടർന്ന് നിശ്ശബ്ദതയായി അവിടെ.

രാത്രിയിൽ ഉറങ്ങാൻ കിടന്നെങ്കിലും സഹദേവൻപിള്ളയ്ക്ക് ഉറക്കം വന്നില്ല. അസ്വസ്ഥതയോടെ അയാൾ തിരിഞ്ഞും മറിഞ്ഞും കിടന്നു. ഓമനയമ്മ അത് മനസ്സിലാക്കി പറഞ്ഞു:

'ഇനി അങ്ങനാ അമ്മേടിഷ്ടമെങ്കിൽ നമുക്കങ്ങനെ മാറിനിക്കാമ്പറ്റുമോ...? വിധിപോലെ നടക്കട്ടെ എല്ലാം...'

സഹദേവൻപിള്ള ആ ഇരുളിലും ഭാര്യയെ ഒന്ന് തുറിച്ചു നോക്കി. പിന്നെ തിരിഞ്ഞ് കിടക്കുമ്പോൾ, കല്ലൂരുന്ന് പോരാനുണ്ടായ കാരണങ്ങളും അതുകഴിഞ്ഞ് കഷ്ടപ്പെട്ട് ഇവിടെ വീടുവെച്ച് താമസിച്ച് മറ്റൊരു ജീവിതം തുടങ്ങിയതുമെല്ലാം അയാൾ ഓർത്തു. ആലോചനകളുടെയും ഓർമ്മകളുടെയും കനത്ത ഭാരം താങ്ങാനാവാതെ കുറച്ചു കഴിഞ്ഞപ്പോൾ അയാൾ ഉറങ്ങിപ്പോയി. ഉറക്കത്തിന്റെ ഏതോ ഘട്ടത്തിൽ ഒരായിരം മറുതാക്കൂട്ടങ്ങൾ അയാളുടെ മനസ്സിലേക്ക് ചെന്നുകയറി. തള്ളമറുതയും തന്തമറുതയും കുട്ടിമറുതകളുമെല്ലാം അയാളുടെ മനസ്സിലാകെ നിറഞ്ഞു. അവർ ഒരു പടയണിക്കളമാക്കി അയാളുടെ അകം. അലർച്ചകളും കൂക്കുവിളികളും തുള്ളലുമെല്ലാം മുറുകിയ ഒരു ഘട്ടമെത്തിയപ്പോൾ അയാൾ ഞെട്ടി ഉണർന്നു.

ഉറക്കത്തിലായിരുന്ന ഓമനയമ്മ എന്തോ ശബ്ദം കേട്ടിട്ടെന്നപോലെ ഉണർന്ന് ലൈറ്റ് തെളിച്ചു. സഹദേവൻപിള്ളയെ കിതയ്ക്കുന്നുണ്ടായിരുന്നു. കണ്ണുകൾ ദൂരെയെങ്ങോ തുറിച്ചുനോക്കുന്നതുപോലെ... പെട്ടെന്ന് ഓമനയമ്മ അയാളെ താങ്ങിപ്പിടിച്ച് കുറച്ച് വെള്ളം കൊടുത്തു. അത് കുടിച്ചുകഴിഞ്ഞപ്പോൾ മെല്ലെ അയാൾ സാധാരണനിലയിലായി. അപ്പോൾ ഓമനയമ്മ പറഞ്ഞു:

'ഞാനിത് വിചാരിച്ചതാ. ദാ... ഇനി അമ്മേ വിചാരിച്ചോണ്ട് കെടക്ക്...'

അങ്ങനെ പാവുതറയമ്മയെ വിചാരിച്ചുകൊണ്ടു കിടന്ന സഹദേവൻ പിള്ള തന്റെ അഭിപ്രായം പിറ്റേന്ന് തിരുത്തി. അയാൾ വേണുവിനോട് പറഞ്ഞു:

'നീ സുരേന്ദ്രനോടൊന്ന് സംസാരിക്കാദ്യം.'

അടുത്ത ദിവസംതന്നെ വേണു കല്ലൂരേക്ക് ചെന്ന് സുരേന്ദ്രനെ ആറ്റുകടവിലേക്ക് വിളിച്ചുകൊണ്ടു പോയി.

'സുരേന്ദ്രൻചേട്ടാ, ഒരു പ്രധാനപ്പെട്ട കാര്യം സംസാരിക്കാനുണ്ട്...'

സുരേന്ദ്രന് എന്തോ ഒരു സംശയം തോന്നിയെങ്കിലും അയാൾ ഒന്നും ചോദിക്കുകയോ പറയുകയോ ചെയ്യാതെ വേണുവിന്റെയൊപ്പം കടവിലേക്ക് പോയി.

കാര്യങ്ങൾ വേണു പറഞ്ഞുകഴിഞ്ഞപ്പോൾ സുരേന്ദ്രൻ പറഞ്ഞു:

'നിന്റെയി കാശൊണ്ട്. അതെനിക്കറിയാം. പക്ഷെ അതുകൊണ്ട് ഞങ്ങളെയങ്ങ് വെലയ്ക്കെടുക്കാമെന്ന് വിചാരിക്കണ്ട. കുടുംബമാ ഇത്...'

'എനിക്കറിയാം ചേട്ടാ അത്. പക്ഷെ അത് വേണ്ടപോലെ നോക്കിക്കൊണ്ട് പോകണ്ടെ...'

വേണു സൗമ്യമായി പറഞ്ഞു.

സുരേന്ദ്രൻ കള്ള് കുടിച്ചിട്ടുണ്ടായിരുന്നു.

'അത് ഞങ്ങള് നോക്കിക്കോളാം. ഏതായാലും ഞങ്ങള് വെറും കൂലിപ്പണിക്കാരായ മറുതകളും കിഴുമാടകളുമാണല്ലോ. ഇവ്ടെ കെടന്നോളാം ഞങ്ങള്...'

സുരേന്ദ്രൻ ഇങ്ങനെയങ്ങ് സംസാരിക്കുമെന്ന് വേണു കരുതിയിരുന്നില്ല. കള്ളാണെങ്കിലും ആത്മനിന്ദകൊണ്ട് അയാൾ മുറിവേൽപ്പിക്കുന്നതായി വേണുവിനു തോന്നി. വേണു ആറ്റിലേക്ക് നോക്കിക്കൊണ്ട് ഓർത്തു.

അച്ഛൻ ഒരിക്കൽ ഇവരുടെ മുന്നിൽവെച്ച് പേരപ്പനോട് പറഞ്ഞതാണ്, കൊച്ചാട്ടനിവരെയിങ്ങനെ കാളികൂളി കളിപ്പിച്ച് കിഴുമാടകളാക്കരുതെന്നും വല്ലതുമിരുന്ന് പഠിക്കാൻ പറയണമെന്നും.

പടയണിയോടുള്ള വെറുപ്പൊന്നുമായിരുന്നില്ലല്ലോ അച്ഛന്. കാലം മാറുന്നതിനനുസരിച്ച് ജീവിച്ച് മുന്നേറാൻകൂടി പഠിക്കണം എന്ന ഉദ്ദേശ്യമേ അച്ഛൻ പറഞ്ഞതിലുണ്ടായിരുന്നുള്ളൂ. പക്ഷെ അതൊന്നും തിരിച്ചറിയാനുള്ള ബോധം പേരപ്പനുണ്ടായിരുന്നില്ല. പിന്നെങ്ങനെയാണ് മക്കൾ...

പിന്നെയും സംസാരം തുടർന്നെങ്കിലും സുരേന്ദ്രൻ വഴങ്ങുന്ന ലക്ഷണമില്ലെന്ന് കണ്ട വേണു വീട്ടിൽ ചെന്നപ്പോൾ സുരേന്ദ്രനെ കണ്ട കാര്യം ആരോടും പറഞ്ഞില്ല. ദേവിയല്ലാതെ ആരും ആ കാര്യം അയാളോ

ട് ചോദിച്ചതുമില്ല.

'എന്തായി ചേട്ടാ പോയ കാര്യം...?'

ഉറങ്ങാൻ കിടക്കുമ്പോൾ ദേവി ചോദിച്ചു.

അവരൊന്നും ഒരിക്കലും നന്നാവില്ലെന്നായിരുന്നു വേണുവിന്റെ ആത്മഗതം. അയാൾ ഒന്നും പറഞ്ഞില്ല.

ദേവി വേണുവിനോട് അല്പംകൂടെ ചേർന്നു കിടന്നു. അയാളുടെ നെറ്റിയിൽ മെല്ലെ തലോടി.

'ഇനിയും ഇക്കാര്യം സംസാരിക്കാൻ നിങ്ങൾക്കിരുവർക്കും ഇടയാകാൻ ഞാൻ പ്രാർത്ഥിക്കാം. സാരമില്ല...'

ഒരാഴ്ചയ്ക്ക് ശേഷം വേണു വീണ്ടും അപ്രതീക്ഷിതമായി സുരേന്ദ്രനെ കണ്ടുമുട്ടി. പാവുതറക്കാവിന്റെ മുന്നിലെ റോഡരുകിൽവെച്ചായിരുന്നു അത്. കാലത്തായിരുന്നതുകൊണ്ട് സുരേന്ദ്രന് സ്വബോധമുണ്ടായിരുന്നു. സൗമ്യമായി തന്നെ വേണു പറഞ്ഞു:

'അന്ന് ഞാൻ പറഞ്ഞ കാര്യത്തിന് വേറൊരു പ്രൊപ്പോസൽ വെക്കാം...'

'ങാ... എന്താ അത്...?'

'ഞങ്ങടെ വീടിന് പത്ത്മുപ്പത് വർഷത്തെ പഴക്കമേയുള്ളൂ, ചേട്ടനറിയാമല്ലോ... ഒരു കുടുംബത്തിന് എല്ലാ സൗകര്യങ്ങളോടുംകൂടി അവിടെ ജീവിക്കാം. വീടടക്കം ആകെ അത് മുപ്പത്തഞ്ച് സെന്റാണ്. റോഡിനോട് ചേർന്ന് ഒരുമുറി കടയൂടെ പണിഞ്ഞാൽ വല്ലോം കച്ചോടോം ചെയ്യാം...'

വേണു ഇപ്പോൾ ഒന്ന് നിർത്തിയിട്ട് വീണ്ടും കാര്യത്തിലേക്ക് വന്നു.

'ഞാം പറഞ്ഞത് താത്പര്യമാണെങ്കിൽ നമുക്കൊരെക്സ്ചേഞ്ച് നടത്താം. രണ്ടിന്റെയും ശരിയായ വില കണക്കാക്കി എന്തെങ്കിലും നിങ്ങക്കാ വരുന്നതെങ്കിൽ നിങ്ങക്ക് തരാം. തറവാട് എനിക്ക് തന്നേര്...'

എല്ലാം കേട്ടുനിന്ന സുരേന്ദ്രൻ ഒന്നാലോചിച്ചിട്ട് പറഞ്ഞു:

'ഏതായാലും ഞാനച്ഛനോടൊന്നാലോചിക്കട്ടെ. ഇതെന്റെ മാത്രം കാര്യമല്ലല്ലോ...'

ദേവി പറഞ്ഞതുപോലെ, അവർ ആലോചിച്ച് അവരുടെ താത്പര്യമെന്താണെന്ന് പറയുവാനുള്ള സാവകാശം അവർക്ക് കൊടുക്കണം എന്ന തിരിച്ചറിവോടെ വേണു പിന്നെ ഒന്നും പറയാൻ പോയില്ല. ശരി എന്നുമാത്രം പറഞ്ഞ് മടങ്ങിപ്പോന്നു. ഇപ്പോൾ പ്രതീക്ഷയുടെ ഒരു തിരിവെട്ടം ഉള്ളിൽ തെളിഞ്ഞത് വേണു അനുഭവിച്ചറിഞ്ഞു.

•••

32

വീടുമാറ്റം

അടുത്ത വെള്ളിയാഴ്ച വൈകിട്ട് കള്ള് കുടിക്കാതെ സുരേന്ദ്രൻ കല്ലൂർ പുത്തൻവീട്ടിലേക്ക് ചെന്നു. അപൂർവ്വമായി മാത്രമെ അയാൾ അവിടെ പോകാറുണ്ടായിരുന്നുള്ളൂ. അതിന്റെയൊരു വൈഷമ്യം മാത്രമല്ല, വേണു പറഞ്ഞ കാര്യങ്ങൾക്ക് വിധേയമാകുന്നതിലെ ഒരാത്മനിന്ദയും അയാൾക്കുണ്ടായി.

വേണു സിറ്റൗട്ടിൽ ഒറ്റയ്ക്കിരിക്കുകയായിരുന്നു. അത് സുരേന്ദ്രന് സൗകര്യമായി. വേണുവിനെ പുറത്തേക്ക് വിളിച്ച് മാറ്റിനിർത്തി അയാൾ ചോദിച്ചു:

'എല്ലാം ചിറ്റപ്പനോട് നീ സംസാരിച്ചിട്ടുണ്ടല്ലോ...?'

'തീർച്ചയായിട്ടും..., അതൊക്കെയങ്ങനല്ലേ പറ്റൂ...'

'ങാ..., എന്നാ നിങ്ങടാഗ്രഹം അങ്ങനാണെങ്കിൽ നീ പറഞ്ഞപോലെ രണ്ടിന്റേം വെല കണക്കാക്കണം. ഞാനച്ഛനോട് കാര്യങ്ങളെല്ലാം പറഞ്ഞിട്ടുണ്ട്. പിന്നെ നിനക്കറിയാമല്ലോ; വീട് പഴേതാണെങ്കിലും അതിന് വരുന്ന വെല. അതിനകത്തെ തടിക്കോളിനൊള്ള വെല ശരിക്ക് പറഞ്ഞാലീവീടിന് കാണത്തില്ല. പിന്നെ കളരീം...'

വേണു ഒന്നും അങ്ങോട്ട് ചോദിക്കുകയോ പറയുകയോ ചെയ്യാതെ എല്ലാം കേട്ട് തലകുലുക്കി.

സുരേന്ദ്രൻ തുടർന്നു:

'പിന്നെ കടമുറിയെടേം കച്ചോടത്തിന്റേം കാര്യം നീ പറഞ്ഞു. ശരിയാ; എന്നുമീ പരികർമ്മിപ്പണീം മെയ്ക്കാട് പണീമൊന്നും ചെയ്ത് ജീവിക്കാം പറ്റുമോന്ന് തോന്നുന്നില്ല. എവിടേലുമിരുന്ന് പത്ത് കാശൊണ്ടാക്കണമെന്നാ എനിക്കും. അതുകൊണ്ട് നീയാ കടമുറീംകൂടെ വെച്ചുതരണം.'

വേണു സാവകാശം പറഞ്ഞു:

'ശരി ആലോചിക്കട്ടെ...'

ദേവി അപ്പോഴേക്കും അവിടെയെത്തിയിരുന്നു. അവൾ സുരേന്ദ്രനെ സിറ്റൗട്ടിലേക്ക് ക്ഷണിച്ചു. അവൾ അയാൾക്കും വേണുവിനും ചായ കൊ

ടുത്തു. ഓമനയമ്മയും അവിടേക്ക് വന്നു. അവർ സുരേന്ദ്രനോടായി പറഞ്ഞു:

'എല്ലാം നല്ലതിനാരിക്കും സുരേന്ദ്രാ...'

അയാൾ ഒന്നു തലകുലുക്കിയിട്ട് സഹദേവൻപിള്ളയെ തിരക്കി.

'ചിറ്റപ്പനെന്ത്യേ...?'

'ആലപ്പുഴ വരെ പോയേക്കുവാ. വരാൻ ചെലപ്പം താമസിക്കുമെന്ന് പറഞ്ഞു.'

സുരേന്ദ്രൻ പോകാനായി മുറ്റത്തേക്കിറങ്ങി റോഡിലേക്കിറങ്ങിയപ്പോൾ ഒന്ന് തിരിഞ്ഞു നോക്കി വേണുവിനെ വിളിച്ചു. വേണു അടുത്തേക്ക് ചെന്നപ്പോൾ വല്ലാത്ത ഒരു വികാരവായ്പ്പോടെ അയാൾ മെല്ലെ ഇത്രയുംകൂടി പറഞ്ഞു:

'വേണൂ, നീയെനിക്കനിയനാ. രണ്ട് വയസ്സിന്റെ മൂപ്പെനിക്കാ. ഞാൻ പറേന്ന ഒരുകാര്യം കൂടെ നീ സമ്മതിക്കണം...'

'പറഞ്ഞോ...'

'ഞാൻ...,

ഞാൻ ചാകുമ്പം എന്നെ ആ മണ്ണിൽ വേണമടക്കാൻ. ആരെതിർത്താലും നീയത് ചെയ്യണം...'

സുരേന്ദ്രന്റെ മദ്യം കലരാത്ത മനസ്സിന്റെ അകം ഇപ്പോൾ വേണു കണ്ടു. ആ പച്ചമനസ്സിന്റെ മറ്റൊരു ഭാവതീവ്രത കൂടി പൊടുന്നനെയുണ്ടായി.

'അല്ലെങ്കി, നിനക്കറിയാമല്ലോ എന്റെ പക്ഷിക്കോലം... പറന്നുവന്ന് ഞാൻ കൊത്തിയെടുക്കുമെല്ലാത്തിനേം...'

സുരേന്ദ്രന്റെ മുഖം ഇരുണ്ട് ചുവന്നിരുന്നു. നേർത്ത നിലാവെട്ടത്തിലും അയാളുടെ കണ്ണുകൾ നിറഞ്ഞത് വേണു കണ്ടു. സുരേന്ദ്രന്റെ കൈവെള്ളയിലേക്ക് വേണു തന്റെ കൈത്തലം അമർത്തി.

'തീർച്ചയായും...'

രാത്രി, കിടക്കാൻ നേരത്തും സുരേന്ദ്രന്റെ ആ ദൈന്യത വേണുവിന്റെ മനസ്സിൽ നിറഞ്ഞു. ആ കൈത്തലം തന്റെ കൈവെള്ളയിലുള്ളതുപോലെ തോന്നി.

ദേവി വേണുവിനോട് ചോദിച്ചു:

'എന്താ ഒരു വല്ലായ്ക...?'

'അല്ല, ഞാൻ സുരേന്ദ്രൻ ചേട്ടനെക്കുറിച്ചോർക്കുകാരുന്നു.'

'എന്തു പറ്റി...?'

സുരേന്ദ്രൻ ഒടുക്കം പറഞ്ഞ കാര്യം വേണു ദേവിയോട് പറഞ്ഞു. അപ്പോൾ ദേവിയുടെ പ്രതികരണം ഇങ്ങനെയായിരുന്നു.

'തീർച്ചയായും അതങ്ങനെ തന്നെ ചെയ്യണം. സുരേന്ദ്രൻചേട്ടന്റെ മാത്രമല്ല, മറ്റുള്ളവരുടെയും നമ്മുടെയുമൊക്കെ മണ്ണ് അവിടെ തന്നെയാവണം...'

പിറ്റേന്ന് വേണു കല്ലൂരേക്ക് പോയി. കിടക്കുകയായിരുന്ന ആനന്ദൻപിള്ളയുടെ അടുത്തുചെന്ന് അയാൾ ഒന്ന് പരുങ്ങിനിന്നു. കാര്യങ്ങൾക്കൊന്നും അച്ഛൻ എതിര് പറഞ്ഞില്ലെന്ന് സുരേന്ദ്രൻ പറഞ്ഞെങ്കിലും വേണുവിന് അതത്ര വിശ്വസിക്കാൻ തോന്നിയിരുന്നില്ല. വല്ലാത്തൊരാകർഷണമുള്ള എന്നും ദുരൂഹവ്യക്തിത്വമായിരുന്നല്ലോ അയാൾക്ക് ആനന്ദൻപിള്ള.

വേണുവിന്റെ മുഖത്തേക്ക് ഒരിക്കലും നോക്കിയിട്ടില്ലാത്ത ഒരു നോട്ടമാണിപ്പോൾ ആനന്ദൻപിള്ള നോക്കിയത്.

പേരപ്പന്റെ പല ഭാവങ്ങളും വേണു കണ്ടിട്ടുണ്ട്. അയാൾ പാച്ചോറ്റിക്കാവിൽ, ഇരുട്ടത്തും നിഴല് നോക്കി അടിക്കുന്ന മാടന്റെ കോലം തുള്ളുമ്പോൾ താൻ കണ്ടിട്ടുള്ള തുളച്ചിറങ്ങുന്ന ആ കണ്ണുകളുടെ സൂക്ഷ്മത... അടിശ്ശേരിക്കാവിൽ വെച്ച് കണ്ടിട്ടുള്ള കറുത്ത കണ്ണുകളുള്ള കരിമറുതയുടെ രൂക്ഷമായ നോട്ടം... പിന്നെ ഒരുമാസം മുമ്പ്, തന്റെ പടയണിശ്രമം പരാജയപ്പെട്ടപ്പോൾ ആ കലങ്ങിയ കണ്ണുകൾകൊണ്ട് പരിഹാസത്തിന്റെ മൂർച്ച എന്തെന്നനുഭവിപ്പിച്ച നോട്ടം...

എന്നാൽ ഇപ്പോൾ മാടന്റെയോ മറുതയുടെയോ മദ്യപാനിയുടെയോ താന്തോന്നിയുടെയോ ഭാവങ്ങളൊന്നുമായിരുന്നില്ല ആനന്ദൻപിള്ളയുടെ കണ്ണുകൾക്ക്. വലിയ ഒരു പരാജയത്തിന്റെ നിശ്ശബ്ദ തടാകമായിരുന്നു അയാളുടെ കണ്ണുകൾ... ദൈന്യതയായിരുന്നു അതിൽ പരന്നുകിടന്നത്... പഴുത്ത് വീർത്ത് തളർന്ന് തൂങ്ങിയതു പോലെയായിരുന്നു ആ കൺതടങ്ങൾ... അയാൾ ആകെ മുങ്ങിത്താഴുന്ന ഒരു കെട്ടുവള്ളം പോലെയായിരുന്നു...

വേണു പെട്ടെന്ന് ആനന്ദൻപിള്ളയുടെ കൈകളിൽ പിടിച്ചു. അയാളുടെ കണ്ണുകളിൽനിന്ന് നീരു പൊടിഞ്ഞൊഴുകിക്കൊണ്ടിരുന്നു. വേണുവും ഏറെ വികാരാധീനനായി. എങ്കിലും പിടിച്ചുനിന്നു. ഇങ്ങനെയൊക്കെ അനുഭവപ്പെടുമ്പോഴും ആ കാഴ്ചയിലൂടെയും ആ സ്പർശനത്തിലൂടെയുമൊക്കെ, നിഷേധത്തിന്റെ ഒരു കച്ചിത്തുരുമ്പെങ്കിലും എടുത്തുയർത്തിപ്പിടിക്കാൻ പേരപ്പന് ഇപ്പോൾ കഴിഞ്ഞിരുന്നെങ്കിലെന്ന് വേണു ചിന്തിച്ചുപോയി. തന്റെ മുന്നിൽ ഈ കരിമറുതാ ഇങ്ങനെ തളരരുതെന്ന് അയാൾ ആഗ്രഹിച്ചു. പക്ഷെ അതൊന്നുമുണ്ടായില്ല.

വേണു കാര്യങ്ങളെല്ലാം പറഞ്ഞപ്പോൾ ആനന്ദൻപിള്ള കേട്ടു. ഒന്നിനും ചോദ്യങ്ങളോ ഉത്തരങ്ങളോ വിശദീകരണങ്ങളോ ഒന്നുമുണ്ടായില്ല.

ഒടുക്കം ആ കൈകളിൽനിന്ന് വേണുവിന്റെ കൈത്തലം ഊർന്ന് മാറിയപ്പോൾ ആനന്ദൻപിള്ള പറഞ്ഞു:

'എല്ലാം അമ്മേടെ നിശ്ചയങ്ങള്...'

വേണു പോകുന്നതിന് മുമ്പ് ഭാർഗ്ഗവിയമ്മയും അവിടേക്ക് വന്നു.

'പശൂനൊരുപിടി *പോച്ച ചെത്താൻ പോയേക്കാരുന്നു വേണൂ. കാര്യങ്ങളെല്ലാം ഞാനറിഞ്ഞു. എന്തവാന്ന് വെച്ചാ നീ വേണ്ടപോലെ ചെയ്യ്...'

'തുളസിച്ചേച്ചിയെന്ത്യേ...?'

വേണു ചേട്ടത്തിയെ തിരക്കി.

'സുരേന്ദ്രൻ പറഞ്ഞില്ല്യോ; അവളിപ്പം ഒരു തയ്യക്കടേൽ തയ്ക്കാം പോവാ. ങാ..., ഞാനും വിചാരിച്ചു പോട്ടെന്ന്. ഇവ്ടുത്തെ കാര്യങ്ങളൊക്കെ എനിക്ക് വയ്യായേലും ഞാനെങ്ങനെങ്കിലും ചെയ്യാമെന്ന് വെച്ചു. പിള്ളാരെ വളത്തണ്ടായോ. പത്ത് കാശൊണ്ടാക്കാൻ അവളും ആവത് ചെയ്യട്ടെ...'

മടങ്ങുന്നതിനു മുമ്പ് വേണു പേരപ്പനോടും പേരമ്മയോടുമായി ഇത്രമാത്രം പറഞ്ഞു:

'എല്ലാം നല്ലതിനു തന്നെയാവും...'

രണ്ടുദിവസം കഴിഞ്ഞ് സുരേന്ദ്രനെ വേണു വീട്ടിലേക്ക് വിളിച്ചുവരുത്തി. കാര്യങ്ങളെല്ലാം കണക്കിലേക്ക് വന്നപ്പോൾ ഒരു മൂന്ന്ലക്ഷംകൂടി വേണു കല്ലൂരേക്ക് കൊടുക്കണം. പിന്നെ കടമുറി പണിയണം. കട പണിയാൻ ഏകദേശം രണ്ടുലക്ഷം വേണം. രണ്ട് ദിവസങ്ങൾക്ക് ശേഷം മൂന്ന് ലക്ഷം രൂപ സുരേന്ദ്രന്റെ അക്കൗണ്ടിലേക്ക് വേണു എത്തിച്ചു. കടമുറിയുടെ ജോലിയും അടുത്തദിവസം തന്നെ തുടങ്ങി. അതിന്റെ പണി പൂർത്തിയാകുന്നതുവരെ കാത്തിരിക്കാതെ ചിങ്ങമാസത്തിലെ ഒരു നല്ല ദിവസം നോക്കി കല്ലൂരെ വീടുമാറ്റം നടന്നു.

വീടുമാറ്റത്തിന്റെ തലേരാത്രിയിൽ, അതായിത് കല്ലൂരെ തങ്ങളുടെ ജീവിതത്തിന്റെ അവസാനരാത്രിയിൽ ആനന്ദൻപിള്ളയും ഭാർഗ്ഗവിയമ്മയും ഉറങ്ങിയത് രാത്രിയുടെ ഏതോ അവസാനയാമത്തിലാണ്. രണ്ടുപേരും കിടന്നെങ്കിലും ഒന്നും പരസ്പരം ഉരിയാടാതെ ഏറെനേരം അങ്ങനെ കിടന്നു. ഇരുവരും ആ ചുവരുകൾക്കുള്ളിലെ തങ്ങളുടെ ജീവിതത്തിന്റെ ഓർമ്മകളിലായിരുന്നു. ആനന്ദൻപിള്ള തന്നെ കല്ല്യാണം കഴിച്ചുകൊണ്ടു വന്ന അന്നുമുതൽക്കുള്ള ഓരോ കാര്യങ്ങളും ഭാർഗ്ഗവിയമ്മയുടെ മനസ്സിലൂടെ കടന്നുപോയി.

ആനന്ദൻപിള്ള, താൻ ജനിച്ചുവളർന്ന വീടിന്റെ ഓർമ്മകളിലൂടെ അലഞ്ഞുനടന്നു. ഗതികിട്ടാത്ത ഒരാത്മാവിനെപ്പോലെയായിരുന്നു ആ അ

ലച്ചിൽ. മാടനും മറുതയും യക്ഷിയും പക്ഷിയുമൊന്നുമാകാതെ എല്ലാ കാളികൂളികളിൽനിന്നും അകറ്റപ്പെട്ട് കൂട്ടം തെറ്റിയ ഒരാത്മാവിന്റെ അപരജീവിതം. ഒടുക്കം ഒരു മുൾക്കാട്ടിൽ നിന്നിറങ്ങി വന്നിട്ടെന്നതുപോലെ അയാൾ പറഞ്ഞു.

'അച്ഛനുമമ്മേമൊണ്ടാരുന്നേൽ സമ്മതിക്കത്തില്ലാരുന്നു...'

'ഉം...'

ദുർബലമായി ഭാർഗ്ഗവിയമ്മ മൂളി. പിന്നെ അവർ പറഞ്ഞു:

'എല്ലാം അമ്മേടെ ഇംഗിതമാണ്...'

ഒന്ന് ചരിഞ്ഞ് കിടന്ന് ഭാർഗ്ഗവിയമ്മ മെല്ലെ കണ്ണുകളടച്ചു.

ആനന്ദൻപിള്ളയ്ക്കിപ്പോൾ ഭാര്യയുടെ കൈയിൽ ഒന്ന് പിടിക്കണമെന്ന് തോന്നി. ഇതുവരെ തോന്നാത്ത ഒരാശ്രിതത്വമോ സ്നേഹമോ അയാൾക്ക് തന്റെ ഭാര്യയോട് അപ്പോഴുണ്ടായി. ഭാർഗ്ഗവിയമ്മയുടെ കൈകളിൽ പിടിച്ച് അയാൾ ഉറങ്ങി.

പിന്നെ എപ്പോഴോ ഒരു മഴ പെയ്തു. ഉറക്കത്തിന്റെ ഏതോ യാമത്തിൽ, ആ രാത്രിമഴ അയാളുടെ സ്വപ്നത്തിലേക്ക് അലച്ചാർത്തു വീണു. കാറ്റും മിന്നലുമായി ചാഞ്ഞുചരിഞ്ഞും പെയ്ത മഴ.

ആ മഴയത്ത് തുള്ളുന്ന തന്റെ കാലംകോലം... മഴയല്ലാതെ മറ്റാരുമില്ലാത്ത പടയണിക്കളത്തിൽ വാളും പന്തവും നഷ്ടപ്പെട്ട് ആടിയുലയുന്ന കാലാരികാലൻ... എണ്ണയിൽ ചാലിച്ച മുഖത്തെ പച്ചയും മാവില വാട്ടിക്കരിച്ചെടുത്ത കറുപ്പും മഞ്ഞച്ചണ്ണ ഇടിച്ചുപിഴിഞ്ഞ മഞ്ഞയും ചെങ്കല്ലുരച്ചെടുത്ത ചുവന്ന വർണ്ണങ്ങളുമെല്ലാം ധാരപോലെ ഒലിച്ചിറങ്ങുകയായിരുന്നു കാലകാലന്റെ നെഞ്ചുമാലയിലേക്കും ആ ചെമ്പട്ടിലേക്കും. എല്ലാം നനഞ്ഞ് കുതിർന്നു. മഴ അതിന്റെ പല കാലങ്ങളിലൂടെ ചാഞ്ഞും ചരിഞ്ഞും തിമിർത്തുപെയ്തു. കോലത്തിന്റെ പച്ചപ്പാളകൾക്കിടയിലൂടെ മഴവെള്ളം അയാളുടെ തലയിലേക്ക് കിനിഞ്ഞിറങ്ങി. എകിറുകൾ കടിച്ചുപിടിച്ചിരുന്ന വായിലേക്ക് ചായം കലർന്ന വെള്ളം ഒലിച്ചിറങ്ങി. ചരലുകൾ പോലെയുള്ള മഴത്തുള്ളികൾ കണ്ണുകളെ ചുവപ്പിച്ചു. വർണ്ണങ്ങളെല്ലാം പുൽത്തകിടിയിലെ മണ്ണിലേക്ക് കിനിഞ്ഞിറങ്ങി. തുടർന്ന്, വല്ലാത്ത ഒരു അനാഥത്വത്തിലേക്ക് കാലൻ ആടിക്കുഴഞ്ഞു വീണു. മഴ അപ്പോഴും പെയ്തുകൊണ്ടിരുന്നു. തകിടിയിലേക്ക് വീണുകിടന്ന കാലന്റെ മേലേക്ക് ചൊരിഞ്ഞ പെരുമഴ ചാറ്റലായി. പിന്നെ മഴ എപ്പോഴോ തോർന്നു. അപ്പോൾ പുൽത്തകിടിയിൽ കമഴ്ന്നു കിടക്കുകയായിരുന്ന കാലൻ മെല്ലെയൊന്ന് മുഖമുയർത്തി.

ദൈന്യമായ ആ കലങ്ങിയ കണ്ണുകൾ ആനന്ദൻപിള്ളയിലേക്കായി

രുന്നു. അയാളുടെ പച്ചയായ ജീവിതത്തിലേക്ക്...

അയാൾ ഞെട്ടിയുണർന്നു.

ഭാർഗ്ഗവിയമ്മ, എന്തോപറ്റി എന്ന് ചോദിച്ച് ലൈറ്റ് തെളിച്ചു.

കിതച്ചുകൊണ്ട് അയാൾ പറഞ്ഞു:

'ഓ... ഒന്നുമില്ല. എന്തോ ഒരു സൊപ്പ്നം...'

അയാൾ വെള്ളമെടുത്ത് കുടിച്ചിട്ട് വീണ്ടും വന്ന് കിടന്നപ്പോൾ ഭാർഗ്ഗവിയമ്മ പറഞ്ഞു:

'നാമം ജപിച്ചോണ്ട് കെട...'

എന്നാൽ അടുത്ത രാത്രിയിൽ കല്ലൂര് ചെന്ന് കിടന്നുറങ്ങേണ്ട സഹദേവൻപിള്ളയ്ക്കോ കുടുംബത്തിനോ ആ തരത്തിൽ പ്രത്യേകിച്ചൊന്നും തോന്നിയില്ല. അവർക്ക് ആകെക്കൂടി ഒരുൻമേഷമുണ്ടായതുപോലെയായിരുന്നു. വീട്ടിലേക്ക് ഓടിയെത്താൻപോകുന്ന കുട്ടികളെപ്പോലെയായിരുന്നു അവർ.

കല്ലൂരേക്ക് പുറപ്പെടുന്നതിനു മുമ്പ് അടുക്കും ചിട്ടയോടുംകൂടി സാധനങ്ങളെല്ലാം ഓമനയമ്മയും ദേവിയും ചേർന്ന് പുറത്തേക്കെടുത്തു വെച്ചു.

'മോളെ, എല്ലാം പ്രത്യേകം പ്രത്യേകമായി എടുത്തുവെക്കണം. അവിടെച്ചെന്നാൽ എല്ലാമെടുത്തുവെക്കാൻ പിന്നെളുപ്പമാകും...'

'ങാ..., വണ്ടിയേൽ പോകേണ്ടതല്ലാത്ത ചെറിയ ചെറിയ സാധനങ്ങളെല്ലാം പ്രത്യേകം പ്രത്യേകം ബോക്സുകളിലാക്കിയിട്ടുണ്ടമ്മേ...'

അങ്ങനെ രണ്ടുമൂന്നു ദിവസത്തിനുള്ളിൽ വീടുകളിലെ സാധനങ്ങൾ അങ്ങോട്ടുമിങ്ങോട്ടുമെത്തി. അതിന്റെ അടുത്ത ദിവസം വീട്ടുകാരും പരസ്പരം വീടുമാറി.

കല്ലൂരേക്ക് താമസം മാറിയ അന്നു സന്ധ്യയ്ക്ക് തന്നെ വേണു കളരിയുടെ ഭാഗത്തേക്ക് ചെന്ന് അവിടേക്ക് ശ്രദ്ധിച്ചു.

ഇടിഞ്ഞ് ഇറുന്നുവീഴാറായ കളരിയുടെ തിണ്ണയിൽ നിന്ന് അയാൾ സന്ധ്യയുടെ ആ ഇരുളിലേക്ക് നോക്കി.

എല്ലാം തുടങ്ങേണ്ടത് ഇവിടെ നിന്നു തന്നെയാണ്... ഈ കളരിയിൽ നിന്ന്. അതുകൊണ്ടുതന്നെ എല്ലാ ജീർണ്ണതകളിൽനിന്നും കളരി ആദ്യം നന്നാക്കിയെടുക്കണം...

അടുത്തദിവസംതന്നെ കളരി നവീകരിക്കാനുള്ള കാര്യങ്ങൾ ഏർപ്പാടു ചെയ്തു. അതിനേത്തുടർന്ന് കളരിയിൽ വേണ്ട ശുദ്ധികലശകർമ്മങ്ങളും ചെയ്യിപ്പിച്ചു.

ഇതെല്ലാം കഴിഞ്ഞിട്ടാണ് വേണു കല്ലൂർകുടുംബത്തിന്റെ അറ്റകുറ്റ

പ്പണികളിലേക്ക് കടന്നത്. വീട്ടിലാകെ ചുക്കിലിയും പൊടിയുമായിരുന്നു. പലയിടത്തും ചിതലും. ഒന്ന് തൂത്ത് വൃത്തിയാക്കാൻതന്നെ രണ്ടു ദിവസമെടുത്തു. അതുകഴിഞ്ഞ് അടുക്കളയും കുളിമുറിയും കക്കൂസും തിണ്ണയുമെല്ലാം പുതുക്കി പണിഞ്ഞു. ആറ്റിലേക്കുള്ള വീടിന്റെ ദർശനം നിലനിർത്തിക്കൊണ്ട് റോഡിലേക്കുള്ള പിൻഭാഗത്തും ഒരു സിറ്റൗട്ട് പണിഞ്ഞു. കടവിലേക്ക് നോക്കിയപ്പോൾ അവിടമെങ്ങനെ പഴയ കടവാക്കി മാറ്റും എന്നയാൾ ചിന്തിച്ചു. തീരത്തെ എല്ലാ വലിയ മരങ്ങളും പോയിരുന്നു. സാവകാശം പഴയ ആ പച്ചപ്പ് വീണ്ടെടുക്കാൻ വേണ്ടതൊക്കെ ചെയ്യാൻ തീരുമാനിച്ചു. വീടു വൃത്തിയാക്കിയതിനുശേഷം കടവിന്റെ പണിയും പൂർത്തിയാക്കി. എന്നോ ഒഴുക്ക് നഷ്ടപ്പെട്ടുപോയ പുഴയെ വീണ്ടെടുക്കാനുള്ള പ്രാർത്ഥന ഒരു തെളിനീർപോലെ അയാളുടെ ഉള്ളിലൂടെ ഒഴുകി.

പുഴ നിറഞ്ഞൊഴുകണം. എങ്കിലേ ഈ കടവ് കടവാകൂ... പടയണിയുടെ ഊർജ്ജം പ്രകൃതിയിലേക്കും പകരണം. ഒരു പകർന്നാട്ടം പോലെ ഈ നാട്ടുകാരെ നദിയുടെ പുനരുജ്ജീവനത്തിലേക്ക് നയിക്കണം. ജീവജലദായിനിയാണ് ഈ പുഴ... ജലം പ്രാണനാണ്...

കാവിന്റെ ആ സമൃദ്ധമായ ഭംഗിയും എന്നോ കല്ലൂരെ കാവിന് നഷ്ടപ്പെട്ടിരുന്നു. എങ്കിലും കാവിൽ മുടങ്ങിയിരുന്ന നൂറും പാലും പൂജകൾ വേണു യഥാവിധി നടത്തി. അവിടെ പൂജയ്ക്കു വന്ന നമ്പൂതിരി, വേണൂ..., കാടൊക്കെ വെട്ടിമാറ്റീട്ട് നമുക്കൊരു പുനഃപ്രതിഷ്ഠ നടത്താമെന്ന് പറഞ്ഞു. അപ്പോൾ വേണു, ഒന്ന് മെല്ലെ ചിരിച്ചു. എന്നിട്ട് പറഞ്ഞു:

'കാവ് വെട്ടിത്തെളിച്ച് കല്ല് കെട്ടിയുള്ള ചിത്രകൂടമല്ല നമുക്ക് വേണ്ടത്. സമൃദ്ധമായ പച്ചപ്പുള്ള കാവാണ്. കാവ് നമ്മളെ കാക്കും.'

വേണു പറഞ്ഞതിന് നമ്പൂതിരിയ്ക്ക് മറുപടിയില്ലായിരുന്നു.

വേണു പലയിടങ്ങളിൽ നിന്നായി സമാഹരിച്ച കാഞ്ഞിരക്കുരു ഇലഞ്ഞിക്കുരു മഞ്ചാടിക്കുരു താന്നിക്കുരു പനച്ചക്കുരു അമൃതിന്റെ തണ്ട്, നന്ത്യാർവട്ടത്തിന്റെ കമ്പ് പുല്ലാഞ്ഞിത്തണ്ട് എന്നിവയെല്ലാം ദേവിയുടെ കൈയിൽ കൊടുത്തു. ദേവി പ്രാർത്ഥനയോടെ അവയോരോന്നും കാവിന്റെ ഉൾഭാഗങ്ങളിലേക്ക് എറിഞ്ഞു.

സൂക്ഷ്മവും സ്ഥൂലവുമായ ജൈവവൈവിദ്ധ്യത്തിന്റെ സമൃദ്ധമായ കാവ് മനസ്സിൽ കണ്ടിട്ട് ദേവി പറഞ്ഞു:

'അവയെല്ലാം കിളിർക്കും... '

ആറ്റുപള്ളത്തും പുരയിടത്തിലും കൃഷി ചെയ്യാനുള്ള ഒരു പദ്ധതി വേണുവും ദേവിയും കൂടി ഉണ്ടാക്കി. വർഷങ്ങളായി കൃഷിയിറക്കാതെ കിടക്കുന്ന വയലിലും അടുത്ത കൃഷിയിറക്കാനും അവർ ആലോചി

ച്ചു. ആറ്റുപള്ളത്ത് പാവലിന് തടം വെട്ടുമ്പോൾ വേണു ദേവിയോട് പറഞ്ഞു:

'എല്ലാറ്റിനേയും പുഷ്ടിപ്പെടുത്തേണ്ടത് ഈ പുഴയാണ്. മരിച്ചു കിടക്കുന്ന ഒരു സ്ത്രീയെപ്പോലെയായ ഈ നദിയെ പുനരുജ്ജീവിപ്പിക്കണം.'

പാവൽ തടങ്ങൾ ഒരുക്കുകയായിരുന്നു ദേവി.

'തീർച്ചയായിട്ടും. എന്ത് ത്യാഗം സഹിച്ചും നദിയെ പൂർവ്വസ്ഥിതിയിലാക്കണം...'

ദേവി ഒന്ന് നിവർന്നു നിന്നിട്ട് എന്തോ ഓർമ്മിച്ചിട്ടെന്നപോലെ തിടുക്കപ്പെട്ട് പറഞ്ഞു:

'ഇന്ന് വെള്ളിയാഴ്ച്ചയാ. കളരീലേം കാവിലേം വിളക്കുകളെല്ലാം കത്തിക്കണം. ഞാനങ്ങോട്ട് പോവാ...'

ദേവി പോയപ്പോൾ കിരൺ അവിടേയ്ക്ക് വന്നു. അവൻ അച്ഛനെ സഹായിക്കാൻ തുടങ്ങി.

നിലവറയിലെ വിളക്കും കളരിയിലെ വിളക്കുകളും കാവിലെ തിരിയുമെല്ലാം കൊളുത്തിയിട്ട് ദേവി വീണ്ടും ആറ്റുപള്ളത്തേക്ക് ചെന്നു.

'അല്ല, അച്ഛനും മോനും കേറിവരുന്നില്ലേ...?'

രണ്ടുപേരും ദേവി പറഞ്ഞത് ശ്രദ്ധിച്ചില്ല എന്നുകണ്ടപ്പോൾ അവൾ വേണുവിനോടായി ചോദിച്ചു:

'ഏഴുമണിക്കല്ലേ ചേട്ടാ കമ്മറ്റി. ബാക്കി നാളെ ചെയ്യാം. കമ്മറ്റിക്ക് സമയത്തുതന്നെ പോകാം നോക്ക്...'

'ദാ വരുന്നു. കിരണേ, നീ പോയി വേഗമാ സോപ്പിങ്ങെടുത്തോണ്ട് വാ...'

കിരൺ വേഗം വീട്ടിൽ പോയി സോപ്പെടുത്തുകൊണ്ടു വന്നു.

അച്ഛനും മകനും കടവിലിറങ്ങി കുളിച്ചു. വീട്ടിലേക്ക് നടക്കുമ്പോൾ വേണു വിചാരിച്ചു.

ഒട്ടും വൈകാൻ പാടില്ലാത്ത കമ്മറ്റിയാണ്. രണ്ടുവട്ടം കൂടിയെങ്കിലും ശരിയായില്ല. ഇതിപ്പം മൂന്നാംതവണയാണ്. ഇപ്രാവശ്യം എന്തെങ്കിലുമൊക്കെ തീരുമാനങ്ങളെടുക്കണം. പാവുതറയമ്മയുടെ മക്കളുടെ മനസ്സിൽ കൊളുത്തിയ പന്തങ്ങൾ ജ്വലിപ്പിക്കാനുള്ള നേരമാണിനിയുള്ള നാളുകൾ...

•••

* പോച്ച-പുല്ല്

33

കറുത്തപ്പനും തീക്കനൽമൂർത്തിയും

ഇരമല്ലിക്കരയിൽ ചെന്ന് സ്ഥലം കണ്ടുപിടിക്കാൻ വേണു അല്പം ബുദ്ധിമുട്ടിയെങ്കിലും ആ സ്ഥലത്തിന്റെ ഇന്നത്തെ ഉടമയായ പുതുപ്പറമ്പിൽ കുര്യാക്കോസ് തികച്ചും ഉദാരമായിട്ടാണ് പെരുമാറിയത്. തലമുറകൾക്ക് മുമ്പ് തന്റെ കുടുംബക്കാർ വാങ്ങിയ ആ ഭൂമിയിൽ ഇപ്പോഴും നശിപ്പിക്കപ്പെടാതെ നിൽക്കുന്ന കാവ് അയാൾ വേണുവിനു കാട്ടിക്കൊടുത്തു. തലമുറകളായി തങ്ങൾ ആ കാവ് സംരക്ഷിച്ചുപോകുന്നതിന്റെ കാരണം യഥാർത്ഥത്തിൽ അയാൾക്കറിയില്ലായിരുന്നു. എന്തോ ഒരു ദുരൂഹ കാരണമതിനുണ്ടെന്ന് മാത്രമറിയാമായിരുന്നു. .പരിസ്ഥിതി സ്നേഹിയായ അയാൾ കാവിന് മതിലും കെട്ടി സംരക്ഷിച്ചിരുന്നു. വേണു യോഗീശ്വരനായ കറുത്തപ്പനെപ്പറ്റി പറയുമ്പോഴാണ് കാലങ്ങളായി സംരക്ഷിക്കപ്പെട്ടുപോന്ന കാവിന്റെ പിന്നാമ്പുറത്തെക്കുറിച്ച് അയാളറിയുന്നത്.

വേണു ആ കാവിന്റെ അടുത്തേക്ക് ചെന്ന് കൈകൾ കൂപ്പി അല്പനേരം പ്രാർത്ഥനാനിരതനായി നിന്നു. അപ്പോൾ കറുത്ത് കരിവീട്ടിപോലുള്ള നീണ്ടുമെലിഞ്ഞ കറുത്തപ്പൻ തന്റെ ശിരസ്സിലേക്ക് വലംകൈ മെല്ലെ പതിച്ചത് അയാളറിഞ്ഞു. കണ്ണുകൾ തുറന്നപ്പോൾ കാവിലെ മരച്ചില്ലകളാകെ കാറ്റിൽ മെല്ലെ ആടിയുലഞ്ഞു. പക്ഷികൾ അവിടേക്ക് പറന്നെത്തി. അവിടവിടെയായി കാവിലെ പൂക്കൾ വിടർന്ന് നേർത്ത സുഗന്ധമായി...

അവിടെനിന്ന് മടങ്ങുമ്പോൾ എന്തെന്നില്ലാത്ത സമാധാനമുണ്ടായി വേണുവിന്. താനറിയാതെ ഉള്ളിൽ കെട്ടിനിന്നിരുന്ന ഇരുളിന്റെ ഒരു തുണ്ട് ഒഴിഞ്ഞുപോയതുപോലെ അയാൾക്ക് തോന്നി. മനസ്സിന്റെ ഭാരം കുറഞ്ഞു. ശരീരത്തിനാകെ ഒരു പുതിയ ഉൻമേഷം കൈവന്നു. പൊടുന്നനെ തോന്നിയ സ്വാതന്ത്ര്യം, തുടർന്ന് ചെയ്യേണ്ട കാര്യങ്ങൾക്ക് ഊർജ്ജം പകർന്നു.

ബൈക്കിന്റെ വെളിച്ചം ഇരുളിനെ കീറിമുറിച്ചല്ല പോകുന്നത്. എണ്ണമറ്റ പ്രകാശവർഷങ്ങളിലൂടെയാണ് താൻ മുന്നോട്ട് പോകുന്നതെന്ന് വേ

ണുവിനു തോന്നി. കുതിരപ്പുറത്ത് കുതിക്കുന്ന ഒരു യോദ്ധാവിനെപ്പോലെയായിരുന്നു അയാൾ. ദുർഘടം പിടിച്ച ഇരുണ്ട കാടുകൾക്കിടയിലൂടെയുള്ള വഴികൾ പിന്നിട്ട് പിന്നിട്ട് പോകുമ്പോൾ പ്രകാശം നിറഞ്ഞ ലക്ഷ്യം അരികെ അരികെ എന്ന് അയാൾക്ക് തോന്നിത്തുടങ്ങിയിരുന്നു. ഇരുളിനെ കീഴടക്കാനെന്നപോലെ ബൈക്കിന്റെ വെളിച്ചം ആ രാത്രിയിലൂടെ തുളഞ്ഞ് കയറിപ്പോയി. വീട്ടിലേക്കെത്തിയപ്പോൾ അവിടേക്ക് കയറുന്നതിനു മുമ്പ് കളരിയിൽ ഒന്ന് കയറിയിട്ട് പോകാമെന്ന് വേണുവിനു തോന്നി. വെറുതെ ഒരു തോന്നൽ പെട്ടെന്നുണ്ടായതുപോലെ...

കളരിയുടെ വാതിൽ ദേവി പൂട്ടിയിട്ടുണ്ടാവുമെന്നറിയാം. കൊട്ടും പാട്ടും തുള്ളലുമെല്ലാം കഴിഞ്ഞ് എല്ലാവരും പോയിട്ടുണ്ടാവുമല്ലോ. എന്നിരുന്നാലും കളരിയുടെ തിണ്ണയ്ക്കുപോയി ഒരിത്തിരി നേരം ഒറ്റയ്ക്കിരിക്കാം. എന്തോ, അവിടെയിരുന്ന് സ്വച്ഛമായി എല്ലാമൊന്നാലോചിക്കാൻ തോന്നുന്നു.

കളരിയിൽ പോയി ഒറ്റയ്ക്കിരിക്കണമെന്ന് മുൻപ് പലപ്പോഴും വേണുവിനു തോന്നിയിട്ടുണ്ട്. പക്ഷെ കല്ലൂരേക്ക് വന്നതിനുശേഷമുള്ള തിരക്കുകൾക്കിടയിൽ ഒന്നും നടന്നിട്ടില്ല. എപ്പോഴും തിരക്കാണ്. തനിക്ക് മാത്രമല്ല കളരിക്കും തിരക്കാണ്. പഴയകാലത്തിന്റെ സജ്ജീവതയിലേക്ക് മടങ്ങിപ്പോകാനുള്ള തിരക്ക്.

നേർത്ത നിലാവുണ്ടായിരുന്നു. അഴികൾക്കിടയിലൂടെ നിലാവിന്റെ നേർത്ത ചീളുകൾ കളരിക്കകത്തേക്ക് അരിച്ചിറങ്ങിയിരുന്നു. അഴികളിൽ പിടിച്ചുകൊണ്ട് വേണു അകത്തേക്ക് നോക്കി നിൽക്കുമ്പോൾ അണഞ്ഞിരുന്ന കളരിയ്ക്കകത്തെ വിളക്ക് മെല്ലെ തെളിഞ്ഞുവന്നു. അയാൾ ആ തിരിനാളത്തിലേക്ക് വിസ്മയത്തോടെ നോക്കി. പിന്നെ കളരിയുടെ വാതിൽ മെല്ലെ തുറന്നു.

ആരാണത് തുറന്നത്...!

ഭയവും വിസ്മയവും നിറഞ്ഞ കണ്ണുകൾകൊണ്ട് വേണു അകത്തേക്കു നോക്കി. അപ്പോൾ അകത്തേക്ക് ക്ഷണമായി.

'നീ ഇങ്ങകത്തേക്ക് വരൂ...'

കളരിയിലെ പീഠത്തിലിരിക്കുന്ന കൊച്ചുരാമൻപിള്ളയുടെ അടുത്തേക്ക് വേണു ചെന്നു.

'അവിടിരിക്ക്...'

വേണുവിന് വളരെ പരിചിതമായി കഴിഞ്ഞിരുന്ന ആ ശബ്ദത്തിന് ഇപ്പോൾ അല്പം മൂർച്ച കൂടിയതുപോലെ... വാത്സല്ല്യമുണ്ടെങ്കിലും അതിലൊരു ആജ്ഞാസ്വരം കൂടി കലർന്നിരുന്നു.

വേണു നിലത്ത് ചമ്രം പടഞ്ഞിരുന്നു.

'ഞാൻ നിന്നോട് പറഞ്ഞിട്ടുള്ളതൊക്കെ നീ മനസ്സിലാക്കുകയും അതിനനുസരിച്ച് ചെയ്യേണ്ടതൊക്കെ ചെയ്തിട്ടുമുണ്ട്. എന്നാൽ എനിക്കും ചില പരിമിതികളുണ്ട്. എല്ലാം ചൂണ്ടി കാണിക്കാൻ എനിക്കും ചിലപ്പോൾ കഴിഞ്ഞെന്നുവരില്ല. ചിലത് നീ തന്നെ കണ്ടെത്തണം. അത് നിന്റെ നിയോഗമാണ്. നിയോഗം നടക്കേണ്ടതു തന്നെയാണെങ്കിലും എല്ലാ നിശ്ചയങ്ങൾക്കൊപ്പവും നിന്റേതുമാത്രമായ ഒന്നുണ്ട്. അവിടെ എല്ലാറ്റിന്റെയും നിയന്താവ് നീ തന്നെയാണ്. അതായിത് നീയാകുന്ന ഈശ്വരൻ...

ഞാൻ പറയുന്നതിന്റെ പൊരുള് നിനക്ക് മനസ്സിലാകുന്നുണ്ടല്ലോ...'

വേണു തലയാട്ടിക്കൊണ്ടു പറഞ്ഞു:

'ഉണ്ട്...'

'എങ്കിൽ ഇതെല്ലാം സർവ്വേശ്വരിയായ ജഗദംബയുടെ മായാലീലകളാണെന്നും മനസ്സിലാക്കണം...'

കൊച്ചുരാമൻപിള്ള ഒന്ന് നിർത്തിയിട്ട് ആകെയൊന്ന് നോക്കി. എന്നിട്ട് തുടർന്നു:

'നമ്മുടെ അജ്ഞാതനായ ഒരു പൂർവ്വഗാമിയാണ് നീയിപ്പോൾ നമിച്ചിട്ടു വന്ന കറുത്തപ്പൻ. കുടുംബപരമ്പരയിൽ പിന്നോട്ടുപിന്നോട്ടു പോയാൽ കറുത്തപ്പനിലാണെത്തുന്നത്. അതിനപ്പുറത്ത് എന്തെന്നും ഏതെന്നും അജ്ഞാതമാണ്. കറുത്ത് കരിവീട്ടിപോലെ നിറമായിരുന്നു കറുത്തപ്പന്. നീണ്ടു മെലിഞ്ഞ രൂപം. നീട്ടിവളർത്തിയ മുടിയും താടിയും. പരമസാത്വികമായ സിദ്ധജീവിതം. അദ്ദേഹം നമ്മുടെ യോഗീശ്വരനാണ്. അദ്ദേഹത്തെക്കുറിച്ച് ഞാനറിയുന്നത് എന്റെ മരണാനന്തരമായിരുന്നു. ഈ കല്ലൂരും ആറൻമുളയിലെ വല്ല്യപ്പച്ചിയുടെ കാവടയും കുന്നന്താനത്തെ കേശുവപ്പന്റെ കിഴവറയുമൊക്കെ കറുത്തപ്പനിൽ നിന്നുണ്ടായ ശാഖകളാണ്. കറുത്തപ്പന്റെ ആ മൂലമണ്ണിലേക്കാണ് നീയിപ്പോൾ പോയിട്ടുവന്നത്. ഇരമില്ലിക്കര വെച്ചൂരേത്ത്...

കഴിഞ്ഞരാത്രിയിലെ നിന്റെ സ്വപ്നത്തിൽ എനിക്ക് നിന്നോട്, അന്യാധീനപ്പെട്ടുപോയ ആ സ്ഥലവും വീട്ടുപേരും മാത്രമെ പറയാനാവുമായിരുന്നുള്ളൂ. അതിനുള്ള സാവകാശമേ എനിക്കന്നൊണ്ടായിരുന്നുള്ളൂ. എല്ലാം അമ്മ മഹാമായയുടെ തീരുമാനങ്ങളാണ്.

കറുത്തപ്പന്റെ അനുഗ്രഹക്കുറവുണ്ടായിരുന്നു നിനക്ക്. എന്നാലിപ്പോളത് നിനക്ക് കിട്ടിക്കഴിഞ്ഞിരിക്കുന്നു. നിന്റെ ദൗത്യത്തിന്റെ പൂർത്തീകരണത്തിന് തീർച്ചയായും കറുത്തപ്പന്റെ അനുഗ്രഹമുണ്ടാകും...

കറുത്തപ്പൻ കൂടാതെ രണ്ടുപേർ കൂടി ഉണരേണ്ടവരായിട്ടുണ്ട്. കുന്നത്ത് മൂർത്തിയും ഞാൻ മുമ്പ് പറഞ്ഞിരുന്ന തീക്കനൽമൂർത്തിയും. അവരും ഉണരേണ്ട നേരമായിരിക്കുന്നു. ആ മൂർത്തികളുമായി അടുത്ത ബന്ധമുള്ളവരുണ്ട്. അവരാണ് മൂർത്തികളെ ഉണർത്തേണ്ടത്. അതിനാദ്യം അവരുണരണം. കഴിഞ്ഞകൊല്ലത്തെ നിന്റെ ശ്രമം വേണ്ടപോലായില്ല. ഈ തവണ ആ വീഴ്ച്ച പരിഹരിക്കണം. നീ അവർക്കൊപ്പമുണ്ടാകണം...'

വേണു കൊച്ചുരാമൻപിള്ളയുടെ വാക്കുകൾക്ക് മുന്നിൽ കണ്ണുകളടച്ച് തലകുനിച്ചു. പിന്നെ തലയുയർത്തി കണ്ണുകൾ തുറന്നപ്പോൾ തന്റെ മുന്നിലെ പീഠത്തിൽ ആരുമില്ല. ആ വിളക്കും അണഞ്ഞുപോയിരുന്നു.

വേണു കളരിയിൽ നിന്നിറങ്ങി വീട്ടിലെത്തി. ബൈക്ക് മുറ്റത്തേക്ക് കയറ്റിയപ്പോൾത്തന്നെ ദേവി കതവു തുറന്ന് പുറത്തേക്ക് വന്നു.

'ഇതെന്താ മൊബൈൽ സ്വിച്ചോഫ് ചെയ്തിരിക്കുന്നത്...? പത്ത് മിനിറ്റ് മുമ്പ് രണ്ടുമൂന്നു പ്രാവശ്യം ഞാൻ വിളിച്ചിരുന്നു...'

വേണു ഫോണെടുത്ത് നോക്കി.

'ഇല്ലല്ലോ, സ്വിച്ചോഫല്ല...'

'എന്തായാലും ഞാൻ വിളിച്ചപ്പോൾ ഓഫായിരുന്നു...'

വേണു അതിന് മറുപടിയൊന്നും പറഞ്ഞില്ല. അയാൾ ഫോൺ കൈയ്യിൽ പിടിച്ചുകൊണ്ടുതന്നെ കളരിയിലേക്ക് നോക്കി. ആ ഇരുളിനുള്ളിലും കൊച്ചുരാമൻപിള്ളയുടെ മുഖം അയാൾക്ക് കാണാനായി. അയാളെ നോക്കി മെല്ലെ ചിരിക്കുന്ന മുഖം...

'എന്തോ, എനിക്കറിയില്ല. ഓഫായതാണ്...'

പിന്നെ മനസ്സിൽ പറഞ്ഞു:

അതെ... അതോഫാക്കിയതാണ്...

പാവുതറയിലെ സാംബവരുടെ പുരാതന ദൈവമാണ് തീക്കനൽമൂർത്തി. ഏതോ പുരാതനകാലത്ത് നീതിക്കുവേണ്ടി അധികാരക്കോയ്മയുടെ മുഖത്തേക്ക് തീ തുപ്പിയ മൂർത്തി. അടിമത്തത്തിന്റെ അസ്പൃശ്യതയിൽ നിന്ന് മോചനം നേടാനുള്ള ആത്മബലം സാംബവർക്ക് നൽകിയത് ഈ മൂർത്തിയാണ്. പ്രപഞ്ചശക്തിയുടെ അപാരതയും ചൈതന്യവും, അത് നൽകുന്ന ആത്മബലവും ഭൂതക്കുഴിക്കരയിലെ കുറ്റിക്കാട്ടിൽ തീപോലെ പൂത്തു തെറിച്ച് നിൽക്കുന്ന കാട്ടുതെറ്റിയുടെ ചുവട്ടിലെ കറുത്ത കൽവിഗ്രഹത്തിൽനിന്ന് അവരറിഞ്ഞു. കറുത്ത് കുറുകിയ ഒരു ചെറിയ ആൾരൂപമാണത്.

എന്നാൽ കാലംപോകെ അതെല്ലാം വിസ്മരിക്കപ്പെട്ടു. എപ്പോഴോ

അവിടെയുണ്ടായിരുന്ന കൽചിരാതിലെ വെളിച്ചം അണഞ്ഞു. അവിട മാകെ കാടുകയറി. ആ കാട്ടിനുള്ളിൽ സാംബവരുടെ വിഗ്രഹവും വി ശ്വാസവുമാകെ മൂടപ്പെട്ടുപോയി.

വേണു പാവുതറയിലെ സാംബവരുമായി ബന്ധപ്പെട്ടു. അവരുടെ കൂ ട്ടത്തിലെ മുതിർന്ന നാലഞ്ച് പേരെ അവരുടെതന്നെ ഒരാളുടെ വീട്ടിൽ വെച്ച് അയാൾ വിളിച്ചുകൂട്ടി.

'ഗ്രാമദേവതയെ നമ്മൾ പടയണിക്കളത്തിലേക്ക് വിളിച്ചുണർത്തിക്കൊ ണ്ടുവരുമ്പോൾ അമ്മയുടെ ഉപമൂർത്തികളും അവിടെയുണ്ടാകണം. ക ഴിഞ്ഞ കൊല്ലം അത്ര വിപുലമായൊന്നും ചിന്തിക്കാൻ നമുക്കായില്ല. അത് നമുക്ക് പറ്റിയ വീഴ്ച്ചയാണ്. അതുകൊണ്ട് അടിയന്തിരമായി മൂർ ത്തിക്കാവ് പുനരുദ്ധരിക്കണം. വേണ്ട പരിഹാരക്രിയകളെല്ലാം ചെയ്യ ണം...'

എവിടെയും എങ്ങും എത്താത്തതിന്റെ ഒരസംതൃപ്തി സാംബവർ ക്കുണ്ടായിരുന്നു. പാരമ്പര്യത്തിന്റെ കണ്ണി അറ്റുപോയതിന്റെയും പുതി യകാലത്ത് സാമ്പത്തികാഭിവൃദ്ധിയിലോ അധികാരത്തിലോ ഒന്നും എ ത്താനാകാതെ പോയതിന്റെയും അസംതൃപ്തിയായിരുന്നു അത്. ആ ധുനികകാലത്തും ജാതിയുടെ പേരിൽ പരോക്ഷമായി അകറ്റിനിർത്ത പ്പെടുന്നതിന്റെ ദുരനുഭവം മുഖ്യധാരയിൽനിന്നു തന്നെ അവരെ അകറ്റി യിരുന്നു. എവിടെയുമെത്താത്ത ആരുമല്ലാത്ത ആ അവസ്ഥയിലേക്ക് ഒ രു തിരിനാളത്തിന്റെ വെളിച്ചം വീണതുപോലെയായിരുന്നു അവർക്ക് വേണുവിന്റെ വാക്കുകളും ഇടപെടലും.

അങ്ങനെ സാംബവർ പതിറ്റാണ്ടുകൾക്കു ശേഷം ആ കുറ്റിക്കാട്ടിലേ ക്ക് കയറി. അവിടമെല്ലാം അവർ വൃത്തിയാക്കി. മൂർത്തിയ കണ്ടെത്തി യ സാംബവർ ചടങ്ങുകൾക്ക് പൂർത്തീകരണമാകണമെങ്കിൽ ബലി കൊ ടുക്കണമല്ലോ എന്നാലോചിച്ചു. അവരിലെ തലമുതിർന്ന ഒരാൾ പറഞ്ഞു:

'കാലങ്ങളായൊള്ള കോപം കാണും. തിരിഞ്ഞ് നോക്കാതെ കാട്ടി ലേക്കിട്ടേക്കല്ലാർന്നോ... ഒരു കരിങ്കോഴിയെടെ ചോരയെങ്കിലും കൊടു ക്കണം...'

വേണു അദ്ദേഹത്തേയും, കാവിന്റെ പുനരുദ്ധാരണത്തിന് നേതൃത്വം കൊടുക്കുന്ന കപിലനേയും അല്പം മാറ്റിനിർത്തി പറഞ്ഞു:

'അതൊക്കെ വേണോ..., പഴയകാലത്ത് അതൊക്കെ അന്നത്തെ ശ രിയായിരുന്നു. തീവ്രമായ വിശ്വാസമുള്ളപ്പോൾ തന്നെ അതിൽ ഒരുപാ ട് അജ്ഞതയും അരുതായ്മകളുമുണ്ടായിരുന്നു. നിങ്ങൾ മനസ്സിലാക്കേ ണ്ട ഒരുകാര്യം, വെറും ശിലയാണിത്. അതിൽ നാമാണ് മൂർത്തിയെ

സങ്കൽപ്പിക്കുന്നത്. നമ്മുടെ ഉള്ളിലെ ആ സങ്കല്പമാണ് പ്രധാനം. സങ്കൽപ്പത്തെ ഉറച്ച വിശ്വാസമാക്കാനുള്ള ഉപാധിയാണ് ശില. മൂർത്തിയെ പുനരുജ്ജീവിപ്പിക്കാൻ നമ്മുടെ മനസ്സുകളാണ് സജ്ജമാകേണ്ടത്. മൂർത്തിക്ക് രക്തമെന്നല്ല ഒന്നും വേണ്ട. പാവനവും ശാസ്ത്രീയവുമായി കാണേണ്ട ഈ സങ്കൽപ്പത്തിന് രക്തദാഹമില്ല. രക്തദാഹമുള്ളത് തീക്കനൽ മൂർത്തിക്കല്ല; ചില മനുഷ്യർക്കാണ്. അത് നാം തിരിച്ചറിയണം... നമ്മുടെ അജ്ഞതയും അഹന്തയുമാണ് ബലിയായി മൂർത്തിക്ക് നൽകേണ്ടത്. അതേറ്റെടുക്കാൻ മൂർത്തിയോട് പ്രാർത്ഥിക്കുക. മൂർത്തിയെ മനസ്സിലേക്കാവാഹിക്കുക.'

കപിലനും മൂപ്പനും വേണു പറഞ്ഞതെല്ലാം കേട്ടു. തുടർന്ന് മൂപ്പൻ പറഞ്ഞു:

'ശരിയാ, അങ്ങനെങ്കിൽ അരത്തം കലക്ക്. അതുമതി...'

അങ്ങനെ കാലങ്ങൾക്കുശേഷം തീക്കനൽമൂർത്തിയിലേക്ക് ചുവന്ന അരത്തം കിനിഞ്ഞിറങ്ങി. ഒരു സമൂഹം മൂർത്തിക്ക് മുന്നിൽ കണ്ണുകളടച്ച് പ്രാർത്ഥിച്ചുനിന്നു.

ശത്രുഭയങ്ങളിൽ നിന്ന് അടിയങ്ങളെ രക്ഷിക്കണെ... ഞങ്ങടെ കുഞ്ഞുങ്ങൾക്കുയർച്ചയുണ്ടാകണെ...

കപിലന്റെ ജ്യേഷ്ഠൻ രാമന്റെ മകൻ അനിൽ കല്ലൂരെ കളരിയിലേക്ക് ചെന്നപ്പോൾ വേണുവിനോട് പറഞ്ഞു:

'ഈ ഇല്ലത്തുകാരേം പ്രമാണിവർഗ്ഗത്തേയും നാം ശത്രുക്കളായിത്തന്നെ കാണണം...'

'വേണ്ട. നമുക്കാരും ശത്രുക്കളില്ല. നമ്മെ എതിർക്കുന്നവർ സത്യത്തിൽ ഭീരുക്കളാണ്. അവരുടെ കൈയിലുള്ള എന്തോ നഷ്ട്ടപ്പെടാൻ പോകുന്നു എന്ന ഭയമാണവർക്ക്. സാരമില്ല, നമ്മുടെ പ്രാർത്ഥനകളുടെയും നേരായ പ്രവർത്തനങ്ങളുടെയുമെല്ലാം ഫലം അവർക്കുകൂടി കിട്ടും... അപ്പോൾ അവരും മാറിച്ചിന്തിക്കും...'

അനിൽ കളരിയുടെ തിണ്ണയ്ക്കിരുന്നു.

'ഇന്നാളിൽ കോളജിൽ വെച്ച് ഒരു പഠനക്ലാസ്സിൽ ഒരാള് വന്നുപറഞ്ഞു, മാറ്റമില്ലാത്തതായി മാറ്റം മാത്രമെയുള്ളൂവെന്ന് മാർക്സ് പറഞ്ഞിട്ടുണ്ടെന്ന്...'

'മാർക്സ് പറഞ്ഞത് ശരിയാ. എന്നാൽ അദ്ദേഹം കാണാതെ പോയ, മാറ്റമില്ലാതാക്കുന്ന മാറ്റത്തിന്റെ പിന്നിലെ ശക്തിയെയാണ് നാം തിരിച്ചറിയേണ്ടത്. മാർക്സിനുമപ്പുറത്തേക്ക് നാം പോകണം...'

'എന്നുവെച്ചാൽ...?'

'മാർക്സിന് ഒരു ദാർശനികൻ എന്നുള്ള നിലക്ക് പരിമിതികളുണ്ട്. എന്നാൽ അദ്ദേഹത്തിന്റെ രാഷ്ട്രീയവീക്ഷണത്തിലെ മാനവികതയെ നാം കാണാതിരുന്നുകൂടാ. ചൂഷിതരുടെ പക്ഷത്തു നിന്നുകൊണ്ടാണ് അദ്ദേഹം ചിന്തിച്ചതെല്ലാം...'

ഒന്നാംവർഷ സാമ്പത്തിക ശാസ്ത്രവിദ്യാർത്ഥിയായ അനിലിന് വേണു പറഞ്ഞത് അത്ര വ്യക്തമായില്ലെങ്കിലും തലയിലേക്ക് ഒരല്പ്പം വെളിച്ചം വീണതുപോലെ തോന്നി. അനിൽ മടങ്ങിപ്പോകാൻ നേരത്ത് പറഞ്ഞു:

'ഇടയ്ക്കൊക്കെ ഞാനിങ്ങോട്ടു വരും...'

വേണുവിന്, കാര്യങ്ങൾ മനസ്സിലാക്കാനുള്ള അനിലിന്റെ താത്പര്യത്തിൽ സന്തോഷം തോന്നി.

'എപ്പോഴും സ്വാഗതം. പടേനിക്കളരി എല്ലാവർക്കും വേണ്ടിയുള്ളതാ. നീയും വരണം.'

വരാം എന്നുപറഞ്ഞ് അവൻ മടങ്ങി.

തീക്കനലിൽ നടന്ന എല്ലാകാര്യങ്ങളും ദേവി വേണുവിനോട് വിശദമായി ചോദിച്ചു മനസ്സിലാക്കി. അവൾക്ക് സന്തോഷമായി. പിന്നെയും മറ്റു പലതും ചോദിച്ചും പറഞ്ഞും അവർ ഏറെനേരം കിടന്നു. ഒടുക്കം എല്ലാറ്റിനും പാവുതറയമ്മയുടെ അനുഗ്രഹമുണ്ടാകും എന്ന ഉറച്ച വിശ്വാസത്തിലേക്ക് അവർ കണ്ണുകളടച്ച് ഉറക്കത്തിലേക്ക് വീണു.

***

34

കരുത്തിന്റെ പടവുകൾ കടന്ന്

ചിറ്റേടത്തെ സരസ്വതിയമ്മ തെക്കേ തിണ്ണയിലേക്കിറങ്ങി പാവുതറക്കാവിലേക്ക് നോക്കി കൈകൾ കൂപ്പി.

'അമ്മേ, അവിടുത്തെ രക്തദാഹമിനീം തീർന്നില്ലേ...! മഹാമായേ...!'

അകത്തെ മുറിയിൽ നടന്നുകൊണ്ടിരുന്ന ആലോചനകളുടെ തീവ്രത അത്രയ്ക്കായിരുന്നു. കുറച്ചുനേരം സരസ്വതിയമ്മ എല്ലാം കേട്ട് വാതിൽക്കൽത്തന്നെ നിന്നു. പിന്നെ തെക്കേ തിണ്ണയിലേക്ക് പോരുകയായി.

മൂത്തേടത്തുനിന്ന് രാധാകൃഷ്ണനും കോന്നപ്പണിക്കരും നാരായണൻ നായരുമെത്തിയിരുന്നു. വൈശ്യത്തില്ലത്തു നിന്ന് പരമേശ്വരൻ നമ്പൂതിരിയും ചെറുമകൻ അഗ്നിശർമ്മനും. ചിറ്റേടത്തുനിന്ന് രാഘവക്കുറുപ്പും ഗോവിന്ദക്കുറുപ്പും ചന്ദ്രനുമുണ്ടായിരുന്നു. എല്ലാവരും എത്തിക്കഴിഞ്ഞപ്പോൾ പാവുതറദേവീക്ഷേത്രത്തിന്റെ അധികാരം ഒരു ട്രസ്റ്റിന്റെ കീഴിലാക്കിയതിന്റെ രേഖകൾ രാധാകൃഷ്ണൻ അവർക്ക് മുന്നിൽ വെച്ചു.

നേരത്തെ മൂത്തേടത്തുകാർക്കും ചിറ്റേടത്തുകാർക്കും പരമ്പരാഗതമായ ഉടമസ്ഥാവകാശമുണ്ടായിരുന്നത് രണ്ടായിട്ടായിരുന്നു. ആദായം പപ്പാതി വീതിച്ചെടുക്കുക. ഊരാഴ്മാവകാശത്തിന്റെ പേരിൽ ഒരു തുക മാസാമാസം വൈശ്യത്തില്ലത്തുകാർക്കും കൊടുക്കുകയായിരുന്നു പതിവ്. എല്ലാറ്റിനും ഇപ്പോൾ നിയമത്തിന്റെയും രേഖകളുടെയും ഒരു പിൻബലമായി. നിലവിലുള്ള അവകാശാധികാരങ്ങൾ അതേപടി നിലനിർത്തിക്കൊണ്ടുതന്നെയാണ് രണ്ടുവീട്ടുകാരും ചേർന്ന് ഒരു ട്രസ്റ്റുണ്ടാക്കിയത്. മൂത്തേടത്ത് രാധാകൃഷ്ണൻ സെക്രട്ടറിയും ചിറ്റേടത്തെ രാഘവക്കുറുപ്പ് പ്രസിഡന്റും മൂത്തേടത്ത് നാരായണൻനായർ ഖജാൻജിയും ബാക്കി ഇരുപത്തിമൂന്ന് പേരടങ്ങുന്ന കമ്മറ്റിയുമായി.

ചിറ്റേടത്തെ രാഘവക്കുറുപ്പ് ട്രസ്റ്റ് രേഖകളൊക്കെ ഒന്ന് പരിശോധിച്ചിട്ട് പറഞ്ഞു:

'ഇതെല്ലാം നേരത്തെതന്നെ ഇങ്ങനാക്കേണ്ടതാരുന്നു. പഴയ അധികാരത്തിന്റെ ബലത്തിൽ എത്രകാലം നിക്കാമ്പറ്റും!'

'അതെ, ഇപ്പോളവകാശത്തിനും അധികാരത്തിനും ഒരു കെട്ടുറപ്പായി. ഇനി നമ്മുടെ അവകാശത്തെ ആർക്കും ചോദ്യംചെയ്യാമ്പറ്റത്തില്ല.'

രാധാകൃഷ്ണൻ പറഞ്ഞു.

വാസ്തവത്തിൽ സ്വയം പ്രഖ്യാപിതവും പരമ്പരാഗതവുമായ ഒരു ഫ്യൂഡൽ മാടമ്പി അധികാരം മാത്രമായിരുന്നു ചിറ്റേടത്ത് മൂത്തേടന്മാർക്ക് പാവുതറയമ്മയിൽ ഉണ്ടായിരുന്നത്. അത് കോടതിയിൽ നല്ലൊരു വക്കീലിനെ കൊണ്ടുപോയി വാദിച്ചാൽ പൊളിച്ചടുക്കാവുന്നതേയുണ്ടായിരുന്നുള്ളൂ. പണ്ട് ആരുമതിന് മുതിരാതിരുന്നത് പടയണിക്ക് തടസ്സമൊന്നുമില്ലാതിരുന്നതുകൊണ്ടാണ്. എന്നാൽ പടയണി മുടങ്ങിയ കഴിഞ്ഞ അൻപത്തിയൊന്ന് കൊല്ലത്തിനിടയിൽ പാവുതറയിലുള്ളവർക്കാർക്കും അതൊന്നും തോന്നിയില്ല.

ഇതെല്ലാം ഉള്ളിൽ കൂടി കടന്നുപോയ ചിറ്റേടത്തെ രാഘവക്കുറുപ്പ് മറ്റുള്ളവരെ ഓർമ്മിപ്പിച്ചു.

'കഴിഞ്ഞ കൊല്ലത്തെപ്പോലല്ല... വേണു, അവനെല്ലാ തന്ത്രങ്ങളുമറിയാവുന്നോനാ. നിയമത്തിന്റെ തലനാരിഴ വേണമെങ്കിലും അവൻ കീറി നോക്കിപ്പിക്കും...'

'ഹമ്മേ... നാരായണ...'

പരമേശ്വരൻ നമ്പൂതിരി അതിശയം പ്രകടിപ്പിച്ചു.

കുറുപ്പ് പറഞ്ഞതിന്റെ ഗൗരവം തിരിച്ചറിഞ്ഞുകൊണ്ടുതന്നെ രാധാകൃഷ്ണൻ ഒന്ന് മൂളി.

കുറുപ്പ് തുടർന്നു പറഞ്ഞു:

'അവനും കൂട്ടരും നാളെ ആ തെക്കേത്തോമ്പടത്തെ തങ്കപ്പൻപിള്ളേടെ വീട്ടിൽ വെച്ച് കൂടുന്നുണ്ട്. അതിലാരൊക്കെയാ പങ്കെടുക്കുന്നേന്ന് കാര്യമായിട്ടൊന്ന് തെരക്കണം.'

'ഓ, അതത്രകാര്യമാക്കണ്ട. ആര് പങ്കെടുത്താലും പോലീസും നിയമോം നമ്മുടെ പക്ഷത്താണെങ്കിൽ പിന്നെന്തിന് പേടിക്കണം. ഇക്കൊല്ലോം സ്റ്റേ വാങ്ങിക്കും. അതുമാത്രമല്ല, നമ്മുടെ കൂടെ നിക്കാനും നമ്മള് പറഞ്ഞാലെന്തും ചെയ്യാൻ തയ്യാറുള്ളവരുമായ എത്രയോ വീട്ടുകാരീ പാവുതറേലൊണ്ട്. അവരൊക്കെ ഒരു വിഷയമുണ്ടായാൽ നോക്കി നിക്കുമോ...'

രാധാകൃഷ്ണൻ ആത്മവിശ്വാസം പ്രകടിപ്പിച്ചു. അതിൽ ആവേശിതനായ അയാളുടെ അനന്തിരവൻ രാജേഷ് പറഞ്ഞു:

'അങ്ങനെന്തേലുമുണ്ടായാൽ പിള്ളേരിഷ്ടം പോലൊണ്ട്. അവരെ എറക്കാം...'

'അല്ല, കുഞ്ഞെന്താ ഒന്നും മിണ്ടാതിരിക്കുന്നത്...?' ആരേലും എന്തേലും ചോദിക്കുകോ പറേകോ വല്ലോം ചെയ്തോ...?'

ഗോവിന്ദകുറുപ്പാണ് നമ്പൂതിരിയുടെ മൗനത്തിലേക്കിടപെട്ടത്.

'ഇല്ല. അങ്ങനാരും പ്രത്യേകിച്ചൊന്നും പറഞ്ഞിട്ടില്ല. പിന്നെ, കഴിഞ്ഞകൊല്ലത്തെ അനുഭവം വെച്ച് നോക്കുമ്പം ഈ കൊല്ലം കാര്യങ്ങള് കൊറച്ചൂടെ പ്രശ്നമാകുമെന്നാ എന്റെ ശങ്ക... എന്തോ, എന്റെ മനസ്സങ്ങനെ പറേന്നു...'

എല്ലാവരും പരമേശ്വരൻ നമ്പൂതിരിയുടെ ശങ്കയിലേക്ക് മൗനമായി ഉറ്റുനോക്കി. ആ മൗനത്തിന്റെ ഇടവേളയ്ക്കുശേഷം നമ്പൂതിരിതന്നെ തുടർന്നു.

'ഞാൻ പറേന്നതുകൊണ്ട് നിങ്ങള് വേറൊന്നും വിചാരിക്കരുത്. നമുക്കീ കാര്യത്തിലൊരു വിട്ടുവീഴ്ച കാണിച്ചാലെന്താ... അമ്മേമായിട്ട് ബന്ധപ്പെട്ട കാര്യമല്ലെ; എല്ലാം അറീന്നോളാണല്ലോ അമ്മ...'

നമ്പൂതിരിക്കുണ്ടായ മനംമാറ്റം കണ്ട് അവിശ്വസനീയഭാവത്തോടെ മറ്റുള്ളവർ അദ്ദേഹത്തെ നോക്കി.

'അല്ല, ഇന്നലെവരെ രണ്ടുനേരം പൂജിച്ചിട്ടും തിരുമേനിയ്ക്കിത് തോന്നിയില്ലെ...?'

'തോന്നാഴികയല്ല കുറുപ്പേ, അമ്മേടെ ക്ഷമയ്ക്കുമൊരതിരൊണ്ടല്ലോ...'

'അതുശരി. അങ്ങനാണെങ്കി തിരുമേനി അവര്ടെ കൂടെ കൂടിക്കോ...'

രാജേഷിനു ദേഷ്യം വന്നു. എന്നാൽ അയാളെ തണുപ്പിക്കാൻ കുറുപ്പുതന്നെ ഇടപെട്ടു.

'നീ അവിടിരി. ഞാൻ പറയട്ടെ...'

'തിരുമേനീ, ഇത്രേം കാലം നമ്മളൊന്നിച്ച് നിന്നു. നിങ്ങക്ക് ഊരാഴ്മാവകാശത്തിന്റെ പേരിൽ മാസാമാസം നല്ലൊരു തൊക ഞങ്ങള് തരുന്നുണ്ട്. പിന്നെ നിങ്ങക്ക് കിട്ടുന്ന ദക്ഷിണ. അതിന് വല്ല കണക്കുമുണ്ടോ...? അതാരേയേലും ബോധിപ്പിക്കണോ...? നിങ്ങക്ക് അതൃപ്തിയുണ്ടാകുന്ന ഒരു സാഹചര്യോം ഞങ്ങളായിട്ട് ഇന്നത്തെ നാഴികവരെ ഉണ്ടാക്കീട്ടില്ല; അതിനുള്ള ചില സന്ദർഭങ്ങൾ ഉണ്ടായിട്ടുപോലും... എന്തുകൊണ്ട്..., ഇവിടൊരു സംഘർഷമുണ്ടാകാതെ കാര്യങ്ങള് നടക്കാൻ. എന്നാലിപ്പോൾ സംഘർഷത്തിന്റെ സാഹചര്യം വീണ്ടുമുണ്ടായപ്പോൾ ഒന്നിച്ചുനിക്കുകല്ലേ വേണ്ടത്...'

ഇത്രയും കേട്ടുകഴിഞ്ഞപ്പോൾ നമ്പൂതിരി കുറച്ചുകൂടി അനുനയ ഭാവത്തിൽ പറഞ്ഞു:

'അല്ല കുറുപ്പേ, ഞാനങ്ങനെ നിങ്ങളെയാരേം തള്ളിപ്പറേകല്ല ചെയ്

തത്. ഭഗവതിയമ്മെ മുൻനിർത്തിക്കൊണ്ടുള്ള ഒരു തർക്കമാണിത്. അതുകൊണ്ടുതന്നെ സൂക്ഷിക്കണമെന്നാണ് ഞാമ്പറഞ്ഞത്...'

രാധാകൃഷ്ണൻ ആ സൂക്ഷ്മത്തിൽ പിടിച്ചു:

'അതെ. അതിനാണല്ലോ ഭഗവതി നമ്മളെ ഇപ്പഴും ഇവിടെ ഒന്നിച്ചിരുന്ന് കാര്യങ്ങളാലോചിക്കാൻ നിയോഗിച്ചിരിക്കുന്നത്. ഒരു കാര്യം തിരുമേനി മറന്നുപോകരുത്. പണ്ടു പുരാതനകാലം മുതൽ, അതായിത് പാലക്കാട്ട് ആലത്തൂന്ന് പോന്ന നമ്മുടെ പൂർവ്വപിതാക്കമ്മാർടെ കാലം മുതല്, നമ്മളൊന്നിച്ചാ നിന്നിട്ടുള്ളത്. അതിന് മാറ്റമുണ്ടാകരുത്...'

രാധാകൃഷ്ണൻ ഇത്രയും പറഞ്ഞതിനേത്തുടർന്ന് അന്നത്തെ ആലോചനയ്ക്ക് വലിയ പുരോഗതിയുണ്ടായില്ല. നേരം ഏറെ ഇരുട്ടിയിരുന്നു ഇറങ്ങാൻ നേരത്ത് കുറുപ്പ് ഇത്രയുംകൂടി പരമേശ്വരൻനമ്പൂതിരിയോടു പറഞ്ഞു:

'അന്ന് ഞങ്ങടെ പൂർവ്വപിതാക്കമ്മാരില്ലാരുന്നെങ്കിൽ തിരുമേനിയെടെ പൂർവ്വികരിങ്ങെത്തത്തില്ലാരുന്നു. ടിപ്പൂന്റെ വാളിന് നല്ല ആയമുണ്ടാരുന്നു. ഒന്നും മറക്കരുത്...'

പരമേശ്വരൻ നമ്പൂതിരി ഇല്ലത്തേക്ക് ചെന്നപ്പോൾ ദേവകി അന്തർജ്ജനം അയാളെ കാത്ത് അത്താഴം കഴിക്കാതെ ഇരിക്കുകയായിരുന്നു. അത്താഴം കഴിഞ്ഞ് കിടക്കുമ്പോൾ അയാൾ കൈകൾ രണ്ടും നെഞ്ചത്തേക്കെടുത്ത് വെച്ച് ഒന്നുകൂടി ദീർഘം ശ്വസിച്ചു. അന്തർജ്ജനം അയാളുടെ ഇടതുവശത്ത് അങ്ങനെ കിടന്നു.

'ഞാനന്നൊരിക്കൽ, അവള് സംക്രമത്തിന് താലപ്പൊലീമായി പോന്നതൊന്ന് കണ്ടിട്ടുണ്ട്. താലപ്പൊലിയെടെ തിരിവെട്ടത്തിൽ മുഖമത്ര വ്യക്തമായില്ല. എങ്കിലും അവടെ മുഖത്തെ എന്തോ ഒന്ന് എന്റെ മനസ്സിലുണ്ട്... കല്ലൂരെ വേണൂന്റെ ഭാര്യയാ അതെന്ന് തെക്കേവാര്യത്തെ സുമംഗലയാ പിന്നെന്നോട് പറഞ്ഞത്... അല്ല, അവളൊന്നിത്തറ്റം വരാൻ പറഞ്ഞാ വരുമോ...?'

അന്തർജ്ജനം ഒന്ന് ചരിഞ്ഞ് നമ്പൂതിരിയോട് ചോദിച്ചു.

'ഇല്ല. എനിക്ക് തോന്നുന്നില്ല... ഞാൻ മനസ്സിലാക്കിയടത്തോളം അവളെ ആർക്കുമങ്ങനെ സ്വാധീനിക്കാൻ പറ്റത്തില്ല. കഴിഞ്ഞകൊല്ലം പടേനി നടത്താൻ സഹായിക്കണമെന്ന് അവള് പറഞ്ഞതിൽ വിനയവും സ്നേഹവും മാത്രമാരുന്നില്ല, എന്തോ ഒരു രൗദ്രതയും താക്കീതുമെല്ലാമുണ്ടാരുന്നു. സത്യത്തിൽ അന്നേരമെനിക്കത് തോന്നിയില്ല. കൊറച്ച് കഴിഞ്ഞാ അത് തെളിഞ്ഞുവന്നത്. ഞാനിതാരോടും പറഞ്ഞില്ലെന്നേയുള്ളൂ...'

ഭർത്താവ് പറയുന്നതെല്ലാം കേട്ട് ദേവകി അന്തർജ്ജനം ഏറെ നേരം കണ്ണിമയനക്കാതെ കിടന്നു. പിന്നെ ഒന്ന് ദീർഘം ശ്വസിച്ചിട്ട് ഒന്നും ചോദിക്കുകയോ പറയുകയോ ചെയ്യാതെ അവർ അയാളുടെ അരികിലേക്ക് ചേർന്നുകിടന്നു.

അയാൾ പറഞ്ഞു:

'എല്ലാം അമ്മ തീരുമാനിക്കട്ടെ...'

പിന്നെ അവരിരുവരും എപ്പോഴോ ഉറങ്ങി. ഉഷ്ണത്തിന്റെ ആ രാത്രിയിൽ വൈശ്യത്തില്ലം മാത്രമല്ല പാവുതറയാകെ തളർന്ന് മയങ്ങി ഉറങ്ങി.

ദേവി കൃത്യം നാലുമണിക്ക്തന്നെ ഉണർന്നു. രാവിലെ അമ്പലത്തിലേക്ക് പോകേണ്ടതുകൊണ്ട് വീട്ടുകാര്യമെല്ലാം വേഗം ചെയ്തുതീർത്തു. എല്ലാ വെള്ളിയാഴ്ചകളിലും പാവുതറക്കാവിന്റെ മുന്നിലെ ആനക്കൊട്ടിലിൽ ജലപാനം പോലുമില്ലാതെ ഇരുപത്തെട്ട് സ്ത്രീകളാണ് ദേവിയുടെ നേതൃത്വത്തിൽ ഒരു വൃത്തമായി നടന്ന് നടന്ന് ജപിക്കുന്നത്. രാവിലെ ഒൻപതുമണിക്ക് നട അടച്ചാലുടനെ തുടങ്ങുന്ന നാമജപം വൈകിട്ട് അഞ്ചരയ്ക്ക് നട തുറക്കുമ്പോഴാണ് സമാപിക്കുന്നത്.

കഴിഞ്ഞ കൊല്ലം പടയണി നടക്കില്ലെന്നുറപ്പായതിന്റെ പിറ്റേ വെള്ളിയാഴ്ച്ച മുതലാണ് ഈ നാമജപയജ്ഞം തുടങ്ങിയത്. ആദ്യത്തെ വെള്ളിയാഴ്ച്ച ആറുപേരേ ഉണ്ടായിരുന്നുള്ളൂ. അവരിൽ മൂന്നുപേര് മൂന്നാമത്തെ വെള്ളിയാഴ്ച്ചയെത്തിയപ്പോൾ മദ്ധ്യാഹ്നത്തോടെ തളർന്നു വീണു. എന്നാൽ അവർ അടുത്തയാഴ്ച്ച മുതൽ വീണ്ടും വന്നു. തുടർന്ന് വന്നവരെല്ലാവരും ഒരുവർഷം തികയാൻ പോകുന്ന ഈ കുംഭത്തിലും വൈകുവോളം ഭഗവതിയുടെ സഹസ്രനാമങ്ങൾ ജപിച്ചു. എന്നും ദേവി തന്നെയായിരുന്നു അത് ചൊല്ലിക്കൊടുത്തിരുന്നത്.

ഓം ശ്രീമാത്രേ നമഃ

ഓം ശ്രീമഹാരാജ്ഞൈ നമഃ

ഓം ശ്രീമത്സിംഹാസനേശ്വര്യൈ നമഃ

ഓം ചിദഗ്നികുണ്ഡസംഭൂതായൈ നമഃ

'ഇവിത്തുങ്ങക്കൊന്നും ഒരു പണീമില്ല, നേരം വെളുക്കുമ്പമിങ്ങെറങ്ങിക്കോളും...'

അമ്പലത്തിന്റെ നടയ്ക്കടുത്തുള്ള ഒരു കടത്തിണ്ണയിലിരുന്ന് ചിറ്റേടത്തെ ആശ്രിതന്മാരിലൊരാൾ മൂത്തേടത്തെ മറ്റൊരു വാല്ല്യക്കാരനോട് പറഞ്ഞു:

'അങ്ങ് കെഴക്കാ കടമ്മനിട്ടേന്നൊരുത്തിയെ ഇവിടെ കെട്ടിയെടുത്തോ

ണ്ട് വന്ന അന്നു തൊടങ്ങിയതാ ഈ നാടിന്റെ സൈ്വര്യക്കേട്. അവളാ ഈ പെണ്ണുങ്ങളെയെല്ലാം വഴിതെറ്റിക്കുന്നെ. ആ എക്ഷി...'

ദേവിയേയും കൂട്ടരേയും വിമർശിക്കാൻ സ്ത്രീകളുമുണ്ടായിരുന്നു.

ചിറ്റേടത്തെ താവഴിയിൽ വരുന്ന, കഞ്ഞികുടിക്കാൻപോലും ഗതിയില്ലാതായ കുടുംബങ്ങളിലൊന്നാണ് പാടിപ്പാട്ട്. പാടിപ്പാട്ടെ ജാനകിച്ചെയി ഒന്നുമില്ലെങ്കിലും വലിയ പൊങ്ങച്ചം പറയും. പണ്ട് അമ്മാവന് ആനയുണ്ടായിരുന്നെന്നും, തേങ്ങാ ഇടാൻ തൊടങ്ങിയാൽ അടുത്തേറ്റിനേ തീരതൊള്ളു എന്നൊക്കെയാണ് തട്ടിവിടുന്നത്. അവരും ആക്ഷേപിച്ചു ദേവിയേയും കൂട്ടരേയും.

'ഹ്ഹൊ, ഇവ്ളുമാരിപ്പമിങ്ങാവാഹിച്ചെടുക്കും തമ്പ്രാട്ടിയമ്മെ...ത്ഫൂ...! ഹല്ലേ, ഇവ്ളുമാർക്കൊക്കെയെന്താ തമ്പ്രാട്ടീമായിട്ടൊള്ള ബന്ധം...! ബന്ധമൊള്ളത് ഞങ്ങക്കാ... കൂടുതല് ജപിക്കാം പോയാല് എല്ലാം വിവരമറീം ! തമ്പ്രാട്ടിയമ്മെ ഇവ്ളുമാർക്കറിയാൻ വയ്യാഞ്ഞിട്ടാ...! ജപിച്ച് ജപിച്ച് ശക്തി കൂട്ടിയാ എല്ലാത്തിനേം ദഹിപ്പിക്കും കാളിയമ്മ...! ഒരെക്ഷി വന്നിട്ടൊണ്ടല്ലോ അങ്ങ് കെഴക്കംമലേന്നെങ്ങാണ്ട് നാടുമുടിക്കാൻ... അവളാ ഈ...!!'

രാത്രി ഏറെയായിരുന്നു. ഓമനയമ്മ ഒരുറക്കം കഴിഞ്ഞിരുന്നു. കിരണിന്റെ ചെന്നെയിൽ നിന്നുള്ള പതിവ് വിളിയും ഒൻപതു മണി കഴിഞ്ഞപ്പോൾ വന്നിരുന്നു. വേണു ദേവിയുടെ അടുത്തേക്ക് ചരിഞ്ഞുകിടന്നു. ഒരുപാടുകാലങ്ങൾക്ക് ശേഷം അവളെ കണ്ടതുപോലെ ഏറെ നേരം ഒന്നും ഉരിയാടാതെ അയാൾ അവളുടെ മുഖത്തേക്ക് തന്നെ നോക്കി. എന്നിട്ട് പറഞ്ഞു:

'എന്നാലും നിന്നെയീ നാട്ടുകാര് ഒരെക്ഷിയാക്കിയല്ലൊ...'

ദേവി ഒന്ന് മെല്ലെ ചിരിച്ചതേയുള്ളൂ. ആ ചിരിക്കൊരു തികവുണ്ടായിരുന്നു. അയാൾ അവളുടെ സീമന്തരേഖയിൽനിന്ന് തന്റെ ചൂണ്ടുവിരൽ തിരുനെറ്റിയിലൂടെ അവളുടെ നീണ്ട നാസികയിലൂടെ ചുവന്നുതുടുത്ത ചുണ്ടുകളിലൂടെ കടഞ്ഞെടുത്തതുപോലെയുള്ള കണ്ഠത്തിലൂടെ നെഞ്ചിലേക്ക് കൊണ്ടുവന്ന് നിർത്തി. എന്നിട്ട് പറഞ്ഞു:

'എന്നാലുമെന്റെ സുന്ദരയക്ഷീ...'

ദേവി ഇപ്പോൾ ഒന്നുകൂടെ തെളിഞ്ഞു ചിരിച്ചു. എന്നിട്ട് ചോദിച്ചു.

'എന്താ വിരൽ നിന്നുപോയത്; പേടിയാണോ യക്ഷിയെ...?'

വേണു ദേവിയിൽ നിന്നടർന്ന് മാറി ഒന്ന് ദീർഘം ശ്വസിച്ച് തന്നോടു തന്നെയെന്നപോലെ പറഞ്ഞു:

'വേണ്ട. അരുതായ്കയാണിതിപ്പോൾ. മനസ്സും ശരീരവുമെല്ലാം ഒ

രേയൊരു ലക്ഷ്യം നേടാനുള്ള വ്രതത്തിലെന്നപോലെ മുന്നോട്ട് പോകുമ്പോൾ..., വേണ്ട...'

ദേവി അതേ നിസംഗമന്ദസ്മിതത്തോടെ മേലേക്ക് നോക്കി കിടന്നുകൊണ്ടു പറഞ്ഞു:

'എനിക്ക് തോന്നുന്നത് അങ്ങനെയല്ല എന്നാണ്. ലക്ഷ്യത്തിലേക്ക് ഒരു കുതിപ്പോടെ നീങ്ങുമ്പോൾ ഇച്ഛാഭംഗങ്ങളൊന്നുംതന്നെ ഉണ്ടാവാൻ പാടില്ല. എന്തെങ്കിലും നേരിയ ആഗ്രഹമുണ്ടെങ്കിൽ അതുപോലും തീർത്തിട്ട് വേണം മുന്നേറാൻ. എല്ലാം ഒഴിച്ചൊഴിച്ച് മുന്നോട്ട് പോകണം. അപ്പോൾ ലക്ഷ്യത്തിലെത്താറാവുമ്പോൾ മനസ്സ് പൂർണ്ണമായും സ്വതന്ത്രമാകും. സ്വതന്ത്രമാകുന്ന മനസ്സിന് കരുത്തേറും. മറ്റൊന്ന്, പുരുഷൻ സ്ത്രീയെ പ്രാപിക്കുമ്പോഴൊക്കെ അവന്റെ കരുത്ത് വർദ്ധിക്കുകയാണ്. സ്വന്തം ശക്തികൊണ്ട് സ്ത്രീയുടെ ശക്തി അനുഭവിച്ചറിയുന്ന ഏതു പുരുഷനും അജയ്യനാണ്...'

ഇപ്പോൾ ദേവി തല ചരിച്ച് വേണുവിന്റെ മുഖത്തേക്ക് നോക്കി. ആവശ്യവും തീക്ഷ്ണവുമായ നോട്ടം അയാളുടെ ഉള്ളിൽ ചെന്നാണ് പതിച്ചത്.

'എന്റെ പുരുഷൻ വിജയിക്കണം. വിജയിച്ചേ പറ്റൂ...'

ദേവി വേണുവിന്റെ മുഖത്തേക്ക് അമർത്തി ചുംബിച്ചു.

പിന്നെ എല്ലാം മറന്നു അയാൾ. ദേവിയുടെ പുരുഷൻ അവളെ ഇറുകെ പുണർന്നു.

അരണ്ട നിലാവെട്ടം ജനാലയുടെ വെന്റിലേഷൻ കടന്ന് അവരുടെ നഗ്നതയിലേക്കരിച്ചിറങ്ങി. നിലാവിന് കുസൃതിയായിരുന്നില്ല. തിടുക്കമായിരുന്നു. അത് അവരുടെ വിയർപ്പു പൊടിഞ്ഞ ശരീരചലനങ്ങളിൽ നാവുകൊണ്ടെന്നപോലെ തൊട്ടു. ശരീരങ്ങളുടെ ഗന്ധപരിണാമങ്ങളെ അത് അതിന്റെ ഘ്രാണേന്ദ്രിയം കൊണ്ട് വലിച്ചെടുത്തു. കാതിലേക്കാവാഹിച്ചു, അവരുടെ കിതപ്പിന്റെയും ശീൽക്കാരങ്ങളുടെയും ശബ്ദമൂർച്ഛകൾ...

പിന്നെ എല്ലാം അടങ്ങിയപ്പോൾ നിലാവ്, അവരുടെ ശരീരങ്ങളിൽ നിന്ന് അകന്നിരുന്നു. നിലാവ് ആ മുറിയുടെ ഒരു കോണിലേക്കായി. ഒരു യജ്ഞസാക്ഷിയെപ്പോലെ നിലാവ് തൊഴുതു വണങ്ങി നിന്നു. തുടർന്ന് ആ നിലാച്ചീളിനെ അകറ്റിയ പുറത്തെ രാക്കാറ്റ് ഒരു നേർത്ത തണുപ്പായി വേണു തുറന്നിട്ട ജനാലയിലൂടെ അകത്തേക്ക് കടന്ന് വന്നു.

•••

35

ഉണരുന്ന മൂർത്തികൾ തെളിയുന്ന പന്തങ്ങൾ

കുന്നത്ത് മൂർത്തിയുടെ പുനരുദ്ധാരണത്തിന്റെ ഒരുക്കങ്ങളെല്ലാം ഏതാണ്ട് പൂർത്തിയായിരുന്നു. രാവിലെതന്നെ അജയൻ കല്ലൂരേക്ക് ചെന്നു.

'നമ്മളോടെതിർപ്പുള്ളവരും മൂർത്തിക്കാവിലേക്ക് വരുമെന്നാ തോന്നുന്നത്...'

'അതെങ്ങനെ മനസ്സിലായി...?'

വേണു ചോദിച്ചു.

'ദേവി നിയോഗിച്ച രണ്ടുപേരും ഈ കാര്യത്തിലും കാര്യമായി പ്രവർത്തിച്ചു. ശാന്തയേയും ബിന്ദുവിനേയും വരുന്ന വഴിയ്ക്ക് ഞാൻ കണ്ടിരുന്നു...'

'സാമ്പത്തികമൊക്കെ...?'

'കുറച്ചൊക്കെ കിട്ടി. ബാക്കി നാളെ എല്ലാവരും വരുമ്പോൾ തരാമെന്നാണേറ്റിരിക്കുന്നത്...'

വേണു അകത്തേക്ക് പോയി ഒരു രണ്ടായിരംരൂപ എടുത്തുകൊണ്ടുവന്നു.

'ദാ... ഇതിരിക്കട്ടെ...; അത്യാവശ്യം വന്നാലിനിയും ചോദിക്കാതിരിക്കരുത്. വരുന്നവരുടെയൊക്കെ കൈയിൽ നിന്ന് അവരവരെ കഴിയുന്നതുപോലെ സംഭാവന വാങ്ങിക്കണം. അതിനുള്ള ഏർപ്പാട് ചെയ്യണം...'

അജയൻ രൂപ വാങ്ങിയിട്ട് പറഞ്ഞു:

'കാശ് മാത്രം തന്നാ പോര... നിങ്ങള്, രാവിലെതന്നെയങ്ങ് എത്തണം...'

'അതിനെക്കുറിച്ചാശങ്ക വേണ്ട. ഞാനങ്ങെത്തിക്കോളാം...'

'എന്നാ ഞാനിറങ്ങ്കാ. ഇന്നോഫീസിൽ പോണം. എന്നാലേ നാളത്തെ അവധി ഉറപ്പാക്കിയെടുക്കാൻ പറ്റൂ...'

'ശരി. എന്നാലങ്ങനാട്ട്...'

അങ്ങനെ തീക്കനൽമൂർത്തിയെപ്പോലെ തന്നെ പാവുതറയിലെ മറ്റൊരു പുരാതന കീഴാള ഗോത്രദൈവമായ കുന്നത്ത് മൂർത്തിയേയും പുനരുദ്ധരിക്കാനുള്ള ശ്രമങ്ങൾക്ക് തുടക്കമായി.

അജയന്റെയൊക്കെ പൂർവ്വപിതാവായി വരുന്ന കാളിമല കണ്ടങ്കാളി, സ്വന്തമായി ഏറെ ഭൂമിയുണ്ടായിരുന്ന ഒരു പുലയനായിരുന്നു. പാവുതറയിലെ നരയൻകൊല്ലി പാടത്തിന്റെ ഒരു വലിയ പങ്കും കണ്ടങ്കാളിയുടേതായിരുന്നു.

കണ്ടങ്കാളി തന്റെ മണികണ്ഠൻകാളയെ വെച്ച് ആണ്ടോടാണ്ട് വയലാകെ പൂട്ടി വിതയും കൊയ്ത്തും നടത്തി.

കാലം പോകെ പോകെ കാള അവശനായി. ഒരു കന്നിമാസത്തിലെ പൂട്ട് കഴിഞ്ഞ് നരയംകൊല്ലി പാടത്തെ കുന്നത്ത് തറയിൽ കിടക്കവെ മണികണ്ഠൻ കണ്ടങ്കാളിയോടു പറഞ്ഞു :

'അടിയന്റെ ദൗത്യം കഴിഞ്ഞു. ഇനി എന്നെപ്പോലെ മറ്റൊരു കാളയെ അങ്ങേയ്ക്ക് കിട്ടില്ല. എന്നാൽ അതിൽ വിഷമിക്കണ്ട. അതിന് മറ്റൊരുപായമുണ്ട്. അമ്മയെ പ്രാർത്ഥിക്കുക. അമ്മ അങ്ങയെ അനുഗ്രഹിക്കും. ആ അനുഗ്രഹംകൊണ്ടുതന്നെ ഈ ശരീരം വെടിയുന്ന ഞാനൊരു ചാത്തനായി മാറും. അങ്ങയുടെ കണ്ടമെല്ലാം പൂട്ടുന്ന ചാത്തൻ. കഴുത്തിൽ മണിയുള്ള ചാത്തൻ. പിന്നെ അങ്ങയുടെ കാലം കഴിഞ്ഞാൽ എനിക്കതിന് യോഗമുണ്ടാകില്ല. എന്നാൽ പിന്നിവിടിരുന്ന് പെലേര്ടെ കാളകളെയാകെ ഞാനനുഗ്രഹിച്ചോളാം... കാളമ്മാര് നല്ലുശിരോടെ എന്റെ മണികിലുക്കം കേട്ട് പണിചെയ്തോളും...'

മണികണ്ഠൻ ഇത്രയുംപറഞ്ഞ് തല ചരിച്ചു. അവന്റെ വായിൽനിന്ന് നുരയും പതയും കുന്നത്ത് തറയുടെ മണ്ണിലേക്കൂർന്നു വീണു. മണികണ്ഠൻ തന്റെ ശരീരമുപേക്ഷിച്ചു. കണ്ടങ്കാളി മണികണ്ഠന്റെ കഴുത്തിലെ മണി അഴിച്ചെടുത്ത് ആ മണ്ണിലേക്ക് മാറ്റിവെച്ചിട്ട് അവന്റെ ശരീരം അവിടെത്തന്നെ മറവു ചെയ്യുകയും ചെയ്തു. പിന്നീട് ആണ്ടും കാലോം മണികിലുക്കിക്കൊണ്ട് ചാത്തൻ പൂട്ടി, കണ്ടങ്കാളിയുടെ നിലങ്ങളാകെ.

കുട്ടിച്ചാത്തൻ കണ്ടങ്കാളി ആവശ്യപ്പെടുന്നതെപ്പോഴായാലും കലപ്പ വലിക്കും. ചിലപ്പോൾ അത് രാത്രിയിലാവും. ആ കാഴ്ച ഒരു കലപ്പ തനിയെ കണ്ടം ഉഴുതുമറിച്ച് വൃത്തിയാക്കുന്നതായിരുന്നു. മറ്റുചിലപ്പോൾ നല്ല നട്ടറാവെയിലത്തായിരുന്നു അത്. എല്ലാം കാണാൻ കണ്ടങ്കാളിക്കല്ലാതെ മറ്റാർക്കും സാദ്ധ്യമായിരുന്നില്ല. നിലം ഉഴുത് വൃത്തിയായി കിടക്കുന്നതേ മറ്റുള്ളവർ കണ്ടിരുന്നുള്ളൂ.

തൊണ്ണൂറ്റിയേഴാം വയസ്സിലാണ് കണ്ടങ്കാളി മരിക്കുന്നത്. പിന്നെ ചാത്തൻ വയലിലേക്കിറങ്ങിയിട്ടേയില്ല. കുന്നത്ത് തറയിലായി ചാത്തന്റെ ഇരുപ്പ്. തറയിലെ കാഞ്ഞിരത്തിൻ ചുവട്ടിലിരുന്ന് കണ്ടത്തിലേക്ക് നോക്കി കാളകളെ അനുഗ്രഹിച്ച് ഒരേയൊരിരുപ്പ്...

അജയന്റെ മാത്രമല്ല, പാവുതറയിലെ എല്ലാ പുലയരുടെയും പിതൃസ്ഥാനീയനാണ് കണ്ടങ്കാളി. കാളത്തലയുള്ള ചാത്തൻ അവരുടെ മൂർത്തിയും. പുലയർ ഓരോ വിതയ്ക്കിറങ്ങുമ്പോഴും കുന്നത്തെ കാഞ്ഞിരച്ചുവട്ടിൽ ചെന്ന് ചാത്തൻമൂർത്തിക്ക് വിളക്ക് വെയ്ക്കും. ആണ്ടോടാണ്ട് പൂജയും പുന്നെല്ലിന്റെ അരികൊണ്ട് അപ്പമുണ്ടാക്കിയതും മൂർത്തിക്ക് നേദിക്കും.

എന്നാൽ കാലത്തിന്റെ ഗതിമാറ്റത്തിനിടെ, അതിന്റെ അന്ധതയിൽ, പുലയർ പുന്നെല്ലപ്പം കളഞ്ഞിട്ട് കരിങ്കോഴിയുടെ ചോരയാക്കി മൂർത്തിക്കുള്ള നേദ്യം. മൂർത്തി അത് ഭക്ഷിച്ചിട്ടുണ്ടാവില്ലെങ്കിലും ആ കുരുതിരക്തത്തിന്റെ വീര്യം പാവുതറയിലെ പുലയരുടെ രക്തത്തിന്റെ വീര്യമായി മാറി. അവർ നിലത്തിൽ കഠിനമായി പണിയെടുത്തു. പാട്ടുപാടി നൃത്തം ചെയ്ത് മകരത്തിലും കന്നിയിലും കൊയ്തു. കൊയ്തു മെതിച്ചു. എന്നാൽ അന്നമെല്ലാം പോയത് ജന്മിമാരുടെ പത്തായപ്പുരകളിലേക്കായിരുന്നു. ജോലി ചെയ്തതിന്റെ കൂലിയായിട്ടുള്ള നെല്ലിനും വൈക്കോലിനും മാത്രമായി പുലയരുടെ അവകാശം.

പാലക്കാട്ടുനിന്ന് പാവുതറയിലേക്ക് ടിപ്പുവിന്റെ പട പേടിച്ച് തങ്ങളുടെ തേവാരമൂർത്തിയുമായി പലായനം ചെയ്തു പോന്ന വൈശ്യത്തില്ലത്ത് നമ്പൂതിരി കുടുംബം, തങ്ങൾക്കൊപ്പം സംരക്ഷകാരായിപ്പോന്ന മൂത്തേടത്ത് ചിറ്റേടത്തുകാരുടെ സമ്മർദ്ദത്തിന് വഴങ്ങി തങ്ങളുടെ തേവാരമൂർത്തിയെ പാവുതറയുടെ ഗ്രാമദേവതയായ ഭദ്രകാളിയിരിക്കിന്നിടത്തു കൊണ്ടുവന്നു വെച്ചു. അന്നത്തെ പാവുതറക്കാരെ ഭയപ്പെടുത്തിയോ വശത്താക്കിയോ ആണ് അത് ചെയ്തത്. എന്നിട്ട് താന്ത്രികവിധിപ്രകാരം എന്ന തന്ത്രത്തിലൂടെ നമ്പൂതിരിമാരെക്കൊണ്ട് ദേവതയെ ഭദ്രകാളിയിൽ ലയിപ്പിച്ചുവത്രെ! അവരേക്കൊണ്ട് പൗരോഹിത്യവും ഏറ്റെടുപ്പിച്ചു. പാവുതറയമ്മയുടെ ഉപദേവതകളായ തീക്കനൽമൂർത്തിയേയും കുന്നത്ത് മൂർത്തിയേയും ആവാഹന തന്ത്രത്തിലൂടെ തങ്ങളുടെ ദേവതാസങ്കല്പത്തിലേക്ക് ലയിപ്പിച്ചു ചേർത്തു അവർ. പാവുതറയിലെ നായൻമാരോടും പുലയരോടും സാംബവരോടും ചിറ്റേടത്ത് മൂത്തേടൻമാർ പറഞ്ഞു:

'ഇനി നമുക്കെല്ലാവർക്കും കൂടി ഈയൊരു ദേവത. നിങ്ങളിനി അവിടെങ്ങും ഒന്നും ചെയ്യണ്ട. ഇവിടെ വന്ന് തൊഴുകയോ വഴിപാടുകൾ

കഴിക്കുകയോ ഒക്കെ ചെയ്താ മതി. എല്ലാ മൂർത്തികളുമിവിടൊണ്ട്. അവരെല്ലാം നമ്മളെയെല്ലാം അനുഗ്രഹിക്കും...'

മൂർത്തികളെ ആവാഹിച്ച് പാവുതറയമ്മയിൽ ലയിപ്പിച്ചു എന്നുപറഞ്ഞ ചിറ്റേടത്ത് മൂത്തേടത്ത് നായൻമാർ ചേർന്ന് മറ്റൊരു ബുദ്ധികൂടി പ്രയോഗിച്ചു.

തീക്കനൽമൂർത്തിയുടെയും കുന്നത്ത് മൂർത്തിയുടെയും അവകാശങ്ങളിലിരുന്ന നിലങ്ങളും കരഭൂമിയും കൂടി ഭഗവതിയിലേക്കേറ്റെടുത്തു. അങ്ങനെ ഒടുക്കം പുലയർക്കും സാംബവർക്കും തങ്ങളുടെ മൂർത്തികളെ മാത്രമല്ല, ഏക്കറ് കണക്കിനുണ്ടായിരുന്ന ഭൂമിയും നഷ്ടപ്പെട്ടു. തങ്ങളുടെ ഭൂമിയിൽ പിന്നീടവർ വെറും കർഷകത്തൊഴിലാളികളായി മാറി. തൊഴിലാളികളെ പിൽക്കാലത്ത് തൊഴിലാളിവർഗ്ഗപ്രസ്ഥാനം വയലിൽ നിന്ന് കരയ്ക്ക് കയറ്റി. കരയ്ക്ക് കയറിയ അവരെ, തെറ്റിയ വികസനത്തിന്റെ പുത്തൻ നാഗരീകതയിലേക്കാണ് പ്രസ്ഥാനം തള്ളിവിട്ടത്. ആരും ആരുടേതുമല്ലാത്ത ആ അരാഷ്ട്രീയതയിൽ പാവം കർഷകതൊഴിലാളികൾ ഒന്നുമല്ലാതായി മാറി. സ്വത്വം നഷ്ടപ്പെട്ട വെറും കൂലിപ്പണിക്കാർ. അങ്ങനെ വയലുകൾ കളകളുടെ കാടായി മാറി ......

തീക്കനലിലെ ചടങ്ങുകൾ മനസ്സിലാക്കിയ പുലയർ, കുന്നത്തും പുനരുദ്ധാരണ ക്രിയകളിലൊന്നും ബലി വേണ്ട എന്ന് തീരുമാനിക്കുകയായിരുന്നു. അവർ കുന്നത്തെ പുല്ലാഞ്ഞിക്കാട്ടിൽ രണ്ട് കഷണങ്ങളായി തകർന്നു കിടന്ന ചാത്തൻമൂർത്തിയുടെ കൽരൂപത്തെ കണ്ടെടുത്ത് കഴുകി വൃത്തിയാക്കി എള്ളെണ്ണയും നെയ്യും കരിയ്ക്കും അരത്തവും ഒഴിച്ച് അഭിഷേകം ചെയ്തു. കാളത്തലയിലൂടെ എല്ലാം മണ്ണിലേക്ക് കിനിഞ്ഞിറങ്ങി.

കർമ്മങ്ങൾക്കെല്ലാം സാക്ഷിയായി പ്രാർത്ഥനകളോടെ നിന്ന പുലയകുടുംബങ്ങൾ, മൂർത്തിയെ പ്രദക്ഷിണം വെച്ചു വന്നപ്പോൾ കാലങ്ങളായി കൃഷി ചെയ്യാതെ കിടന്ന വിശാലമായ നരയൻകൊല്ലി പാടത്തേക്കും കണ്ണുകൾ പായിച്ചു. നഷ്ടസ്വപ്നങ്ങൾക്കിടയിലും വിതയുടെയും കൊയ്ത്തിന്റെയും ഒരു പുതിയകാലം അവരുടെ ഉള്ളിൽ തെളിഞ്ഞുവന്നു. എന്തോ, അത് തിരിച്ചറിഞ്ഞതുപോലെ വേണു അജയനോട് പറഞ്ഞു.

'പടേനിയും നദിയുടെ പുനരുജ്ജീവനവും കഴിഞ്ഞാൽ പിന്നെ നമുക്കിറങ്ങേണ്ടത് കാലങ്ങളായി മുടങ്ങിക്കിടക്കുന്ന ഇവിടുത്തെ കൃഷിക്ക് വേണ്ടിയാണ്. ഈ വിശാലമായ പാടമടച്ച് കൃഷിചെയ്യാൻ വേണ്ടതെല്ലാം ചെയ്യണം. നമുക്ക് വേണ്ട അന്നം നമുക്കിവിടെ നിന്നു തന്നെ ഉത്

പാദിപ്പിക്കാനാവും. അത് മറ്റുള്ള പ്രദേശത്തുകാർക്ക് ഒരു മാതൃകയും പ്രചോദനവുമാകും...'

ഇരുപത്തിയൊന്ന് നായർകുടുംബങ്ങൾ, മറ്റ് ഹൈന്ദവസമുദായങ്ങളിലെ പത്തൊൻപത് കുടുംബങ്ങൾ, ഇവരാകെ കല്ലൂരെ വിശാലമായ മുറ്റത്ത് ഒത്തുകൂടി. അക്ഷരാർത്ഥത്തിൽ അതൊരു കുടുംബസംഗമമായി. കൊച്ചുകുട്ടികൾ മുതൽ വാർദ്ധക്യത്തിലെത്തിയവർ വരെ ആ കൂട്ടത്തിലുണ്ടായിരുന്നു. പാവുതറയുടെ ഒരു പരിഛേദമായിരുന്നു വാസ്തവത്തിൽ അത്. സ്വന്തം നാടിന്റെ പൈതൃകത്തിൽ അഭിമാനിക്കുകയും അതിൽ ഊറ്റംകൊള്ളുകയും ചെയ്യുന്ന ഒരു സമൂഹം...

പ്രായഭേദമോ സമുദായഭേദമോ ലിംഗഭേദമോ പാടില്ലെന്നും എല്ലാവരേയും ക്ഷണിക്കണമെന്നും വേണു അജയനോടും ശിവനോടും സുരേന്ദ്രനോടും പറഞ്ഞിരുന്നു. വേണുവിനോട് ദേവിയും.

അതാണിപ്പോൾ ഫലം കണ്ടിരിക്കുന്നത്.

യോഗത്തിന്റെ പ്രാരംഭമെന്ന നിലയ്ക്ക് കഴിഞ്ഞ വർഷത്തേതുപോലെ മുതിർന്ന പഴയതുള്ളക്കാരൻ വേലുപ്പിള്ള നിലവിളക്ക് കൊളുത്തി. എല്ലാവരും ആ നേരം പാവുതറയമ്മയെ പ്രാർത്ഥിച്ചുകൊണ്ട് എഴുന്നേറ്റ് നിന്നു. ദേവി ഭദ്രകാളീസ്തുതി എല്ലാവർക്കുമായി ചൊല്ലിക്കൊടുത്തു. എല്ലാവരും അതേറ്റു ചൊല്ലി.

ഭദ്രകാളീ നമസ്തുഭ്യം നമസ്തുഭ്യം മഹേശ്വരീ
മഹാകാളീ നമസ്തുഭ്യം ഭദ്രകാളീ നമസ്തുതേ
നമഃ ത്രൈലോക്യജനനീ നമഃ ത്രൈലോക്യവാസിനീ
നമഃ രക്ഷഃ മഹാകാളീ സമസ്ത ജഗദംബികേ

വേലുപ്പിള്ളയുടെ വാക്കുകൾ ഏറെ വികാരനിർഭരമായിരുന്നു.

'നമ്മുടെ നാട്ടിലെ ഇത്രേം പേരെ ഒന്നിച്ച് കാണാനുള്ള അവസരം ഈ വൃദ്ധന് നൽകിയത് വേറാരുമല്ല, സർവ്വശക്തയായ പാവുതറയമ്മയാണ്. കഴിഞ്ഞകൊല്ലോം നമ്മളിതുപോലെ ഒന്നൊത്തുകൂടി. എന്നാലന്നിത്രേംപേരില്ലാരുന്നു. ഇന്നത്തെ ഈ ആൾക്കൂട്ടം കണ്ടിട്ട് എനിക്ക് ആത്മവിശ്വാസം തോന്നുന്നു. എല്ലാം ഭംഗിയായി നടക്കും. അല്ലേൽ അമ്മ നടത്തിക്കും.'

ഇപ്പോൾ വേലുപ്പിള്ളയുടെ കണ്ഠമിടറി. കാലുകളുമൊന്നിടറി. മനസ്സിന്റെ ഇടർച്ചകളെ ശരീരത്തിന് താങ്ങാൻ പറ്റുന്ന പ്രായമല്ലല്ലോ ഇപ്പോൾ വേലുപ്പിള്ളയ്ക്കുള്ളത്. ദേവി ഓടിപ്പോയി കൊണ്ടുവന്ന ചുക്കുവെള്ളം വേണു അദ്ദേഹത്തിന്റെ വായിലേക്കൊഴിച്ചുകൊടുത്തു.

'മതി. ഞാനിച്ചിര നേരമൊന്നിരിക്കട്ടെ.'

വേണുവും അജയനും ചേർന്ന് വേലുപ്പിള്ളയെ കസേരയിലേക്ക് പിടിച്ചിരുത്തി. സഹദേവൻപിള്ളയും ആനന്ദൻപിള്ളയും ഓമനയമ്മയും ഭാർഗ്ഗവിയമ്മയുമൊക്കെ വേലുപ്പിള്ളയുടെ അടുത്തുതന്നെ നിന്നു.

തുടർന്ന് വേണു എല്ലാവരോടുമായി സംസാരിച്ചു. സംസാരിക്കുന്നതിനു മുമ്പ് മുഖം അല്പം കുനിച്ച് കണ്ണുകൾ അടച്ച് കൈകൾ കൂപ്പി അയാൾ ഒന്നു മെല്ലെ പ്രാർത്ഥിച്ചു.

'അതിമധുരചാപഹസ്താം
അപരിമിതാമോദബാണ സൗഭാഗ്യാം
അരുണാമതിശയകരുണാം
അഭിനവകുലസുന്ദരീം വന്ദേം...'

പിന്നെ കണ്ണുകൾ തുറന്ന് വേണു എല്ലാവരോടുമായി പറഞ്ഞു:

'അമ്മയുടെ അനുഗ്രഹംകൊണ്ട് കാര്യങ്ങളിത്രത്തോളമെത്തി. ആ അനുഗ്രഹം ഏറ്റുവാങ്ങിയ നമുക്കോരോരോത്തർക്കുമുള്ള ഉത്തരവാദിത്വം എത്ര വലുതാണെന്നോർക്കണം. എങ്കിലേ പൂർവ്വാധികം ഊർജ്ജത്തോടെ നമുക്ക് മുന്നോട്ട് പോകാനാവൂ. കഴിഞ്ഞ പ്രാവശ്യം നമുക്കുണ്ടായ പ്രതിസന്ധി ഈ തവണ മറികടന്നേ പറ്റൂ.

പിന്നോട്ട് ആലോചിച്ചാൽ പടേനിയുടെ ഒരു പച്ചപ്പ് നമ്മൾ പാവുതറക്കാർക്ക് കാണാൻ കഴിയുക എത്ര വിദൂരമാണ്. അവസാനത്തെ ആ പടേനിയുടെ ഓർമ്മകൾ ഉള്ളിലുള്ളത് നമ്മളിൽ വളരെ കുറച്ചുപേർക്ക് മാത്രമാണ്. എന്നാൽ ഇന്നിവിടെയെത്തിയിരിക്കുന്നവരിലും നാളെ നമ്മോടൊപ്പം എത്തേണ്ടവരിലുമൊക്കെ പാവുതറയിലെ പടേനി ഒരു തീവ്രസ്വപ്നമാണ്. കഴിഞ്ഞവർഷം നാം നടത്തിയ ശ്രമം പരാജയപ്പെടുകയായിരുന്നു. അവസാനഘട്ടം വരെ കാര്യങ്ങൾ നടക്കുമെന്ന് നാം കരുതിയിരുന്നെങ്കിലും ഒടുക്കം എല്ലാം മാറിമറിയുകയായിരുന്നല്ലോ. നിയമത്തിന്റെ പിൻബലത്തോടെ അവർ നമ്മെ പരാജയപ്പെടുത്തി. ആ നിയമത്തിന്റെ പ്രയോഗം അവർ ഈ തവണയും നടത്തും. ഇന്നത്തെ സാഹചര്യത്തിൽ നിയമത്തിന്റെ പ്രതിരോധത്തെ കോടതിയിലൂടെ നമുക്ക് മറികടക്കാനാവില്ല. പിന്നെ നമ്മുടെ ഇച്ഛാശക്തി കൊണ്ട്, അമ്മ മഹാമായയിലുള്ള നമ്മുടെ അചഞ്ചലമായ വിശ്വാസത്തിന്റെ കരുത്തുകൊണ്ട് മാത്രമെ നമുക്ക് പടേനി നടത്താനാവൂ. അതിനുള്ള കരുത്ത് നിങ്ങളിലോരോരുത്തരിലുമുണ്ടെന്നെനിക്കറിയാം. വലിയ ജനകീയ ശക്തിയായി ആവശ്യം നേടിയെടുക്കുംവരെ നാമിവിടെ കേന്ദ്രീകരിക്കണം.

തീർച്ചയായും എല്ലാറ്റിനും പ്രചോദനമായി അമ്മ നമുക്കൊപ്പമുണ്ടെന്ന ഉറച്ച വിശ്വാസത്തോടെ എന്റെയീ ആമുഖം ഞാനവസാനിപ്പിക്കു

ന്നു. എന്തെങ്കിലും നിർദ്ദേശങ്ങളോ അഭിപ്രായങ്ങളോ വീഴ്ച്ചകൾ ചൂണ്ടിക്കാണിക്കാനോ ഉണ്ടെങ്കിൽ അതിപ്പോൾ തുറന്നുപറയാം.

ആലോചനകളുടെയും ആശങ്കകളുടെയും മുഖങ്ങൾ മങ്ങിയും തെളിഞ്ഞും വന്നു. അല്പം കഴിഞ്ഞപ്പോൾ ഒരാൾ എഴുന്നേറ്റ് നിന്ന് ചോദിച്ചു:

'കാര്യങ്ങൾക്ക് പെട്ടെന്നൊരനുമതി കിട്ടിയാൽ പടയണിക്ക് വേണ്ട സജ്ജീകരണങ്ങളേക്കുറിച്ച് ചിന്തിച്ചിട്ടുണ്ടോ...? ഞാനുദ്ദേശിച്ചത് സാമ്പത്തികം, ചട്ടം നശിച്ചുപോയ വല്ല്യഭൈരവിക്കുള്ള പുതിയ ചട്ടത്തിന്റെ തടി തുടങ്ങിയ കാര്യങ്ങളാണ്...'

'ആ കാര്യത്തിൽ ആശങ്കപ്പെടേണ്ടതൊന്നുമില്ല. സാമ്പത്തികം നമുക്കുണ്ടാക്കാം. കമ്മറ്റി രൂപീകരിച്ചാൽ ആദ്യത്തെ ആലോചനാവിഷയം സാമ്പത്തികം കണ്ടെത്തുന്നതിനേക്കുറിച്ചാണ്. അതുപോലെതന്നെ വല്ല്യകോലത്തിനാവശ്യമായ തടിയും കണ്ടുവെച്ചിട്ടുണ്ട്. തീരുമാനമായാൽ പെട്ടെന്ന് തന്നെ ചട്ടം ശരിയാക്കാനുള്ള ഏർപ്പാടും ചെയ്തിട്ടുണ്ട്...'

വേണു കാര്യങ്ങൾ പറഞ്ഞപ്പോൾ അയാൾ ഇരുന്നു. അപ്പോൾ മറ്റൊരു സംശയവുമായി ഒരാൾ എഴുന്നേറ്റു.

'പോലീസും പടമെത്തുകയും, നാമൊട്ട് പിൻമാറാതേം വന്നാൽ സംഘർഷമുറപ്പാണ്. അങ്ങനെവന്നാൽ പോലീസ് ഏതുരീതിയിൽ വേണേലും നമ്മളെ കൈകാര്യം ചെയ്യും. പരിക്കുകൾ... ചിലപ്പോൾ മറ്റുചിലതും... അതുപോലെ കേസ്... കോടതി... ഇതിന്റെയെല്ലാം ഉത്തരവാദിത്തം ആരേറ്റെടുക്കും...?'

'ന്യായമായ സംശയമാണ്. ഒന്ന്, രക്തച്ചൊരിച്ചിലുണ്ടാക്കുന്ന ഒരു സംഘർഷത്തിന് നാമൊരിക്കലും ഇടയുണ്ടാക്കരുത്. എതിർഭാഗത്തുനിന്ന് അതിനുള്ള പ്രകോപനമുണ്ടായാലും നാമതിന് വഴിപ്പെടരുത്. എന്നാലും കേറി ആക്രമിക്കാൻ വന്നാൽ നേരിടുക മാത്രമെ വഴിയുള്ളൂ. അങ്ങനെയൊരു സംഘർഷവും മറ്റു ബുദ്ധിമുട്ടുകളുമുണ്ടായിപ്പോയാൽ അതിന്റെ പരിപൂർണ്ണ ഉത്തരവാദിത്തം കമ്മറ്റി ഏറ്റെടുക്കും. ഇന്നുതന്നെ നാം കമ്മറ്റി രൂപീകരിക്കുകയാണ്. ആ കമ്മറ്റിയിലെ കോർക്കമ്മെറ്റി ഇതെല്ലാം വേണ്ടപോലെ ചർച്ച ചെയ്ത് നിർദ്ദേശങ്ങൾ തരും...'

'അമ്പലത്തിന്റെ തകിടിയിലേക്ക് നമ്മളെ കേറ്റാതെ മുൻകൂട്ടി പോലീസവിടെ കാവൽ നിന്നാൽ നമ്മളെങ്ങനെ അകത്തോട്ട് പ്രവേശിക്കും...?'

പോലീസ് ഗെയിറ്റ് പൂട്ടി കാവൽനിന്നാൽ നാമാ വാതിൽക്കൽത്തന്നെ കേന്ദ്രീകരിച്ച് നിൽക്കണം. അല്ലാതെ മറ്റ് വഴികളിലൂടെ അകത്തു കേറാൻ പോയാൽ അത് ബുദ്ധിമോശമാകും. അവര് അകത്തിട്ട് നമ്മ

ളെ തല്ലും. അങ്ങനെവന്നാൽ കാര്യങ്ങളാകെ കുഴപ്പമാകും. അതുകൊണ്ട് അങ്ങനൊരു സാഹചര്യം നമ്മൾ സൃഷ്ടിക്കരുത്. അകത്തുനിന്ന് നമുക്കനുകൂലമായ ഒരു സാഹചര്യം ഉണ്ടായിട്ടും ഗെയിറ്റ് തുറക്കാതെ വന്നാൽ മറ്റ് വഴികളിലൂടെയെല്ലാം നാമെരച്ചു കേറണം...'

ആശങ്കകൾ വെറേയും പലർക്കുമുണ്ടായിരുന്നു. എന്നാൽ വേണുവിന്റെ മറുപടി അവർക്കേവർക്കും ആത്മവിശ്വാസം പകർന്നു. പുതിയൊരുണർവ് എല്ലാവർക്കുമുണ്ടായി.

അങ്ങനെ അന്നുരാത്രി, പടയണിക്കമ്മറ്റി പുനസംഘടിപ്പിക്കപ്പെട്ടു. തുടർന്ന് എല്ലാവരും പിരിഞ്ഞു.

പഴയകാലത്ത്, പടയണി കഴിഞ്ഞ് പിരിഞ്ഞുപോകുന്നതുപോലെ പാവുതറയുടെ നാനാവഴികളിലൂടെ തങ്ങളുടെ വീടുകളിലേക്ക് മടങ്ങി അവർ. ഊടുവഴികളിലൂടെ നടന്നുപോകുന്ന അവരിൽ പലരും പരസ്പരം പറഞ്ഞു:

'ഇക്കൊല്ലം പടേനി നടക്കും; അല്ലേ നോക്കിക്കോ...'

'അതേയതെ. കഴിഞ്ഞാണ്ടിലെപ്പോലല്ല ഇക്കൊല്ലം കാര്യങ്ങളുടെ പോക്ക്...'

പാവുതറയുടെ നിലാവ് അവർക്ക് വെളിച്ചമായി. എവിടെനിന്നോ വന്ന തണുത്ത കാറ്റ് ഉഷ്ണത്തിന് ഒരാശ്വാസമായി അവരെ തഴുകി കടന്നുപോയി.

•••

36

ആർപ്പോ... ഇയ്യോ...

ഉഷ്ണം കനത്തു തുടങ്ങിയ കുംഭത്തിലെ തിരുവാതിര നാളിലേക്ക് പാവുതറ എത്തിച്ചേർന്നു. കുംഭതിരുവാതിരയ്ക്ക് കമുക് പിഴുതു വെച്ചാൽ പിന്നെ ഇരുപത്തിയെട്ട് ദിവസത്തെ പടയണിയാണ്. മദ്ധ്യതിരുവിതാംകൂറിലെ ഏറ്റവും വലിയ പടയണി. ഇരുളിനെ അകറ്റുന്ന ഇതിഹാസനാടകത്തിലേക്ക് ഒരു ജനതയാകെ പങ്കാളികളാവുകയാണ്. ഭയത്തിന്റെയും ഭക്തിയുടെയും ശക്തിയുടെയും അനുഭവക്രമങ്ങളിലൂടെ അവർ പ്രതിസന്ധികളെ അതിജീവിക്കുകയാണ്. ഇരുപത്തിയെട്ടാം പടയണിയുടെ പുലർച്ചയിലെ മഹാഭൈരവിയെ കണ്ട് പ്രപഞ്ചദർശനത്തിന്റെ അതീന്ദ്രിയാനുഭവവുമായി നേരം വെളുക്കുമ്പോൾ എല്ലാവരും മടങ്ങും...

കഴിഞ്ഞ വർഷത്തേപ്പോലെയായിരുന്നില്ല, എല്ലാം നേരാകാൻ പോകുന്ന ഒരു സ്വപ്നമായി പാവുതറക്കാരുടെ മനസ്സിൽ നിറഞ്ഞു. അഗ്നിസ്വരൂപിണിയായ ഭൈരവി ഓരോരുത്തരുടെയും ഉള്ളിൽ, പടയണി എന്ന യാഥാർത്ഥ്യത്തിലേക്കെത്താനുള്ള പ്രകാശമായി.

ദേവി കാലത്തുതന്നെ അമ്പലത്തിലേക്ക് പോയി അമ്മയെ പ്രദക്ഷിണം വെച്ചു തൊഴുതു. അന്ന് നട തുറന്ന ആ പുലർച്ചയിൽ അവൾ മാത്രമെ തൊഴാനായി അവിടെയുണ്ടായിരുന്നുള്ളൂ. കഴകക്കാരൻ ശ്രീധരനുണ്ണി തെല്ല് വിനയത്തോടെ ദേവിയോട് ചിരിച്ചു. ആ ചിരിയിൽ ഇന്നെന്താണ് സംഭവിക്കാൻ പോകുന്നതെന്ന ആകാംക്ഷയുണ്ടായിരുന്നു. എന്നാൽ ദേവി അയാളോട് ഒന്നും ചോദിക്കുകയോ പറയുകയോ ഉണ്ടായില്ല.

പരമേശ്വരൻ നമ്പൂതിരി പ്രഭാതപൂജ കഴിഞ്ഞ് പ്രസാദവുമായി പുറത്തേക്ക് വന്നു. ദേവിയെ കണ്ടപ്പോൾ അയാളുടെ ഉള്ളൊന്ന് കാളി. അതോ തെളിഞ്ഞോ...!

ദേവി തന്റെ കൂപ്പുകൈകളിലേക്ക് നെറ്റി അമർത്തി ജപിച്ചുകൊണ്ടിരുന്നു.

കാളീം മേഘസമപ്രഭാം
ത്രിനയനാം വേതാളകണ്ഠസ്ഥിതാം

ഖഡ്ഗം ഖേടകപാല ദാരികശിരകൃത്വാ കരാഗ്രേഷു ച
ഭൂതപ്രേതപിശാച മാതൃസഹിതാം
മുണ്ഡസ്രജാലംകൃതാം
വന്ദേ ദുഷ്ടമസൂരികാദിവിപദാം
സംഹാരിണീമീശ്വരീം...

പരമേശ്വരൻ നമ്പൂതിരി ഒരുനിമിഷം പകച്ചു. അല്പനേരം അങ്ങനെ തന്നെ അയാൾക്ക് നിൽക്കേണ്ടിവന്നു. പിന്നെ ദേവി മുഖമുയർത്തിയപ്പോൾ അയാൾ ഒന്ന് മുഖം പിന്നോക്കമാക്കി. ഒന്ന് വിളറിയ ചിരിച്ചു. തന്റെ ഉള്ള് കാളുകയായിരുന്നോ അതോ തെളിയുകയായിരുന്നോ എന്ന് അയാൾക്ക് നിശ്ചയമില്ലായിരുന്നു. അയാൾ, ദേവിയുടെ കൈയിലേക്ക് പ്രസാദം ഇട്ടുകൊടുത്തു. ദേവി ഇപ്പോൾ അയാളുടെ മുഖത്തേക്കൊന്ന് നോക്കി. അവളുടെ കണ്ണുകളിലുണ്ടായ അസാധാരണമായ തിളക്കം ഉള്ളിലേക്ക് ചെന്നു പതിച്ചപ്പോൾ അയാളുടെ കണ്ണുകൾ മെല്ലെയെന്നടഞ്ഞു. ഒന്നും ചോദിക്കാനോ പറയാനോ തനിക്ക് കഴിയുമെന്ന് അയാൾ വിചാരിച്ചതല്ല. എന്നാൽ അറിയാതെ ചോദിച്ചുപോയി.

'വേണു...?'

'വരും, ഞാൻ ചെന്നാലുടനെ...'

വളരെ കൃത്യവും വ്യക്തവും ദൃഢവുമായിരുന്നു ദേവിയുടെ വാക്കുകൾ.

കൃഷ്ണൻകുട്ടിയെന്ന തുള്ളക്കാരനെയായിരുന്നു ഈ തവണയും അടവിയായി തീരുമാനിച്ചത്. മുട്ടിന് തൊട്ടുതാഴെ വരെയെത്തുന്ന മൻമല് മുണ്ട് മുറുക്കി ചുറ്റി ഉടുത്ത് അതിന് മേലെ ചുവന്ന പട്ടും അരയിൽ ചുറ്റിയ ഇലഞ്ഞി തലപ്പുകളും തലയിൽ വെള്ളത്തോർത്തും വിരിച്ച് കെട്ടി അയാൾ പാവുതറയമ്മയുടെ മുന്നിൽ നിന്ന് ചുവട് വെയ്ക്കുന്നത് മനസ്സിൽ കണ്ട വേലുപ്പിള്ള അയാളോടു പറഞ്ഞു:

'കൈരണ്ടും കൂപ്പി നിന്ന് ചൊവട് വെക്കുമ്പം ഒരു ചാഞ്ചല്ല്യോമില്ലാതെ അമ്മേത്തന്നെ മനസ്സി ക്കാണണം...'

നല്ല ഭക്തനും നല്ല തുള്ളക്കാരനുമാണ് കൃഷ്ണൻകുട്ടി. എല്ലാ കൊല്ലവും അടിശ്ശേരിക്കാവിലും പാച്ചോറ്റിക്കാവിലുമൊക്കെ പോയി തുള്ളും.

'ഇല്ല കൊച്ചാട്ടാ, എന്റെ മനസ്സിടറാൻ അമ്മ അനുവദിക്കത്തില്ല...'

'ങാ... അതുമതി...'

ദേവി വേലുപ്പിള്ളയ്ക്കും കൃഷ്ണൻകുട്ടിയ്ക്കും വേണുവിനും ചായ കൊണ്ടുവന്നു കൊടുത്തു. എന്നിട്ട് അകത്തേക്ക് പോയി ശാന്തയേയും ബിന്ദുവിനേയും ഫോണിൽ വിളിച്ചു.

'കാര്യങ്ങളെല്ലാം പറഞ്ഞതുപോലെ... കൃത്യസമയത്തുതന്നെയെത്തണം. അവിടെന്തെങ്കിലും വിഷയമുണ്ടെങ്കിൽ ഉടനെതന്നെ എന്നെ വിളിക്കണം...'

എല്ലാം തന്റെ ശ്രദ്ധയിലുണ്ടെന്നുള്ള ആത്മവിശ്വാസമുണ്ടായിരുന്നെങ്കിലും തിരുവനന്തപുരത്ത് തൊഴിലുറപ്പ് സമ്മേളനത്തിന് പോകുന്നവരേക്കുറിച്ചായിരുന്നു ബിന്ദുവിന് ആശങ്ക.

'ചേച്ചീ, തൊഴിലൊറപ്പുകാര് പോയിട്ട് എപ്പമിങ്ങെത്തുമെന്നാ എന്റാശങ്ക...'

'അത് സാരമില്ല. എന്തായാലും എട്ടുമണിക്ക് മുമ്പായി അവരെത്തും. അതിനപ്പുറത്തേക്ക് പോകാതിരിക്കാൻ വേണ്ട ഏർപ്പാട് നമ്മള് ചെയ്തിട്ടുണ്ട്. അവര് പോയിട്ട് വരട്ട്. എന്നിട്ടേ നമ്മള് തുടങ്ങൂ...'

ബിന്ദുവിന് സമാധാനമായി.

പടയണിയുടെ കൊടിയേറ്റമായ കമുക് പിഴീലിന്റെ ഒരാഴ്ച്ച മുമ്പുതന്നെ സ്റ്റേ ഓർഡർ പാവുതറയമ്മയുടെ പുറം മതിലിൽ പതിച്ചിരുന്നു. അതിന്റെ അല്പ്പം അകലെയായി പടയണിസംഘത്തിന്റെ നോട്ടീസും.

ഭക്തജനങ്ങളുടെ ശ്രദ്ധയ്ക്ക്,

വർഷങ്ങളായി മുടങ്ങി കിടക്കുന്ന നമ്മുടെ പാവുതറക്കാവിലെ പടയണി പുനരാരംഭിക്കുന്നതിനായി ശ്രീദുർഗ്ഗാ പടയണിസംഘം അമ്മയുടെ എല്ലാ വിശ്വാസികളേയും ക്ഷേത്രാങ്കണത്തിലേക്ക് സാദരം ക്ഷണിക്കുന്നു. രണ്ടായിരത്തി പത്ത് ഫെബ്രുവരി 13-ാം തീയതിയാണ് കമുക് പിഴീൽ ചടങ്ങ്. ആയതിലേയ്ക്കും തുടർന്നുള്ള ഇരുപത്തിയെട്ട് ദിവസത്തെ പടയണിയിലേക്കും എല്ലാ ഭക്തജനങ്ങളുടെയും സഹായസഹകരണമുണ്ടാകണമെന്ന് പരാശക്തിയുടെ നാമത്തിൽ അഭ്യർത്ഥിക്കുന്നു.

വൈകിട്ട് ഏതാണ്ട് ആറുമണി കഴിഞ്ഞപ്പോൾത്തന്നെ പാവുതറയുടെ നാലുദിക്കിൽ നിന്നും അമ്പലത്തിലേക്ക് ജനങ്ങൾ എത്തിത്തുടങ്ങി. കഴിഞ്ഞ കൊല്ലം എത്തിയതിന്റെ ഇരട്ടിയിലധികം ജനങ്ങൾ ഇക്കൊല്ലം എത്തിയിരുന്നു. കഴിഞ്ഞകൊല്ലം, നടക്കാൻ പാടില്ലാത്തതെന്തോ ആണ് നടക്കാൻ പോകുന്നതെന്ന ഭയംകൊണ്ട് സ്ത്രീകളും കുട്ടികളും പ്രായംചെന്നവരും അധികം എത്തിയിരുന്നില്ല. എന്നാൽ ഇക്കൊല്ലം ആ ഭയാശങ്കകളാകെ മാറിയതുപോലെ എല്ലാവരും അമ്പലത്തിലേക്കെത്തിത്തുടങ്ങി. മൂത്തേടത്തുകാരും ചിറ്റേടത്തുകാരും ഒരിക്കലും പ്രതീക്ഷിച്ചില്ല ഇത്രയും ആൾക്കാരെത്തുമെന്ന്. അതുകൊണ്ടുതന്നെ അവരും അവരുടെ ആൾക്കാരും അധികം വെട്ടപ്പെടാതെ ഇരുളിന്റെ മറവുകളിലായി മാറിനിന്നു. മാറിനിന്ന് കാര്യങ്ങൾ നീക്കി.

ഏഴുമണിയായപ്പോൾ രണ്ട് ഇടിവണ്ടികൾ നിറയെ പോലീസുകാർ പാവുതറക്കാവിന്റെ മുന്നിൽ വന്നിറങ്ങി. രണ്ടു ജീപ്പുകളിലായി സി.ഐ യും എസ്.ഐയും. ക്ഷേത്രത്തിന്റെ തകിടിയിലേക്ക് നോക്കിയപ്പോൾ കണ്ട സ്ത്രീകളുടെ ബാഹുല്ല്യം സി.ഐയുടെ നെറ്റി ചുളിപ്പിച്ചു. അയാൾ ഉടൻതന്നെ സ്റ്റേഷനിലേക്ക് വിളിച്ചു.

പത്ത് മിനിറ്റ് കഴിഞ്ഞപ്പോൾ ഒരു പത്ത് പന്ത്രണ്ട് വനിതാ പോലീസുകാരും സ്ഥലത്തെത്തി. ഒരു പോലീസുകാരൻ പടയണിസംഘത്തിന്റെ നോട്ടീസ് വലിച്ചുകീറി ചുരുട്ടി കളഞ്ഞു. അത് ചോദ്യം ചെയ്യാൻ കല്ലൂരെ ശിവൻ അയാളുടെ അടുത്തേക്ക് ചെന്നു.

'സാറിന്റെ പ്രവർത്തി ഒട്ടും ശരിയായില്ല കേട്ടോ...'

ശിവൻ പോലീസുകാരൻ ചുരുട്ടിക്കളഞ്ഞ നോട്ടീസ് എടുത്തുകൊണ്ടുവന്ന് അയാളുടെ കൈയിൽത്തന്നെ വെച്ചു കൊടുത്തു. എന്നിട്ട് പറഞ്ഞു:

'സാറെന്തിനാ അത് കളഞ്ഞത്. വീട്ടിൽ കൊണ്ടുപൊക്കോ. പോയി ശരിക്ക് വായിക്ക്...'

'എന്തു പറഞ്ഞെടാ ചെറ്റേ...'

പോലീസുകാരൻ ശിവന്റെ ഷർട്ടിന്റെ കോളർകൂട്ടി കഴുത്തിനു പിടിച്ചു.

എന്നാൽ അപ്പോഴേക്കും ഒരു വലിയ ആൾക്കൂട്ടം അവിടെ കൂടിക്കഴിഞ്ഞിരുന്നു. അതിലേറെയും ചെറുപ്പക്കാരായിരുന്നു. അതിൽ, പോലീസ് ലാത്തിച്ചാർജ്ജ് നടത്തിയാൽ അതിലിടപെട്ട് പടയണി പക്ഷക്കാരെ കൈകാര്യം ചെയ്യാനുള്ള മറുപക്ഷത്തിന്റെ ഗുണ്ടകളുമുണ്ടായിരുന്നു.

എന്നാൽ ആ തർക്കത്തിലേക്ക് പെട്ടെന്നുതന്നേ വേണു ഇടപെട്ടു. ശിവന്റെ ഷർട്ടിൽനിന്ന് പോലീസുകാരൻ പിടിവിട്ടു. കാര്യങ്ങൾ കൈവിട്ടു പോകാതിരിക്കാൻ വേണു പ്രത്യേകം ശ്രദ്ധിച്ചു. ശിവനെ പിന്നോട്ട് മാറ്റിനിർത്തിയിട്ട് വേണു പോലീസുകാരനോടു പറഞ്ഞു:

'നോട്ടീസ് കീറിയതുകൊണ്ടൊന്നും ഇവിടുത്തെ പടേനി നടക്കാതിരിക്കത്തില്ല...'

ഇപ്പോൾ മുന്നോട്ട് നീങ്ങിയ പോലീസുകാരനെ തടഞ്ഞുകൊണ്ട് സി.ഐ അതിലേക്കിടപെട്ടു.

'നിങ്ങളാണോ വേണു...?'

'അതെ സാറേ, ഈ തായോളിയാണ്...'

പോലീസുകാർ അയാളെ ഒന്ന് തിരിഞ്ഞുനോക്കി. ചിറ്റേടത്തുമൂത്തേടത്തുകാരുടെ ഏതൊ ഒരു ഗുണ്ടയായിരുന്നു.

വേണു അയാൾ പറഞ്ഞതിന് മറുപടി കൊടുക്കാതെ സി.ഐയോടു പറഞ്ഞു.

'അതെ, ഞാനാണ് വേണു.'

'നിയമം കയ്യിലെടുക്കാൻ ആരേം ഞങ്ങളനുവദിക്കില്ല. നിയമപരമായി ക്ഷേത്രാധികാരികൾ തന്നിട്ടുള്ള അപേക്ഷയുടെ അടിസ്ഥാനത്തിൽ ഞങ്ങളിതിൽ ഇടപെടും. നോട്ടീസു കീറിയത് തെറ്റായിപ്പോയി. ഞങ്ങളത് മനസ്സിലാക്കുന്നു. പക്ഷെ പടേനി നടത്താനുള്ള അനുമതി നിങ്ങൾക്കില്ല. കോടതി അത് തടഞ്ഞിട്ടുണ്ട്. അറിയാമല്ലോ...'

'എല്ലാമറിയാം. അതുകൊണ്ടാണല്ലോ ഇതിനെറങ്ങിപ്പൊറപ്പെട്ടത്...'

'ഒരുകാര്യം പറഞ്ഞേക്കാം, എട്ടുമണിക്ക് ഞങ്ങളീ ഗെയിറ്റടയക്കും. അതിനുമുമ്പ് മുഴുവനാളും പുറത്തിറങ്ങിക്കോണം...'

ഇപ്പോൾ വലിയ കൂ വിളിയുണ്ടായി. പടയണിക്കാരെ ആട്ടിയോടിക്കാൻ കിട്ടിയ അവസരം മറുപക്ഷം കൂവിത്തീർത്തു. അതൊന്നടങ്ങിയപ്പോൾ മൂത്തേടത്തെ രാധാകൃഷ്ണനും അയാളുടെ അനന്തിരവൻ ദിലീപുംകൂടി വേണുവിന്റെ മുന്നിലേക്കെത്തി.

'വേണൂ തകടീന്ന് പൊറത്തെറങ്ങ്...'

വേണു; അയാളെ ഒന്ന് രൂക്ഷമായി നോക്കി. ദിലീപ് രാധാകൃഷ്ണനെ മറികടന്ന് മുന്നോട്ട് വന്നു.

'എറങ്ങിയില്ലേൽ നിന്റെ കാലിന്ന് ഞങ്ങള് വെട്ടും. എറങ്ങെടാ...'

വേണു മഹാഭൈരവിയുടെ കണ്ണുകൾകൊണ്ടെന്നപോലെ അയാളെ ഒന്ന് നോക്കി. എന്നിട്ട് പറഞ്ഞു:

'അതിന് നീ വളന്നിട്ടില്ല.'

ഇപ്പോൾ സകലനിയന്ത്രണങ്ങളും തെറ്റിയ ശിവൻ പക്ഷിക്കോലത്തെപ്പോലെ ദിലീപിന്റെ മുന്നിലേക്കിടിച്ചു കയറി അയാളുടെ കഴുത്തിന് പിടിച്ചമർത്തി ഒരു തള്ള് കൊടുത്തു. പിന്നിലേക്ക് മലച്ച അയാളെ താങ്ങിക്കൊണ്ട് പോലീസ് രണ്ടുപക്ഷത്തിന്റെയും ഇടയിലായി നിരന്നു നിന്നു.

'അമ്പലമാണെന്നൊന്നും നോക്കത്തില്ല. എല്ലാവനേയും പെരുക്കുമിന്ന്...'

സി.ഐ. ഒരു കനത്ത താക്കീതായി ഇങ്ങനെ പറഞ്ഞപ്പോൾത്തന്നെ പോലീസുകാർ ലാത്തി ഉയർത്തിപ്പിടിച്ചു.

പ്രതീക്ഷിച്ച പ്രതിസന്ധിയായിരുന്നെങ്കിലും പ്രതീക്ഷിച്ചതിലധികം ജനങ്ങൾ തകിടിയിലെത്തിയിട്ടുള്ളത് വേണുവിന് ഒരർത്ഥത്തിൽ ആശങ്കയുമായി. എങ്കിലും അയാൾ പതറിയില്ല. ഗെയിറ്റിനകത്തായാലും പുറത്തായാലും ഈ ആൾക്കൂട്ടം ഒരു ജനകീയശക്തിയായിത്തന്നെ തന്റെ

യൊപ്പം ഉണ്ടാകുമെന്ന് അയാൾക്കുറപ്പുണ്ടായിരുന്നു. ആ തിരിച്ചറിവിൽ നിന്ന് അയാൾ പറഞ്ഞു.

'അങ്ങനെയെങ്കിൽ അങ്ങനെ. പിന്നെ ഗെയിറ്റിനകത്ത് ആരുമുണ്ടാകില്ല. ആരും...'

ഇപ്പോൾ അവിടെ കൂടിയിരുന്നവരെല്ലാം ചേർന്ന് ആർപ്പോ ഈയ്യോ ആർപ്പോ ഈയ്യോ എന്ന് കടലിരമ്പം പോലെ വിളിച്ചാർത്തു. അതിന്റെ അലയൊലികൾ അവിടമാകെ പരന്നു. കുറച്ചുപേർ എവിടെയോ നിന്ന് വഞ്ചിപ്പാട്ടു പാടാനും തുടങ്ങി

ഈ സമയം ദേവിയും ഇരുപത്തിയെട്ടോളം വരുന്ന സ്ത്രീകളും ക്ഷേത്രത്തിനകത്തു തന്നെയായിരുന്നു. ദീപാരാധനയുടെ നടതുറപ്പിന് മുന്നെ അവർ അകത്തേക്ക് കയറിയിരുന്നു. നട തുറക്കുന്നത് കാത്ത് അവർ രണ്ടു വരികളായി അകത്ത് നിശബ്ദ പ്രാർത്ഥനകളുമായി നിന്നു. നട തുറന്നപ്പോൾ അമ്മേ ശരണം ദേവീ ശരണം ഭദ്രേ ശരണം രുദ്രേ ശരണം എന്നിങ്ങനെ അവർ ജപിച്ചുകൊണ്ടിരുന്നു.

പുറത്ത് മൂത്തേടത്ത് ചിറ്റേടത്തുകാരുടെ ഗുണ്ടകൾ എല്ലായിടത്തും ഏതുനിമിഷവും എന്തും ചെയ്യാനായി കറങ്ങി നടക്കുന്നതായി മനസ്സിലാക്കിയ വേണുവും അജയനും സുരേന്ദ്രനും തങ്ങളുടെ ആൾക്കാർക്ക് വേണ്ട ജാഗ്രതാ നിർദ്ദേശം കൊടുത്തു. ഒപ്പം ഒരുവിധത്തിലും സംഘർഷമുണ്ടാകാൻ അനുവദിക്കരുതെന്നും നിർദ്ദേശിച്ചു. അതനുസരിച്ച് ചെറിയരീതിയിൽ അവിടവിടെയായി ഉണ്ടായ തർക്കങ്ങൾ സമയോചിതമായി ഇടപെട്ട് അവർ പരിഹരിച്ചു.

എങ്കിലും അജയന്റെ അടുത്ത ബന്ധുവായ കുഞ്ഞുചെറുക്കന്റെ മകൻ രാജേന്ദ്രന്റെ കുത്തിനു പിടിച്ച് മൂത്തേടത്തെ ബന്ധുവായ രാജപ്പപ്പണിക്കർ ഒരു തള്ള് തള്ളി. എന്നിട്ട് അവനെ തന്റെ മുഖത്തിനടുത്തേക്ക് വലിച്ചടുപ്പിച്ചിട്ട് അയാൾ അവന്റെ കണ്ണുകളിലേക്ക് നോക്കി ചോദിച്ചു:

'നിനക്കൊക്കെ എന്ത്വാടാ പൂച്ചകളെ ഇവ്ടെ കാര്യം... കോലം തുള്ളാൻ നിനക്കൊക്കെ കണ്ട സ്ഥലം...! നിന്റമ്മേടെ... പോടാ ഇവിടുന്ന്...'

ഇത്രയും പറഞ്ഞ് രാജേന്ദ്രനെ ഒന്നുകൂടി അയാൾ തള്ളാൻ ശ്രമിച്ചപ്പോൾ അജയൻ അവനെ താങ്ങിപ്പിടിച്ചു. പെട്ടെന്ന് അവിടെയെത്തിയ കാളിമലയിലെ കയ്യൂക്കുള്ള നാലഞ്ച് ചെറുപ്പക്കാർ രാജപ്പപ്പണിക്കരെ പിടിച്ചുതള്ളി അടിക്കാൻ ശ്രമിച്ചു. പെട്ടെന്ന് അജയൻ ഇടപെട്ട് അവരെ തടഞ്ഞു. പണിക്കരെ ആ ബഹളത്തിൽനിന്ന് വലിച്ചുമാറ്റിയ അജയൻ അയാളോട് പറഞ്ഞു:

'ചേട്ടാ, നിങ്ങള് നല്ല വെള്ളമാ. പിള്ളേര് കൈവെക്കാൻ പോയാൽ

പിന്നെ നിങ്ങളെ അവര് ഒന്നിനും കൊള്ളാത്ത പരവുമാക്കും. വേഗം ഇവ്ടുന്ന് സ്ഥലം വിടുന്നതാ നല്ലത്...'

എന്നാൽ പണിക്കർ നീറുപോലെ പിന്നെയും ഉടക്കി നിന്നു.

'എന്നേയോ, എന്നെ തല്ലിയാൽ പിന്നൊരുത്തനും ഈ ഭൂമീക്കാണത്തില്ലടാ ചെറ്റേ...'

ഇപ്പോൾ അജയൻ തന്റെ സുഹൃത്തുക്കളോട് എന്തോ കാതിൽ പറഞ്ഞിട്ട് അവിടെനിന്നു പോയി.

പിന്നെ അവർ പണിക്കരുമായി മെല്ലെ ഉടക്കി ഉടക്കി അയാളെ ആറ്റുകടവിലേക്ക് കൊണ്ടുപോയി. ആരുമില്ലാത്ത ആ കടവിന്റെയടുത്തുള്ള കുറ്റിക്കാടുകൾക്കപ്പുറത്ത് ഒരു തെങ്ങിൽ അവർ അയാളെ കെട്ടിയിട്ടു. അയാളുടെതന്നെ മുണ്ടഴിച്ച് അതുകൊണ്ടാണ് ബന്ധനസ്ഥനാക്കിയത്. എന്നിട്ട് കരണക്കുറ്റിക്ക് രണ്ടെണ്ണംകൂടി കൊടുത്തു. അവർ മടങ്ങിപ്പോരുമ്പോഴും കേൾക്കാമായിരുന്നു പണിക്കരുടെ ചീത്തവിളി.

'നിന്നെയൊക്കെ ഞാനെടുത്തോളാം... ഞാം വരുമെടാ ഒരു മറുതയായിട്ട്...'

എന്നാൽ മറ്റാരും അത് കേട്ടതുമില്ല. അറിഞ്ഞതുമില്ല.

ഈ നേരമായപ്പോഴേക്കും തൊഴിലുറപ്പു കഴിഞ്ഞെത്തിയവരും തീക്കനലിൽ നിന്നെത്തിയവരും ആ ആൾക്കൂട്ടത്തിലേക്ക് വന്നു ലയിച്ചു ചേർന്നു. ഒരു വല്ല്യപടേനിക്കുള്ള ആളായി അവിടമാകെ. പല സ്ഥലങ്ങളിലായി ചിതറിക്കിടന്നിരുന്ന ചിറ്റേടത്തുകാരുടേയും മൂത്തേടത്തുകാരുടെയും ഇടയിലേക്ക് പോകാതെ വേണുവും കൂട്ടരും തങ്ങളുടെ പക്ഷക്കാരെ അമ്പലത്തിന്റെ നടയ്ക്ക് മുന്നിലേക്ക് കേന്ദ്രീകരിച്ച് നിർത്തി. കറുത്തവരും വെളുത്തവരുമെല്ലാം ചേർന്ന ജാതിഭേദമില്ലാത്ത ഒരാൾക്കൂട്ടമായിരുന്നു അവിടെ തിങ്ങിനിറഞ്ഞത്. അത് എതിർകക്ഷികൾക്ക് ഒന്നും ചെയ്യാനാവാത്ത ഒരു ശക്തിദുർഗ്ഗമായി മാറി.

സന്ധ്യ കഴിഞ്ഞിരുന്നു. ദീപാരാധനയും കഴിഞ്ഞു. എന്നാൽ ദേവിയും കൂട്ടരും നാലമ്പലത്തിനുള്ളിൽ നിന്ന് പുറത്തിറങ്ങാതെ ദേവീസ്തോത്രങ്ങളുരുവിട്ടുകൊണ്ട് അവിടെത്തന്നെ തുടർന്നു. പരമേശ്വരൻ നമ്പൂതിരി ദീപാരാധനയ്ക്കു ശേഷമുള്ള പ്രസാദം കൊടുത്തിട്ടും അവർ അവിടെത്തന്നെ നിന്നു.

കുറച്ചു കഴിഞ്ഞപ്പോൾ പരമേശ്വരൻ നമ്പൂതിരി ഉത്കണ്ഠയോടെ അവരോട് ചോദിച്ചു.

'നിങ്ങളിറങ്ങുന്നില്ലേ...? നടയടച്ചിട്ടെനിക്ക് പോണം...!'

ദേവി ഉടനെ അല്പം ക്രുദ്ധയായി പറഞ്ഞു:

‘അങ്ങനെ പോകണ്ട. അമ്മയുടെ മുന്നിലുള്ള വിളക്കിൽ നിന്ന് അഗ്നി അടവിയ്ക്ക് പകർന്നു കൊടുത്തിട്ട് പോയാ മതി...’

പരമേശ്വരൻ നമ്പൂതിരി ഒന്ന് നടുങ്ങി. ഒരഗ്നി തന്റെയുള്ളിൽ കത്തിജ്വലിച്ചതായി അയാളപ്പോഴറിഞ്ഞു.

‘അപ്പോൾ...!’

അയാൾ പരിഭ്രമത്തോടെ ഭഗവതിയുടെ തിരുവിഗ്രഹത്തിലേക്ക് നോക്കി. ആ തിരുവിഗ്രഹത്തിൽ അപ്പോൾ തെളിഞ്ഞത് ദേവിയുടെ മുഖമായിരുന്നു. അയാൾ പെട്ടെന്ന് മുഖം വെട്ടിച്ച് അതേ പരിഭ്രമത്തോട് ദേവിയിലേക്ക് നോക്കി.

‘അതെ തിരുമേനീ, അത് ചെയ്യണം...

വർഷങ്ങൾക്ക് മുമ്പ് നിങ്ങളുടെ പൂർവ്വികർ ചെയ്ത ആ സത്കർമ്മം നിങ്ങളിപ്പോൾ ചെയ്യണം. അത് നിർവ്വഹിക്കാതെ നിങ്ങൾക്കിവിടെനിന്ന് പുറത്തിറങ്ങാൻ പറ്റില്ല...’

ഈ സമയം പുറത്ത് എന്തും നടക്കാം എന്ന അവസ്ഥയായിക്കഴിഞ്ഞിരുന്നു.

അമ്പലത്തിന്റെ ജംഗ്ഷനിൽ ഉണ്ടായ ഉന്തിലും തള്ളിലും പോലീസിടപെട്ടതുകൊണ്ട് വലിയ പ്രശ്നങ്ങളുണ്ടായില്ല. എന്നാൽ വേണുവിന്റെ ഒരു ബന്ധുവായി വരുന്ന തുളസീധരനെ എതിർപക്ഷക്കാർ അവിടെനിന്ന് സൂത്രത്തിൽ പിടിച്ചുകൊണ്ടുപോയി കൊടായി പുരേടത്തിലിട്ട് മർദ്ദിച്ചു. ഒടുക്കം എഴുന്നേൽക്കാനാവാതെ തുളസി അവിടെക്കിടന്നു പറഞ്ഞു:

‘നീയൊക്കെ അനുഭവിക്കുമെടാ. പാവുതറയമ്മ കിഴക്കോട്ട് തിരിഞ്ഞാണിരിക്കുന്നതെങ്കില് നിന്റെയൊക്കെ ചോരയൂറ്റുമവര്...’

എട്ടുമണിയാകാറായിരുന്നു.

ഇപ്പോൾ ചിറ്റേടത്തെ രാഘവക്കുറുപ്പ് അമ്പലത്തിനകത്തേക്ക് കയറി. എന്നാൽ നാലമ്പലത്തിനകത്ത് ഒരു മൂന്ന് ചുവട്ടടിക്കപ്പുറത്തേക്ക് പോകാൻ അയാൾക്ക് കഴിഞ്ഞില്ല. കാരണം അവിടെയെല്ലാം ദേവിയും സംഘവും കുത്തിയിരുന്ന് ജപിക്കുകയായിരുന്നു. എന്തെങ്കിലും പറഞ്ഞാൽ കേൾക്കാൻ പഴുതില്ലാത്തതുപോലെ പരാശക്തിയുടെ സഹസ്രനാമോച്ചാരണങ്ങളും ഒരു ചുവട് വെയ്ക്കാനാവാത്തതുപോലെ ഇരുപത്തിയെട്ട് സ്ത്രീകളും അവിടെ തിങ്ങിനിറഞ്ഞിരുന്നു. ശ്രീകോവിലിന് മുന്നിൽ ദൈന്യതയോടെ പരമേശ്വരൻ നമ്പൂതിരിയും.

ആകെ പകച്ചുപോയ കുറുപ്പ് ക്രുദ്ധനായി തിരികെ ഇറങ്ങിവന്ന് രാധാകൃഷ്ണനോട് പറഞ്ഞു:

'നോക്കിനിക്കാതെ വനിതാ പോലീസിനെ കേറ്റാൻ പറയടാ അകത്തോട്ട്... എന്നിട്ടാ അവരാതികളെ...'

ഇല്ലത്തെ കൃഷ്ണൻനമ്പൂതിരിയും അയാളുടെ അളിയൻ പത്മനാഭൻ നമ്പൂതിരിയും കുറുപ്പിന്റെ ഭാവം കണ്ട് തിടുക്കത്തിൽ അയാളുടെ അടുത്തേക്ക് ചെന്നു.

യ്യൊ, അത് പാടില്ല കുറുപ്പേ, എന്ന് പറയാനായി അവർ ശ്രമിച്ചെങ്കിലും ചിറ്റേടൻമാരുടെയും മൂത്തേടൻമാരുടെയും എന്തുചെയ്യണമെന്നറിയാത്ത, എന്നാൽ എന്തും ചെയ്യാനെന്ന മട്ടിലുള്ള ആ സന്നിഗ്ദ്ധാവസ്ഥക്കിടയിൽ അവരുടെ വാക്കുകൾ പുറത്തേക്ക് വന്നില്ല. അവർ കലിയിളകി നിൽക്കുന്ന ചിറ്റേടത്തുമൂത്തേടത്തുകാരുടെ പിന്നിൽ നിന്നതേയുള്ളൂ.

ഉടനെ സി.ഐ, മൂത്തേടത്തെ രാധാകൃഷ്ണനേയും ചിറ്റേടത്തെ രാഘവക്കുറുപ്പിനേയും കൃഷ്ണൻനമ്പൂതിരിയേയും വിളിച്ച് മാറ്റിനിർത്തി പറഞ്ഞു:

'ഇങ്ങനാണെങ്കിലിത് ബുദ്ധിമുട്ടാ. അല്ലെങ്കിൽ നിങ്ങൾ രേഖാമൂലം എഴുതിത്തരണം. അങ്ങനെങ്കിൽ വനിതാകോൺസ്റ്റബിൾമാരെ അകത്തേക്ക് കടത്തിവിട്ട് എല്ലാത്തിനേം തൂക്കിയെടുത്തോളാം...'

'യ്യൊ, അത്...'

കൃഷ്ണൻനമ്പൂതിരി അത് പാടില്ല എന്ന ഉത്കണ്ഠയോടെ മറ്റുള്ളവരുടെ മുഖത്തേക്ക് നോക്കി.

അവരുടെയെല്ലാം മുഖം, കനത്ത ഒരു പ്രതിസന്ധി നേരിടുന്നതിന്റെ ഇരുട്ടിലായിരുന്നു. ദിക്കും ദിശയുമറിയാതെ ഒരു കൊടുംകാട്ടിൽ പെട്ടതുപോലെ...

ക്ഷേത്രത്തിന്റെ ആചാരങ്ങൾക്ക് വിരുദ്ധമായി, പോലീസുകാരെ ആരെന്നും ഏതെന്നും എന്തെന്നുമറിയാതെ എങ്ങനെ അകത്തേക്ക് കയറ്റിവിടും. അങ്ങനെയൊരു തീരുമാനമെടുത്താൽ വലിയൊരു ദുരന്തത്തിലാവും എല്ലാം അവസാനിക്കുന്നത്.

നാലമ്പലത്തിനകത്ത് ദേവി കുറച്ചുകൂടി കഠിനമായ സ്വരത്തിൽ പരമേശ്വരൻനമ്പൂതിരിയോടു പറഞ്ഞു:

'ഞങ്ങളുടെ ആണുങ്ങൾ പുറത്ത് കാത്തുനിൽക്കുകയാണ്. അവിടെ ഇരമ്പുന്നത് ഒരു ജനസാഗരമാണ്. എല്ലാറ്റിനും ഓരോ സമയങ്ങളുണ്ട്. കമുക് പിഴാൻ പോകേണ്ട നേരമാകുന്നു. വേഗം അഗ്നി പകർന്ന് കൊടുക്ക്. ഇനി, അതിന് തയ്യാറല്ലെങ്കിൽ ഈ ഇരുപത്തിയെട്ട് പെൺ ജീവിതങ്ങളും ഇവിടെ ഹോമിക്കപ്പെടും. നിങ്ങളതിന് ഉത്തരവാദിയുമാകും...'

ദേവിയുടെ വാക്കുകൾ പരമേശ്വരൻനമ്പൂതിരിയുടെ പ്രജ്ഞയിലേക്ക് കത്തിപ്പടർന്നു. അയാൾ ദൈന്യമായി പാവുതറയമ്മയുടെ മുഖത്തേക്ക് നോക്കി. വിഗ്രഹത്തിലെ കണ്ണുകൾ ജീവചൈതന്യം തിളങ്ങുന്ന കണ്ണുകളായി ഇപ്പോൾ അയാളുടെ കണ്ണുകളിലേക്ക് തുറന്നു. അത് തീക്കനൽപോലെ ചുവന്നപ്പോൾ അയാൾ അവിടെ നിന്ന് വിയർത്തു.

അതിനിടയ്ക്ക് കൃഷ്ണൻനമ്പൂതിരി നാലമ്പലത്തിലേക്ക് എങ്ങനെയൊക്കെയോ കടന്നുചെന്നു. അയാൾ അകത്തേക്ക് ചെന്നപ്പോൾ, അഗ്നി പകർന്ന് കൊടുത്തില്ലെങ്കിൽ നടക്കാൻ പോകുന്നത് കൂട്ടക്കുരുതിയാവും എന്ന് പരമേശ്വരൻനമ്പൂതിരി പറഞ്ഞു. അയാൾ അതുകേട്ട് തിടുക്കത്തിൽ പുറത്തേക്ക് പോയി. പെട്ടെന്ന് അത് അവിടമാകെ പരന്നു. ഈ സമയത്ത് ഇലഞ്ഞിത്തറയുടെ ചുവട്ടിൽ ഒരു പ്രതിരോധവലയത്തിനുള്ളിൽ അടവിയായി തയ്യാറായി നിൽക്കുകയായിരുന്ന കൃഷ്ണൻകുട്ടിയുടെ മുന്നിലേക്ക് ചെന്ന ചെണ്ടക്കാരൻ ചെണ്ടയിൽ അസുരതാളം വീഴ്ത്തി. ആകാശത്തെത്തന്നെ തന്റെ ചെണ്ടയുടെ തുകലാക്കി അതിൽ കൊട്ടിയതുപോലെയായിരുന്നു അത്... മറ്റൊരാൾ ഇലത്താളം കൊണ്ട് ആ താളത്തിന് ആയിരം ഇതളുകൾ നൽകി. താളം മെല്ലെ മെല്ലെ കൃഷ്ണൻകുട്ടിയിലേക്ക് പടർന്നു കയറി. അയാൾ കൈകൾ കൂപ്പി കണ്ണുകളടച്ച് ശരീരം തൃസിപ്പിച്ചു നിന്ന് തുള്ളി.

ഇപ്പോൾ കൃഷ്ണൻനമ്പൂതിരി തിടുക്കത്തിൽ നാലമ്പലത്തിലേക്ക് ചെന്നു. അയാൾ ജ്യേഷ്ഠനോടായി പറഞ്ഞു:

'അഗ്നി പകർന്ന് കൊടുക്ക്...'

പിന്നെ ഒന്നും ആലോചിച്ച് നിൽക്കാൻ പരമേശ്വരൻ നമ്പൂതിരിക്കായില്ല. ശ്രീകോവിലിനുള്ളിലേക്ക് കയറിയ അയാൾ ദീപവുമായി പുറത്തേക്ക് വന്നു. അയാൾക്ക് പിന്നാലെ കൃഷ്ണൻ നമ്പൂതിരിയും അവർക്ക് പിന്നാലെ ദേവിയും മറ്റു സ്ത്രീകളും...

നടയ്ക്കലേക്ക് അപ്പോൾ ഒരു കടലിരമ്പം പോലെ വന്നു നിൽപ്പുണ്ടായിരുന്നു പുറത്തെ ആൾക്കൂട്ടമാകെ...

ഈ നേരംവല്ലാത്തൊരു പ്രതിസന്ധിയിലെന്നപോലെ പടയണി വിരുദ്ധൻമാർ അവിടവിടെയായി ഒന്നുമല്ലാതായി ത്തീർന്നവരേപ്പോലെയായി...

വേണുവിന്റെ മുഖത്ത് പരമേശ്വരൻനമ്പൂതിരിയുടെ കൈയിലെ തിരിവെട്ടത്തിന്റെ പ്രഭ പതിച്ചു. അയാളുടെ ശൗര്യംനിറഞ്ഞ മുഖം ആ വെളിച്ചത്തിൽ തിളങ്ങി. അത് ദേവിയും കൂട്ടുകാരും പരമേശ്വരൻനമ്പൂതിരിയും കൃഷ്ണൻനമ്പൂതിരിയും മാത്രമായിരുന്നില്ല കണ്ടത്. അകത്തി

രിക്കുന്ന പാവുതറയമ്മയും കണ്ടു. ഉടനെതന്നെ പരമേശ്വരൻനമ്പൂതിരി വിളക്കിലെ അഗ്നി അടവി പിടിച്ചുകൊടുത്ത ചൂട്ടുകറ്റയിലേക്ക് പകർന്നു. അപ്പോൾ ദേവിയും കൂട്ടരും കുരവകൊണ്ട് ആ നിമിഷത്തെ അഭിഷേകം ചെയ്തു. അടവി വീണ്ടും താളത്തിൽ ലയിച്ച് ആൾക്കൂട്ടത്തിലേക്ക് പിൻവാങ്ങി. കത്തി ഉയർന്ന ചൂട്ടുകറ്റകളും തീവെട്ടികളും പാവുതറയുടെ അന്ധകാരത്തെ കീറിമുറിക്കുന്ന പ്രകാശനാളങ്ങളായി. അതേറ്റുവാങ്ങിയ പാവുതറക്കാർ വലിയ ആരവത്തോടെ അടവിക്ക് ചുറ്റും വലിയൊരു ആൾക്കൂട്ടമായി. ചെണ്ടയുടെയും ഇലത്താളത്തിന്റെയും മേളം പാവുതറയ്ക്ക് ഒരു സ്മൃതിതാളമായി. പുരുഷൻമാരാകെ ആർപ്പോവിളിച്ചു. സ്ത്രീകൾ കുരവയിട്ടു. ആരുടെയും പക്ഷം പിടിക്കാതെ, എല്ലാം കാണാം എന്ന മനസ്സോടെയെത്തിയവർ മാത്രമല്ല, ചിറ്റേടത്ത് മൂത്തേടത്തുകാരുടെയൊപ്പമാണെന്ന് പറഞ്ഞവരിൽപ്പോലും വലിയൊരു വിഭാഗം അണിചേർന്നു ആ അഗ്നിതരംഗത്തിൽ...

നടയ്ക്കൽ നിന്ന് തൊഴുതു തുള്ളിയ അടവി പിന്നെ വടക്കോട്ടോടി. പുരുഷാരം അതിന്റെ പിന്നാലെയും. സ്ത്രീകൾ ദേവിയ്ക്കൊപ്പം നടയ്ക്ക് മുന്നിൽത്തന്നെ കുരവയിട്ടു നിന്നു. പതിറ്റാണ്ടുകൾക്കു ശേഷം പാവുതറയമ്മയുടെ പടയണിക്ക് കൊടിയേറാൻ കമുകിനായി രാത്രിയെ കീറിമുറിച്ച് പോയ അടവിയും സംഘവും കിഴക്കേപ്പാവുതറ ഭാഗത്തെ ആറ്റുതീരത്തുനിന്ന് കമുകിന്റെ ചുവട്ടിൽ ചെന്നു നിന്നു.

പ്രകമ്പിതനായി നിന്ന അടവി കമുകിന്റെ മേലേക്കൊന്നു നോക്കി. പിന്നെ അതിലേക്ക് ചാടിക്കയറി. മുകളിലേക്ക് മുകളിലേക്ക് കയറിയ അടവി കമുകിന്റെ പച്ചപ്പാളയിൽ നെഞ്ചമർത്തി കമുകിനെ പിടിച്ചുലച്ചു. കമുകിന്റെ കുടുംബി രാത്രിയുടെ ആകാശത്ത് തലങ്ങും വിലങ്ങും ഉലഞ്ഞു. ഭദ്രകാളിയുടെ അഴിഞ്ഞുലഞ്ഞ മുടി പോലെയായിരുന്നു അത്.

ചുവട്ടിൽ വേരുകൾ പറിഞ്ഞ് കമുക് ഒരു ഭാഗത്തേക്ക് ചാഞ്ഞ് തുടങ്ങിയപ്പോൾ മറ്റുള്ളവർ ചേർന്ന് കമുകിന്റെ ചുവട് തുരന്ന് പൂർണ്ണമായും കമുക് പിഴുതെടുത്തു. പിന്നെ അത് നിലംതൊടീക്കാതെ വലിയ ആരവത്തോടെ നാടിളക്കി പ്രകൃതിയെ ഉണർത്തി പാവുതറയമ്മയുടെ വീരപുത്രൻമാർ തോൾപ്പുറമെടുത്ത് പാവുതറക്കാവിലേക്ക് തിരിച്ചു.

അമ്പലത്തിൽ കമുകിനെ വരവേൽക്കാൻ ബന്ധുക്കരകളിൽനിന്നും ആൾക്കാർ ഒഴുകിയെത്തിയിരുന്നു. കറുത്തതും വെളുത്തതുമായ കരുത്തുറ്റ കൈകൾ ഇടകലർന്ന് കമുകിനെ താളത്തിൽ ഉയർത്തിയും താഴ്ത്തിയും വലിയ ആരവത്തോടെയാണ് ക്ഷേത്രമതിൽക്കകത്തേക്കെത്തിച്ചത്.

ദേവിയുടെ നേതൃത്വത്തിൽ സ്ത്രീകൾ നിലയ്ക്കാത്ത കുരവകൾ കൊണ്ട് കമുകിന് സ്വീകരണം നൽകി. കമുക് ആചാരപരമായി ഇലഞ്ഞിമരത്തിലേക്ക് ചാരി വെച്ചു. അപ്പോൾ ഇലഞ്ഞിമുത്തശ്ശി അൻപത്തിയൊന്ന് വർഷത്തെ മയക്കത്തിൽ നിന്നുണർന്ന് പൂക്കൾ വീഴ്ത്തി കമുകിനെ അനുഗ്രഹിച്ചു.

◆◆◆

37

ഉറയുന്ന കോലങ്ങൾ

അങ്ങനെ പാവുതറക്കാവിൽ പൂർവ്വസ്മൃതികളുണർത്തിക്കൊണ്ട് അൻപത്തൊന്നാണ്ടുകൾക്ക് ശേഷം പടയണിക്ക് പ്രാരംഭം കുറിച്ചു. കാര്യങ്ങൾക്ക് തുടക്കമായപ്പോൾ ആ കാലദൈർഘ്യത്തിന്റെ അകലം പൊടുന്നനെ അലിഞ്ഞില്ലാതായി. കഴിഞ്ഞ വർഷത്തെ പടയണിയുടെ ആലസ്യത്തിൽ നിന്നുണർന്നു വന്നതുപോലെ മാടനും മറുതയും പക്ഷിയും യക്ഷിയും പിശാചും കുതിരയും കാലംകോലവും ഭൈരവിയുമൊക്കെ പാവുതറയുടെ രാത്രികളെ ചടുലവും തീഷ്ണവുമാക്കി. രാപകലില്ലാതെ ഒരു സമൂഹമാകെ പടയണിയുടെ ഒരുക്കങ്ങളിൽ വ്യാപൃതരായി.

പാവുതറയിൽനിന്നും ബന്ധുക്കരകളിൽനിന്നുമെല്ലാം പാളകൾ കോലമെഴുതുന്ന പുരകളിലേക്കെത്തി. തുറന്ന മനസ്സോടെയാണ് എല്ലാ വീട്ടുകാരും തങ്ങളുടെ പുരയിടങ്ങളിൽ നിൽക്കുന്ന കമുകുകൾ പാളയെടുക്കാനായി ചൂണ്ടിക്കാണിച്ചു കൊടുത്തത്. അമ്മേ..., അവിടുത്തേക്ക് ഒരു പാളയെങ്കിലും തരാനുള്ള യോഗമുണ്ടായല്ലോ എന്നുള്ള ധന്യതയായിരുന്നു ഓരോ വീട്ടുകാർക്കും.

വാമസേനന്റെ കുടുംബവീടായ കണ്ണാട്ടുവെച്ചായിരുന്നു കോലമെഴുത്ത്. പണ്ടും, ഗണക കുടുംബമായ ഇവിടുവെച്ചുതന്നെയായിരുന്നു കോലമെല്ലാമെഴുതിയിരുന്നത്. പഴയകാലത്തേപ്പോലെ കുടുംബക്കാരെല്ലാം ഒത്തുകൂടി. പുരയിടമാകെ പന്തലിട്ട് കോലമെഴുതാനുള്ള വിപുലമായ സംവിധാനം അവിടെയൊരുക്കി. കാലുംനീട്ടിയിരുന്ന് പച്ചപ്പാള ചെത്തുമ്പോൾ ബുധനൂരിൽനിന്നും വന്ന വാമസേനന്റെ ഒരു ബന്ധു പറഞ്ഞു:

‘എന്തായാലും ആ സ്ത്രീയെ സമ്മതിക്കണം...!’

‘ആരടെ കാര്യമാ..., ദേവിയമ്മേടെയാന്നോ...?’

വാമസേനൻ ഭൈരവിയുടെ കണ്ണുകൾ വരയ്ക്കുന്നിടത്തുനിന്ന് മുഖമെടുക്കാതെ ചോദിച്ചു.

‘അതെ...’

ആ കണ്ണുകൾ പൂർത്തിയാക്കിക്കൊണ്ട് വാമസേനൻ പറഞ്ഞു:

'വിസമ്മതിക്കാനിനി ആർക്കും പറ്റത്തില്ല ...'

പാവുതറ മാത്രമല്ല, ബന്ധുക്കരകളും പടയണിയിലേക്കൊഴുകിയെത്തി അതിൽ മുഴുകി. ഒരിക്കലും തിരികെ കിട്ടില്ലെന്ന് വിചാരിച്ചിരുന്ന പാവുതറയുടെ ആത്മവീര്യത്തിലേക്ക് അവരും കടന്നുവന്നു. അവർ നേരിട്ടും അല്ലാതെയും പടയണിയുടെ ഭാഗമായി. വറ്റിവരണ്ട വരട്ടാറ് കടന്നും ഛേദിക്കപ്പെട്ട മലകൾ കടന്നും ബന്ധുക്കരകളിലെ ആബാലവൃദ്ധം ഒരേയൊരു ലക്ഷ്യമെന്നപോലെ പാവുതറയിലേക്ക് എല്ലാ രാത്രികളിലും ഒഴുകിയെത്തി. രാത്രി അത്താഴം കഴിഞ്ഞാലുടനെ ഊടുവഴികൾ കടന്ന് ദൂരെനിന്ന് വരുന്നവർ പരസ്പരം പറഞ്ഞു:

'മറ്റുള്ളടത്തേപ്പോലൊന്നുമാരിക്കത്തില്ല ഇവിടുത്തെ പടേനി...'

'അതെന്താ...?'

'ഇത്രേം വല്ല്യ തകിടി വേറെവിടാണൊള്ളത്...! ആയിരത്തൊന്ന് പാളേടെയാ ഭൈരവി ! അങ്ങനൊന്ന് മറ്റെവിടേമില്ല...!'

പ്രായമുള്ളവർ മെല്ലെ പറഞ്ഞുവന്നു:

'ഒരിക്ക ഞാൻ കണ്ടിട്ടൊണ്ട്, അച്ഛനൊണ്ടാരുന്ന കാലത്ത്. സത്യത്തില് കാണുകാണേ ഇവിടുത്തെ പടേനിയാ കാണണ്ടത്. ഏതായാലുമൊരിക്കലൂടതിനൊള്ള ഭാഗ്യമുണ്ടായി...'

'പണ്ടത്തേപ്പോലെ കൊല്ലും കൊലേമൊന്നുമൊണ്ടാകാതിരുന്നാ മതി...'

'ഓ അതിനൊള്ള സാദ്ധ്യതയൊന്നുമില്ല. ദൈവാധീനോം രാശീമൊക്കെ വിശദമായി നോക്കീന്നാ പറേന്നെ...'

'എന്നാലും ആപത്തിനൊള്ള സാദ്ധ്യതയൊണ്ടന്നാ... , നിങ്ങള് വേറാരോടും പറയണ്ട, കളത്തില് രക്തം വീഴുമെന്നാ ഞാം കേട്ടത്...'

'എന്റെ ഭഗവതീ...!'

എല്ലാ കാര്യങ്ങളും വേണ്ട ശ്രദ്ധയോടെ ചെയ്യുമ്പോഴും സൂക്ഷിക്കണമെന്ന് വാമസേനൻ വേണുവിനോട് പറഞ്ഞിരുന്നു.

ആ ശ്രദ്ധയും സൂക്ഷ്മതയും കമുക് പിഴീലിനു ശേഷമുള്ള ദിവസങ്ങളിലും പാലിക്കപ്പെടാൻ വേണു കമ്മറ്റിയിലുള്ളവർക്ക് പ്രത്യേകം നിർദ്ദേശം കൊടുത്തിരുന്നു. അതുകൊണ്ടുതന്നെ അമിതമായ ആവേശപ്രകടനങ്ങൾ കർശനമായി നിയന്ത്രിച്ചിരുന്നു. ഭക്തിപൂർവ്വം കാര്യങ്ങൾ ചിട്ടയായി അനുഷ്ടിക്കാൻ കമ്മറ്റി വേണ്ടത്ര ശ്രദ്ധിച്ചു. എന്നാൽ അതിന്റെയൊപ്പംതന്നെ ഏതുസമയത്തും എവിടെനിന്നും ഉണ്ടായേക്കാവുന്ന അക്രമണത്തെ തടയാനുള്ള ജാഗ്രതയും പാലിച്ചു.

ജനങ്ങളുടെ അഭൂതപൂർവ്വമായ പങ്കാളിത്തവും കാര്യങ്ങളുടെ ചിട്ട

യായ നടത്തിപ്പും പുരോഗമിച്ചപ്പോൾ മുഖം തിരിഞ്ഞ് നിൽക്കാനേ യഥാർത്ഥത്തിൽ മൂത്തേടത്തുകാർക്കും ചിറ്റേടത്തുകാർക്കും കഴിഞ്ഞുള്ളൂ. കമുക് പിഴീലിന് അഗ്നി പകർന്നുകൊടുത്തത് ആചാരപരമായി നിഷേധിക്കാനാവില്ലെങ്കിലും, പോലീസിനെ ഉപയോഗിച്ചുതന്നെ പടയണിസംഘത്തെ തല്ലിയോടിക്കണമായിരുന്നു എന്ന നിലപാടായിരുന്നു ചിറ്റേടത്തുകാർക്ക്. എന്നാൽ മൂത്തേടത്തുകാർക്ക് അത്രയും വീറോടെ ചിന്തിക്കാനുള്ള ധൈര്യമുണ്ടായില്ല.

ചിറ്റേടത്തെ രാഘവക്കുറുപ്പും ചന്ദ്രനും കമുകു പിഴുതതിന്റെ പിറ്റേന്നുരാവിലെ തന്നെ മൂത്തേടത്തേക്കു ചെന്നു.

'എന്നാലുമെന്റെ രാധാകൃഷ്ണാ..., എന്തവായിത്...! എന്തവായിതിങ്ങനെ സംഭവിച്ചത്...!'

രാഘവക്കുറുപ്പിന് കടുത്ത ദേഷ്യവും ദണ്ഡവുമായിരുന്നു.

രാധാകൃഷ്ണൻ മാത്രമല്ല, നാരായണൻനായരും അവിടെയുണ്ടായിരുന്നു. രാധാകൃഷ്ണനല്ല മറുപടി പറഞ്ഞത്. നാരായണൻനായരാണ്.

'നമുക്കറിയാത്ത എവിടോ നമുക്കൊരു പാളിച്ച പറ്റീട്ടൊണ്ട്...'

ചന്ദ്രന് ആ മറുപടി ഇഷ്ടപ്പെട്ടില്ല.

'എന്തോന്ന് പാളിച്ച. എടപെടേണ്ട നേരത്ത് എടപെട്ടില്ല. സർവ്വസന്നാഹങ്ങളുമൊരുക്കി വാപൊളിച്ചുനിന്നു...'

'അങ്ങനല്ല ചന്ദ്രാ; നിങ്ങളന്നത്തെ ജനത്തെ കാണാതാന്നോയീപ്പറേന്നത്! നമ്മളു വിചാരിച്ചതിന്റെ പത്തെരട്ടിയാരുന്നു ആള്. അതിനാത്തെടപെടാൻ പോലീസിനുപോലും പറ്റത്തില്ലാരുന്നു.'

ഒന്ന് നെടുവീർപ്പിട്ട് രാഘവക്കുറുപ്പ് പറഞ്ഞു:

'എന്തായാലും ഭയങ്കരമായിപ്പോയി...! അവനല്ല, അവളാണ് ഭയങ്കരി... ആ ദേവി...!'

'അതെ, അവനും അവളുംകൂടാ നമ്മുടെ കണക്കുകൂട്ടലാകെ തെറ്റിച്ചത്.'

'അല്ല, അവള്...'

'സ്ത്രീകളെയാകെ ഇളക്കിക്കഴിഞ്ഞാലെന്തു ചെയ്യും കുറുപ്പേ...!'

നാരായണൻനായർ നിസ്സഹായത പ്രകടിപ്പിച്ചു. കുറുപ്പ് പോകാനെറങ്ങുന്നതിനുമുമ്പ് ഒരുകാര്യം കൂടി പറഞ്ഞു:

'എന്തായാലും നാളെയോ മറ്റന്നാളോ നമുക്കെല്ലാവർക്കുംകൂടൊന്നു കൂടണം.'

രാധാകൃഷ്ണൻ അതിനോടു യോജിച്ചില്ല.

'അതുവേണ്ട കുറുപ്പുചേട്ടാ. ഇനീപ്പം എല്ലാമൊന്നു കഴിയട്ടെ...'

മുറ്റത്തേക്കിറങ്ങുമ്പോൾ ചന്ദ്രൻ പറഞ്ഞു:

'അങ്ങനല്ല. കൂടിയേ പറ്റൂ...'

രാധാകൃഷ്ണൻ അതിനോട് പ്രതികരിക്കാഞ്ഞപ്പോൾ ചന്ദ്രൻ ഒന്ന് തിരിഞ്ഞു നിന്നു.

'എന്താ നിനക്കും ആ തെണ്ടികളുടെ കൂടെപ്പോണോ... അതോ നീയും നിന്റെ വീട്ടുകാരും ചേർന്ന് ഞങ്ങളെ പറ്റിക്കുകയാണോ..?'

'ചന്ദ്രനിപ്പോൾ പോ, നമുക്ക് പിന്നെ സംസാരിക്കാം...'

'ഇങ്ങനാണേൽ സംസാരിക്കാൻ എന്റെ പട്ടി വരും...'

എന്തോ പറയാനായി രാധാകൃഷ്ണൻ ഒന്നാഞ്ഞെങ്കിലും അതിനയാൾക്ക് കഴിഞ്ഞില്ല. അയാൾ നിന്ന് നീറി.

അവർ പോയിക്കഴിഞ്ഞപ്പോൾ രാധാകൃഷ്ണൻനായരുടെ ഉള്ളിൽ ദേവിയായിരുന്നു. ദേവിയുടെ കത്തുന്ന കണ്ണുകൾ...

അങ്ങനെ ചിറ്റേടത്തുകാർക്കും മൂത്തേടത്തുകാർക്കുമിടയിലുണ്ടായ ഏകോപനമില്ലായ്മ അവരുടെ ശക്തി ക്ഷയിപ്പിക്കുകയായിരുന്നു. എല്ലാം കൈവിട്ടപ്പോൾ എന്തു ചെയ്യണമെന്നറിയാതെ അവർ രണ്ടു കൂട്ടരും നിഷ്ക്രിയരായി. പ്രാമാണിത്തവും ധനശേഷിയും നിയമത്തിന്റെ പിൻബലവും സർവ്വോപരി ക്ഷേത്രത്തിനു മേലുള്ള അധികാരവുമുണ്ടായിരുന്നിട്ടും തങ്ങളുടെ ശക്തി പ്രയോഗിക്കാൻ കഴിയാത്തതിന്റെ ഒരർത്ഥശൂന്യത അവർ സ്വകാര്യമായിട്ടെങ്കിലും തിരിച്ചറിഞ്ഞു. ജനസാഗരമായി മാറിയ പടയണിയുടെ തിക്കിനും തിരക്കിനുമിടയിൽ അവർക്കൊന്ന് രഹസ്യമായി ഒത്തുചേരാനുള്ള തോന്നൽ പോലുമുണ്ടായില്ല. പിന്നെ അവിടെയും ഇവിടെയും നിന്ന് ഒളിഞ്ഞും പാത്തും അവർ പടേനി കാണുകയായിരുന്നു എന്നുള്ളതായി യാഥാർത്ഥ്യം. പടയണി ഉണ്ടാക്കിയ ഓളം പാവുതറക്കാരെയും ബന്ധുക്കരകളെയും ഇത്രമാത്രം ഉണർത്തും എന്നവർ സ്വപ്നേപി വിചാരിച്ചിരുന്നില്ല. പടയണിസംഘം പോലും വിചാരിച്ചില്ല.

രാത്രിയിൽ തുള്ളിയൊഴിഞ്ഞ പിശാചിന്റെയും പക്ഷിയുടെയുമൊക്കെ കോലങ്ങൾ മൂത്തേടത്തുകാരുടെയും ചിറ്റേടത്തുകാരുടെയും വീടുകൾക്കടുത്തുള്ള മരങ്ങളിൽ അടുത്ത പുലർച്ചയ്ക്ക് മുമ്പുതന്നെ ആരൊക്കെയോ എടുത്തുകൊണ്ടുപോയി കെട്ടിവെച്ചു. പുലർച്ചെ എഴുന്നേറ്റു വരുന്ന പടയണിവിരോധികളെ ആ കോലങ്ങൾ രൂക്ഷമായി നോക്കി. ചിലപ്പോൾ ആ ക്രൂര ദംഷ്ട്രകളുടെ രൗദ്രഭാവം മൂർച്ചയുള്ള പരിഹാസം പോലെയായി അവർക്ക്. കൃഷിത്തോട്ടങ്ങളിൽ വിളകൾക്ക് കണ്ണുകിട്ടാതെ വിളകളെ പാളക്കോലങ്ങൾ സംരക്ഷിച്ചു. കവലകളിലും റോഡരി

കിലുള്ള മരങ്ങളിലും മാടനും മറുതയും ദുഷ്ടരെ നോക്കി ഭയപ്പെടുത്തി. എന്നാൽ നല്ലവർക്ക് ആ രൗദ്രഭാവങ്ങൾ ശക്തി പകർന്നു. അങ്ങനെ രാവെന്നോ പകലെന്നോ ഇല്ലാതെ പാവുതറയിലാകെ പടയണി ഭയവും ഭക്തിയും ശക്തിയുമായി പരിണമിച്ചു.

ആ വികാരപരതയ്ക്ക് വിള്ളൽ വീഴ്ത്താൻ ആർക്കും കഴിഞ്ഞില്ലെന്ന് മാത്രമല്ല, ആർക്കും പടയണിയിൽ നിന്നകന്നു നിൽക്കാൻ പോലും കഴിയാത്ത അവസ്ഥയായി. ഒളിഞ്ഞും തെളിഞ്ഞും ചിറ്റേടത്ത് മൂത്തേടത്തുകാർക്കുപോലും...

കൊട്ടിക്കൂവിളിക്ക് ശേഷം പഞ്ചകോലങ്ങളും ഭൈരവികളും കുതിരകളും തുള്ളിത്തിമിർത്ത പാവുതറയമ്മയുടെ കളത്തിലേക്ക് പിന്നെ കാലംകോലങ്ങളുമെത്തി. എത്രയോ കാലങ്ങളായുള്ള എത്രയെത്ര പേരുടെ വഴിപാടുകൾ... എന്നെങ്കിലും അവിടുത്തെ തിരുമുമ്പിൽ പടയണി നടന്നാൽ ഒരു കാലംകോലം തുള്ളിക്കാം അല്ലെങ്കിൽ ഒരു കരിമറുത, അതുമല്ലെങ്കിൽ ഒരു ഭൈരവി എന്നിങ്ങനെ വഴിപാടുകളുടെ സ്മൃതിയുണർന്നു പാവുതറക്കാരുടെയും ബന്ധുക്കരക്കാരുടെയുമൊക്കെയുള്ളിൽ...

ഏറെക്കുറെ ആ വഴിപാടുകൾ ഏറ്റെടുക്കാൻ പടയണിസംഘത്തിനു കഴിഞ്ഞു. ബാക്കിയുള്ളതൊക്കെ നെറുക്കിലെ ക്രമമനുസരിച്ച് വരുന്നാണ്ടിലേക്ക് മാറ്റി. മുൻകാലങ്ങളിലെ പോലെതന്നെ നേരം പുലരുന്നതിനു മുമ്പ് അതാതുദിവസത്തെ തുള്ളലവസാനിപ്പിച്ചു.

എല്ലാദിവസവും രാത്രിയിൽ ഒൻപതരയോടുകൂടി തപ്പുമേളത്തോടെ പടയണി തുടങ്ങി. കാപ്പൊലിയും ഏറ്റുകാപ്പൊലിയും താവടിയും പുലവൃത്തവും കടന്ന് രാത്രിയിരുണ്ടപ്പോൾ കോലംതുള്ളലായി. വഴിപാട് കാലംകോലങ്ങളുടെ ദിവസങ്ങളായ അശ്വതി ഭരണി കാർത്തിക രോഹിണി മകയിരം നാളുകളിൽ പന്ത്രണ്ടു മണിയോടുകൂടി കാലംകോലങ്ങൾ തുടങ്ങി.

അതിനുമുമ്പ് മറ്റു കോലങ്ങൾ തുള്ളി നിറഞ്ഞു. ജാതിഭേദങ്ങളില്ലാതെ വർണ്ണവ്യത്യാസങ്ങളില്ലാതെ മാടനും മറുതയും യക്ഷിയും ഭൈരവിയും കാലംകോലവുമെല്ലാം ഏതോ പുരാതന കാലത്തേപ്പോലെ പാവുതറക്കാവിൽ നിറഞ്ഞ് തുള്ളി. നേരം പര പരാ എന്ന് വെളുത്തുവന്നപ്പോൾ ഓരോ ദിവസത്തെയും പടയണി സമാപിച്ചു.

അങ്ങനെ ഓരോ നക്ഷത്രരാത്രികളും പിന്നിട്ട് ഒടുക്കം വല്ല്യപടേനിയുടെ തിരുവാതിരനാളിലേക്കെത്തി പാവുതറ. ആയിരങ്ങളൊഴുകിയെത്തി പാവുതറയിലേക്ക്.

പാവുതറയമ്മയുടെ തിരുനാളാണ് മീനത്തിലെ തിരുവാതിര. തിരു

വാതിര നാളിലെ വല്ല്യപടേനിയോടുകൂടിയാണ് പടയണിക്ക് സമാപന മാകുന്നത്. പടയണിക്കളമൊഴികെ അമ്പലത്തിന്റെ തകിടിയും പരിസര ങ്ങളുമെല്ലാം സൂചിവീഴ്ത്താനിടമില്ലാത്തതുപോലെ ജനങ്ങളെക്കൊണ്ട് നിറഞ്ഞു.

ആയിരത്തൊന്ന് പാളയിൽ ഉയരുന്ന വല്ല്യഭൈരവിക്കായുള്ള പാള കൾക്ക് വേണ്ടി പാവുതറയിലെ കമുകുകൾ ആടിയുലഞ്ഞു. തെങ്ങുക ളിൽ നിന്ന് കുരുത്തോലകൾ ശീൽക്കാരത്തോടെ താഴേക്കു വീണു. ക മുകിൻപൂക്കുലകൾ പാളയെടുക്കുന്നവരുടെ കൈകളിലിരുന്ന് തുളുമ്പി.

അൻപത്തിയൊന്ന് വർഷങ്ങൾക്ക് ശേഷം കാളിമലയിൽ നിന്ന് കു ന്നത്ത്മൂർത്തിക്കാളയുമായി പുലയർ പാവുതറക്കാവിലേക്കെത്തി. കാ ളകെട്ട് ഘോഷയാത്രയായിരുന്നു അത്. ചെറുപ്പക്കാർ മാത്രമല്ല, സ്ത്രീ കളും കുട്ടികളും പ്രായംചെന്നവരുമടക്കം പാവുതറയിലെ പുലയരെല്ലാം അതിൽ പങ്കാളികളായി. പാവുതറയുടെ സ്മൃതികളിലുള്ള തങ്ങളുടെ കരുത്തിന്റെയും തലയെടുപ്പിന്റെയും പ്രതീകമായി മാറി പുലയരുടെ കാള. കാള ആകാശത്തിലേക്കുയർന്ന് ചാടിച്ചാടി പാവുതറയിലേക്കെ ത്തി. കാളയ്ക്ക് അകമ്പടിയായി അമ്മൻകുടം തുള്ളൽ, മയിലാട്ടം, കോൽ ക്കളി, പാണ്ടിമേളം, താലപ്പൊലി എന്നിവയുമുണ്ടായിരുന്നു. കാലങ്ങളാ യി തങ്ങൾക്ക് നിഷേധിക്കപ്പെട്ടിരുന്നിടത്തേക്ക് കടന്നുവരാനായതിന്റെ വീറും ആവേശവും ആ ഘോഷയാത്രയിലാകെ അലതല്ലി.

അതുപോലെ സാംബവർ തീക്കനൽമൂർത്തിയുടെ കാവിൽനിന്നും വലിയ തീപ്പന്തവും താലപ്പൊലികളും ചൂട്ടുകറ്റകളും തീവെട്ടികളുമൊ ക്കെയായി പാവുതറക്കാവിന്റെ സന്ധ്യയിലേക്കൊഴുകിയെത്തി. അഗ്നി യുടെ ഒരൊഴുക്കായിരുന്നു അത്. അഗ്നിയുടെ ഒരു ഘോഷയാത്ര. കു ന്നത്ത് മൂർത്തിയും തീക്കനൽ മൂർത്തിയും പാവുതറയമ്മയുടെ തകിടി യിലേക്കെത്തിയപ്പോൾ അസാധാരണമായ ഒരു ജനക്കൂട്ടമായി അവി ടെ. വർഗ്ഗവർണ്ണഭേദമില്ലാത്ത ഒരു ജനസാഗരം. എല്ലാവരും അമ്മയുടെ മക്കൾ മാത്രം എന്ന വികാരമേ അവിടെയുണ്ടായിരുന്നുള്ളൂ.

പിന്നെ പറയ്ക്കെഴുന്നള്ളിപ്പ്. വലിയ ഘോഷത്തോടെ അന്നപൂർണ യായ പാവുതറയമ്മ ഭക്തരുടെ അടുക്കലേക്കെത്തി, അന്നം സ്വീകരി ക്കാനും അനുഗ്രഹിക്കാനും. അതെല്ലാം കഴിഞ്ഞ് അമ്മ മടങ്ങിയെത്തി യപ്പോൾ നേരമിരുട്ടി. ഇരുട്ട് കനത്തപ്പോൾ വല്ല്യപടയണിയുടെ രംഗപട മുയർന്നു.

തപ്പിൽ താളം വീണു. തുടർന്ന് താവടിയും പുലവൃത്തവും. പുലയ രും സാംബവരും കൂടി ഉൾപ്പെട്ട യഥാർത്ഥ പുലവൃത്തം. ജാതിരഹിത

വും ജനകീയവുമായ പുലനൃത്തം. അതുകഴിഞ്ഞപ്പോൾ പഞ്ചകോലങ്ങളുടെയും കുതിരകളുടെയും കളംനിറഞ്ഞുള്ള നിരത്തിത്തുള്ളൽ. നിരന്നു തുള്ളിയവരൊക്കെ പിന്നെ ഒറ്റയ്ക്കൊറ്റയ്ക്കായി തുള്ളി. കരിമറുതക്കൂട്ടം കാളിമലയിൽനിന്നു തന്നെയെത്തി. അൻപത്തിയൊന്ന് വർഷങ്ങൾക്ക് മുമ്പ് കണ്ട അതേ അനുഭവം തന്നെയായി മാറി ആ കരിമറുതാക്കൂട്ടം പഴയ മനുഷ്യർക്ക്.

പ്രമാണികുടുംബം തങ്ങളുടെ അകത്തളങ്ങളിലിരുന്ന് ആ കരിങ്കൂട്ടത്തെ കണ്ടു. എന്തു ചെയ്യാനാവും...! ഒന്നും ചെയ്യാനായില്ല. കാരണം അവർക്ക് എത്തിനോക്കാനാവാത്തത്ര ജനസാഗരമായിരുന്നല്ലോ അമ്പലത്തിന്റെ തകിടിയിലും പരിസരങ്ങളിലും.

പിന്നെ കാക്കാരശി നാടകം. കാക്കാനും കാക്കാത്തിയും പരദേശിയും, ചോദ്യങ്ങളും ഉത്തരങ്ങളും വിശദീകരണങ്ങളും പാട്ടും മേളവും കൊണ്ട് ആ രാത്രിയെ ഹൃദ്യമാക്കി.

തമ്പിരാൻ കാക്കാനോട് ചോദിച്ചു:

'തന്റെ രാജ്യം ഏതാ?'

'മനോരാജ്യം.'

'നിന്റെ ദേശം?'

'അടിയന്റെ ദേശം..., ഏകദേശം.'

'നിന്റെ നാട്?'

'അടിയന്റെ നാട്..., പഴനാട്.'

'നിന്റെ വീടെവിടാടാ...?'

'അടിയന്റെ വീട് തൂണിന്റെ കവരത്തിൽ.'

'അതെവിടാടാ...?'

ഇതുകേട്ടപ്പോൾ മൂത്തേടത്തെ സിറ്റൗട്ടിലിരുന്ന കോന്നപ്പണിക്കർക്ക് എന്തെന്നില്ലാത്ത അരിശം തോന്നി. അയാൾ പുറത്തെ ഇരുട്ടത്തേക്ക് നോക്കി ആരോടെന്നില്ലാതെ പറഞ്ഞു:

'നിന്റമ്മേടെ...'

***

38

ആയിരക്കോലുയരത്തിലേ...

വല്ല്യപടയണിനാളിലെ കാലംകോലത്തിന്റെ ഒരുക്കങ്ങളെല്ലാം കല്ലൂരെ കളരിയിൽവെച്ചായിരുന്നു. ഏതെങ്കിലുമൊരു വ്യക്തിയുടെ വഴിപാടുകോലമായിരുന്നില്ല അത്. കരയിലുള്ളവരുടെയാകെ സമർപ്പണമാണ്. അത് പണ്ടും അങ്ങനെയായിരുന്നല്ലോ.

കാലംകോലങ്ങൾ തുടങ്ങിയ അശ്വതിനാളുമുതൽ തുള്ളിയ കോലങ്ങളെക്കാൾ എന്തുകൊണ്ടും മികച്ചതാണ് വല്ല്യപടയണിനാളായ തിരുവാതിരനാളിലെ കാലംകോലം. കോലത്തിന്റെ എഴുത്തിൽ മുതൽ ആശ്രദ്ധ ഉണ്ടാവണം. അത് അൻപത്തിയൊന്ന് വർഷങ്ങൾക്കുശേഷം ഇപ്പോഴുമുണ്ടായി.

കോലം എഴുതാനുള്ള യോഗം വാമസേനനായിരുന്നു. തികഞ്ഞ പ്രാർത്ഥനയോടെയാണ് അയാൾ കോലമെഴുത്ത് തുടങ്ങിയത്. കൃത്രിമവർണ്ണങ്ങളൊന്നും ചാലിക്കാതെ പരമ്പരാഗത പ്രകൃതിവർണ്ണങ്ങൾ മാത്രമാണ് ഉപയോഗിച്ചത്. വാമസേനൻ ഉച്ചയ്ക്ക് വേണുവിന്റെ തലയുടെ അളവെടുത്തിരുന്നു. അയാൾ ആവശ്യപ്പെട്ടതല്ല; വേണു മറ്റുള്ള തുള്ളക്കാരെപ്പോലെ അവിടേക്കെത്തിയതാണ്. അളവൊന്നു നോക്കിയിട്ട് വാമസേനൻ പറഞ്ഞു:

'എന്റെ കണക്ക് തെറ്റിയില്ല. തെരക്കിനെടയ്ക്ക് വരേണ്ടകാര്യമില്ലായിരുന്നു. ഞാൻ പാള കോട്ടി കഴിഞ്ഞിരുന്നു.'

'ങ്ഹാ... ആ പഴയ ഭൈരവിയുടെ അളവറിയാമല്ലോ വാമസേനന്.'

'അല്ലെങ്കിലും ഈ കോലത്തിന്റെ അളവെനിക്ക് തെറ്റത്തില്ല...'

വേണുവും വാമസേനനും ആ ഉറപ്പിന്റെ വിസ്മയത്തിൽ മറ്റൊന്നും പറയാനില്ലാതെ മെല്ലെ ചിരിച്ചതേയുള്ളൂ. അവർക്കിരുവർക്കും എത്തിപ്പിടിക്കാവുന്നതിനപ്പുറത്തായിരുന്നു ആ ഉറപ്പ്...

വേണു വീട്ടിലേക്ക് മടങ്ങി. കൊടായി പുരേടത്തിന്റെ വടക്കുവശത്തുകൂടിയുള്ള വഴിയേ കാട്ടൂത്തോട്ടിലേക്കിറങ്ങാം. അവിടെനിന്ന് വേഗം വീട്ടിലേക്കും.

കൊടായി പുരേടത്തിന്റെ വിജനമായ ആ വഴിയിലൂടെ മൂന്നുപേർ

വേണുവിനെതിരെ അപ്പോൾ തിടുക്കത്തിൽ വന്നു. ഒരു പരിചയവുമി ല്ലാത്ത മൂന്നുപേർ. ആക്രമിക്കാനുള്ള ഒരു ഭാവവുമില്ലാതെ അടുത്തേ ക്ക് വന്ന അവർ പെട്ടെന്ന് വേണുവിനെ തള്ളി താഴെയുള്ള കണ്ടത്തി ലേക്ക് വീഴ്ത്തി. എന്നിട്ടവർ കണ്ടത്തിലേക്ക് ചാടി. അപ്രതീക്ഷിതമായ ആക്രമണം പെട്ടെന്ന് വേണുവിനെ ഭയചകിതനാക്കിയെങ്കിലും തളർ ന്നുപോകാതെ എഴുന്നേറ്റു. മൽപ്പിടുത്തത്തിനിടയിൽ അതിൽ രണ്ടുപേർ ചെളിയിൽ തെറ്റി വീണപ്പോൾ മൂന്നാമനെ തൊഴിച്ച് താഴെയിട്ടിട്ട് വേ ണു അവിടെനിന്നോടി. പിന്നാലെ അവരും ഓടി.എന്നാൽ ആൾപ്പാർപ്പു ള്ള റോഡിന്റെ ഭാഗത്തേക്കെത്തിയപ്പോൾ അവർ പിൻവാങ്ങി. വേണു ആരുടെയും ശ്രദ്ധയിൽപ്പെടാതെ അവിടെനിന്ന് നേരേ പോയത് ആറ്റി ലേക്കായിരുന്നു. ആരുടെയും കടവല്ലാത്ത ഒരു ഭാഗത്തുചെന്നിട്ട് അയാൾ ആറ്റിലേക്ക് ചാടി. മേലാകെ പുരണ്ടിരുന്ന ചെളി കഴുകി. വൃത്തിയായി കരയിലേക്ക് കയറി വീട്ടിലേക്ക് പോന്നു. ആരോടും നടന്ന കാര്യം പറ ഞ്ഞില്ല. എന്താണ് മുണ്ടും ഷർട്ടും നനഞ്ഞത് എന്ന് ദേവി ചോദിച്ചപ്പോൾ ഒരു കള്ളം പറഞ്ഞു:

'തലയുടെ അളവെടുക്കുന്നതിന് മുമ്പ് ഒന്നു മുങ്ങിക്കുളിച്ച് ചെല്ലണ മെന്ന് തോന്നി. പോയവഴിക്ക് ആറ്റിലിറങ്ങി ഒന്ന് മുങ്ങി...'

പിന്നെ അല്പനേരം ഒന്ന് വിശ്രമിച്ചിട്ട് വേണു കളരിയിലേക്കിറങ്ങു മ്പോൾ അയാളുടെ ഫോൺ ബെല്ലടിച്ചു. ആരാണെന്നും എവിടെനിന്നാ ണെന്നും പറഞ്ഞില്ല.

നിന്റെ വല്ല്യപ്പൂപ്പന്റെ ഗതിയാകും നിനക്ക്, ചെവിക്ക് നുള്ളിക്കോ... എന്ന് കഠിനമായ ഒരു താക്കീതാണ് വന്നത്. വേണുവിന് അതിന് മറുപ ടി പറയാൻ തോന്നിയില്ല. എന്നുമാത്രമല്ല അത് ഉടനെതന്നെ വിളിച്ച യാൾ കട്ട് ചെയ്യുകയും ചെയ്തു. ആ അപായ ഭീഷണിയല്ല, വല്ല്യപ്പൂപ്പ നാണ് ഇപ്പോൾ വേണുവിൽ നിറഞ്ഞത്.

കോലം തലയിലേറ്റുന്നതിനു മുമ്പുള്ള ഒരുക്കങ്ങളെല്ലാം കഴിഞ്ഞ് വേണു അല്പനേരം പ്രാർത്ഥിച്ചു. പ്രാർത്ഥനയുടെ ഏകാഗ്രത അതി ന്റെ സൂക്ഷ്മത്തിലേക്കെത്തിയപ്പോൾ ഒരു കൈത്തലം തന്റെ ശിരസ്സിൽ സ്പർശിച്ചതായി അയാളറിഞ്ഞു.

'നന്നായി വരട്ടെ. എല്ലാം അമ്മയ്ക്ക് സമർപ്പിതമാരിക്കണം. മനസ്സൊ രിക്കലും ആ പരാശക്തിയിൽനിന്നിടറിമാററുത്...'

വേണു മുഖമുയർത്തി കണ്ണുകൾ തുറന്നപ്പോൾ കൊച്ചുരാമൻപിള്ള യുടെ സ്പർശനത്തിന്റെ കൈത്തലം ഇല്ലാതായി. ആ അദൃശ്യസാന്നി ധ്യം എവിടെയോ മറഞ്ഞുകഴിഞ്ഞിരുന്നു.

ശിവനും അജയനും സുരേന്ദ്രനുമടക്കം നാലഞ്ചുപേരുണ്ടായിരുന്നു വേണുവിനെ ഒരുക്കാൻ. എല്ലാക്കാര്യങ്ങളും തികഞ്ഞ ഭക്തിയോടെതന്നെ അവർ നിർവ്വഹിച്ചു. കാലിൽ കച്ചമണിയും അരയിൽ ചെമ്പട്ടും അതിനുമീതെ കുരുത്തോലപ്പാവാടയും അതിനുമീതെ അരമാലയും അരമാലയുടെ താഴെയായി കാളത്തലയും മാറിൽ നെഞ്ചുമാലയും മുഖത്ത് പച്ചയും വായിൽ എകിറും, വെള്ളക്കണ്ണും തലയിൽ തോർത്തും വിരിച്ചുകെട്ടിക്കഴിഞ്ഞപ്പോൾ വേണു ഒന്ന് നിവർന്നുനിന്നു.

രാത്രി പന്ത്രണ്ടു മണി ആയപ്പോൾ ആനന്ദൻപിള്ളയെ മക്കൾ രണ്ടുപേരും ചേർന്ന് പിടിച്ചുകൊണ്ട് കളരിയിലേക്ക് കൊണ്ടുവന്നു. കരൾവീക്കവും പ്രമേഹവും അയാളെ ഏറെ അവശനാക്കിയിരുന്നു. എങ്കിലും വട്ടക്കാലിൽ നിന്ന വേണുവിന്റെ തലയിലേക്ക് കാലം കോലം എടുത്തുവെയ്ക്കാൻ നേരം ആ കൈകൾക്ക് പെട്ടെന്നൊരു കരുത്തുണ്ടായി. ആ കരുത്ത് കണ്ണീരായി അയാളുടെ കണ്ണുകളിൽ നിറഞ്ഞു തൂകി...

പടയണി നടത്താൻ ഇറങ്ങിപ്പുറപ്പെട്ടതിന് എന്നും വിമർശിക്കുകയും ശകാരിക്കുകയുംമൊക്കെ ചെയ്തിട്ടുള്ള ആളായിരുന്നല്ലോ താൻ എന്നയാൾ കുറ്റബോധത്തോടെ ഓർത്തു. എങ്കിലും നീ എന്റെ ശിഷ്യനാണല്ലോ എന്നുകൂടി ചിന്തിച്ചപ്പോഴാവും അയാൾ വികാരാധീനനായത്. പന്തവും വാളും വേണുവിന്റെ കൈകളിലേക്ക് കൊടുത്തതും ആനന്ദൻപിള്ള തന്നെയായിരുന്നു. തന്റെ കൈകൾ ആ നേരം കരുത്തുറ്റതായിരുന്നെങ്കിലും കൈകൾ വിറയ്ക്കുന്നത് അയാളറിഞ്ഞു. മനസ്സിന്റെ വിങ്ങലായിരുന്നു കൈകളിലേക്ക് പടർന്നത്.

'ഇനി നേരംകളയണ്ട. എല്ലാത്തിനും ഓരോ സമയങ്ങളുണ്ട്...'

വേണു ഒരിക്കൽക്കൂടി കൊച്ചുരാമൻപിള്ളയുടെ ആ ശബ്ദസാന്നിധ്യത്തിനുമുന്നിൽ വിനയപൂർവ്വം ഒന്ന് തലകുനിച്ചു. ആ നേരം കൊച്ചുരാമൻപിള്ളയുടെ ഒരു പ്രത്യക്ഷസാന്നിധ്യംപോലെ ആനന്ദൻപിള്ള കിഴക്കോട്ടു തിരിഞ്ഞുനിന്ന് കോലത്തിന്റെ മുകൾത്തലപ്പിൽത്തൊട്ട് അനുഗ്രഹം ചൊരിഞ്ഞു.

കല്ലൂരെ ആറ്റുപള്ളത്ത് ആകാശക്കതിനാ പൊട്ടിവിടർന്നു. ഒന്നല്ല, ഒൻപതെണ്ണം. അത് എല്ലാ ദിക്കിനേയും ഉണർത്തി. ആറ്റിലെ നേർത്ത ഒഴുക്കിൽ അതിന്റെ വർണ്ണപ്പൊലിമ വെട്ടിത്തിളങ്ങി. അങ്ങനെ, നാലുദിക്കിന്റെയും ശ്രദ്ധ കല്ലൂരേക്കായി.

കൊച്ചുരാമൻപിള്ളയേയും അദ്ദേഹത്തെ സംരക്ഷിക്കുന്ന പാവുതറയമ്മയുടെ ചൈതന്യത്തേയും ഉൾക്കൊള്ളുന്ന കൽവിഗ്രഹത്തിലേക്ക് തൊട്ടു തൊഴുതിട്ട് വേണു അച്ഛനേയും അമ്മയേയും വണങ്ങി. പിന്നെ

ചെണ്ടയുടെ താളത്തിൽ വട്ടക്കാലിൽ നിന്ന് ഗണപതിയും പടിവട്ടവും ചവുട്ടി. അപ്പോൾ ആർപ്പോവിളിയും കുരവയുമവിടെ ഉയർന്നു.

വലിയ ഘോഷങ്ങളോടെ വേണുവിന്റെ കാലംകോലം കല്ലൂരുനിന്ന് പാവുതറക്കാവിലേക്ക് പുറപ്പെട്ടു. കോലം ക്ഷേത്രത്തിലേക്കെത്തിയപ്പോൾ അവിടെയുണ്ടായിരുന്ന ജനക്കൂട്ടമാകെ ആവേശത്തോടെ എഴുന്നേറ്റു നിന്നു. പുരുഷൻമാരുടെ ആർപ്പോവിളികൾ ആകാശത്തേക്കുയർന്നു. സ്ത്രീകളുടെ കുരവ പൂക്കൾപോലെ ആ അന്തരീക്ഷത്തിലേക്കുയർന്നു വീണു.

വേണു പാവുതറയമ്മയുടെ നടയ്ക്കൽ ചെന്ന് തല കുനിച്ച് അനുഗ്രഹം വാങ്ങി. അയാളുടെ കണ്ണുകൾ നിറഞ്ഞൊഴുകി. പച്ച തേച്ച മുഖത്തിലൂടെ ഒഴുകിത്തെറിച്ച കണ്ണീർക്കണങ്ങൾ നെഞ്ചുമാലയിലും പട്ടുടയാടയിലും തട്ടിത്തെറിച്ച് പാവുതറയമ്മയുടെ നടയിൽ വീണു.

നൂറ്റിയൊന്ന് പാളയുടെ ഭൈരവി കളം ഒഴിഞ്ഞ നേരമായിരുന്നു അത്. ചെണ്ടക്കാർ തപ്പിലേക്ക് താളം പകർന്നപ്പോൾ വെട്ടിത്തിരിഞ്ഞ് ചുവടു വെച്ച് വേണു കളം നിറഞ്ഞു.

അപ്പോൾ വേലുപ്പിള്ള അതിശയത്തോടെ മനസ്സിൽ പറഞ്ഞു:

'ജഗദീശ്വരീ..., എന്തൊരു ചേർച്ച...! ആ തലയെടുപ്പും ചുവടുവെപ്പുമൊക്കെ അതുപോലെ...! കൊച്ചുരാമൻചേട്ടന്റേതുപോലെ തന്നെ...! അമ്മേ... മഹാമായേ...!'

കാലനോ അതോ കാലകാലനോ എന്ന് വ്യക്തമാവാത്തതുപോലെ ആ മഹാനടനത്തിന്റെ ഭിന്നഭാവരൂപങ്ങൾ വേണുവിന്റെ ചലനങ്ങളിലാകെയുണ്ടായി. അത് കാണികളിൽ ഭയവും ഭക്തിയുമുണ്ടാക്കി.

കിഴക്കോട്ട് തിരിഞ്ഞുനിന്ന് മേളത്തിനൊപ്പം ഗണപതിയും പടിവട്ടവും ചടുലതയോടെ ചവിട്ടിയിട്ട് കോലം, മുന്നോട്ട് ചുവടുകൾ വെച്ചപ്പോൾ ആർപ്പോവിളിയും കുരവയും തുടർന്നു. അന്തരീക്ഷത്തെ ഏറെ ചലനാത്മകമാക്കി ഒരു വൃത്തം ചുവടുകൾവെച്ചുകഴിഞ്ഞപ്പോൾ വേലുപ്പിള്ള കോലത്തിന് ശ്ലോകം ചൊല്ലി.

ഫണിഗണമണിയുന്നോരീശ്വരന്റുണ്ണിയാകും
ഗണപതിഭഗവാനും വാണിയും വിരിഞ്ചനാദി... ആ...
ശ്രുണുമതി കനിവുള്ളോർ സർവ്വരും തുണപ്പതിന്നായ്
ഇണയടിതൊഴുതിരന്നേനിമ്പമായ് നൽകിടേണേ... ഏ... ഏ... ഏ...

ചുവട് മുറിക്കലായമായപ്പോൾ പിടിയാൾ കളത്തിലേക്കിറങ്ങി കോലത്തിന്റെ അരപ്പട്ടയിൽ പിടിച്ച് ഉരലിന്റെ അടുത്തേക്ക് കൊണ്ടുവന്ന് അതിന് പ്രദക്ഷിണം വെപ്പിച്ച് അതിലേക്കിരുത്തി. കല്ലുരലിലിരുന്ന് തിക

ഞ്ഞ പൗരുഷത്തോടെ നാലു ദിക്കിലേക്കും ചുവടുകൾ മാറ്റി കാലത്തിന്റെ കോലമിരുന്നാടി. പിന്നെ എഴുന്നേറ്റ് ചുവടെടുത്ത് പിന്നോക്കം ചാടി കല്ലുരലിൽ നിന്ന് നാലുദിക്കിലേക്കും തിരിഞ്ഞു തുള്ളി. വീണ്ടും മുറിക്കലായമായപ്പോൾ അവിടെനിന്ന് കളത്തിലേക്കൊരു കുതിപ്പ്. അത് ഒരു പോർമുന പോലെ അമ്മയുടെ നടയോളമെത്തി തിരികെ വന്നു. തുടർന്ന് അതേ പ്രകമ്പനത്തോടെ പിന്നോക്കം വന്ന് കളം നിറഞ്ഞു. കലിബാധിച്ചതുപോലെയോ ലയത്തിന്റെ ഉന്മാദത്തിലായതുപോലെയോ തുള്ളൽ തുടർന്നു. വീണ്ടും പിടിയാൾ കോലത്തെ പീഠത്തിലേക്ക് പിടിച്ചിരുത്തി.

താതൻ ഖേദമിയന്നിടുന്നതകമേ
ബാലൻ ഗ്രഹിച്ചെത്രയും
ആതങ്കത്തൊടുമെന്തിനെന്നു
തൊഴുതങ്ങാരാഞ്ഞു ചോദിക്കയാൽ... ആ...
നാസാനേത്രജലങ്ങൾ വാർത്തു
വ്യസനാൽ യാതൊന്നുമാകാതിരുന്നീവണ്ണമോതിനാൽ ആ... ആ... ആ...

ഇങ്ങനെ വീണ്ടും വേലുപ്പിള്ള ശ്ലോകത്തിന്റെ മാർക്കണ്ഠേയപുരാണം ചൊല്ലി.

ഏതാണ്ട് മുക്കാൽ മണിക്കൂറോളം തുള്ളൽ തുടർന്നു. പിന്നെ ഇടംകൈയിലെ പന്തം പിടിയാളിന് കൊടുക്കേണ്ട ഘട്ടമെത്തി. പിടിയും വലിയുമെല്ലാം താളാത്മകമായി. പിടിയാളെ ഉലച്ച് തള്ളുന്നതും വലിച്ചടുപ്പിക്കുന്നതുമൊക്കെ താളത്തിന്റെ തികവാർന്ന ചടുലതയോടെയായിരുന്നു. ഏറെ നേരം ഒരു പോരാട്ടംപോലെ അത് തുടർന്നു. പന്തം ഇരുവശങ്ങളിലേക്കും വായുവിനെ മുറിക്കുന്ന ശബ്ദത്തോടെ വേഗത്തിൽ അർദ്ധചക്രമായി ആളുമ്പോൾ കാലകാലന്റെ വീര്യം നിറഞ്ഞ മുഖത്തിന് ഏറെ തിളക്കമായി.

ഒപ്പം പിടിയാളുടെ മുഖം ഉത്കണ്ഠയുടേതുമായി. പിടിയാൾക്ക് മാത്രമല്ലല്ലോ, അൻപത്തിയൊന്ന് വർഷങ്ങൾക്കുമുമ്പ് ഇതേ കളത്തിൽ ഇതേ നേരത്ത് നടന്നത് കണ്ടും പറഞ്ഞും കേട്ടറിയാവുന്നവരാണല്ലോ അവിടെയുണ്ടായിരുന്ന മിക്കവരും. അവരുടെ മനസ്സിലൂടെയും തെല്ലൊരാശങ്ക കടന്നുപോയി... എങ്കിലും അവർ പൊടുന്നനെ ആ അവസ്ഥ മറികടന്നു. അവരുടെയാകെ മനസ്സിൽ പാവുതറയമ്മ നിറഞ്ഞു.

സ്ത്രീകൾ ഭക്തിപാരവശ്യത്തോടെ കുരവയിട്ടു. ഒടുക്കം, സുരേന്ദ്രൻ പന്തം തിരികെ കൊടുക്കേണ്ട ഭാഗം പാടി.

പാദാദികേശത്തിലോടുന്ന പന്തം...
കേശാദിപാദേ മുഴുത്തോരു പന്തം...
അമ്പത്തൊന്നക്ഷരം കൂടുന്ന പന്തം...
അൻപോടു ചൊല്ലീട്ടു വാങ്ങുന്നടിയൻ...

വേണു, പന്തം പിടിയാളിന് കൊടുത്തു. പന്തം നഷ്ടമായ കൈ കോലത്തിന്റെ പിന്നിലായി പിടിപ്പിച്ചു. കരുത്ത് നഷ്ടപ്പെട്ടതിന്റെ തളർച്ചയോ ആശങ്കയോ കലിയോ പ്രകടമാക്കി കോലം ഒരു വൃത്തം തുള്ളിയിട്ട് അമ്മയ്ക്ക് പ്രദക്ഷിണം വെയ്ക്കാനായി പടിഞ്ഞാറേക്കോടി. കുരവയും ആർപ്പോവിളികളുമുയർന്നു. കളത്തിനടുത്തിരുന്നവരെല്ലാം എഴുന്നേറ്റു നിന്നു. തീവെട്ടി പിടിച്ചിരുന്നവരും പിടിയാളും അജയനും ശിവനും മറ്റ് നാലഞ്ച് പേരും കോലത്തിന്റെയൊപ്പം പോയി. കോലത്തെ പ്രദക്ഷിണം വെപ്പിച്ച് വീണ്ടും കളത്തിലേക്കെത്തിച്ചു.

ഇപ്പോൾ പൂർവ്വാധികം ശൗര്യത്തോടെയായി തുള്ളൽ. കലി ബാധിച്ചതുപോലെ കാലകാലന്റെ ചലനങ്ങൾ ഏറെ ചടുലമായി. മുഖഭാവം കുറിച്ചുകൂടി രൗദ്രവുമായി. ആ ചടുലവേഗത്തിനൊപ്പിച്ച് പാട്ടിന്റെ അടന്തയും മുറുകി.

പടയൊടു കൂടെ യമനുടനാർത്ത്
നിജപുരിതന്നിൽ നിന്നേ...
കടുതര കോപമൊടുകടവൂരിൽ
ഉടനിഹ ചെന്നവാറേ...
കൊടിയ തിടുക്കമവിടുളവായ-
തുടമയൊടെന്തുരപ്പൂ...

കോപാഗ്നി കണ്ണിൽ ജ്വലിച്ച കാലഭൈരവൻ കലിയടങ്ങാത്തതുപോലെയാണ് തുടർന്ന് തുള്ളിയത്. പന്തം പിടിച്ചുവാങ്ങിയ പിടിയാൾ അമ്മയുടെ നടയിൽ ചെന്ന് നമസ്ക്കരിച്ച് വാളിന് പിടിക്കാനായി കളത്തിലേക്കിറങ്ങി. എന്നാൽ വാളിന് പിടികൊടുക്കാതെ വളരെ വിദഗ്ദ്ധമായി വല്ലാത്തൊരു ചടുലതയോടെ കാലൻ വെട്ടിത്തിരിഞ്ഞ് കാലഭൈരവനായി ഒഴിഞ്ഞുമാറി. ഒടുക്കം ഒരുപാടുനേരത്തെ ശ്രമത്തിനൊടുവിലാണ് പിടിയാൾക്ക് കോലത്തിന്റെ ഉടവാൾപ്പിടിയിൽ പിടിക്കാനായത്. പിന്നെ അതൊരു യുദ്ധം പോലെയായി. വാള് വില്ലുപോലെ വെട്ടിത്തിരിഞ്ഞു. വാളുമായി പിന്നോക്കം പോയ കാലവൈരി അതിശക്തമായ ഊക്കോടെ പിടിയാളെ തിരികെ തള്ളി. ഉയർന്നു ചാടി ഭയപ്പെടുത്തി. ഈ ഘട്ടത്തിലും ഭയവും ഭക്തിയും അഗ്നിപോലെ വിതറിയ മനോനിലയിലും കാലത്തിന്റെ കോലം അതിന്റെ ചടുലവും തീഷ്ണവുമായ താളക്രമ

ത്തിന്റെ സൗന്ദര്യം നഷ്ടപ്പെടുത്തിയില്ല. താളത്തിന്റെ പടവുകൾ കട ന്ന് കടന്ന് പോകുമ്പോൾ ജീവിതത്തിനും മരണത്തിനുമപ്പുറമുള്ള ഏ തോ മായാലോകത്തിലേക്കുള്ള വാതിൽ തുറക്കപ്പെടുകയായിരുന്നു. അവിടേക്ക് ചുവടുവെച്ച വേണുവിന്റെ ഉടലിലാകെ വൈദ്യുതിപോലെ ഒരു ചൈതന്യം പരന്നു. അയാൾ നിറയെ പൂക്കളുള്ള ഒരു പൂമരം ഉല യുന്നതുപോലെ ഒന്ന് തരിച്ചു. ഏതോ ഒരു വെളിവുണ്ടായതുപോലെ അപ്പോൾ അനന്ദൻപിള്ള നീട്ടി പാടി.

കാലാ നിൻ കയ്യിൽ ഞാൻ തന്നൊരു
പടപൊരുമീ വാളിതെൻ കൈയ്യിലിപ്പോൾ
കാലം വൈകാതെ തന്നിടേണമതിനിയും
സംശയിക്കേണ്ട തെല്ലും, കാലാ നിൻ കാലനാണേ
തിരികെത്തരിക താമസിച്ചെന്തിനെന്നാൽ
കാലാ ഞാൻ കൊണ്ടുപോകും
തവകരബലമിന്നൊന്നു കണ്ടീടവേണം
നിൻ കയ്യിൽ തന്നവാളിന്നെൻ കയ്യിൽ തന്നീടുക...

വാളിലെ പിടിയിപ്പോൾ അയഞ്ഞു. കാലൻ വാള് തിരികെ കൊടു ത്തു. പിന്നെയും തളർന്നു തുള്ളാൻ തുടങ്ങിയ കോലത്തെ പിടിയാളും മറ്റ് നാലഞ്ചുപേരും ചേർന്ന് താങ്ങി മുകൾതലയിലെ കുരുത്തോല ഊ രിമാറ്റി കളത്തിന് പുറത്തേക്ക് താങ്ങിയെടുത്തുകൊണ്ടു പോന്നു. വേ ണു തളർന്നുകിടന്നു ആ പുൽമൈതാനത്ത്. ആകാശത്ത് തെളിഞ്ഞ ന ക്ഷത്രങ്ങൾ അയാളുടെ വിയർപ്പ് പൊടിഞ്ഞൊഴുകിയ മുഖത്തേക്കായി രുന്നു. ആ താരത്തിളക്കത്തിലേക്ക് വേണു കണ്ണുകൾ തുറന്നു. അപ്പോൾ അയാളോട് മെല്ലെ മന്ദഹസിച്ചത് ദേവിയായിരുന്നു.

ദേവി കൊടുത്ത വെള്ളം കുടിച്ച് ദാഹം തീർത്ത വേണുവിനെ മറ്റു ള്ളവർ ചേർന്ന് എഴുന്നേൽപ്പിച്ചു.

നേരം പുലരാൻ പിന്നെ ഏതാണ്ട് അരമണിക്കൂറേ ബാക്കിയുണ്ടാ യിരുന്നുള്ളൂ.

കിഴക്ക് പടനിലത്ത് ഒരു ആകാശക്കതിനാ ഭൂമിയെ തന്നെ പ്രകമ്പ നം കൊള്ളിച്ച് പൊട്ടിവിടർന്നു. വേണു പെട്ടെന്ന് അങ്ങോട്ടു നോക്കി. വേണു മാത്രമല്ല, അവിടെയുണ്ടായിരുന്ന ആ ജനക്കൂട്ടമാകെ.

പാവുതറയമ്മയുടെ വലിയ ഭൈരവി ഒരുങ്ങിക്കഴിഞ്ഞിരുന്നു. ആയി രത്തൊന്ന് പാളയിൽ തീർത്ത ചട്ടത്തേൽ കോലം ആയിരത്തിയൊന്ന് മുഖങ്ങളിലും പന്തങ്ങൾ കുത്തി അഗ്നിസ്വരൂപിണിയായി ജ്വലിച്ചു. ദൂ

രെനിന്നു നോക്കിയാൽ ഒരു ചെറിയ ഭൈരവിക്കോലമായിരുന്നു അത്. അല്ലെങ്കിൽ ജ്വലിക്കുന്ന ഒരു വെറ്റില...

കാര്യങ്ങളെല്ലാം കൃത്യമായി ഏർപ്പാട് ചെയ്തിരുന്നെങ്കിലും ദേവിയുടെ കൈയിൽനിന്ന് അല്പം വെള്ളംകൂടി വാങ്ങി കുടിച്ചിട്ട് വേണു ഉടനെതന്നെ പടനിലത്തേക്കു പോയി.

വാമസേനന്റെ കുടുംബത്തിലെ ഒരുസംഘം കോലമെഴുത്തുകാർ രാവിലെമുതൽക്കെ വലിയകോലത്തിന്റെ എഴുത്ത് തുടങ്ങിയിരുന്നു. പടനിലത്ത് പ്രത്യേകം സജ്ജീകരിച്ച സ്ഥലത്തിരുന്നായിരുന്നു ലോകമാതാവായ മഹാഭൈരവിയുടെ ആയിരത്തൊന്നു മുഖങ്ങളും എഴുതിയത്. ഓരോ പാളയും മിഴിവാർന്ന മുഖങ്ങളാക്കി ഭക്തിപൂർവ്വം ഒന്നൊന്നിനോടായി ക്രമത്തിൽ കമുകിൻവാരികൾകൊണ്ടുണ്ടാക്കിയ ചട്ടത്തിൽ കൊരുത്തു. പിന്നെ ആ ദിവ്യമുഹൂർത്തം തെറ്റാതെ അത് വലിയ ഘോഷത്തോടെ നാല് തടിച്ചാടുകളിൽ ഉയർന്നുനിൽക്കുന്ന കതിരുകാലുകളിൽ വെച്ചുകെട്ടി. ചെറുപ്പക്കാരുടെ ഒരുവലിയ സംഘം കതിരുകാലുകളിൽ കയറിനിന്ന് കോലമുഖങ്ങൾക്കിടയിലൂടെ പന്തങ്ങൾ ഓരോ മുഖത്തിന്റെയും തിരുനെറ്റികളിൽ കുത്തിയുറപ്പിച്ചു. ആയിരത്തിയൊന്ന് മുഖങ്ങളിലും പന്തങ്ങൾ ജ്വലിച്ചുകഴിഞ്ഞപ്പോൾ ആകാശക്കതിനകൾ ആറ്റുതീരത്ത് ലോകത്തെയാകെ ഉണർത്തിക്കൊണ്ട് പൊട്ടിവിടർന്നു. മഹാഭൈരവിയുടെ മുന്നിൽ രണ്ടുനിരകളിലായി ചൂട്ടുകറ്റകളും തീവെട്ടികളും കത്തി. ആർപ്പോവിളികൾ ആകാശംമുട്ടെ ഉയർന്നു.

പിന്നെ വലിയ ഘോഷത്തോടെ നാലുചാടുള്ള ചട്ടത്തിലേറി ആയിരക്കോലുയരത്തിൽ അണിഞ്ഞൊരുങ്ങിയ മഹാഭൈരവി ഒന്ന് മുന്നോട്ട് കുതിച്ച് ഒന്ന് പിന്നോക്കം പോയി വീണ്ടും കുതിച്ച് കളത്തിലേക്ക് നിറഞ്ഞു നിറഞ്ഞ് വന്നു.

ഭൈരവിയെ മുന്നോട്ട് വലിക്കാനും പിന്നോട്ട് വലിക്കാനും നൂറുകണക്കിന് കരുത്തുറ്റ കൈകളുണ്ടായിരുന്നു. കറുത്തതും വെളുത്തതുമായ കരുത്തുറ്റ കൈകൾ. ആ കൈകൾ പ്രപഞ്ചമാതാവായ സർവ്വേശ്വരിയുടെ രൗദ്രരൂപത്തെ കളത്തിലേക്കാനയിച്ചു. ഇടംകാതിലെ ആനയും വലംകാതിലെ സിംഹവും ഭൈരവിയുടെ കരുത്തിന്റെ അടയാളങ്ങളായി. അവളുടെ നാഗക്കെട്ടും ചുഴിക്കെട്ടും പീലിക്കണ്ണും മന്ദാരക്കാതും പന്തപ്രഭയിൽ ജ്വലിച്ചുനിന്നു. വലിയ പോർമുലകൾ തള്ളിയ നെഞ്ചുമാല ഓരോ ചലനവേഗങ്ങളിലും ഒരു പോരിന്റെ വീര്യം പ്രകടിപ്പിച്ചു. ഭൈരവി കളത്തിലേക്ക് വന്നു നിറഞ്ഞപ്പോഴേക്കും പ്രഭാതസന്ധ്യയിലെ ബാലസൂര്യന്റെ ആദ്യകിരണങ്ങൾ നാഗക്കെട്ടിലെ കുരുത്തോലകളുടെ അല്ലി

കളിൽ തട്ടി തിളക്കമായി. അപ്പോൾ മഹാഭൈരവി ആ ആൾക്കൂട്ടത്തി നാകെ ഒരു പ്രപഞ്ചാനുഭവമായി മാറി.

ചിറ്റേടത്ത് മൂത്തേടത്തുകാർക്കുപോലും ആ കാഴ്ച്ചയുടെ ദിവ്യാനു ഭവത്തിൽ നിന്ന് മാറിനിൽക്കാനായില്ല. ഏതോ ഇരുളിൽ നിന്നെന്നപോ ലെ അവരും ആ ശക്തിസൗന്ദര്യത്തിന്റെ മുന്നിലേക്കാനയിക്കപ്പെട്ടു. ആ രും അവരെ ശ്രദ്ധിച്ചില്ല. അവരും ആരേയും ശ്രദ്ധിച്ചില്ല. ആ ജനസാഗര ത്തിലെ കേവലം കണികകൾ മാത്രമായി അവരും. അമ്മയെ നിറഞ്ഞു കണ്ട മക്കൾ മാത്രം...

എന്നാൽ, മൂത്തേടത്തെ ഇളമീന്നനിയൻപിള്ളക്ക് മാത്രം അവിടെയെ ത്താനായില്ല. അതിന് അയാൾക്ക് കഴിയില്ലല്ലോ... വർഷങ്ങളായി ശരീ രം തളർന്ന് കിടക്കുന്ന വൃദ്ധനായ അയാൾക്ക് ഏകനായി ആ വീട്ടിൽ കിടക്കാനേ കഴിഞ്ഞുള്ളൂ.

ഒറ്റപ്പെടലിന്റെ ഭീതിയിൽ അയാളുടെ കണ്ണുകൾ നിറഞ്ഞ് പുറത്തേ ക്ക് തള്ളി, എന്തോ കണ്ട് പേടിച്ചതുപോലെ...

ഒരിറ്റ് വെള്ളത്തിനായി അയാളുടെ നാവ് പുറത്തേക്കു വന്നു. പക്ഷെ ആരുമടുത്തില്ലായിരുന്നു...

ഒരാൾ മാത്രം അപ്പോൾ അയാളുടെ അടുത്തേക്ക് മെല്ലെ കടന്നുചെ ന്നു. ആ ഇരുൾക്കയത്തിൽ നിന്നും ഒരേയൊരാൾ മാത്രം...

കാലനോ! അതോ കാലാരികാലനോ...!

ഇളമീന്നിന് ഒന്നും തിരിച്ചറിയാനായില്ല. തന്റെ മുന്നിലേക്ക് നടന്നടു ക്കുന്നത് മരണം മാത്രമാണെന്നയാൾ തിരിച്ചറിഞ്ഞു. വല്ലാത്തൊരു ഭ യപ്പാടോടെ അയാൾ ഒന്ന് നിലവിളിച്ചു. നാക്കെടുക്കാനാവാതെ എത്ര യോ കാലമായി കിടക്കുന്ന അയാൾ, തന്റെ ആ ദൈന്യശബ്ദം കേട്ട് ന ടുങ്ങി. തന്റെ ആ പഴയശബ്ദം... എന്നാൽ ആ ശബ്ദം കേൾക്കാൻ മറ്റാർക്കും കഴിഞ്ഞില്ല...

പിന്നെ വൈകിയില്ല, മരണദേവൻ അയാളുടെ ജീവനിലേക്ക് പാശ മെറിഞ്ഞു.

ഇപ്പോൾ പാവുതറയമ്മയുടെ തകിടിയിൽ കുരവയും ആർപ്പോവിളി കളും കരഘോഷങ്ങളും വെടിക്കെട്ടുമെല്ലാം നിറഞ്ഞു. മഹാഭൈരവി ഒ ന്ന് നിശ്ചലമായി നിന്ന് പ്രകമ്പിതയായി. കലിയൊന്നടങ്ങിയതുപോലെ... ഭൈരവിയുടെ ഏറ്റവും മുകളിലായി വെച്ചിരുന്ന വേണു തുള്ളി ഒഴിഞ്ഞ കാലംകോലം മുതൽ ആയിരത്തൊന്ന് മുഖങ്ങളും ജീവനുള്ളതുപോ ലെ അപ്പോൾ തരിച്ചു.

ചെണ്ടയിൽ നിന്ന് തപ്പിലേക്ക് താളം പകർന്നപ്പോൾ പാട്ടുകാർ ആകാ

ശം മുട്ടുന്ന ആയത്തിൽ പാടി.

ആയിരക്കോ... ലുയരത്തിലേ... ഏ... ഏ... യ്യ
മണിപ്പന്തൽ... ചമച്ചുകൊണ്ടേ...
അരിമാവാ... ലണിഞ്ഞുകൊണ്ടേ... ഏ... ഏ... യ്യേ...
മണിവിളക്കോ... കൊളുത്തിവെച്ചേ...
കളത്തിൽ വന്ന്... കവിമകളേ... ഏ... ഏ... യ്യേ...
അനുഗ്രഹിക്കാ... ഭഗവതിയേ...
പിഴകളെല്ലാം പൊറുത്ത് കൊണ്ട്
അനുഗ്രഹിക്കാ ഭഗവതിയേ

അന്ധകാരത്തെയാകെ അകറ്റിവന്ന കാളിയമ്മയെ നിറഞ്ഞ മനസ്സോടെ നോക്കിനിന്ന് ദേവി കൈകൾ കൂപ്പി. അവളുടെ കണ്ണുകൾ നിറഞ്ഞ് തൂവുകയായിരുന്നു. ആ കണ്ണീർക്കണങ്ങൾ പാവുതറയുടെ മണ്ണിലേക്കു തിർന്നു വീണു. അവളുടെ അടുത്ത് കുടുംബത്തിലുള്ളവരെല്ലാമുണ്ടായിരുന്നു. വലിയ ആരവങ്ങളോടെ ആയിരങ്ങളുടെ ആൾക്കൂട്ടവും...

എന്നാൽ കണ്ണീരണിഞ്ഞ് തൊഴുത് നിൽക്കുമ്പോൾ ദേവി തികച്ചും ഏകയായിരുന്നു. ആ ശബ്ദഘോഷ പ്രളയത്തിനുള്ളിലും അവൾ ഏകാഗ്രചിത്തയായി മഹാഭൈരവിയെ സ്തുതിച്ചു.

നമസ്തേ ശരണ്യേ ശിവേ സാനുകമ്പേ
നമസ്തേ ജഗത്വ്യാപികേ വിശ്വരൂപേ
നമസ്തേ ജഗത്വന്ദ്യ പാദാരവിന്ദേ
നമസ്തേ സദാ പാഹിമാം ഭദ്രകാളീ...

♦♦♦

www.ingramcontent.com/pod-product-compliance
Lightning Source LLC
LaVergne TN
LVHW060207051026
849517LV00005B/1327
9789394472464